நான் கண்ட இந்தியா

இஸ்க்ரா

இயற்பெயர், சதீஸ்குமார்.
கோவை பாரதியார் பல்கலைக்கழகத் தமிழ்த்துறையில்
முனைவர் பட்ட ஆய்வு மேற்கொண்டு வருகிறார்.
மொழிபெயர்ப்பில் ஆர்வம் கொண்டவர்.
இதுவரை மூன்று நூல்கள் வெளியிட்டுள்ளார்.
வரலாறும் இலக்கியமும் இவருடைய
விருப்பத்துக்குரிய துறைகள்.

நான் கண்ட இந்தியா

ஹாலித் எடிப்

தமிழில்: இஸ்க்ரா

கிழக்கு

நான் கண்ட இந்தியா

Naan Kanda India

Halide Edib ©

Authorised Tamil translation of Halide Edib's "Inside India" by *Kizhakku Pathippagam* ©. English book was published in 1937 by George Allen & Unwin Ltd, London.

First Edition: December 2024
408 Pages
Printed in India.

ISBN: 978-81-983697-4-1
Kizhakku - 1401

Kizhakku Pathippagam
177/103, Ambal's Building, Lloyds Road,
Royapettah, Chennai - 600 014.
Email : support@nhm.in Website : www.nhm.in
Ph: +91-44-4200-9603 | WhatsApp: +91-95000 45609

◼ kizhakku.books ◼ kizhakku_nhm

All illustrations, photos and images are for informational purposes only and are copyrighted by their respective owners.

Kizhakku Pathippagam is an imprint of New Horizon Media Private Limited

The views and opinions expressed in this book are the author's own and the facts are as reported by the author, and the publishers are not in any way liable for the same.

All rights reserved. No part of this publication may be reproduced, stored in a retrieval system, or transmitted, in any form or by any means, electronic, mechanical, photocopying, recording or otherwise, without the prior permission of the publishers.

டாக்டர் அன்சாரி

'மனிதர்களுக்கு இடையிலான பிணைவு
சகோதர உணர்வால் மட்டுமே சாத்தியப்படும்
எனக் கருதுகிறேன். இனம், மதம் தொடர்பான பிரிவினைகள்
செயற்கையானவை, நியாயமானவை எனத் தோன்றுகிறது...'
- அன்சாரி

உள்ளே

- ஹாலித் எடிப் : குறிப்பு 09
- முகவுரை 12
- அறிமுகம் 15

பாகம் 1 : சலாம் இல்லத்திலிருந்து கண்டடைந்த இந்தியா

1. டாக்டர் அன்சாரியின் வீடு 29
2. நான் கண்ட தில்லி 38
3. சரோஜினி நாயுடுவும் சில இந்தியப் பெண்களும் 47
4. காந்தியைக் கண்டேன் 60
5. மீராபென்: இந்துக்களின் இந்து 70
6. காந்தியோடு ஒரு கிராமப் பயணம் 76
7. ஜாமியா உரைகள் 88
8. ஜாமியா, மனிதர்கள், தத்துவம் 104
9. இந்தியாவில் கண்ட இஸங்கள் 126

பாகம் 2 : நெடுஞ்சாலையிலும் புறவழிச்சாலையிலும் கண்டடைந்த இந்தியா

10. அலிகர் 135
11. லாகூர் 146
12. பெஷாவர் 154
13. லக்னோ 171
14. பனாரஸ் 193
15. கல்கத்தா 215
16. ஹைதராபாத் 238
17. பம்பாய் 255

பாகம் 3 : உருக்குப் பானையில் இந்தியா

18.	உருக்குப் பானையில் இந்து மதம்	....	*271*
19.	மகாத்மா காந்தியும் இந்தியாவும்	....	*280*
20.	மகாத்மா காந்தியை இல்லத்தில் சந்தித்தல்	....	*301*
21.	மகாத்மா காந்தியின் பதினொரு சூளுரைகள்	....	*314*
22.	சமதர்மத் தலைவர் ஜவாஹர்லால் நேரு	....	*329*
23.	உருக்குப் பானையில் இஸ்லாம்	....	*337*
24.	அப்துல் கஃபார் கானும் ஒற்றைத் தேசமும்	....	*355*
25.	ஒற்றை இந்தியத் தேசமா அல்லது இரட்டை இந்தியத் தேசங்களா?	....	*379*
26.	இந்தியாவில் பிரிட்டிஷார்கள்	....	*396*
	நூலடைவு	....	*403*

ஹாலித் எடிப் : குறிப்பு

இந்தியா பற்றிய பயணப் பதிவுகளில் வரலாற்று ரீதியிலும் சமூகவியல் ரீதியிலும் முக்கியத்துவம் வாய்ந்ததாக இன்று கருதப்படும் "Inside India" முதல் முதலில் 1937ஆம் ஆண்டு வெளிவந்தபோது இங்கே அதிகம் கவனிக்கப்படவில்லை. அதன்பின்னரும்கூட விரிவாக வாசிக்கப்பட்டதற்கோ விவாதிக்கப்பட்டதற்கோ சான்றுகள் இல்லை. காலம் செல்லச் செல்லதான் அதன் அருமையை இந்தியா உணர்ந்துகொண்டது. 2002ஆம் ஆண்டு வரலாற்றாய்வாளர் முஷிருல் ஹஸன் ஒரு விரிவான அறிமுகத்தை வழங்கி இந்நூலை மறுபதிப்பு (ஆக்ஸ்ஃபோர்ட்) செய்தார்.

1935ஆம் ஆண்டு இந்தியாவுக்கு வருகை தந்து இரண்டாண்டுகள் இங்கே தங்கி, பல இடங்களில் சுற்றியலைந்து, பலதரப்பட்ட மக்களோடு உரையாடி, ஏராளமானவற்றைக் கண்டும் உணர்ந்தும் இந்நூலை எழுதியிருந்தார் ஹாலித் எடிப். ஒரு துருக்கியப் பெண் எழுத்தாளரின் பார்வையில் 1930களின் இந்தியா இந்நூலில் விரிகிறது. நவீன இந்தியா உருபெற்றுக்கொண்டிருந்த முக்கியமான

தருணத்தை, சாத்தியமான அனைத்துப் பரிமாணங்களோடும் படம் பிடித்திருக்கிறார் ஹாலித் எடிப். அதனால்தான் இந்தியா குறித்தும் இந்தியர்கள் குறித்தும் முன்வைக்கப்பட்ட நேர்மையான சித்திரமாக இது நீடிக்கிறது.

இந்தியா என்பது என்ன? பல்லாயிரக்கணக்கான ஆண்டுகளாக உயிர்த்திருக்கும் இந்நிலத்தை எப்படிப் புரிந்துகொள்வது? வானம் போல் நீண்டு படர்ந்திருக்கும் இந்நிலத்தில் எது இந்தியா? இங்குள்ளவர்களில் யார் இந்தியர்? ஒரு பக்கம் செழுமை, மற்றொரு பக்கம் வறுமை. ஒரு பக்கம் பழமை, இன்னொரு பக்கம் புதுமை. ஒரு பக்கம் அமைதி, இன்னொரு பக்கம் போர். எது இந்தியாவின் நிஜ முகம்?

அறிவுத் தேடலோடு இந்தியாவை நுணுக்கமாக ஆராய்கிறார் ஹாலித் எடிப். காந்தி, நேரு, சரோஜினி நாயுடு, கான் அப்துல் கப்பார் கான் என்று தொடங்கி பல முக்கியமான ஆளுமைகளைச் சந்திக்கிறார். டெல்லி, பம்பாய், ஹைதராபாத், லக்னோ, லாகூர், கல்கத்தா, பெஷாவர், அலிகர் என்று பல இடங்களைக் காண்கிறார். அக்காலத்து அரசியல் நிகழ்வுகளுக்கு அளிக்கும் அதே கவனத்தைச் சாமனியர்களின் வாழ்வியலுக்கும் அளிக்கிறார். ஒரு தேசத்தின் வரலாற்றை அதன் பெரும் தலைவர்கள் மட்டுமா உருவாக்குகிறார்கள்?

ஹாலித் எடிப் அடிவார் (1884-1964) புகழ்பெற்ற துருக்கிய எழுத்தாளர், அரசியல் தலைவர், செயற்பாட்டாளர், ஆசிரியர், பெண்ணியவாதி, அறிவுஜீவி. சுதந்தரமற்ற வாழ்க்கை எப்படி இருக்கும் என்பதை நேடியாகக் கண்டுணர்ந்தவர் ஹாலித் எடிப். அவர் வளர்ந்த காலத்தில் துருக்கி சர்வாதிகாரத்தின் பிடியில் சிக்கிக்கொண்டிருந்தது. ஒரு பெண்ணாக அவரிடமிருந்து அவர் தேசம் எதிர்பார்த்தது ஒன்றைத்தான். உன் வீடுதான் உன் உலகம். அதைவிட்டு வெளியில் வராதே. அரிதாக வரவேண்டுமென்றால் முழு உடலையும் மறைத்துக்கொண்டு வா! இந்தக் கட்டுப்பாட்டை மட்டுமல்ல, அவர்மீதும் அவர் தேசத்தின்மீதும் சுமத்தப்பட்டிருந்த ஒவ்வொரு கட்டுப்பாட்டையும் உடைத்துக்கொண்டு ஆரம்ப காலத்திலேயே வெளியில் வந்துவிட்டார் எடிப்.

மதமல்ல, அரசியலே எனக்குப் பிரதானம் என்று முழங்கினார். அரசியல் நடவடிக்கைகளிலும் புரட்சிகரச் செயல்பாடுகளிலும் நேரடியாகப் பங்கேற்றார். அவர் காலத்தில் அவருடைய கிராமத்திலிருந்து கல்லூரிக்குச் சென்று பட்டப்படிப்பு படித்து

முடித்த முதல் துருக்கியப் பெண் அவர்தான். இளம் வயதிலேயே ஆங்கிலத்தில் தேர்ச்சி பெற்றார். தன்னுடைய பெரும்பாலான படைப்புகளை ஆங்கிலத்திலேயே எழுதினார்.

நவீன துருக்கியின் தந்தை என்று அழைக்கப்படும் முஸ்தபா கமால் அடாடர்க்கோடு இணைந்து தேச விடுதலைப் போராட்டங்களில் (1920-21) பங்கேற்றார். வெறும் ஆதரவாளராக இருக்கப் பிடிக்கவில்லை, என்னைப் போர்க்களத்துக்கு அனுப்புங்கள் என்று அடாடர்க்குக்கு கடிதம் எழுதி, அவர் அனுமதி பெற்று களத்தில் நின்றார். சர்வாதிகாரம் முறியடிக்கப்பட்டு அடாடர்க் பதவியில் அமர்ந்ததும் அவர் செல்லும் பாதை பிடிக்காததால் அவரிடமிருந்தும் விலகிக்கொண்டார்.

ஹடிப் எழுதிய முதல் நாவல் 1912ஆம் ஆண்டு வெளிவந்தது. அதன்பின் அவர் எழுதிய பல நாவல்கள் வெவ்வேறு மொழிகளில் மொழிபெயர்க்கப்பட்டன. தேசியவாதம், சுதந்தரம், பெண் விடுதலை போன்றவற்றை அவர் படைப்புகள் வலியுறுத்தின. தாங்கள் அடிமைப்படுத்தப்பட்டிருப்பதையே பல பெண்கள் உணராமல் இருக்கிறார்களே என்று வருத்தப்பட்டிருக்கிறார். துருக்கிய விடுதலைப் போராட்டத்தில் பங்கேற்றது குறித்து அவர் எழுதிய அனுபவப் பதிவுகள் வரலாற்று முக்கியத்துவம் வாய்ந்தவை. துருக்கிய வரலாற்றில் அழுத்தமாகப் பதிந்துவிட்டது அவர் குரல்.

ஜார்ஜ் ஆலென் அண்ட் அன்வின் லிமிடெட் வெளியிட்ட 'Inside India' (1937) எனும் நூலின் தமிழாக்கம் 'நான் கண்ட இந்தியா' எனும் தலைப்பில் முதல் முறையாக இப்போது வெளிவருகிறது.

முகவுரை

எனது சொந்த நாட்டைத் தவிர வேறு எந்த நாடு பற்றியும் எழுதக்கூடாது என்று எனக்கு நானே ஒரு சுய விதி வகுத்துக்கொண்டேன். மிக அரிதாக, வேறு ஏதேனும் ஒரு நாடு என் கவனத்தை ஈர்த்தால் எழுதலாம். ஆனால் இங்கிலாந்தில் இருந்தபோதும் கூட நான் இந்த விதிவிலக்கைப் பயன்படுத்த வில்லை. இத்தனைக்கும் இங்கிலாந்து மக்கள் என் இளமை காலம்தொட்டு பழக்கமானவர்கள்; அதன் கலாசாரப் பழக்க வழக்கங்கள் எனக்கு அத்துப்படி; நான்கு ஆண்டுகளுக்குமேல் தொடர்ச்சியாக அங்கு வசித்துள்ளேன். அதன் பிறகும் பல்வேறு காலங்களில் சென்றதுண்டு. ஆனால் 'நான் கண்ட இந்தியா' எழுதுவதற்காக மட்டுமே என் விதிகளைத் தளர்த்திக்கொண்டேன். இதற்குப் பின்வரும் காரணிகள் ஊன்றுதலாக அமைகின்றன:

முதலில், இந்தியா மற்றெந்த அந்நிய நாடுகளைவிடவும் என் மனத்திற்கு நெருக்கமாகத் தோன்றியது. வெறுமனே, நான் ஒரு இஸ்லாமியப் பெண், இந்தியாவிலும் இஸ்லாமியர்கள் வசிக்கிறார்கள் என்பது காரணமல்ல. இந்து நண்பர்களுள்ளும் பலர் என்னைக் கனிவாக வரவேற்று தம் வீட்டில் விசேஷ விருந்தளித்தனர். என்னிலிருந்து பல மடங்கு வேறு மாதிரியான சமூகக் கட்டமைப்புக் கொண்ட அவர்களின் உபசரிப்பால், வீட்டிலிருப்பதைப் போன்ற உணர்வடைந்தேன். இந்த அகநிலையான பற்றுதலே இந்தியா குறித்துச் சுதந்திரமாக எழுதத் தூண்டியது.

இரண்டாவதாக, என் நெடுநாள் நண்பர் டாக்டர் அன்சாரியிடம் சுற்றுப்பயணம் முடிந்ததும், அவர் நாட்டைப் பற்றி நான் ஒரு புத்தகம் எழுதுவதாக வாக்குறுதி அளித்திருந்தேன். ஆனால் நேரில் வந்தபிறகுதான், நான் எப்பேற்பட்ட சத்தியத்திற்கு ஒப்புதல்

கொடுத்துள்ளேன் எனத் தெரிந்தது. ஒருவேளை டாக்டர் அன்சாரி உயிரோடு இருந்திருந்தால், தயவு செய்து என்னை விட்டுவிடுங்கள் என்று நிச்சயமாகக் கேட்டிருப்பேன். ஆனால் இப்புத்தகத்தின் முதல் பாகம் முடிவுறும் முன்னரே அவர் இறந்துவிட்டார். இறந்துபோனவர்களுக்கு ஒப்புக் கொடுத்த சத்தியம் மிகவும் புனிதமானது. ஆகவே அதைக் கைவிடாமல் தொடர வேண்டும் என்று நினைத்தேன். இந்தியர்கள் தம் பிரச்சனகளை மிக வெளிப்படையாகப் பேசுகின்றனர். இது என்னை அதிகம் கவர்ந்தது. எனது முடிவுகள் தவறாக இருக்கலாம். இந்தியாவை நான் கண்ட கோணம் அந்நாட்டவர்களுக்கு அபத்தமாகத் தோன்றலாம். ஆனால் இதில் குறிப்பிடுபவை அனைத்தும் என்னளவில் மிகச் சரியானவை. அவற்றையே உண்மையென்றும் நம்புகிறேன்.

மூன்றாவது காரணம், அல்பெரூனியின் இந்தியாவை வாசித்தது. பத்தாம் நூற்றாண்டு இந்துஸ்தானத்தைக் கண்டு அவர் பரவசம் அடைந்ததுபோலவே, இருபதாம் நூற்றாண்டு இந்துஸ்தானத்தைக் கண்டு நான் மிகவும் கிளர்ச்சியடைந்தேன். அல்பெரூனி தம் காலத்து இந்தியா குறித்து அப்பட்டமான, உண்மை ஆவணத்தைப் பதிவு செய்ததுபோல், நானும் ஒரு குறிப்பை வழங்க வேண்டும் என்று தீர்மானித்தேன்.

கீழைத்தேய அறிஞர்களும் வரலாற்று ஆசிரியர்களும் எனது செருக்கு நிறைந்த ஒப்பீட்டைக் கண்டு அதிர்ச்சியடைய வேண்டாம். அல்பெரூனி போன்ற பேரறிஞருக்கும் என் போன்ற இளவலுக்கும் உள்ள வேறுபாட்டை நான் முழுவதும் அறிவேன். பத்தாம் நூற்றாண்டு அல்பெருனியின் குறிப்புகள், இந்தியாவின் பண்டையக்கால அறிவியல் மற்றும் தத்துவ விசாரங்களை அறிவிக்கும் அரிய ஆவணம். இந்திய மக்களின் அன்றாட நடப்புகளைப் புறவயமானக் கோணத்தில் அணுகியிருப்பார். இந்தியா பற்றி எழுதப்பட்ட அந்நியர் குறிப்புகளில் அவர் எழுத்து தலைசிறந்தது என்பதில் மாற்றுக்கருத்து இல்லை. தரம் என்பது இறைவன் கொடுக்கும் வரம். ஒரு தலைசிறந்த படைப்பைக் பளிங்கு கள்ளிலோ, தங்கக் கட்டியிலோ மகத்தான சிற்பி வடித்த பிறகும், ஒரு சிறிய கலைஞன் தம்மிடம் உள்ள எளிய பொருட்களைக் கொண்டு மீட்டுருவாக்க முயற்சிப்பது பொதுப்படையான வழக்கம்தான்.

இந்நூலில் மகாத்மா காந்தி குறித்தும், இந்து மதம் குறித்தும் சில பரிந்துரைகள் அளித்து திருத்தத்திற்குத் துணைபுரிந்த திரு. மகாதேவ்

தேசாய்க்கு நன்றி கூற விரும்புகிறேன். குறிப்பாக மூன்றாம் பாகத்தில் அவர் செய்த உதவி அளவிடற்கரியது. தீண்டத்தகாதார் குறித்த ஆவணங்களை வழங்கியமைக்கும், இந்துமதம் குறித்து அறிவூட்டும் உரையாடல்களை வளர்த்ததற்கும் பேராசிரியர் மல்கானிக்கு நன்றி கூறுகிறேன். உப்புச் சத்தியாகிரகம் மற்றும் இந்திய இளைஞர்கள் பற்றி திருமதி கமலாதேவி சட்டோபாத்யாய் அரிய தகவல்களைச் சொன்னார்.

ஜாமிய பல்கலைக்கழகத்தின் முதல்வர் டாக்டர் ஜாகிர் உசேன், பேரா. முஜீப் போன்றோர் இஸ்லாமியர்கள் குறித்து தெரிந்துகொள்ள நிறைய ஆவணங்கள் வழங்கியதோடு தங்கள் நிறுவனம் பற்றி ஏராளமான தகவல்களை அளித்தார்கள். மேலும் இந்தியாவின் சமூக, சமய மற்றும் பொருளாதாரச் சிக்கல்கள் குறித்து மிக வெளிப்படையாக அபிப்பிராயம் சொன்ன, அச்சில் தங்கள் பெயர் வெளியாவதை விரும்பாத ஏராளமான இந்து மற்று இஸ்லாமிய நண்பர்களுக்கு என் நன்றியைப் பகிர்ந்துக் கொள்கிறேன். அச்சில் தங்கள் பெயர் வெளியாகுமா ஆகாதா என்பதைப் பொருட்படுத்தாது, தாம் சொன்ன கருத்துக்களை அங்ஙனமே நூலில் மேற்கோளாகப் பயன்படுத்த வேண்டும் என விரும்பியவர்களின் கருத்தை இங்குப் போற்றுகிறேன்.

வரலாற்றுப் பெயர்களை, வி.ஏ.ஸ்மித் அவர்கள் ஆக்ஸ்போர்டின் இந்திய வரலாறு எனும் நூலில் ஒலிபெயர்த்துள்ளபடி இந்நூலில் கையாண்டிருக்கிறேன்.

ஹாலித் எடிப்

பாரிஸ்

ஜூலை 10, 1937.

அறிமுகம்

மூன்று விதமாகக் கதைகளைத் தொடங்குவது, எங்கள் நாட்டின் வழக்கம்: 'முன்பொரு காலத்தில்...' என்று தொடங்குவது ஒட்டுமொத்த உலகுக்கும் பரிச்சயமான ஒன்று. ஆனால் இந்தியாவைப் பற்றி நான் சொல்ல விரும்புவதை இப்படித் தொடங்க முடியாது. இந்தியா 'இருந்தது' என்ற கடந்தகாலக் கதை அல்ல; 'இருக்கிறது' எனும் நிகழ்கால நிஜம்.

'ஆரம்பக் காலத்தில்' என்றோ, 'இறுதித் தருவாயில்' என்றோ தொடங்குவதுதான் சரியாக இருக்கும். இது ஐன்ஸ்டீனையும் அவரது சார்பியல் கோட்பாட்டையும் இடைமறித்துத் தடுக்கலாம். திரும்பிச் செல்ல முடியாத தொலைதூர கடந்த காலமோ - கனவு காண முடியாத நெடுந்தூர எதிர்காலமோ, அந்த நிகழ்வின் எந்தக் கரையில் நின்று நாம் வேடிக்கைப் பார்க்கிறோம் என்பதில்தான் ஒட்டுமொத்த சங்கதியும் அடங்கியிருக்கிறது.

இந்தியாவைப் பொறுத்தவரை அதன் கடந்த கால மரபுகள், இனி வரவிருக்கும் ஆயிரம் ஆண்டு மனிதகுல வரலாற்றுக்கும் வழித்துணையாய் இருக்கும். நிகழ்காலத்தில் இயங்கும் அதன் சில யோசனைகள், ஆதி மனித இனம் தோன்றிய காட்டுப்பகுதியில் உதித்த எண்ணங்களாக இருக்கின்றன.

'ஒருகாலத்தில் இருந்தது, மற்றொரு காலத்தில் அது இல்லை' என்றுதான் நம் குழந்தைப் பருவ கதையாடிகள், இந்தியாவை நமக்கு அறிமுகம் செய்தார்கள். அது பாதி அளவே உண்மை. தொடக்ககால இயற்பியலில் திட அணுக்களாகச் சொல்லப் பட்டவை, இப்போது நவீன இயற்பியலில் எலக்ட்ரான்களாகத் தெரிகிறது இல்லையா? அந்தமாதிரி, அவை ஒருகாலத்தில் இருந்தன. ஆனால் இப்போது?

இந்தியாவின் பண்டையத் தன்மையை உணர்ந்து கொண்டவர்களுக்கு, அதன் வரலாற்றுப் பாதையில் உள்ள ஒளிக்கீற்றுகளே கண்ணில் படுகின்றன. இங்குள்ள தத்துவஞானிகள், மடாதிபதிகள் மற்றும் ஆட்சியாளர்களின் ஆழ்ந்த அறிவைக் காட்டிலும் கண்ணுக்குப் புலப்படாத சில மாய சக்திகளே ஆட்சி அதிகாரங்களைச் சுமந்து, இந்தியக் குழந்தைகளின் விதியை நிர்ணயிக்கின்றன. இன்று அவை அணுக்களைப் போல வெற்று ஒளித்தடயங்களாய் தோன்றுகின்றன.

இதுவே இந்தியாவைப் பற்றி என் முதல் பார்வையாக இருந்தது.

பின்னர் நான் ஓர் ஆங்கிலேயப் பெண்மணியைச் சந்தித்தேன். அவர் ஓர் ஆசிரியை; அவர் கணவர் தேயிலைத் தோட்டக்காரர். நாற்பது வருடங்களுக்கு முன்பிருந்த இந்தியாவைப் பற்றி அவர் என்னிடம் சொன்னார். தன் முப்பது ஆண்டு கால வாழ்க்கையை, அவர் இந்தியாவில் கழித்திருக்கிறார். அவர் வர்ணித்த இந்தியக் காட்சியில், நான் சொன்ன எவ்வித மாய சக்தியின் தாக்கமும் இல்லை. இந்தியா ஏகாதிபத்திய போட்டியின் போர்க்களமாக மாறி இருந்தது. கிரேக்கத்தை ஆட்சி செய்த ஒலிம்பியக் கடவுள்களைப் போல், அவர்கள் இந்தியாவை ஆண்டார்கள். யானை மேல் சவாரி செய்தார்கள். புலி உட்பட வனத்தில் உள்ள எல்லா விலங்குகளையும் வேட்டையாடினார்கள். ஆங்கிலேயர்களில் மிகவும் அடக்கமானவர்கள்கூட சர்வ வல்லமை படைத்த செங்கிஸ்கானைப் போல் காட்சி அளித்தார்கள்.

இதன் பின்னணியில்தான் இந்தியர்கள் இருந்தனர். அந்தக் காலத்தில் நான் பார்த்தவர்களுள் இரண்டு பேர் மட்டுமே நினைவில் மிஞ்சியிருக்கிறார்கள். ஆளும் வெள்ளையின வர்க்கத்துக்கு இரவு முழுவதும் கவரி வீசும் ஒருவன்?; தன் வயிற்றுச் சாப்பாட்டுக்காகக் குப்பைக் குவியலைத் தோண்டித் துலக்கும் தீண்டத்தகாத பிரிவைச் சார்ந்த மற்றொருவன். அழுகிப்போன விலங்கின் சதையைப் பொறுமையாக கிழித்தெடுத்து மின்னல் வேகத்தில் ஓடினான் அவன். நிழல் கூட சாலையில் படாதபடி வெகுமாயத்தில் மறைந்து போனான். இப்படியாக களத்தின் முன்பகுதியில் ஆங்கிலேயர்களும், பிற்பகுதியில் தீண்டத்தகாதவர்களும் நிறைந்திருந்தார்கள்.

இவ்விரண்டுக்கும் இடைப்பட்ட மக்கள் சற்றே மங்கலாக, சிக்கலான முறையில் வரிசைப்படுத்தப்பட்டிருந்தனர். அந்த வரிசை கொஞ்சம் கொஞ்சமாக சீர் செய்யப்பட்டது. ஆனால் அந்த

மனித அடுக்குமுறை ஒருபோதும் மாறவே இல்லை. இந்த அமைப்பு சாதியின் பெயரால் வலுவாக வேரூன்றி இருந்தது. சாதி எல்லைகள் நிரந்தரமானவை. மீறிச் சென்றவர்கள் இரக்கமின்றி வதைக்கப்பட்டார்கள்.

ஆங்கிலேயர்களின் முதுகுத்தண்டு யாருக்கும் வளைந்து கொடுக்காது என அந்த ஆசிரியை சொன்னது சரிதான். கறுப்பின மக்கள் மட்டுமல்ல, பலம் பொருந்திய காட்டு மிருகங்களும் ஆங்கிலேய அரசாட்சிக்கு முன்னால் அடிபணிந்தன. கண்ணுக்குப் புலப்படாத மாய சக்தி ஆட்சி செய்த இந்தியாவில் அவர்கள் மட்டுமே அழிக்க முடியாதவர்களாய் இருந்தார்கள். தனக்கென்று ஒரு பாதையை உருவாக்கிக்கொண்டு, அதன் எல்லை நோக்கி நடந்தார்கள்.

ஒரே ஒருமுறை மட்டும் கவனம் குறைந்துபோனதால், பெரும் அசம்பாவிதம் நடந்துவிட்டதென திருமதி பெர்சி குறிப்பிட்டார். அதை அவர் ‘கலகம்’ என்றார். அப்போது மட்டுமே மனித அடுக்குமுறை மாற்றம் கண்டது. தங்கள் ராட்சச அதிகாரத்தை எதிர்த்து, இடைப்பட்ட சாதியினர் வெள்ளம் போல் அணி திரண்டனர். ஆசிரியை பெர்சி சொன்ன விளக்கம் பைபிளின் பழைய ஏற்பாட்டில் இருந்தது என நினைக்கிறேன். இந்தக் ‘கலகத்துக்கு’ அவர் சொன்ன காரணம் விநோதமாய் இருந்தது.

பன்றி இறைச்சிக்கு எதிர்ப்புத் தெரிவித்த சில இந்தியர்களின் எதிர்ப்புதான், இத்தனைப் பெரும் எழுச்சிக்குக் காரணமாம். மக்கள் தங்கள் மீதான அடக்கு முறைக்கு எதிராகவோ, கொடுங்கோன்மைக்கு எதிராகவோ புரட்சிச் செய்யவில்லை. தாங்கள் அருவருக்கும் பன்றி இறைச்சியைத் தீண்ட நேர்ந்ததே என நொந்து கொண்டார்களாம்.

இதன் முடிவு, அவர் சொன்ன தொடக்கத்தைப் போலவே அதிர்ச்சிகரமாய் இருந்தது. தங்கள் எல்லா ஆற்றலையும் மூட்டைகட்டிக் கொண்டு, கலகக்காரர்கள் மீண்டும் பூமிக்குள் சென்று சுருண்டு படுத்துக் கொண்டார்கள். அவ்வளவுதான்.

இந்தியா பற்றிய என் இரண்டாவது பார்வை இப்படித்தான் இருந்தது.

இந்தியா பற்றிய புனைவு எழுத்துகளுக்கு அதன்பிறகுதான் அறிமுகமானேன். அந்த வரிசை ருட்யார்ட் கிப்ளிங்கிடமிருந்து தொடங்குகிறது. மிருகங்களின் யதார்த்த வாழ்க்கையை, இத்தனை

வேடிக்கையாய் எவரொருவராலும் படம்பிடித்துக் காட்ட முடியாது. பழங்காலமோ நவீனமோ, விலங்குகளுக்கென்று இப்படியோர் இடத்தை எவராலும் காண முடியாது. விலங்குகள் எப்படி வாழுமோ அப்படித்தான் அவருடைய கதைகள் வாழ்ந்தன. அதே நேரம் உயிர்கள் அனைத்தும் ஒன்றே என்பதை உணர்த்துபவையாகவும் அந்தக் கதைகள் இருந்தன.

இந்திய மனிதர்கள் பற்றி அப்துல்-ஹக்-ஹமீத்தின் படைப்புகள் மூலம் அறிந்து கொண்டேன். 19ஆம் நூற்றாண்டின் பிற்பகுதியில் தோன்றிய, துருக்கிய நாட்டு நாடகக் கலைஞர் அவர். தன் பெருவாரியான கதாப்பாத்திரங்களில் காதலை முன்னிறுத்தியவர். 1908இல் அவர் அரங்கேற்றிய 'லேடி ஃபிண்டன்' என்ற துருக்கிய நாடகம், உயர்குடியில் பிறந்த ஓர் ஆங்கிலேயப் பெண்ணுக்கும் அவள் காதலன் – டவலகிரோவுக்கும் – இந்து பணியாளுக்கும் இடையிலான ஒரு மும்முனைக் கதை.

ஒரு மெலிந்த அர்மேனிய நாட்டுப் பெண் 'லேடி ஃபிண்டன்' கதாபாத்திரத்தில் நடித்திருந்தார். கிறீச்சிடும் குரலில் நக்கலான உடல்மொழியில் ஆங்கிலேயப் பெண்மணிக்குப் பொருத்தமாக இருந்தார். துருக்கிய நடிகர் ஒருவர், டவலகிரோ கதாபாத்திரத்தின் வேடம் ஏற்றிருந்தார். சிகப்பு நிற டர்பனில் பார்க்கும்போது ஓரளவு வடமேற்கு எல்லைப்புற இந்தியன் என்று நம்ப முடிந்தது. தோற்றம் சற்றுப் பயங்கரமாக இருந்தது. கப்பல் போல தோற்றமளித்த ஒன்றில், புயல் காற்றின் நடுவே தோன்றினான். தன் காதலியோடு கைக்கோர்க்கும் பொருட்டு நெடுந் தூரம் பயணித்தான். நீண்ட கைகளை அசைத்து கர்ஜித்தான்:

'என் கல்லறைக் கற்கள் கொண்டு பாதையை வழிமறித்தாலும், கொண்ட கொள்கையில் மாறுபாடு கொள்ளாமல் இலக்கு நோக்கிப் பயணிப்பேன். நுரை போர்த்திய அலைகளோ, நெருப்பு உமிழும் முகில்களோ என் பயணத்தை எதுகொண்டும் தடுக்க முடியாது. எரிமலை பொங்கி அச்சுறுத்தினாலும் நான் இலக்கிலிருந்து மாறமாட்டேன்...'

கப்பல் போன்ற கப்பல் மேலும் கீழுமாக ஆடியது. செயற்கையில் இடி மின்னல்கள் தோன்றின. டவலகிரோ மீண்டும் மீண்டும் காட்டுத்தனமாகக் கத்தினான்:

'யானைகள் கீழே விழுகின்றன, எறும்புகள் மேலெழுந்து புலம்புகின்றன; புலிகளும் சிங்கங்களும் குன்றின் உச்சியிலிருந்து மலையுச்சிக்குத் தாவுகின்றன... வெள்ள நீரைப்

போல் நான் அழிவையும் மரணத்தையும் பொழிகிறேன்! அழிவு சக்தியின் காட்டாற்று வெள்ளம் என் கண்ணீர்! என் பெருமூச்சும் முணுமுணுப்பும் கட்டுக்கடங்காத சூறாவளிப் பெருங்காற்று.. உங்கள் இரவின் இருளை இரண்டாகக் கிழித்து, விடியலில் நான் கண் விழிக்கிறேன். உங்கள் மின்னலின் அச்சுறுத்தலுக்கு நான் பலியாக மாட்டேன்...'

இது இந்தியக் குரல் அல்ல எனத் தோன்றியது. இதுவரையிலான என் பார்வையில் தன்னுடைய விதியைத் தானே தீர்மானிக்கும் பொருட்டு இயற்கையையும் கண்ணுக்குத் தெரியாத சக்திகளையும் எதிர்த்துக்கொண்டு இலக்கை நோக்கிப் புறப்பட்ட எந்தவொரு இந்தியனையும் நான் கண்டதில்லை. அதுவே உண்மையென நம்பிவந்தேன். ஆனால் தனது விருப்பத்தின் பொருட்டு, தன் இலக்கை அடைய இருளைக் கிழித்துப் பயணப்பட்டான் இந்தக் கூலிக்காரன்.

இதுவே இந்தியா பற்றிய என் மூன்றாவது பார்வையாக இருந்தது.

ஒருநாட்டின் புதல்வர்களை நீங்கள் அந்நியத் தேசத்தில் மட்டுமே சந்தித்திருந்தீர்கள் என்றால், அந்த நாட்டைப் பற்றிக் கருத்து சொல்வதில் கவனமாக இருங்கள். உங்களுக்கு மிக நல்ல அபிப்பிராயமும் தோன்றலாம் அல்லது முற்றிலும் சம்பந்த மில்லாத பார்வையிலும் வழிநடத்தப்படலாம். பின்னணி இல்லாத ஒரு மனிதன், நீரில் மிதக்கும் செடியைப் போன்றவன். அவனை அடையாளம் காண்பது மிகச் சிக்கலானது. உங்களுக்குத் தனிப்பட்ட முறையில் தோன்றும் எண்ணங்கள், ஒட்டுமொத்த தேசமே இப்படித்தான் என்றொரு பிம்பத்தை ஏற்படுத்தும்; ஒட்டுமொத்த தேசத்தின் பிம்பமும் ஒரு தனி மனிதரின் செய்கையால், மாற்றி உள்வாங்கப்படும்.

இந்தியா ஒரு மகத்தான நாடு. அதன் கலாசாரம் சிக்கலானது. நல்ல அனுபவமும் கல்வியறிவும் கொண்ட இரண்டு இந்தியர் களிடமிருந்து நீங்கள் பெறும் தகவல், மிகச் சரியானதாக இருந்தாலும் முற்றிலும் மாறுபட்டதாக இருக்கும். இரண்டுக்கும் உள்ள முக்கியத்துவத்தை அடையாளம் கண்டு இனம் காண்பது அவ்வளவு எளிதானதல்ல. ஒருமித்த கருத்தை எட்டுவது சுலபத்தில் முடியாது.

1909ஆம் ஆண்டு சேட் துறைமுகத்திலிருந்து கப்பல் வழியாக லண்டன் செல்லும்போதுதான் முதல்முறையாக இந்தியர்களைச் சந்தித்தேன். பயணிகளைக் காட்டிலும், கப்பலில் பணிசெய்யும்

இந்தியர்களும் மாலுமிகளும் என்னை வெகுவாக ஈர்த்தனர். அழகிய தோற்றத்தோடு, சில விஷேச அம்சங்களும் பொருந்தியிருந்தனர். வாய்ப்பகுதி மிக நுட்பமாய் வரையப்பட்டது போல், உணர்ச்சிமிக்கதாய் காட்சி தந்தது.

வாழ்க்கையில் துயரம் கொண்டவர்களுக்கு ஏற்ப, துறவறத்தில் ஆசை கொண்ட ஆண்மகன் போல் அவர்களின் உதடுகள் மிளிர்ந்தன. அங்கிருந்தவர்கள் அனைவரும் இந்து மதத்தினர் என ஒருவர் சொல்லக் கேட்டிருந்தேன். உண்மையில் நான் கண்ட எந்தவித அம்சமும் குறிப்பும் உணர்த்துவது போல், அவர்கள் நிஜத்தில் இல்லை. தங்கள் முன்னோர்களின் முகமுடி அணிந்து வழக்கத்துக்கு மாறான சாந்தமும் தூய்மையும் போர்த்தி நடமாடி வந்தனர்.

கப்பலின் மேல்தளத்தை வருடும் காற்றுபோல, தங்களின் மென்மையான கால்களால் அங்கும் இங்கும் ஓடி வேலைசெய்து கொண்டிருந்தனர். இதுவரை இப்படியான பாதங்களை நான் பார்த்ததே இல்லை. கால்விரல்கள் அனைத்தும் சீராக, கொஞ்சம் அகன்று காற்றாடிபோல் இருந்தன.

அங்கிருந்த மாலுமிகள் தனிப்பட்டமுறையில் தங்கள் கால்விரல்களால் தையல் நூற்கிறார்கள் என்றோ, எம்பிராய்டரி செய்கிறார்கள் என்றோ என்னிடம் சொல்லியிருந்தால் நிச்சயம் நம்பியிருப்பேன். அந்தக் கால்களின் சொந்தக்காரர்களுக்கு எப்போதும் ஒரு சொல்லொணா அச்சம் உண்டு. அந்த நடையில் ஒரு ரகசியமும் திருட்டுத்தனமும் இருந்தது.

இந்தியர்களுக்குப் பயம் ஒரு சராசரி பழக்கமாக இருக்கும் என்று நினைத்தேன். எனக்கு அப்போது குரானில் உள்ள, 'அல்லாவே! மனத்தில் தோன்றும் சந்தேகத்திலிருந்தும், ஜின்களிடமிருந்தும், மனிதர்களிடமிருந்தும் எம்மைக் காப்பாயாக' என்ற வசனம்தான் நினைவுக்கு வந்தது.

1912இல் இந்தியர்களை மிக நெருக்கமாகப் பார்த்தேன். அது பால்கன் போர்கள் நிகழ்ந்ததற்குப் பிறகான காலகட்டம். இஸ்தான்புல் எல்லையை இந்தியச் செம்பிறைச் சங்கத்தினர் சூழ்ந்திருந்தார்கள்.

சங்கத்தின் பணிகள் டாக்டர் அன்சாரி தலைமையில் ஒருக்கிணைக்கப்பட்டிருந்தன. இந்திய முஸ்லிம்களின் நம்பகப்பூர்வமான பிரதிநிதியாய் அவரை அடையாளம் கண்டேன்.

தோற்றத்தில் பெரிய மாற்றம் இல்லை. அதே சிறிய மீசை. இந்துக்கள் போல் தயங்கியபடி பேசத் தயாராய் இருக்கும் இதழ்கள். ஆழமான கண்களுக்கு மேல் உத்வேகம் பொருந்திய அடர்த்தியான கறுத்த புருவங்கள் என அவர் பார்வை தெளிவாக இருந்தது. கண்களில் அசைக்கமுடியாத உறுதிப்பாட்டை அடையாளம் கண்டாலும், கனிவு பொருந்திய மென்மை அதில் எட்டிப்பார்த்தது.

இலண்டன் மாநகரக் கனவான்களைப் போல் நளினம் பொருந்திய ஆடைகளை உடுத்தியிருந்தார். வேண்டியதை மட்டும் குறைவாகப் பேசி, இந்தியா பற்றிய உரையாடல்களைச் சாதுர்யமாகத் தவிர்த்தார். இந்தத் தனித்துவமான அடையாளங்களைத் தவிர, எங்கள் நாட்டின் எந்தவொரு புகழ்பெற்ற மருத்துவரைக் காட்டிலும் வேறுபட்டவர் அல்ல அன்சாரி. பணியில் ஈடுபட்ட இளைஞர்களும் பேரார்வம் கொண்டு உழைத்தார்கள். நம் நாட்டு இளைஞர்களுக்கு சற்றும் சளைத்தவர்கள் அல்ல.

1918ஆம் ஆண்டு ஆக்கிரமிப்புப் படைகளைச் சார்ந்த இந்திய ரெஜிமென்ட் வீரர்கள் இஸ்தான்புல் வீதிகளில் அணிவகுத்து நின்றார்கள். போரில் தோற்றுப்போய் சின்னாபின்னமான எங்கள் தலைநகரில், வெற்றிப்பெற்ற தேசத்தின் காலனியாட்சிப் பிரதிநிதியாக அவர்கள் குவிந்திருந்தனர். முன்னர் வந்த செம்பிறைச் சங்க நண்பர்களுடனோ, புனைவிலக்கிய டவலகிரோவுடனோ நாம் இவர்களை ஒருக்காலும் ஒப்பிட முடியாது.

இந்தியாவும் இந்தியர்களும் 1919இல் இருந்து வேறொரு வகையில் பங்காற்றத் தொடங்கியது குறிப்பிடத்தக்கது. அதாவது கிலாபத் இயக்கம் தொடங்கி, துருக்கிக்கு உதவி செய்யத் துணிந்து முன்வந்தார்கள். இது துருக்கியர்களைப் பொறுத்தவரை ஓர் இறந்தகால நிகழ்வு. ஆனால் இந்தியாவில் கிலாபத்தின் முக்கியத்துவம் வேறொன்றாய் இருந்தது. அதை இந்தியா செல்லும்வரை நான்கூடப் புரிந்துகொள்ளவில்லை.

1925க்குப் பிறகு இந்தியாவின் பிம்பம் குழப்பம் தந்தது. 'இந்தியா ஒரு சிறை. நாங்கள் இங்குக் கைதியாகவும் அடிமையாகவும் அடைப்பட்டுக் கிடக்கிறோம்' என ஒரு முஸ்லிம் சொன்னார். வெட்கங்கெட்ட ஆடம்பரத்தின் பின்னணியில், இந்திய வறுமையின் மிகப் பயங்கரமான வரைபடத்தை ஓர் இந்து வரைந்தார். 'சில நூறு மொழிகளும் சில ஆயிரம் சாதிகளும் முரண்படுகிற நிலையில், இந்தியா என்ற ஒற்றைத் தேசம் இருக்க முடியுமா?' என்றொரு பத்திரிகையாளர் கேள்வியெழுப்பினார்.

இந்த இயலாமையின் சோகப் பின்னணியில்தான் மகாத்மா காந்தியின் உருவம் மெள்ள உருக்கொண்டது. மேற்கத்திய உலகம் இந்தியாவின் ஆன்மாவாக அவரைப் பார்த்தது. காந்தி ஒரு பழங்கால இறைத்தூதர் என்றும் அதி நவீனப் புரட்சியாளர் என்றும் மாறி மாறி முன்னிறுத்தப்பட்டார். அவர் என்ன உடுத்தினார், என்ன சாப்பிட்டார் எனத் தோண்டித் துளைத்து செய்தியாக்கி மகிழ்ந்தார்கள்.

இன்றையப் பத்திரிகை உலகம் யாரைப் பிரபலமாக்க முயற்சி செய்கிறதோ அவர்களுக்கே எமனாகவும் ஆகிவிடுகிறது. தோன்றிய மறுகணமே பிரபலங்கள் காணாமல் போய்விடு கிறார்கள். சீர்த்திருத்தவாதி, சினிமா நடிகர், குத்துச்சண்டை வீரர், மோசடிப் பேர்வழி, ரவுடி என எல்லோரையும் ஒரே மாதிரிதான் தலைப்புச் செய்திகள் வர்ணிக்கின்றன. மதிப்பிடுவதோ பாகுபடுத்துவதோ கிடையாது. அவர்களுக்குச் செயல் அல்ல, அந்தச் செய்தியின் வீரியம்தான் முக்கியம்.

வானளாவிய மோசடி செய்த திருட்டுச் செய்தியும், துறவியாரின் செய்தியும் இவர்களுக்கு ஒன்றுதான். சர்வதேசப் பத்திரிகைச் செய்தியைப் படித்து, மகாத்மா காந்தி மீது கரிசனம் கொள்ளவோ தெளிவான புரிதல் அடையவோ முடியாது. ஆனால் அவர் சம்பந்தப்பட்ட போராட்டங்களும், தொடர்புடைய வார்த்தை களும் தீவிர ஆய்வுக்கு உட்படுத்தப்பட வேண்டியவை. ஒத்துழையாமை இயக்கமும் அகிம்சைக் கொள்கையும் மிக முக்கியமான வார்த்தைகள். முதலாவது ஒருவகையான போராட்ட உத்தியாக இருக்கலாம். அடுத்து இருப்பது ஒரு புதிய சொல்.

ஜாமியா மில்லியா இஸ்லாமியா பல்கலைக்கழகத்தில் 1935ஆம் ஆண்டுக்கான விரிவுரை வாசிக்க டாக்டர் அன்சாரி என்னை அழைத்தபோது, இந்தியா பற்றிய தெளிவான புரிதல் இல்லாமல் தவித்தேன். இந்தியர்கள் பேசிய பல சிறந்த உரைகளைக் கேட்டிருந்தபோதும், அவற்றுள் ஒத்திசைவு காண முடியாமல் குழம்பிக் கிடந்தேன். ஆயிரக்கணக்கான குரல்கள் இருந்தும், அவற்றில் ஒருங்கமைவு இல்லை. அது ஒரு தேசத்தின் சிறந்த இசைக்குழுவுக்கான சிம்ஃபொனி குறிப்புகள் திருத்தப்படும் காலம்போல் தெரிந்தது.

●

உண்மையில் இந்தியாவின் வாசல் இந்தியப் பெருங்கடலில் இருக்கிறது. ஏடனிலிருந்து கப்பல் ஏறிய சில கணங்களில் அதனை

அடைந்துவிடலாம். சஹாராவிலும் இந்தியப் பெருங்கடலிலும் ஒரேமாதிரியான சூழலை ஒருவரால் உணர முடிகிறது.

அப்போது இரவு நேரம் என்பதால், கப்பலில் சினிமா திரையிட்டனர். நான் அங்கிருந்து நகர்ந்து மேல்தளத்துக்குச் சென்றமர்ந்து, தலையைக் கைப்பிடிக்கு எதிராக வைத்து, வெறித்த இருளை வேடிக்கைப் பார்த்தேன். வானம் மந்தமாக இருந்தது. விவரிக்க முடியாத இதன் மங்கிய சாயல், மத்தியத் தரைக் கடலின் வண்ணமயமான வானத்தைப் பார்த்து பழகிய எனக்கு மிகவும் வித்தியாசமாகப்பட்டது. அதிலிருந்த ஈரம் தோய்ந்த கதகதப்பை உணர்ந்தேன். வானம் பேயடித்தாற் போல், சாம்பல் நிற மேகங்கள் அங்குமிங்கும் அலைந்தன. அதைப் பார்க்க தலைகீழாய் நடப்பட்ட மரம்போல இருந்தது. அதன் இழையோடும் வேர்கள் நீல நிற வானை குத்திக் கிழித்தும், அதன் கிளைகள் இருளில் தோய்ந்தும் இருந்தன.

நான் எப்பொழுதோ இலண்டனில் பார்த்த ஓர் அறிவியல் திரைப்படத்தை இது எனக்கு நினைவூட்டியது. அதில் அவர்கள் வரலாற்றுக்கு முந்தைய கால உலகத்தையும், அங்கு வாழும் வினோத வடிவம் கொண்ட இராட்சச விலங்குகளையும் காட்சிப்படுத்தியிருந்தார்கள். மிக அருமையான மரம் ஒன்று வானில் வேரின்றிப் பறந்தது.

கடந்த காலம், நிகழ் காலம், இறந்த காலம் எனப் பாகுபடுத்த முடியாத, மனிதகுலம் உருவாகத் தேவைப்பட்ட மந்தமான காலவெளி குறித்த உணர்வைப் புரிந்துகொண்டேன். இதுவே இந்தியா மீது கொண்ட உண்மையான தொலைநோக்குப் பார்வை என நம்புகிறேன்.

ஜனவரி மாதம் 9ஆம் தேதி காலை 7 மணி வாக்கில் பம்பாய் கரையை அடைந்தோம். பழுப்பு நிற நெற்றியில் சிகப்பு நிற அடையாளம் பூண்ட இளம்பெண் ஒருவர், என்னை இன்முகத்தோடு வரவேற்றார். அது கமலாதேவி சட்டோபாத்யாய் என்றோ, இளம் இந்தியாவின் மிக உயர்ந்த பெண்மணி என்றோ அப்போது எனக்குத் தெரியாது.?

ஆனால் அது யாராக இருந்தாலும், என்னால் நினைவுகூரமுடியும். உணர்ச்சிமிக்க இதழ்களும் அதன் பக்கவாட்டில் படர்ந்து மறையும் செங்குத்தான வரிகளும் ஒன்றுசேர்ந்து, வனப்பு மிக்க ஒரு புன்னகைப் பூத்ததை இன்றும் நான் மறக்கவில்லை. பளபளப்பான காப்பி நிற கண்களுக்கு மேல், தடிமனாகவும் நேர்த்தியாகவும்

புருவங்கள் இருந்தன. புருவங்களே இல்லாத ஐரோப்பிய பெண்மணிகளை நாளும் கப்பலில் கண்டு அயர்ச்சியுற்ற எனக்கு, கொஞ்சம் ஆசுவாசமாய் இருந்தது.

அன்றைய தினம் விருந்தோம்புனர், அவரது மனைவி இருவரும் என்னை நன்றாக உபசரித்தார்கள். அடிப்படையில் அவர் ஒரு முஸ்லிம். ஜெர்மன் பல்கலைக்கழகத்தில் படிப்பை முடித்துவிட்டு சுயதொழில் செய்துவந்தார். வீடு முழுக்க ஆட்கள் இருந்தார்கள்.

பத்திரிகையாளர்களைச் சந்தித்தேன். சென்னையைச் சேர்ந்த இந்து நிருபர், களைத்துப்போன பயணியிடமிருந்து வார்த்தைகளைப் பிடுங்க முனைப்புடன் முயற்சித்துக் கொண்டிருந்தார். இதில் அவர் நியூ யார்க் டைம்ஸ் நிருபரைவிடக் கைத்தேர்ந்தவர் போலும். முஸ்லிம் நிருபர்கள், நாக்குகள் பிணைக்கப்பட்டு கூச்ச சுபாவத்துடன் நின்றிருந்தனர். ஆங்கிலோ - இந்தியன் நிருபர்கள் மேட்டிமைக் குணத்துடன் இருந்தார்கள்.

'கருத்தடை பற்றி நீங்கள் என்ன நினைக்கிறீர்கள்?' என ஒருவர் கேட்டதும், மாக்ரெட் சாங்கர் இந்தியாவில் இருந்தது நினைவுக்கு வந்தது.

'இருபாலினர் கல்வி குறித்து உங்கள் கருத்து என்ன?'

நல்லவேளையாக கல்வியில் உள்ள அதிநவீன பாலியல் பிரச்னைப் பற்றி அடுத்த கேள்வி எழாமல் பேட்டி முடிந்துவிட்டது. ஆங்கிலோ இந்தியன் நிருபர் எனக்கொரு கரும்புள்ளி வைத்திருப்பார் என நம்புகிறேன். என்னைப் பிற்போக்குத்தனமான பழமைவாதம் பேணும் பெண்ணாகச் சித்திரித்தார். மொத்தத்தில் பத்திரிகை உலகம் பற்றி எனக்கு நல்ல புரிதல் கிடைத்தது. காலமும் தொடர்பும் இதை மேலும் வலுப்படுத்தின. ஐரோப்பிய இதழ்களைவிட உள்ளூர் பத்திரிகைகள் அதிகப்படியான இலட்சியவாதத்துடன் செயல்படுகின்றன.

இந்திய இதழ்களின் இளமைக் காலம் அது. ஐரோப்பாவைப் போல் அதிநவீன தொழில்நுட்பங்கள் இங்கு இல்லாவிட்டாலும், இதில் இந்தியத்தன்மை மிகத் தீவிரமாய் வெளிப்பட்டது. பத்திரிகை களுக்குப் பின்னாலிருக்கும் ஒருவர், அந்த நாட்டைப் பற்றி கவனமான ஒரு சித்திரம் வரைகிறார். பல சிந்தனைகளில் மூழ்கியெழுந்து, அந்தக் கருத்தோட்டத்தை வெளியில் காட்டப் போராடுகிறார். எந்த நாட்டையும் போல இங்கும் முன்னணியில் இருப்பது அரசியல் விளையாட்டுதான். ஆனால் இங்கு அரசியல்

விளையாட்டின் நெம்புகோல் மத நம்பிக்கையில் மறைந்திருக்கிறது. கறாரான மதமாக இருந்தாலும் சரி, தாராளவாத மதமாக இருந்தாலும் சரி, அது மதம்தான்.

புரவலர் மதிய வேளையில் என்னை பம்பாய்க்கு அழைத்துச் சென்றார். அது ஈகைத் திருநாள் என்பதால், அரேபிய இரவுகள் கதையில் வருவதுபோல் காணும் திசையெல்லாம் வண்ணமயமான மக்கள் கூட்டம். நான் கேள்விபட்டபடி பெண்கள் தனித்திருக்க வில்லை. இளைஞர்களும் இளம் பெண்களும் கைக்கோர்த்தபடி சுதந்திரமாக நடக்கிறார்கள். ஆனால் பம்பாயின் மனிதர்களைப் பிடித்த எனக்கு, அதன் கட்டடக்கலையில் பெரிய நாட்டம் இல்லை.

அந்தி சாய்ந்து, மாலை மங்கியதும் நகரின் தோற்றம் மெள்ள மாறியது. மலபார் மலையில் ஏறி பம்பாயைக் காணும் போது, பெவர்லி மலையிலிருந்து லாஸ் ஏஞ்சலஸைக் காண்பது போல் நினைவு இழையோடும். சிறிது நேரத்தில், தலைகீழாய் கவிழ்த்த தேநீர் கோப்பை போல, மின்சார விளக்குகள் பொருந்தி பம்பாய் நகரம் மிளிர்ந்தது. நான் விரும்பாவிட்டாலும் இவை எனக்கு அமெரிக்காவை நினைவூட்டுகின்றன.

மாலை 9 மணிக்கு இரயில் ஏறினேன். நவீன பாணியில் கட்டப்பட்ட மிக அழகான ரயில் நிலையம் அது. பொதுப் பயன்பாட்டுக்குக் கட்டப்படும் அரங்குகள் எல்லாம், கலை நேர்த்திப் பொருந்த அமையப்பெறுவது ஒரு தலைசிறந்த நாகரிகத்தின் குறியீடு.

வெள்ளை உடை அணிந்து பூங்கொத்துப் போல் கைக்கோத்து நடந்து வந்த பெண்களைக் கமலாதேவி அறிமுகம் செய்துவித்தார். அவர்கள் அனைவரும் ஒத்துழையாமை இயக்கத்தில் சிறைத் தண்டனை வகித்தவர்கள் எனச் சொன்னார். அதில் கமலா நீண்ட நாள் சிறையில் இருந்தவர். பர்தா அணிந்த கிழக்கின் பெண்கள், சிறைக்குச் சென்றதும் கூட ஏதோ ஒன்றை உணர்த்துகிறது.

இரயில் நகர்ந்தது. ஒளிரும் ரயில் நிலையத்தை கடந்தபோது, கொண்டை அணிந்த சிகப்பு டர்பன்கள் தோன்றின. கூலியாட்கள் முன்பின் சென்றார்கள். வியாபாரிகள் ஒன்றுசேர்ந்து, 'இந்து சாய், முஸல்மான் சாய், இந்து பானி, முஸல்மான் பானி!' என்று கூவினார்கள். இந்துக்களுக்கும் முஸ்லிம்களுக்கும் தனித்தனி நீர், தனித்தனி தேநீர் விற்பது விந்தையாக இருந்தது. ஏன் பார்ஸிகளுக்கும் இதரப் பிரிவினருக்கும் பிரத்தியேக தேநீர்

இல்லை? இதிலிருந்து இந்து - முஸ்லிம் பிளவே பெரும்பாண்மை எனத் தெரிந்துகொண்டேன்.

ஜன்னலைத் தட்டும் சத்தம் கேட்டது. ரயில்வே துறையின் ஆங்கிலேய ஊழியர் ஒருவர், வசதி விசாரித்து தேவையைப் பூர்த்தி செய்ய வந்தார். நான் இந்தியாவில் உரையாடிய முதல் ஆங்கிலேய மனிதர் அவர்தான். ஆனால் பெர்சி வர்ணித்ததைவிட வித்தியாசமாய் இருந்தார். இந்தியாவில் செங்கிஸ்கானுக்கு உண்டான எந்த அடையாளமும் இல்லை. இந்தியா குறித்த புதிருக்கு, தேநீர் விற்ற இந்துவும் முஸ்லிமும் ஆங்கிலேய அதிகாரியுமே மூன்று முக்கியத் துருப்புகள். ஆனால் ஒன்றைத் தீர்ப்பதற்குள் மற்றொன்று முளைத்துவிடுகிறது.

இரவு 9 மணிக்கு டெல்லி வந்து சேர்ந்தேன். குல்லா அணிந்து, ஜாமியா மில்லியா சார்பாக வந்த கூட்டம் என்னை மகிழ்ச்சியாக வரவேற்றது. சாம்பல் நிறத்தில் இறுக்கமாகக் கோட் அணிந்திருந்த பேராசிரியர்களைச் சுலபத்தில் அடையாளம் காண முடிந்தது. அதி நவீன அமெரிக்கப் பாணி இரயில்வே நிலையம் முழுக்க, 'அல்லாஹ் அக்பர், அல்லாஹ் அக்பர்' என்ற குரல் எதிரொலித்தது. இந்த முழக்கத்துக்கு இந்தியா வைத்திருக்கும் பொருள் 'உற்சாகம்'. நம்மைப் பொறுத்தவரை வழிபாட்டுக்கான வசனம் இது. மோதலில் ஈடுபடும் மதப் போர் வீரர்களுக்கு மகிழ்ச்சியளிக்கும் மந்திரமாகவும் அது இருக்கிறது. இறப்பை எதிர்கொள்ளும் முன்னர் 'கடவுள் மிகப் பெரியவர்' என்று தெய்விகப் பாதுகாப்புக் கோரவும் அல்லது ஒருவேளை சக மனிதரைக் கொல்வதற்கு முன்பு மன்னிப்பு கோரவும் இந்த வசனம் பயன்படுகிறது.

கூட்டத்தின் தலைமைத் தாங்கி வந்த அன்சாரியுடன் கைக்குலுக்கினேன். அவரின் இந்திய ஆளுமை வலுவாகத் தாக்கியது. இந்தியாவுக்கான அவருடைய நீண்டகாலத் தியாகம், இங்குள்ள முக்கியக் கட்சி ஒன்றில் தன்னை இணைத்துக் கொண்டது என்பதெல்லாம் தாண்டி மனிதநேயமிக்க மருத்துவர் என்றே மனதில் நிறைந்திருந்தார். வெளித்தோற்றத்தால் நான் ஒருவேளை ஏமாந்திருக்கலாம். இந்தமுறை தலையிலிருந்து உள்ளங்கால் வரை உள் நாட்டில் நெய்யப்பட்ட ஆடைகளைத்தான் அவர் உடுத்தியிருந்தார்.

பாகம் 1

சலாம் இல்லத்திலிருந்து கண்டடைந்த இந்தியா

அத்தியாயம் 1

டாக்டர் அன்சாரியின் வீடு

டாக்டர் அன்சாரியின் வீட்டுக்கு டார்-எஸ்-சலாம் என்ற பெயர் உண்டு. அப்படியென்றால் சலாமின் இல்லம் என்றும் இஸ்லாமின் இல்லம் என்றும் பொருள். இஸ்லாத்தின் மீது அவருக்கிருந்த நம்பிக்கையை, இந்தப் பெயர் மீண்டும் ஊர்ஜிதப்படுத்துகிறது. சர்வதேச மற்றும் உலகளாவிய அம்சங்கள் பொருந்திய வீடாக அது இருந்தது. நான் அங்கு இரண்டு மாதங்கள் தங்கியிருந்தேன்.

சதுர வடிவப் புல்வெளிப் பரப்பை எதிர்கொண்டபடி எண்கோண வடிவில் இருந்தது சலாம் இல்லம். எதிர் சாலைகளில், எந்நேரமும் ஒருவர் காரில் வந்தபடியும் போனபடியும் இருப்பார்கள். சில அடிகள் எடுத்து வைத்தால் பளிங்கு தரையிட்ட மேல் தளத்திற்குச் செல்லலாம். கீழுள்ள பால்கனியின் அளவுக்கு அது நீள்கிறது. மெஜந்தா நிறப் பானையில் மிகத் தாராளமாய் பூத்துக்குலுங்கிய சிகப்பு, வெள்ளை மற்றும் கத்திரி நிறப் பூக்களால் மார்பிள் மெழுகிய மொட்டை மாடி மிகப் பிரகாசமாய் ஒளிர்ந்தது. தலைக்குமேல் காங்கிரஸ் கொடி பறந்தது.

இது ஒரு வரலாற்றுச் சிறப்புமிக்க இடம். சலாம் இல்லத்தின் கடந்தகாலப் பெருமைகளை விட, நிகழ்காலச் சிறப்புகளே என்னைப் பெரிதும் ஈர்க்கின்றன. ஒரு மறக்கமுடியாத நாளில் மகாத்மா காந்தியும் இர்வின் பிரபுவும் இங்குதான் சந்தித்தார்கள். அந்த நேரத்தில் நாடாளுமன்றக் குழுவும் நிழல் அமைச்சரவையும் இங்குதான் ஒன்றுகூடின. பண்டைய, இடைக்கால மற்றும் நவீனக் காலங்கள் ஒன்றுசேர்ந்து, பல்வேறுபட்ட ஆளுமைகளின் கருத்துகளும் விருப்பங்களும் சந்தித்து ஒன்றிணைந்த இடம் இது. புதிய போக்குகளைத் திசை மாற்றிச் செலுத்திவிட, இந்த வீடே

ஊன்றுகோலானது. எதிர்வரும் சுதந்தர இந்தியாவின் உருவாக்கத்தில், சலாம் இல்லத்தின் பங்கு முக்கிய அடையாளமாக இருக்கும்.

எங்கள் நாட்டில் 1912ஆம் ஆண்டுகளில் சிறப்புற்று விளங்கிய பல்வேறு ஆளுமைகளின் புகைப்படங்களை, சலாமி இல்லத்தின் வரவேற்பறைச் சுவரில் பார்த்தேன். அவர்கள் 1935ஆம் ஆண்டின் இந்தியாவைப் பார்த்தபடி இருந்தார்கள். புகழ்பெற்ற ஆப்கானிகளும் பெர்சியர்களும் அதில் அடக்கம். அண்டை நாட்டுக்கோ மத்தியக் கிழக்குக்கோ மட்டுமன்றி இந்திய முஸ்லிம்களின் சாளரம், தொலைதூரக் கிழக்கிலும் திறந்து வைக்கப்பட்டிருக்கிறது.

சுவரில் மட்டுமல்ல, அறையிலும் கிழக்கு - மேற்கு இருந்தன. கராச்சிப் பெண்கள் மாநாட்டில் கலந்துகொள்ள இருந்த இரண்டு ஆங்கிலேயப் பெண்கள் என்னைச் சந்திக்க வந்திருந்தார்கள். வசீகர முகத்தோற்றத்தில் இருந்த மௌடி ராய்டனும், பிரிட்டானிய நளினம் பொருந்திய கார்பெட் ஆஷ்பியும் மேற்கத்திய அடையாளத்துக்கு ஒருமித்தமானவர்கள் எனச் சொல்ல முடியாது. ஏனெனில் ஆக்ஸ்ஃபோர்டில் கல்வி பெறும் எவரொருவரும் மேற்கத்திய பாவனையில் பாண்டித்தியம் அடையலாம். இந்தியர்களும்கூட மேற்கத்திய சிந்தனையிலும் ஆங்கிலேய மொழியிலும் ஊறியிருந்தார்கள். இந்தியாவில் பிரிட்டன் ஆதிக்கம் ஒருநாள் முடிவுக்கு வரலாம். ஆனால் கலாசாரத்திலும் கல்வியிலும் அதன் செல்வாக்கு ஆழ வேரூன்றி, இனி வரும் எதிர்காலத்தில் இந்தியாவை வளர்த்தெடுக்கும் மகோன்னத சக்தியாக நிலைபெறும்.

●

முற்றத்தின் நடுவில் எனது படுக்கையறை இருந்தது. குளம், நீரூற்று, அதனைச் சுற்றிச் சில பூந்தொட்டிகள். சிகப்பு நிறப் பூக்கள் அவ்விடத்தை நிரப்பியிருந்தன. பேகம் அன்சாரியின் அறைக்கதவு உட்பட பல வாயில்கள் அந்த முற்றத்தில்தான் தொடங்கின. அதன் மருங்கே இருள் அகற்றிக் கொண்டு, வேலைக்காரன் ஒருவன் வந்தான். அவன் கையில் ஒரு விளக்கு இருந்தது.

'சிற்றுண்டி எப்போது சாப்பிடுவீர்கள்?' என தனக்குத் தெரிந்த ஆங்கிலத்தில் கேட்டான்.

'ஏழரை மணிக்கு' என்றேன்.

'ஓ, வெல்லிங்டன் நேரமா, ஸ்டாண்டர்ட் நேரமா?' என்றான்.

‘அப்படியென்றால்?’

டாக்டர் அன்சாரியின் வெளிநாட்டு விருந்தினர்களை உபசரிக்கும் போது, அவன் கற்றுக்கொண்ட ஒன்றிரண்டு ஆங்கில வார்த்தைகளை விரல்விட்டு எண்ணி விநோதமாகப் பேசினான். அவன் சொன்னதைக் காட்டிலும், சைகையால் உணர்த்தியது ஓரளவு புரிந்தது. இந்தியாவில் இரண்டு நேரக் கணக்குகள் இருக்கின்றனவாம். வெல்லிங்டன் நேரக் கணக்குச் சாதாரண நேரத்தைவிட அரைமணி நேரம் முன்னோக்கி ஓடும். எதிலும் முன்செல்லத் துடிக்கிறது இந்த மேற்குலகம். இந்த நாட்டில் நேரத்தில்கூட ஒற்றுமை இல்லை என்பது எத்தனை விசித்திரமானது!

இரவு நேரத்தில் இந்தியாவின் பலவிதமான ஒலிகளைக் கேட்கலாமென படுக்கையில் அமர்ந்தேன். ஆரம்பத்தில் குழந்தைகள் அழுகையும், விநோதமான சிரிப்புச் சத்தமும் கேட்டன. ஆனால் அது நரிகளும் குரங்குகளும் எழுப்பிய கொடூர ஒலி என பின்னர் அறிந்துகொண்டேன். சிறகடிக்கும் சத்தம் கேட்டது. திறந்த ஜன்னலின் வழியே இரண்டு பறவைகள் உள்ளே வந்தன. என் கட்டில் கம்பியின் ஓரத்தில் பவ்யமாக உட்கார்ந்தன. இந்திய வாழ்வின் விசித்திரம் பொருந்திய ஒற்றுமையை உணர்ந்தேன். சாதியின் பெயரால் மக்கள் பிளவுண்டுகிடப்பதில் ஆச்சரியம் இல்லை. அது மட்டுமே இங்கு வெளிப்படையானது.

யோசித்தப்படியே வெகு நேரம் முழித்திருந்தேன். இந்தியாவில் இந்தப் பழக்கம் என்னோடு ஒட்டிக்கொண்டது. ஒவ்வொரு நாளும் குழம்பிப் போனேன். இந்தத் தேசம் அல்லாவின் பட்டறைபோல் தெரிந்தது. அழகும் அருவருப்பும் பொருந்திய கடவுளர்கள், மனிதர்கள், மிருகங்கள் இங்கு வாழ்கிறார்கள். மிகவும் ஒழுங்கீனமான வரிசையில் இந்நாட்டுக் கலைகளும் சிந்தனைகளும் பழமை புதுமை மாறி அடுக்கப்பட்டிருக்கின்றன.

ரஷ்யா பற்றியும் அமெரிக்கா பற்றியும் நேரடியான புரிதல் இருந்தால் போதும், உலகம் செல்லும் பாதையை ஊகித்து உணரலாம் என ஒருகாலத்தில் நினைத்திருந்தேன். ஆனால் எதிர்காலத்தை வடிவமைப்பதில் இந்தியாவுக்கும் நிச்சயம் பங்கு இருக்க வேண்டும். அதற்குக் காரணம் அதன் தொன்றுதொட்ட பழங்காலம் அல்ல, கிளைவிட்டிருக்கும் புத்தொளிக் காலம்.

இதே பங்கு சீனாவுக்கும் ஜப்பானுக்கும் பொருந்தலாம். ஆனால் அதை எப்படிச் சொல்வது? வரலாற்றின் செயல்பாட்டைப் பற்றி எந்தவொரு புரிதலும் இல்லாதபோது, அதை எப்படி ஒருவரால்

பார்க்கவும் புரிந்துகொள்ளவும் முடிகிறது? இந்தியாவைப் பொறுத்தவரை நான் காணும் அனைத்தையும் அப்படியே ஏற்றுக்கொள்ள உத்தேசித்தேன். யார் கண்டார்கள், இந்தியாவின் ஒருபாதியாவது என்னால் பதிவு செய்ய முடியும் அல்லவா?

●

ஜாமியாவில் நான் உரையாற்றுவதற்கு முன்னர், ஓய்வெடுக்கவும் ஊர் சுற்றவும் பத்து நாட்களை அன்சாரி வழங்கியிருந்தார். இங்கு அவரைப் பற்றி மேலும் சொல்வது உசிதம்.

அவர் ஐக்கிய மாகாணத்தைச் (இன்றைய உத்தர பிரதேசதம்) சார்ந்தவர். இதைக் குறிப்பிட்டுச் சொல்வதற்கு ஒரு காரணம் உண்டு. எதிர்கால இந்தியாவை வழிநடத்தும் ஆற்றல் உத்தர பிரதேசத்தைச் சேர்ந்தவர்களுக்களும் வடமேற்கு எல்லைப்புற மாகாணத்தைச் சேர்ந்தவர்களுக்களுமே உண்டு என இந்திய அறிவுஜீவிகள் நம்பி வந்தார்கள். எப்படிப் பார்த்தாலும், அன்சாரியின் வாழ்நாள் முழுக்க இந்தியா சுதந்தரம் அடையப் போவதில்லை. இருந்தாலும் இந்தியாவை ஆளப்போகும் ஐக்கிய மாகாண ஆளுமைக்கு இன்னின்ன தகுதிகள் வேண்டுமென அவர்கள் பட்டியல் போட்டிருக்கிறார்கள். தெளிவான பார்வையும், பல்துறையில் வித்தகமும், ஒன்றிணைக்கும் ஆற்றலும் போதுமென இந்திய அறிவுஜீவிகள் நம்புகிறார்கள்.

புனிதர், ஆட்சியாளர், போர்வீரர், நீதிபதி என்று வட இந்தியா முழுக்கச் சிறப்புற்று விளங்கிய வம்சாவளியில் வந்தவர் அன்சாரி. ஒரு மனிதன் தன் மூதாதையரின் குணங்களைச் சுவீகரித்துக் கொள்வானானால், இறையருள் சிந்தனையும் ஒன்றிணைக்கும் சாமர்த்தியமும் தைரியம் பொருந்திய சட்ட நிபுணத்துவமும் அன்சாரிக்கு ஒருசேரப் பொருந்தும். இதையெல்லாம் தாண்டி அவர் ஒரு மருத்துவர்.

இந்தியக் கலாசாரத்தில் ஆழ வேரூன்றியவர். ஹைதராபாத்தில் தொடக்கக்கல்வி பயின்றார். தன் முதுநிலைப் படிப்புக்காக ஹைதராபாத் பல்கலைக்கழகத்தின் உதவித்தொகையைப் பெற்று, புகழ்பெற்ற எடின்பர்க் பல்கலைக்கழகத்துக்கு மருத்துவம் படிக்கச் சென்றார். அந்தக் காலத்தில் சேரிங் கிராஸ் மருத்துவமனையில் பயிற்சி பெற அனுமதிக்கப்பட்ட ஒரே இந்தியரும்; லாக் மருத்துவ மனையில் பணிபுரிந்த ஒரே இந்தியரும் அன்சாரிதான். இது அவரின் அசாத்தியக் குணங்களையும்; தொழிலில் கொண்ட அக்கறையையும் காட்டுகிறது. மேற்கின் அறிவியல் உலகம் கல்விப் புலத்தில் வளர்ச்சியடைந்த வரலாறும் இதில் மறைந்திருக்கிறது.

பண்டைய வைத்திய முறைகள் மலிந்து கிடக்கும் இந்தியாவில், அன்சாரி அரிதான முஸ்லிமாக அடையாளம் காணப்பட்டார். பண்டைய வைத்தியமும் நவீன மருத்துவமும் ஒன்றிணைய முஸ்லிம்களின் பாலமாகச் செயல்பட்டார். இன்றைக்கு இந்தப் பணியை எத்தனையோ பேர் செய்யலாம். ஆனால் இதை முன்னெடுத்தவர் அன்சாரிதான்.

1910இல் டெல்லியில் குடியேறி, அங்கேயே மருத்துவம் பார்த்து வந்தார். பின்னர் 1912இல் பால்கனில் போர் மூண்டதையொட்டி, மீட்புப்பணிக்காக தில்லியிலிருந்து புறப்பட்டு பால்கன் வந்து சேர்ந்தார். இவருக்கு இந்திய செம்பிறைச் சங்கத்தின் தலைமைப் பொறுப்பு வழங்கப்பட்டதை முன்னரே சொல்லியிருந்தேன். இந்தத் துருக்கியப் பயணத்தின் மூலம், அண்டையக் கிழக்கு தேசத்துக்கும் இந்தியாவுக்கும் மற்றொரு பாலமாக அவர் மாறினார். இந்தியா திரும்பிய பிறகு 1918இல் கிலாபத் இயக்கம் தொடங்கி, அதில் முக்கியப் பங்கு வகித்தார். கிலாபத் இயக்கத்தை ஒன்றுக்கு மேற்பட்ட முறையில் புரிந்துகொள்ளவும் விவரிக்கவும் முடியும். ஆனால் அந்தப் பேச்சு இங்குத் தொடர்புடையதல்ல என்பதால் தவிர்க்கிறேன்.

அந்த இயக்கம் இரண்டு முரண்பட்ட விளைவுகளை உண்டாக்கியது: ஒன்று, ஒரு பொதுக் காரணத்தால் இந்து முஸ்லிம்களை ஒன்றிணைத்தது. இரண்டு, மற்றொரு காரணத்தால் அவர்களைப் பிரித்துவைத்தது. இதில் இந்து முஸ்லிம்களை ஒன்றிணைக்கும் முதல் காரணியில் ஈடுபட்டதன் மூலம் மூன்றாவது பாலமாக அன்சாரி உருவெடுத்திருந்தார். இது அவர் அரசியல் வாழ்க்கையில் சொல்லத் தகுந்த தாக்கத்தை ஏற்படுத்தியது.

இந்தியாவின் முரண்பட்ட வகுப்பினரிடையே சமத்துவமும் ஒற்றுமையும் பேணுவதன் மூலம் குடியுரிமைப் பெறலாம் என அவர் உறுதி பூண்டிருந்தார். இதனைக் கையாள்வதில் சிக்கல் இருந்தாலும், ஒருபோதும் மாற்றிக் கொள்ளவில்லை. ஆத்திர மடைந்த இந்து - முஸ்லிம் வெறியர்களின் ஒட்டுமொத்த அம்பு களுக்கும் இறையானார். ஆளும் வர்க்கத்தோடு முரண்கொள்ள நேர்ந்து சிறைத்தண்டனை பெற்றார். உடல்நலம் மேலும் குன்றியது. அவர் எதிர்கொண்ட சிக்கல்கள் இதுமட்டுமா? விமர் சனங்களும் சூழ்ச்சிகளும் தீங்கு விளைவிக்கும் நயவஞ்சகமான நுணுக்கத்தோடு கிழக்கில் உதித்து தொல்லை செய்தன.

இருந்தபோதும் தன் தேசத்து அறிவார்ந்தோர்களிடையே நன் மதிப்பைப் பெற்றிருக்கிறார். அவர்மீது மாறுபாடு கொண்டோரும்

மதித்துப் போற்றுகிறார்கள். அனைத்திந்தியக் கூட்டங்களையும், கட்சி சாராத மாநாடுகளையும் தலைமைத் தாங்கி நடத்துகிறார். 1935ஆம் ஆண்டு காங்கிரஸ் நிழல் அமைச்சரவையில் உறுப்பினராக இருந்ததே, இவரது அரசியல் மற்றும் பொது வாழ்க்கையின் பெருமைக்கு ஒரு சிறந்த எடுத்துக்காட்டு.

இத்தனைக்கும் இடையில் மருத்துவப் பணியை விடாது செய்து வருகிறார். இந்நாட்டின் பாதிக்கும் மேற்பட்டவர்களுக்குத் தன் கைப்பட வைத்தியம் பார்த்திருக்கிறார். பண வசதி இல்லாதவர்களுக்குத் தனியாக நேரம் ஒதுக்கி வைத்தியம் பார்க்கிறார். அவர்களின் மூலம் ஈட்டும் லாபத்தைவிட, அதற்கு நேரம் செலவிடுவதையே பெரியது எனச் சொல்வார். உபாதைகளோடு வரும் எவரொருவரும் இந்த வாசலைத் தாண்டும்போது அவதியோடு செல்வதில்லை.

அவரின் இடதுசாரி குடும்பத்தைப் பற்றித் தெரிந்துகொள்ள, எனக்கருகில் உள்ள திரைச்சீலையை ஓரம் ஒதுக்கி ஆராய வேண்டும். அன்சாரியின் சகோதரர் மகளான பேகம் அன்சாரி தன் சுவீகாரப் புதல்வியோடும் வேலையாட்களோடும் எதிரே உள்ள அறையில் வசித்து வந்தார், புர்கா அணிந்த அசல் முஸ்லிம் பெண் அவர். அரபி, பெர்சியன், உருது மொழிகளில் பாண்டித்தியம் பெற்றிருந்ததால், ஓய்வு நேரங்களில் புத்தகம் படிப்பதை வாடிக்கையாகக் கொண்டார். அவரிடம் மார்க்கப் பற்றும் இரக்கக் குணமும் அளவுக்கு மீறி இருந்தன. தன் உறவினர்களைத் தவிர, வேறெந்த ஆடவரையும் ஏறெடுத்தும் பார்க்காத பெண்மணி அவர்.

ஆனால் காந்திக்கு மட்டும் விதிவிலக்கு. தன் பணியாட்களோடு அவர் நடந்துகொள்ளும் முறை, பண்டையத் துருக்கியை எனக்கு ஞாபகப்படுத்துகிறது. திரைச்சீலைக்குப் பின்னால், இளம் பெண்கள் பாடம் கேட்கும் சத்தம் அடிக்கடி ஒலிக்கும். யாருக்கும் அஞ்சாமல், தன் சொந்த வீட்டிலிருந்து பாடம் கேட்பதுபோல் சௌகரியமாக படிக்கிறார்கள். ஒவ்வொரு ஆசிரியரும் பாடம் சொல்லும் முறை, இது வகுப்பறைதானா என ஆச்சரியப் படுத்துகிறது.

ஆனால் பேகம் அன்சாரியோடு பொதுமொழியில் உரையாட முடியாமல் போனது. அவர் தன் மகளிடம் சொல்ல, அவர் அதை மொழிபெயர்த்து என்னிடம் விளக்கினார். பேகத்தின் வாழ்க்கை அத்தனை அந்நியமானதாகத் தோன்றவில்லை. அவர் சொன்ன அரபி, பெர்சிய, உருது மொழி மேற்கோள்களை என்னால் பெருமளவு புரிந்துகொள்ள முடிந்தது. அவர் தங்கியிருந்த

பகுதியில் பெரிய வரவேற்பறை ஒன்றும், மற்ற அறைக்கு செல்வதற்கான வாயில்களும் இருந்தன. முகப்பு அறையிலிருந்து வெளியே சென்றால், வானம் பார்த்தபடி இன்னொரு மாடி இருந்தது. தன் தோட்டத்தில் புறாக்களுக்கென ஒரு சிறு வீடு அமைத்திருந்தார். மையல் கூடிய மாலைப் பொழுதில் மாடப்புறாக்களுக்கும் வெள்ளைப் புறாக்களுக்கும் அவர் சோறூட்டும் அழகே தனி. இந்தியர்களுக்கே உண்டான தனிக் குணம் அது.

பேகம் அன்சாரியின் அறை, சலாம் இல்லத்தின் கிழக்கில் இருந்தது. அதன் மேற்குப் பகுதியில் பேகத்தின் கணவருக்குப் பங்கு இருந்தாலும், அதில் அவர் சொந்தம் கொண்டாடவில்லை. மற்றவர்கள் உடைமைக் கொண்டாடியதைப் பேகம் சகித்துக் கொண்டார். அதே சமயம் தன் மகளின் பாதையில் அவர் குறுக்கிடவில்லை. பேகத்தின் மகள் தன் வாழ்வின் அடுக்ககங்களில் இருந்து மெல்ல விடுபட்டுக் கொண்டிருந்தார். ஆட்கள் குறைவாக இருந்தால் மட்டும் உணவருந்த வெளியே வருவார். சாகசம் செய்யும் அமெரிக்கக் குழந்தை போல் தீரமாக கார் ஓட்டுவார். சகஜமாக சேலை கட்டுவார். தன் நாட்டு சமூக, அரசியல், கலாசார விஷயங்களில் நல்ல ஆர்வம் கொண்டிருந்தார். ஒரு முஸ்லிம் பெண்ணை எதிர்கால வாழ்க்கைக்குத் தயார்படுத்தும் ஆரோக்கியமான வழி இது.

இன்றைய இந்தியா இது போன்ற முரண்பட்ட பழக்கவழக்கங்களை ஏற்படுத்திக் கொள்ளாவிட்டால், இதன் தலைவிதியைத் தீர்மானிப்பதில் பெண்களின் பங்கு குறித்து அவசரமாகச் சிந்திக்க வேண்டும். நூற்றாண்டுகளாய் சபிக்கப்பட்ட இந்தியர்கள், தங்கள் நிலையை மாற்ற சரியான நேரம் நோக்கி நகர்கிறார்கள்.

நான் வளர்ந்த வாழ்க்கை முறையை ஜோஹ்ரா மீண்டும் நினைவூட்டினார். கொஞ்சமும் மாற்றமில்லாமல், அந்த வயதில் எனக்கிருந்த எல்லாச் சச்சரவுகளும் அவரைச் சூழ்ந்திருந்தன. 35 ஆண்டுகளுக்கு முந்தைய என் துருக்கிய வாழ்வின் இந்திய வடிவம்தான், ஜோஹ்ரா. பர்தாவுக்கு உள்ளேயும் வெளியேவும் குழுவாகச் செயல்பட முடியாமல், அவரின் தனித்துவ ஆற்றல் குத்தலெடுத்தது.

விலகியிருப்பதிலும் ரணங்கள் இருக்கத்தான் செய்கின்றன. ஒரு காலை முக்காடு அணிந்த பர்தாவுக்குள்ளும் மற்றொரு காலைப் புரட்சி மலர் தூவும் விடுதலைக்குள்ளும் ஊன்றி நடப்பது சாத்தியமாகுமா?

சங்கீத மொழியில் சொல்வதென்றால் பர்தாவும் புரட்சியும், மெல்லிசை - ராப் பாடல் போன்றதொரு சேர்க்கை. ஒரு காலில் மெல்லிசைக்கு ஆடுவதும்; மற்றொரு காலில் ராப் பாடலுக்கு ஆடுவதும் கழைக்கூத்தாடியின் பணிநேர்த்தியை எதிர்பார்க்கும். ஆனால் இவ்விரண்டையும் புரிந்துகொள்ள, இதன்மூலம் அப்பெண்ணுக்கு ஒரு வாய்ப்பு கிடைத்திருக்கிறது. தவறான பாதையில் சென்றால், மீண்டும் திரும்பிவர ஒரு மாற்றுவழி இருக்கிறது.

என்னைப் போலவே ஜோஹ்ராவுக்கும் வரலாறு, இலக்கியம் போன்ற துறைகளில் நல்ல ஆர்வம் இருந்தது. அவை அறிவுப் பசியைத் தீர்ப்பதற்கு மட்டுமன்றி, தன் நிலை உயர்த்தும் அறிவுக் கருவிகள் என அவர் நம்பினார். நான் வியந்துபோகும்படி இந்திய வரலாற்றை மிக நன்றாக உணர்ந்திருந்தார். இளம் பிராயத்துக்கே உண்டான லௌகீகச் சிந்தனைக்கு ஆளாகாமல், தன் உணர்ச்சிகள் தன்னை ஆட்படுத்தாதபடி பக்குவப்பட்டிருந்தார் அந்தப் பெண்மணி.

ஒரு முஸ்லிமாக இருந்ததாலோ என்னவோ தாழ்ந்த மனப்பான்மையும் உயர்ந்த மனப்பான்மையும் இல்லாது, நடுநிலையாக இருந்தார். இஸ்லாமியர்கள் அந்நியராகவும், மதச் சிறுபான்மையினராகவும் இருக்கவே உந்தப்படுகிறார்கள் என்று அவள் ஒருபோதும் கருதவில்லை. தன் பண்டைய வரலாற்றில் ஹுமாயூனுக்கும் பாபருக்கும் அளித்த அதே இடத்தை அசோகருக்கும் வழங்கினாள். அந்தப் பெண் தினமும் சந்திக்கும் ஜாமியா பல்கலைக்கழகப் பேராசிரியர்களின் தொடர்பே, இந்தப் பார்வையை மெருகேற்றியிருக்கும் என நம்புகிறேன்.

ஒவ்வொரு காலையும் ஜோஹ்ராவின் வருகைக்காக என் அறையில் காத்திருப்பேன். தில்லியில் காணவேண்டிய எல்லா இடத்துக்கும் என்னோடு வந்தாள். புராதனக் கட்டடங்களை, அதன் பிரமிக்கத்தக்க வரலாற்றைச் சொல்லி அறிமுகப்படுத்தினாள். அதில் கொஞ்சம் புனைவுகளும் இருந்தன. ஆனால் அந்தக் கதைகளும் அறிமுகங்களும் இல்லாவிடில் வெற்றுக் கற்குவியலும் கலைப் படிமங்களுமே என் கண்ணில் பட்டிருக்கும். இந்த இடிபாடுகளுக்குள் வாழ்ந்த எல்லா அசகாயச் சூரக் கதைகளும் ஜோஹ்ராவுக்கு அத்துப்படி.

அத்தியாயம் 2

நான் கண்ட தில்லி

தில்லி ஒரு வெண்மையான நகரம். பொதுவாக ஒரு நாட்டின் தலைநகரம் போர் தந்திரம் சார்ந்தோ பொருளாதாரத் தேவை சார்ந்தோ தேர்ந்தெடுக்கப்படுவது வழக்கம். அறிந்தோ அறியாமலோ அதில் சமூகத் தாக்கங்களும் இடம்பெறுகின்றன. ஒரு தலைநகரின் இடத்தேர்வுக்கு இவையெல்லாம் தனித்தனி காரணிகளாக விளங்குகின்றன. பாரிஸ் நகரின் பளபளப்பான வெண்மைத்தன்மையும், பிராக் நகரின் காற்றில் மிதக்கும் மெல்லிய ஊதாப் பூ நிறக் கோடுகளும், சாம்பல் புகை நிறத்தைப் போன்ற இலண்டன் வீதிகளும், பளீரென ஒளிர்விடும் நியூயார்க் நகர மாடங்களும் அந்தந்த நகரங்களுக்கு எல்லையில்லாத அழகைச் சேர்க்கின்றன. இஸ்தான்புல்லின் அழகுக்கு இந்த உலகில் எதுவுமே ஈடு இல்லை.

பாரிஸின் வெண்மையும் தில்லியின் வெண்மையும் அப்படியே நேர்மாறானவை. ஆனாலும்கூட தில்லியின் அழகு மேற்கத்திய தலைநகரங்களைப் போல் தெளிவாகவும் எடுப்பாகவும் இருக்கிறது. இந்தியாவின் வேறு சில நகரங்களைப் போல் தெளிவற்ற மங்கலான தோற்றம் தில்லியில் இல்லை.

புது தில்லியின் நகர்புறக் கட்டடப்பாணி பெரிதும் மகிழ்ச்சி கொள்ளும்படியாக இருக்கிறது. அதன் தாழ் வட்டமான நேர்த்தியான கட்டடங்களும், சுற்றியுள்ள வண்ணமயமான தோட்டங்களும் பழைய குடியிருப்பைக் காட்டிலும் தில்லிக்குப் பெரிதும் பொருந்துகின்றன. பழைய தில்லியின் காட்சிக்கு அப்பாற்பட்டு, கீழைத்தேய நாட்டின் கடைகள் பஜாரில் நிறைந்திருக்கின்றன. பழைய நினைவுச் சின்னங்களின்

பின்னணியில் அழகிய புது பங்களாக்களைக் காண்பது நடைமுறைப் பார்வையிலும் அழகியல் பார்வையிலும் சரியெனப் படுகிறது. இங்கிருக்கும் ஆடம்பரமான, அழுக்குப் பீடித்த, பாழடைந்து போன பழைய கட்டடங்களை எந்தவொரு இழப்புமின்றி தரைமட்டம் ஆக்கமுடியும்.

பழைய நினைவுச் சின்னங்களைப் பார்வையிட முதலில் எனக்கு ஆர்வமில்லை. ராஜ உரிமை பூண்ட அரண்மனைகளும், வெற்றுக் கோட்டைகளும் என்னை வலிமை இழக்க வைத்தன. குழப்பம் தரக்கூடிய முரண்பாடான விமர்சனங்கள் தோன்றின. நினைவுச் சின்னங்களின் அழகும் எல்லையும் ஈடு இணையற்றது எனச் சிலர் சொல்கிறார்கள். அவை பாரசீக, இந்து மற்றும் அரேபிய பாணியின் கூட்டுக் கலவை என்கிறார்கள், இன்னும் சிலர். வேறு சிலரோ அவை நேர்த்தியானவை என்றாலும் வீழ்ச்சியின் ஆரம்பம் என்கிறார்கள்.

இருப்பினும், கோட்டை வாயிலில் உள்ள படை வீரர்களின் குடியிருப்பைத் தாண்டி அமைந்திருந்த அழகான தோட்டங்கள் என்னை மகிழ்ச்சிகொள்ள வைக்கின்றன. உடன் வந்த நண்பர்கள், நினைவுச் சின்னங்களின் மேல் கர்சன் பிரபுக்கு இருந்த கரிசனத்தைப் பாராட்டிக் கொண்டிருந்தார்கள்.

ஓர் ஆண்டின் 12 மாதங்களைப் பிரதிபலிக்கும் படியான 12 அங்க மாளிகை ஒன்று தோட்டத்தின் எழில் கொஞ்சுமிடத்தில் கண்ணைக் கவர்கிறது. அதன் வெளிப்புறத்தில் தீவிர கற்பனை இருந்த போதிலும், தன் சொந்த குணாதிசயங்களால் அந்தக் கட்டடம் மிளிர்கிறது. நவீனர்கள் எதிர்க்கும் முழுமையும் நேர்த்தியும் மேற்பரப்பில் மட்டுமே உள்ளன. அவர்களின் கட்டடக் கலை திறமையை விரிவான அலங்காரத்தால் மறைக்க முடியாது. திவான் அறையில் இருந்த பாரசீகக் கல்வெட்டு ஒன்றில், 'பூமியில் சொர்க்கம் படைக்கப்பட்டிருந்தால், அது இங்குதான் இருந்திருக்கும்' என எழுதியிருந்தது. அந்த வார்த்தைகளில் வீண் பெருமை துளியும் இல்லை.

இது எங்கள் நாட்டின் ப்ரூசா கட்டடங்களை நினைவூட்டுகிறது. ப்ரூசா சின்னங்கள் முதிர்ச்சி அடையாத காலகட்டத்தின் இளமையையும் படைப்புத் திறனையும் வெளிப்படுத்துகின்றன. ஆனால் தில்லியில் நாம் காணும் படைப்புகள் நவீன காலத்தைச் சார்ந்தவை. இன்னும், இந்தக் கற்களில் செதுக்கப்பட்ட மங்கலான கூம்பு வடிவப் பூக்களும் இனிய மணமுடைய பூக்களும்

உயிரோட்டமாகக் காட்சியளிக்கின்றன. அதைக் காணும்போது உள்ளம் பூரிக்கின்றது. மத்திய ஆசியாவின் பரந்த புல்வெளி பரப்பில் தோன்றிய அதன் கலை நளினம், தில்லி முகலாயக் கலைஞர்களின் அதிநவீன கட்டடக்கலையால் முற்றிலும் பாழடையவில்லை எனச் சொல்லலாம்.

தூரத்திலிருக்கும் மாடியில் நின்றுகொண்டு யமுனை நதியை வேடிக்கை பார்த்துக் கொண்டிருந்தோம். ஒரு காலத்தில் நாங்கள் நின்றுகொண்டிருக்கும் கட்டடத்தின் அடியில் யமுனை ஓடியது. சீமான்களும் சீமாட்டிகளும் கட்டியெழுப்பிய நினைவுச் சின்னங்களால், ஏழை மக்களின் உழைப்பும் வரிவிதிப்பும் என்ன கதியில் இருந்தன என்று நான் உரக்கச் சிந்தித்திருக்க வேண்டும்.

'சீமான்களும் சீமாட்டிகளும் வேலையில்லாத் தீண்டாட்டத்தை நிறுத்தினார்கள். இதன்மூலம் ஆயிரக்கணக்கானோருக்கு வேலை கிடைத்தது. மக்களும் சம்பளமாகப் பெற்றதைக் கொண்டு வரிச் சுமையைக் குறைத்திருப்பார்கள்' என்று உடன் வந்த நண்பர் சொன்னார்.

ஆக எல்லா காலத்திலும் குடிமக்களிடம் ஏதோவொரு வேலையை ஒப்படைத்து, வயிற்றுக்கு உணவிடுவதை எதேச்சதிகாரப் போக்கு செய்து வந்திருக்கிறது. இன்றும்கூட நம் காலத்திய சர்வாதிகாரிகள், பெரும் அளவிலான பொதுக் கட்டடங்களை கட்டியெழுப்பி வேலையில்லாத் திண்டாட்டத்தைப் போக்கி வருகிறார்கள். யூதர்களை வேலைவாங்கி பிரமிடுகளைக் கட்டிக்கொண்ட ஃபாரோ மன்னர்கள் உட்பட, இவர்கள் எல்லோருக்கும் நாம் ஒன்றைச் சொல்லிக்கொள்ள வேண்டும்: அடிமைப்படுத்தி வேலை வாங்குவதை இவர்கள் நிறுத்திக்கொள்ளாவிட்டால், அதிகாரப் போக்கை எதிர்த்து பெரும் கிளர்ச்சி ஏற்படும்.

நான் பார்த்தவரை தில்லியில் என்னை மிகவும் கவர்ந்த இடம், துக்ளக்கின் சமாதி. அதன் அசலான பிம்பமும், ஒப்பில்லாத புத்திசாலித்தனமும், தைரியம் பொருந்திய வெளித்தோற்றமும் வடிவமைப்பில் இருந்த முதிர்ச்சியைக் காட்டுகின்றன. எந்தவொரு செயற்கையான குறியீட்டையும் ஏற்காத மனிதர் இங்கு இருந்தார். அவர் கொஞ்சம் மனநலம் பாதிக்கப்பட்டவராக இருக்கலாம். ஆனால் நேர்மையானவர். ஓரளவு முரட்டுத்தனமான உறுதியோடு இருந்தார். ஒரு வீரனுக்கு போர் பாசறையில் எடுக்கப்படும் கூடாரத்தைப் போல், காட்சிக்கு எளிமையாய் உயிரோட்டத்துடன் இருந்தது அந்தக் கல்லறை. திரைச்சீலையும்

பட்டாடையும் விரிக்கப்படாத, பழுப்பு நிறக் கற்களால் ஆன பெரிய கூடாரம் அது.

ஆக்ரா செல்லும் வழியில் கிராம மக்கள் சிலர் கூட்டமாக அங்குமிங்கும் போய்க்கொண்டு இருந்தார்கள். நிலா ஒளியில் 'தாஜ் மஹாலை' காண்பதாகத் திட்டம். தாஜ் மஹாலைக் காண ஒரு பார்வையாளருக்கு இதுவே நேர்த்தியான நேரம்.

விவசாயக் கூலியாக இருந்தாலும் சரி, நாட்டை ஆளும் மகாராணியாக இருந்தாலும் சரி, ஒரு பழங்காலப் பானையில் வரையப்பட்ட பெண்ணின் உருவம் போல எல்லோருமே கருணையுடன் இருந்தார்கள். வழிநெடுகிலும் ஓலை வேய்ந்த, மண்ணால் கட்டப்பட்ட குடிசைகளே பெரும்பாலான கிராமங்களில் இருந்தன. தரை அழுக்காக இருந்தது. நமது கிராமங்களைக் காட்டிலும் பெரிய வித்தியாசம் இல்லை. பெண்களைவிட ஆண்கள் உடல்நலம் குன்றி இருந்தார்கள். சிலருக்கு மலேரியா என்று நினைக்கிறேன், வீதியில் இருந்த உயரமான பலகையின்மேல் படுத்திருந்தனர்.

பெண்கள் இதற்கு மாறாக உறுதியோடு இருந்தார்கள். வாழ்வின் துயரத்தையும், பட்டினிப் பாடங்களையும், குழந்தைப் பிறப்பு வலிகளையும் கடந்து வந்தவர்களுக்கு இயல்பாகவே எதிர்ப்புச் சக்தி அதிகமாக இருக்கிறது.

வழியில் கிணறுகளைப் பார்த்தோம். எருதுகளைக் கொண்டு நீர் இறைக்கிறார்கள். நமது பழங்கால வழக்கத்தைவிடவும் இந்த முறை பழமையானது. 'ஆரம்பக் காலக்கட்டத்தில்' என்று நாம் சொல்வோமே, அதுதான் இந்தக் கிராமங்களின் ஜீவனாக இருக்கிறது.

பரிதாபகரமான அழுக்குப் பீடித்த குடியிருப்புகளின் வழியாகத்தான் ஒருவர் ஆக்ராவில் நுழைகிறார். இது தேங்கிப்போய் மடிந்து கொண்டிருக்கும் கிழக்கின் கலாசாரத்தைக் காட்டுகிறது. எந்தவொரு கிழக்குவாசிக்கும் இந்தப் பாதை குறித்த வருத்தம் ஏற்படாது. ஒருவேளை கவர்ச்சியைத் தேடிவரும் மேற்கின் எழுத்தாளர்கள் வேண்டுமானால் கவலைப்படலாம். பூர்விக அழகியலை அன்றாட வாழ்வின் அங்கத்தோடு ஒன்றிணைத்து, அதனைக் காப்பாற்றாமல் போனால் வெகு சீக்கிரத்தில் அழிந்துவிடும்.

சுகாதாரம் குறித்து இந்தியப் பெருந்திரளை நியாயப்படுத்த விரும்பினால், ஒன்றை மட்டும் சொல்லிக் கொள்ளலாம்.

அவர்களின் குடிசை எவ்வளவு மோசமாக இருந்தாலும், அதை மறைக்கும் கந்தல் துணிகள் எத்தனை அழுக்குப் படிந்திருந்தாலும், மேற்கின் மிக மோசமான ஏழையைவிட தங்கள் உடலைச் சுகாதாரமாய் பார்த்துக் கொள்கிறார்கள். எப்படிப்பட்ட தண்ணீராக இருந்தாலும் அதில் முஸ்லிம்களும் இந்துக்களும் சேர்ந்து குளிக்கிறார்கள். தங்கள் அந்தரங்க உறுப்புகளைச் சுத்தம் செய்கிறார்கள்.

ஐரோப்பிய சினிமாவில் காண்பதைப்போல், கால்விரல்களின் விரும்பத்தகாத வாசனையும் அருவருப்பான உடல் உறுப்புகளும் இந்தியர்களை எந்தப் பாதகமும் செய்வதில்லை. அடிக்கடி எச்சில் துப்பி மூக்கைத் துடைக்கும் பழக்கும் எல்லோருக்கும் இருக்கிறது. பல இடங்களில், இன்னும் குறிப்பாகக் கிராமங்களில் சாக்கடை வசதி கிடையாது என்பது துர்நாற்றமான உண்மை. ஆனால் அந்த நாற்றம் அவர்கள் உடம்பிலிருந்து வருவதில்லை.

எப்போதும் போல், அழுக்கடைந்த கிராமங்களும் வளம் பொருந்திய நகரங்களும் வெகு தொலைவில் இல்லை. கிராமத்துக்கும் நகரத்துக்கும் மத்தியில் பொருளாதார ரீதியாய் இடைப்பட்ட வகுப்பு என்று எதுவும் கிடையாது. நான் இதை வெட்கத்தை விட்டுச் சொல்கிறேன். இந்தியாவில் மிக நொடிந்த ஏழைகளும் பல்கிப் பெருகிய பணக்காரர்களுமே வசிக்கிறார்கள்.

நாங்கள் ஒரு முற்போக்கான இந்தியரின் வீட்டுக்கு விருந்தினராக வந்திருந்தோம். விருந்தோம்பியவர் ஒரு பிரபல மருத்துவர். அவரின் மனைவி புர்கா அணிவதைத் தவிர்த்த முதல் இஸ்லாமியப் பெண்ணாக அடையாளம் காட்டப்பட்டார். குறைந்தபட்சம் ஆக்ரா அளவிலாவது அவர் புர்கா தவிர்த்த முதல் பெண்ணாக இருக்கலாம்.

ஏனென்றால் மற்ற நகரத்திலும் இதே நிலைக்கு முன்னேறி வந்த சில பெண்களைப் பற்றி கேள்விப்பட்டிருக்கிறேன். எண்ணிக்கையில் அவர்கள் மிகவும் சொச்சம். உண்ணும்போது மட்டும் புர்கா அணிவதைத் தவிர்க்கிறார்கள்.

இரவு சாப்பாடு உண்ணும்போது ஆங்கிலேயருடன் இந்துக்களும் முஸ்லிம்களும் ஒன்றுகூடி அமர்ந்தார்கள். எதையெதையோ பேசிக்கொண்டு இருக்கும்போது வெல்லிங்டன் பிரபுவின் மகன் - மருமகள் குறித்து சட்டென்று மடைமாறியது பேச்சு. இங்குள்ள சில பிரபலமான ராஜாக்களுடன் சேர்ந்து அவர்கள் வேட்டைக்குச்

சென்றிருக்கிறார்கள். அங்கு புலி, சிங்கம் உட்பட ஏழு காட்டு மிருகங்களைச் சுட்டுக் கொன்றிருக்கிறார்கள்.

எனக்கு அருகில் இருந்தவர், ராஜாக்கள் ஒருவித செயற்கையான காடு வைத்திருப்பதாகவும், அதில் புலிகளையும் சிங்கங்களையும் குடியேற்றி வைத்து, காட்டு விலங்குகளுக்கு மருந்து கொடுத்து ஒருவித மயக்கநிலையில் வைத்திருப்பார்கள் என்றும் சொன்னார். அப்போது இந்த வீரமிக்க வேட்டைக்காரர்கள், பயப்படாமலும் தவறவிடாமலும் சுட்டு வீழ்த்தலாம் அல்லவா?

தொல்லியல் துறையின் தலைமை அதிகாரி டாக்டர் அன்சாரி (என் விருந்தோம்புனரோடு குழப்பிக்கொள்ள வேண்டாம்) அங்குள்ள நினைவுச் சின்னங்களின் கட்டடப் பாணியை விளக்கினார். தொன்மை வாய்ந்த இந்தியக் கட்டடக்கலைப் பற்றி அவர் சில புத்தகங்கள் எழுதியிருந்தார். மேலும் அவர், தாஜ் மஹாலின் கட்டடக் கலைஞர் 'சினான்' என்ற கலைஞரின் மாணவர் என்றும், சினான் 16ஆம் நூற்றாண்டில் வாழ்ந்த புகழ்பெற்ற துருக்கிய நாட்டு கட்டடக் கலைஞர் என்றும் சொன்னார்.

நாங்கள் இருந்த அரண்மனையின் மாடியில் இருந்து தாஜ்மஹாலைப் பார்க்கும் போது, ஒரு நீல நிற வெற்றிடத்தில் முத்துக்கள் ஒளிவிடும் சோப்புக் குமிழ்களின் குவியல் போல இருந்தது.

'தாஜை' அடைந்தபோது நன்றாக இருட்டிவிட்டது. கற்பனைத் தீட்டி அலங்கரித்த இப்பதுமையை, முழுதாகச் சுவைத்தோமா எனத் தெரியவில்லை. அருகிலிருந்த சைப்ரஸ் மரங்களுக்கு நடுவே, பளிங்கு மேடையிட்ட மேசையின் மீது ஏறி உட்கார்ந்தேன். தாஜின் வெண்ணிறமான வட்டக் கூரையின் மேல் மெல்லமாக நிலா உதித்தது. வெண்மையான கட்டடத்தின்மேல் மயிலிறகால் கோதிவிடுவதுபோல், நிலாவின் ஒளி பட்டும் படாமல் மென்மையாய் படர்ந்தது.

கல்லறைக் கதவுகள் திறந்திருந்தன. அலுவலக உதவியாளர் முன்னும் பின்னும் ஓடிக் கொண்டிருந்தார். மேற்கூரையில் தொங்கிக் கொண்டிருந்த விளக்கின் வசீகரமான ஒளி, அறை முழுதும் வெளிச்சம் நிரப்பிக் கொண்டிருந்தது.

ஓர் ஆண், பெண்மீது கொண்ட காதலை அடையாளப்படுத்த இத்தனை ஆண்டுகள் கழிந்த பின்னரும், உலக அதிசயமாய் இந்தக் கட்டடம் நீடித்திருப்பதை காணும்போது வியந்துபோகிறேன். இந்த

நித்தியமான நினைவுச் சின்னத்தை, ஒரு பெண்ணுக்காகக் கட்டியெழுப்பியவர் முஸ்லிம் என்பது மேற்கத்திய உலகுக்கு எத்தனை முரணான விஷயம்!

ஆனால் நான் ஆச்சரியப்படவில்லை. இது எனக்கு நிம்மதி அளிக்கிறது. இனம், மதம் மற்றும் கலை சார்ந்த பார்வைகளில் சமூகத்தின் புரிதலை நான் அப்படியே ஏற்றுக்கொள்வதில்லை. என் பார்வை மாறுபாடுகிறது. அது அறிவார்ந்த புரிதலையும் தாண்டி, உணர்ச்சிக்கு அப்பாற்பட்டது. இதைக் கட்டியவரின் தேசம் துருக்கியோ ஃபுளோரண்டைனோ, எதுவாய் இருந்தால் என்ன? இதை உருவாக்கிய மன்னர் தனது மூதாதையர் வீட்டை உறுதியான இடத்திலோ, ரணக் கொடூர வெப்பத்திலோ எங்குக் கட்டியிருந்தால் என்ன? எப்படியிருந்தாலும் இது இந்தியத் தேசத்தின் தலைசிறந்த படைப்பு.

வரலாற்றின் காலவெளியில் நின்று பார்க்கும்போது, ஆற்றொழுக்கான தொடர்ச்சி அறுந்து கிடப்பதைக் காண முடிகிறது. ஒன்றுக்கு மற்றொன்று அடிப்படையாய், கால யுகங்கள் அடுக்கி வைக்கப்பட்டிருக்கின்றன. இனமோ, நம்பிக்கையோ, யுகங்களுக்கு கொடுக்கப்பட்ட பெயரோ எதுவும் இனி முக்கியமில்லை. முகலாய ஆட்சியின் உச்சபட்ச படைப்பாக 'தாஜ்' பார்க்கப்படுகிறது. அவர்கள் செய்த எல்லாவித நன்மை - தீமைக்கும் 'தாஜ் மஹால்' மட்டுமே தனித்த அடையாளமாக நினைவில் நிற்கும்.

முகலாயர்கள் செல்வத்தைத் தேடி வந்தார்களா, ஆட்சி அதிகாரத்தை நோக்கி வந்தார்களா என்ற விவாதம் எனக்கு முக்கியமல்ல. ஏகாதிபத்திய காரணத்துக்காக வந்தவர்கள் எனில், பிற தனி மனித ஆசாபாசங்களுக்கும் இடம் இருந்திருக்கும். அவர்கள் ஒருபோதும் இலட்சியவாதியாகவோ, பொருள்முதல் வாதியாகவோ இருக்கவில்லை. அவர்களின் வரலாற்றுச் சூழலை அடிப்படையாக வைத்துப் பார்த்தால், குழப்பம் படிந்த பிம்பம் தோன்றுகிறது. தாஜை முன்னிறுத்தி நான் கருதும் விஷயம் இதுதான், இந்தியாவின் சிம்பொனிக் குழுவில் மீண்டும் மீண்டும் வாசிக்கப்படும் நாதம் 'தாஜ் மஹால்'.

இந்தியாவெங்கும் வசிக்கும் ஐம்பதாயிரம் ஏழை எளிய மக்கள் மாதந்தோறும் வந்து தாஜ் மஹாலைக் கண்டுகளிப்பதைக் கருத்தில் கொண்டு, அம்மக்களின் மதிப்பு உணர்வுக்கு நான் தலை வணங்க வேண்டியுள்ளது.

அதிகாலை மூன்று மணி வாக்கில் தாஜ் மஹாலை விட்டு வெளியே வந்தோம். அன்று மதியம் வைஸ்ராய் மாளிகையில் மதிய விருந்துக்கு நாங்கள் சென்றிருந்தோம். வரலாற்று ரீதியாக ஈடுபாடு இல்லாதவள் போல் நான் இன்னும் அதே தனித்துவிடப்பட்ட சோகத்தில் இருந்தேன். வைஸ்ராய் மாளிகைக்குச் செல்ல வேண்டும் என்ற எண்ணத்தில் என் சக விருந்தினர்கள் உற்சாகத்தின் எல்லையில் இருந்தது குறிப்பிடத்தக்கது.

நாடாளுமன்றக் கட்டடம், வைஸ்ராய் மாளிகை உட்பட அங்கிருக்கும் பல கட்டடங்கள் புது தில்லியின் கட்டட பாணிக்கு பொருத்தமாக இருந்தாலும், அவை ஒருபோதும் பழைய நினைவுச் சின்னங்களோடு போட்டியிட முடியாது. கற்பனைக்கு எட்டும் காலம் வரை, இந்தியாவில் பிரிட்டிஷார் கட்டிய நினைவுச் சின்னங்களைப் பார்வையிட ஒருவரும் செல்ல மாட்டார்கள். அவர்களின் பங்களிப்பைக் காண வேறு புலத்துக்குத்தான் செல்ல வேண்டும். மாளிகையின் ஜன்னல் வழியே தெரியும் 'முகலாயத் தோட்டம்' மட்டுமே வியக்கும்படி இருக்கிறது.

நான் இன்னும் குறைந்த சம்பிரதாயங்களுடன் வெல்லிங்டன் பிரபுவைச் சந்தித்திருக்கலாம். ஒரு வகையில் மிகவும் பரிச்சயமான தோற்றத்தில் இருந்தார். துருக்கிய ஏகாதிபத்தியக் காலத்தில், அப்பெரும் மாகாணத்தின் ஆளுநராகவோ, அங்கிருந்த கணவான்களுள் ஒருவராகவோ இவர் இருந்திருக்க வேண்டும்.

அங்குள்ள பிரபுகளுக்கே உண்டான அதே நடை; நல்ல ரசனை; மரியாதையான குணம்; நகைச்சுவைத் ததும்பும் பேச்சு. அனைத்திற்கும் மேலாக, எந்தவொரு சூழலிலும் பகட்டாகக் காட்டிக்கொள்ளும்படி சர்வ வலிமை பொருந்திய அதிகாரம் இருந்தது.

இரவு உணவை முடித்ததும் மாளிகையைச் சுற்றி நடந்தோம். இந்திய ஜனநாயகத்தில் பிரிட்டிஷார் செய்து வரும் பரிசோதனை களைப் பற்றி வைஸ்ராய் சொன்னார். நான் 'இந்திய ஆளுமைகள்' என்ற பெயரில் இந்தியா பற்றியொரு புத்தகம் எழுதும் ஆசையை அவரிடம் வெளிப்படுத்தினேன். மெள்ள முறுவல் பூத்து, தனக்கும் அந்த ஆசையிருப்பதாகச் சொன்னார்.

நான் அங்கிருந்து கிளம்புவதற்கு முன்னர், தன்னுடைய மருமகள் மேற்கொண்ட புலி வேட்டைப் பற்றி நகைச்சுவை மிக்க கருத்தொன்றை சொன்னார். இதன் விவகாரமாய் ஆக்ராவில் சொல்லப்பட்ட நகைச்சுவையை அவர் அப்படியே ஏற்றுக்

கொண்டிருக்க வேண்டும். அவர் சொன்னதை இங்கு தவிர்ப்பது உசிதம்.

வைஸ்ராய் மாளிகையைச் சுற்றியுள்ள கட்டடங்களைப் வெறித்துப் பார்க்கும்போது, இந்தக் கட்டடங்கள் அழகியல் ரீதியாக முக்கியத்துவம் பெறாவிட்டாலும் அதற்குள் ஆழமான அர்த்தம் பொதிந்திருப்பதை உணரமுடிகிறது. இன்றைய இந்தியா, முஸ்லிம் ஆட்சிக்கு முற்பட்டதைப் போல் இல்லை. அதே மாதிரி பிரிட்டிஷ் ஆட்சிக்கு முற்பட்ட காலத்தையும் இனி நாம் ஒருபோதும் அடைய முடியாது.

அத்தியாயம் 3

சரோஜினி நாயுடுவும் சில இந்தியப் பெண்களும்

என்னைத் தவிர்த்து இன்னும் இரண்டு பெண்கள் சலாம் இல்லத்தில் விருந்தினர்களாய் தங்கியிருந்தார்கள். ஆண்களின் எண்ணிக்கை எப்போதும்போல அதிகமாய் இருந்தது. அந்த வீடு ஒரு கேரவன்செராய் (கேரவன்செராய் என்பது நமது நாட்டு சத்திரங்களைப் போன்று நீண்டிருக்கும் விடுதிகள். ஆசிய, வட ஆப்பிரிக்க மற்றும் தென் கிழக்கு ஐரோப்பிய பகுதிகளில் வணிகர்கள் தங்குமிடமாக இவை இருந்தன) என்பதால், யார் வேண்டுமானாலும் எளிதில் வந்து தங்கலாம். ஆனால் படுக்கை வசதிகளை அவரவர் பார்த்துக் கொள்ளவேண்டும்.

அதில் ஓர் ஆங்கிலேயப் பெண்மணிக்கு சோஷியலிஸ்ட் சித்தாந்தத்தில் ஈடுபாடு இருந்தது. இந்தியா மீது மிகுந்த அக்கறை கொண்டிருந்தார். இன்னொரு பெண்மணி நாமெல்லோரும் அறிந்த சரோஜினி நாயுடு. இந்திய அரசியலின் மிக முக்கிய முகமாக இருப்பவர்.

தன் அன்றாட சமூக வேலைகளை முடித்துவிட்டு மாலை நேரத்தில் சலாம் இல்லத்துக்குத் திரும்பும் சரோஜினியிடம், ‘இன்றைக்கு என்ன செய்தி அக்கா’ என்று அன்சாரி அன்பொழுக விசாரிப்பார். துருக்கியில் பயன்படுத்தும் ‘ஆப்லா’ என்று சொல்லுக்கு இணையான பதம் இது. இங்குள்ள கணிசமான காங்கிரஸ் தலைவர்கள் ‘அக்கா’ என்றே இவரை அழைக்கிறார்கள்.

மூத்த விடுதலை வீரராகவும், புரட்சியாளராகவும் தன் வாழ்க்கை முழுதும் இந்தியச் சுதந்திரப் போராட்டத்திற்கே

அர்ப்பணித்திருந்தார். இதற்காகச் சிறைக்கு செல்லவும் அவர் தயங்கவில்லை. இந்திய நாடாளுமன்றத்தை இவர் தலைமை தாங்கி நடத்திய போது, கிழக்கின் பெண்களுக்கு மெய்சிலிர்த்த அந்த நொடியை இன்னும் நான் மறக்கவில்லை. அரசியலில் திருமதி. சன் யாட் சன்னோடு நினைவுகூரப்படும் கிழக்கின் மிக முக்கியப் பெண் ஆளுமை இவர்.

தனிப்பட்ட முறையில், சரோஜினி என்பவரை அரசியல் முக்கியத்துவம் கொண்ட பெண்ணாக நான் பார்க்கவில்லை. சரோஜினி எனும் தனிப்பட்ட ஒரு பெண்ணின் ஆளுமையாக அவர் என் கவனத்தை ஈர்க்கிறார். அவரால் எந்தச் சமூகத்திலும், எந்தவொரு சூழலிலும் தாக்குப்பிடித்திருக்க முடியும். தான் விரும்பியதை அடைய, அவருக்கு எந்தக் காலத்திலும் பாலினம் ஒரு தடையாக இருந்ததில்லை. பண்டைய இந்தியாவில் வாழ்ந்திருந்தால், பெருமதிப்புக்குரிய அரசிளங்குமரியாய் ஜொலித்திருப்பார் என்பதில் துளியும் சந்தேகம் இல்லை. ஆனால் 1935ஆம் ஆண்டு என்பதால், இந்திய நிழல் அமைச்சரவையின் உறுப்பினராக இருந்தார்.

ஒருமுறை விரிவுரை ஆற்ற நியூ யார்க் சென்றபோது சரோஜினியை அங்குச் சந்தித்திருக்கிறேன். மற்றொரு சமயம் இங்கிலாந்தில் பார்த்திருக்கிறேன். இருந்தாலும் எங்களுக்குள் பெரிய அளவில் தொடர்பு இல்லை. தேசிய உடையில் பார்க்கும்போது, சராசரியான இந்தியப் பெண்ணைப் போலவே தெரிகிறார். ஆங்கிலத்தில் நல்ல புலமை இருக்கிறது. கிழக்கு மற்றும் ஆங்கிலோ - சாக்சன் கலாசாரத்தின் வெளிப்பாடு இவரைத் தொற்றிக் கொண்டிருக்கிறது.

‘இந்தியா ஒரு சாந்தமான, அடிப்பணியும் மனப்பான்மை கொண்ட நாடு என எப்போதும் நான் நம்பினேன். ஆனால் சரோஜினி அந்த எண்ணத்தைச் சுக்குநூறாக்கிவிட்டார்’ என்று சிகாகோ மன்றத் தலைவர் என்னிடம் சொல்லியிருந்தார். பொதுமைப்படுத்தி சிந்திப்பது என்றைக்குமே ஆபத்தானது என்று அவருக்குச் சொன்னேன். இந்த மாறிவரும் உலகில், காலநிலை கூட முன்பு இருந்ததைப் போல நிலையாக இருப்பதில்லை. மனித மனமும் அப்படிப்பட்டதென உணரவேண்டும்.

சரோஜினி ஒரு கவிஞர். ஆனால் நான் அவர் கவிதைகளைப் படிக்காததால், என்னால் அப்படிச் சொல்ல முடியுமா எனத் தெரியவில்லை. தன் பேச்சுக்களால் உலக அளவில் பிரபலம் அடைந்திருந்தார். அயல்நாட்டில் அவர் உரைகளைக்

கேட்டிராததால் இதையும் என் இந்திய வருகைதான் அறிய வைத்தது.

சலாம் இல்லத்தில் அவரது எண்ணிலடங்கா உணர்ச்சி மாற்றங்களைத் தெரிந்து கொள்ளமுடிந்தது. துளியும் அளவிட முடியாதபடி அவரின் உணர்ச்சிகள் மாறிக்கொண்டேயிருந்தன. என்ன இவர் இத்தனைக் கொடூரமாய் இருக்கிறார் என்று நினைத்தால், சட்டென்று சாந்த சொரூபி ஆகிவிடுவார். அவரின் தேசியவாதப்போக்கு குறுகலாய், முரட்டுத்தனமாய் இருக்கிறதென்று உணரும் பட்சத்தில், பரந்துபட்ட உலக நன்மையையும் அவர்பால் உள்ள சகோதரத்தன்மையையும் வெளிப்படுத்துவார். ஒருவேளை இவர் சர்வ உலகின் விசுவாசம் மிக்க குடிமகளோ என்ற எண்ணம் தோன்றும்படி செய்துவிடுகிறார்.

காலை நேரங்களில் அரக்கப் பரக்க ஓடும்போது அவர் என்னைப் பார்ப்பதுண்டு. புதுப்புது சேலைகளை உடுத்திக்கொண்டு, அந்த நாளுக்கான பணிகளில் மும்முரமாக விழிப்போடு இருப்பார். சரோஜினியின் சமூகப் பணிகள், ஒரு வலிமை பொருந்திய ஆணைக்கூடச் சோர்வடையச் செய்யும். மங்கிய மாலை வேளையில் நேரம் தாழ்ந்து வருவார். நாங்கள் நெருப்பு மூட்டியதைச் சுற்றி ஒரு நாற்காலியில் அமைதியாக வந்து அமர்ந்து, காலணியை கழட்டிவிட்டு, வெறுங் கால்களோடு குளிர் காய்வார். அவர் சௌகரியமாய் அமர்ந்திருக்கும் மொத்த உருவத்திலிருந்தும் இந்த நாளை திருப்திகரமாய் கழித்த நிம்மதி தெரியும். அடர்த்தியான இமைகளுக்கு உள்ளே, காப்பி நிறக் கண்கள் ஒளிர்விடும். இந்தியப் பெண்களின் கைகளுக்கு ஒரு விசேஷ குணம் இருக்கிறது. அதற்குத் தனியே ஒரு மொழியுண்டு. சரோஜினியும் அப்படித்தான். தன் அடர்நிறக் கைகளை அங்குமிங்கும் ஆட்டி, சைகைகளால் ஏதேதோ புரியவைப்பார்.

பெரும்பாலும் மாலை நேரங்களில் அங்கத மனநிலையில் இருப்பார். இந்தியத் தலைவர்களின் வாழ்க்கையிலிருந்து ஒவ்வொரு காட்சியாக அரங்கேற்றுவார். அவர் அறியாமலேயே மனிதர்களையும் நிகழ்வுகளையும் விருப்பத்துக்கு ஏற்றவாறு கற்பனைச் செய்து கதை சொல்வார். சரோஜினி வேண்டுமென்றே பொய்யாகச் சொன்னார் என நான் சொல்லவில்லை. அது அவரின் கைத்தேர்ந்த நையாண்டித்தனமாகவே இருக்கவேண்டும்.

அந்த மாலை நேரங்களில் அவருக்கு நகைச்சுவை அவ்வளவாய் கைக்கொடுக்கவில்லை. நகைச்சுவையைக் குறைத்துக் கொண்டு, கற்பனையை ஏற்றிக் கொண்டார். மேலும் நகைச்சுவை உணர்வு

உள்ள மக்கள், நிகழ்வுகளுக்கு அடிபணியும் போக்கைக் கொண்டுள்ளனர். ஆனால் சிகாகோவில் இருந்த நபர் சொன்னது போல், சரோஜினிக்கு அடிபணியும் போக்கு கொஞ்சமும் கிடையாது. மாறாக மற்றவர்கள் தனக்கு அடிபணிய வேண்டும் என்ற எதிர்பார்ப்பு கொண்டவர் அவர்.

ஒரு சர்வாதிகாரியின் அனைத்துவிதப் பண்புகளும் அவருக்கு இருந்தன. அதேநேரம் குறுகிய எண்ணம் கொள்வதிலிருந்து தடுக்கும்வகையில் அவரிடம் கலை மனமும் இருந்தது. அது மட்டும் இருந்திருக்கவில்லையென்றால் என்றைக்கோ ஒரு சர்வாதிகாரி ஆகியிருப்பார்.

சரோஜினி நாயுடு என்ற அரசியல்வாதியிடம், இந்தியா ஒரு நாடகக் கலைஞரை இழந்துவிட்டது என்று யோசித்திருக்கிறேன். இன்னும் ஒரே மேசையில் உட்கார்ந்துகொண்டு, நேரம் பிழியும் வேலைகளைப் பொறுமையாகக் கையாளுவது சரோஜினிக்கு விருப்பமான காரியம் அல்ல. தான் வழிநடத்தப்படும் வாழ்க்கையில் இருந்தே, சரோஜினி தன் படைப்பாற்றலை வெளிப்படுத்தினார்.

காலை நேரங்களில், தன் நீண்ட முடியை விரித்தபடி சூரியக் கதகதப்பில் புல்வெளி மீது உட்கார்ந்து கொண்டிருப்பார். அவர் முன் எப்போதும் ஒரு சிறிய மேசை இருக்கும். அதில் கத்தை கத்தையாக புத்தகங்களும் சில வெள்ளைத்தாள்களும் இருக்கும். புத்தகங்களைக் கொஞ்சம் புரட்டுவார். பின்னர் அந்தத் தாளில் ஏதோ எழுதுவார். கடந்து செல்லும் இருபாலரிடமும் அவ்வப்போது பேச்சுக் கொடுப்பார்.

மெழுகுவர்த்தி வெளிச்சத்தில் காணும் சரோஜினியைவிட சூரிய வெளிச்சத்தில் காணும் சரோஜினியிடம் நிறைய மாறுதல்கள் இருந்தன. தன்னைப் பெரிதும் மெனக்கெட்டு அமைதிப்படுத்திக் கொண்டவராகத் தெரிந்தார். அவரின் குரல் மென்மையாக இருந்தது. தன் விருந்தினர்கள் சுதந்திரமாகப் பேசிக்கொள்ளும் சூழலை உருவாக்க, தன்னால் முடிந்தவரை விலகியிருந்தார். ஒரு மகாராணி அரசவையைக் கையாளும் தொனியில், ராஜகம்பீரத்தோடு இதைச் செய்து முடித்தார்.

சரோஜினி இப்போது குத்தலாகப் பேசும் மனநிலையில் இல்லை. அதேநேரம் நகைச்சுவை உணர்வைக் கைவிடாதவராகவும் இருந்தார். சூரியக் கதகதப்பில் இலயித்திருப்பதன் இன்பத்தை எதன் பொருட்டும் தியாகம் செய்ய விரும்பவில்லை. முந்தைய இரவில்

அழிவு உண்டாக்கும் ஆக்ரோஷ தெய்வமாக, தன் சக தெய்வங்களையும், தேவிகளையும் புசித்து உண்ட அதே சரோஜினி தேவிதான் இன்று காலையில் கம்பீரம் பூத்த அமைதிப் பெண்மணியாய், யாரைப் பற்றியும் கவலைப்படாமல் தன் ஆட்சியை நிலைநாட்ட விரும்பினார்.

சரோஜினியோடு சில இடங்களுக்குக் காலாற நடந்து சென்றபோது, மீண்டும் அவரின் மற்றொரு உருவத்தைக் கண்டேன். 1935ஆம் ஆண்டு இந்திய அரசியலில் ஏற்பட்ட குழு சமாச்சாரங்களை அதன் குட்டி குட்டி நுணுக்கங்கள் சொல்லி தெளிவான புரிதல் ஏற்படுத்தினார்.

என் மனம் விரும்பத்தக்க பேச்சாளர்கள் பட்டியலில், சரோஜினிக்கு என்றுமே முதலிடம். அவரின் பேச்சைக் கேட்க எவ்வளவு தூரம் சென்றாலும் தகும். அந்தப் பேச்சில் கவிதை நயம் இயல்பாக ஒட்டிக் கொள்வதால், உரை மென்மேலும் மெருகேற்றப்படுகிறது. தொடக்கவிழா, நினைவுவிழா என்று தொடர்ச்சியாக மக்களோடு புழங்குவதால், எந்தவொரு முன்தயாரிப்பும் அவருக்குத் தேவைப்படுவதில்லை. மீனுக்கு நீச்சல் அடிப்பது மாதிரி, சரோஜினிக்கு பேச்சுக் கலை!

அப்படி நிகழ்ந்த சம்பவம் ஒன்று என் ஞாபகத்துக்கு வருகிறது. அரபிக் - யூனியன் கல்லூரியில் நடைபெற்ற பேச்சுப் போட்டி பரிசளிப்பு விழாவுக்குச் சென்றிருந்தோம். புதிய அரசியலமைப்புச் சட்டத்தில், மாநிலங்கள் இணைக்கப்பட வேண்டுமென்றும் - இணைக்கப்படக் கூடாதென்றும் சொல்லி ஆறு மாணவர்கள் பேசினார்கள். போட்டி நடுவர்கள் வெற்றியாளர்களைத் தேர்ந்தெடுக்கும் பொருட்டு ஓரமாகச் சென்று ஆலோசனை செய்த நேரம் அது. அங்கிருந்த மாணவர்களும் பார்வையாளர்களும் சத்தம் எழுப்பி, விழா அரங்கை கதிகலங்க வைத்திருந்தார்கள். கூட்டத்தின் குரலை ஒடுக்க, சரோஜினி நாயுடு மேடைக்குச் சென்றார்.

மிகவும் சன்னமான குரலில், மிதமான உருவகங்களோடு இயல்பான வார்த்தைகளில் தன் உரையைத் தொடங்கினார். குரல் மெள்ள மெள்ள உயர்ந்தது. வண்ண வண்ண விவரணைகளால் மென்மேலும் அலங்கரித்து அபாரமாகப் பேசி முடித்தார். வார்த்தைகளைத் தேடுவதில் அவருக்கு எந்தவொரு சிக்கலும் இல்லை. நீண்ட தொடர்களைச் சரளமாய் அசைபோட்டார். தன் உடலை வார்த்தைகளாலும் உருவங்களாலும் கட்டியெழுப்பினார். ஆகையால் பேச்சைத் தொடங்கும்போது குள்ளமாக இருந்தவர், முடிவை நெருங்கும்போது உயரமாகிக் கொண்டே போனார்.

உரை உச்சம் அடையும்போது, தன் நுனி விரலில் நின்றுகொண்டு கால் அங்குல அளவு உயர்ந்து காட்டுவது, வெளிப்படையாக மாற்றம் உண்டாக்கவில்லை என்றாலும் உளவியல் ரீதியாக நம் மனத்தின் உள்ளே அவர் உயர்வதை உணரச் செய்கிறது. சரோஜினி பேசியது துளியும் ஞாபகத்தில் இல்லை என்றபோதும், அங்கிருந்த இளைஞர்களைப் போல் நானும் வலுவாய் ஈரக்கப்பட்டேன். இந்த வார்த்தை ஜாலமும், அதனைப் பயன்படுத்தத் தெரிந்த கலை நேர்த்தியுமே 20 ஆண்டுகளாக இந்தியச் சுதந்திரப் போராட்டத்தை வழிமாறாமல் பயணப்படுத்தியிருக்கிறது.

நாட்டின் ஒரு மூலையில் இருந்து மறு மூலையில் வசிக்கும் குடிமக்களுக்கு, சுதந்திர இந்தியாவின் மீது ஆர்வமூட்டி அதற்குப் போராடும் நெஞ்சுரத்தை வார்த்தைக் கணைகளால் வாரி வழங்குகிறார். எந்த வகையில் சுதந்திரம் பெறவேண்டும், அதற்கு இந்தியச் சமூகம் எப்படித் தயாராக வேண்டும் என்பது அவர் பேச்சுக்கு அவசியமில்லை. சுதந்திர விதையை ஆதியில் ஊன்றியவர் சரோஜினி. அவர் இல்லாத நவீன இந்தியாவை நினைத்தும் பார்க்க முடியாது. ஷேக்ஸ்பியரின் இந்த வரிகளை நினைவுகூராமல், என்னால் சரோஜினியை கற்பனைக் கூட செய்ய முடியாது:

> 'வயதாவதால் அவள் வாடிப்போவதில்லை, பழகிய பழக்கங்கள் கூட அவள் பன்மைத்துவ நினைவுகளை மழுங்கடிக்க முயன்று தோற்றுப்போகின்றன...'

தேநீர் அருந்தும் வேளையில், தன் பெண் நண்பர்கள் சூழ வரவேற்பறையில் அமர்ந்திருப்பார். வெவ்வேறு சமய நம்பிக்கைக் கொண்டவர்களும், அனைத்து வகுப்பினர்களும் ஒன்றாக அமர்ந்து பேச அந்தக் களம் இடங்கொடுக்கும். அங்கு நியூ யார்க் மற்றும் இலண்டன் நகரப் பெண்களை எளிதில் பார்க்கலாம். சூரியக் குடைக்கு உட்பட்ட எல்லா விஷயங்களையும் அங்கு அலசி ஆராய்வார்கள். பெரும்பாலும் பெண்ணியச் சிந்தனை உடையவர்கள் அதிகமாக வருவார்கள்; அதைப்பற்றி எந்தவொரு புரிதல் இல்லாதவர்களும் அங்கு ஒன்றுகூடுவார்கள். சமூகச் செயற்பாட்டாளர்களும் ஆசிரியர்களும் க்ளப்களைச் சேர்ந்த பெண்களும் அந்த இடத்தை நிறைத்திருந்தார்கள். அதில் சில பெண்மணிகளை நான் இங்கு சொல்கிறேன்:

பேகம் ஷாநவாஸ். நல்ல உயரமான பெண்மணி. பேசுவதற்கும் பழகுவதற்கும் ஏற்ற பண்பாளர். சர்வதேச மாநாடுகள்,

பெண்ணியம் என்று வழக்கமான அறிமுகங்களை அவர் ஏற்படுத்தினார். கடைசியாக நடந்த இலண்டன் வட்ட மேசை மாநாட்டில், இஸ்லாமியச் சமூகத்தின் பெண் பிரதிநிதியாகக் கலந்துகொண்டார். அவர் சார்ந்த எல்லாச் செய்திகளும் நம்பகமாகக் கிடைக்கின்றன. இஸ்லாமிய மார்க்கத்தில் நம்பிக்கை உடையவர் என்றாலும், அவருக்குக் குறுகிய மனோபாவம் கிடையாது. தீவிரமான தேசபக்தி இருந்தது. இந்தியப் பெண்கள்தான் இத்தேசத்தை ஒன்றிணைக்க முடியும் என நம்பினார். இலண்டனிலிருந்து கப்பல் ஏறி இந்தியா வந்தபோது தான் காதுபடக் கேட்ட சில செய்திகளை என்னிடம் சொன்னார். அந்தச் செய்திகளால் காயம்பட்ட ஷாநவாஸ், தன் உதட்டைப் பிதுக்கிக்கொண்டுதான் அதை வெளிப்படுத்தினார்.

பெர்ஷியர்கள் கூட்டமாக நின்று கொண்டிருந்தார்கள். அதிலொருவன் எங்களைச் சுட்டிக்காட்டி, 'இதோ இங்கே சில இந்தியர்கள் இருக்கிறார்கள்' என்றான். உடனே ஒரு பெண்மணி எங்களைத் திரும்பிப் பார்த்தார். அது ஒரு மலினமானப் பார்வை. 'ஓ. அந்த அடிமை தேசமா!' என்றவர் மீண்டும் அலாதி சோகத்தோடு, 'அந்த அடிமை தேசமா!' என்று கத்தினார். தன் வாழ்நாளில் இந்தியா சுதந்திரம் அடையாவிட்டால் பேகம் ஷாநவாஸின் கருத்த விழிகள், அவர் இறந்த பின்னும் முழித்துக் கொண்டிருக்கும் எனத் தோன்றுகிறது.

அடுத்ததாக பேகம் ரஃபி. இவரும் ஒரு இஸ்லாமியப் பெண். பேகம் ஷாநவாஸின் குட்டையான அடர் நிற தோற்றம்தான் இவருடையதும். இவரால் ஆங்கில வார்த்தைகளை மிகச் சரியாகப் பிரயோகித்து கருத்துரையாட முடிந்தது. வார்த்தைகளோடு அதற்கான வீரியத்தையும் தன் உடல்மொழியில் கொண்டு வருகிறார். அவரைப் பற்றி எல்லாம் தெளிவாக வரையறுக்கப் பட்டிருக்கின்றன. மிகவும் நேர்மையான, சுறுசுறுப்புமிக்க, சுயநலமற்ற பெண்மணி. தில்லியில் உள்ள எல்லா க்ளப்பிலும் உறுப்பினராக இருக்கிறார்.

திருமதி ருஸ்தொமோஜி, ஒரு பார்ஸியப் பெண்மணி. அமெரிக்கச் சாயலில் நளினமாக உடை அணிந்திருந்தார். பரிசுத்தமான மென்மைப் போர்த்திய அவர் உருவத்துக்குள் கடினம் கூடிய ஒரு பண்பு இருந்தது. தான் நம்பும் ஒரு விஷயத்துக்காக, மலையளவு சோதனை வந்தாலும் எதிர்கொள்ளும் திராணி உடையவர்.

திருமதி ஆஷப் அலி, அழகான இந்து பெண். அவரின் கணவர் ஓர் இஸ்லாமியர். திருமதி ஆஷப் அலியின் செயல்பாடுகள் அவர்

பிறந்த வகுப்பை மீறிச் செல்பவையாக இருக்கின்றன. அந்தச் சிறு வயதுப் பெண் பிறரைவிட நிகழ்கால யதார்த்தங்களில் நன்கு புரிந்திருக்கிறார். மேட்டுக்குடி சமூகத்தில் உழைப்பதைவிட, சமூக சேவை அமைப்புகளே அவளைப் பெரிதும் ஈர்த்தன.

அவள் எனக்கு துள்ளியோடும் மான் குட்டிகளை நினைவு படுத்துகிறாள். இது தன் கொள்கையை மீறி, குறிப்பாக இந்தியாவில் வேறு மதத்தினரைத் திருமணம் செய்யும் வலிநிறைந்த பாதையைக் குறிக்கிறது. அவளையும் அவளைப் போன்ற எண்ணற்றோர்களையும் கடவுள் ஆசிர்வதிப்பாராக! இந்த முரண்பாடுகளை முட்டித் தவிர்த்து, சமத்துவப் பாலம் அமைக்க முயலவேண்டும். ஒரு துருவத்திலிருந்து மற்றொரு துருவத்துக்குப் பயணப்படுவது அத்தனை எளிதான காரியம் அல்ல. மிகுந்த தைரியமும் எதிர்ப்பை மீறும் அபார சக்தியும் வேண்டும்.

மகாத்மா காந்தியின் முகாமிலிருந்து சில பெண்களும் சிறுமிகளும் வந்திருந்தார்கள். காந்தி அப்போது வருடாந்திர கூட்டத்தில் கலந்துகொள்ள தில்லி வந்திருந்தார். அவரைச் சுற்றிலும் உற்சாகம் பொங்கும் இளைஞர்கள் இருந்தார்கள். அவர்கள் பேச்சில் அத்தனை சுவாரஸ்யம் இருந்தது.

சிலர் இன்னும் தங்கள் பாதையை கண்டுபிடிக்க முடியாமல் முட்டி மோதினார்கள். அது மகாத்மா வகுத்த பாதையாகவே இருக்க வேண்டுமா என்ன? அந்தக் குறுகிய சாலையிலிருந்து வெளியே வரக்கூடாதா? கைப்பட செய்த பண்டங்களைத்தான் பிரயோகிக்க வேண்டுமா? இயந்திரங்களால் செய்தது என்றால் ஏற்கக் கூடாதா? தங்கள் பாதையைச் சரியாகத் தேர்ந்தவர்கள் பெரிதாக சோபித்துப் போகவில்லை. பலத்தின் அடையாளமாக மிளிர்ந்தார்கள்.

அடர்நிறப் பெண்ணொருத்தி கண்ணில் தீப்பொறி தெறிக்க என்னை நோக்கி வந்தாள். கைத்தறியில் நெய்த அழகான சேலையை உடுத்தியிருந்தாள். அவள் என்னைப் பார்க்க வருவது சாதாரண விஷயமல்ல. ஆரிய சமாஜ் இயக்கத்தில் ஒரு முக்கியத் தலைவராய் இருந்த அவளுடைய தாத்தாவை, மதக் கலவரம் ஒன்றில் முஸல்மான்கள் கொன்றுவிட்டார்கள். அப்படிப்பட்ட பெண்ணொருத்தி, என்னைப்போன்ற ஒரு முஸ்லிம் பெண்ணைச் சந்திக்க வருவது ஆச்சரியமான விஷயம்தானே?

அவளிடம் இதைச் சொல்ல நான் ஏங்கிக் கொண்டிருந்தேன். ‘நல்ல காரியம் செய்தாய், பெண்ணே. உன்னுடைய தாத்தா எங்கிருந் தாலும் மகிழ்ச்சி அடைவார். உன் கோபக் கோடாரிகளை இன்றே

புதைத்துவிடு. முஸல்மானோ, இந்துவோ நீ இந்நாட்டின் பிரஜை. ஒன்றுபட்டால் உண்டு வாழ்வு. ஒற்றுமை நீங்கினால் அனைவர்க்கும் தாழ்வு.'

எனக்குக் கிடைத்த கொஞ்ச நேரத்தில் கல்வி நிறுவனங்களுக்குச் சென்றேன். அங்கிருந்த மாதர் சங்கங்களில் பேசினேன். லேடி இர்வின் கல்லூரிக்கு மட்டுமே என்னால் போதுமான நேரத்தைச் செலவிட முடிந்தது. அது மிக முக்கியமான கல்லூரி என்பதால் அல்ல, அதுவே முதலில் திட்டமிடப்பட்டது. லேடி இர்வின் மிக வசீகரமான, திறன்மிக்க பெண்மணி. இந்தியப் பெண்களுக்கு அவர்மீது அசைக்க முடியாத அன்பு இருந்தது.

அந்தக் கல்லூரி உள்நாட்டு அறிவியலுக்குப் பிரசித்தி பெற்றது. சாதாரண மாணவர்களைத் தாண்டி, திருமணம் முடித்த ஏராளமான பெண்கள் சிறப்பு வகுப்புகளுக்கு வந்தார்கள். இது ஒரு நடுத்தர - மேல் தட்டு நிறுவனம் என்பதால், ஆசிரியர்களும் பல்வேறு பிண்ணனியில் இருந்து வந்திருந்தனர். அந்தக் கல்லூரியின் முதல்வர் பார்ஸி சமூகத்துப் பெண். அமெரிக்கர்களும் கிறிஸ்தவச் சமயப் பெண்மணிகளும் அங்கு ஆசிரியராய் பணிபுரிந்தார்கள். அங்கு உணவுமுறை பற்றி ஆழமான சிந்தனை வலியுறுத்தப் பட்டது. இது எனக்கு அமெரிக்காவை நினைவூட்டுகிறது. இந்தியாவில் இதற்குள்ள முக்கியத்துவம் எனக்கு அப்போது புரியவில்லை.

தவிர்க்க முடியாத பல முக்கியக் கலந்துரையாடலுக்குப் பின்னர், இஸ்லாம் பெண்கள் ஏற்பாடு செய்திருந்த விழாவில் கலந்து கொண்டேன். இந்தியா பற்றிய வறுமைப்பாடுகளை நேருக்கு நேர் சந்திக்காமல், அங்குப் பரிமாறப்பட்ட கேக்குகளின் ருசியை விலை அறியாமல் சுவைத்தேன். இந்தப் பணத்தை வைத்துக்கொண்டு ஒரு விவசாயக் குடும்பம் எத்தனை வேளை உணவு உண்ணலாம் என்பதை நான் சிந்திக்கவில்லை.

தேநீர் பரிமாறப்பட்டது. இஸ்லாமியப் பெண்கள் பாடல் ஒப்புவித்தார்கள். இந்துக் குழந்தைகள் நடனமாடினார்கள். அந்த ஒப்புயர்வான நடனக் காட்சிகள் இன்னும் மனத்தில் நிற்கின்றன. ஒரு மெலிந்த இந்துப் பெண், கோப்ரா பாம்பைப் போல வளைந்து நெளிந்து சுருண்டாள். கணுக்காலில் அணிந்திருந்த சத்தமான கொலுசின் சத்தம், அவள் உடலோடு சேர்ந்து நாட்டியமாடியது.

இப்போது ஓர் இந்தியப் பெண் எப்படிக் குளிப்பாள் என்று எனக்குத் தெரியும். கறுத்துப்போன மெலிந்த கைகளில் இலாவகமாக

தண்ணீர் சொறிந்து, உடலை முன் பின்னாக வளைத்து மெல்லமாகத் தேய்த்துக் குளிப்பது அவர்கள் வழக்கம்.

லேடி ஹார்டிங் கல்லூரிக்கு நான் செல்லாத போதும், அதைப் பற்றி கேள்விப்பட்டிருக்கிறேன். அது பெண்களுக்கான மருத்துவக் கல்லூரி. அதன் சில மாணவிகள் என்னைச் சந்திக்க வந்திருந் தார்கள். அவர்களும் நமது நாட்டுக் குழந்தைகளைப் போலவே யதார்த்தமான, சாமர்த்திய குணம் கொண்டவர்கள் எனப் பேச்சுக் கொடுத்த கொஞ்ச நேரத்தில் புரிந்தது.

என் முதல் உரையை அங்குள்ள சங்கத்தில் வாசித்தேன். சமூக அடுக்கின் எல்லா வகுப்பைச் சார்ந்த பெண்களும் அதில் கலந்து கொண்டார்கள். முஸ்லிம்களின் எண்ணிக்கை மட்டும் குறைவு. ஆண்களே இல்லாததால், எல்லாம் புர்கா அணிந்த முகமாய் இருந்தது. அவர்கள் தங்களின் சொந்த சங்கத்தில், ஒரு விஷேசமான நாளைக் கொண்டாட விரும்பினார்கள்.

புர்கா சங்கத்தின் பொழுதுபோக்கு அம்சங்களை இந்துப் பெண்களும் விரும்பிக் களித்தார்கள். என்னை புர்கா சங்கத்தோடு இணைத்தவர், பேகம் முகமது அலி. அவரின் காலம் சென்ற கணவர், இஸ்லாமிய அரசியல் தலைவராகவும் சமூகச் சீர்திருத்த வாதியாகவும் இருந்தார். பேகம், தன் கணவரின் கொள்கைகளுக்கு ஏற்ற பாத்திரமாகத் திகழ்ந்தார். அவரைப் போன்றதொரு திடமானப் பெண்மணியை தேடினாலும் பார்க்க முடியாது.

28 ஆண்டுகளுக்கு முன்பு தன்னைத் தேச கடமைகளுக்காக அர்ப்பணித்துக் கொண்ட துருக்கி நாட்டுப் பெண்களைப் போல அவர் என் கண்களுக்குத் தெரிந்தார். அவசரப் படமாட்டார். பொறுமைசாலி. தனக்கேற்ற நேரத்தில் தான் பெற விரும்பும் மாற்றத்தை மெல்லமாக அடைய விரும்புபவர். ஒரு முஸல்மான் பெண் தான் செய்ய விரும்புவதை, புர்காவுக்குள் இருந்தே செய்ய வேண்டும் என்ற எண்ணம் கொண்டவர்.

அவரின் எண்ணவோட்டத்தில் ஆண் மைய சிந்தனைக் குடி கொண்டிருந்தது. புர்கா அணிந்துகொண்டு, 1908ஆம் ஆண்டுகளில் வாழ்ந்த துருக்கி நாட்டு மத்திய வர்க்கப் பெண்களைப் போல் தன் நாட்களைக் கழித்தார்.

ஜாமியா பல்கலைக்கழகக் கருத்தரங்க அறையில் இரண்டுவிதமான பெண் பார்வையாளர்கள் இருந்தார்கள். ஒரு சாரார் ஆண்களோடு சேர்ந்து ஒரே மேஜையிலும், மற்றொரு சாரார் மெலிசான திரைக்கு அப்பால் ஆண்களைவிட்டுத் தனித்தும் இருந்தார்கள். ஆனால்

பேகம் முகமது அலி இவ்விரண்டிலும் அமரவில்லை. பின்னாலிருந்த மேடையில் தனியாக உட்கார்ந்திருந்தார். அவரைத் தடை மீறும் பெண்ணென்றோ, எல்லைக்குள் வாழும் பெண்ணென்றோ அடையாளப்படுத்த முடியாது. இரண்டிற்கும் மத்தியில் இருந்தார். அவரின் இருக்கை தேர்வை வைத்தே, நவீன இந்தியாவில் அவர் பெற்றிருக்கும் இடத்தையும் - அவரின் கொள்கையையும் புரிந்துகொள்ளலாம் என நினைக்கிறேன்.

புர்கா சங்கத்தைப் பார்க்கும்போது 28 ஆண்டுகளுக்கு முந்தைய துருக்கிதான் ஞாபகத்திற்கு வருகிறது. இவர்கள் அணியும் உடை, விடுதலை சங்கத்தை நினைவூட்டினாலும் வெளிப்படுத்தும் உணர்ச்சிகள் வேறுமாதிரியானவை. தேசப் பணிகளில் இரண்டறக் கலக்க, நாங்கள் இனி புர்கா அணியப்போவதில்லை என மற்றவரிடம் சொல்கிறார்கள்.

தொழில்முறைப் பெண்கள் கலந்துகொண்டது நவீன காலத்தின் குறிப்பிடத்தகுந்த மாற்றம். ஆனால் அவர்கள் புர்கா சங்கத்தில் குறைந்த எண்ணிக்கையில் இருந்தனர். விடுதலைப் பிரகடனத்தை வெளிப்படுத்தும் முன்னர் அதன் நீல அகலங்களை அலசி ஆராயும் கடைசிக் கட்டத்தில் இவர்கள் நின்றுகொண்டிருப்பதாய் தோன்றியது. ஆனால் எந்தப் பெண்ணின் முகத்திலும், வழிவழியாக இருக்கும் ஆணாதிக்கக் கலாசாரத்தின் விளைவால் திரைக்குப்பின் ஒளிந்திருக்கும் மகளிரின் விநோத உணர்வு தென்படவில்லை.

ஒருவேளை அப்படியிருந்தால், அது அந்தக் கொள்கையின்பால் அவர்களுக்கிருந்த நம்பிக்கையாய் இருக்கலாம். நான் பேசுவதைப் பெரிதாய் அலட்டிக்கொள்ளாமல், ‘புர்கா ஒழிப்பு நல்லதா, கெட்டதா?’ எனக் கேள்வியெழுப்பி, நான் என்ன சொல்வேன் என்று ஆவலாய் எதிர்ப்பார்த்தார்கள்.

சங்க உறுப்பினர்கள் தங்களால் இயன்ற கொடை உதவிகளை செய்கிறார்கள். வாராந்திர அல்லது மாதாந்திரக் கூட்டங்களோடு சங்க செயல்பாடுகள் முடிந்துவிடுகின்றன. அதுவும் கேளிக்கை மிகுந்த உரையாடல்களாய் அவரவர்களுக்குள் முடிந்துவிடும்.

அங்கு வருபவர்களுக்கு தேநீரோடு சில இனிப்புப் பலகாரங்களும் கொடுக்கப்படும். சங்கத்திற்கு புறம்பான விவகாரமெனில், அவர்கள் பெரிதாய் ஆர்வம் காட்டுவதில்லை. ஜாமியா பல்கலையில் பார்த்த பெண்களைவிட, இவர்கள் பெரிதும் மாறுபட்டிருந்தார்கள்.

புர்கா அணிந்த பெண்கள், கொஞ்சமேனும் தங்களின் நேரத்தையும் பணத்தையும் ஆர்வத்தையும் செலவு செய்திருந்தால், சமூகப் பணிகளில் இஸ்லாமியப் பெண்களைக் கலந்து கொள்ளச் செய்ய ஜாமியா மிகப்பெரிய பங்காற்றியிருக்கும்.

'பெரிய அளவிலான சமூகப் பணித் திட்டமொன்று பேச்சு வார்த்தையில் உள்ளது. இதை முனிசிபாலிட்டியோடு சேர்ந்து முடிக்கப் பார்க்கிறோம். இதன் முன்னணியில் மதம் மாறிய கிறிஸ்தவர்கள் இருக்கிறார்கள். பார்ஸிக்களும், இந்துக்களும், குறைந்த அளவிலான இஸ்லாமியர்களும் அடுத்தடுத்தக் கட்டங்களில் இருக்கிறார்கள்' என்றோர் இந்தியப் பெண் சொன்னாள்.

நான் இந்தக் குறையைப் பற்றி ஆழச் சிந்தித்தேன். இதே குறையைச் சுட்டிக்காட்டி இந்திய முஸ்லிம்கள் எண்ணற்ற கடிதங்களை எனக்கு அனுப்பியிருந்தார்கள். அவர்களின் ஒட்டுமொத்த சுமையும் இதுதான், 'கடவுளே! தயவு செய்து புர்காவிற்கு எதிராகப் பேசுங்கள். பெண்களின் எல்லாவித அடிமைத்தனத்திற்கு இதுவே மூலக்காரணம்...' இவைபோல இன்னும் சில செய்திகள் சொன்னார்கள்.

முந்தைய தலைமுறையின் புர்கா கலாசாரத்தை நேரடியாக எதிர்க்க வேண்டும் என்பது என் நோக்கமல்ல. இளைய தலைமுறைக்கு உதவ வேண்டிய தேவை இல்லாதபோதும், அவர்களுக்காக மன்றாட விரும்புவதே என் நோக்கம். பார்வையாளர்களிடம் விசித்திரமாய் நான் அடையாளம் காணப்பட்டேன். ஆக்ரோஷம் பொங்க, மிக வெளிப்படையாய் என் சொந்த சகோதர சகோதரிகளிடம் பேசுவது போல உரையாடினேன்.

எல்லா நேரத்திலும் என் மனம் ஒற்றைதான் சொல்லிக் கொண்டே இருந்தது. இந்த அரங்கத்தைச் சரிபாதியாகப் பிரித்து, கைத்தறி நெசவு இயந்திரங்களைப் பொருத்தி, நேரம் உள்ள பெண்களுக்கு வேலை - அறை ஒன்றைத் தயார் செய்யலாம். குழந்தைகள் விளையாடுவதற்கு வெளியே உள்ள பூந்தோட்டத்தைப் பயன்படுத்திக் கொள்ளலாம். ஓய்வெடுக்கும் ஒன்றிருவர் குழந்தைகளை அவ்வப்போது வந்து பார்த்துக் கொண்டால் போதும். இந்தத் திட்டத்தை ஏழைகளும் உடுத்த உடையில்லாத பெண்களும் பெருமளவில் வரவேற்பார்கள். சம்பாத்தியமாக பணம் காசு தராவிட்டாலும், உடுத்துவதற்கு உடையாவது மிஞ்சுகிறதே!

மாடியில் சிறிய அளவிலான ஒரு க்ளினிக் தொடங்கலாம். முனிசிபாலிடி மருத்துவமனைக்குச் செல்ல மாட்டேன் என்று வீம்புப் பிடிக்கும் பழமை ஊறிய ஏழைகளும் நோயாளிகளும் இதைப் பயனுடையதாய் கருதுவார்கள். குழந்தை வளர்ப்பு பற்றி செயல்முறை வகுப்பெடுக்க மற்றொரு ஏற்பாடு செய்யலாம். ஹூம், குழந்தை வளர்ப்பதில், கிழக்குவாசிகளுக்கு உள்ள அறியாமையை கடவுள்தான் அறிவார்!

நான் பேசிக்கொண்டு இருக்கும் இந்த இடத்தில், வயது முதிர்ந்த பெண்களுக்கு மாலை நேர வகுப்புகள் தொடங்கலாம். கல்லூரி படிப்பு முடித்த ஏராளமான முஸ்லிம் பெண்கள், இந்த வேலைக்கு தயாராய் இருக்கிறார்கள். 'நீங்கள் என்ன செய்கிறீர்கள்?' என்று அவர்களை நோக்கி கேட்கிறேன். 'இத்தனை அழகான ஆடை அணிந்துகொண்டு கற்பிக்கவோ, வேலை செய்யவோ, உதவி செய்யவோ முன்வராமல் வெறுமனே அமர்ந்து கொண்டு காலம் கழிப்பதால் என்ன பலன்?'. இத்தனை விலையுயர்ந்த உணவுகள் எதற்கு? ஜாமியாவில் படிக்கும் எண்ணற்ற ஏழைக் குழந்தைகளின் சாப்பாட்டுச் செலவைக் கணக்கிட்டு, அதற்காவது பிரயோஜனப்படுத்தலாம் அல்லவா?'

நான் பேசிய கடுஞ்சொற்களை, அவர்களின் சகோதரத்துவத்தாலும் அன்பு மிகுதியான பாசத்தாலும் கற்கண்டாய் ஏற்றுக் கொண்டார்கள். இறுதியாக சுவரில் அலங்கரிக்க என் புகைப்படம் ஒன்று வேண்டுமெனக் கேட்டார்கள். பள்ளி ஆசிரியைப் போல் புன்முறுவல் பூத்த ஒரு படத்தை அவர்களுக்குக் கொடுத்துவிட்டு வந்தேன். நான் அன்று சொல்லத் தவறிய பல செய்திகளை, இன்றும் அந்தப் படம் அவர்களுக்கு ஞாபகப்படுத்தும் என நம்புகிறேன்.

அத்தியாயம் 4

காந்தியைக் கண்டேன்

மகாத்மா காந்தியை முதன்முதலாகச் சந்திக்க தயாராகிக் கொண்டிருந்தேன். அவர் இந்தியப் பண்பாட்டின் அடிநாதமாகவும் ஒட்டுமொத்த இந்துக்களின் பிரதிநிதியாகவும் எனக்குத் தெரிந்தார். என் ஆழ்மன எதிர்பார்ப்புகள், அந்தப் பயணத்தை மேலும் உணர்ச்சிவயப்படுத்தின.

ஒரு சிறிய எரிபொருள் நிரப்புமிடத்தில் கொஞ்ச நேரம் காத்திருந்தோம். பேராசிரியர் மல்காணியை அங்குதான் சந்தித்தோம். அவர் இந்து சமூகத்தில் தீவிரமாகப் பணியாற்றிவரும் எழுத்தாளர். அத்தோடு தீண்டாமை ஒழிப்புச் சங்கத்தின் கூடுதல் பொதுச் செயலாளராகவும் பணியாற்றி வந்தார். இந்து மதம் பற்றி என் அப்போதைய புரிதல்களை அவர் கனிவாய் கேட்டுத் தெரிந்து கொண்டதால், உவப்பளிக்கக் கூடிய உதவிகரமான சந்திப்பாக அது இருந்தது.

பின்னர் ராஜ வீதியின் மரங்கள் அடர்ந்த சாலையில் எங்கள் கார் தொடர்ந்து முன்னேறிக் கொண்டிருந்தது. கப்பலில் பயணித்தபோது நான் கண்ட அதே இந்திய வானின் தெளிவான காட்சியை இப்போது பார்க்கிறேன். பாரசீக வானில் சீராக மெருகேற்றப்பட்டதைப் போல், இந்திய வானத்தின் ஒருபாதி பொன்னிறமாய் காட்சி தந்தது. மற்றொரு பாதியில் நீல நிற வானம் முழுக்க மிருதுவான வெண்ணிற மேகங்கள் மெதுவாக நகர்ந்து கொண்டிருந்தன.

அடர்ந்த மரங்களின் வலப்பக்கமாய் பார்த்தால், அரை நிர்வாண கோலத்தில் சிலர் இருந்தார்கள். பிணத்தை வெள்ளைத் துணியால் போர்த்தி, தோளில் சுமந்துகொண்டு போனார்கள். ஒரு ஏழையின்

இறுதி ஊர்வலம் அது. எங்கள் கார் திறந்தவெளியில் இருந்த இரண்டுமாடிக் கட்டடத்தை நெருங்கியதும், நாங்கள் இறங்கிக் கொண்டோம். அந்த வீட்டின் மாடியில் காங்கிரஸ் கொடி பறந்தது.

நெடிய பரப்பை எதிர்கொண்டபடி அந்த வீட்டின் வாசற்கதவு பின்பக்கமாய் இருந்தது. தூரத்தில் நெருப்புமூட்டும் வெளிச்சமும், சில வெள்ளை நிறத்தினர் நடமாடுவதும் தென்பட்டன. வீட்டின் முன் விசாலமான தாழ்வாரம் இருந்தது. அங்கிருந்து மகாத்மா காந்தியின் அறை உட்பட, முதல் தளத்தில் உள்ள எல்லா அறைகளுக்கும் செல்லலாம். அவரின் அறை சற்றே பெரிதாக, கான்க்ரீட்டால் மெழுகப்பட்டிருந்தது. வாசலை அடுத்த மூலையில் ஒரு கம்பளம் விரிக்கப்பட்டிருந்தது. தரையில் மெத்தை பொருத்தப்பட்டு, பழங்கால துருக்கியில் பயன்படுத்துவது போன்ற உயரம் குறைந்த மேஜை ஒன்று இருந்தது. புத்தகங்களும் தாள்களும் மேஜை, மெத்தை முழுக்க சிதறிக்கிடந்தன. அந்த மெத்தையில் மகாத்மா காந்தி உட்கார்ந்திருந்தார்.

நான் பார்த்த இந்துக்களின் அதே முகம். ஆனால் மர்மமாகவோ புதிர் நிறைந்தோ இல்லை. இவரின் சாந்தமான, முக்கோண வடிவ, அடர்நிற முகத்தைக் காட்டிலும் வேறு எந்த முகமும் இத்தனை நேர்த்தியாக இருக்காது. பெரிய வாய். பெரும்பாலும் பற்கள் இல்லை. முன்வரிசையில் ஒரேயொரு பல் தொடுத்துக் கொண்டிருந்தது.

உதடுகள் ஒன்றோடொன்று ஒட்டிக்கிடந்தன. ஆனால் அது முரட்டுத்தனமாகவோ முதுமையை மறைக்கும் உத்தியாகவோ தெரியவில்லை. அவரின் நீண்ட மூக்கு உதடுவரை வளைந்திருந்தது. நகைச்சுவையாகப் பேசி எளிதில் மகிழ்ச்சி அடையும் மனிதராக இருப்பாரோ என எண்ணத் தூண்டியது.

முதலில், அவர் முகம் இறுக்கமாய் தெரிந்தது. குழிவிழுந்த கண்கள் நுட்பமாகவும் ஆழமாகவும் ஒருவகையில் மங்கோலிய முகங்களைப்போல், குறுகலாய் இருந்த நெற்றியை நோக்கிக் குவிந்ததுபோல் இருந்தன. ஆனால் இமை மூடித் திறப்பது மங்கோலிய பாணியில் அல்ல. உயர்ந்த புருவங்களை நோக்கி, மென்மையான இமைகள் மூடித் திறப்பது இந்துவுக்கே உரிய அசல் சுபாவம்.

தன் முகத்தை அவர் முன்னோக்கிக் குனிந்தபோது, வழுக்கைகூடிய தலையில் சுருள் விழுந்த ஒரு உச்சிக்குடுமியைப் பார்த்தேன். இது இந்துக்களின் புனிதமான பழக்கம் என்று நினைக்கிறேன். ஆனால்

அனட்டோலியாவில் வசிக்கும் ஆண்கள், மழித்தெடுத்த தங்கள் தலையிலும் இதே மாதிரியான குடுமி ஒன்றைப் போட்டுக் கொள்கிறார்கள். இது அவர்களின் மதச் சம்பிரதாயத்துக்குத் துளியும் சம்பந்தம் இல்லாத ஒன்று. குனிந்த நிலையில் அவரைப் பார்க்கும்போது, செங்கிஸ்கானின் படமொன்று நினைவுக்கு வருகிறது. அதே வழுக்கைத் தலை, அதே உச்சிக்குடுமி, அதே குறுகலான மங்கோலிய நெற்றியின் சாயல் நிறைந்த முகம்.

இன்னொரு மூலையில் பெண்கள் பலர் ஒன்றுகூடி உட்கார்ந்திருந்தனர். பூமத்திய ரேகைக்கும் துருவத்துக்கும் உள்ள வித்தியாசத்தைப் போல், இரண்டு மூலைக்கும் இடையே உணர்ச்சிவயமான பெரும் வேறுபாடு இருந்தது. பெண்கள் இருந்த பகுதி, கும்மாளமும் உணர்சிமயமும் நிறைந்து காணப்பட்டது. சிரித்துச் சிரித்து வயிறு புண்ணானதுபோல் சில பெண்களின் முகம் தென்பட்டது. ஆனால் காந்தி இருந்த மூலை, மத்தியதரைக்கடலில் வீசும் ரம்மியமான குளிர் காற்றுபோல மென்மையாக இருந்தது.

‘அவர் ஒரு வசீகர ஆளுமை. அவருடன் நட்பு பாராட்டும் எவரும், தன் தெளிவான முடிவெடுக்கும் திறனை இழக்கிறார்கள். அவரைப் பற்றி அறிந்த ஒவ்வொருவரும், அவர் குறித்து மிகவும் உணர்ச்சி வயப்படுகிறார்கள். அவர்களிடம் அவர் குறித்த விமர்சனப்பூர்வமான பார்வை இருப்பதில்லை’ என்று காந்தி பற்றி ஆங்கிலேயர் உட்பட பலர் என்னிடம் சொல்லியிருக்கிறார்கள்.

‘இந்த மக்களை உணர்ச்சியால் வசீகரிக்க முடிகிறதென்றால், இவர்கள் உனர்ச்சிக்கு அடிமைப்படக்கூடியவர்களாக; உண்மைக்கு மாறாய் உணர்ச்சியைத் தேடுபவர்களாக இருக்க வேண்டும்’ என்று நான் அங்கு உட்கார்ந்திருக்கையில் யோசித்தேன். எனக்குத் தெரிந்தவரை உணர்ச்சிவயப்படுபவர்களை ஈர்த்து, தன்னைச் சுற்றியொரு கற்பனையான மர்மத்தை உருவாக்க எந்த ஒன்றையும் செய்யாத எளிய மனிதராகவே மகாத்மா காந்தி இருந்தார். அவரின் மத இயல்பை மறுக்கமுடியாது. அவர் பேசும் சில உரைகளைக் கேட்டால், தேர்ந்த ஆன்மீகவாதியோ என்ற எண்ணம் மேலெழும்.

அவரைப் புரிந்துகொள்ள வேண்டும் என்ற தீர்க்கமான மனதோடு நான் அங்கு சென்றேன். உணர்ச்சிகளுக்கு இடம் கொடுக்க வில்லை. எனது ஐரோப்பிய பிரச்சார அடிப்படையிலான எவ்வித முன் அபிப்பிராயங்களுக்கும் இடங்கொடுக்கக்கூடாது எனத் தீர்மானித்திருந்தேன். இங்கிருப்பவர்கள் போல அனுதாபத்துக்கோ போற்றுதலுக்கோ ஆட்படக்கூடாது என்றும் முன்னெப்போதையும் விடத் திடமாகச் சொல்லிக்கொண்டேன்.

இருபதாம் நூற்றாண்டு வரலாற்றில், இவரொரு மிக முக்கிய ஆளுமை என எனக்கு நானே சொல்லிக்கொண்டேன். முடிந்தவரை ஒவ்வொரு விஷயத்தையும் உண்மைக்கு நெருக்கமாக, நேர்மையாகப் பதிவு செய்ய வேண்டும் என்று முடிவுசெய்தேன்.

நாங்கள் உரையாடுவதை, மகாதேவ் தேசாய் குறிப்பெடுக்கத் தொடங்கினார். தேசாய், காந்தியின் தனிப்பட்ட உதவியாளர். காந்தியோடு பேசிய அனைத்து உரையாடல்களும் எனக்கு நன்றாக நினைவிருக்கின்றன. காந்திய இயக்கம் பற்றி பின்னர் பேசுகையில், நான் அவற்றை மேற்கோளிட்டு விவரிக்கிறேன்.

தேசாய் தன் சுயத்தைக் காட்டிக்கொள்ளாத, அடக்கமான மனிதர். குறிப்பெடுக்கையில் ஒன்றைக்கூட விட்டுவிடக்கூடாது என மிகக் கூர்மையாய் கவனித்தார். இந்த இயக்கத்தைத் தாண்டி அவருக்குத் தனிப்பட்ட வாழ்க்கை என்று எதுவும் கிடையாது.

மகாதேவ் தேசாய் சற்றே உயரமான மனிதர். வயது நாற்பது இருக்கும். மென்மையான உதடுகளும், ஆன்ம ஒளிபொருந்திய கண்களும் வாய்த்த, சாதாரண மனிதர். அவரிடம் சமய பக்தி மேலோங்கியிருந்தாலும், எடுத்த காரியத்தை முழுமையாக முடிக்கும் பண்பாளர். சரியாகத் திட்டமிடாத பணிகளை அவரால் ஒருபோதும் செய்ய முடியாது. தன்னுடைய சக்திவாய்ந்த, உணர்ச்சிகரமான குணாம்சத்தால், சகலத்தையும் தன் கைக்குள் வைத்திருந்தார்.

மகாத்மா மீது அவர் கொண்டிருந்த போற்றுதலும் பக்தியும் அன்பும் முழுக்க முழுக்க விசுவாசம் சார்ந்தது. தன் எஜமானின் பின்னிருந்து, எப்போதும் அவர் அழைப்புக்காகக் காத்திருக்கிறார். கடந்த பதினாறு ஆண்டுகளாக, இந்த இயக்கத்தில் இரத்தமும் சதையுமாய் உழைத்து வருகிறார். சிறு வயதிலேயே துறவறத்தில் ஆசைகொண்டு மிகவும் குறுகலான, கடினமான பாதையைத் தேர்ந்தவர்.

மகாத்மா காந்தியின் வாராந்திரப் பத்திரிகை 'ஹரிஜன்'-ல் இவர் தான் மெய்ப்புத் திருத்துகிறார். செயலாளர் பணிகள் அனைத்தையும் செய்கிறார். சுத்தம் செய்வது, பாத்திரம் விளக்குவது உட்பட. இந்தியா, ஐரோப்பா, அமெரிக்கா, தூர கிழக்கு நாடுகள் என உலகம் முழுவதிலுமிருந்து ஆட்கள் வந்து போய்க் கொண்டே இருப்பார்கள். மகாத்மா காந்தியைக் கேள்விகளால் துளைத்தெடுத்துக் கொண்டிருப்பார்கள். இப்படியான சூழலில் இருந்துகொண்டு தன் அறிவுஜீவிப் பணியை மட்டுமே செய்து

வருவது மிகவும் கடினமானது. கடுமையாக ஒழுங்கு இருந்தால் ஒழிய அதற்குச் சாத்தியமே இல்லை.

கதவு திறந்துகொண்டே இருந்தது. விதவிதமான ஆடைகள் அணிந்த மனிதர்கள் உள்ளே வந்து, கம்பளத்தின் விளிம்பில் சாஷ்டாங்கமாக விழுந்து எழுந்தார்கள். பின்னர் ஒரு மூலையில், முட்டியில் கைவைத்து தியானம் செய்வதுபோல் உட்கார்ந்தார்கள். காங்கிரஸின் சில பழக்கப்பட்ட முகங்கள் அதில் தெரிந்தன. முக்கிய அங்கத்தினர்களும் அறிவுஜீவிகளும் ஆன்மீகவாதிகளும் அங்கு வந்தார்கள்.

இப்படி வணங்கும் முறையை மேற்குலகக் கண்களில் பார்த்தால் அடிமைத்தனமாகத் தெரியும். ஆனால் உண்மை அதுவல்ல. கிழக்கில் சமய ரீதியான நம்பிக்கைக்கு உரிய மனிதர்களை, இப்படித்தான் வணங்குகிறார்கள். நவீன அறிவியல், பொருள்முதல்வாத, மேற்கத்திய கல்விகளில் இருந்தும் இந்தப் பழக்க வழக்கம் தாக்குப்பிடித்திருப்பதுதான் ஆச்சரியம். இங்கு எல்லோரும் மகாத்மா காந்தி என்ற ஆளுமைக்குள் இரண்டறக் கலந்துள்ளனர். காந்தி சிறிதளவே பேசினார்.

சிலர் காந்தியின் ஆலோசனைக்காகவும், தன் புதிய முயற்சிக்கு ஆசிர்வாதம் பெறவும், தாங்கள் செய்யப்போவதை அவரிடம் சொல்லிப் போகவும் வந்திருந்தனர். அவரைச் சந்திப்பதற்கும் உரையாடுவதற்கும் எண்ணிலடங்காத காரணங்கள் இருந்தன. அவருக்குத் தெரியாமல் பெரும்பாலான இந்துக்களும் கணிசமான முஸ்லிம்களும் எதுவும் செய்ய முடியாது. மகாத்மா காந்தி அரசியலில் இருந்து ஓய்வு பெற்றாலும், இது அவரின் அரசியல் வாழ்க்கைக்குப் பொருந்தும்.

காந்தியிடம் ஆலோசிப்பதற்கான பொதுவான காரணம் அவரைச் சுற்றியுள்ள மாயமான ஆன்மிகத் தோற்றமோ தீர்க்கதரிசியாக முன்முடிவெடுக்கும் ஆற்றலோ எதுவாகவும் இருக்கலாம். எதுவாக இருந்தாலும், அவரின் நேரமும் சக்தியும் அதிகமாக உறுஞ்சப்படுகின்றன. அவர் மிகவும் சிக்கனமாகப் பேசுவதுகூட, அன்றாடம் பேசி அலுத்துப்போனதன் அடையாளமாக இருக்கலாம் எனத் தோன்றுகிறது.

ஓர் அமெரிக்கப் பத்திரிகையாளரை அவர் வரவேற்க இருந்ததால் நாங்கள் அங்கிருந்து கிளம்பிவிட்டோம். தாழ்வாரத்தில் இறங்கி, கூட்டு வழிபாட்டில் அவரோடு கலந்துகொள்ளக் காத்திருந்தோம்.

டாக்டர் கியூர் (Dr. Huer) படிகளில் நின்று வானத்தைப் பார்த்துக் கொண்டிருந்தார். அவர் ஓர் இளம் செக் நாட்டு வானியல் அறிஞர். நட்சத்திரங்கள் வெண்மேகங்களுக்கு இடையே கண்ணாமூச்சி ஆடிக் கொண்டிருந்தன. வெள்ளைத் திரைச்சீலைக்கு அருகே நின்று இந்தியர்கள் அவரைக் கவனித்துக் கொண்டிருந்தார்கள். சிலர் அங்கும் இங்கும் நடந்தார்கள்.

அந்த அறிஞர் தன் வசீகரமான குரலில் உணர்ச்சிப்பூர்வமாய் பேசத் தொடங்கினார். அவரின் முணுமுணுப்பில் ஆழமிருந்ததால் தூரம் தாண்டியும் என் காதில் கேட்டது. அவரின் உச்சரிப்பு தெளிவாக, தான் சொல்லப்போவதை அழுத்தமாக உணர்த்தும் தொனியில் இருந்தது. இராணுவ அதிகாரி படைவீரர்களுக்குக் கட்டளையிடும் தொனியை இது எனக்கு ஞாபகப்படுத்துகிறது.

'இலட்சோபலட்சம்... நினைத்தும் பார்க்கமுடியாத நீண்ட இடைவெளி... சொல்ல முடியாத நெடுந்தூரம்... எல்லையற்ற கணக்கு வழக்கு...' என்று பிரபஞ்சத்தின் கால, தூரங்களை வைத்து ஆன்மிக அசைவுகளை அவர் விளக்க முயன்றார். இந்த அந்நியமான, நடுக்கமுற்ற முணுமுணுப்பை என்னால் என்றைக்கும் மறக்க முடியாது.

இவ்வாறிருக்கையில் இடது பக்கம் விரிப்புகள் வீசப்பட்டன. ஆண்களும் பெண்களும் விரிப்புகளை நோக்கி நகர்ந்து, வரிசையாக உட்கார்ந்தனர். தாய்மார்கள் தங்கள் குழந்தைகளை விரல் பிடித்து அழைத்தும், இடுப்பில் சுமந்தும் வழிபாடு நடக்கும் இடத்துக்குக் கூட்டி வந்தார்கள். கொஞ்ச நேரத்திலெல்லாம் அரை வட்ட வடிவத்தில் ஒரு பெருங்கூட்டம் கூடிவிட்டது.

எதிர்முனையில் சில கம்பளங்கள் விரிக்கப்பட்டன. வானம் பொன்னிறத்தில் இருந்து சிவப்பு நிறத்துக்கு மாறியது. முன்னர் புகை விட்டுக்கொண்டிருந்த நெருப்பு, இப்போது இருளை உண்ணும் அக்னியாக ஆட்டம் போட்டது. நானும் அந்த விரிப்பில் உட்கார்ந்தேன். மணியடித்து ஒலி எழுப்பினர். தாழ்வாரப் படிகளில் இருந்து மெல்ல இறங்கிவந்த மகாத்மா, கூட்டத்தின் மத்தியில் வந்து உட்கார்ந்தார்.

குழந்தைகள் அங்கிங்கும் ஓடி கிசுகிசுத்தார்கள். தாய்மார்கள் அதட்டியும் விரல் பிடித்தும் அமைதிப்படுத்த முயன்றனர். அந்தச் சிறு குழந்தைகளின் மகிழ்ச்சியில் ஏதோ ஒன்று தொற்றிக் கொண்டது. பெரியவர்களைவிட அங்கு என்ன நடக்கப்போகிறது என்பதைக் குழந்தைகள் நன்றாகப் புரிந்து வைத்திருந்தார்கள்.

மொத்தக் கூட்டமும் குழந்தைத்தனமான எளிமையுடன் மௌனமாக இருந்தது.

எனக்குப் பின்னால் ஒரு அம்மா தன் குழந்தைக்குப் பாலூட்டிக் கொண்டிருந்தார். மார்பிலிருந்து பாலை உறிஞ்சி, சப்புக் கொட்டி முழுங்கும் சத்தம் நன்றாகக் கேட்டது. எதிரிலிருந்து வயது முதிர்ந்த பண்டிதர், சித்தாரின் நரம்பை மீட்டினார். ஜாமியாவில் பார்த்த சில முகங்களை என்னால் இங்கு அடையாளம் காண முடிந்தது.

இந்த நேரத்தில் மகாத்மா காந்தியின் சலனமற்ற உடலுக்குப் பதிலாய், அந்தச் சூழல்தான் கூட்டத்தைக் கட்டுப்படுத்தியது. அவரும் இதில் ஓர் அங்கம், அவ்வளவுதான். இருந்தாலும் நான் அவரைப் பார்த்தேன். சில விசித்திரமான ஒளிகளாலோ அல்லது அவரின் மெலிதான தோள்களாலோ, காந்தியின் ஆடை இரண்டுபக்க தோள்களிலும் கூர்மையாகச் சரிந்து நின்றது. அவரின் முழு உருவத்தையும் ஜியோமெட்ரிக்கல் வடிவங்களாக நான் பார்த்தேன். வெள்ளைத் துணியால் சுற்றப்பட்டு, கூர்மையான தோள்களை உடைய, அசையாத புத்தரைப் போல் அவர் தெரிந்தார்.

'ரகுவார் தும்கோ மேரி லாஜ்...' என்று சித்தாரை மீட்டிக்கொண்டே அந்தப் பண்டிதர் பாடினார். நரம்பின் இசையில் மொத்தக் கூட்டமும், அந்த ஒட்டுமொத்த இடமும், புத்தர்போல் காட்சிதந்த மகாத்மா காந்தியும் இரண்டறக் கலந்தார்கள். இப்படியொரு இசையை நான் என் வாழ்க்கையில் கேட்டதில்லை. பீத்தோவன் சில நேரங்களில் உயரத்தை அடைந்தாலும், அங்கு ஒருவர் உணர்ச்சியால் துன்புறுத்தப்படுவதில்லை. அது ஓர் அமைதியான அறிவாற்றலால் நிலைபெறுகிறது. இந்த இராகத்தில் உணர்ச்சியின் தொல்லை இல்லாததோடு, உடலில் இருந்து நம் ஆன்மா விடுபடுகிறது. ஆச்சரியம் கொள்ளத்தக்க ஆன்மப் பேரானந்தத்தை அடையாமலேயே ஒருவரால் தன் உடலிலிருந்து விடுதலைப் பெற முடிகிறது. எல்லாவிதத் தொல்லையிலிருந்தும் விடுபட்டு, கடந்தகாலத் துன்பங்களை மறந்து சுயநினைவற்று மகிழ்ச்சி கொள்ளத் தூண்டுகிறது.

இந்த இராகமும் பாடலும் மிகப் பழையவை. 15ஆம் நூற்றாண்டில் வாழ்ந்த துளசிதாசர் என்னும் இந்துக் கவிஞரால் இயற்றப்பட்டது. இதை எனக்கு மகாதேவ் தேசாய் மொழிபெயர்த்துச் சொன்னதும் மிகப் பரிச்சயமாக இருந்தது. கிட்டத்தட்ட இரண்டு நூற்றாண்டுக்கு முன் தோன்றிய, இஸ்லாம் மார்க்கத்தின் மீட்புப் பிரார்த்தனையும் இதுபோலத்தான் இருக்கும்.

'ஓ ரகுவரா! உனது அவமானம் எனக்கும் அவமானமே! நான் எப்பொழுதும் உன் பாதுகாப்பைத் தேடிச் சரணடைகிறேன். பலவீனமானவர்களைப் பாதுகாக்க நீ உற்ற துணையாய் இருக்கிறாய்! பாவிகளைக் காப்பாய் என்று உன்னைப்பற்றி சொல்கிறார்களே, நான் ஒரு பழம்பாவி. என் கப்பலை கரை சேர்க்க மாட்டாயா...'

இந்த வார்த்தைகள் இசையோடு பொருந்தவில்லை. ஆனால் அந்த ராகம் எல்லாத் துன்பங்களிலிருந்தும் ஒருவரை மீட்கிறது. மாலைநேரப் பிரார்த்தனையில் அங்கு சில பகவத் கீதை வசனங்கள் சொல்லப்படுகின்றன. அதே ரம்மியமான சூழலில் இந்தப் பாடலைக் கேட்கும்போது, சொல்லொணாத உணர்ச்சிப் பீறிட்டுக் கிளம்புகிறது.

'எவனொருவன் பற்றுகளில் இருந்து விடுபட்டு, எதற்கும் ஆசைப்படாமல், 'நான்', 'எனது' என்ற எண்ணங்களில் இருந்து விடுபடுகிறானோ, அவனே சாந்தி அடைகிறான். கடலில் நீர் குறைந்து, மீண்டும் நிறைந்தாலும் அவை வழிந்து போவதில்லை. அதுபோல ஏக்கங்கள் தணிந்து மீண்டும் நிரம்பினாலும், அதன் அளவைக் கட்டுப்படுத்தத் தெரிந்தவன் சாந்தி அடைகிறான்...'

அந்த இராகம் ஒலிக்கும்போது, எவனொருவனும் மற்றொரு உயிருக்குத் தீங்கு நினைக்கவோ இம்சை செய்யவோ முடியாது.

'ரகுபதி ராகவ ராஜாராம்' என்று பண்டிதர் பாட,

'ரகுபதி ராகவ ராஜாராம்' என்று மக்களும் பாடினர்.

'பதித பாவன சீதாராம்' என்று பண்டிதர் பாட,

'பதித பாவன சீதாராம்' என்று மீண்டும் மக்கள் பாடினர்.

அங்கு பலவிதமான இசைக்கருவிகள் இருந்தன. ஆண்கள் தாளத்துக்கு ஏற்ப விரலை முன்பின் ஆட்டி தொடையில் தட்டினார்கள். பெண்கள் இடம் வலமாகச் சுழன்று, உணர்ச்சிப் பொங்க நேர்த்தியாகப் பாடினார்கள். 'ஜெய்ராம், ஜெய்ராம், ஜெய் ஜெய்ராம்' என்று பண்டிதரும் மக்களும் ஒன்றுகூடி பாடி திடீரென நிறுத்தினர்.

சலசலப்போடு கூட்டம் எழுந்தது. கிசுகிசுக்கும் குழந்தைகளைப் பெண்கள் தூக்கினார்கள். ஆண்கள் ஆடையைச் சரி செய்தார்கள். காந்தி நகர்ந்து கொண்டிருக்கும் தாழ்வாரப் படிக்கட்டுகளை நோக்கி, எல்லோரும் வேகமாய்ப் பாய்ந்தார்கள். பெருகும் கூட்டத்தால் அவர் வழிமறிக்கப்பட்டார். தங்கள் குழந்தைகளை

அவர் காலடியில் கிடத்தி ஆசிர்வாதம் வாங்க சில தாய்மார்கள் முயன்றார்கள். இன்னும் சிலர் குழந்தைக்கு ஏற்பட்ட நோயைத் தீர்க்கும்படி அவரிடம் மன்றாடி நின்றார்கள்.

நாங்கள் வெட்டவெளியில் நின்றோம். மேகங்களில் இருந்து நிலா மேலெழும்பி வந்தது. இறுக்கமாய் கோட் அணிந்த ஜாமியா பல்கலைக்கழகப் பேராசிரியர்கள் காந்தி தொப்பியில் நன்றாக அடையாளம் தெரிந்தார்கள். வஸ்திரம் அணிந்த வேறு சிலரையும் ஒருவாறு யூகித்து அடையாளம் காணமுடிந்தது. இதுதான் இந்து - முஸ்லிம்களுக்கு இடையே உள்ள அடிப்படையான வித்தியாசம். இந்து மதத்துக்கு மிக நெடிய வரையறை இருப்பதால், எங்கு தொடங்கி எங்கு முடிகிறது என்பதை யாராலும் சொல்ல முடியாது. ஆனால் இஸ்லாம் நன்றாக வரையறுக்கப்பட்டது. மிகச் சிறியது.

'நீங்கள் அப்படிச் சொல்லவில்லையே' என்று தன் முழங்கால்களைத் தழுவி, பாதத்தில் முத்தமிடும் பெண்களை நோக்கி, 'இப்போ... இப்போ... இப்போ...' என்று காந்தி மறுத்துக் கொண்டிருந்தார். நான் நின்ற இடத்திலிருந்து பார்த்தால் அது அப்படித்தான் தெரிந்தது. காந்தி மகிழ்ந்தார். இருந்தாலும் மனித மனத்தில் குடிகொண்டுள்ள, குறிப்பாக இந்து சமயத்தில் ஆழ வேரூன்றியுள்ள உருவ வழிபாட்டை நிந்திப்பதற்காக காந்தி அவர்களைக் கடிந்துகொண்டிருக்கலாம்.

இது அனைத்து மத வழிபாட்டுக் கூட்டம். ஆனால் வழிபாட்டுக்கு முன்னரும் பின்னரும், தங்களின் தனித்த மத அடையாளங்களால் வேறுபட்டுத் தெரிந்தனர். எப்போதும்போல் இந்துக்கள் பெரும்பான்மையாகவும் முஸ்லிம்கள் குறைவாகவும் இருந்ததை சொல்லவேண்டியதில்லை. ஆனால் பண்டிதர் பாடத் தொடங்கியபோது, தங்களுக்குள் எவ்வித வேற்றுமையும் இல்லாதபடி ஒன்றுகூடி அமர்ந்திருந்தார்கள்.

நான் சொல்கிறேன்:

'நாம் ஒன்றாக உணவு உண்டு, பாட்டு பாடி, சேர்ந்து விளையாடுவோம்; அதே சமயம் நேரம் கிடைக்கும்போதெல்லாம் ஒன்றுசேர்ந்து பிரார்த்தனை செய்வோம். அந்த ஒரு கணத்தில்தான், கையில் ஆயுதம் ஏந்தாமல் நாம் ஒன்று கூடுகிறோம். ஒன்றுகூடி பிரார்த்திப்பதால், நம் கவலையெல்லாம் ஒட்டுமொத்தமாய் அழிந்துவிடும்...'

இதை நான் உறுதியாக நம்புகிறேன். ஒவ்வொரு மாலையும் இதே பொன்னிற வானம் உருகி, மெல்ல மெல்ல நட்சத்திரங்கள் தோன்றி மேகத்தோடு கண்ணாமூச்சி ஆடும். புறப்படும்போது தீயின் நாக்குகள் இருளைத் தின்று தீர்ப்பதைப் பார்த்தோம். தீயின் கரும்புகை காற்றில் மிதிப்பதைப் போல், அவசர அவசரமாய் மக்கள் கூட்டம் வெளியேறிக் கொண்டிருந்தது.

அத்தியாயம் 5

மீராபென் : இந்துக்களின் இந்து

காந்தியின் மனைவி, சகோதரி கஸ்தூரிபாயை முதன் முதலாகச் சந்தித்தேன். வீட்டின் தாழ்வாரப் பகுதியில் அவர் நின்று கொண்டிருந்தார். அவரின் தோற்றம் நம்மை மதிமயங்க வைக்கும். அவரிடம் நம்பிக்கையைப் பெற அதிகம் மெனக்கெட வேண்டுவது போலத் தோன்றும். ஏன் நம்மிடமிருந்து விலகிச் செல்வதற்கு கஸ்தூரிபாய் எந்நேரமும் தயாராய் இருக்கிறார் என்ற கேள்வியெழும்.

ஆனால் இதைத் விதந்து பார்க்கக்கூடாது. மான்குட்டி போல் நழுவி ஓடுகிற இந்தப் பார்வை, எல்லா இந்துப் பெண்களுக்கும் இயல்பிலேயே உள்ளது. முதுமையின் வரிகள் கஸ்தூரிபாய் கன்னங்களில் இழையோடினாலும் இளமை மாறாத தோற்றப் பொலிவினால் அவர் மென்மேலும் ஜொலித்தார். நுணுக்கமான சில விஷேச குணங்கள், கஸ்தூரிபாயை இன்னும் இளமையாக்கின.

ஒருவேளை இளமையில் இருந்ததை விட, இப்போதுதான் பலமடங்கு அழகு பொருந்தியிருக்கிறார் என்று நினைக்கிறேன். இதழ் குவித்திருக்கும் அந்தச் சிறிய வாயில், பொக்கை வாய்க்குப் பதில் அறிவு ஞானத்திற்கான அடையாளங்கள் தென்படுகின்றன.

மகாத்மா காந்தியின் கண்கள் மங்கோலியர்களை நினைக்கத் தூண்டினால், கஸ்தூரிபாயின் கண்கள் ஜப்பானியர்களை ஒத்திருக்கிறது. இவரின் இலாவண்யம் பொருந்திய நேர்த்தியான உடல் ஜப்பானியர்கள் செய்யும் டெரக்கோட்டோ பொம்மைபோல் அச்சுபிசகாமல் அப்படியே இருக்கிறது. ஓர் ஏழைப் பெண்மணி போல், கைகளால் நெசவு செய்த சேலையை உடுத்தி அதன் மடிப்புகளில் அத்தனை நேர்த்தியை வெளிப்படுத்துகிறார்.

கண்களுக்குப் பிரியமானவற்றைப் பார்ப்பதையும் புலனின்பம் நுகர்வதையும் அழிக்கும் நோக்கம் கொண்ட இவர்களை, கஸ்தூரிபாய் என்ற சிறிய பெண்மணியின் ஆளுமை மகிழ்ச்சி கொள்ள வைக்கிறது. முதன்முதலாக அவரைச் சந்திக்கும் எவரொருவரும் நிகழ்காலத்தோடு முரண்பட்டு கஸ்தூரிபாயை வெகுநேரம் கவனிப்பார்கள். அவரின் மெலிந்த தோள்பட்டைகள் உடையக்கூடிய நிலையில் இருப்பதுபோல் தெரிகின்றன.

இருந்தும் கடினமான துயரங்களை அவர் கடந்திருக்கிறார். கருணையும் மெலிவும் வெளிப்புறத்தில் மட்டும்தான். விசுவாசமான தோழர்களாலும்; பாதிக்கப்பட்ட சக மனிதர்களாலும் கஸ்தூரிபாய் தன் வாழ்வை அங்குலம் அங்குலமாக வடிவமைத்துள்ளார். கஸ்தூரிபாய் பற்றி நன்றாகத் தெரிந்து கொண்டவர்களுக்கு 'உடன்கட்டை ஏறுதல்' வழக்கம் அந்தக் காலத்தில் தன்முனைப்பாக இருந்திருக்க வேண்டும் என்பதில் சந்தேகம் இருக்காது. மகாத்மா காந்தி இல்லாத கஸ்தூரியின் வாழ்க்கையைக் கனவில்கூட நினைத்துப் பார்க்க முடியாது.

இந்தப் பெண்மணி ஒரு குழந்தையாகவும் மனைவியாகவும் அம்மாவாகவும் இருக்கிறார். மகாத்மா காந்தி நேசித்த ஒரே பெண் இவர்தான். தன் சுயசரிதையில் கஸ்தூரிபாயின் மனித முக்கியத்துவத்தை காந்தி மிக ஆழமாகப் பதிவுசெய்கிறார். துறவியின் ஆசையைத் தூண்டுகிற, சபலமூட்டும் இந்தச் சிறிய பெண்ணின் அருகில் பிரம்மச்சரியத்தைக் கடைப்பிடிப்பது அவ்வளவு எளிதான காரியம் அல்ல. எது எப்படியோ, அவையெல்லாம் முடிந்து போன காரியம்.

உடல் ரீதியான ஆசைகளை காந்தி மறுத்துவிட்ட போதிலும், கஸ்தூரிமீது மாறாத பற்றுக்கொண்டிருந்தார். அவரும் அதேபோல் வாழ்க்கைத் துணைவியாக, காந்தியின் உதவியாளராய் சேர்ந்து பயணித்தார். தென்னாப்பிரிக்க முகாம்களிலும் சிறைச் சாலைகளிலும் ஆசிரமப் பணிகளிலும் எல்லாவிதத் துயரக் காலங்களிலும் காந்தியோடு இருந்திருக்கிறார்.

பயபக்தி உள்ள சீடரைப்போல் எல்லா வேலைகளையும் முனமுவந்து செய்வார். எவருடைய விருப்பத்திற்கும் அடிபணிய மாட்டார், அது ஒரு துறவியாய் இருந்தாலும் சரி! மற்ற சீடர்களைப் போல் காந்திய இயக்கத்தில் சேவை செய்வதில், கஸ்தூரிக்கு எந்தவொரு இலட்சியவாதக் கொள்கையும் கிடையாது. சேவை என்பதை அறிந்து செய்கிறார், அவ்வளவுதான்.

இந்தியா முழுக்க அவர்மீது ஒருமனதான அன்பும் மரியாதையும் இருக்கிறது. 'எனக்குத் தெரிந்த மிகத் தைரியமான பெண்' என்று கஸ்தூரிபாய் குறித்து இஸ்லாமிய காந்தியவாதி ஒருவர் என்னிடம் சொல்லியிருக்கிறார். மேலும் 'யாரும் உதவ முடியாத தருணங்களில் காந்திக்கு ஒத்துழைப்பு நல்கி, எல்லாவித சூழலிலும் அனுசரணையாய் இருந்திருக்கிறார்' என்று அவர் சொன்னார்.

'இது உங்களாலும் முடியும் அல்லவா?' என்று நான் திரும்பக் கேட்டேன். காந்தி அனைவரின் பேச்சையும் நன்றாகக் கவனிக்கிறார். ஆனால் நம் உள்ளக் கருத்தை அவரிடம் எப்போதும் பயமின்றி சொல்லமுடிகிறதா?

'உண்மைதான். ஆனால் அவர் எப்போதும் தன் காரியத்தில் திருத்தமாய் இருக்கிறார். சில சமயங்களில் அவர் செய்வது சம்பந்தம் இல்லாததாய் தோன்றினாலும் காலம் அவர் கணிப்பைச் சரியென நிலைநாட்டுகிறது. மனித மனத்தின் விசித்திரமான நுண்ணறிவை அவர் நன்றாகப் புரிந்திருக்கிறார்.'

காந்தியின் மூவர் வட்டத்தில் அவரின் உதவியாளரும், மனைவியும், தத்துக் குழந்தையும் குடிகொண்டிருக்கிறார்கள். தத்துக் குழந்தை மீராபென்னை அங்கு சந்தித்தேன். 'அவள் யாராய் இருக்கும்?' என்று எனக்குள் கேட்டுக்கொண்டு, 'அவளொரு இந்துமத சீடராய் இருப்பாள்' எனச் சொல்லிக் கொண்டேன். வழக்கமாகக் காலில் செருப்பு இல்லாமல், காலிக்கோ ஸ்கர்ட்டும் சட்டையும் உடுத்தி, அதன்மேல் கையில்லாத ஸ்வெட்டர் அணிந்து மாலை நேரங்களில் வலம் வருவார்.

அவரின் எடுப்பான தேகம் கண்களைக் கொள்ளையடிக்கும். உடலமைப்பிலும் உடையிலும் கௌபாயின் தோற்றம் பிரதிபலிக்கும். நம் நாட்டு விவசாயப் பெண்களை நினைவூட்டு கிறாள். அவள் அடியெடுத்து நடக்கும்போது இந்துப் பெண்களின் சாயல் துளியும் இல்லை. கால்கள் நிலத்தைத் தொடுவது இயற்கையாக இருக்கின்றது. வெளியுலகிற்குப் பழக்கப்பட்டவள் போல் பயமின்றி நடக்கிறாள்.

என் பொதுப்புத்தியில் உள்ள அபிப்பிராயத்தை ஒன்றுதிரட்டி சொல்வதென்றால், 'பெண்ணால் ஆகாத காரியம் எதுவுமில்லை.' அவள் என்ன செய்தாலும் மேன்மையாக, முழு மூச்சுடன் செயல்படுவாள். சமூகம், கல்வி மற்றும் மதம் சார்ந்த வேலைகளில் தன்னை முழுமையாய் ஈடுபடுத்திக் கொள்வாள்.

மகாதேவ் தேசாய் என்னை அவளுக்கு அறிமுகப்படுத்தி வைத்தார். எல்லோரும் சொல்வதுபோல் அவளொரு ஆங்கிலேயப் பெண்மணிதான். மொழிப் பிரயோகமும், அவள் நடந்து கொள்ளும் விதமும் இந்து தேசத்திலிருந்து வெகு தூரம் என்னை அழைத்துச் சென்றது. தன்மையான மெல்லிய குரல்வளம்.

முகம் கறுத்திருந்தது. வேறொருன்றும் இல்லை, இந்திய வானிலையில் சூரியன் செய்த வேலை. ஒருகாலத்தில் பொலிவொடு இருந்திருப்பாள். நன்கு வடிவமைக்கப்பட்ட அழகான முகம், அவள் உடலைப் போல வலிமையாய் இருந்தது. சதுர வடிவக் கன்னங்களும்; நேரான மூக்கும் ஒளிபொருந்தி இருந்தன.

அதிகமாகப் பேசவில்லை. அவ்வப்போது பூத்த புன்னகைகளால் சிலை போன்ற அவள் உருவம் மேலும் மின்னியது. பழுப்பு நிறக் கண்கள்வரை நீண்டு அழகுபட ஜொலித்தது. கறுநிற புருவங்களால், கண்கள் மேலும் பிரகாசித்தன. வழித்து மழித்த தலையில், அவளொரு காலிகோ முக்காடு அணிந்து அனட்டோலியன் விவசாயிகளைப் போல் இருந்தாள்.

மாடியில் நாங்கள் அவ்வப்போது பேசிக்கொள்வோம். ஒவ்வொரு சந்திப்பிலும் பழங்கள் தருவாள். அதனால் இனி ஆப்பிள்களையும் ஆரஞ்சுகளையும் மீராபென்னோடு இணைத்தே பேசுவேன். மெத்தையின் ஓரத்தில் மீரா உட்கார்ந்திருந்தாள். அசௌகரியப் படுகிறாளோ என்று நானாக எண்ணிக் கொண்டேன்.

நன்றாக உட்காருவதோ, அவளைப்பற்றி பேசுவதோ மீராவிற்கு உவப்பளிப்பதாய் இல்லை. அவளைப் பற்றி என்ன சொல்வது? அடிப்படையில் ஆங்கிலேய அட்மைரலின் மகள். மிகவும் மேல்மட்டமான சமூகத்தில் பிறந்து, பணத்தில் புரண்ட பெண்மணி.

‘எனக்கு அது வீடு என்று உணர்வைத் தோற்றுவிக்காததால், அங்கு இருக்கப் பிடிக்கவில்லை’ என்று மீராபென் சொல்லத் தொடங்கினாள்.

எப்படி இருக்க முடியும்? ஓய்வு வேண்டி, இன்பத்திற்கு ஏங்கும் ஜீவன்களைப் போல் மிகக் கீழான மனிதர்களை மனித மனம் விரும்புமா? நானும் விரும்புவதில்லை. இன்பத்தை மட்டுந்தான் விரும்புவேன் என்பது, துன்பத்தை மட்டுமே விரும்புவது போல ஆபத்தானது. கவலைகள் நம் இயல்பைச் சீர்குலைத்துப் போட்டாலும், உயிர்ப்பிக்கவும் மேன்மையடையவும் பல வழிகள்

உண்டு. ஆனால் இன்பத்தை நோக்கிய நெடும் பயணம், அயர்ச்சியூட்டுவதோடு சமயத்தில் கீழே தள்ளிவிடும். இன்பத்தைத் தேடி அலைந்த ரோமானியர்கள், அசீரியர்கள் என யாராய் இருந்தாலும் அவர்களின் இன்றைய கதி என்ன? விதிவயப்பட்டு சலிப்புக்கு ஆளாவார்கள். அம்மாதிரியான வாழ்க்கையில் மூழ்க மீராபென்னிற்கு நிறைய வாய்ப்புகள் இருந்தன.

‘நான் சமூகத்தை வெறுத்தேன். விருந்துகளுக்கான அழைப்பை ஒருபோதும் ஏற்றதில்லை. மாறாய் குதிரைகளையும் நாயையும் விரும்பினேன். எனக்கு இசையில் இலயித்தல் பிடித்துப்போனது. ஆன்ம உரையாடல் அங்கிருந்து தொடங்கியதாய் உணர்ந்தேன். இருத்தல் என்பது நரகமானது. அமைதியற்றுக் கிடந்தேன். எங்கள் வம்சத்தில் ஓர் ஊர் சுற்றிப் பெண் இருந்திருக்கிறார். ஹங்கேரியைச் சார்ந்த அப்பெண்ணை என் கொள்ளுத்தாத்தாவின் தாத்தா திருமணம் செய்திருந்தார். அதுகூட ஒரு காரணமாய் இருக்கலாம்..’ என்று மீராபென் தொடர்ந்து பேசிக்கொண்டே இருந்தார்.

நோய்க்கான காரணத்தைத் தெரிந்துகொண்டால், அது நம்மை விலகாது. அதை நீக்கும் வழிதேட வேண்டும். ஆனால் மீராவிற்கு எதுவும் தோன்றவில்லை. பாரிஸில் வசிக்கும்போது ‘மகாத்மா காந்தி’ குறித்து ரோமன் ரோலண்ட் எழுதிய புத்தகம் ஒன்றை வாசித்திருக்கிறார். பின் அவரோடு சேர விரும்புவதாய் காந்திக்குக் கடிதம் அனுப்பினார். பரிசோதனை முயற்சியில் இறங்கும்படி காந்தியிடம் இருந்து பதில் கடிதம் வந்தது.

அவள் வாழவிரும்பும் கடினமான வாழ்க்கைக்கு முன் அனுபவம் வேண்டும். ஆன்மாவையும் உடலையும் ஆயத்தப்படுத்த வேண்டும். இரண்டையும் செய்தாள். புகைப் பிடிப்பது, மாமிசம் உண்பது, மது அருந்துவது போன்ற கடினமான பழக்கங்களை விட்டொழித்தார். ஓராண்டு கழித்து மகாத்மாவோடு பயணிக்கத் தயாராகிவிட்டாள். இப்போது இந்தியா வந்து சேர்ந்து பத்து வருடங்கள் ஓடிவிட்டன. கடுமையான துறவு வாழ்க்கையில் நீடிக்கிறாள். கண்கள் அகண்ட பொருளை தரசிக்கின்றன.

‘இறுதியாக நான் வீட்டிற்கு வந்துவிட்டேன்’ என்று சொல்கிறார்.

அவள் கிறிஸ்தவளா, இந்துவா? எப்போதாவது மதச்சார்போடு இருந்திருக்கிறாளா? கண்டிப்பாக இருந்திருக்கலாம். ஆனால் பிரிவினை உண்டாக்கும் வகையில் இல்லை. செயற்கையாய் சூடேற்றப்பட்ட தன் வீட்டு வரவேற்பறையில் இருந்து

இந்தியாவின் திறந்த வெளிக்கு பயணித்து வந்ததில் ஆன்மிகத்தின் பங்கு முக்கியமானது.

மகாத்மா காந்தியிடமிருந்து மதத்தின் அடிநாதச் சாற்றை உறிந்து கொள்கிறாள். 'உலகில் மதங்கள் கிடையாது. மதம்தான் இருக்கிறது. உங்களுக்கு இணக்கமான ஒரு பாதையிலோ, வழிகாட்டப்பட்ட பாதையிலோ நீங்கள் பயணிக்கலாம். இந்துமதம் செயல்களை வரையறுத்து, சிந்தையைத் தெளிவுபடுத்துகிறது.' ஆயிரம் வருடங்களுக்கு முன்பு அல்பெரூனி எழுதும்போது இதே நிலையைத்தான் குறிப்பிடுகிறார். இப்போதும் அதே நிலைதான் இருந்துவருகிறது.

மீராபென் தன்னை ஒரு கிறிஸ்தவளாகவோ இந்துவாகவோ எப்படி வேண்டுமானாலும் அழைத்துக் கொள்ளட்டும். ஆனால் அவளை அறியாமலேயே புது சட்டத்துக்குள் தன்னை அலங்கரித்துக் கொண்டாள். ஷூவை கழட்டி எறிவதைப் போல, தன் பழைய பழக்க வழக்கங்களைத் தூக்கி எறிகிறாள். செயற்கையான, சிக்கலுக்குட்பட்ட நாகரிகத்தை கடைசி ஆளாய் தூக்கிப் பிடிக்கிறாள்.

அவளைப் பற்றி நன்கு அறிந்த நபர்கள், இந்துக்களின் இந்து என்று மீராவைப் புகழ்ப் பட விளிப்பார்கள். அதில் நானும் ஒருத்தி. ஆனால் இந்துமதம் என்பது சாதிகளின் அடுக்கு முறை, பிறப்பின் அடிப்படையில்தான் ஒருவன் இந்து ஆகிறான் என்று நம்புபவர்களுக்கு மீராபென் ஓர் அந்நியப் பெண்.

மகாத்மா காந்தியின் முகாமில் அவர் செய்துவரும் தொண்டுகள் பலதரப்பட்டவை. இந்து மதத்தின் மிகநெடுந்தலைவரான காந்தியின் வளர்ப்புப் பிள்ளையாய் சொல்லப்படும் இந்த ஞானக் குழந்தை, ஆடுகளுக்கு பாலூட்டி; பண்டப்பாத்திரங்கள் விலக்கி; இங்கிருப்பவர்களுக்கு பாடம் சொல்லிக் கொடுத்து; எழுத்துப் பணியும் மேற்கொண்டு வருவது ஆச்சரியம் இல்லையா!

அந்தக் காலத்தின் மிகச் சிறந்த பெண்மணி என்று நான் அப்போது அவளை அழைத்தேன். அணுக்கமான தொடர்புகளில் இருந்து வரும் செய்திகள், இந்தப் பேருண்மையை இன்றும் உண்மையென மெய்ப்பிக்கின்றன.

அத்தியாயம் 6

காந்தியோடு ஒரு கிராமப் பயணம்

மகாத்மா காந்திக்கு நிறைய வேலைகள் இருந்தன. ஆனால் இந்தியச் சமூகத்தை அடிமட்டத்திலிருந்து கட்டியெழுப்புவதையே தன் முதன்மைப் பணியாகக் கொண்டிருந்தார். தேசியச் சமூகங்களைப் பிரதிபலிக்கும் படியாக கிராமங்களை மீட்டுருவாக்கி, தீண்டாமை ஒழித்து, வகுப்புவாத ஒற்றுமையை உறுதி செய்ய அயராது பாடுபட்டார்.

கிராம மறுமலர்ச்சி என்பது பெரிய அளவிலான பொருளாதாரத் திட்டம். துருக்கியில் 'பசியெடுத்த கரடிக்கு ஆட்டம் தெரியாது' என்று ஒரு சொலவடை உண்டு. இதன்மூலம் பசியெடுத்த கிராமவாசிகளுக்கு வளர்ச்சியில் அக்கறை இல்லை என்று நான் சொல்லவில்லை. கிராமப்புற தொழிற்சாலைகளை மீட்டெடுப்பது மிக முக்கியமானத் தேவை. ஆனால் தேசியமயமாக்கப்பட்ட இந்தியப் பொருளாதாரத்தின் மீதும், இயந்திரங்களால் உற்பத்தியான இறக்குமதி பொருட்கள்மீதும் காந்தியத்தின் எதிர்ப்பு வலுவாக இருந்தது.

இந்தியர்கள் பயன்படுத்தும் எல்லாவிதப் பொருள்களையும் இந்தியர்களே தயாரிக்க வேண்டும் என்ற எண்ணம் இன்னும் முதிர்ச்சி அடையாத இந்தியத் தேசத்திற்கு அந்நியமாய் இருந்தது. இந்தச் சமயத்தில் மகாத்மா காந்தியோடு சில கிராமங்களுக்குச் சென்ற என் பயண அனுபவங்களை விரிவாய் சொல்ல விரும்புகிறேன். இது கிராமவாசிகள் பற்றிய என் முதல் உள்ளுணர்வாய் இருந்தது.

இன்னும் சில நாட்களில் மகாத்மா தில்லியிலிருந்து புறப்படத் தயாராய் இருந்தார். அதற்குமுன் நண்பர்களோடு சேர்ந்து சில

கிராமங்களுக்குச் செல்ல வேண்டும் எனத் திட்டமிட்டிருந்தார். நல்லவேளையாய் என்னையும் அதில் இணைத்திருந்தார். கிராமத்தை நெருங்கும்வரை காரில் பயணப்பட்டு, சில மைல்கள் முன்னதாக இறங்கி நடந்து செல்வதென முடிவெடுத்தோம். நான் காந்தியின் காரில் இருந்தேன்.

காந்தி உட்காருவதற்கு மகாதேவ் தேசாய் மெத்தையொன்று ஏற்பாடு செய்திருந்தார். தன் குறுகிய உடல் வாகினால் பலவீனமாகத் தோன்றும்படி காந்தி மூலையில் ஒடுங்கி உட்கார்ந்திருந்தார். காரில் பயணப்பட்ட போது பல விஷயங்களை உரையாடினோம். அதன் சாரம் பின்வருமாறு இருந்தது:

(பெரும்பாலான) இந்துக்கள் சாதியில் நம்பிக்கை உடையவர்களாக இருக்கிறார்கள். தீண்டாமைதான் இந்துமதத்தின் அடிநாதம் என்று அவர்கள் நம்புகிறார்கள். இந்து மதத்தின் புனிதப் புத்தகங்கள் சாதி வேற்றுமைகளையும் தீண்டாமை துவேஷங்களையும் அழிக்க அனுமதிக்கும் என்று காந்தி நம்புகிறாரா? இதை ஒழிக்கும் எல்லாவித முன்னெடுப்புகளும் இஸ்லாமிய, கிறிஸ்தவ தூண்டுதலால் ஏற்பட்ட காரியமென்று வைதீக இந்துக்கள் கருதுகிறார்களே என்று சகலமும் பேசினோம்.

சாதிமுறை பற்றி அவரது பேச்சில் தெளிவு இல்லை. ஆனால் தீண்டாமை மீதான கண்டனக் குரலில் தெளிவும் வீரியமும் இருந்தது. இந்துமதம் உயிர்ப்போடு இருக்க, தீண்டாமை பழக்கம் வேரோடு சாய வேண்டும். காந்தி, குறிப்பாக கீதையில் தீண்டாமை ஒழிப்பிற்கான சரத்துகள் இருப்பதாய் நம்பினார். கீதை வேத பாடங்களின் வித்தாக இருக்கிறது எனச் சொல்கிறார். 700 பாடல்கள் உள்ள கீதையின் ஒளியில் தன் வாழ்விற்கான வழிகாட்டுதலை காந்தி அடையாளம் காண்கிறார்.

உலக மதங்களில் உள்ள எல்லா விஷய ஞானங்களும் கீதைக்குள் புதைந்து கிடப்பதாய் சொல்லும் அவர், மிகுந்த சிரத்தையோடு அதனைப் படித்திருக்கிறார். உண்மையில் இந்துமதம் தனி ஒருவரின் கருத்தால் எழுந்த இயக்கம் அல்ல. அதற்கென்று பிரத்தியேகமான தொரு புத்தகமும் கிடையாது.

எண்ணிலடங்காத புத்தகங்கள் இந்துமதத்தை விவரிக்கின்றன. கடந்த காலத்தையும் நிகழ் காலத்தையும் வாரிப்போட்டு வெவ்வேறு காலக்கட்டத்தில் இவை இயற்றப்பட்டிருக்கின்றன. எல்லாவிதப் புறவியல் காரணங்களையும் உதறித் தள்ளி, தன் ஒன்றிணையும் சக்தியால் இந்துமதம் இன்றும் உயிரோடு

இருக்கிறது. அந்தவகையில் (மாற்றங்களை எதிர்கொண்டு, மாற்றங்களை ஏற்றுக்கொள்ளும்) மகா மனிதராக காந்தி இருக்கிறார். இதனால் தன்னை விமர்சிக்கும் வைதீக இந்துக்களைவிட காந்தி பல மடங்கு அசலான இந்துவாகத் தெரிகிறார்.

உண்மையாகவே அவர் சொல்லும் தீண்டாமை ஒழிப்பு குறித்த கீதை சரத்துகளை என்னால் சந்தேகிக்க முடியவில்லை. ஆனால் இந்தச் சமாச்சாரம் கீதையில் இல்லாமல் போனாலும் கூட, சாபக்கேடான தீண்டாமைக்கு எதிராக காந்தி இருந்திருப்பாரா என்று தெரிந்துகொள்ள விரும்பினேன். இருந்திருப்பார் என்று தீர்மானமாக நம்புகிறேன். 'எனது ஆன்ம வேதனை' என்ற புத்தகத்தில் தீண்டாமை பற்றிய தன் பார்வையை காந்தி பின்வருமாறு எழுதுகிறார்:

'சமூகத்தில் இவர்கள் தொழுநோயாளியாய் பார்க்கப்படுகிறார்கள். பொருளாதார ரீதியில் அடிமைகளாய் நடத்தப்படுகிறார்கள். மதரீதியான நம்பிக்கைகளால், நாமெல்லோரும் கோயில் என்றழைக்கும் கடவுளின் வீட்டுக்குள் செல்ல அனுமதி இன்றி வெளியே நிற்கிறார்கள். சாதி இந்துக்கள் பயன்படுத்தும் சாலைகளில் நடந்துபோகவும், மருந்துவமனையில் வைத்தியம் பார்க்கவும், பொதுக் கிணற்றில் நீர் இறைக்கவும் இவர்களுக்கு அனுமதி கிடையாது... சில நேரங்களில் சக மனிதர்களை நெருங்கும்போது, இவர்கள் அனுமதிக்கப்பட்ட தூரத்தைக் கடந்து அருகில் செல்வது சமூகக் குற்றமாகக் கருதப்படுகிறது... சாதி மருத்துவர்களும் சாதி வக்கீல்களும் சமூகத்தால் அங்கீகரிக்கப்படாத இவர்களுக்கு ஒரு சேவையும் செய்வதில்லை.'

இந்துக்களின் கொடும்பாவமாய் தீண்டாமை இருக்கும்போது, அதை அழித்தொழித்து பரிகாரம் தேட அவர்கள் முன்வரவேண்டும் என்று காந்தி விரும்பினார். தீண்டாமை நிலைக்க வேண்டும் என்றால், இந்துமதம் ஒழிய வேண்டும் என்று சாதி இந்துக்களின் மனதில் நன்றாகப் புரியம்படி பாடம் நடத்தினார். இந்த வலுவான வாதத்தால், மனம் மாறாத இந்துக்களும் மகாத்மா காந்தியின் தீண்டாமை ஒழிப்புப் பிரசாரத்தில் கலந்துகொண்டார்கள். அல்லது முடிந்த அளவு எதிர்ப்பின் அளவை குறைத்துக் கொண்டார்கள்.

சாதி இந்துக்களால் மட்டும் இந்த இயக்கத்திற்கு தடை ஏற்படவில்லை. தாழ்த்தப்பட்டவர்களும் தடையாய் இருந்தார்கள். எப்படி என்று சொல்கிறேன். சமூகத்திற்கு வெளியில் எத்தனைக் குறைபாடுகளோடு வாழ்ந்தாலும், தாழ்த்தப்பட்ட ஒருவன் தன்

சமூகத்திற்குள் வேரூன்ற விரும்புகிறான். அவனுக்கென்று தார்மீக எல்லைகளை வகுத்துக் கொள்கிறான். எப்படி விளிக்கப்பட்டு, எவ்வாறு அடையாளம் காணப்பட்டாலும் தனக்கென்று ஒரு தனி குழாமில் வசிப்பது இவர்களுக்குப் பாதுகாப்பாய் இருக்கிறது. மாயை நிறைந்த உலகில் வாழ்வதைவிட இதையே விரும்புகிறார்கள்.

அயோக்கியர்களாய் முத்திரைக் குத்தப்பட்டாலும், தங்களுக்குள் ஒரு வர்க்க ஒற்றுமையை அடையாளம் கண்டு பெருமிதம் அடைந்தார்கள். தீண்டத்தகாதப் பிரிவிலிருந்து ஒருவன் விலகும்போது என்ன ஆகிறான் என்ற கேள்வி முக்கியமானது. அவன் அப்போதும் ஓர் இந்துவா? ஆனால் அவ்வளவு எளிதான இந்துவென்று யாரும் கிடையாது. நிச்சயம் எதாவது ஒரு சாதியில் தன்னை ஐக்கியப்படுத்தி இருக்க வேண்டும். எல்லோருக்கும் திட்டவட்டமான சாதிப் பெயரும், வரையறுக்கப்பட்ட எல்லைகளும் இருக்கின்றன. அப்பழுக்கற்ற தூய இந்துவென்று இந்தப் பெருக்கூட்டத்தால் யாரையும் நினைத்துக்கூடப் பார்க்க முடியாது.

ஆகவே தீண்டாமை ஒழிப்பால் எதுவும் மாறிவிடாது. சாதிமுறை சீர்கேட்டை அடியோடு பெயர்க்காமல் என்ன செய்தாலும் அதில் பயனில்லை என்று என்னைப்போன்ற வெளியாட்களும் நம்புகின்றனர். இருந்தாலும் சாதிமுறை சரிந்துவிழ தீண்டாமையில் இருந்துதான் தொடங்க வேண்டும் என காந்தி நம்புகிறார். 'எனது ஆன்ம வேதனை' என்ற புத்தகத்தில் காந்தியின் பார்வை தெளிவான புரிதலை ஏற்படுத்துகிறது:

'தனக்கென்று வரையறுக்கப்பட்ட எல்லைகளைத் தாண்டி தீண்டாமை வெகுதூரம் சென்றுவிட்டது. இப்போது அது தேசத்தின் அஸ்திவாரத்தை மெல்ல மெல்ல அரிக்கத் தொடங்கி, 'என்னைத் தொடாதே' என்ற மனநிலையாய் சமூகமெங்கும் பரவியிருக்கிறது. வெள்ளைக்கார எறும்பின் மூலதாரத்தை தொட்டுவிட்டால், நமக்குள் இருக்கும் சாதி வேற்றுமைகளை மறந்து, மதத் துவேஷங்களை துறந்து அனைவரும் ஒருவர் என ஒன்றுகூடி வாழலாம். முசல்மான்களும், சீக்கியர்களும், யூதர்களும், கிறிஸ்தவர்களும் ஒரே மரத்தில் தோன்றிய வெவ்வேறு கிளைகள் என புரிந்து கொள்ளலாம்...'

தீண்டாமையை ஒழிக்க வேண்டும் என்ற எண்ணம் மிகவும் பழமையானது என்றாலும், அனைத்துச் சீர்திருத்தக் கட்சிகளின் முக்கிய கோரிக்கையாக இருந்தாலும் கூட, தீவிரமான தன்மையில்

எந்தவொரு முயற்சியும் மேற்கொள்ளப்படவில்லை. ஆரிய சமாஜம் இதை நன்றாக செய்திருந்தாலும், பிரிவினைவாத உந்துதல் சூசகமாய் மறைந்திருந்தது.

அந்த இயக்கம் தாழ்த்தப்பட்டவர்களுக்கு மற்றொரு அடையாளம் தந்து மறைந்தது.

ஒரு குழாமிலிருந்து அதற்கு இணையான வரையறைகள் கொண்ட மற்றொரு குழாமிற்கு தாழ்த்தப்பட்டவர்கள் மடைமாற்றப் பட்டனர். சாதிகளை இரண்டொன்றாகக் குலைத்து, மீண்டுமொரு புதிய சேர்க்கையை உருவாக்குவதுதான் முற்போக்கான சீர்த்திருத்தம் என்று நம்பினர். அவ்வாறான ஒவ்வொரு சேர்க்கையும் பழைய சாதிகளை விட பல மடங்கு வீரியத்தோடு இருந்தன. தீண்டத்தகாதவர் அந்த நிலையிலிருந்து விலகும் போதும், அவர் ஓர் அப்பழுக்கற்ற எளிமையான இந்து என்று வலியுறுத்துவதன் மூலம் தீண்டாமைப் பிரச்சனையில் மகாத்மா காந்தி உண்மைக்கு நெருக்கமாய் செயல்பட்டார்.

இன்னும் இந்த நாட்டில் 4 கோடி மக்கள் தீண்டத்தகாதவர்களாய் இருப்பதற்கு மற்ற சில காரணங்களும் இருந்தன. இஸ்லாமியப் படையெடுப்பைப் பயன்படுத்தி அவர்கள் மதம் மாறியிருக்கலாம். அதன்மூலம் தங்கள் இயலாமைகளைத் துறந்துவிட்டு, தன்னை ஒடுக்கியவர்கள் மீது ஆதிக்கம் செலுத்தியிருக்கலாம்.

ஆங்கிலேயர்களின் இந்திய வருகையையும் இதே கோணத்தில் சிந்திந்துப் பாருங்கள். கிறிஸ்தவப் பாதிரியார்களின் மதமாற்ற வேலைகள் இன்றளவும் ஓயவில்லை. தன்னை ஆளும் வர்க்கத்தின் மதத்தை ஏற்றுக்கொண்டு, தொன்றுதொட்டு வரும் அநியாயங் களுக்கு தீண்டத்தகாதவர்கள் முற்றுப்புள்ளி வைத்திருக்கலாம். ஆனால் இஸ்லாத்துக்கோ கிறிஸ்தவத்துக்கோ மதம் மாறிய இந்துக்களின் எண்ணிக்கை மிகவும் சொற்பம்.

மனித வாழ்க்கையில் மதம் என்பதன் யதார்த்த அர்த்தம் என்ன வென்று தெளிவுபட தோன்றவில்லை. ஆண்களில் பெரும் பான்மையோருக்கு அற்பச் சலுகைகளுக்காக மதம் மாறுவதில் விருப்பம் இல்லை.

தீண்டத்தகாதவர்கள் இன்னும் இந்துமதத்தில் நீடிப்பதற்கு இன்னொரு காரணம் இருக்கிறது. அவர்களுக்குள்ளேயே பல உட்பிரிவுகள் இருக்கின்றன. சமூகப் படிநிலையில் எத்தனைக் கீழாக இருந்தாலும், தீண்டத்தகாதவனைச் சாதி இந்துவோடு

ஒப்பிட முடியும். அவர்களுக்குள்ளேயே கீழாவன் என்றும் மேலானவன் என்றும் வேறுபடுத்திப் பார்க்கும் படிநிலைகள் இருந்தன. அவர்கள் கிறிஸ்தவத்திற்கோ இஸ்லாமிற்கோ மதம் மாறிவிட்டால், தனக்குக் கீழானவன் என்று சுட்டிக்காட்ட ஒருத்தரும் மிஞ்ச மாட்டார்கள். தான் எத்தனைக் கீழானவனாய் இருந்தாலும், தனக்குக் கீழும் ஒருவன் இருக்கவேண்டும் என்ற எண்ணம் மனித மனத்தின் பலவீனம்தானே!

காரை விட்டு இறங்கியதும் வறண்ட நிலப்பகுதியைத் தாண்டி நடையைக் கட்டினோம். அதற்குள் கிராம மக்கள் ஒன்றுதிரண்டு வந்து, 'காந்திஜி கி ஜே' (காந்திஜி வாழ்க) என்று கோஷம் எழுப்பினர். மக்கள் கூட்டம் அடர்த்தியானது. கிராமப் பெரியவர்களும் வேலைக்குச் செல்லும் இளைஞர் இளைஞிகளும் ஒன்றாகக் கைக்கோர்த்து, மகாத்மாவை யாரும் அண்டிவிடாமல் பத்திரமாய் பாதுகாத்தனர்.

புழுதிக் கிளம்பிய அந்த நிலப்பகுதியை என்னால் வார்த்தைகளில் விவரிக்க முடியாது. காந்தி சாய்ந்துகொள்ள கரம் நீட்டிய இளைஞர்களுக்குத் தோள்பட்டைகள் சிவந்துபோயின. திரண்டிருந்த மக்கள் முகத்திலிருந்து வியர்வை வெள்ளம் பெருக்கெடுத்து ஓடியது. நடு உச்சியில் இருந்த சூரியன், துளியும் இரக்கப்படாமல் வெப்பத்தைக் கடத்தியது.

சூரிய ஒளி தூசித் துகள்களை கடந்து வரும்போது அவை எண்ணிலடங்கா தங்க அணுக்களாய் மினுமினுத்துக் கொண்டிருந்தன. ஆனால் அந்தத் தூசித் துகள்கள் வாயில் அப்பியபோது அத்தனை இனிமையாய் இல்லை. இந்த ஒட்டுமொத்த கூட்டத்திலும் வயது முதிர்ந்த, அந்த உடல் நலிந்த ஒற்றை மனிதர் மட்டும் புத்துணர்வோடு மிளிர்ந்து, விவசாயிகளோடு பேசிச் சிரித்து ஒரே சீராக நடந்து சென்றார். அவரது நடை தனித்துவமானது. நாங்கள் முன்னேறிச் செல்லச் செல்ல, 'காந்திஜி - கி ஜே' என்ற கோஷம் அதிகரித்துக்கொண்டே போனது.

நான் முதன்முதலில் கிராமத்தில் நுழைந்தபோது, இந்தியக் கிராமங்களின் விவரிக்காத முடியாத பஞ்சமும் பட்டினியும் அளவுக்கு மீறி விதந்து சொல்லப்பட்டதாய் தோன்றியது. குறுகலான அழுக்கடைந்த வீதிகளில் இருள் கவ்விய வீடுகள் இருப்பது கீழைத் தேயத்தில் சகஜமான ஒன்றுதான். கால்நடைகள் அவ்வளவாக இல்லை. இருந்த ஒன்றிரண்டும் உணவு போதாமல்

வத்தலும் தொத்தலுமாய் உடல் மெலிந்து இருந்தன. இந்தியாவில் மனிதர்கள்கூட இப்படித்தான் இருக்கிறார்கள் என்பது வேறு விஷயம்.

ஆனால் இன்று அவர்கள் பண்டிகைப் போதையில் மிதந்து கொண்டிருந்தார்கள். குழி விழுந்த கன்னங்களோடும், தள்ளாடும் உடல்களோடும், வயது முதிர்ந்த பலவீனமான கிழவர்கள் கண்ணில் ஒளித்தெறிக்க உற்சாகத்தோடு காத்திருந்தார்கள்.

'அவை எல்லாம் அரிஜன கிராமங்களா?'

'இல்லை. அங்கு ஒரெயொரு அரிஜனக் குடியிருப்பு இருக்கிறது.'

'அப்போது எல்லா மக்களும் சேர்ந்து வசிக்கிறார்களா?'

'உண்மையில் இங்குக் குடியேற விரும்பும் கிராமத் தொழிலாளர்கள் அதைத்தான் செய்ய முயல்கிறார்கள். பள்ளிக்கூடங்களைத் தாண்டி நிறைய கற்றுக்கொள்ள விரும்புகிறார்கள். ஏராளமான கிராமங்களில் கிணறு, தொட்டி, கோயில் என பொது இடங்களில் அனைவரும் புழங்குகிறார்கள். சமூகத்தில் எல்லாவித மக்களும் இங்கு சேர்ந்து வசிக்கிறார்கள்.'

கோயில் நுழைவு என்பது அசாத்திய காரியம் என்பதை நான் புரிந்துகொண்டேன். இந்தச் சட்டம் உயர் சாதி இந்துக்களுக்கு சாதகமாய் இருந்தது. அவர்கள் ஒருமனதாக முடிவெடிப்பதில்தான் அரிஜன மக்கள் கோவிலுக்குள் நுழைவது சாத்தியப்படும்.

நாற்கோண வடிவில் கட்டப்பட்ட ஒரு வீட்டின் மாடியில் மகாத்மா காந்தி உட்கார்ந்திருந்தார். கீழே இருந்த மக்கள் திரளை அங்கிருந்தபடி பார்த்தார். முதல் வரிசையில் குழந்தைகள் இருந்தார்கள். அருகில் இருந்த ஒருவரிடம் அமைதி இழந்தபடி, காந்தி எதையோ பேசிக் கொண்டிருந்தார். ஆனால் அவர் குரலில் நடுக்கம் இல்லை.

'காந்தி ஏன் இத்தனைப் பரிதாபகரமாய், கிளர்ச்சி அடைந்தார்போல் காணப்படுகிறார்?' என அருகில் இருந்தவரிடம் கேட்டேன்.

'அந்த மனிதர் ஆரிய - சமாஜ் போதகரை கண்டபடி வசைபாடுகிறார். அதான் காந்தி இப்படி களேபரமாய் தெரிகிறார்' என்றார்.

'ஏன்?'

'ஏனென்றால் அந்த மனிதர் கிராம மக்களிடையே குழப்பத்தை விதைக்கிறார்.'

காந்தி உரையாற்றி முடித்ததும், மக்கள் தாம் செய்து வைத்திருந்த விஷேசமான கைவினைப் பொருட்களைக் காந்தியிடம் காண்பிக்க கொண்டுவந்தார்கள். அதில் எல்லாவிதமான ஆடைகளும் இருந்தன. கால்மிதிகளும், தோலால் செய்யப்பட்ட பொருட்களும் நிறைய இருந்தன.

காந்தி இப்போது அவர்களின் பணிமனையைப் பார்வையிடச் சென்றார். அந்தக் கிராமங்களில் வாய்க்கும் நீர் வசதியைக் கருத்தில் கொண்டாலும், பணிமனைகள் மிகத் தூய்மையாக இருந்தன. கைராட்டையிலும் தறி இயந்திரத்திலும் வழக்கத்திற்கு மாறாய் அதிக நேரம் எடுத்துக் கொள்வார் என நினைத்தேன். ஆனால் என் கணிப்பு தவறாகிப்போனது. தோல் பதனிடுதலை அதிக நேரம் உற்றுப் பார்த்தார். அது முழுக்க முழுக்க அரிஜன மக்கள் செய்யும் வேலை.

அப்போது நான் அங்கிருந்து வெளியேறி, மூலையில் நின்றுகொண்டிருந்த முக்காடு அணிந்த மகளிர் கூட்டத்தை நோக்கி நடந்தேன். அவர்கள் எல்லோரும் இந்துக்கள். இந்துக்களில் மிகக் குறிப்பாக இவர்கள் மட்டும்தான் முக்காடு அணிந்திருக்கிறார்கள். குறைந்தபட்சம் இவர்கள் மட்டும்தான் முக்காடு அணிந்து பார்த்திருக்கிறேன்.

எப்போதாவது அரிதாக முக்காடு பிரித்தாலும், யாரும் பார்ப்பதற்குள் மீண்டும் அணிந்து கொள்கிறார்கள். அப்படிப் பிரித்த ஒரு முக்காட்டிற்குள் முத்தான இரு கண்களைப் பார்த்தேன். பற்கள் வரிசையாய் இருந்தன. சமீபத்தில் பழுத்த மாம்பழம் போல் பளபளப்பான சருமம். இந்த அழகான அம்சங்கள் மீது அலை அலையாக சிரிப்பு பொலிந்தது. இவையெல்லாம் ஆரஞ்சு, சிகப்பு மற்றும் மஞ்சள் நிறம் போர்த்திய சேலை மடிப்பில் மறைந்து கிடந்தன. ஆனால் திடீரென்று எனக்கு அழைப்பு வந்துவிட்டது. அந்த இடத்தை விட்டு அவசர அவசரமாகச் சென்று விட்டேன்.

முதலில் மகாத்மா ஏன் இத்தனைச் சிரத்தையெடுத்து தோல் பதனிடும் தொழிலைப் புதுப்பிக்க விரும்புகிறார் என நான் தெரிந்துகொள்ள வேண்டும். உடன் வந்தவர் இதைப் பின்வருமாறு விளக்கினார்.

தீண்டாமைக்கு நிறைய காரணங்கள் இருக்கின்றன. இனத் தூய்மையை உறுதி செய்ய, ஆரியப் படையெடுப்பாளர்கள் இந்தமுறையைத் துவக்கி வைத்தனர். ஒருவேளை பழங்குடியினரின் அடர்நிற சருமம், புதிதாக வந்தவர்களின் வெளிர்

நிறத் தோலினால் கீழானதாய் மதிக்கப்பட்டு ஏதோ நடந்திருக்கலாம். நீக்ரோயிசத்திற்கு எதிராகப் போராடும் தென் அமெரிக்காவைச் சார்ந்த கறுப்பின மக்களும் வெள்ளையின மக்களின் இதே இனத்தூய்மை வாதத்தைதான் முன்னிறுத்துகின்றனர்.

ஆன்மத் தூய்மைக்கும் கல்வி கற்பதற்கும் இந்து பிராமணர்கள் ஏகபோக உரிமை கொண்டாடினர்கள். தங்களைப் பழங்குடியினர் உடல் ரீதியாக தீண்டினால், ஆன்மா அசுத்தமாகிவிடும் என்று ஒதுக்கி வைத்தனர். இறை நம்பிக்கையில் உணவு பெரும் பங்கு வகிக்கிறது. பிராமணர்கள் சைவ உணவு மட்டும் உண்ணுகிறார்கள். ஆனால் தீண்டத்தகாத மக்கள் மாமிசம் உண்பதோடு அழுகிப் போன பிணங்களின் இறைச்சியையும் உண்கிறார்கள்.

ஒருமுறை பேராசிரியர் மல்காணி என்னிடம் சொன்னார்: 'பிறப்பு மற்றும் கல்வி அடிப்படையில் பிராமணர்கள் பெருமைப் பேசுவதை பௌத்தம் கைக்கொட்டிச் சிரித்தது. ஆனால் அது தொழில் அடிப்படையான மற்றொரு பெருமை பீத்தலை சமூகத்திற்கு அறிமுகப்படுத்தியது. மிருகவதை சம்பந்தப்பட்ட எல்லாத் தொழிலும் புனிதமற்றது என பௌத்தம் வரையறுத்தது. தோல் தொழிலாளர்களும், வேட்டைக்காரர்களும், கசாப்புகாரர்களும், மீனவர்களும், தாழ்ந்த குலத்தவர்களும் ஏற்கெனவே தீண்டத்தகாதவர் என அறிவிக்கப்பட்டனர்.'

உணவு பற்றிய விவாதத்தை நாம் இங்கே விட்டுவிடுவோம். சமூகத்தில் இரண்டு தொழில்கள் மிகக் கீழாக மதிக்கப்படுகின்றன. ஒன்று தோல் பதனிடுதல், மற்றொன்று தோட்டி வேலை செய்தல். ஒரு தோட்டி கழிப்பறையைச் சுத்தம் செய்து மனிதக் கழிவுகளை வெளியேற்ற வேண்டும். இது அரிஜனக்கே உண்டான பிரத்தியேக வேலை. இந்தியா முழுமையிலும் வடிகால் வசதிக்கான பெரிய அமைப்புகள் ஏற்படவில்லை. ஆகவே தோட்டிகளின் வேலை இன்றியமையாத ஒன்று. இந்த அரும்பாடான பணியை தலைமேல் போட்டுக்கொண்டு யார் செய்தாலும் புனிதர் பட்டம் வழங்கியிருக்க வேண்டும். ஆனால் இங்கு நிலைமையே வேறு. தோட்டியாக இருப்பது அசிங்கத்திலும் அசிங்கமாய் பார்க்கப் படுகிறது.

அடுத்ததாக தோல் பதனிடும் தொழில் பற்றி பேசுவோம். அரிஜன்கள் துப்புரவுத் தொழிலை செய்துவந்த அளவிற்கு தோல் தொழிலில் ஆர்வம் காட்டவில்லை. இந்தியாவின் மதிப்புமிக்க

கலைப் பொக்கிஷமாய், கைவினையின் தொழில்நுட்பத்தால் பல நாடுகளுக்கு ஏற்றுமதி கண்ட தோல் பொருட்கள் இன்று வியாபாரம் மங்கி மூலையில் கிடக்கின்றன. ஆயிரக்கணக்கான தீண்டத்தகாத மக்கள் வாழ்வாதாரத்தை இழந்து, வறிய நிலைக்கு ஆட்பட்டுள்ளனர்.

இந்தச் சமயத்தில்தான் மகாத்மா காந்தி தோல் பதனிடும் தொழிலைப் புதுப்பித்து இந்தியாவுக்கும் அரிஜன்களுக்கும் உதவிகரமாய் இருக்கிறார். அவரைப் பொறுத்தவரை எந்தத் தொழிலும் அசுத்தமானது கிடையாது. தீண்டத்தகாதவர்கள் செய்யும் எல்லா வேலைகளையும் காந்தி ஒருவரே திறமையாகச் செய்வார். எல்லாத் தொழிலையும் போற்றி மதித்து, அதற்கான மரியாதையை மீட்டுக்கொடுப்பதில் காந்தியம் செய்துவரும் வேலை, ஒரு முஸ்லிமாக என்னைப் பெருமளவு ஈர்க்கிறது. தொழில் பற்றி இஸ்லாமியப் படிப்பினைகளின் மூலம் இன்று வரை, 'மனிதன் தன் தொழிலால் மதிக்கப்படுகிறான்' என்ற வாசகத்தையே அறிந்து வந்திருக்கிறேன்.

தீண்டத்தகாதவர்கள் தோல் பதனிடுதலை விட்டொழிப்பதற்குப் பதில், ஏன் துப்புரவு வேலையை விட்டுக் கொடுக்கவில்லை என்று இன்னும் எனக்குப் புரியவில்லை. தீண்டத்தகாதவர்களை ஒருங்கிணைத்துப் போராடுவதற்கு, அவர்களுக்குள்ளாக ஒரு தலைவர் ஏற்பட்டிருந்தால் என்றைக்கோ இந்தமுறை அழிந்து போயிருக்கும் என எனக்குத் தோன்றுகிறது.

'எப்படி?' என்று ஓர் இந்தியர் கேட்டார்.

'ஒருவேளை முன்னூறு மில்லியன் மக்களின் கழிவுகளைச் சுத்தம் செய்யும் இலட்சோப இலட்சம் தீண்டத்தகாதவர்கள் ஒருங்கிணைந்துச் சென்று, 'கனவான்களே, இனி உங்கள் கழிவை நீங்களே சுத்தம் செய்யுங்கள். நாங்கள் தொடமாட்டோம்' என்று சொல்லியிருந்தால் போதும். அத்தகைய முழுமுதலான போராட்டம், சாதி இந்துக்களை இரண்டு விதமான முடிவெடிக்கச் சொல்லி உந்தியிருக்கும். ஒன்று, தங்கள் கழிவை தாங்களே அப்புறப்படுத்தி இத்தனை நாள் விதித்து வைத்த சட்டத் திட்டத்திற்கு ஆட்பட்டு அனைவரும் தீண்டத்தகாதவராய் மாறுதல். இல்லையென்றால், குவியல் குவியலான கழிவுகளுக்கு மத்தியில் யோசித்துப் பார்க்க முடியாதபடி வாழ முடிவெடுப்பது. இன்னுமொரு யோசனையும் உண்டு. இந்தியா முழுமைக்கும் வடிகால் அமைப்பை ஏற்படுத்தலாம். ஆனால் இதற்கு நெடுநாட்கள் ஆகும்.'

இதைச் சொன்னதும், 'போராட்டம் நீடிக்கும்வரை அரிஜன்கள் உணவுக்கு என்ன செய்வார்கள்?' என்றொரு இந்திய நண்பர் கேட்டார்.

'இது நீண்ட காலம் நீடித்திருக்க முடியாது. சாதி இந்துக்கள் சீக்கிரமே சரணடைந்து இருப்பார்கள். அதைத்தாண்டி பிற தீண்டத்தகாதவர்களும், கசாப்புக்காரர்களும், தோல் பதனிடுபவர்களும், மீனவர்களும் தோட்டிகளுக்கு உணவு கொடுத்திருக்கலாம். எப்படியிருந்தாலும் ஒருவாரம் விரதத்தில் இருப்பது, சமூகத்தில் பெரும் அளவிலான மாற்றத்தை அவர்களுக்கு ஏற்படுத்தும். சாதி இந்துக்கள் அருவருப்பு எனக் கருதிய தன் சொந்தக் கழிவை கையாள்வதை, தீண்டத்தகாதவர்கள் திரும்பிப் பார்ப்பதாய் நினைத்துப் பாருங்கள்' என்று சொன்னேன்.

'ஆனால்' என்று ஏதோ இழுத்தார். இந்த நண்பர் மகாத்மா காந்தியின் சீடர். 'இது அவர்களைக் கொடுமைப்படுத்தி வம்புக்கு இழுப்பது போல் இருக்கிறது. நாம் இதைச் செய்யக்கூடாது' என்றார்.

'ஆனால்' என்று இம்முறை நான் இழுத்தேன். 'இதுவும் ஒத்துழையாமை இயக்கம் போன்றுதானே? ஆயுதம் ஏந்திப் போராடுவதை விட, அமைதியான முறையில் ஒத்துழைக்காமல் இருந்து உரிமையையும் தன்மானத்தையும் மீட்டெடுப்பது எவ்வளவோ உயர்ந்த பணியாயிற்றே?' என்றேன்.

எப்படியோ இந்தக் கிராமங்களிலாவது இந்துக்கள் சுய தியாகம் செய்துகொண்டு, தீண்டத்தகாதவர்களோடு ஒன்றுசேர்ந்து வாழ்கிறார்களே! தோலைக் கையிலெடுத்துக் கொண்டு மகாத்மா காந்தியே அரிஜன் மக்களிடம் ஒன்றாக அமர்ந்துபேசி அறிவுரை சொல்கிறார் என்றால், இந்தத் தொழில் இனியும் கீழானது அல்ல.

இறுதியாக கிராமத்தின் விசாலமான பொது இடத்தில் ஒன்றுகூடினோம். மாவட்டத்தில் இருந்த கிராமத்தார் எல்லோரும் வருகை தந்ததால் அந்த இடமே மக்கள் கூட்டத்தில் வழிந்தது. நடுவில் சாணிக் குவியலும் மணல்மேடும் இருந்தன. இடத்தைச் சுற்றி தூசி வெள்ளம்.

மகாத்மா காந்தி மணல்மேட்டில் ஏறி உட்கார்ந்து மக்களிடம் உரையாற்றினார். அதற்கு அப்பறம் அங்கிருந்த கிராமப் பள்ளிக்கூடத்தில் ஆய்வு செய்தோம். அது ஜன்னல் இல்லாத இருண்ட அறை. அடைத்து வைத்தார்போல் குழந்தைகள் நெருக்கிக் கொண்டு அமர்ந்திருந்தார்கள்.

சிலர் தங்கள் புத்தகங்களைக் காந்தியிடம் காண்பித்தார்கள். காந்தி குழந்தைகளிடம் உரையாடினார். அவையெல்லாம் கைப்பட செய்த புத்தகம். தொடக்கக் கல்வி இவ்வளவு தூரம் நலிந்து போயிருக்கையில் இத்தனை ஆடம்பரமான பல்கலைக்கழகங்கள் எதற்கு என்ற கேள்வி எழும்பியது.

பசுமையான புல்வெளி தரையும், மெத்தப் படித்ததை உணர்த்தும் பேராசிரியர்களின் உயர் ரக ஆடையும், நிற ஒற்றுமையைத் தவிர அப்படியே ஐரோப்பிய நாட்டுப் பல்கலைக்கழகங்களை ஞாபகப்படுத்துகின்றன. அவை இந்தியாவிற்கு உதவி செய்திருக்கின்றன. மாற்றுக் கருத்து இல்லை. இனியும் உதவி செய்யும். ஆனால் இந்தக் இருட்டுக் குழிகளில் போராடி, மிகக் கொடுமையான துயரத்திலும், ஏதுமிலியாய் வாழ எத்தனிக்கப் பட்டாலும் தன் குழந்தைகளுக்குக் கல்வி கற்பிக்க போராடிக் கொண்டிருக்கும் இந்தத் துணிச்சலான இந்துத் தொழிலாளிகள் எவ்வளவுப் பாராட்டிற்குரியவர்கள் எனத் தோன்றுகிறது.

கைப்பட எழுதிய இச்சிறிய புத்தகத்தின் கறைபடிந்த பக்கங்கள்தான் எத்தனைப் புனிதமானது. என்னால் இந்தக் கேள்வியைக் கேட்காமல் இருக்க முடியவில்லை, 'ஆங்கிலேயர்கள் தங்கள் முழு ஆற்றலையும் செலவு செய்து மேற்கின் நன்மைகளை (அதுவே சாபமாகவும் இருக்கிறது) இங்கு குவியலாய் குவித்து உயர் நடுத்தர மக்களின் வாழ்வை மேம்படுத்தாமல், உழைக்கும் விவசாயச் சமூகத்தின் முன்னேற்றத்திற்காக பாடுபட்டிருந்தால், இந்தியா எப்பேர்ப்பட்ட தேசமாய் இருந்திருக்கும்?'

அத்தியாயம் 7

ஜாமியா உரைகள்

ஜாமியாவில் நான் சொற்பொழிவாற்றிய கருத்தரங்கிற்கு எட்டு பேர் தலைமை தாங்கியிருந்தனர். அதில் நான்கு பேர், இந்து. நான்கு பேர், முஸ்லிம். அவர்களைப் பற்றி சுருங்கச் சொல்வது, இந்தியாவைப் பற்றி விரிவாய் புரிந்துகொள்ள உதவும் என நினைக்கிறேன். சரோஜினி நாயுடு பற்றி உங்களுக்கு முன்பே சொல்லிவிட்டேன். ஜாமியாவில் மகாத்மா காந்தியின் இருப்பு, இன்னும் எனக்கு நன்றாக நினைவிருக்கிறது. இங்கு அவர் பற்றி இன்னும் சில செய்திகள் சொல்கிறேன்.

அன்றைக்குக் குளிர் அதிகமாய் இருந்ததால் அடுப்புக்கரி வைத்து நெருப்பு மூட்டியிருந்தோம். தீயின் கதகதப்பைச் சுற்றி காந்தி ஒரு மெத்தையில் அமர்ந்திருந்தார். அரங்கில் இருந்த மக்கள் கூட்டமும் மேடையில் இருந்த விருந்தினர் கூட்டமும் வைத்த கண் வாங்காமல் காந்தியை உற்றுப்பார்த்தன. அந்த இடம் ஆழமான அன்பினாலும், உற்சாகமூட்டும் ஆன்மிக உணர்வினாலும் நிரம்பியிருந்தது. முன் எப்போதையும்விட, காந்தி இப்போது புத்தர் சாயலுக்கு நன்றாகப் பொருந்தியிருந்தார்.

தொலைதூர தேசம் ஒன்றின் வரலாற்றுக் கால நிகழ்வுகளைப் பற்றி நான் பேசிக்கொண்டு இருந்தாலும் என் மனம் வேறு ஒன்றில் சஞ்சரித்துக் கொண்டிருந்தது. நான் பிரக்ஞை இழந்து, மகாத்மா காந்தி என்ற மகோன்னத மனிதரைச் சுற்றிச் சுற்றி வந்தேன்.

கற்பனையான கதைகள் புனைந்து அதை வரலாற்றில் நிலைநிறுத்தும் போக்கு உலகம் முழுதும், எல்லாக் கால கட்டங்களிலும் ஒரே மாதிரியாய் இருந்திருக்கிறது. சராசரி மனிதரைவிட காந்தி எனக்கு ஆயிரம் மடங்கு பெரிதாகத் தெரிந்தார்.

சராசரி மனிதர்களைக் காட்டிலும் மகோன்னத மனிதர்கள் வேறுபடுவது அவர்களின் மனநிலை மற்றும் எண்ணவோட்டங்களின் குணாதிசயங்களால்தான்.

தன் அகங்காரத்தை மக்கள் மீது முத்திரை குத்தி, மரணத்திற்கு அழைத்துச் செல்லும் உத்தி மாவீரன் நெப்போலியனை நமக்கு நினைவுப்படுத்தலாம். ஏனென்றால் இவ்வகைப்பட்ட மனிதர்களுக்கு அதிகாரத்தின் மீதான ருசிகர ஆசையும், சராசரி மனிதனுக்கு உண்டான நயவஞ்சக எண்ணமும் இருப்பது இயல்பு. அந்தகைய ஒருவரால் உலகையே தன் உள்ளங்கையில் வைத்திருக்க முடியும்.

ஆனால் நெப்போலியன் வகையறாக்களைச் சமூகத்தின் உயர்ந்த இடத்தில் வைத்திருப்பது முக்கியம். கிரீடங்களும் சிம்மாசனங்களும் கொடுத்து கௌரவப்படுத்த வேண்டும். பொன்னான வாய்ப்பை நழுவவிட்டு சாதாரண மனதராய் வாழ அவர்கள் ஆசைப்படுவதில்லை. இந்தப் பெரிய மனிதர்கள் அதிகாரத்தின் அடக்குமுறையால் துவண்டுபோகும் போது, சாமான்ய மக்கள் அவர்களைக் கைவிட்டு அடுத்தவரிடம் தங்கள் விசுவாசத்தை பொழிய ஆயத்தமாவார்கள். 'மன்னர் இறந்து விட்டார். மன்னர் புகழ் வாழ்க' என்று கோஷம் எழுப்புவார்கள்.

சாதாரண மனிதன் எத்தனை எளிமையாய் இருந்தாலும் அவனை நம்மால் புரிந்துகொள்ள முடியாமல் முரண்பாடு கொள்ள நேர்கிறது. அகந்தை மேலோங்கி, இரத்தவெறிப் பிடித்து, மோகனத் தன்மையோடு நடந்துகொள்ளும் அதே மனிதனிடம் ஏதோ ஒரு மூலையில் அன்பு இருக்கிறது. காயப்பட்டோருக்குக் கண்ணீர் சிந்தும் இதயம் இருக்கிறது. தன் சக மனிதர்களைக் கரைசேர்க்கும் உன்னதமான அக்கறை இருக்கிறது.

மகாத்மா காந்தி என்ற அசாதாரண மனிதரை இயேசு மற்றும் புத்தரின் பிரதிநிதியாய் அவரின் சீடர்கள் அடையாளம் காண்கிறார்கள். இவர்கள் எல்லோரும் பூமியில்தான் வாழ்ந்தார்களா என்று வியக்கும்படி நீண்ட நெடிய பழங்கால மரபைச் சார்ந்திருக்கிறார்கள். நாம் வாழும் காலத்திலும், நபிகள் மற்றும் துறவிகளுக்குப் பிறகான காலத்திலும்கூட சாதாரண மக்களை நல்வழிப்படுத்த இப்படியொரு பெருங்கூட்டத்தைக் கட்டியெழுப்பும் தலைமைப் பண்பு நிறைந்த ஒருவரை இன்றளவும் காணோம்.

ஒருவேளை புதிய சகாப்தத்தின் தொடக்கமாக மகாத்மா காந்தி இருப்பாரா? இல்லையென்றால் அவர் ஏன் லட்சக்கணக்கான

மக்களால் நேசிக்கப்பட்டு, பொருள்முதல்வாதம் பேசும் அறிவுஜீவிகளால் கொண்டாடப்படுகிறார்? மனிதகுலத்தின் அப்பழுக்கற்ற தன்மை குறித்து எனக்கிருந்த நம்பிக்கையைக் காந்தி மீண்டும் உயிர்ப்பிக்கிறார்.

மகாத்மா காந்தி மட்டுமல்ல, பழைமை வாய்ந்த இந்திய மரபின் பிரதிநிதியாய் யார் தன்னை அடையாளப்படுத்திக் கொண்டாலும் அன்பும் கருணையும் கொண்ட அந்த மனிதருக்கு, உலகமே நன்றிக்கடன் செலுத்த ஆசைப்படுகிறது. காந்தி விஷயத்தில் அவருக்கு அப்படியொரு அங்கீகாரம் கிடைத்ததாய் தெரிய வில்லை. மாறாய் பலமுறை துன்புறுத்தப்பட்டிருக்கிறார்.

இரவொளி வீசும் அந்த அரங்கு முழுதும் சகோதரத்துவ நெறி காற்றைப்போல பரவியிருந்தது. நம்முள் இருளடித்துக்கிடந்த மனிதப் பண்புகளை, இந்தப் பலவீனமான மனிதர் ஒளிகூட்டி நெறிப்படுத்துகிறார்.

'தீராத இரணத்திலும் வேதனையிலும் மடிந்து போகிறவர்கள், உலகின் கண்களுக்கு உண்மையான கதாநாயகர்களாய் தெரிகிறார்கள்' என்று உரைகளுக்குப் பின் பேசுகையில் அவர் சொன்னார். 'வேதனையில்லாமல் இந்த உலகில் பிறப்பு இல்லை. மாறுபடும் உலகில் மாறுபாடு அடைந்த ஓர் உருகும் பானையைத்தான் நாம் இன்று பார்க்கிறோம். இந்தியாவும் துருக்கியும் சிறிய அரும்புள்ளியாய் இருக்கும் இந்தப் பூமியில் என்ன நடந்துவிடப் போகிறது? ஆனால் நான் கவனித்தவரை ஒன்றை நம்புகிறேன், இந்தியாவும் துருக்கியும் சொன்னதைச் செய்யும் ஆற்றலுக்கு தன்னை பலப்படுத்திக் கொண்டால், அவர்களுக்குப் பிரகாசமான எதிர்காலம் காத்திருக்கிறது.'

பதினெட்டு ஆண்டுகளுக்கு முன் துருக்கி நாட்டுச் சுதந்திரத்திற்காக நிபந்தனையின்றி உயிர் துறந்த அந்நாட்டு ஏழை எளிய மக்களுக்கு அவர் செய்த அஞ்சலி இது. காந்தியின் பேச்சில் இந்து - முஸ்லிம் ஒற்றுமைக் குறித்த கருத்தாடல் மிக வெளிப்படையாகத் தெரிந்தது.

'நமது இரத்தத்தின் இரத்தமாய் கலந்துவிட்ட சகோதரர்கள்' என்று முசல்மான்களைச் சொன்ன காந்தி, 'இவரின் வருகையால் இந்து முஸ்லிம் ஒற்றுமையில் பிரிக்க முடியாத பிணை ஏற்படும்' என்று என்னைக் குறிப்பிட்டுச் சொன்னார். இந்த உலகில் இப்பேர்பட்ட புகழுரைக்கு எவராலும் பாத்திரமாக முடியாது. ஆனால் என்ன செய்வது, இந்தியாவில் உள்ள இந்து முஸ்லிம் இளைஞர்கள்தான் இந்தக் கனவை நனவாக்க வேண்டும்.

அடுத்ததாய் டாக்டர் பகவான் தாஸ் பற்றிச் சொல்கிறேன். பிறப்பால் அவர் ஓர் இந்து. உயரமான மெலிந்த தேகம் உடையவர். நீண்ட வெள்ளை முடியும் தாடியும் வைத்திருக்கிறார். அவரின் வெளிறிப் போன சருமமும் மென்மையான தேகமும் நீண்ட விரதங்களைக் கடைபிடிப்பவர் என்று எண்ணத் தூண்டுகிறது. தனக்கு மட்டுமே தெரிந்த ஒன்றைத் தூர வெளியில் வெறித்துப் பார்ப்பது போன்ற சுபாவம்.

அவரோடு நாம் பேசினாலும் நாம் பேசுவதை அவர் கவனித்துக் கொண்டிருந்தாலும் சதாகாலமும் ஏகாந்தத்தில் இறைவனோடு சஞ்சரிக்கிறார். அவர் முகபாவனையும் அதற்கேற்றாற் போல் மாறுகிறது. ஆன்மிகத்தோடு தொடர்பு இல்லாத ஒருவர்மேல் இப்பேர்பட்ட அபிப்பிராயம் தோன்றுவது சற்றே வேடிக்கையானது.

இறையியல் அனுபவத்தில் உண்மை இருக்கிறதா, இல்லை சுய மயக்கம் இருக்கிறதா என்று எனக்குத் தெரியாது. ஆனால் அதில் ஏதோ ஓர் உணர்வு இருக்கிறது. உறவினர்களைப் பிரிந்து, நிர்வாண கோலம் பூண்டு, ஆன்ம வழியில் கவனம் செலுத்துகின்ற சராசரி இந்தியத் துறவியைப் போல் பகவான் தாஸ் இல்லை. நான் சந்தித்த மிக நேர்த்தியான மனிதர்களில் ஒருவர் அவர்.

வெள்ளை நிற ஆடையும், அதற்கேற்ப வெள்ளை நிற காலணியும் போட்டுக் கொண்டு, தூய வெள்ளைத் தலைப்பாகை அணிந்து, கழுத்தைச் சுற்றி காஷ்மீரி மஃப்ளரை அணிந்துகொண்டு, துருக்கியில் தடைசெய்யப்பட்ட பழைய மடம் ஒன்றைச் சார்ந்த இந்நாட்டு ஷேக் போல காட்சியளிக்கிறார். உண்மையில் இவர் கிழக்குப் பகுதியைச் சார்ந்த துறவி என்று நினைக்கிறேன்.

செய்தியைச் சொல்பவர் யாராய் இருந்தாலும் அறிவுடையதாய் இருந்தால் அணைபோடாமல் ஏற்றுக்கொள்கிறார். இந்திய, சீனப் படிப்புகளில் மட்டுமல்ல அரேபிய, பெர்ஷியப் பாடங்களிலும் நுண்ணிய அறிவுடையவர். சர்வ சாதாரணமாய் இந்து மத நூல்களை மேற்கோள் காட்டுவது போல குரானிலிருந்து மெஸ்நேவியிலிருந்தும் மேற்கோள்களைக் கையாள்கிறார்.

பகவான் தாஸின் வியக்கத்தக்க அறிவுலகம் (அறிவியல் நுட்பத்தையும் கைதேர்ந்து படித்து வருபவர்) மாய பிம்பம் நிறைந்த மதங்களைச் சுற்றி இயங்குகிறது. அரசியல் மதத்தை விட்டு விலகும்போது, அது தன் மனிதத்தன்மையை இழந்து விடுகிறது என்பது இவர் வாதம். மதம் தனி ஒருவனின் நடைமுறையைப்

பாதிக்காவிட்டால், அதனால் யாதொரு பயனும் கிடையாது என்று பகவான் தாஸ் நம்புகிறார். இது தொடர்பாக நிறைய புத்தகங்கள் எழுதியிருக்கிறார்.

அவரைப் பொறுத்தவரை 'மதங்கள்' கிடையாது. 'மதம்' மட்டும்தான் உண்டு. இதை மெய்ப்பிக்க வேண்டி உழைக்கிறார். 'அனைத்து மத ஒற்றுமையின் அத்தியாவசிய தேவை' என்று அவர் எழுதிய மிகப் பிரமாதமான புத்தகமொன்று ஏராளமான தரவுகளின் அடிப்படையில் இயற்றப்பட்டது.

இவர் வன்மையான சீர்திருத்தவாதியோ களத்தில் இறங்கும் செயல்பாட்டாளாரோ கிடையாது. மாறாய் தன் எழுத்துகளின்மூலம் மக்களிடம் உரையாடலை ஏற்படுத்தி, மானுடச் சமூகத்தை அசைத்துப் பார்க்கிறார். அனைத்து வகைப்பட்ட மனிதர்களும் உலகில் இருக்கிறார்கள். இவர் போன்ற வகையறாக்கள் பொதுவெளியில் தெரிவதில்லை என்றாலும் சமூகப் பங்களிப்பில் அத்தியாவசியமான தேவையைப் பூர்த்தி செய்கிறார்கள்.

நான் இந்தியா வந்து சென்ற பிறகு, 'கோமாளியும் அவள் மகளும்' என்றொரு புத்தகத்தை எழுதினேன். டாக்டர் பகவான் தாஸைப் பார்ப்பதற்கு அந்நாவலில் வரும் 'வெஃபி எஃபெண்டி' கதாப்பாத்திரம் போல தெரிகிறது. வெஃபி எஃபெண்டி தனிப்பட்ட ஒருவரை மனிதிலிறுத்தி உருவாக்கிய பாத்திரம் அல்ல, சிறு வயதிலிருந்தே நான் கேட்டறிந்த பல டெர்விஷ்களை முன்னிறுத்தி உருவாக்கிய படைப்பு. பகவான் தாஸ் இந்திய தேசிய காங்கிரஸின் பிரதிநிதி. தனக்கு வழங்கப்பட்ட மேசையில் பூலாபாய் தேசாய்க்கு அருகில் அமர்ந்திருந்தார்.

அப்போதைக்கு பூலாபாய் தேசாய்தான் இந்திய தேசிய காங்கிரசின் பாராளுமன்ற தலைவர். எனது சொற்பொழிவு தொடரில் தலைமை தாங்கியிருந்த இறுதி இந்துவும் அவர்தான்.

பம்பாயில் புகழ்பெற்ற வழக்கறிஞர்களில் ஒருவராய் அறியப்படும் இவர், கைநிறையச் சம்பாதித்தார். அரசியலுக்குப் புதுமுகமாய் இருந்தாலும், கட்சியின் தலைவர் பதவியில் ஓராண்டு காலம் பணி செய்திருக்கிறார். 1935ஆம் ஆண்டின் மிதமான அரசியல் நிலையைக் காரணமாய் கொண்டு அவருக்கு இந்தப் பதவி வழங்கப்பட்டிருந்தாலும், சந்தேகத்திற்கு இடமின்றி திறன் பெற்ற மனிதர்தான்.

இத்தனை இருந்தும் அவரிடம் எனக்கு ஒரு அற்ப விஷயத்தில் குழப்பம் இருந்தது. துருக்கியில் பாய் என்பதைப் பெயரின் முன்னொட்டாகவும் பின்னொட்டாகவும் பயன்படுத்துவது மரபு. அவரைப் பழம்பெரும் ஜாம்பவான் என்று நினைத்துக் கொண்டிருந்த நான், முதல் சந்திப்பிலேயே அந்தச் சந்தேகத்தை கேட்டுவிட்டேன்.

'உங்கள் பெயருக்கு என்ன அர்த்தம்?'

'கடைசியாக எஞ்சியவன். எனக்கு முன்பு பிறந்த எல்லோரும் இறந்துவிட்டதால், என் தாய் தந்தையர் எனக்கு இந்தப் பெயர் வைத்துவிட்டார்கள்' என்றார்.

அப்படியென்றால் நீங்கள் 'டர்முஷ்' என்று சொல்லுங்கள். அனடோலியாவில் குழந்தைகளை இழந்த பெற்றோர் தன் கடைசி வரவுக்கு 'டர்முஷ்' என்று பெயர் வைப்பது வழக்கம். அதற்கும் 'எஞ்சிய குழந்தை' என்றே பொருள்.

பெயரைத் தாண்டி, அவரது செயல்பாடுகளும் அனடோலியர் போலதான் இருந்தது. தேவையானவற்றை அற்பமானவற்றி லிருந்து பிரிக்கும் அசாதாரண திறன் பெற்றிருந்தார். அதிகம் பேசமாட்டார். ஆனால் பேசும் பேச்சில் வெளிப்படைத் தன்மையும் நிதானமும் இருக்கும். மறந்தும்கூட எதிரிகளைத் தவறாகப் பேசமாட்டார்.

விவரிக்க முடியாத ஒரு நிறத்தில் நெருக்கமான மேல் அங்கியும், காந்தி குல்லாயும் அணிந்திருந்தார். வெள்ளைநிற சுதேசித் துணி அவரை ஒரு தீவிர தேசியவாதியாகவும், ஐரோப்பிய மேலங்கி அவரை மேற்கத்திய சித்தாந்தியாகவும் அடையாளப்படுத்தும். இவரது விஷயத்தில் ஆடை ஒன்றே இவர் சார்ந்த கட்சியைப் பேசுகிறது. மறைந்துபோகும் வழக்கத்தோடும் இயக்கத்தோடும் இவரை ஒருகாலும் தொடர்புபடுத்த முடியாது. பூலாபாய், எல்லா காலத்திற்குமான இந்தியர்.

இயற்கையாகவே அவர்மேல் அந்த அம்சங்கள் முத்திரைக் குத்தப்பட்டுள்ளன. அவரின் மென்மையான சிநேகக் கண்களில் இமைகள் வண்ணம் இழந்து இருக்கின்றன. மக்கள் கவனத்திலிருந்து விலகிக் கொள்ளும் அனைத்துமட்ட மனிதராக நான் அவரைப் பார்க்கிறேன். இது ஒருவகையில் எதிர்பாராமல் நடப்பது. அவரிடம் அனடோலியன் சாயல் அதிகமாய் இருந்தது.

குறைந்திருந்தது - சமமாய் இருந்தது என்று சொல்வதற்கு அப்பால், அதை எந்தவகையிலும் விவரித்துக் கூற முடியாது. அது ஒருபோதும் உயரவோ தாழவோ இல்லை. மேலும் அவர் வார்த்தைகள் எவ்விதச் சங்கேதத்துடனும் ஒத்துப் போகவில்லை. அவரது தொனியும் எண்ணமும் மிதமான தன்மையில் ஒரு மயக்கமான கண்ணியத்தை பூலாபாய்க்கு ஏற்படுத்தியது.

அவர் ஒரு சுதந்திர விரும்பி என்று நாம் நினைக்கலாம். உண்மையில் அச்சுதந்திரத்தை இழந்தால் கூட, அவரின் சமநிலை நீடிக்கும். இப்படித்தான் நான் பூலாபாயை அடையாளம் காண்கிறேன். லாபி அரசியல் சண்டைகள் எனக்கு அதிகம் பிடிக்காது என்பதால், இந்தியப் பாராளுமன்றம் பற்றி நான் அதிகம் பேசவில்லை. அவர் பேசுவதைக் கேட்கத்தான் அங்குச் சென்றேன்.

இந்திய நாடாளுமன்றம் பற்றிச் சொல்வதற்கு எதுவும் இல்லை. இதைப் பார்க்கும்போது வெஸ்ட்மின்ஸ்டர்தான் நினைவுக்கு வருகிறது. இந்தியமயமாக்கப்பட்ட இந்த நினைவுச்சின்னத்தின் மேல் பிரிட்டன் நாட்டின் மக்களவை உறுப்பினர்கள் கரிசனம் காட்ட என்ன காரணம்? ஒருவேளை அவர்கள் இந்திய ஜனநாயகத்தின் முதல் வெளியாக நாடாளுமன்றத்தைப் பார்க்கிறார்கள் என்று நினைக்கிறேன்.

இது தொடர்பாக பேசுகையில், ‘இது நாடாளுமன்றம் அல்ல, பொம்மலாட்ட அரங்கம். நூலைப் பிடித்து ஆட்டுபவர்கள், தங்கள் இஷ்டப்படி ஆட்சியாளர்களை ஆட்டுவிக்கிறார்கள்’ என்று நண்பர் ஒருவர் சொன்னார்.

ஆனால் பார்வையாளர் அரங்கில் அமர்ந்து, அங்கு நடக்கும் வாதப் பிரதிவாதங்களைப் பார்த்த பிறகு, அது பொம்மலாட்ட அரங்கம் அல்ல என்று ஊர்ஜிதப்படுத்திக் கொண்டேன். ஏனென்றால் இவர்கள் படு நேர்த்தியாக நடிக்கிறார்கள். இங்கிருந்த உறுப்பினர்களுக்குச் சுய - எச்சரிக்கை உணர்வு இருப்பதாகத் தோன்றியது. பிரிட்டிஷ் நாடாளுமன்ற நடைமுறைகளைப் பார்த்து கலை நேர்த்தியுடன் அப்படியே மீட்டுருவாக்க முயல்கிறார்கள்.

சபாநாயகர் அணிந்திருக்கும் கவுன், அவர் தலைமேல் உள்ள போலி விக்; சாம்பல் நிற சூட் அணிந்த ஆளும்கட்சி உறுப்பினர்கள்; அவர்களுக்கு எதிர்ப்புறம் உள்ள காங்கிரஸ் உறுப்பினர்கள்; வகைவகையான ஆடை அணிந்த சிறுபான்மையின மக்கள் என ஆங்கிலேய நாடாளுமன்றத்தின் எல்லாவிதமான சிறப்பம்சங்களும் பொருந்தி மரியாதைக்குரிய கனவான்கள் அமர்ந்து இருந்தார்கள்.

இங்கிலாந்தின் வருத்தம் தோய்ந்த மக்களவையில் சோர்வடைந்து வீற்றிருக்கும் தைரியம் பொருந்திய உறுப்பினர்களைக் காட்டிலும், பிரகாசமான இந்த வட்ட வடிவ அறையின் கவர்ச்சியான உறுப்பினர்கள் வேறுபடுகிறார்கள். இருந்தாலும் இது என்னை ஆச்சரியப்பட வைக்கிறது. இதில் உயிரோட்டம் இல்லை. நான் ஆர்வம் இழக்கிறேன். அங்கிருக்கும் உறுப்பினர்களின் கருஞ்சிவப்பு நிறச் சட்டையும், டர்பனும் கண்டு நேரம் ஓட்டினேன்.

அவர்கள் சத்தமில்லாமல் மெதுவாக நகர்ந்து, மேம்பட்ட பணிவுடன் குனிந்து, மேசையில் மண்டியிட்டுக் காகிதங்களை ஒப்படைத்தனர். இந்த நாடாளுமன்றக் காட்சிகளில்கூட ஜனநாயக அமைப்பின் இயங்குதல் இல்லை. மாறாக ராஜாவின் அரண்மனையில் பணியாட்கள் வேலை செய்வது போல் இருக்கிறது. சமத்துவம் அற்ற ஆழமான உணர்வு தோன்றும்படி, அங்கிருந்த சுற்று வெளியில் அடிமைத்தனம் மேலோங்கியிருந்தது. இவையெதுவும் அந்தச் சூழலோடு ஒத்துப்போகவில்லை. எல்லாவற்றிற்கும் மேலாக, இலட்சக்கணக்கான மக்களின் தோள்களிலும் நெம்பமுடியாத முதுகுத்தண்டிலும்தான் ஜனநாயக உணர்வு வீற்றிருக்கிறது. அறிவாளிகளின் நடத்தையாலும், அரசியலமைப்பு முறைமையாலும் அது மாறுபடாது.

சிகப்புச் சீருடை அணிந்த நபர் ஒருவர் குனிந்து மண்டியிட்டு, எதிரே உள்ள மேசையில் ஒரு காகிதத்தை வைத்தார். தெளிவற்ற சாம்பல் நிற உருவமொன்று பேசுவதற்காக எழுந்தது. அது பூலாபாய் தேசாய். புதிய அரசியலமைப்புச் சட்டம் பற்றி காங்கிரஸின் பார்வையைச் சொல்ல அவர் தயாரானார்.

அவர் என்ன சொன்னார் என்பது இங்கு முக்கியம் அல்ல. ஆனால் எப்படிச் சொன்னார் என்பது முக்கியம். உலகிலுள்ள எந்த நாடாளுமன்றத்திலும் தன் கட்சி சார்ந்த பார்வையை இப்படியொருவர் எடுத்துக் கூறமாட்டாரா என்று அரசியல் கட்சிகள் ஏங்கும்படிப் பேசினார். இந்தியாவின் பார்வையைத் தன் பழக்கவழக்கங்களில் இருந்து மாறுபட்டுத் தெளிவாக விளக்கினார். இங்குள்ள பிரச்சனைகள் பிரம்மாண்ட அளவில் தனித்து நிற்பதாய் உணர்த்தினார்.

அவர் பேச்சில் அரசியல்வாதியின் வாய்வீச்சு அலங்காரம் கிடையாது; வழக்கறிஞர்களின் தர்க்கமோ சட்ட நுணுக்கங்களோ கிடையாது. மாறாக அவர் பாணி, அவர் கையாண்ட

உண்மைகளைப் போல் நச்சென்று இருந்தது. புது வகையான பேச்சு பாணிக்கு மகாத்மா காந்தி ஓர் உன்னத அடையாளமாகவும், பூலாபாய் தேசாய் மனங்கவரத்தக்க உதாரணமாகவும் விளங்கினார்கள். இந்தியர்கள் இதை 'புனிதமான ஆங்கிலம்' என்று மெச்சுகிறார்கள்.

'அவர் எங்கள் நிலைமையைக் குறைத்து மதிப்பிட்டிருக்கிறார்' என்று அருகிலிருந்த இந்தியர் ஒருவர் சொன்னார். ஆனால் உண்மை அதுவல்ல. இந்தியாவைப் பற்றி சதா காலமும் அதீத மிகைப் படுத்தல்கள் உண்டாகி இருக்கின்றன. சொற்பொழிவுகளிலும் மேடைப் பேச்சுகளிலும் சொல்லாட்சி அலங்காரங்களை உதறித் தள்ளினால், இந்தியா பற்றிய கள யதார்த்தம் புரிபடும். மேலும், மிதமான மற்றும் கண்ணியமான பாணியைத் தேர்ந்தெடுத்ததன் மூலம் பூலாபாய் தேசாய் தன்னை உண்மையான உளவியல் நுண்ணறிவு கொண்டவர் என்று நிரூபித்தார். அவரின் உரை ஆங்கிலேயருக்குத் தயாரிக்கப்பட்டது. அதில் எதிரொலித்த தொனியும் மிகச்சரியாய் இருந்தது.

அவர் பேச்சில் முகஸ்துதி செய்யும் பழைய பாணியோ, கடல் அலைபோல் கர்ஜிக்கும் உரத்த சத்தமோ கிடையாது. கவித்துவமான பாணியும் அந்தப் பேச்சில் இல்லை. முகஸ்துதி செய்யும் பழைய பண்பை ஒழுக்கக் குணமாக இந்தியர்கள் கருதுகிறார்கள். ஆனால் ஆங்கிலேயர்களுக்கு இது அடிமைத்தனத்தின் அறிகுறியாய் தெரிந்தது. முதுகெலும்பு அற்ற செயலாய் பார்க்கப்பட்டது.

கீழைத்தேயப் பேச்சாளர்களின் பழமைப் பிடித்த சொல் அலங்கார உரைகளைக் கேட்டால், அவர்களை எட்டி உதைக்கத் தூண்டும் ஆங்கிலேயர்களின் அரிப்பெடுத்த கால்களை என்னால் இப்போது புரிந்துகொள்ள முடிகிறது.

இந்தியர்களின் இந்தப் புதிய வெளிப்பாடு, அவர்களிடம் சுய நம்பிக்கை மலர்ந்ததை உணர்த்துகிறது. ஆனால் இந்த வெளிப்பாட்டைப் பலவீனத்தின் அடையாளமாகக் கருதி, மீண்டும் ஆங்கிலேயர்கள் இதை வெறுக்கிறார்கள். உலகமே ரசிக்கும்படி கவிதைகளைப் புனைந்துவிட்டாலும் ஆங்கிலேயர்கள் அதைத் தனிமையில் மட்டுமே குதூகலிக்க விரும்புகிறார்கள். அரசியலில் கவித்துவமான பேச்சுக்கும், கவித்துவமான நடைமுறைக்கும் அவர்கள் முக்கியத்துவம் கொடுப்பதில்லை.

கொஞ்ச நாட்கள் கழித்து, லக்னோ பல்கலைக்கழக மாணவர்களிடம் பூலாபாய் தேசாய் மற்றொரு உரை ஆற்றினார். நான் இதைப் பற்றி புரிந்துகொண்டதால், மாணவர்களிடம் எப்படிப் பேச வேண்டும் என்ற சரியான தொனி அவருக்குத் தெரியும் என்று உணர்ந்தேன். அவர்தன் உரைக்கு 'அறிவுஜீவிகளின் தோல்வி' என்று பெயரிட்டிருந்தார்.

இந்திய அறிவாளிகள் பற்றி அவர் சொன்ன எல்லாக் கருத்துகளும் உலகெங்கிலும் உள்ள எல்லா அறிஞர்களுக்கும் பொருந்தும். அவர்கள் உதட்டளவில் யோசனைகளைச் சொல்வதோடு நின்றுகொள்வதால் தோற்றுப்போகிறார்கள். அந்த யோசனைகள் எல்லாம் நடைமுறைக்கு வரவேண்டும்.

ஈடு இணையற்ற இந்தியக் கலாசாரத்தின் பழம்-புகழைத் தூண்டிவிடுவது போல் தன் உரையைத் தொடங்கினார். தன் சமகாலத்திய உலகக் கலாசாரங்கள் எல்லாம் அழிந்துபோன போதும், இதுமட்டும் உயிர்ப்போடு இருக்க என்ன காரணம்? உலகின் மூன்றாந்தர நாடுகள் அடிமைப்பட்டுக் கிடப்பதை எடுத்துக்காட்டாய் எடுத்துக் கூறவா இந்தியா உயிர்ப்போடு இருக்கிறது? என்று பேசிய அவர் நவீன இந்தியாவின் அறிவுஜீவிகள், கலைஞர்கள், விஞ்ஞானிகள் என பலரை முன்னிறுத்தி அவர்களுக்கும் இந்தியப் பொதுமக்களுக்கும் உண்டான தொடர்பை விளக்க முயன்றார்.

'மற்ற இனங்கள் தன் சுதந்திரத்திற்காகப் போராடுவதை விதந்து கூறி, பெருமிதப்பட்டுப் படித்து நல்ல மதிப்பெண்கள் வாங்கிய காலம் ஒன்று இருந்தது. நமது நாட்டு பல்கலைக்கழக, கல்லூரிகளைச் சார்ந்த ஆண் பெண் இருபாலர்களும் இதில் ஈடுபட்டிருந்தார்கள். இன்னும் அந்தக் காலம் நீடிக்கிறதோ என்று எண்ணி நான் வருத்தப்படுகிறேன்...'

'இங்கிருக்கும் ஆண்களும் பெண்களும், பிரிட்டன் கவிஞர்கள் விடுதலைப் பற்றி எழுதிய உத்வேகம் ஊட்டும் கணிசமான பாடல்களை மனனம் செய்ய கூடியவர்கள். அதில் பைரன் எழுதிய 'சில்லான் கோட்டை கைதி' என்ற கவிதையும் அடக்கம்.'

'இது வெறும் பாராட்டு அல்ல. சுதந்திரத்திற்காகப் போராடியவர்களின் வாழ்க்கையை வாசிக்கும்போது, நாம் அவர்களின் தியாகத்தை எண்ணி உணர்ச்சி வயப்படுகிறோம். ஆனால் வேறு நாட்டவர்கள் சுதந்திரத்திற்காகப் போராடிய வரலாற்றை உணர்ச்சிபொங்க வாசித்து பெருமிதம் அடையும் நாம்,

வரலாற்றின் போக்கில் நமது நாடு எந்த நிலையில் இருக்கிறது என்று யோசிக்க தொடங்கி விட்டோமா?'

தான் முன்வைத்த கேள்விகளுக்கு எல்லாம் அவரே பதில் சொல்லத் தொடங்கினார். இந்தியத் தேசாபிமானி ஒருவரிடம் இருந்து நான் கேட்ட மிகவும் கசப்பான வார்த்தை அது. 'உங்களை ஆட்சிச் செய்ய வந்திருக்கும் அந்நிய நாட்டுக் கனவான்கள் எத்தனைப் பேர் என்று எண்ணியிருக்கிறீர்களா, (இதை சொல்வதில் தவறு இல்லை. இருந்தாலும் உங்கள் புரிதலுக்காக சொல்கிறேன்) 330 மில்லியன் எண்ணிக்கை உடைய நம்மை கால்நடையாக நினைத்திருந்தால் கூட, இன்னும் அதிகமான மேய்ப்பர்களை அனுப்பி வைத்திருப்பார்கள், இல்லையா?' அவரது உரையில் தெறித்த ஒவ்வொரு வார்த்தையும் ஆங்கிலேய எண்ணவோட்டத்தின் சாட்சியாக இருந்தது.

நான் மகாத்மா காந்தியிடம் சென்று, 'ஆங்கிலேயர்கள் இந்தியாவிற்கு செய்த மிகப் பெரிய பங்களிப்பு என்று எதைக் கருதுகிறீர்கள்?' என்று கேட்டேன். அவர் கொஞ்சமும் யோசிக்காமல், 'தேசிய உணர்வு' என்றார்.

இதே கேள்வியை சரோஜினி நாயுடுவிடம் கொஞ்சம் வேறு மாதிரி கேட்டேன். அப்போது நாங்கள் ஹுமாயூன் கல்லறையின் மாடியில் உட்கார்ந்திருந்தோம். வண்ணமயமான பதாகைகளை ஏந்திக் கொண்டு எங்களுக்குக் கீழே ஒரு கிராமம் ஊர்வலம் சென்று கொண்டிருந்தது. ஆடம்பரமான ராஜ கல்லறையின் மேல் உட்கார்ந்து கொண்டு மகிழ்ச்சியில் திளைத்துக் கொண்டே சரோஜினி நாயுடு தன் காலணிகளைக் கழட்டி, வெறுங்கால்களை சூரிய ஒளியில் காட்டி உஷ்ணம் ஏற்றிக் கொண்டிருந்தார்.

அப்போது நான் அவரைக் கேட்டேன், 'முகமதியர்கள் இந்தியாவிற்கு என்ன செய்தார்கள் என்பதை நான் அறிவேன். ஆனால் ஆங்கிலேயர்கள் இந்தியாவை விட்டு நீங்கும்போது எதை விட்டுச் செல்வார்கள் என்று நினைக்கிறீர்கள்?'

'ஒரு தேசத்தை'விட்டுச் செல்வார்கள் என்று சற்றும் தாமதிக்காமல் சொன்னார்.

ஜாமியாவில் நான் சொற்பொழிவாற்றிய கருத்தரங்கில் நான்கு முஸ்லிம்கள் இருந்தனர். அவர்களில் டாக்டர் அன்சாரி பற்றி முன்பே சொல்லிவிட்டதால், இப்போது மௌலானா ஷௌகத் அலி பற்றிப் பார்ப்போம்.

மறைந்த முகமது அலியின் சகோதரர் இவர். கிலாபத் இயக்கத்தின் ஆதரவாளர். இந்து - முஸ்லிம் ஒற்றுமையிலும் இந்தியத் தேசியவாதத்திலும் அளவு கடந்த நம்பிக்கை வைத்திருந்தார். ஆனால் இவையெல்லாம் அவரின் கடந்தகால வாழ்க்கை. நிகழ்காலத்தில் அவர் அரசியல் சார்பைப் புரிந்துகொள்ள மிகக் கடினமாய் இருந்தது. கிலாபத் இயக்கத்தின் தோல்வியால் மிகவும் மனம் வெதும்பிப் போயிருந்தார்.

ஆனால் அரசியலைத் தாண்டி இவர் ஒரு முக்கியமான, அனுதாபம் கொள்ளத்தக்க மனிதர். தன் பொதுமேடைப் பேச்சுக்களால் இலட்சக்கணக்கான மக்களைத் தன்வயப்படுத்தினார். அறிவார்ந்து பேசும் அதே நேரத்தில், உணர்ச்சியைத் தூண்டும் பிரமாதமான ஆற்றல் அவருக்கு இருந்தது.

எந்தவொரு பொதுக்கூட்டத்தையும் தன்பால் ஈர்க்கும் அபாரமான உடல்மொழி உள்ளவர். எல்லாவற்றிலும் நெடிய மனிதராகத் திகழ்ந்தார். 'பெரிய அண்ணன்' என்று அவர்கள் செல்லமாக அழைப்பதில் இருந்தே, இவருக்கு இருந்த பொறுப்புணர்வைப் புரிந்துகொள்ளலாம். பொல்லாத சிறுவனைப் போல் மின்னித் திரியும் கண்களும், படத்தில் காண்பது போல் ஈர்க்கக்கூடிய சாம்பல் நிறத் தலைமுடியும், அடர்த்தியான நீண்ட தாடியும் வைத்திருந்தார். இவரின் குழப்பமான அரசியல் கொள்கையை உடுத்தியிருக்கும் ஆடையிலிருந்தே தெரிந்துகொள்ளலாம்.

இறுக்கமான இந்தியக் கால்சட்டைக்கு நீளமான சட்டை உடுத்தியிருந்தது விகாரமாய் இருந்தது. கூடவே தளர்வான அரேபிய மஷ்லாக்கும், துருக்கிய கல்பாக்கும் (உரோமத்தால் ஆன தொப்பி) அணிந்திருந்தார். இது 16 ஆண்டுகளுக்கு முன்பே மலையேறிப் போன ஃபேஷன். முழு உடையிலும் இந்திய, முஸ்லிம், அரேபிய மற்றும் துருக்கியக் கலாசாரம் எட்டிப் பார்க்கிறது. ஒருவகையில் இது ஒட்டுமொத்த இஸ்லாத்தின் பிரதிபலிப்பாகத் தெரிந்தாலும், இதில் அரசியல் யதார்த்தம் இல்லை.

மௌலானா ஷௌகத் அலிக்கு ஓர் அழகிய இளம் ஆங்கிலேய மனைவி இருந்தார். கேலிச் சித்திரங்களில் மௌலானாவை ஒரு பெரிய குழந்தையாகவும், அவரைச் சமாதானப்படுத்த அரசர் அவருக்கு அழகான பொம்மையொன்று கொடுப்பதாகவும் சித்திரித்திருந்தனர். அவர் விமர்சனங்களுக்குச் சட்டென்று பதில் சொல்லும் பாங்கில் நிறைய கதைகள் புழக்கத்தில் இருந்தன. அதில் கடைசியாக வந்த ஒரு கதையை உங்களுக்குச் சொல்கிறேன்:

ஒருமுறை உயர்மட்ட ஆங்கிலேய அதிகாரி ஒருவர், 'நீங்கள் உங்கள் மனைவியைத் துன்புறுத்துவதாய் கேள்விப்பட்டேனே' என்று இவரிடம் சொல்லியிருக்கிறார். உடனே ஷௌகத் அலி அந்த ஆங்கிலேய அதிகாரியின் மனைவியைப் பார்த்து, 'உங்கள் மரியாதைத் தாங்கிய கணவர், யார் - யாரோடு சண்டைப் போடுகிறார்கள் என்பதைத் தெரிந்து கொள்ள ஆர்வத்தோடு இருக்கிறார் போல' என்று சொல்லிவிட்டார்.

மௌலானா சுலைமான் நத்வி பற்றியும் நான் கொஞ்சம் சொல்ல வேண்டும். வயதில் சிறியவர்தான். படித்த இஸ்லாமியர் போல் ஆடை உடுத்தியிருப்பார். அவரின் மனநலன் பற்றியும் உடல்நலன் பற்றியும் ஒரே வார்த்தையில் சொல்லவேண்டும் என்றால் 'பிரமாதம்' என்ற பதத்தைப் பயன்படுத்திக் கொள்ளலாம். துறவியைப் போல ஒடுங்கிப்போன வெளிர்ந்த முகத்தில் கறுத்த விழிகள் பதுங்கியிருக்கும். பெரும்பாலும் தன் பிணைக்கப்பட்ட கைகளை நோக்கி கீழ்ப்புறமாய் தலை தாழ்த்தி நின்று கொண்டிருப்பார்.

அப்படி இருந்தாலும், அவர் உடம்பு முழுக்க நகைச்சுவைத் துணுக்குத் துள்ளி ஓடும். பேச்சில் நிதானமும் சிந்தனையில் தெளிவும் கொண்டிருப்பார். அவர் சொல்ல வேண்டியவற்றை எல்லாம் நிதான ஆற்றல் கைக்கொண்டு விடுகிறது. இந்திய அரசியலிலும் இந்தியா பற்றிய சிந்தனையிலும் சுலைமான் நத்வியின் பார்வை அசைக்கமுடியாதது.

மக்களிடம் நல்லதைச் சேர்க்க வேண்டுமென்று ஒவ்வொரு சொற்பொழிவிலும் பெருமுயற்சி மேற்கொள்கிறார். இவரின் எல்லா உரைகளும் உருது மொழியில் அமைகின்றன. பாமரர் களைக் காட்டிலும் படித்த மேதைகளிடம் அதிகமாய் வாதிட விரும்புகிறார். அதற்கு ஒரு காரணம் உண்டு. இவருக்கு உள்ளூர் சொற்பொழிவாளர்களைப் போல் ஊதாரித்தனமாய் வார்த்தைகளை அள்ளி வீசி மேடையை அலங்கரிக்கப் பிடிக்காது. அவர்களை முஹர்ரம் மாத கூலியாட்களோடு ஒப்பிடுகிறார்.

(நபியின் பேரக் குழந்தைகளான ஹசனும் ஹுசேனும், முஹர்ரம் மாதத்தில் வரும் கெர்பேலாவில் இறந்து போனார்கள். இஸ்லாமியர்களுக்கு இது துக்கம் நிறைந்த மாதம். குறிப்பாக ஷியா முஸ்லிம்கள் இந்த மாதத்தைச் சிறப்பாகக் கொண்டாடுகிறார்கள். துக்கப்பட்டு கண்ணீர் சிந்திப் புலம்ப, காசு கொடுத்து ஆட்களைப் பணிக்கு அமர்த்துகிறார்கள்).

அலிகர் கல்லூரியின் நிறுவனரான சர் சையது அஹமதின் தலைமையில் இஸ்லாமிய மறுமலர்ச்சி ஏற்பட்டது. அப்போது அந்தப் புகழ் வெளிச்சத்தில் பிரபலம் அடைந்தவர்தான் மௌலானா சுலைமான் நத்வி. கடந்த நூற்றாண்டின் மத்தியில் அந்தக் கல்லூரி நிர்மாணிக்கப்பட்டு, சையது அகமதால் எண்ணத்திலும் எழுத்திலும் தலைசிறந்த முசல்மான் அறிஞர்கள் உருவானார்கள். இப்போது 60 வயதை நெருங்கியவர் போல் தோன்றினாலும், 1898இல் சர் சையது அகமது இறந்தபோது இயக்கத்திலேயே வயது குறைந்த இளைஞராய் சுலைமான் இருந்திருப்பார்.

தன் தலைவரைப் போல் அல்லாமல், அரசியலில் இஸ்லாமிய எல்லைகளைத் தாண்டிப் பயணிக்கிறார். உலக இஸ்லாமியர்களின் கலாசாரப் பாடங்களை உணர்ந்து கொள்பவராகவும், ஒருகாலத்தில் கிலாபத் இயக்கத்தின் உறுதியான ஆதரவாளராகவும் திகழ்ந்ததால், தற்போது தேசியவாதியாக இந்து - முஸ்லிம் கூட்டுறவிற்கு ஒத்துழைப்புத் தருகிறார்.

அறிவுத் தளத்தில் இவருடைய இருப்பை முக்கியமானதாகக் கருதவேண்டும். 'முகமதின் வாழ்க்கை' என்றொரு புத்தகத்தைத் தேர்ந்த இஸ்லாமிய அறிஞர் ஷிப்லியின் துணையோடு எழுதி முடித்தார். ஷிப்லி இறந்தபிறகு இந்தப் புத்தகம் துருக்கியிலும் பெர்சிய மொழியிலும் பெயர்க்கப்பட்டது. லக்னோவில் செயல்பட்டுவரும் 'நட்வாட்டில் - உலேமா' என்றொரு இயக்கத்தின் முக்கிய உறுப்பினராய் சுலைமான் திகழ்கிறார். நவீன வாழ்க்கையில் மதபோதனைகள் வழங்க இந்த இயக்கம் முயற்சி செய்து வருகிறது.

சீர்திருத்தம் குறித்து இவர் வைத்திருக்கும் அபிப்பிராயம் இந்துச் சீர்திருத்தவாதிகளை ஒத்திருக்கிறது. இஸ்லாமிய வேதங்களில் வாழ்வை மாற்றுவதற்கான எல்லா ஷரத்துகளும் உள்ளன. மற்ற இஸ்லாமிய சிந்தனையாளர்களைக் காட்டிலும் ஆழ யோசித்து, இஸ்லாமிய நாடுகளில் தேவாலயங்களும் அரசும் பிரிந்திருக்க வேண்டும் என்கிறார். ஆனால் இதைத் தன்னிச்சையாக இஸ்லாமிய நாடுகள் மேற்கொள்ளாமல், இஸ்லாமிய அமைப்புகளின் வசம் ஒப்படைக்க வேண்டும் என்பது இவரின் முழுமுதலான கருத்தாக இருக்கிறது.

கடைசியாக சர் முகமது இக்பால் பற்றிச் சொல்லிவிட்டு, செல்வாக்கு மிகுந்த இஸ்லாமியர்கள் பற்றிய என் நெடிய விவரிப்பை முடித்துக் கொள்கிறேன். அவர் ஒரு மகா கவிஞர். தேர்ந்த சிந்தனைவாதி. இவரின் மூதாதையர்கள் பிராமணர்களாக

இருந்தாலும், இக்பால் ஆசாரமான முஸ்லிமாக வளர்ந்தார். அறிவுஜீவித் தனமாய் சிந்திப்பதையே தன் பழக்க வழக்கமாய் கொண்டிருக்கிறார்.

இந்தியத் தத்துவங்களை விரும்பிப் படிக்கும் இவர், இந்தியாவைப்பற்றி கிடைக்கும் சின்னச் சின்னத் துணுக்குகளையும் எழுதி வைக்கிறார்.

'அரசியலில், இக்பால் பல கட்டங்களைத் தாண்டியிருக்கிறார்' என்றொரு அறிவுஜீவி சொன்னது ஞாபகத்திற்கு வருகிறது. தேசியவாதமும் தூய்மையும் எளிமையும் தனியொரு மதமாகவே வளர்ச்சிபெற்றது. இந்த நிலையை 'புதிய கோயில்' என்றொரு பாடல் எடுத்துரைக்கிறது:

'பிராமணனே, நான் உண்மையைச் சொன்னால்,
நீ கோபித்துக்கொள்ள மாட்டாயே?
கோயிலில் இருக்கும் உங்கள் சிலைகளுக்கெல்லாம் வயதாகி விட்டது.
உங்கள் மக்களோடு விரோதம் கொள்ளும்படி பகையுணர்வைத் தூண்டிவிட, இந்தச் சிலைகள் பாடம் புகட்டுகின்றன.
நமது கடவுள் வம்பு செய்யவும் சண்டையிடவுமே போதகர்களுக்குக் கற்றுத் தருகிறார்.
இதையெல்லாம் கண்டு நான் விரக்தி தாங்காமல், கோயிலிலிருந்தும் மசூதியிலிருந்தும் முகத்தைத் திருப்பிக் கொண்டேன்.
கல் உருவங்களில் நீங்கள் கடவுளைக் கற்பனைச் செய்தீர்கள், ஆனால் எனக்கு என் தேசத்தின் ஒவ்வொரு துகள்களிலும் கடவுளை உணர முடிகிறது!'

தேசபக்தி மிகுந்த இஸ்லாமியரும் இந்துவும் இந்த வரிகளை மேற்கோள் காட்டினார்கள். ஆனால் அவர்கள் இக்பால் மீது செலுத்தியிருந்த அரசியல் செல்வாக்கு மேற்கண்ட பாடலோடு முடிந்துவிட்டது.

முதல் பாடலைப் போல் அல்லாமல், இரண்டாவது பாடலில் நெடி கொஞ்சம் குறைவுதான். புவியியல் எல்லைகொண்ட மதங்களை அவரால் ஒப்புக் கொள்ளமுடியவில்லை. மதம் உயிரற்ற ஜடத்திற்குப் பதில், உயிருள்ள மனிதர்களுக்குச் சேவை செய்ய வேண்டும் என்று நினைக்கிறார். தனிப்பட்ட தீவிரப் போராட்டமாய் நாம் இதைப் பார்க்க வேண்டும்.

'ஆண்கள் வயிறு முட்டக் குடித்தும்
மதுக்கிண்ணம் இன்னும் மிச்சமிருக்கிறது,
நேற்றைய நாட்கள் மறைந்துபோய்,
நாளைய தினம் கண்முன் தோன்றுகிறது.
சமூக வாழ்க்கை மீண்டும் வட்டமிட்டு அதே
பாதையில் நிரந்தரமாய் சுற்றுகிறது,
தனியொரு நபர் வரலாம் போகலாம்;
சமூகம் பின்பற்றும் அந்தத் தனியொரு நபர்,
பயணியாய் நம் வாழ்வில் வந்த அந்நியர்தான்.'

இஸ்லாமியர் மனநிலையைப் புரிந்துகொள்ள முகமது இக்பால் ஏன் தீவிர தேசியப் பார்வையிலிருந்து உடனடியாகப் பின்வாங்கினார் எனத் தெரிந்துகொள்ள வேண்டும். இஸ்லாமியர்கள் எவ்வித அரசியல் நம்பிக்கையில் மனம் வைத்திருந்தாலும், இறுதியாக ஒரே ஒரு கடவுளுக்குத்தான் விசுவாசமாய் இருக்கிறார்கள். அவரைப் பொருள்வயப்படுத்தி உருவம் கொடுக்க முடியாது.

இந்தக் கருத்தை பிரெஞ்சு குடியிருப்பின், 'ஃபிரெண்ட் பாப்புலெய்ர்' அமைப்பைச் சார்ந்த இஸ்லாமிய உறுப்பினர்கள் நன்றாக விளக்கினார்கள். தங்கள் அரசியல் ஆதரவை வெளிப்படுத்த, இடதுசாரி தோழர்களைப் போல் தங்கள் முஷ்டியை வானத்தை நோக்கி உயர்த்தினார்கள். ஆனால் அதில் சிறு மாற்றம் இருந்தது. ஆட்காட்டி விரலும் இப்போது வானை நோக்கி உயர்ந்தது. 'கடவுள் கிடையாது, ஆனால் அவர் ஒருவர்தான் . . .' என்று சைகையால் உணர்த்தினார்கள். எல்லா நிலப்பரப்புகளையும் தாண்டி, அனைத்திற்கும் அப்பாற்பட்டவராய் கடவுள் இருக்கிறார் என்பது பொருள்.

அத்தியாயம் 8

ஜாமியா, மனிதர்கள், தத்துவம்

இந்தியாவின் செயல்படு வேகத்தை ஒருவர் புரிந்துகொள்ள, நிச்சயம் ஜாமியா பற்றித் தெரிந்திருக்க வேண்டும். இந்த நிறுவனத்தால் இரண்டு பயன்கள் உண்டு. ஒன்று, முஸ்லிம் இளைஞர்களைத் தன் உரிமை நோக்கி நகரச் செவ்வனே பக்குவப்படுத்தி, இந்தியப் பிரஜையாக வளர்த்தெடுக்க அயராது பாடுபடுகிறது. இரண்டு, இஸ்லாமியப் பண்பாடுகளை இந்து கலாசாரத்தோடு ஒருங்கிணைத்து இணையாகக் கொண்டு செல்ல உதவுகிறது.

மொத்தத்தில், இஸ்லாமிய அடையாளங்களைத் துறக்காமல் இந்தியனாய் எப்படி வாழ்வது என்பதைக் கற்றுத் தருவதே ஜாமியாவின் தலையாய நோக்கம். நான் பார்த்தவரை, காந்திய வழியில் மிக அணுகிச் செயல்படும் இஸ்லாமிய நிறுவனம் ஜாமியாதான்.

அதே சமயம் அலிகர் கல்லூரி பற்றிப் பேசாமல் ஜாமியாவின் புகழை ஒலிபரப்ப முடியாது. புரட்சிகரமாய் தோன்றினாலும் ஜாமியா ஒரு குழந்தை மாதிரி. இஸ்லாத்தில் அலிகர் கல்லூரிதான் முதல் திருப்புமுனை. அதற்குப்பிறகுதான் ஜாமியா வந்தது.

டாக்டர் ஜாகிர் உசேன் என்பவர் ஜாமியா நிறுவனத்தின் முதல்வராக இருந்தார். 'ஜாகிர் உசேன் பற்றி நீங்கள் என்ன நினைக்கிறீர்கள்?' என்று என்னிடம் கேட்காத இந்திய அறிவுஜீவி ஒருவரைக் கூட நான் கண்டதில்லை. அந்த அளவுக்கு மர்மங்கள் நிறைந்த மனிதராக அவர் இருந்தார்.

இருந்தாலும் அவரைப் போல் ஒரு நேர்மையான மனிதரை உங்களால் எளிதில் காண முடியாது. அவர் மீது தோன்றும்

குழப்பங்களுக்கு எல்லாம் அடிப்படை காரணம் என்னவென்றால், அவர் எந்தவொரு அரசியல் கட்சியையும் சாராதவர். அதனால் அவர் செயல்களுக்கு அரசியல் சாயம் பூச முடியாது. தன் நேரத்தையும் உழைப்பையும் ஆக்கப்பூர்வமான கல்விசார் சிந்தனைகளில் செலவுசெய்பவர்.

ஜாகிர் ஒரு எல்லைப்புற மாகாணத்தைச் சார்ந்த பதான் இனத்தவர். உயரமான திடகாத்திர உடற்கட்டு உடைய, நல்ல தைரியசாலி. ஹைதராபாத்திற்கு குடிபெயர்ந்த அவரின் தந்தை அங்கு ஒரு வெற்றிகரமான நிறுவனத்தைத் தொடங்கி புகழ்பெற்ற வக்கீலாகத் தொழில் நடத்தி வந்தார்.

இவர்கள் எல்லோரும் சிறுவர்களாக இருக்கும்போதே, தன் ஏழு குழந்தைகளுக்கும் போதுமான அளவில் சொத்து சேர்த்துவிட்டு இறந்துபோனார். டாக்டர் ஜாகிர் குடும்பத்தின் மூத்தப் பிள்ளை. 30 ஆண்டுகளுக்கு முந்தைய கீழைத் தேய நாடுகளில் இதுவொரு பொறுப்புமிக்க பதவி. தந்தையை இழந்த குடும்பத்திற்கு, அந்தச் சிறு வயதிலேயே தந்தையாக இருந்து வெளியுலக அனுபவம் பெற்று குடும்பம் நடத்த வேண்டிய கடமை ஜாகிருக்கு இருந்தது.

டாக்டர் ஜாகிர் உசேனின் பால்யக் கல்வி மிகவும் ஆசாரமான கண்டிப்பு நிறைந்தது. அவர் படித்த பள்ளியும் பழமையில் ஊறிய நிறுவனம். ஒரு சிறுவனாக எல்லாவித விசித்திரங்களையும் அவர் கண்டார். பிறருக்காக வீட்டுப்பாடம் எழுதுவார். இறையியல் பாடங்களைப் பிரதியெடுப்பார். அப்படி எழுதி எழுதியே அவரின் கையெழுத்து மிக நன்றாக உருமாறியது. சகிப்புத்தன்மையை வளர்த்துக்கொண்டார்.

அலிகர் பல்கலைக்கழகத்தில் பட்டம் பெற்ற பிறகு பொருளாதாரத் துறை விரிவுரையாளராக அங்குப் பணியில் சேர்ந்தார். அவரின் சாதனைகளிலும் சமூக, (பழமை ஆதிக்கம் செய்கிற) கல்வியியல் பணிகளிலும் அலிகர் ஓர் ஆங்கிலேயப் பல்கலைக்கழகத்தை ஒத்திருக்கிறது.

வசீகரத் தோற்றமும், உரையாடும் திறனும், தலைமை தாங்கும் பண்பும், பொது மேடைகளை ஈர்க்கும் தனித்த நிபுணத்துவமும் அவரை ஒரு சாதனையாளராக மாற்றியிருக்கிறது. பல்துறை நிபுணத்துவம் பெற்றிருக்கிறார். அத்தோடு இன்றைய மேல்தட்டு அலிகர் பல்கலைக்கழக மாணவர்களுக்கே உரித்தானதாய் இந்திய மக்கள் நினைத்துவரும் பொறுப்பின்மையும் இவரிடம் இருக்கிறது.

அலிகர் கலாசாரத்தை சிதைக்கும்படி 1919இல் ஓர் இயக்கம் தோன்றியபோது, ஜாகிர் உசேன் அவர்கள் பக்கம் நின்றார். அந்த இயக்கத்தை டாக்டர் அன்சாரியும் மறைந்த மௌலானா முகமது அலியும் முன்னின்று நடத்தினர். இஸ்லாமியர்களின் விருப்பக் கனவுகளை அலிகர் பல்கலைக்கழகம் ஒருபோதும் ஈடேற்றவில்லை என்று அவர்கள் நம்பினார்கள்.

இதை அழிக்கவோ மாற்றவோ முடியாது என்பதை உணர்ந்து கொண்டதும் தாங்களே ஒரு புது நிறுவனத்தைத் தொடங்கி, ‘ஜாமியா - மிலியா இஸ்லாமியா’ என்று பெயர் சூட்டினார்கள். அப்படியென்றால் இஸ்லாமியத் தேசியப் பல்கலைக்கழகம் என்று அர்த்தம். ஆனால் அங்கு ஃப்ரோபெல் மற்றும் மான்ட்டஸரி முறைகளை ஒருங்கிணைத்து குழந்தைகளுக்கான பாடங்கள் சொல்லிக் கொடுக்கப்பட்டன.

ஜாகிர் உசேன் 1922இல் படிப்பு விஷயமாக விடுப்பு எடுத்துக்கொண்டு ஜெர்மனி சென்றார். அங்கு தன்னுடைய படிப்பை முடித்துவிட்டு, டாக்டர் பட்டம் பெற்றார். 1923இல் முனிச் மாநகரில் இந்திய மாணவர் ஒருவரோடு விடுமுறைக் காலத்தை கழித்துக் கொண்டிருந்தபோது, ஜாகிர் உசேனை நான் சந்தித்தேன்.

இருபதுகளிலேயே அவருக்குத் தாடி இருந்தது. மேற்கொண்டு அந்தக் காலத்தில் அவரோடு வேறு எவரும் நெருங்கிய தொடர்பில் இல்லை. இந்தக் கடுமையான இளைஞரோடு, நன்கு பக்குவப்பட்ட மற்றொரு இளம் மாணவரை நான் கண்டேன். அவர் பெயர் முஜீப். ஜாகிர் உசேனைப் போல் இல்லாமல் மென்மையான உடல்வாகும், சிந்தனை வளம் பொருந்திய தேடலும் அந்தக் கண்ணில் தெரிந்தன. அவரிடம் கலை நேர்த்தி இருந்தது.

ஆனால் வெளியில் இருந்து பார்த்தால், ஜாகிரைப் போலவே அமைதியாகவும் உறுதியாகவும் தோன்றினார். நான் இதற்குமுன் சந்தித்த இந்தியர்கள் எல்லோரும் அழுத்தமான உணர்ச்சிபூர்வமான எதிர்வினைகள் ஆற்றக்கூடியவர்கள். ஆனால் இவர்கள் மிகவும் முரண்பட்ட பேச்சுத்திறனும், பன்முகத் திறனும் கொண்டு விளங்கினார்கள்.

பெர்லின் பல்கலைக்கழகத்தில் பொருளாதார முனைவர் பட்டம் பெற்று 1926இல் ஜாகிர் உசேன் இந்தியா திரும்பினார். அத்தோடு ஜாமியா பல்கலைக்கழகத்தின் முதல்வர் பதவியும் அவருக்குக் காத்திருந்தது. எப்போதும் போல் தனக்கு விருப்பப்பட்ட ஒரு சிலரை ஒருங்கிணைத்து இந்தப் புதிய நிறுவனத்தை அவர்

உருவாக்கியிருந்தார். அதில் முஜீபும் ஒருவர். நான் தில்லி சென்றபோதே, ஒன்பது ஆண்டுகளை அவர் ஜாமியாவில் நிறைவு செய்திருந்தார்.

இப்போதும் அவர் தாடி வைத்திருக்கிறார். அதே வட்ட வடிவ முகம். கால ஓட்டத்தில் அவர்மேல் எந்தக் கறையும் ஏற்படவில்லை. ஆனால் உடலில் நிரந்தரச் சோர்வு தங்கிவிட்டது போல் ஒரு நிழலாடியது. ஒருவேளை பலமடங்கு வேலைகளுக்கு மத்தியில், எந்தவொரு கிளர்ச்சிக்கும் இடந்தராமல் நீடித்து உழைப்பதால் இப்படித் தோன்றலாம் என ஊகித்துக் கொண்டேன்.

கிட்டத்தட்ட சுய வசியம் செய்துகொண்டார் போல் பிரமைப் பிடித்து தோன்றினார். ஒற்றை இலட்சியத்தைப் பின்பற்றுபவர்கள் இப்படித்தான் இருப்பார்கள். இருந்தாலும் உணர்ச்சியற்ற முகத்திரைக்குப் பின்னால் மாறுபடும் அவர் முகத்தை நான் பார்த்திருக்கிறேன்: அவர் கோபப்பட்ட தருணங்களும் கண்ணீர் சிந்திய தருணங்களும் எனக்கு நன்றாகத் தெரியும். என்ன இருந்தாலும் தன்னை அவர் கட்டுப்பாட்டில் வைத்திருந்தார். மேற்கத்திய உலகை நன்கு அறிந்தபோதும் தாழ்வு மனப்பான்மையால் அவர் மனம் குறுகவில்லை. அதே சமயம் இங்குள்ள பிற்போக்குத் தனங்களை முதுகில் தட்டி வாழ்த்துச் சொல்லவில்லை. அப்படி செய்வோரை ஆல்டஸ் ஹக்ஸ்லி தன் இந்தியப் பயணத்தின்போது வெறுத்து எழுதியிருக்கிறார். இவை எல்லாம் எனக்குப் புத்துணர்ச்சி தந்தன.

அமைதியான ஹக்ஸ்லியை உலுக்கிப் போட்ட விஷயங்கள் மூன்று. அற்பத்தனம், போலித்தனம், சுய விருப்பம். 'இங்குள்ள சில மனிதர்கள் பொய்ப் பிரசாரங்களைப் பரப்புவதோடு, அவற்றை உண்மையென்றும் நம்பி வாழ்கிறார்கள்' என்று ஹக்ஸ்லி பலமுறை பல்லைக் கடித்தபடி சொல்லியிருக்கிறார். ஆனால் இது இந்தியாவின் சிறப்பம்சம் அல்ல. பொய்யுரை உண்மையாக வேண்டும் என்றால் அதில் நம்பிக்கை வைக்க வேண்டும்.

எந்தவொரு தருணத்திலும் ஈடு இணையில்லாமல் சத்தியப்படி வாழும் டாக்டர் ஜாகிர் உசேன்மீது எனக்கு அன்சாரியின் பிம்பம் வந்து போகிறது. டாக்டர் அன்சாரியோடு இரண்டு மாதகாலம் தங்கியிருக்கிறேன். அப்போது இந்தியாவில் இருக்கும் அரசியல் நிலைப் பற்றியும் அரசியல்வாதிகள் பற்றியும் ஆர அமர விவாதித்திருக்கிறோம்.

சத்தியத்திலிருந்து விலகிச் சென்ற எவர் ஒருவரையும் அவர் மறக்கவோ மன்னிக்கவோ மாட்டார். கொள்கையை இழந்துதான் வெற்றி அடைய வேண்டும் என்றால், அப்பேர்ப்பட்ட வெற்றியே தேவையில்லை என்று சொல்பவர்களை அன்சாரி தன் நண்பராய் ஏற்றுக்கொள்வார். நேர்மையற்ற முறையில் சென்றால்தான் பகுமானமான வெற்றி கிடைக்கும் என்றால், அப்பேர்ப்பட்டவர்களோடு பழகுவதையே வெறுக்கும் குணம் கொண்டவர்.

இந்த விஷயத்தில் டாக்டர் ஜாகிர் உசேன் கொஞ்சம் வித்தியாசமானவர். குணாதிசயங்களைக் கொண்டும் திறனைக் கொண்டும் எவரொருவரும் தோற்றுப்போனவர் என்று சொல்ல மாட்டார். இதுதான் அவரை வெற்றிகரமான கல்வியாளராகவும் உத்வேகமூட்டும் தலைவராகவும் மெருகேற்றியது. நியாயமான காரணத்திற்காக முறையாக நெறிப்படுத்தப்பட்ட எவர் ஒருவரும் வெற்றி பெறவேண்டும் என்ற எண்ணத்தை அவர் தூண்டினார். அவரால் பயிற்சி அளிக்கப்பட்ட ஒரு சிலர் மட்டும் அரிதினும் அரிதாக துவண்டு போயினர்.

சமூகப் பொருளாதாரக் காரணிகளை சரிவர உள்வாங்கிக் கொள்ளாமல் இயங்குவதே மீண்டும், மீண்டும் அரசியல் தோல்விகளை ஏற்படுத்துகின்றன. ஒருவர் அரசியலில் நுழைவதற்கு முன்பே சமூகம் பற்றிய அடிப்படைக் கேள்விகளுக்குப் பதில் சொல்லத் திராணி உள்ளவராய் இருக்கவேண்டும். இது ஒரு கல்வியாளரின் சிறந்த அனுமானத்தில் உதித்த யோசனை.

பெண் விடுதலை பற்றி பேசும்போது, 'கல்விக்கு முதலிடம் கொடுக்க வேண்டும். தங்கள் இஷ்டப்படி செயல்பட, பெண்களுக்கு முழு சுதந்திரம் வழங்க வேண்டும். அதி நவீன வாழ்க்கையை வாழ வற்புறுத்துவது பர்தாவுக்குப் பின்னால் இருக்கும்படி அவர்களை துன்புறுத்தும் செயல்' என்று அடிக்கடிச் சொல்வார் ஜாகிர். செயலற்றுப் போன கிழக்கின் தவிர்க்க முடியாத சமுதாயமோ, ரோபோக்கள் நிறைந்த மேற்கின் முற்போக்குச் சமுதாயமோ எது எப்படியோ, அதன் நோக்கம் என்னவாக இருந்தாலும் கொடுங்கோன்மை என்பது கொடுங்கோன்மைதான்.

ஜாமியாவில் உள்ள எல்லாப் பேராசிரியர்களும் இதைக் கவனமாக உள்வாங்கிக் கொண்டனர். தங்கள் மனைவியிடம் இப்படிப்பினையைப் பிரயோகித்தனர். சிலர் மாறுதலடையும் தருவாயில் தொக்கி நின்றனர். இன்னும் சிலர் பர்தா அணிந்தும் பாதி பர்தாவோடும் முழுமையான விடுதலையோடும் காட்சியளித்தனர்.

எல்லாப் பெண்களும் தைரியசாலிகளாகத் தோன்றினர். தங்கள் பெண் குழந்தைகளைத் தவறாமல் படிக்க வைத்தனர்.

தொடக்கக் கல்வி ஆசிரியர்களுக்கு ஜாமியாவில் ஏன் பயிற்சி அளிக்கப்படுகிறது என்று சொல்லும்போது, 'அவர்களைத் தான் நாம் வெகுவாக இழந்துவிட்டோம்' என்று ஜாகிர் உசேன் கூறுகிறார். தொடர்ந்து, 'அரசுப் பல்கலைக்கழகத்தில் படித்துப் பட்டம் பெறும் ஒருவர், தொடக்கக் கல்வி ஆசிரியராவது தனக்கு இழுக்கான செயல் என்று எண்ணுகிறார். வேலை கிடைப்பதிலும் அவர்களுக்குச் சிக்கல் இருக்கிறது. ஜாமியாவில் பயிற்சி அளிக்கப்பட்ட ஆசிரியர் என்றால், நல்ல தேவை இருக்கிறது. அதனால் எளிதில் வேலை கிடைத்துவிடும்' என்றார்.

இந்தியாவில் உயர்மட்ட படிப்பு, தேவைக்கு அதிகமாய் இருப்பதை ஜாகிர் உணர்ந்திருக்கிறார் என்று நான் நினைக்கிறேன். இப்போது தொடக்கக் கல்வியில் கவனம் செலுத்த வேண்டும்.

'உங்கள் பட்டதாரிகளுக்கு ஏன் வேலை கிடைப்பதில் சிரமம் இருக்கிறது?'

'நாங்கள் உருது மொழியில் பாடங்களைக் கற்றுக்கொடுக்கிறோம். ஆங்கிலத்தை ஒரு மொழியாக மட்டுமே பயிற்றுவிக்கிறோம். இது ஒரு புது மாதிரியான திட்டம். உள்ளூர் மொழியைப் பயிற்றுமொழியாகப் பயன்படுத்துவது எங்களைப் போன்ற ஒரு சில நிறுவனங்களில்தான் சாத்தியம். நவீன காலத்தில் உருது மொழியால் உயிர்ப்பிக்க முடிகிறது என்றால், அறிவியல் செய்திகளை ஏன் உருது மொழியில் பயிற்றுவிக்கக் கூடாது?

'செய்வோம் என்று நாங்கள் உறுதி கொண்டோம். ஆனால் உண்மை என்னவென்றால், உருது மொழியில் பாடம் சொல்லித் தரும்போது அரசிடமிருந்து எங்களுக்கு மானியம் வருவதில்லை. அரசு நல்கை பெறாத பாடங்களில் பட்டம் படித்தவர்களுக்கு அவ்வளவு சுலபத்தில் வேலை கிடைப்பதில்லை. இருந்தாலும் நாங்கள் உதவிகளை எதிர்ப்பார்க்கிறோம். எங்கள் கல்வி முறையில் தலையிடாமல் உதவி செய்ய வரும் எவரையும் கைக்கூப்பி வரவேற்கிறோம்.'

ஆராய்ச்சிப் பாடங்களைக் கற்றுத் தருவதற்கு பட்டமேற்படிப்பு வகுப்புகள் உள்ளன. வரலாற்றுத் துறையில் இவர்கள் மேற்கொண்டு வரும் ஆராய்ச்சிகளில் அரசியல் சாயம் பூசவில்லை என்பதை மனநிறைவோடு பார்க்கிறேன். மேலும் உலக

விவகாரங்களைத் தெரிந்து கொள்வதில் ஜாமியா மாணவர்கள் ஈடுபாட்டோடு இருக்கின்றனர். வாய்ப்பு உள்ளவரை தேடிப் படிக்கின்றனர். கீழைத் தேயத்தில், குறிப்பாக இந்தியாவில் இரண்டு விஷயங்கள் முக்கியமானவை.

நன்கு இறுகக் கட்டிய இந்து மனப்பான்மையால், இந்தியாவிற்கு வெளியே இந்தியர்களை வித்தியாசப்படுத்தி அடையாளம் காண்பதில் குழப்பம் நீடிக்கிறது. தேசியவாதத்தால் பிறந்த உற்சாகத்தைக் கொண்டு, ஓரளவே புறநிலை அடையாளங்களைக் கண்டடைய முடியும். மற்றொருபுறம் சர்வதேச அளவில் தங்களை இஸ்லாமியர்கள் கருதிக்கொள்கின்றனர். புறம்பாய் உள்ள பிற தேசங்களில், அதுவும் இஸ்லாமிய தேசம் என்றால் அவர்கள் அக்கறைச் செலுத்தும் அழகிலிருந்து இந்துக்களே 'அனைத்துமட்ட இஸ்லாமியர்கள்' என்று சொல்லும்படி நடந்துகொள்கிறார்கள்.

மேற்கத்திய ஏகாதிபத்தியத்தை நிலைநிறுத்துவதாய் குற்றம் சாட்டப்படுவதற்கு இவர்கள் மேற்கில் கொண்டிருக்கும் ஆர்வமே வலுசேர்க்கிறது. இந்தக் குற்றச்சாட்டுகளை நியாயப்படுத்த தனிப்பட்ட வழக்குகள் இருந்தாலும், ஒட்டுமொத்த முஸ்லிம்களின் மனமும் கட்டுப்படுத்தப்பட்ட புவியியல் எல்லைக்குள் அடங்கமறுக்கிறது. இந்தியாவுக்கு புறம்பாய் வெளிநாட்டு விஷயங்களில் ஜாமியா பல்கலைக்கழகம் ஆர்வம் செலுத்தி வந்தாலும், இது இந்தியாவிற்கு துரோகம் செய்வதாய் ஆகாது. ஆரோக்கியமான அடிப்படை விஷயம் இது. பேராசிரியர்களும் மாணவர்களும் பரந்த நோக்கத்தோடு ஆராய்ந்து, ஒப்பியல் நோக்கில் படிக்க இந்த அம்சம் உதவுகிறது.

ஜாமியா பெருமளவில் தொழில்முறைக் கல்வியை ஊக்குவிப்பது பற்றி அதிகம் தெரிவதில்லை. இந்த இலட்சியம் ஈடேற உதவினால் செல்வம் படைத்த முஸ்லிம்கள் நல்ல முறையில் பலன் அடைவார்கள். எல்லாவற்றையும்விட இந்தியாவில் கைத்தொழில் வினைஞர், பிளம்பர், மெக்கானிக் போன்ற திறன் சார்ந்த தொழிலாளர்களுக்குப் பெரும் பஞ்சம் நிலவுகிறது. கீழ்மட்ட நடுத்தரக் குடும்பங்களின் வாழ்க்கைத் தரம் இந்தத் தொழில்களை நம்பித்தான் இருக்கிறது.

கணிசமான இந்து நிறுவனங்களும் அமைப்புகளும் சந்தைக்குத் தேவையான தொழிலாளர்களை உற்பத்தி செய்கின்றன. கிராமப்புறங்களில் மகாத்மா காந்தியின் அமைப்புகள் இந்தப் பணியைச் செம்மையாக மேற்கொள்வதைப் பார்க்கிறேன்.

இவர்களுக்கு நிகரான தொழிலாளர்களை நகர்புறங்களில் முஸ்லிம் இயக்கங்கள் வளர்த்துவிட வேண்டும்.

மிகச் சொற்பான அளவில் சில கீழ்மட்ட நடுத்தர முஸ்லிம் குடும்பங்கள் இருப்பதால்தான் சமூகத்தின் நடுநிலை இன்னும் நீடிக்கிறது. பல்கலைக்கழகம் பயிற்றுவிக்கும் முஸ்லிம்களுக்கு வேலை கிடைக்காமல் போவதால், அவர்கள் அதிருப்தியடைந்து சமூகத்திற்கு ஒருபயனும் தராத அரசியல்வாதிகளாக மாறுவதாய் சிலர் சொல்கிறார்கள். மறுபுறம் ஏழை எளியவர்கள் புதிதாகத் தொடங்கப்பட்ட தொழிற்சாலைகளை நம்பி நாட்களை நகர்த்துகிறார்கள்.

எனக்குத் தெரிந்த இந்து நண்பர் ஒருவர், இந்தியா மிக வேகமாகத் தொழில்மையமாவதற்கு முஸ்லிம்கள்தான் காரணம் என்று சொல்லி குறைபட்டுக் கொண்டார். 'அந்நிய முதலாளிகளின் கைப்பாவை' என்று சொல்லும் அளவுக்கு இன்னும் சிலர் துணிந்துவிட்டார்கள். கிராமங்களிலும் நகரங்களிலும் இந்து சமூக தொழிலாளர்களுக்கு நிகரான வளர்ச்சியை முஸ்லிம்கள் அடையாதவரை இந்தத் தொல்லை ஓயாது.

ஜாமியாவில் மதத்தை அடிப்படையாகக் கொண்டு கல்வி பயிற்றுவிக்கிறார்கள். டாக்டர் ஜாகிர் உசேன் ஒரு மதவாதியாக இருந்தாலும் அவரே அதைப்பற்றி அதிகமாகப் பேசுவதில்லை. நபிகள் நாயகத்தின் மார்க்கத்தில் அவர் வாழ்ந்து வருகிறார். இறைச்சி உண்பதில்லை; மது பழக்கம் கிடையாது. நாள் தவறாமல் முஸ்லிம் வழக்கப்படி தொழுகை நடத்துவார் என்று நம்புகிறேன்.

எல்லாச் செயல்களும் தெய்வ நம்பிக்கையில் இருந்து உருவெடுப்பதாக அவர் சொன்னார். அவரைப் பொறுத்தவரை எல்லா மனிதர்களும் அடையத்தக்க 'அகவொழுக்கம்' தெய்வ நம்பிக்கை இல்லாமல் சாத்தியப்படாது. இந்த விஷயத்தில் கம்யூனிஸ்டுகளைத் தவிர, இந்தியச் சீர்திருத்தவாதிகள் எல்லோரும் ஒன்றுபோலவே சிந்திக்கிறார்கள்.

மதம் பற்றிய மாறுபடாத அபிப்பிராயத்திற்கு இந்து மற்றும் இஸ்லாத்தின் இயற்கையான அமைப்பு மட்டும் காரணமல்ல. இந்தியாவில் ஊறிக்கிடக்கும் மேற்கத்திய சித்தாந்தத்தில் பிரெஞ்சு கால்வாய் எண்ணவோட்டங்களை விட ஆங்கிலோ-சாக்சன் எண்ணவோட்டங்கள் அதிகம் விரவியிருப்பதாக நான் கருதுகிறேன். ஆங்கிலோ-சாக்சனியர்களில் ஒரே ஒரு புரட்சியாளர் கூட மதத்தைப் பிளந்தோ, சமூகக் கட்டுமானத்தை உடைத் தெறிந்தோ உருவானவர் இல்லை.

மத அபிப்பிராயங்களைத் தாண்டி, அறிவு ரீதியில் பார்த்தால் டாக்டர் ஜாகிர் உசேனும் டாக்டர் அன்சாரியைப் போல் பகுத்தறிவோடுதான் செயல்படுகிறார். கடந்த நூற்றாண்டு கண்டுபிடிப்புகளை உறுதிசெய்ய குரானின் பக்கங்களை அவர்கள் புரட்டுவதில்லை. ஒட்டுமொத்த இஸ்லாமிய மார்க்கமும் இவர்களைப் பின்பற்றி நடக்க வேண்டும். தெய்வ நம்பிக்கையில் பற்றுதல் இழக்காமல் நவீனத்தை நோக்கி நகர இவர்களே முன்னுதாரணம். முஸ்லிம்கள் பற்றி ஆழமாக புரிந்துகொண்ட அனுபவங்களை உருதிரட்டி சில முடிவுகளை நான் முன்மொழிகிறேன்.

மறுமலர்ச்சி கால கிறிஸ்தவர்களுக்கும் தற்கால முஸ்லிம்களுக்கும் பெரிதாக வித்தியாசம் இல்லை. அவர்கள் சிந்தனையில் இரண்டு அம்சங்கள் உண்டு.

1. உலகியல் சார்ந்த கேள்விகளுக்கு விவிலியத்தை முன்னிறுத்தி கிறிஸ்தவர்கள் விளக்கம் கொடுக்கிறார்கள். ஆனால் இஸ்லாமியர்கள் அந்தச் சிக்கலுக்குள் வரவில்லை. கிறிஸ்தவர் களின் பழைய ஏற்பாடு குறிப்பிடுவது போல் உலகின் தோற்றம் குறித்தான கருத்துகளை குரான் பேசவில்லை. அதைத் தாண்டி நவீன அறிவியல் கண்டுபிடிப்புகளை நிகர் செய்யும் சில வசனங்களும் குரானில் இடம்பெற்றுள்ளன. எனவே கிறிஸ்தவர்களைவிடத் தங்கள் மார்க்கத்தை மாறா பற்றுடன் பின்பற்றும் வாய்ப்பு இஸ்லாமியர்களுக்கு அதிகம் வாய்த்திருக்கிறது.

2. ஆனால் அதில் அபாயங்களும் உண்டு. நீதி போதனைகள் சொல்லி, தார்மிக ஆதரவாகத் திகழும் நூலொன்றில் அறிவியல் செய்திகளை ஒப்பிட்டுப் பார்த்து, இடம்பெறவில்லை என்றால் விரக்தி அடையும் சூழல் இளைஞர்களிடையே நிலவி வருகிறது. இதனால் மத நம்பிக்கையை இழப்பதோடு தங்களுக்கு தார்மிக ஆதரவாய் விளங்கும் நூலொன்றின் வழிகாட்டுதலையும் அவர்கள் இழக்க நேரலாம்.

இரண்டாவது அம்சத்தை ஒட்டி, துருக்கிய மாணவன் ஒருவனோடு மேற்கொண்ட உரையாடலை எடுத்துக்காட்டாகச் சொல்கிறேன்.

'நீலத் திமிங்கிலத்தின் வயிற்றில் ஜோனா உயிரோடு இருந்ததற்கான விளக்கம் என்னிடம் இல்லாதபோது, நானெப்படி இஸ்லாமியன் என்று என்னைச் சொல்லிக் கொள்ளமுடியும்?'

'சரி, அப்போது உன்னை இஸ்லாமியன் என்று சொல்லாதே!'

நான் கண்ட இந்தியா | 111

'ம்ஹூம். இஸ்லாமியன் இல்லையென்று மறுக்கவும் முடியாது. மனித உறவுகளோடு அது நிர்ப்பந்திக்கும் வழிமுறைகளும் தார்மீக ஆதரவாக வழிகாட்டி நெறிப்படுத்தும் அறக் கருத்துகளும் வேறெந்த மதப் போதனைகளையும்விட இஸ்லாமியத்தில்தான் ஏற்புடையதாக இருக்கிறது.'

'அப்போது நீலத் திமிங்கிலத்தின் வயிற்றில் ஜோனா உயிர் வாழ்ந்தது பற்றி மறந்துவிட்டு, அறக் கருத்துகளையும் சமூகக் கற்பிதங்களையும் மட்டும் ஏற்றுக்கொள்.'

'இல்லை. அதுவும் ஒத்துவராது. மதத்தைப் பொறுத்தவரை ஒன்று முழுவதுமாக ஒப்புக்கொள்ள வேண்டும்; இல்லையெனில் மொத்தமாய் நிராகரிக்க வேண்டும். பகுதி பகுதியாகச் சித்திரித்து குழப்பம் உண்டாக்குபவர்கள் மேல் பொறுக்கமுடியாத கோபம் வருகிறது. அது ஒருவகையில் மூளையை மயக்குவதுபோல் இருக்கிறது.'

அறிவியல்பூர்வமான உண்மைகளில் இருந்து நீதிபோதிக்கும் அறநெறி உண்மைகளைப் பிரித்தெடுக்கும் வேலைகளில் தற்கால கிறிஸ்தவம் ஈடுபட்டு வருகிறது. ஜாமியாவும் அதே திசையில் மிகச் சரியாக முன்னோக்கிச் செல்வதாக உணர்கிறேன். சுதந்திரமும் ஒழுக்கமும் சரியான அளவில் இரண்டறக் கலந்திருப்பது ஜாமியா பற்றிய என் எண்ணத்தை மேலும் உயர்த்துகிறது.

சிறிய வகுப்புகளில் ஒழுக்கத்தைக் கடைபிடிக்கச் சொல்லி சுதந்திரம் வழங்குகிறார்கள். பட்டமேற்படிப்பு வகுப்புகளில் ஏகபோகச் சுதந்திரத்தை வாரி வழங்கி, மாணவர்கள் தாமாகச் சுய ஒழுக்கத்தோடு இருக்கவேண்டுமென்று எதிர்பார்க்கப் படுகிறார்கள். எடுத்துக்காட்டாக இரண்டு பட்டமேற்படிப்பு வகுப்புகளைப் பற்றி உங்களுக்குச் சொல்கிறேன்.

முதலில் பேராசிரியர் முஜீப் பற்றி பார்க்கலாம். டாக்டர் ஜாகிர் உசேனோடு இவர் இணைந்து பணியாற்றுவது பற்றி முன்பே சொன்னேன். லக்னோவில் செல்வச் செழிப்புமிக்க ஒரு குடும்பத்தில் அரசியல்வாதி, வக்கீல், தொழிலதிபர் போன்றோருள் ஒருவராகப் பிறந்தார். பள்ளிப் படிப்பை இந்தியாவில் முடித்து விட்டு, பெர்லின் மற்றும் ஆக்ஸ்ஃபோர்டு பல்கலைக்கழகங்களில் பட்டம் பெற்றவர். முஜீப் ஒரு நல்ல எழுத்தாளர். திறனாய்வு செய்வதிலும் வல்லவர்.

ஒரு பாடத்தைப் புரிந்து கொள்வதில் கிழக்கின் கல்விசார்ந்த தெளிவற்ற முறைகளைக் களைவதற்கு இவருடைய மேற்கத்திய

கல்வி உறுதுணையாக இருந்தது. இவருடைய பாடம் சம்பந்தமான செய்திகள் இவர் சொந்த கலாசாரத்தை மையமிட்டதாக இருந்தாலும், அதனைச் சுலபமாக்கித் தெளிவடைந்தார். உருது மொழியில் இவர் எழுதுவதும், அசாதாரணமான கருப்பொருள் தேர்வும் மூஜீப்பின் பரந்துபட்ட இளமை வாழ்க்கையை வெளிக்கொணர்வதாய் சிலர் சொல்வார்கள். இவர் திறமைக்கும் குடும்பப் பின்னணிக்கும் இலாபகரமான நல்ல பதவிகளுக்குச் சென்றிருக்கலாம்.

ஆனால் இவர் டாக்டர் ஜாகிரோடு இணைந்து பணியாற்ற விரும்பினார். ஜாகிரின் கொள்கையும் அதனை அடையும் வழிமுறையும் இவரை வெகுவாக ஈர்த்தது. அதனால்தான் அற்பமான பேராசிரியர் பதவிக்கு ஜாமியாவில் பணி சேர்ந்தார். அங்கு பணிசெய்யும் பேராசிரியர்கள் எல்லோரும் தங்கள் சராசரி வாழ்க்கையை மறந்துவிட வேண்டும்.

அங்கு பணிசெய்யும் முதல்வர் உட்பட எல்லோருக்கும் 75 ரூபாய்தான் மாதச் சம்பளம். கூரை வேய்ந்த வீட்டில் பொருளாதாரத் தேவைகளை இறுக்கமாகப் பிடித்துக் கொண்டாலும் இந்தச் சம்பளம் போதுமானதாய் இருக்காது. இது ஜாமியாவில் காணப்படும் கொள்கை சார்ந்த விஷயம். பலர் தன்னார்வத்தோடு ஒன்றுகூடி தேவையை உணர்ந்து இந்து நிறுவனங்களை வளர்த்தெடுத்திருக்கிறார்கள்.

ஆனால் முஸ்லிம்களின் இந்தக் கொள்கை சார்ந்த செயல்பாடு தனித்துவமானது. முதலில் இது கொள்கை ஈடேறுவதன் பொருட்டு சுய ஒழுக்க ரீதியில் மேற்கொள்ளப்படும் அர்ப்பணிப்பு என்று அர்த்தப்படுத்தப்பட்டது. பிறகு பெரும்பான்மையினரின் மோசமான தரத்தை உயர்த்த முடியாது என்பதால், அவர்களுக்குக் கற்பிப்பது போல் நடிப்பவர்கள் தங்கள் கஷ்டங்களைப் பகிர்ந்து கொண்டு, வெளிப்புற வேறுபாட்டை குறைந்தபட்சமாகக் குறைக்க வேண்டும் என்று விளக்கினார்கள்.

இது ஒரு நல்ல உளவியல் பார்வை. அதனால்தான் ஏழைகள் மத்தியில் ஜாமியா புகழ்பெற்றிருக்கிறது. எல்லாவற்றுக்கும் மேலாக தனிநபர் மற்றும் சமூக விடுதலைக்கான வழிமுறையாக அறக் கருத்தையும் சுய ஒழுக்கத்தையும் வலியுறுத்த விரும்புவோருக்கு இதுதான் சிறந்த கல்விக் கொள்கை.

ஆண்களுக்கான வரலாற்று வகுப்பை நான் பார்வையிட்டேன். அங்கிருந்த மாணவர்கள் பலர், ஆசிரியரைக் காட்டிலும் வயது

முதிர்ந்தவர்கள். ஆனால் அந்தச் சிறிய மனிதரின் அதிகாரத்திற்கு அங்கு மறு பேச்சு இல்லை. ஆசிரியர் உட்பட அங்கிருந்த எல்லோரும் தரையில் உட்கார்ந்திருந்தனர். அவர்கள் முன் சிறிய மேஜை இருந்தது. உரையாடல் உருது மொழியில் அமைந்ததால் எனக்கு ஒன்றும் புரியவில்லை. ஆனால் இந்திய வரலாற்றின் குறிப்பிட்ட காலப் பகுதியைப் பற்றிய பாடமென்று கரும்பலகை வரைபடங்கள் தெரியப்படுத்தின.

ஆசிரியர் தனக்கான கருவை உருவாக்கிக் கொண்டு, கால ஓட்டத்தில் அதன் மாற்றத்தைப் படம்பிடித்துக் காட்டினார். மாணவர்கள் ஆசிரியரோடு ஒன்றுசேர்ந்து அறிவார்ந்த முறையில் ஆரோக்கியமான விவாதங்களை முழுச் சுதந்திரத்தோடு முன்னெடுத்துப் பேசினார்கள்.

அடுத்ததாகப் பட்டமேற்படிப்பு வகுப்பிற்கான பண்பாடு குறித்த பாடவேளைக்குச் சென்றேன். பயிற்றுவிக்கும் பேராசிரியர் ஓர் இந்திய கிறிஸ்தவர். நன்கு தயாரிக்கப்பட்ட பாட உரையில் இருந்து சமத்துவம், விடுதலை என்றெல்லாம் பேசுகையில் அளவுக்கு மீறி அவர் உணர்ச்சிவயப்படுவதைக் காண முடிந்தது. ஒருவேளை அவர் பட்டியல் இனத்தவராக இருக்கலாம் இல்லையென்றால் அவர்கள் பற்றி அதிகம் படித்திருக்கலாம் என்று பலரும் நினைத்தார்கள்.

அவர் ஆங்கிலத்தில் பேசினார். மனிதனின் தீர்மானம் மற்றும் மன உறுதியைத் தாண்டி ஒழுக்க நெறிகள் கிடையாது என்று அவர் உரக்கச் சொன்னார். சாதி மனப்பான்மைக்கு எதிரான கலகக் குரலாக இது தெரிந்தது. மனிதர்களின் புற அடையாளங்கள்கூட இதில் ஆதிக்கம் செலுத்துவதாய் சொன்னார். காலப்போக்கில் அதே அடையாளம் உடையவர்களுக்குச் சாதகமான தீர்மானங்கள் மனிதன் முன்மொழியத் தொடங்கலாம். இறுதியில் அது மனித மனங்கள் விட்டொழிக்காத சாதி ரீதியான அடையாளங்களில் கொண்டுபோய் நிறுத்தும் என்றார்.

ஜெர்மன் பல்கலைக்கழகத்தில் படித்த இவரை மேலோட்டமாகப் பார்த்தாலே நன்கு படித்தவர் போல தெரிந்தது. சாதியின் செயலற்ற தன்மைக்கு எதிரான இவரின் புரட்சி, இவருக்குச் சாதிய பயத்தை ஏற்படுத்தி இருக்கிறது. அதனாலேயே மாணவர்கள் அணியும் காந்தி? குல்லாக்களில் குற்றம் கண்டுபிடித்தார். அவரைப் பொறுத்தவரை 'காந்தி-சாதி' என்றொரு புது சாதி உதயமாவதற்கான அடையாளமாக 'காந்தி குல்லாக்கள்' தெரிந்தன.

ஆனால் காந்தி குல்லா அணிந்திருந்த மாணவர்கள், மிகக் கண்ணியமாக உட்கார்ந்து கொண்டு அவர் சொல்வதைப் பொறுமையாகக் கவனித்தனர். அந்த வகுப்பில் முதிர்ச்சி, சகிப்புத்தன்மை மற்றும் சுதந்திரமாகத் தீர்மானிக்கும் திறன் இருந்தது. இது போன்ற பயிற்சி மற்றும் கல்வி மட்டுமே இளைஞர்களுக்கு அங்கு வழங்கப்பட்டன.

ஜாமியாவின் தொடக்கக் கல்விப் பாடங்கள் குறித்து இதற்குமேல் சொல்வதற்கில்லை. மேற்கில் இருக்கும் தொடக்கப் பள்ளிக்கூடங்களுக்கு இணையான கற்பிக்கும் முறைகளை நீங்கள் இங்குப் பொருத்திப் பார்க்கலாம். அதே பாணியில், அங்குச் சொல்லிக் கொடுக்கப்படும் அதே பாடங்களை இஸ்லாமிய வரலாறு மற்றும் இலக்கியங்களுக்கு முக்கியத்துவம் கொடுத்து கற்பிக்கிறார்கள்.

மாணவர்கள் உருதுவழியில் பாடம் கேட்கிறார்கள். அரபி வார்த்தைகளை உச்சரிப்பதற்கு ஆசிரியர்கள் சிறப்பு முயற்சிகள் மட்டுமே மேற்கொள்கிறார்கள். அரபியிலிருந்து இலத்தீன் மொழிக்கு எங்கள் எழுத்துருக்கள் மாறுவதற்கு முன்பு துருக்கியர் களாகிய நாங்களும் இதே முயற்சியை மேற்கொண்டோம். ஜாமியா முன்னெடுக்கும் இந்த முயற்சி, இந்தியா முழுவதும் உருது எழுத்துரு மாற்றத்துக்கான அறிகுறியாக இருக்குமா என்று பின்னர் பேசுவோம்.

குழந்தைகளுக்கான படைப்பாக்க கல்வித்திட்டம் என்னை வெகுவாக ஈர்த்தது. ஆகையால் வரைபட வகுப்பிலும் கைவினை வகுப்பிலும் குறிப்பிடத்தகுந்த நேரம் செலவிட்டேன். கிழக்கின் கல்விமுறையில் இந்தத் திட்டம் முக்கியமானது.

கீழைத் தேயங்களின் படைப்பாக்க உள்ளுணர்வு பழங்காலத்தில் இருந்தே துணி சுற்றிய குழந்தையைப் போல் பாதுகாப்பாக பொத்தி வைக்கப்பட்டிருக்கிறது. விதிகளுக்கு உட்பட்டு இறுக்கமான பிடிகளுக்குள் சிக்கியிருந்ததால், அவர்களின் கற்பனைச் சிறகுகளை விரிப்பதற்குப் போதுமான இடமில்லை. தங்கள் தனித்துவமான திறமைகளோடு திணறியடித்து இத்தனையாண்டு காலம் கழித்திருக்கிறார்கள்.

இப்போது அந்தத் திறமைகள் அழுத்தம் பெற்ற அதே வழியில் ஆசுவாசம் பெற வெளிப்படுகின்றன. அதனால்தான் கீழைத் தேயக் கலைஞர்களால் ஒற்றை அரசியல் கூட இன்றி குரானின் ஓர் அத்தியாயத்தை எழுத முடிகிறது.

இதற்கு மாறாய் மேற்கத்திய படைப்புலகம் சுதந்திரத்தில் புரள்கிறது. சில நேரங்களில் படைப்பைக் கண்டுணர்வதற்கான எல்லாவித வெளிப்புற வழிகாட்டுதல்களும் தடை செய்யப்படுகின்றன. இதன் விளைவாக அதி நவீன கலை படைப்புகளும், காட்டுத்தனமான கருத்துப் பதிவுகளும், மாறுபட்ட யதார்த்தவாதமும் மேற்கின் கலைப் படைப்பில் மலிந்து கிடக்கின்றன.

ஓர் ஓவியர் குறிப்பிடுவது குளியல் தொட்டியில் அமர்ந்திருக்கும் பெண்மணியா இல்லை நிலா வெளிச்சத்தில் மிளிரும் செடி அடர்ந்த சோலையா என்ற முடிவை உங்களால் எட்ட முடியாது. கீழை நாட்டில் குழந்தைகளின் படைப்பாக்க முன்முயற்சிகளை எப்படி துணி சுற்றி அடைத்து வைத்தார்களோ, அதே போன்றதொரு அபாயகரமான போக்கினை ஒழுக்கமற்ற மேற்கின் படைப்பாக்க மனப்பான்மையிலும் என்னால் காணமுடிகிறது.

அராஜகமான சுதந்திரப் போக்கா, செயலற்ற தன்மையா என்று கேட்டால், இரண்டிற்கும் மத்தியில் பெரிதாக எதுவுமில்லை. சுதந்திரத்தோடு வழிகாட்டுவது எப்படி என்பதுதான் கல்வியாளர்களுக்கு உள்ள மிகப் பெரிய சவால். ஆனால் அந்தச் சவாலை ஜாமியா மிகச் சாதுர்யமாகக் கையாள்கிறது.

ஒன்றுக்கும் ஆகாத பொருட்களில் இருந்து தனித்துவமான பொம்மைகளையும் பொருட்களையும் இந்தக் குழந்தைகள் செய்வதைப் பார்க்கையில் மகிழ்ச்சி அடைகிறேன். மறுபுறம் வரைபடங்களைப் பார்க்கையில் பிரமிப்பாக இருக்கிறது. கீழைத் தேயம் பற்றி நாம் தெரிந்து வைத்திருக்கும் இயற்கைக் காட்சிகளும் மனிதர்களும் பழங்கதைகளும் இன்னும் இருக்கின்றன, ஆனால் நாம் கேள்விப்படாத வேறொரு வடிவத்தில்.

இவர்கள் சொல்லும் கதையில் 'பயம்' பற்றி எந்தவொரு விவரணையும் இல்லாதது என்னை மிகவும் ஆச்சரியப்படுத்துகிறது. பயத்தை எப்படிக் கையாள வேண்டுமென இவர்களுக்கு நன்குத் தெரிந்திருக்கிறது.

மனித மாமிசம் தின்னும் அரக்கனின் படம் ஒன்று அங்கு இருந்தது. திகிலூட்டும் அந்தப் படத்தைக் கொண்டாட்டத்துக்குரிய ஒன்றாக ஜாமியாவில் படிக்கும் இளைஞன் ஒருவன் எள்ளி நகையாடிப் பார்க்கிறான். கீழைத்தேய இளைஞர்களின் மனப்பான்மை அச்சத்தைக் கடந்துவருவதை நாம் முக்கியத்துவம் கொடுத்துப் பார்க்க வேண்டும். வீடு, பள்ளிக்கூடம், சமூகம் என்று எல்லா

இடங்களிலும் அச்சமூட்டியே பழக்கப்பட்ட வாழ்வியலின் வெளிப்பாடு இவர்கள்.

கண்ணுக்குப் புலப்படாத மந்திரக் கோலும், விஷேச சக்தியும் பிறப்பிலிருந்து இறப்புவரை இவர்களைப் பின்தொடர்கிறது. இந்தச் சிக்கலை ஜாமியா எப்படி எதிர்கொண்டது என்று கொலம்பியா பல்கலைக்கழகத்தில் பட்டப்படிப்பு முடித்த ஜாமியாவின் தலைமையாசிரியர் டாக்டர் அக்பரின் வார்த்தைகளில் கேட்போம்:

'குழந்தைகள் முதன்முதலாக இங்கு வரும்போது தங்கள் கரங்களை முகத்துக்கு நேராக ஒத்திக் கொண்டு பாதுகாப்பான சைகையின் மூலம் அணுகிதான் நம்மிடம் ஒன்றிரண்டு வார்த்தைகளைப் பேசுகிறார்கள். தன்னை ஆசிரியர் தண்டித்துவிடக்கூடாது என்று பெரும்பாலும் தவறுகளைத் தவிர்க்க முயல்கிறார்கள். ஆனால் ஆறு மாதங்களுக்குப் பிறகு வசைமொழிகளுக்கோ, மேலேறி நிற்பதற்கோ கொஞ்சமும் சங்கடமின்றி, இயல்பாக முகத்தைப் பார்த்துப் பேச பழகிவிடுகிறார்கள்.'

மேலே சொன்ன அந்தப் பாதுகாப்பு சைகையால் கீழைத்தேயம் மிகுந்த பாதிப்புக்கு உள்ளாகியிருக்கிறது. மீறினால் அடி உதைகளைத் தவிர வேறெதையும் எதிர்பார்க்க முடியாது. பெற்றோர்கள், ஆசிரியர்கள், ஆட்சியாளர்கள் தொடங்கி, அந்நியப் படையெடுப்பாளர்கள்வரை எல்லாரும் 'பயம்'காட்டித்தான் அதிகாரத்தை அறுவடை செய்திருக்கிறார்கள்.

அடி.. அடி.. அடி.. தடைகளைத் தகர்த்தெறிந்து அடி உதைகளுக்கு ஆட்படுவதும், வாய்ப்புக் கிடைக்கும்போது தானே அடி உதை வழங்குவதும்தான் இங்கு ஒரே தீர்வு. 'அடி அல்லது அடி வாங்கு' என்பதுதான் கிழக்கின் குழந்தைகளுக்குச் செயல்முறையில் சொல்லித்தந்த தத்துவமாக இருக்கவேண்டும். கீழைத்தேயம் முழுக்க மொத்தமாக ஒன்றுகூடி ஒழுக்கத்தையும் சுதந்திரத்தையும் கல்வியில் கடைப்பிடிக்காத பட்சத்தில், வாய்ப்புக் கிடைக்கும் போது கிழக்கின் கடந்த காலம் முழுமைக்குமாக அதன் ஆட்சியாளர்கள் மற்றும் அந்நியப் படையெடுப்பாளர்களுக்குப் பெருத்த இடியாக ஓர் எதிர்வினை தோன்றும்.

குழந்தைகளோடு ஒரு முழு மத்தியானத்தை செலவிட்டேன். அவர்கள் வகுப்பறையில் உட்கார்வதற்கென்று தளபாடங்கள் எதுவும் இல்லை. தரையில் கம்பளம் விரிக்கப்பட்டிருந்தது. ஆசிரியர்கள் உட்பட எல்லா மாணவர்களும் தரையில்தான்

உட்கார்ந்திருந்தனர். அங்கு பெண் குழந்தைகளைக் காட்டிலும் ஆண்கள் அதிகம். சராசரியாக எல்லாரும் ஒன்பதிலிருந்து பதினோரு வயதுவரை இருப்பார்கள். அவர்கள் எல்லோருக்கும் டாக்டர் ஜாகிர் உசேன் என்றால் அத்தனைப் பிரியம் என்று கண்கூடாகத் தெரிந்தது.

அவர் இருக்குமிடத்தை நோக்கிச் சிறுவர்கள் மெல்லமாகத் தவிழ்ந்து சென்றார்கள். அவர் ஒரு நீண்ட நெடிய மரம்போல தெரிந்தார். அவரைச் சுற்றி செடி கொடிகளாகக் குழந்தைகள் படர்ந்திருந்தார்கள். குழந்தைகள் அவர் கைகளை உத்துப் பார்த்தார்கள்; தங்கள் கரங்களால் அவர் மடியில் சாய்ந்து கொண்டார்கள். அவர் அதை அரவணைக்காமலும் உதறி விடாமலும் மேற்கொண்டு தொடர்ந்தார். இதற்கு மாறாக அவரின் உடல், இடுப்பை வளைத்து சுற்றியிருக்கும் எல்லோரையும் அவர் பார்வைக்குள் கொண்டுவந்தது.

இதைப் பார்க்கும்போது ஹாம்ஸ்டெட்டில் இருக்கும் ஒரு டாக்சி டிரைவர் என் ஞாபகத்திற்கு வருகிறார். நான் அவரை இப்படித்தான் ஆர்வமாகக் கவனிப்பேன். உயிரினங்களிலேயே கூச்ச சுபாவம் மிகுந்த அணில் குட்டிகள் அவர் உடலில் ஏறி மைதானத்தில் ஆடுவதுபோல் ஓடித் திரியும். அப்போதெல்லாம், டாக்சி டிரைவரிடம் ஒரு மிகப்பெரிய கல்வியாளரை இந்த உலகம் இழந்துவிட்டதே என்று நான் யோசிப்பேன்.

அவர்களுக்கு ஆங்கிலம் தெரியாததால், குழந்தைகளின் கேள்விகளையெல்லாம் டாக்டர் ஜாகிர் உசேன் மொழிபெயர்த்துச் சொன்னார். கிழக்கின் மற்ற குழந்தைகளைக் காட்டிலும் இவர்கள் அறிவாளியாக இருக்கிறார்கள்.

'நீங்கள் என்னவாக ஆசைப்படுகிறீர்கள்?' என்று அவர்களிடம் கேட்டேன்.

பெரும்பாலும் வணிகம் செய்ய வேண்டும் என்று சொன்னார்கள். சிலருக்கு மருத்துவர் ஆக ஆசை. அதிலொரு சிறுவனுக்கு கப்பலோட்ட வேண்டுமென்று ஆசையாம். ஆனால் அவன் கடலையே பார்த்ததில்லை. யாருக்கும் அலுவலராகவோ, போர்வீரனாகவோ ஆசை இல்லை. அதை ஒரு நல்ல குறியீடாக எடுத்துக் கொண்டேன்.

அவர்களின் மனம் கவர்ந்த ஆதர்ச நாயகன் யாரென்று கேட்டபோது இன்னும் நெகிழ்ந்து போனேன். இந்தியாவின் வரலாறு நெடுகிலும்

முக்கியத்துவம் வாய்ந்த பல மன்னர்கள், போர் தளபதிகள் ஆட்சி செய்திருந்தாலும் அவர்களின் பெயரை எவரொருவரும் உச்சரிக்கவில்லை. நான்காவது கலீபாவான ஓமரின் பெயரை மட்டும் ஒரு சிலர் சொன்னார்கள். அவர்களுக்குத் தெரிந்த மிகச் சாதாரண மனிதர் அவர் என்பதுதான் அதற்குக் காரணம்.

ஆனால் அவர்களின் மனதிற்கு நெருக்கமான மனிதர், ஓர் இந்தியர். தன் நண்பனுக்காக உயிர் துறந்த இந்தியர். சாகும்வரை நண்பனுக்கு உண்மையாக இருக்கவேண்டும் என்று அவர்கள் சொன்னதை இங்குப் பதிவு செய்யத் தகுந்ததாகக் கருதுகிறேன்.

இவர்கள் பாடல்களை ஒப்புவிக்கிறார்களா? பெரும்பாலும் இல்லை. பொது இடங்களில் பாடல்கள் ஒப்புவிக்க இவர்கள் பெரும்பாலும் விரும்புவதில்லை என்று டாக்டர் ஜாகிர் சொன்னார்.

அதான், இந்தியா முழுக்கவும் தேவைக்கு அதிகமான இளம் பேச்சாளர்களை பள்ளிக்கூடங்கள் வளர்த்து விட்டிருக்கிறதே? ஆனால் இவர்களுக்கு நடிப்பில் ஆர்வம் இருந்தது. அருகில் இருக்கும் தோட்டத்திற்கு அழைத்துச் சென்று அங்கொரு நாடகத்தை வெட்டவெளியில் அரங்கேற்றிக் காட்டினார்கள்.

அந்தத் தோட்டம் மிகவும் வனப்பாக இருந்தது. பாதி புல்வெளி; பாதி கான்கிரீட் தரை. அங்கங்கு சில கொட்டகைகள் இருந்தன. குளத்தைச் சுற்றி சில மரங்கள். ஒவ்வொருவரும் தங்கள் விருப்பத்திற்குரிய பிராணிகளைச் சுட்டிக்காட்டி அதற்கு பிடித்த - பிடிக்காத விஷயங்களைப் பட்டியலிட்டார்கள். குரங்கு உட்பட அவர்கள் சொன்னதெல்லாம் இயல்பான வளர்ப்புப் பிராணிகள்தான்.

குளத்தைச் சுற்றி நாடகம் போட்டார்கள். எனக்குப் புரியாத உருது மொழியில் வசனங்கள் இருந்தன. ஆனால் அவர்களின் மிமிக்ரி திறன் பிரமாதமாக இருந்தது. ஒவ்வொருவரும் ஒரு மிருகத்தின் வேடம் ஏற்றிருந்தனர். தன்னைத் துரத்தி வரும் பெரிய மிருகத்திடமிருந்து தற்காத்துக் கொள்ள கிளைமீது தாவுதலால் எது குரங்கு என்று என்னால் சுலபத்தில் அடையாளம் காண முடிந்தது.

மறுகணமே குளத்தங்கரையில் இருந்து இரண்டு மனிதப் பறவைகள் பாடத் தொடங்கின. மனநிறைவாக இருந்தது. அவர்கள் இன்னும் சில நாடகங்கள் அரங்கேற்றினார்கள். ஆனால் ஒவ்வொருமுறையும் பார்வையாளர் இருப்பதையே மறந்துவிடுகிறார்கள். சுயத்தை உணர்வதற்கான மிகச் சிறந்த பரிசோதனை முறை இது.

இவர்களில் சிலர் சலாம் இல்லத்திற்கு அவ்வப்போது மூன்று நான்கு பேராக வந்து என்னைச் சந்தித்துப் போவார்கள். சுந்தரமான இளம்பெண் பிலிப்சன், அவர்களைப் பத்திரமாக அழைத்து வருவார். பிலிப்சன் ஜெர்மனியைச் சார்ந்தவர். இந்தக் குழந்தைகளுக்கு வெற்றிகரமாகப் பயிற்சி அளிப்பதில் அசாத்திய திறம் பெற்றிருந்தார்.

மாணவர்கள் மொத்தமாக எனது அறையில் அமைதியாக வீற்றிருப்பார்கள். கொஞ்ச நேரம் சொற்ப வார்த்தைகளில் பேசிக் கொள்வோம். அதுவும் புரியாது போனால், சைகைகளில் பேச முயற்சிப்போம். பின்னர் தங்களுக்குள் விளையாடத் தொடங்கிவிடுவார்கள். இந்தக் குழந்தைக் கூட்டத்திடம் தொழுகைக்கு நேரமாகிவிட்டது, விரைந்து வாருங்கள் என்று சொன்னால் போதும். விளையாட்டில் எத்தனை மும்முரமாக இருந்தாலும் தொட்டது விட்டபடி அப்படியே போட்டுவிட்டு தீவிரமாக ஆயத்தமாகிறார்கள். ஒரு பதான் சிறுவன், அந்தக் கூட்டத்தை வழிநடத்தி தொழுகைக்கு அழைத்துச் செல்கிறான்.

மாலை நேரத்தில் பேகம் அன்சாரியோடு சேர்ந்து கொள்கிறார்கள். இஸ்லாத்தில் ஆடவர் ஒருவர் தொழுகையை முன்னகர்த்திச் செல்ல வேண்டும் என்பதால் பதான் சிறுவன் அந்த வேலையில் ஈடுபடுகிறான். அன்றாடம் ஐந்து முறை கூட்டுப் பிரார்த்தனை செய்ய வேண்டும் என்று இவர்களுக்குச் சமயப் பாடம் போதிக்கப் பட்டிருக்கிறது. இவர்களைப் பொறுத்தவரை வசனங்கள் ஒப்புவித்து, இஸ்லாத்தின் எளிய கட்டளைகளை மட்டும் பின்பற்றினால் போதும்.

இதுகுறித்து மத அபிப்பிராயங்களை முன் வைக்கும் கல்வியாளர் ஒருவரிடம் கேட்டால்:

'இஸ்லாமிய வழிபாட்டுபடி எழுந்து குனிந்து முன் பின்னாக அசைந்து, தொழுகைக்கு முந்தி ஐந்து முறை நீராடி, உடல் முழுமையும் சுத்தப்படுத்துவதெல்லாம் முழுக்க முழுக்கச் சுகாதாரம் சம்பந்தப்பட்டது. இது அவர்களுக்கு ஆரோக்கியமான பழக்கவழக்கங்களைக் கற்றுத் தருகிறது. இது ஓர் ஒழுக்கமானச் செயல்' என்று கூறுவார்.

மதச்சார்பற்ற கல்வியாளரின் பதில் பின்வருமாறு இருக்கும்:

'அன்றாடம் குளித்து, விளையாடி, உடற்பயிற்சி செய்வதாலும் இதே பயன்தானே வரப்போகிறது?'

‘சரிதான். ஆனால் குறிப்பிட்ட வயதிற்குப் பின் விளையாடுவதும் உடற்பயிற்சி செய்வதும் நின்றுவிடும். வழிபாட்டு முறையில் தொய்வு இருக்காது. இஸ்லாத்தைப் பின்பற்றும் ஒருவரின் ஆரோக்கியமான உடல் நலத்தையும் நல்ல பழக்க வழக்கத்தையும் நீங்கள் மறுக்கிறீர்களா?’

‘நான் அதை மறுக்கவில்லை. ஆனால் உடல் அசைவுகளையும் வசன உச்சரிப்புகளையும் ஏன் மதத்தோடு ஒன்றுசேர்க்க வேண்டும்? (சில வசனங்களுக்கு பெரும்பாலும் அர்த்தம் தெரியாத நிலையில்) அதற்கான தார்மீக பொறுப்பு எங்கிருந்து வருகிறது?

‘கடவுளைத் தொடர்பு கொள்ளப் போகும் ஆசையில், பிரார்த்தனை செய்யும் குழந்தை எப்போதும் விழிப்புடன் இருக்கிறது. மதத்தைப் பின்பற்றுபவர் ஒழுக்கமாக நேர்த்தியுடன் நடந்துகொள்வார் என்ற கற்பிதத்தால், வழிபாட்டு முறைமைகளில் கலந்துகொள்கின்றனர். எந்த மதத்தோடும் ஒட்டாமல் மதச்சார்பின்மையைக் குழந்தைகளுக்குப் போதிப்பதால், அவர்கள் நடத்தையில் மிக அரிதாகவே பாதிப்பு ஏற்படுகிறது. நன்கு பக்குவம் பெற்ற பெரியவர்களும் மிக அரிதாக இதற்கு ஆட்படலாம். ஆனால் இவையெல்லாம் பிரத்தியேக சந்தர்ப்பங்களில் மட்டுந்தான் நடைபெறும். மற்றபடி சாதாரண மனிதர்கள் தங்கள் விருப்பத்திற்கும் மீறி கடவுளை நம்ப வேண்டும். அவரின் மாற்றமுடியாத விதியில் நம்பிக்கை வைக்க வேண்டும்.’

இதைத்தான் ஜாமியா கல்வியாளர்கள் எப்போதும் சொல்கிறார்கள். இந்துமதக் கருத்தாக்கத்தின் வழியாக மகாத்மா காந்தியை இவர்கள் நெருங்குவதைப் பின்வரும் உரையாடல் மூலம் புரிந்து கொள்ளலாம். இந்த உரையாடல் மகாத்மா காந்திக்கும் சர்வதேசத் தன்னார்வ அமைப்பின் தலைவர் பியரி செரசோலுக்கும் இடையில் நிகழ்ந்தது. அவர் சுவிஸ் நாட்டைச் சார்ந்த அமைதி விரும்பி. வர்தாவில் மகாத்மா காந்தியைச் சந்தித்தபோதெல்லாம் தொடர்ச்சியாக பிரார்த்தனையில் கலந்து கொண்ட அவர் பின்வருமாறு சொல்கிறார்:

‘ஒரே விஷயத்தை மீண்டும் மீண்டும் செய்வதைப் பார்க்கையில் எரிச்சலாக இருக்கிறது. ஒருவேளை என் கணித அறிவு இதற்கு இடையூறாக இருக்கலாம்.’

‘உங்கள் கணிதத்திலும் கூட தசம எண்கள் மீண்டும் மீண்டும் இடம்பெறுகிறது அல்லவா?’ என்று மகாத்மா காந்தி சொன்னார்.

'ஆனால் அதில் மீளும் ஒவ்வொரு எண்ணும் திட்டவட்டமான ஒரு புதிய உண்மையை எடுத்துரைக்கிறது.'

'இங்கேயும் கூட மீள செய்யும் ஒவ்வொரு செய்கையும் ஒரு புதிய அர்த்தத்தைக் கொடுக்கிறது. ஒவ்வொரு முறையும் அதைத் திரும்பச் செய்யும்போது நீங்கள் கடவுளை நெருங்குகிறீர்கள்... நீங்கள் இங்கு பேசிக் கொண்டிருப்பது ஒரு கோட்பாட்டாளரிடம் அல்ல, தன் வாழ்வின் ஒவ்வொரு நிமிடத்தையும் தன் கற்பிதங்களுக்கு ஏற்ப அனுபவித்து வாழ்ந்து வரும் ஒருவர். அவருக்கு அந்த வழக்கத்தை நிறுத்துவதைக் காட்டிலும் வாழ்வை முடித்துக் கொள்வது சுலபம். இது ஆன்மாவின் அத்தியாவசியத் தேவை.'

'நான் ஒப்புக்கொள்கிறேன். ஆனால் சராசரி மனிதனுக்கு இது ஒரு வெற்றுச் சூத்திரம் ஆகாதா?'

'... மோசடிக்கு ஒத்துழைப்பது நல்ல விஷயம். பாசாங்குக்கு இங்குத் துளியும் இடமில்லை. ஆனால் பாசாங்கும் ஒழுக்கத்தின் குறியீடுதான். நயவஞ்சகர்கள் பத்தாயிரம் பேர் ஒன்றுகூடி இலட்சக்கணக்கான இதயங்களை ஆற்றுப்படுத்துகிறார்கள். இது கட்டடத்திற்கு சாரம் கட்டுவதுபோல் அடிப்படையான விஷயம்.'

'கட்டட வேலை முடிந்தபிறகு சாரத்தை அப்புறப்படுத்தவதில் உங்களுக்கு உடன்பாடு உண்டா?'

'நிச்சயமாக. உடலில் ஒன்றுமில்லை என்றால் அது அப்புறப்படுத்தப்படும்.'

தான் ஒரு மதவாதியாக இருந்தாலும் இல்லாவிட்டாலும் இந்த உரையாடலில் இருந்து இரண்டு அம்சங்களை ஜாமியாவின் கல்வியாளர்கள் புரிந்துகொள்ளவேண்டும்.

1. மனிதன் உயிர்வாழ்வதற்கு மதம் அத்தியாவசியமா?

வரலாற்றுப் பாடத்தில் தேர்ச்சிப் பெற்றவர்கள் எல்லோரும் அவசியம் என்றுதான் சொல்வார்கள். சோவியத் நாட்டினர் திட்டவட்டமாக நேர்மையான முறையில் கலகம் செய்து மதத்தைப் பகுத்தறிவாலும் சமூக விழுமியத்தாலும் வென்றெடுக்க முயன்று தோற்றுப் போனார்கள். மத வெறுப்படைந்த கம்யூனிஸ்ட்டுகள், கம்யூனிஸ்ட் இயக்கத்தில் தனி வேர் பரப்புகின்றனர். மக்கட்திரளில், இன்னும் குறிப்பாக விவசாயச் சமூகத்தில் பெரிய மாறுதல் இல்லை. ஃபுலாப் மில்லர் எழுதிய 'போல்ஷிவிசத்தின்

மனமும் முகமும்' என்ற நூலை வாசித்தால் விவசாயிகள் முன்பு கழுத்தில் சுமந்த சின்னத்திற்கு மாற்றாக, இயந்திரத்தால் பெயிண்ட் பூசப்பட்ட மற்றொரு சின்னத்தை அணிந்திருப்பது தெரியும்.

அமெரிக்காவிலும் இங்கிலாந்திலும் பழைய தேவாலயங்கள் மக்கள் மனத்தை பூர்த்திச் செய்ய தவறியபோது, புது வகையான மதங்கள் தோற்றம் பெற்றன. அவற்றுள் சில படு அபத்தம். பகுத்தறிவுவாதத்துக்குத் தாயகமான ஃபிரான்ஸ் நாட்டில் கூட தீய சக்தி வழிபாடும் மாந்திரீக வேலைகளும் தலைதூக்குகின்றன. மெத்தப் படித்த மேதாவிகளும், விஞ்ஞானிகளும்கூட இதற்கு விதிவிலக்கல்ல. இதன்மூலம் மனித வாழ்க்கைக்கு மதம் இன்றியமையாத தேவையென்று நம்புவதற்கு போதுமான காரணங்கள் இருப்பதை உணர்கிறோம்.

2. மனித இயல்பின் யதார்த்தத்தை கல்வியாளர்களால் மறுக்க முடியாது.

சிறார்களைப் பக்குவப்படுத்தி நெறி பிறழாமல் நடத்திச்செல்ல இதைப் பயன்படுத்திக் கொள்ள வேண்டுமென்று குறிப்பிட்ட சிந்தனை மரபைச் சார்ந்த கல்வியாளர்கள் சொல்கிறார்கள். மாற்று மரபைச் சார்ந்த பகுத்தறிவுவாதிகள், குடிமைச் சமூகத்திற்கான ஒட்டுமொத்த பயிற்சியால் அற நெறிகளைப் போதிக்கலாம் என்று அறிவிக்கிறார்கள். எல்லாவித சிந்தனை மரபினருக்குமான அனைத்துலக மாநாடு ஒன்றைக் கூட்டி, இதைப்பற்றி தீவிரமாக விவாதித்து, அதன் அனுபவ அறிக்கைகளை வெளியிட முடிந்தால் எத்தனை நன்றாக இருக்கும்.

எந்த மதம் உண்மையானது என்று மனிதர்கள் சண்டையிட்ட காலத்தை நாம் கடந்துவிட்டோம். இப்போது மதத்தின் மீது திட்டவட்டமான பொது அணுகுமுறை தேவைப்படும் காலம். இறை நம்பிக்கையில் இருந்துதான் எல்லாச் செயல்களும் உருப்பெறுகின்றன என்பதை நாம் நம்புகிறோமா, இல்லையா? அதுதான் இப்போதைய கேள்வி.

இந்தக் கேள்வி தொடர்பான ஜாமியாவின் நடத்தைகளைப் பின்வருமாறு தொகுத்துச் சொல்லிவிடலாம்:

'எங்கள் தெய்வக் கட்டளைகளால் தீர்த்து வைக்க முடியாத சிக்கலோ, அறநெறிப் பிரச்சினைகளோ எதுவும் கிடையாது. சுகாதாரம், கட்டுப்பாடு, ஆரோக்கிய விதிகள், நன்னடத்தை என்று இங்கு எல்லாம் உண்டு. சமத்துவ விதிகள் இங்குத் தெளிவாகப் பேசப்பட்டுள்ளன. என்றென்றைக்கும் உயிர்ப்புள்ள பொருளாதாரச்

சீர்த்திருத்தத் திட்டங்கள் உள்ளன. இவையெல்லாம் அத்தியாவசியம் என்று குழந்தை மனதில் பதியமிட்டோம் என்றால், நாளை உதயமாகும் ஒரு சிறந்த உலகிற்கான உரமிட்ட திருப்தி தோன்றும்.'

•

இறுதியில் தில்லிக்குப் புறம்பாக ஜாமியாவின் உறுப்பினர்கள், ஒரு புதிய கட்டடத்திற்கான அஸ்திவாரக் கல் அமைப்பதற்கு ஒன்றுகூடி நின்றார்கள். நாளா நாளைக்கு புதுப்புது கட்டடங்கள் எழுப்புவதற்கு வசதியாக அவர்களிடம் கணிசமான நிலம் கையில் இருக்கிறது. இந்தக் கோலாகலமான கொண்டாட்டம் ஒரு பெரிய கூடாரத்தின்கீழ் நடைபெற்றது. டாக்டர் அன்சாரி தலைமையிலான இந்நிகழ்வில் முக்கியமான இந்து, முஸ்லிம் தலைவர்கள் கலந்துகொண்டார்கள்.

பெருவாரியான இந்துக்கள் அதிகம் நிதியளிப்பதைப் பார்த்தால், முன்னணி முஸ்லிம் தலைவர்களைக் காட்டிலும் ஜாமியாவின் கல்வி மதிப்பை இந்துத் தலைவர்கள் நன்றாகப் புரிந்து கொண்டதாய் தெரிகிறது. முஸ்லிம் சமூக மக்களும் தங்கள் அன்றாட செலவுகளை இறுக்கமாகப் பிடித்து வைத்து ஒன்றிரண்டு அணாக்களை ஜாமியாவின் கல்விக்காக வழங்குகிறார்கள்.

ஒரு சிறிய குழந்தை கட்டடத்தின் அடிக்கல் நாட்டு விழாவைத் தொடங்கிவைத்தது. முதியவர்களுக்கு மத்தியில் மேடையில் நின்று கொண்டிருந்ததால், அக்குழந்தையின் முகம் அமைதியிழந்து காணப்பட்டது. மேடைக்கு எதிர்ப்புறம் என் இளைய நண்பர்கள் முகாமிட்டிருந்தனர். அடிக்கல் விழா உரையை கண்ணியத்தோடு செவிமடுத்து கவனித்தார்கள்.

ஆனால் நேரம் கடந்ததும் பொறுமையிழந்துபோய் தங்களுக்குள் பேசி கிசுகிசுத்தனர். அங்கிருந்த ஆசிரியரும் எல்லாம் தெரிந்தவர்போல், அதை பெரிதாய் கண்டுகொள்ளவில்லை. ஏழு வயது சிறுமி ஒருத்தி மீண்டும் ஒழுங்குபட அமைதி ஏற்படுத்தினாள்.

அவள் பார்ப்பதற்கு நோஞ்சானாக இருந்தாள். கூர்மையான கறுத்த கண்கள் பளபளத்தன. விலா எலும்புகளுக்குள் கூரான முழங்கைகள் சிக்கிக்கொண்டதுபோல் இருந்தது. அவள் பேச்சுக்கு மறுபேச்சு இல்லாமல் கூட்டம் அமைதியானது. நவீன இந்தியப் பெண்ணின் உருவமாக நான் அவளை அடையாளம் காண்கிறேன். ஆண்களை நடத்தும் விதத்தில் அவள்? தன் உரிமைகளை நிலைநாட்டினாள்.

அத்தியாயம் 9

இந்தியாவில் கண்ட இஸங்கள்

இந்தியாவில் நீங்கள் அதிகம் கேள்விப்படும் சில சொற்கூறுகள் உள்ளன: வகுப்புவாதம் (Communalism), தேசியவாதம் (Nationalism), சமூகவுடைமை (Socialism). சலாம் இல்லத்தில் இருந்து ஒரே வாரத்தில் இந்தியப் பிரச்சினைகளையும் அதன் தாக்கங்களையும் ஒருவரால் தெரிந்துகொள்ள முடியும். சலாம் இல்லத்தில் இருந்து நான் அறிந்துகொண்டவற்றை உங்களுக்கு மிகச் சுருக்கமாக அறிமுகப்படுத்த விரும்புகிறேன்.

வகுப்புவாதம் பற்றிச் சுருக்கமாகச் சொல்வதென்றால், எல்லாவற்றையும் தான் சார்ந்த சமூகத்தின் பார்வையில் இருந்து பார்ப்பது என்று பொருள் கொள்ளலாம். அதில் ஐந்து அம்சங்கள் உள்ளன. மதம், சமூகம், கலாசாரம், பொருளாதாரம், அரசியல். அதில் மதம்தான் மற்றெல்லாவற்றுக்கும் அடிப்படை.

இந்தியர்கள் எல்லோரும் இந்த ஐவகை அம்சங்களில் ஏதோ ஒரு சமூகத்தைச் சார்ந்திருக்கிறார்கள். சமூகத்தின் எண்ணிக்கை அடிப்படையில் பார்த்தால், அவர்களுக்குள் யார் பெரியவன் என்ற போராட்டம் பரஸ்பரம் நடந்து கொண்டிருக்கிறது. உண்மையில் இந்து, முஸ்லிம் என்ற இரு சமூகத்துக்கு இடையிலான போராட்டம்தான் வெளிப்படையாகத் தெரிகிறது. மற்றெல்லோரும் தங்களுக்குள்ளாகப் பேசி ஒருமித்த முடிவுக்கு வந்து, இந்து முஸ்லிம் கருத்தாடலுக்கு ஏற்ப தங்கள் நிலைப் பாட்டை வெளிப்படுத்துகின்றனர்.

இந்து முஸ்லிம் தத்துவங்களுக்குச் சம்பந்தப்படாத, அவர்கள் வாழ்வியலுக்குச் சம்பந்தப்படாத அந்நியர்களால் இந்தியா ஆளப்படும்வரை, கோடிட்டுக் காட்டும்படியான உட்பிரிவுகள்

இங்கு அப்பட்டமாக நீடிக்கும். இரு சமூகத்துக்கு இடையிலான சிக்கலான முரண்பட்ட முடிவுகளைக் கத்தரித்து வெளியேற்றி, சமூக உடன்படுக்கை ஒன்றை அந்நிய ஆட்சியாளர்கள் ஏற்பாடு செய்யவேண்டும்.

நுணுக்கமாகப் பிளவுபட்டிருக்கும் இந்தச் சமூகங்களைப் பார்ப்பதற்கு தேசத்திற்குள் தனித்தனி தேசமாகத் தெரிந்தாலும், இது குறைந்த மக்கட்தொகை கொண்ட அகண்ட நிலப்பரப்பை ஆட்சி செய்ய விரும்பும் அந்நிய அதிகாரிகளுக்கே ஏதுவான சூழல் அளிக்கிறது. இத்தகையச் சூழலில் அந்நிய ஆட்சியின் இன்றியமையாதத் தன்மை நிலையானதாக மாறுகிறது.

ஆனால் இது அத்தனைச் சுலபமான காரியமல்ல. அசாதாரணத் தெளிவும், வளைந்து கொடுக்கும் நுட்பமும், போர்த் தந்திரமும், ஆளுமைத்திறனும் வானளாவிய அளவு தேவைப்படும். பிரிட்டிஷ் ஆட்சியாளர்களின் ஈடில்லா வலிமை மற்றும் ஆளுமைத்திறனை இந்தப் பார்வையில் இருந்து இந்திய மாணவர்கள் புரிந்துகொள்ள வேண்டும்.

ஆனால் சுதந்திர இந்தியா பற்றி இந்நாட்டவர்கள் சிந்திக்கும் போதே, மற்றொரு 'சமூக ஒப்பந்தம்' கையெழுத்திடுவதற்கான தேவை குறித்தும் சிந்திக்கத் தொடங்குகிறார்கள். ஆனால் இதைத் திணிப்பதற்கோ, அந்நியர்கள் தலையீட்டால் நெறிப்படுத்து வதற்கோ விரும்பாமல், பரஸ்பர பேச்சுவார்த்தையில் சில பல தியாகங்களால் ஈடேற்ற வேண்டும் என்று கருதுகின்றனர்.

இந்திய சுயாட்சி பற்றிய முதல் கட்ட ஆசை, இந்நாட்டின் இருபெரும் சமூகங்களை அரசியல் ரீதியான விவகாரங்களில் ஒரு பொது முடிவுக்கு வரச்சொல்லி உந்துகிறது. ஆனால் எந்தவொரு அரசியல் விவகாரத்திற்குப் பின்னும் ஒரு பொருளாதாரப் பிரச்சினை உண்டு. வாக்காளர்கள் ஒன்றுசேர வேண்டுமா, பிரிந்திருக்க வேண்டுமா என்ற குழப்பத்தை இதற்கு எடுத்துக்காட்டாகச் சொல்லலாம்.

உண்மையில் இது பணம் கொழிக்கும் எண்ணிலடங்காத பதவிகளை எந்தச் சமூகம் கைப்பற்றுவது என்ற பிரச்சினை. இதில் தேசியவாதம் எங்கு இருக்கிறது? இந்திய மரபில் புரிந்துகொள்ள வேண்டும் என்றால், வகுப்புவாதத்தின் கண்ணாடிகளை ஒருவர் எப்போதும் அணிந்துகொள்ள வேண்டும். அது கடந்து வந்த பாதைகளை கவனமாகப் படித்து அறிய வேண்டும்.

1. வகுப்புவாதிகள் அனைவரும் தங்களை ஒரு தேசியவாதியாக இன்றைக்கு அடையாளப்படுத்திக்கொள்கிறார்கள். பிளவு பட்டிருக்கும் இந்து முஸ்லிம் சமூகங்கள் ஒன்றுசேர்ந்து இந்தியச் சுதந்திரத்திற்கு குரல் கொடுப்பதை நாம் இப்படித்தான் பார்க்க வேண்டும். இல்லையென்றால் ஒற்றுமைக்குப் போராடுவதாய் அவர்கள் பாசாங்கு செய்யலாம். பெருந்திரளான மக்களிடம் சுதந்திர எண்ணம் வலுப்பெற்றுள்ளதால், குழப்பமாக இருந்தாலும் தலைவர்கள் அவ்வெண்ணத்தை ஒப்புக்கொள்ள வேண்டிய நிர்பந்தம் ஏற்படுகிறது.

ஆனால் அதற்குள்ளும் சுதந்திரத் தேசத்தில் யார் ஆட்சியதிகாரத்தைப் பிடிப்பது என்ற போட்டி உள்ளது. வகுப்புவாதம் பற்றிய கருத்தாக்கம் மேலோங்கும் போதெல்லாம், அந்நிய ஆட்சியாளர்கள் கம்பளம் விரித்து வரவேற்கப் படுகிறார்கள். என்னதான் 'சமூக ஒப்பந்தங்களை' இந்து முஸ்லிம் சமூகம் வரையறுத்து வைத்தாலும், அவையெல்லாம் தாற்காலிகத் தீர்வுதான். ஒருமித்த முடிவுகாணாத வரை, வலிமையான அந்நிய ஆட்சியாளர்கள் படையெடுத்து வந்து அதிகாரத்தைக் கைப்பற்றுவதற்கு ஏராளமான வாய்ப்புகள் உண்டு.

2. அடுத்ததாக தேசியவாதிகள். பெரும்பாலான மக்கள் தங்களை இப்படித்தான் அழைத்துக்கொள்கின்றனர். இதற்குள்ளிருக்கும் இந்து முஸ்லிம் உள்ளரசியல் வேறுபாடு சமீபத்தில்தான் சுமூகநிலை எட்டியிருக்கிறது. இப்போதெல்லாம் சந்தேகத்துக்குரிய விவகாரங்களில் தீவிரமாக ஒன்று சேர்ந்து போராடுகிறார்கள். கடந்த காலத்திலும் இப்படி நிகழ்ந்ததுண்டு. ஆனால் பொருளாதார பார்வையில் சிக்கல் நீடிக்கிறது.

தேசியப் பொதுமொழி, எழுத்துரு போன்ற ஒற்றைக் கலாசாரப் போக்குகள் இன்னும் பேச்சளவில்தான் உள்ளன. இருந்தாலும் தேசியவாத இந்து முஸ்லிம்கள் மற்றவரது மதத்தைத் தீவிரமாக மதிக்கிறார்கள். இருவரும் தங்கள் மத நம்பிக்கைகளைப் பரிமாறாவிட்டாலும், மற்றவரின் மத நம்பிக்கைக்கு உரித்தான வாழ்வியல் அங்கீகாரத்தை ஏற்றுக் கொள்கிறார்கள்.

தங்கள் சமூக மேம்பாட்டை விட்டொழித்து, தேசிய நலனே பிரதானம் என்று சிந்திக்கும் இங்கிலாந்து அல்லது பிரெஞ்சு நாட்டுக் குடிகள் போல் சுதந்திர இந்தியாவே எங்கள் இலட்சியம் என்று சொல்லும் மூன்றாம் கட்சி ஏதும் இந்தியாவில் இருக்கிறதா? ஸ்காட்ச், வேல்ஸ், பிரிட்டன், பாஸ்க் என்று சிந்திக்காமல்

மொத்தமாகச் சிந்திக்கும் இங்கிலாந்து, பிரெஞ்சு போலான இந்தியச் சமூகங்கள் இங்கு உயிர்ப்போடு இருக்கின்றனவா? அது குறித்து எந்தவொரு செய்தியும் தெளிவாக இல்லை.

இந்தியச் சமூகவுடைமை சமீபத்தில் தோற்றம் கண்டிருந்தாலும், அதன் ஒரேயொரு அம்சமாவது இதன்போக்கில் உள்ளது. இத்தகைய சமூகவுடைமை இரு வகைப்படும். அவை:

1. முதல் வகை, புனித நூல்களில் எடுத்துரைக்கப்படும் சமூகவுடைமை. இந்து வேத நூல்கள் வகுப்பு அல்லது சாதி அடிப்படையில் ஆனவை. முஸ்லிம் நூல்கள் மேற்கத்திய சமூகவுடைமையின் நவீன மாதிரியைப் பின்பற்றுகின்றன. அதன் ஒருங்கிணைந்த ஜனநாயக இயல்பினால் அகில உலகில் இருக்கும் எவ்வித சக்தியாலும் இஸ்லாத்தை சாதி ரீதியான நாடாக மாற்ற முடியாது. இந்துக்கள் முதலாளித்துவ வகுப்பைக் கையிலெடுப்பதால், சமூகவுடைமைக் கொள்கையின்மீது இயல்பாகவே இஸ்லாமியர்கள் சாய்ந்துகொள்கின்றனர். ஆனால் இந்தியச் சமூகவுடைமை மதத்தைப் பின்பற்றி அதன் புனித நூல்களில் விளக்கம் தேடும்வரை, நவீனத்துவம் அடைந்த சர்வதேச உத்திகளுக்குள் நுழைய வழியில்லை.

2. இரண்டாவது வகை, மேற்கத்திய சிந்தனையாலும் பொருளாதார ஏற்றத்தாழ்வுகளாலும் உண்டானது. தொழில் துறைப் பற்றி அறிந்த நகர்ப்புற மக்களிடம் இதற்கு நல்ல வரவேற்பு உண்டு. முதலீட்டுக்கும் உழைப்புக்கும் இடையே சச்சரவு தோன்றும் போதும் இதற்கு நல்ல ஆதரவு இருக்கிறது.

இவ்வகை சமூகவுடைமையின் கருத்தாக்கங்கள் பண்டித ஜவாஹர்லால் நேருவின் பெயரால் துலக்கம் பெறுகின்றன. 1935இல் இந்து இளைஞர்களைவிட அதிகமான முஸ்லிம் இளைஞர்கள் ஜவாஹர்லால் நேருவைத் தங்கள் அரசியல் தலைவராய் பிரகடனப்படுத்தினர்.

சமூகவுடைமையை வகுப்புவாதம் மற்றும் தேசியவாதத்திற்கு மாற்றாக அடையாளப்படுத்தும் இந்தப் பார்வையை சலாம் இல்லத்தில் இருந்து தரிசிக்க முடியாது. ஜவாஹர்லால் நேரு என்ற தலைவர் அப்போது சிறையில் இருந்தார். தன் வாழ்வின் பெரும்பகுதியை அவர் சிறையில் கழிக்க நேர்ந்தது.

அவர் எழுதிய வரலாற்றுப் புத்தகங்கள் எல்லாம் நன்கு திட்டமிடப்பட்டு, வரலாற்று நிகழ்வுகளின் புறநிலைச் சுருக்கமாக அமைந்துள்ளன. அவரின் சகோதரி எனக்கு அந்தப் புத்தகங்களை

அனுப்பி வைத்தார். அவரின் புகைப்படத்தையும் நான் பார்த்திருக்கிறேன். ஒல்லியான தெளிந்த முகம். சிந்தனைப் போக்குள்ள வசீகரக் கண்கள்.

ஒரு வருடத்திற்குப் பிறகு நான் அவரை பாரிஸில் நேரில் சந்தித்தேன். அதற்கடுத்த ஆண்டு அவருடைய வரலாற்றுப் புத்தகத்தை வாசித்தபோது, மிக உயர்ந்த மனிதராகத் தோன்றினார். இப்புத்தகத்தின் இறுதியில் விவரிக்கும் அளவில் தனக்கானதொரு மரபை அவர் பிரதிநிதித்துவப்படுத்துகிறார்.

சமூகவுடைமையின் மற்றொரு வடிவை முன்னிலைப்படுத்தும் டாக்டர் கான்? சாகிப் அவர்களை சலாம் இல்லத்தில் வைத்துச் சந்தித்தேன். இந்தியாவின் எல்லைப்புறத்தில் 'செஞ்சட்டை' இயக்கம் நடத்தும் நன்கறிந்த அப்துல் கப்பார் கானின் சகோதரர் இவர். செஞ்சட்டை இயக்கத்தை அச்சுறுத்தலாக கருதிய இந்திய அரசாங்கம், அதனைக் கலைத்த கையோடு அப்துல் கப்பார் கானையும் சிறையில் வைத்தது.

டாக்டர் கான் சாகிப் அன்பான, அழகிய மனிதர். எப்போதும் ஒரு நீள வெள்ளைச் சட்டையும் காந்தி குல்லாவும் அணிந்திருப்பார். தங்களைப் பின்பற்றும் எல்லோரும் காந்தியவாதி மற்றும் சோசலிஸ்ட் என்று சொன்னார். அத்தோடு அவர்கள் அகிம்சைக் கொள்கையைக் கடைப்பிடித்தனர்.

•

நவீன இந்திய வாழ்க்கையை நான் வெகுவாக உள்வாங்கி யிருக்கிறேன். மேற்குலகில் இந்தியா பற்றி வலிந்து சொல்லப்படும் அமானுஷ்ய விஷயங்களை முற்றிலும் ஒதுக்கிவிட்டேன். பிற அம்சங்களைக் காட்டிலும், இந்தியா பற்றி எதை நம்பவேண்டும் எதை நம்பக்கூடாது என்று தெளிவு கிடைத்திருக்கிறது. இதை இந்தியாவில் ஏற்பட்ட ஆரோக்கியமான குறியீடாகக் கருதுகிறேன்.

சமூக வாழ்க்கையில் இருந்து தன்னைப் புறமொதுக்கிக் கொண்டு துறவு வாழ்க்கை வாழும் இந்திய ஆடவர்களின் எண்ணிக்கை முன்புபோல் அல்லாமல் குறைந்துவிட்டது. குகைகளில் வாழ்ந்த மனிதருக்கும் தற்கால இந்தியருக்கும் பெருத்த வேறுபாடு தெரிகிறது.

இன்றும் துறவு மேற்கொள்கிறார்கள். ஆனால் உண்மைத் துறவிகள் ஞானம் அடையும்வரை மக்களோடு மக்களாக வாழ்ந்து, அவர்களுக்காகச் சேவை செய்ய வேண்டும். தீய மந்திரங்களும்

அமானுஷ்ய சக்திகளும் இந்தியாவில் வலிமை குன்றி வருகிறதென தைரியமாகச் சொல்லலாம்.

சராசரி இந்தியனும் முக்கிய அறிவுஜீவிகளும் மதம் ஒரு செயல்பாட்டு கருவி என்று புரிந்திருக்கிறார்கள். சமூக வாழ்க்கையில் மனிதன் இடையறாது பங்குக் கொள்ள மதம் உதவி செய்கிறது என்பது அவர்கள் புரிதல். இருந்தாலும் மதம் பற்றிய எதிர்மறை எதிர்பார்ப்பும், அமானுஷ்ய சிந்தனையும் முழுவதுமாக ஒழிந்தபாடில்லை. பின்வரும் கடிதத்தின் மூலம் நான் இதை உறுதியாக நம்புகிறேன்.

அன்பிற்குரிய அம்மையாரே,

எதிர்பாராத இடத்திலிருந்து இந்தக் கடிதம் வந்திருப்பதைப் பார்த்து நீங்கள் ஆச்சரியப்படலாம். பிரபஞ்சத்தோடு தொடர்பு கொண்டிருக்கும், இறை போதையில் திளைக்கும் ஆன்மா ஒன்று உங்களுக்கு இந்தக் கடிதத்தை ஹரித்துவாருக்கு அருகிலிருக்கும் ரிஷிவாங்கில் இருந்து எழுதுகிறது. இந்தப் பிறவியில் அந்த ஆன்மாவிற்கு குருவோ சாதனமோ கிடையாது. இந்த ஆன்மாவோடு தொடர்பு கொண்ட பிரபலமான இந்துமதத் தத்துவ அறிஞர்கள், கடந்த நான்கு ஐந்து நூற்றாண்டுகளில் இப்படியொரு ஆன்மா இந்நாட்டில் பிறவியெடுத்ததில்லை என்று சொல்கிறார்கள். அதற்காக...

அந்தப் பெண்மணியின் அசாத்திய சக்திகளைப் பட்டியலிடும் மிச்சக் கடிதத்தை நான் அப்படியே விட்டுவிடுகிறேன். தான் உருவாக்கிய மன நிம்மதியில்லாத உலகில் இருந்து மனிதர்களைப் பிரிந்து செல்லும் ஆடவர்களோடு எனக்கு எவ்விதச் சண்டையும் இல்லை. வாழ்வின் மறைமுக அம்சங்களில் இருந்தும், எதிர்பாராத மனிதர்களின் குரோத இயல்பில் இருந்தும் விடுவித்துச் செல்ல எல்லோருக்கும் ஓர் ஏக்கம் இருக்கும்.

கண்ணியமிக்க மனிதர்கள் பலர் இவ்வுலகியல் வாழ்வில் இருந்து ஓய்வு பெறவில்லை என்றால், அவர்கள் உயிரை விட்டு விலகுவதை, சக உயிர்களுக்குச் செய்யும் கடமையிலிருந்து நழுவுவதாகக் கணிக்கிறார்கள். ஆனால் உலக வாழ்விலிருந்து விடுபட்ட பின்னரும் கவனம் ஈர்க்க விரும்புபவர்களை, வீண் விளம்பரக்காரர் என்று சொல்வதைத் தவிர வேறெதுவும் சொல்லத் தோன்றவில்லை.

சிலர் அசாதாரண வித்தைகள் செய்யும்படி தங்கள் உடலைப் பழக்கப்படுத்தி இருக்கிறார்கள். அவர்கள் கழைக்கூத்தாடி என்று

அழைக்கப்படுகிறார்கள். இடைக்காலத் துறவி ஒருவர் ஒற்றைத் தூணில் இருபது ஆண்டுகாலம் ஒரே காலில் நின்றதும், தன் அசாதாரண வாழ்வியல் முறைக்குப் பார்வையாளர்களை உள்ளிழுப்பதும் பார்வையாளர்களைக் கழைக்கூத்தாடியாக வசீகரப்படுத்தலாம்.

எனக்குக் கடிதம் அனுப்பிய பெண்மணி தன் பெயரோடு முழு முகவரியும் சேர்த்து அனுப்பியதால், இதையோர் அமானுஷ்ய கடிதம் என ஏற்றுக்கொள்ள முடியாது. மிகுந்த நம்பிக்கையோடு, தீர்க்கமாக எழுதியிருக்கும் பெண்மணியைச் சந்தேகிக்கும் உரிமை எனக்கு இல்லை.

ஓர் ஆணோ பெண்ணோ தன் சக துணைவர்களை அவரவர் தலைவிதிக்கு ஏற்ப தந்திரமாகப் பாதியில் விட்டுச் செல்லும்போது, அதை முழுவதுமாகச் செய்ய வேண்டும். மக்களுக்கு தேவைப்படும் வழிகாட்டி அமைதியானவராக, குழம்பிப்போய் மன உளச்சல் அடையாதவராக, பிறரின் துன்ப வாழ்க்கையைப் பரிமாறுபவராக, வாழ்வின் ஆதிமுதல் அந்தம்வரை படித்துத் தேர்ந்தவராக ஓர் ஆன்மீக வெளிப்பாட்டாளராக விளங்கவேண்டும் என்று விரும்புகிறார்கள்.

பாகம் 2

நெடுஞ்சாலையிலும் புறவழிச்சாலையிலும் கண்டடைந்த இந்தியா

அத்தியாயம் 10

அலிகர்

அலிகரில் இருந்து என் தேடல் தொடங்கியது. அலிகர் என்றால் அலிகர் நகரமல்ல, அலிகர் பல்கலைக்கழகம்.

பல்கலைக்கழகத்திற்கு வெளியில் பாழடைந்த காட்டுப் பகுதி ஒன்றிருந்தது. சேதமடைந்த பழைய கோட்டையின் எச்சங்களாக சிறுசிறு சுவர்கள் கேட்பாரற்று இருந்தன. கோட்டைகளும் கல்லறைகளும் இந்திய நெடுஞ்சாலை மற்றும் புறவழிச்சாலையின் முகத்தை மறைக்கின்றன.

'இந்த இடம் பேயடைந்தார் போல் உள்ளது' என்று உடன்வந்தவர் சொன்னார்.

'எப்படி?' என்றேன்.

இடிந்த எச்சங்களைச் சுட்டிக்காட்டி, 'அங்குச் சத்தம் கேட்கிறது. அதுவொன்றே போதும். அவர்கள் அந்தச் சத்தத்திற்கு பகுத்தறிவான அறிவியல் காரணங்களைக் கண்டுபிடிக்க முயற்சிக்கின்றனர்' என்று தான் நம்புவதாகச் சொன்னார்.

அமானுஷ்ய நிகழ்வுகளுக்கு பகுத்தறிவான அறிவியல் காரணங்களை இந்தியா கண்டடைய முயற்சிக்கிறது என்று யாரேனும் எப்போதாவது சொல்வார்களா!

முதல் வேலையாக அந்தப் பல்கலைக்கழகத்தின் நிறுவனர், சர் சையது அகமதின் கல்லறைக்குச் சென்றேன். இளஞ்சிவப்பு ரோஜாக்களால் அலங்கரிக்கப்பட்ட கம்பீரமான வெள்ளை நிறக் கல்லறையின் முன் கிழக்கு - மேற்காக மரத்துண்டால் ஆன வேலைப்பாடுகள் வளாகத்தை நிறைத்திருந்தன.

அவர் இந்தப் பல்கலைக்கழகத்தை நிறுவி 75 ஆண்டுகள் ஓடிவிட்டன. தற்கால இந்திய முஸ்லிம்கள் பற்றி ஒருவர் தெரிந்துகொள்ள விரும்பினால், அவரைப் பற்றியும், அவர் எதற்காகக் குரல் கொடுத்தார் என்பதையும் தீவிரமாகப் புரிந்து கொள்ள வேண்டும்.

சையது அகமதை போற்றுபவர்களைக் காட்டிலும் தூற்றுபவர்கள் அதிகமாக இருப்பது, அவரின் சமகாலத் தாக்கத்தை ஆழமாகப் பதிவு செய்கிறது; இனியும் பதிவு செய்யும். அவரைப் பற்றி மேம்போக்காகச் சொல்ல முயன்றால், இப்படித்தான் இருக்கும்.

இந்த நாட்டைப் பெரும்பாலும் முஸ்லிம்களிடமிருந்து ஆங்கிலேயர் கைப்பற்றியதால், பிரிட்டிஷ் இந்தியாவிற்கு இஸ்லாமியர்களைக் காட்டிலும் இந்துக்களின் ஆதரவு பெரிய அளவில் இருந்தது. இஸ்லாமியர்கள் தனித்து நின்றார்கள். இல்லையென்றால் சண்டைக் கோழி என்று கருதி அவர்கள் ஓரங்கட்டப்பட்டிருக்கலாம். ஆகையால் தங்கள் நாட்டு இந்துக்களை ஒப்பிடுகையில் நீண்ட காலத்திற்குப் பிறகே மேற்கின் கல்வியும், மேற்கின் தாக்கமும் அவர்களுக்கு வாய்த்தது.

19ஆம் நூற்றாண்டின் மத்தியில் ஓரளவு பகுத்தறிவு கொள்கை கொண்ட இஸ்லாமிய சீர்த்திருத்த இயக்கத்தை இஸ்லாமிய உலகில் ஜமாலுதீன் ஆஃப்கானியும், ஷேக் அப்துல்லும் தலைமைத் தாங்கி நடத்தினார்கள். இடத்திற்கும் மனிதர்களுக்கும் தகுந்தாற்போல் பலவிதமான அம்சங்களில் இந்த இயக்கம் கிளர்ச்சியூட்டியது. மேற்கின் கிறிஸ்தவ உலகத்தோடு சமாதானமாக ஒத்துப் போவதற்கு இஸ்லாமிய உலகில் முன்னெடுத்த முதல் முயற்சி இதுதான். இதில் சர் சையது அகமது இந்தியாவின் பிரதிநிதியாக இருந்தார்.

இவர் 1817ஆம் ஆண்டு தில்லியில் பிறந்தவர். இவர் குடும்பம் பழங்கால முகலாய அரண்மனையோடு தொடர்புடையது. முகலாய அரசின் தரம் தாழ்ந்த ஆட்சியின் கசப்பான கடைசி நாட்கள் பற்றி இவருக்கு எல்லாம் அத்துப்படி என்று எல்லோருக்கும் தெரியும். கிழக்கிந்திய கம்பெனியின் ஆங்கிலேயே ஆட்சியதிகாரம் பற்றியும் இவர் தெரிந்திருந்தார். முந்தைய ஆட்சியோடு ஒப்பிடுகையில் பெரிய அளவில் வித்தியாசமில்லை. கலகம் மூண்ட பிறகும் ஆங்கிலேயர்களுக்கு விசுவாசமாக இருந்தார்.

சில ஆங்கிலேய எழுத்தாளர்களின் கருத்துப்படி பார்க்கையில் இந்தக் கலகம் 'மிகவும் எதிர்பார்க்கப்பட்ட' ஒன்றெனத் தெரிகிறது.

ஆக்ஸ்போர்டின் இந்திய வரலாற்றை எழுதிய வின்சென்ட் ஸ்மித், சர் லெபல் கிரிஃப்பின் கலகத்திற்கு நன்றி சொல்வதை மேற்கோளிட்டு இதனால் ஏற்பட்ட மேம்பட்ட ஆட்சி மாற்றத்தைக் குறிப்பிடுகிறார்.

'முன்னேற்றம் அடையாத, சுயநலம் மிக்க, வியாபார நோக்கிலான ஆட்சியதிகாரத்தைப் பரந்த நோக்கிலான அறிவுமைய ஆட்சியாக மாற்றியதில் கலகத்திற்கு முக்கிய பங்குண்டு.' தான் பின்பற்றும் மாறுபட்ட கொள்கையிலும், அதனால் ஏற்படும் தோல்விகளிலும் இருந்து கற்றுக்கொள்வதற்கு இந்தியர்களிடம் நிறைய பாடங்கள் இருந்தன.

உண்மையில் கணிசமான அளவில் பார்த்தால், பழைய ஆட்சி முறைக்கும் புதிய ஆட்சி முறைக்கும் உண்டான முரண்பாடாகவே இந்தக் கலகத்தைப் பார்க்க வேண்டும். ஆனால் நாம் முன்பு கணித்ததுபோல் அல்லாமல் இன்னும் பல விஷயங்கள் பொதிந்திருக்கின்றன. இந்தியாவின் கடைசி படையெடுப்பாளரை நாட்டிலிருந்து துரத்துவதற்கு ஆசை முளைத்திருப்பது அப்பட்டமாகத் தெரிகிறது.

இருந்தாலும் இதைச் சுதந்திரத்திற்கான போராட்டம் என்று உறுதியாகச் சொல்ல முடியாது. இந்துக்களும் முஸ்லிம்களும் வெவ்வேறு காரணத்திற்காக கிளர்ச்சி செய்தார்கள். இவர்கள் இருவருக்கும் இடையே நிறைய முரண்பாடுகள் இருந்தன. ஆங்கிலேயரோடும் வம்புக்குச் சென்றனர்.

வெகுஜன மக்களைப் பொறுத்தவரையில் கிழக்கின் வழக்கமான ஒரு போர் முழக்கம் எழும்பியது: 'மதம் ஆபத்தில் உள்ளது.' ஆனால் ஆபத்தில் இருப்பது ஒற்றை மதமல்ல. இந்துக்கள் ஆங்கிலேய கிறிஸ்தவர்களுக்கு எதிராகவும், இஸ்லாமியர்களுக்கு எதிராகவும் சமர் செய்தனர்; இஸ்லாமியர்கள் தங்கள் மதத்திற்காகச் சண்டைப் போட்டனர்.

பிரிட்டிஷ் அரசாங்கத்தின் நல்வினைகளை ஏற்றுக்கொண்டாலும் அதன் மீதான காட்டமான விமரிசனத்தை தன் எழுத்துக்களில் பதிவு செய்தார், சையது அகமது. தான் ஆட்சி செய்யும் மக்களைப் பற்றி பிரிட்டிஷ் அரசாங்கம் பெரிதாகத் தெரிந்துகொள்ளவில்லை; முந்தைய இஸ்லாமிய ஆட்சியைக் காட்டிலும் உள்ளூர்வாசிகளோடு மிகச் சொற்பமாகவே இயைந்து போகிறது என்று வெளிப்படையாக எழுதினார். மேலும் அதன் அதிகாரப் போக்கு ஏகபோகமாக மலிந்து கிடந்தது. உள்ளூர்வாசிகளை

கீழானவராக மதித்து, அற்ப மனிதராகவும் ஏற்றுக்கொள்ளாததைப் பதிவு செய்கிறார்.

அவர் வெளிப்படையாகச் சொல்லாவிட்டாலும், இந்துக்கள் ஆள்வதைவிட ஆங்கிலேய ஆட்சியே மேலானதென்று கருதினார். இறுதியில் ஆங்கிலேயரின் கை ஓங்கும் என்று அவர் நினைத்தாரா என்பதைச் சொல்வது கடினம்.

இன்றையக் காலக்கட்டம் போல் அறிவியல் ரீதியான உபகரணங்களைப் பயன்படுத்தாமல், வீரத்தையும் படையமைப்பையும் முன்னிறுத்தி அன்றைய போர்கள் இருந்தன. இது மேலோட்டமாக வரலாறு படிக்கும் சகலருக்கும் தெரிந்த விஷயம். ஆகவே இந்தியர்கள் ஒன்றுசேர்ந்து போராடியிருந்தால், ஆங்கிலேய அரசு அதைக் கையாள சிரமப்பட்டிருக்கும். இஸ்லாமியர்களும் இந்துக்களும் ஒன்றுசேர்ந்து போராடினால்தான் பெரிய அளவிலான இயக்கத்தை வெற்றிப் பெற செய்ய முடியும் என்று சிப்பாய் கலகத்தின் தோல்வியில் இருந்து இந்திய மக்கள் புரிந்துகொள்ள வேண்டும்.

சர் சையது அகமது ஆங்கிலேயரின் பக்கம் சாய்ந்ததற்கு மேலுமொரு வரலாற்று உண்மை உள்ளது. அதைத் தத்துவார்த்த உண்மையென்றும் சொல்லலாம். கிழக்கின் பழமையான தத்துவங்களைக் காட்டிலும் மேற்கின் கிறிஸ்தவ உலகத்தோடு இஸ்லாமியர்கள் நெருங்கிய தொடர்பு வைத்திருந்தனர். கிழக்கு மற்றும் மேற்குலகின் சிந்தனை மரபு, கலாசாரம், தத்துவங்களை இணைக்கும் பாலமாக அவர்கள் செயல்பட்டார்கள். குறிப்பாக இடைக்காலத்தில் இருந்து நவீன காலம் வரை அதன் பங்கு உயர்ந்திருக்கிறது.

தன் சொந்த நாட்டில் இருக்கும்போது மேற்குவாசி ஒருவனுக்கு இஸ்லாமிய கருத்தாக்கம் வேறுபட்டு இருக்கலாம். ஆனால் கிழக்கு நோக்கி நகரும்போது, பண்டையக் கிழக்குத் தேசத்தை காட்டிலும் முன்னிருந்த இஸ்லாமிய தேசத்தில் அதன் கருத்தாக்கம் செயல்முறையில் ஒத்துவருவதை அவன் நெருங்கிப் பார்க்கலாம். இதற்கும் எவ்வித ஏற்றத்தாழ்வுக்கும் சம்பந்தமில்லை. அவர்கள் வித்தியாசமானவர்கள், அவ்வளவுதான்.

கிழக்கின் மொழி மற்றும் சமயங்களை ஆய்வு செய்யும் ஆங்கிலேய ஆய்வாளர் ஒருவர், வைஸ்ராயின் மதிய விருந்தில் என்னிடம் ஒன்று சொன்னார்: 'இஸ்லாம் மேற்கத்திய மதம். கிழக்கின் மக்கள் அதை

கிழக்குமயமாக்கி விட்டனர்; கிறிஸ்தவம் கிழக்கின் மதம், மேற்கின் மக்கள் அதை மேற்குமயமாக்கி விட்டனர்.'

அவரின் அரசியல் சார்புக்கான காரணம் இதுதான். கல்வி ரீதியிலும் அவர் மேற்குலகையே சார்ந்திருந்தார். இந்திய முஸ்லிம்களை மேற்குமயப்படுத்த வேண்டுமென்று விரும்பியதோடு அதற்காகப் பல போராட்டங்களையும் இடர்களையும் சந்திந்து அலிகர் கல்லூரியை நிறுவியதன் மூலம் ஓரளவு வெற்றி கண்டார்.

இஸ்லாமிய அறிவுஜீவியும் சர் சையது அகமதின் விமர்சகருமான ஒருவர் பின்வருமாறு சொன்னார்:

'அவர் மேற்கின் சாரத்தோடு ஒன்றிப்போய், இஸ்லாத்தைப் பகுத்தறிவோடு விளக்க முயன்றது உண்மைதான். ஏனெனில் அவர் காலத்தில் பகுத்தறிவுவாதம் மேலோங்கி இருந்தது. ஆனால் மரபுவழிப்பட்ட பழமைவாதிகளால் அவர் மிகவும் துன்புறுத்தப்பட்டார். இன்றைக்கு நாம் அறிந்ததைக் காட்டிலும் பல முரண்பாடுகளை அவர் எதிர்கொண்டிருப்பார் என்பதில் சந்தேகம் வேண்டாம். ஆனால் அதே சமயம் அலிகர் நிறுவனத்தின் சமய போதனையை மரபுவழிப்பட்ட பழமைவாதிகளின் கையில் ஒப்படைக்கும்போது அவர்களோடு சமரசம் அடைந்தார் என்பதிலும் சந்தேகம் வேண்டாம்.

ஒருவேளை அவர் உண்மையிலேயே 'இஸ்லாமியர்களின் மனத்தை சீர்திருத்த நினைத்திருந்தால்' சமய வகுப்புகளைப் பழமைவாதிகளிடம் ஒப்படைத்து இளைஞர்களின் புத்தியில் மந்தமான கல்விக்கு இடந்தராமல், வேறு ஏதேனும் செய்திருப்பார். ஆனால் அவர் சீர்த்திருத்தம் வெறுமனே மேலோட்டமானது. மேற்கின் புறவயமான விஷயங்களையே திகைத்துப் போற்றினார்.

மேற்குலகின் நடத்தையை அழுத்தம் திருத்தமாகப் பின்பற்றுவதற்கு முக்கியத்துவம் கொடுத்தார். இன்னும் புரியும்படிச் சொன்னால், மேற்குலகின் தத்துவங்களையும் உட்கட்டமைப்பையும் பின்பற்றுவதைக் காட்டிலும் முட்கரண்டியும் கத்தியும் வைத்து உணவு உண்ண கற்றுக் கொள்வதே உசிதம் என்று கருதினார். முஸ்லிம் உலகை மாற்றி அமைத்து நவீன உலகோடு ஒத்துப்போகும்படியான இஸ்லாத்தின் வாழ்வியல் கொள்கைகளை அவர் புதுப்பித்திருக்க வேண்டும்.

இதன் விளைவாக அலிகர் கல்லூரி தயாரித்து அனுப்பிய மாணவர்களைப் புறவயமாகப் பார்த்தால் நவீனமாக இருப்பார்கள்,

ஆனால் நெருங்கிச் சென்றால் அதீத பக்தியும், தேக்கநிலை மனமும் கொண்டிருப்பதை அறியலாம். அவர்களைப் பொறுத்தவரை மதம் என்பது மதவாதமாக இருந்தது என்பதை நான் சொல்லியே ஆகவேண்டும்.'

அதெல்லாம் வெற்று வார்த்தைகள். சர் சையது அகமதின் கல்விக் கொள்கைகள் பழக்கவாத யதார்த்தத்தை முன்னிறுத்துகின்றன என்பதிலேயே எல்லாம் அடங்கிவிடும். தன் அரசியல் நிலைப்பாட்டில் ஆங்கிலேயர்களை ஒரு நிரந்தரத் தீர்வாகப் பயன்படுத்திக் கொண்டார். அவருக்கு முந்தைய காலம் வரை, ஆங்கிலேய ஆட்சி அதிகாரத்தில் இஸ்லாமியர்களுக்கு இடம் மறுக்கப்பட்டிருந்தது.

எல்லாவித உள்ளூர் பதவிகளையும் இந்துக்கள் கைப்பற்றி விட்டார்கள். ஒருவேளை அவர்கள் மேற்கின் சாயலை முன்னதாகவே பின்பற்றத் தொடங்கியதால், அவர்கள் அந்தப் பதவிக்கு பழக்கப்பட்டிருக்கலாம். ஆங்கிலேய எஜமான்களுக்கு பணிவிடை செய்து, ஒத்துழைப்பு நல்கும் இஸ்லாமிய மாணவர்களைத்தான் அலிகர் நிறுவனத்தில் சர் சையது அகமது உற்பத்தி செய்துகொண்டிருந்தார்.

'மொழி விஷயத்தில் மற்றொரு சமாதானத்தை முன்னிறுத்துகிறார். இலக்கிய வட்டத்திலும் அறிவு வட்டத்திலும் அகமது ஒரு முக்கிய நபர். எண்ணற்ற கவிஞர்கள், கட்டுரையாளர்கள், சிந்தனையாளர்கள் எப்போதும் அவரை மொய்த்துக் கொண்டே இருப்பார்கள். உருது உரைநடையின் நவீன வடிவத்தைக் கட்டமைத்ததிலும், புனைவின் புதிய பாதையை வடிவமைத்ததிலும் இவர்களுக்கு முக்கியப் பங்கு உண்டு. ஆனாலும் கூட அலிகரில் ஏன் உருது மொழியைப் பயிற்று மொழியாக அங்கீகரிக்கவில்லை?'

'நவீன கல்வி முறையை உருது மொழியால் சமாளிக்க முடியும் தானே?'

'சர்வதேச தொழில்நுட்பக் கலைச்சொற்களைப் பாதுகாக்க முடிந்திருந்தால், நிச்சயம் முடியும்.'

'சர் சையது அகமதின் இந்த முடிவிற்கு அவரின் ஆங்கிலேய நண்பர்கள் உதவி செய்திருப்பார்களா?'

'என்னால் அதை சொல்ல முடியாது. ஆனால் அலிகரின் 75 ஆண்டுகால இணக்கவாத கல்வியோட்டத்தில், அந்நிறுவனம் உற்பத்திசெய்த அறிவுஜீவிகளை இரண்டு வகையாகப் பகுக்கலாம்:

(1) இஸ்லாத்தை ஒரு வாழ்க்கை நெறியாகப் பின்பற்றுவதில் அலட்சியம் கொண்டு, அதனை அரசியல் மையப்படுத்த ஆர்வம் கொண்டவர்கள்.

(2) ஆன்மிக நெறியிலும் தார்மிகக் கொள்கையிலும் மறுமலர்ச்சி சிந்தனை கொண்டவர்கள்.

இவர்களுக்கு வெளியாட்களைப் பற்றி அக்கறை கிடையாது. இஸ்லாமின் அடிப்படைத் தத்துவங்களைக் கொண்டு ஒரு புதிய சித்தாந்தத்தை உருவாக்கி, எதிர்கால இந்திய இஸ்லாமிய சமூகத்தை வளர்த்தெடுப்பதே இவர்கள் நோக்கம். இவர்கள் குர்ஆன் வசனங்களை அறிவியல் கண்டுபிடிப்புகளோடு ஒப்பிட முயற்சி செய்யவில்லை.

மேற்குலகின் பிரம்மாண்டச் சாதனைகளால் இவர்களை மூழ்கடிக்க முடியாது. இவர்களைப் பொறுத்தவரை மதம் ஒழுக்கத்திற்கான மார்க்கம். குவாண்டம் கொள்கையும் சார்புக் கோட்பாடும் குர்ஆன் விதிகளுக்கு உட்பட்டதா என்று விவாதிப்பதைக் காட்டிலும் எதிர்கால இந்தியக் குடிமக்களுக்கு இஸ்லாத்தின் கற்பிதங்களை எப்படிச் கொண்டுசெல்வது என்பதே இவர்களின் நோக்கம்.'

'சர் சையது அகமது மட்டும் சமரசம் கொள்ளாமல் இருந்தால், நாம் இந்த லட்சியத்தை எப்போதோ அடைந்திருக்கலாம்' என்று அந்த விமர்சகர் மேற்கொண்டு சொன்னார்.

'நான் முன்பு சொன்னதுபோல, அரை நூற்றாண்டுக் காலமாக இஸ்லாமியர்கள் தெளிவான சித்தாந்தை பின்பற்றவும், நவீன முஸ்லிம் சமூகத்தை ஒன்றிணைந்து வழிநடத்தவும் அவர் தடையாக இருக்கிறார்.'

எந்தக் கோணத்தில் இருந்து பார்த்தாலும், சர் சையது அகமது கான் இந்திய இஸ்லாமியச் சமூகத்தில் தேங்கி நின்ற நீர் குட்டையில் தூக்கியெறிப்பட்ட மாபெரும் பாறையாகத் தெரிந்தார். நீரலைகள் இன்னும் சலசலத்துக் கெண்டிருக்கின்றன. ஆனால் அவர் தேர்ந்தெடுத்த பாதையில் அவை நகர்வதில்லை. அவரின் தனிப்பட்ட நேரத்தில்கூட அவரை நேருக்கு நேர் சந்திக்க சிலர் அசௌகரியப்படுவார்கள். பெரும்பாலும் அவை அரசியல் சார்ந்த சந்திப்புகளாக அமையும்.

சையது அகமது ஆங்கிலேயர்களுக்கு விசுவாசமாக இருந்ததால், இந்தியாவுக்கு விடுதலைக் கோரும் காங்கிரஸ் இயக்கத்தில் இஸ்லாமியர்கள் கலந்துகொள்ளவதை அவர் விரும்பவில்லை.

ஆனாலும் கூட தேச விடுதலையில் நம்பிக்கை கொண்ட பல மனிதர்கள் சையதோடு நட்புறவு கொண்டிருந்தனர். அதில் அசரத்தும் ஒருவர். ஒருங்கிணைந்த விடுதலைக்கு குரல் கொடுத்த முதல் நபர் அவர்.

மகாத்மா காந்தி தனது உரையில், 'அசரத்தோடு[1] பேச்சுக் கொடுத்தால், என்னால் அன்றிரவு நிம்மதியாக தூங்க முடியாது' என்று ஒருமுறை சொல்லியிருக்கிறார்.

அலிகரில் படிக்கும் 1100 மாணவர்களுக்கு முன்பு மேடையில் ஏறி உரை நிகழ்த்தும் எவரொருவரும் சர் சையது அகமதின் சீருடைத் தேர்வை மெச்சாமல் இருக்க முடியாது. தொண்டைவரை பொத்தானிடப்பட்ட இறுக்கமான கறுப்பு நிற அங்கி, வெள்ளை நிற கால்சட்டை, சிகப்பு நிற குல்லா அல்லது கறுப்புத் தொப்பி.

சையது அகமது ஏன் துருக்கிய பாணியிலான குல்லாவைத் தேர்ந்தெடுத்தார்? அவரைப் பொறுத்தவரை அவருக்கும் துருக்கியர்களுக்கும் இடையே அதிக பிணைப்பு இல்லை. மற்றெந்த இஸ்லாமியப் பிரதேசங்களைக் காட்டிலும் துருக்கியில் கட்டமைக்கப்பட்டுள்ள சமகாலப் புரட்சி இயக்கம் இஸ்லாமிய மறுமலர்ச்சிக்குக் குறைவாகவே வேலை செய்கிறது. அந்தச் சமயத்தில் பிரெஞ்சு புரட்சியைப் பின்பற்றி மிக வேகமாய் மேற்குமயமாகத் துடித்தது. ஆனால் துருக்கியின் தேசிய கலாசாரம் அதை நீர்த்துப் போகச் செய்தது.

பிரெஞ்சு தத்துவம் சராசரி இந்தியனுக்கும் சராசரி ஆங்கிலேயனுக்கும் சிறிதும் பொருந்தாது. சர் சையது அகமதும் கலீபா சுல்தானை உலகெங்கிலும் உள்ள இஸ்லாமியர்களின் முறையான தலைவனாக ஏற்றுக்கொள்ளவில்லை. எனவே சர் சையது அகமதின் கல்லூரிச் சீருடையில் உள்ள சிகப்பு நிறக் குல்லா வேறொரு விஷயத்தை அடையாளப்படுத்துகிறது.

ஒட்டுமொத்த முஸ்லிம் உலகத்தையும் காலனித்துவ ஆட்சிக்குள் கொண்டுவர முயன்றபோது, மேற்குலகை எதிர்த்து நின்ற இஸ்லாமியர்களின் ஒற்றை முகம் துருக்கி மட்டும்தான். காலவோட்டத்தில் துருக்கி தேசமும் மேற்குமயமானது. இச்சூழலில் தன் சொந்த விருப்பத்தின் பேரில் சையது அகமது முடிவெடுத்தார்.

சையது அகமதின் வகைமாதிரியிலான இந்திய முஸ்லிம்கள் பிரிட்டிஷ் ஆதிக்கத்தை ஏற்றுக்கொண்டாலும், அவசியமென்று

கருதினாலும் உள்ளூர விடுதலை வேண்டுமென்ற ஓலம் நிச்சயம் இருக்கத்தான் செய்யும். அவர்களின் பாதுகாப்பும் மகிழ்ச்சியும் சொந்த உழைப்பினால் ஈடேறப் போவதில்லை.

அவர்களின் மேற்குமயாகும் திட்டம் வெம்மையூட்டப்பட்ட கண்ணாடிக் கட்டடத்தில், செயற்கை வெளிச்சத்தில் வளர்த்தெடுக்கப்பட்டது. புத்துணர்வூட்டும் இயற்கையான காற்றையும் வெளிச்சத்தையும் இந்தக் குல்லா அடையாளப் படுத்துகிறது. அந்தவகையில் குல்லாவுக்கான முக்கியத்துவம் மிகப் பரிதாபமூட்டும் குறியீடு.

அலிகரில் பாடம் சொல்லித்தரும் முறைமையில் ஆங்கிலேயப் பல்கலைக்கழகத்தின் தாக்கத்தை உணரமுடியும். மேற்கின் செவ்வியல் படைப்புகளுக்குப் பதிலாக கிழக்கின் பாடங்களை மாற்றி வைத்திருக்கின்றனர். புதிய ஆய்வுக்கூடங்கள், உள்ளூர் மற்றும் அயல்நாட்டுப் பேராசிரியர்களின் வழிகாட்டுதலில் இயங்கும் நிறுவனங்கள் ஒரு புதிய நிலையை நிர்மாணிக்கின்றன. வருங்காலத்தில் இலக்கியத்தைக் காட்டிலும் அறிவியல் பாடம் உயர்ந்த இடத்தைப் பிடிக்கப் போகிறது.

மரபு நிகழ்ச்சிகளைப் பின்பற்றுவதிலும் ஆங்கிலேயப் பல்கலைக் கழகத்தின் அதே சாயல் தென்படுகிறது. எனக்கு மாணவர் சங்கத்தின் கௌரவ உறுப்பினர் பதவியை வழங்கினார்கள். உருது மொழியில் உரையாற்றினார்கள், உருது மொழியில் கவிதை வாசித்தார்கள். முதல்முறையாக பாரசீக மொழியைத் தாண்டி உருது மொழியின் இனிமையான ருசியை உணர்ந்தேன். அதன் ஒற்றுமையும் தைரியமும் பலமும் என்னை ஈர்த்தன.

நான் பேசுவதற்காக எழுந்தபோது என்மேல் பூக்கள் மழையாகப் பொழிந்தன. என்னால் கண், வாயைக் கூடத் திறக்க முடியவில்லை. இந்தப் பூமேகம் கொட்டித் தீர்த்ததும் நான் மேலே பார்த்தேன். கூரைமேல் இருந்த இரண்டு ஆடவர்கள், டன் கணக்கான பூவிதழ்களை கீழே கொட்டினார்கள். எளிமையான முதிய பெண்மணிக்கு இவையெல்லாம் அதிகப்படியான கவனிப்பு என்றாலும் பார்ப்பதற்கு அவை அழகாக இருந்தன.

விருந்தினர் வரவேற்பிலும், சம்பிரதாயத்திலும், கொண்டாட்டத்திலும் பூக்கள்தான் இந்தியாவை அழகு சேர்க்கின்றன. பூங்கொத்துகள், பூவிதழ் மழையென எல்லாவற்றையும் பூக்களால் செய்துவிடுகிறார்கள். ஆனால் இது மெல்லிய பெண்ணியல்பின் குறியீடு அல்ல. எல்லைப்புற

மாகாணத்தில் வசிக்கும் கரடுமுரடானவர்களும் பூக்களால் தங்கள் அன்பை வெளிப்படுத்துகிறார்கள்.

எனக்கு எதிரிலுள்ள சுவற்றில், அமைப்பின் முக்கியத்துவம் வாய்ந்த நபர்களின் படங்களுக்கு மத்தியில் அப்துர்ரஹ்மான் குரேஷியின் உருவப் படமும் இருந்தது. ஒவ்வொரு உரையாளரும் மிகுந்த மரியாதையோடும் புனிதத்தன்மையோடும் அவரின் உருவப்படம் குறித்துப் பேசினார்கள். அப்துர்ரஹ்மான் குரேஷியின்[2] மீதிருக்கும் அளவுகடந்த உணர்ச்சி, விரைந்து விடுதலை பெற வேண்டும் என்ற வேட்கையின் வெளிப்பாடு.

இவர்கள் அப்துர்ரஹ்மானைக் கொண்டாடுவது துருக்கி மீதுள்ள கரிசனத்தால் அல்ல; மாறாக பெரும் போரில் அவர் சண்டையிட்ட வீரதீர காரணத்திற்காகவும் அல்ல. ஆட்சியதிகாரத்திற்கு எதிராக மக்களின் பக்கம் நின்று விடுதலைக்கு குரல் கொடுத்ததால்.

மாணவர்கள் என்னை அழைத்திருந்த தேநீர் விருந்தில் இஸ்லாமியக் கலாசாரம் மற்றும் இந்து - முஸ்லிம் உறவுநிலை குறித்து விவாதித்தனர். நான் பார்த்தவரை, சில மாணவர்கள் மனத்தில் ஆழமாகப் பதிந்திருக்கும் தாழ்வு மனப்பான்மை இந்து - முஸ்லிம் புரிதல் ஏற்படுவதற்கு தடையாக இருக்கிறது.

இந்துக்களின் ஒருங்கிணைவால் இஸ்லாமிய அடையாளத்தை இழக்க நேரிடும் என்ற அச்சத்தை நான் கண்ட முதல் முஸ்லிம் மையம் அலிகர். ஆனால் இந்த வினோத உளவியலுக்கு இஸ்லாமியர்களை மட்டுமே குறைசொல்ல முடியாது. ஆனால் இது சாத்தியமென்று இஸ்லாமியர்கள் நம்புவதை என்னால் புரிந்துகொள்ள முடியவில்லை.

இத்தனைக்கும் இந்து மதத்தின் அசாதாரண சுவீகரத் தன்மையைத் தாண்டி, இந்து மத நிறுவனத்துக்குள் செல்லாத ஒரே மதம் இஸ்லாம் மட்டும்தான். இதை இந்து மற்றும் முஸ்லிம் தரப்பினருக்கு இடையிலான மோதலின் அம்சமாகக் கருதலாம். இதை இரு தரப்பினரும் தீவிரமாகப் பரிசீலிக்க வேண்டும்.

---

1. 1898இல் சு. நாத்வியும், அசரத்தும் சர் சையது அகமதின் சீர்திருத்த இயக்கத்தில் இளம் உறுப்பினர்களாக இருந்திருக்க வேண்டும் என்பது குறிப்பிடத்தகுந்த செய்தி. சையது அகமது இறந்தபிறகு அவரின்

அரசியல் பார்வையில் இருந்து மாறுபட்ட சித்தாந்தத்தில் ஈர்க்கப்பட்டிருக்கலாம்.

2. அப்துர்ரஹ்மான் குரேஷி பால்கன் போரின்போது செம்பிறைச் சங்கத்தின் இளம் உறுப்பினராக இருந்தவர். 1912க்கு பிறகு துருக்கியிலேயே தங்கி, அந்நாட்டு ராணுவத்தில் இணைந்துகொண்டார். பெரும் போரின்போது வெவ்வெறு எல்லைகளில் இருந்து சண்டையிட்டார். 1920இல் அங்காரா தேசிய போராட்டத்தில் கலந்துகொண்டு, தலைமை அலுவலகத்தில் என்னோடு வேலைக்குச் சேர்ந்தார். 1923இல் காபூலில் துருக்கியைப் பிரதிநிதித்துவப்படுத்தினார். 1927ஆம் ஆண்டு அடையாளம் தெரியாத மர்ம நபரால் / நபர்களால் கொலைசெய்யப்பட்டார். கொலைக்கான காரணமும், கொலை செய்தவர் விபரமும் இன்னும் கண்டுபிடிக்கப்படவில்லை. அப்துர்ரஹ்மான் தைரியமான, தேர்ந்த அலுவலர். மிக அன்பான மனிதர்.

அத்தியாயம் 11

லாகூர்

நாங்கள் இப்போது பஞ்சாபில் உள்ள லாகூரில் இருக்கிறோம். அது இஸ்லாமியர்களின் முக்கியத்துவம் வாய்ந்த நகரம் என்பதில் சந்தேகம் இல்லை. அங்கு எழுப்பப்படும் 'அல்லாஹு அக்பர்' என்ற குரல் இஸ்லாமியர்களுக்கு இடையிலான உணர்வின் வலிமையைக் காட்டுகிறது. தங்களுக்கு முன்பின் தெரியாத ஓர் அந்நியப் பெண்ணை வரவேற்பதற்காகச் சில ஆயிரம் மக்கள் கூடியிருந்தனர்.

ஒரு செல்வந்த நிலக்கிழாரின் விருந்தினராக நான் அழைக்கப்பட்டேன். எல்லையில்லாத அழகும் ஆடம்பரமும் நிரம்பி வழிந்தன. எப்போதும் போல நாற்கோண செவ்வக வடிவத்தில் வீட்டை அமைத்திருந்தனர். பளிங்குக் கற்களால் இழைத்த அறையில் ஒரு பிரமாதமான குளத்தை வடிவமைத்திருந்தனர். அதில் அங்குங்கு தாமரைப் பூத்திருப்பதையும் நடுவில் நீரூற்று அமைந்திருப்பதையும் பார்ப்பதற்குக் கலைப்பொருள் கண்காட்சி மாதிரி இருந்தது.

இந்திய இல்லங்களின் மரியாதைக்கும் விருந்தோம்பலுக்கும் ஏற்ப, அதன் வரவேற்பறையும் புல்வெளி தரையும் வந்து செல்பவர்களுக்கு வசதியாக எப்போதும் திறந்துவிடப்பட்டிருந்தன.

வீட்டுப் பெண்கள் எல்லோரும் புர்கா அணிவது கண்டிப்பான விதியாகப் பின்பற்றப்பட்டது. ஓர் உணவு வேளையில் ஆண்கள் இல்லாத சமயத்தில், நான் அவர்களைப் பார்த்தேன். மீத வேளைகளில் எல்லோரும் சேர்ந்து உணவு உண்டோம்; அதில் ஒவ்வொருவரும் என்னை வெவ்வேறு இடத்திற்கு அழைத்தனர்.

பேகம் ஷா நவாஸை நான் தினமும் சந்திந்தேன். அது என்னால் மறக்க முடியாத நினைவுகளில் ஒன்று. லாகூர் பயணம் முழுக்க அவர்தான் என்னை உபசரித்துக் கொண்டார். எனது திட்டப் பணிகளில் பெண்சார்ந்த வேலைகளை அவர் ஒருங்கிணைத்தார். பஞ்சாபில் முஸ்லிம் பெண்களின் நிலை குறித்து நிறைய செய்திகளைப் பகிர்ந்து கொண்டார்.

பர்தா அணிந்த இளம் பெண்கள் படிக்கும் கல்லூரியைப் பார்வையிடுதல்; மகளிர் சங்கம் ஏற்பாடும் செய்யும் தேநீர் விருந்துகளில் கலந்து கொள்ளுதல் போன்ற பெண் மைய சந்திப்புகள் ஏற்பாடு செய்யப்பட்டன. சிவப்பு மற்றும் தங்கநிறத்தால் அழகு வேலைப்பாடுகள் நிறைந்த ஒரு பெரிய பட்டுக் கூடாரத்தின் கீழ் ஏற்பாடு செய்யப்பட்ட ஆடம்பரமான கூட்டம் அது.

ஆங்கிலேயப் பெண்கள் உட்பட பல்வேறு இனத்தைச் சார்ந்த முந்நூறு பெண்கள் அவ்விருந்து நிகழ்ச்சியில் கலந்து கொண்டனர். உலகெங்கிலும் உள்ள ஆண்களைக் காட்டிலும் பெண்கள் மிகச் சுலபத்தில் மனிதத்தைப் புரிந்துகொள்வதை நான் மீள ஒருமுறை சிந்தித்தேன். அவர்கள் ஏதேதோ விஷயத்தில் எத்தனை விசுவாசமாக இருந்தாலும், பாலின அடிப்படையில் எல்லோரும் ஒன்றுபோல் இருந்தனர்.

அங்கிருந்த உரையாளர்களுள் பள்ளிகளை ஆய்வுச் செய்யும் ஒரு பதான் இனப் பெண்மணி என் கவனத்தை ஈர்த்தார். முஸ்லிம் பெண்களில், இன்னும் குறிப்பாக எல்லையோர மாகாணங்களில் வசிக்கும் பெண்கள் அரசுப் பதவியில் இருப்பது அரிதான விஷயம்.

அங்குப் பரிமாறப்பட்ட இனிப்புப் பதார்த்தங்களைப் பார்க்கும் போது, லாகூரில் எல்லோரும் மனச்சாட்சியின் உறுத்தலின்றி வாழ்வதை உணரமுடிந்தது. நான் பார்த்தவரையில் வறுமைக்கும் ஆடம்பரத்திற்கும் மிக அரிதான வித்தியாசம் உடைய முதல் நகரம் லாகூர். இதுவரை பார்த்த நகரங்களில் லாகூர் மிகச் செழிப்பான ஊர் என்பது என் அசைக்கமுடியாத உணர்வு.

இவ்வூரைச் சுற்றியுள்ள கிராமங்களும் வசதியாக இருக்கின்றன. பஞ்சாப் மாகாணாத்தையும் அதில் இன்னும் குறிப்பாக லாகூர் நகரத்தையும் பொருளாதார நெருக்கடி கழுத்தைப் பிடிக்கும் சூழலில் கூட, மற்றெல்லா நகரத்தைக் காட்டிலும் லாகூர் மேம்பட்டு இருக்கிறது. எல்லோரும் நன்கு உணவு உண்டு ஆரோக்கியமாகவும் வலுவாகவும் உள்ளனர். இங்குள்ள மக்கள்

மனித இனத்தின் சிறந்த எடுத்துக்காட்டாக இருக்கின்றனர் என்று சொன்னால் மிகையல்ல.

வீட்டில் ஏற்பாடு செய்யப்பட்ட ஒரு தேநீர் விருந்துக்கு மாணவிகள் சிலர் வந்தனர். அவர்கள் எல்லோரும் நல்ல உயரம். விளையாட்டில் ஈடுபடுபவர் போலத் தெரிந்தனர். மற்றவரைக் காட்டிலும் மேலானவர் போல, சுய நம்பிக்கை மிகுந்து இருந்தனர். பர்தா அணிந்த பெண்களோடு பேசிப் பழகச் சிரமப்பட்டார்கள். இன்பக் கிளர்ச்சியூட்டும் இத்தனை அழகான இளம் பெண் கூட்டத்தை ஒருவர் காணவேண்டும் என்றால், அமெரிக்கப் பல்கலைக்கழகத்திற்குத்தான் செல்ல வேண்டும்.

அவர்களுடைய சேலை என்பது மிதக்கும் திரைத் துணிபோலான ஒற்றைத் துணி. அதை உடலோடுச் சுற்றி அணிந்துகொண்டார்கள். சேலை அழகான ஆடைதான். அதனால்தான் சுதந்திரப் பெண்களின் தேசிய உடையாக சேலை இருக்கிறது. ஆனால் நவீனத் தொழில் செய்யும் எந்தவொரு பெண்மணிக்கும் சேலை உகந்த ஆடையாக இருக்காது.

லாகூரில் உள்ள இஸ்லாமியப் பெண்கள் இறுக்கமான கால்சட்டை அணிகிறார்கள். அதற்கு பொத்தான் வைத்த பட்டு கெமிஸ் உடுத்துவதைப் பார்க்க, சீனப் பெண்களின் உடைபோல இருக்கிறது. தலையில் மெல்லிய துணியாலான முக்காடு அணிகின்றனர். அதன் எல்லா மூலையிலும் பூ வேலைபாடுகள் நிறைந்திருக்கின்றன.

இது எனக்கு மிகவும் நடைமுறைக்கு உகந்ததாகத் தோன்றியது. ஆனால் மற்றெந்த தேசத்து பெண்களிடமும் இல்லாத ஏதோ ஓர் அம்சம் பொருந்திய லாகூர் பெண்மணிதான் இதைத் துவங்கியிருக்க வேண்டும் என நான் ஒப்புக்கொண்டேன். இந்தப் பெண்கள் எல்லோரும் செல்வந்தக் குடும்பத்தைச் சேர்ந்தவர்கள். தான் சார்ந்த சமூகத்தின் மீது மட்டுமே இவர்களுக்கு அக்கறை உள்ளது போல் தெரிந்தது.

உணவு உண்ணும்போது பர்தா அணிந்த வீட்டுப் பெண்களை நான் சந்தித்தேன். என்னை விருந்துக்கு அழைத்தவரின் மனைவியர் களையும் அம்மாவையும் சந்தித்து உரையாடினேன். திடமான மூன்று தலைமுறையின் மூவிதமான எண்ணவோட்டங்களையும் வாழ்க்கை முறையையும் ஒருவர் அங்குப் பார்க்கலாம்.

பாட்டிமார்கள் பழைய பாரியம்பரியத்தில் ஊறிக் கிடந்தனர்; அம்மாக்கள் வீட்டில் அடைபட்டுக் கிடந்தாலும், பெண்

கல்வியிலும் பர்தா துறந்த தங்கள் மகள்களின் நுனி நாக்கு ஆங்கிலத்திலும் இலயித்துக் கிடந்தனர்; மகள்கள் முற்றிலுமாக விடுதலைப் பெற்ற தலைமுறையை அடையாளப்படுத்தினர்.

பேகம் ஷா நவாஸ் என்னை ஷாலிமர் தோட்டத்திற்கு அழைத்துச் சென்றார். அது முகமதிய சுல்தான்கள் ஓய்வெடுக்கும் அரசுத் தோட்டம். ஷா நவாஸின் குடும்ப உறுப்பினர்கள் சுற்றியிருக்கும் கிராமங்களுக்கும் இந்தத் தோட்டத்திற்கும் அறங்காவலராக இருக்கின்றனர். தோட்டத்தில் இருக்கும் பளிங்கு நீரூற்றுகளும், அசாத்திய நீர் அமைப்புகளும் அழகில் வார்த்ததுபோல் இனிமையாக இருந்தன.

கீழை நாட்டின் கம்பளி விரிப்பு போல் விதவிதமான பூக்கள், கம்பீரமான மரங்கள் மற்றும் நடைபாதைகள். இருபாலருக்கும் தனித்தனி அறைகள் இருந்தன.

பேகம் ஷா நவாஸோடு சேர்ந்து நாங்கள் நிழலில் அமர்ந்தோம். லாகூரில் உள்ள இஸ்லாமியப் பெண்களின் நிலையை அவர் எனக்குச் சொல்லத் தொடங்கினார். லாகூரின் இஸ்லாமியப் பெண்கள், பொருளாதார அம்சத்திலும் வாரிசு உரிமையிலும் மரபுவழிப் பட்ட இஸ்லாமியச் சட்டத்திற்கு மாற்றாக பழைய இந்துச் சட்டங்களைப் பின்பற்றுவதாகச் சொன்னார்.

உண்மையிலேயே நான் ஆச்சரியப்பட்டேன். பழமைவாதம் பேசும் இந்திய முஸ்லிம்கள், மத விதிகளைப் பின்பற்றுவதாய் சொல்லப்படும்போது இந்த விஷயம் எனக்கு ஆச்சரியமாக இருந்தது. அதுபோக இந்த விஷயத்தில் இஸ்லாமியச் சட்டம், இந்து மத விதிகளைத் தாண்டி முற்போக்காக சமத்துவம் பேசுகையில் ஏன் இப்படி? இந்து மத விதிப்படி பெண்கள் வாரிசு அடிப்படையில் சொத்துரிமை கொண்டாட முடியாது.

சொத்துரிமைக்காக 170 முஸ்லிம் பெண்கள் கிறிஸ்தவ மதம் தழுவியதாக ஷா நவாஸ் சொன்னார். ஒவ்வொரு மதச் சமூகத்திற்கும் பிரத்தியேக குடும்ப விதிகள் உண்டு. அங்கிருந்து மாற்றுச் சமூகம் தழுவும்போது, சொத்துரிமைச் சட்டம் சேர்ந்துகொள்கிறது. தன் அபிலாஷைகளைப் பூர்த்தி செய்வதற்கு, இணக்கமான மாற்றுச் சமூக நம்பிக்கைகளைக் கைக்கொள்ளும் உரிமை எல்லோருக்கும் இயல்பாக வாய்க்க வேண்டும். ஆனால் இது பொருளாசைகளை மையமிட்டு நடந்தால், அருவருப்பாக இருக்கும். ஆண்கள் வேண்டுமென்றே இதில் பெண்களை வற்புறுத்தித் தள்ளுவது மேலும் அருவருப்பூட்டுகிறது.

அன்று மாலை லாகூர் நகராட்சி மன்றத்தில் நான் ஒரு கூட்டத்தில் பேசவிருந்தேன். கூட்டத்திற்கு சில நிமிடங்கள் முன்னதாக, முஸ்லிம் கல்லூரி உறுப்பினர்களோடு பேசவேண்டும். பத்து பன்னிரெண்டு பேர் இருப்பார்கள் என்று எண்ணினால் முந்நூறு பேர் வந்திருந்தார்கள். அவர்கள் எல்லோரும் இஸ்லாமியச் சட்டம் பற்றி தான் அறிந்ததை என்னிடம் பேச முயன்றார்கள். துருக்கியில் ஏற்பட்டுள்ள நீதித் துறை சீர்திருத்தம் பற்றி விமர்சனம் வைத்தார்கள்.

லாகூர் இஸ்லாமியப் பெண்கள் பற்றி எனக்கு போதுமான தகவல் சொன்ன பேகம் ஷா நவாஸுக்கு நான் என்றென்றும் கடமைப் பட்டவளாவேன். நான் அதைப் பயன்படுத்திக் கொண்டேன். இடைமறித்தவர்களைக் கொஞ்சம் குழப்பினேன். ஆனால் எல்லோரும் என்னிடம் பேச ஆர்வமாக இருந்தனர்.

உரையாற்றி முடித்த பின்னர் ஜாவாவில் இருந்த வந்த மாணவர் ஒருவர், தங்கள் நாட்டில் ஆண்களும் பெண்களும் சமநிலை அடைந்துவிட்டதாகச் சொன்னார். மேலும் துருக்கியப் பெண்கள் கல்வியிலும் சமூகத்திலும் மாற்றம் அடைந்திருப்பதற்கு ஜாவா தேசம் ஆதரவளிக்கிறது என்றார். இது எனக்கு ஆறுதலாக இருந்தது. இப்போது துருக்கிப் பெண்கள் அனுபவிக்கும் சமவுரிமைக்காக பல்லாண்டுக் கணக்கான கடினப் போராட்டம் நடந்திருக்கிறது.

•

மற்ற எல்லா நகரங்களையும் விட, சிந்தனைப் போக்கு மற்றும் சமூகப் பிளவுகள் கொண்ட லாகூர் நகரை அளவிடுவதற்குக் கடினமாகத் தோன்றியது. இஸ்லாமியப் பெரும்பான்மை உள்ள நகரமென்றாலும், அவர்களுக்குள் நிறைய பிரிவுகள் இருந்தன. வைதீக கருத்துடையவரும் கருத்து வேறுபாடு உள்ளவரும் அங்கு எளிமையாகத் தென்படுவார்கள். ஆனால் புறவயமாகவேனும் அவர்களுக்குள் ஒரு பரஸ்பர மரியாதை இருந்தது.

லாகூர் அலுவலர்கள் சங்கம் சார்பாக இரவு விருந்து ஏற்பாடு செய்தனர். முதல் முறையாக அதில் உள்ளூர் பெண்களுக்கு அனுமதி வழங்கப்பட்டது. அலுவலர்கள் எல்லோரும் நேர்த்தியான கோட் அணிந்திருந்தனர். விருந்தினர்கள் உள்ளூர் ஆடை அணிந்திருந்தார்கள். உடையில் மட்டுமே அவர்களுக்குள் வேறுபாடு இருந்தது என்று சொல்ல முடியாது. அலுவலர் வர்க்கத்தை இந்தியர்கள் சரியாக கவனிக்கவில்லை என்று நான் அங்கு கண்டுகொண்டேன். இது மிகவும் துரதிர்ஷ்டவசமானது.

அவர்கள் நன்கு பயிற்சி பெற்ற திறம் வாய்ந்தவர்கள். சுய ஆட்சி செய்ய விரும்பும் நாட்டிற்கு நன்கு பயிற்சி பெற்ற அதிகாரிகளின் தேவை அத்தியாவசியம். தங்கள் சொந்த நாட்டு மக்களே அவர்களை நம்பவில்லை என்றால், சுதந்திர இந்தியாவிற்கு உயிர்ப்போடு வேலைசெய்ய அவர்கள் எப்படி ஒத்துழைப்பார்கள்? ஒரு சில நிமிடத்தில் அலுவலர் வர்க்கமே மொத்தமாக உடைந்துபோய், தான் தவறான இடத்தில் இருப்பதாக உணர்ந்தது.

•

பஞ்சாப்காரர்கள் காரசாரமானவர்கள், எப்போதும் மிகையாகப் பேசும் பண்புடையவர்கள் என்ற பேச்சு இருந்து வருகிறது. ஆனால் லாகூரில் பலதரப்பட்ட மக்கள் இருப்பதால், இவர்கள் இப்படித்தான் என்று பொதுவாக அடையாளப்படுத்த முடியாது. பல கோணங்களில் வெளிப்படுவார்கள். அரிதாகப் பேசிச் சிரிக்கும் தீவிரமான, ஆழ்ந்த சிந்தனையோட்டம் உடையவரும் தற்பெருமை பேசி, வம்பிழும்பவரும் இங்கு உண்டு.

இதை முன்னிறுத்தி ஒரு நியாயமான கருத்தை அமைதியான முறையில் வெளிப்படுத்தலாம் என்று நினைக்கிறேன். ஆனால் இது உணர்ச்சிகரமான விரோதத்தைத் தூண்டவும், சிலரை கோபத்தின் விளிம்பிற்கு கொண்டுச் செல்லவும் வாய்ப்புண்டு. இருந்தாலும் சொல்கிறேன். இந்தியாவில், குறிப்பாக பஞ்சாப்பில் ஆட்சி அமைப்பது லேசுபட்ட காரியம் அல்ல.

லாகூரில் சீக்கிய மக்கள் இரண்டாம் கட்ட பெரும்பாண்மையில் இருக்கிறார்கள். கொள்கை ரீதியில் சீக்கிய மதம் இஸ்லாமிற்கு நெருங்கிய தொடர்புடையது. அதைப் பற்றி எல்லோருக்கும் ஒரு கருத்து உண்டு. இஸ்லாத்தின் பலம் மற்றும் சக்தியை சில இளம் முஸ்லிம்கள் சந்தேகிக்கத் தொடங்கியுள்ளது, அதன் ஊடுருவல் அறிகுறிகளுள் ஒன்று.

சீக்கிய மதம் இராமாநந்தரின் போதனைகளால் உருப்பெற்றது. 14ஆம் நூற்றாண்டைச் சார்ந்த தென்னிந்திய இந்துத் துறவி அவர். உருவ வழிபாட்டிற்கு எதிராகவும் சாதிமுறைக்கு எதிராகவும் குரல் கொடுத்தவர்.

நெசவு வேலை செய்யும் இஸ்லாமியர், அவரின் முக்கியமான சீடர்களில் ஒருவராக இருந்திருக்கிறார். அவர் ஒரு கவிஞர் என்பதும் இதற்குக் காரணமாக இருக்கலாம். அவர்தான் கபீர். இந்த இயக்கத்தின் அருட்தந்தையாக நான் அவரைக் கருதுகிறேன். ஆனால் சீக்கிய மரபின் அசல் நிறுவனர் நானக் தான்.

இம்மரபின் இரண்டு அசாத்திய நம்பிக்கைகள்: ஓரிறைக் கொள்கை மற்றும் துறவுக்கு எதிரான நிலைப்பாடு. மக்கள் தெய்வ அவதாரங்களை நம்பக்கூடாது; சமூகத்தில் இருந்து விலகி வாழக் கூடாது என்று அறிவுறுத்தப்பட்டிருக்கிறார்கள். சமூகத்திற்காக வாழ்ந்து, தன் சக மனிதர்களுக்குச் சேவை செய்ய வேண்டும்.

சீக்கிய மதத்தில் ஒன்பது குருக்கள் இருந்திருக்கிறார்கள். பத்தாவது குரு, முன்னோர்களின் போதனைகளைத் தொகுத்து 'ஆதி கிரந்த்' என்ற புத்தகத்தை எழுதினார். அது சீக்கியர்களின் குர்ஆனாக மாறியது.

சீக்கியர்கள் பெரும்பாலும் அந்தப் புத்தகத்தைத் தவிர வேறெதையும் பின்பற்ற மாட்டார்கள். சீக்கிய மதத்தில் சாதி கிடையாது; உருவ வழிபாடு கிடையாது; உடன்கட்டை ஏறுதலுக்கு ஆரம்பத்தில் இருந்தே எதிர்ப்பு உண்டு; ஆண்கள் நிதானத்துடனும் கட்டுப்பாட்டுடனும் வாழ அறிவுறுத்துகிறது; மதுப் பழக்கம் வேண்டாமெனச் சுட்டுகிறது.

'கிர்பன்' எனப்படும் குறுவாள் சீக்கியர்களை ஒன்றிணைக்கும் அடையாளமாகப் பார்க்கப்படுகிறது. மேலும் ஒவ்வொரு சீக்கியரும் 'சிங்' என்று அழைக்கப்படுகின்றனர். சிங் என்றால் 'சிங்கம்' என்று பொருள். 1800இல் மீண்டும் உருவ வழிபாட்டிற்கு திரும்பியபோது, சீக்கிய மதத்தில் ஒரு சீர்த்திருத்த இயக்கம் உருவானது.

கோயிலுக்குள் வைத்த திருவுருவங்களை அவர்கள் தூக்கி எறிந்தார்கள். பதிலுக்கு அமிர்தசரஸில் கால்சா என்றொரு கல்லூரி தொடங்கி கல்வித் துறையில் வேலை செய்தார்கள். சீக்கியர்களின் தைரியத்தை சொல்லுக்குள் அடக்க முடியாது. இந்திய இராணுவத்தில் முக்கியத் தூணாக விளங்குகின்றனர்.

அனைத்துச் சாதி இயக்கங்களையும் அவர்கள் மறுத்தாலும், அவர்களே ஒரு தனி சாதியாக இயங்குகின்றனர். இஸ்லாமியர்களுக்கும் சீக்கியர்களுக்கும் நிறைய விஷயம் ஒத்துப்போவதால், அவர்கள் ஒருவரையொருவர் புரிந்துகொண்டு சுமூகமாக ஒத்துப்போகலாம் என்று சிலர் நினைக்கலாம். ஆனால் உண்மை அப்படியல்ல. இந்து, முஸ்லிம்களுக்கு அடுத்து எதிர்கால இந்தியாவில் சீக்கியர்களின் பங்கு முக்கியமானதாக இருக்கலாம்.

●

புவியியல் ரீதியில் மட்டுமின்றி அதன் சுபாவத்திலும் கூட லாகூர் நகரம் மேற்கு எல்லைக்கும் இந்தியாவுக்கும் மத்தியில்தான் அமைந்திருக்கிறது. அதன் சிந்தனை தனித்துவமானது. அடுத்ததாக நான் எல்லை மாகாணத்தின் உண்மையான ஆற்றலை வெளிப்படுத்தும் பெஷாவருக்குச் செல்லப்போகிறேன். நான் லாகூரில் இருந்து கிளம்பிச் சென்ற அந்த மாலைப் பொழுதில் ஓர் இன்பகரமான சம்பவம் நடந்தது. அதை இங்குப் பதிவு செய்கிறேன்.

எனது லாகூர் பயணத்தை ஏற்பாடு செய்த சங்கத்து உறுப்பினர் ஒருவர் வீட்டில் அன்றைக்கு உணவு அருந்த ஏற்பாடு செய்யப்பட்டது. அவர் ஒரு மருத்துவர். இரவு உணவுக்குப் பிறகு திடீரென அவர் காணாமல் போனார். திரும்பி வருகையில் அவர் கையில் பச்சை நிறத் துணிப்பொதி ஒன்று இருந்தது.

அவர் உயரமான மனிதர். அந்தச் சிறிய துணிப்பொதியை அத்தனைப் பவ்வியமாக கையிலிருத்தி நின்றார். அதை மேலும் பக்திச் சிரத்தையோடு எனது முட்டியில் வைத்தார். அதை என்னால் என்றுமே மறக்க முடியாது.

அது அவரின் பச்சிளங்குழந்தை. பிறந்து ஏழுநாள்தான் ஆகியிருந்தது. அதற்கு 'ஹாலித்' என்று என்னைப் பெயர் சூட்டச் சொன்னார். நான் அதன் முகத்தை ஊன்றிக் கவனித்தேன். உள்ளங்கையைவிட சிறிதாக இருந்தது.

தென்றல், நீரின் குளிர்ந்த மேற்பரப்பில் பட்டுத் தெரித்து, அதன் இனிமையால் வாழ்வின் இருண்ட துயரங்களில் இருந்து என்னை விலக்கிச் செல்வதுபோல் இருந்தது.

அக்குழந்தையின் இமைப்பீலி கீழைத் தேய பெண்களைப் போல் நன்கு நீலமாக கரிய நிறத்தில் இருந்தது. பச்சைப் பட்டில் சுற்றியிருந்த அச்சிறிய சித்திரம் என்னை அழ வைத்துவிட்டது. ஒரு விசித்திரமான வகையில் என்னை லாகூரோடு கட்டிப்போட்டது. அந்த ஊரில் இனி என்ன நடந்தாலும், அது ஹாலித் என்ற பெண்மணியை நிச்சயம் பாதிக்கும்.

அத்தியாயம் 12

பெஷாவர்

பெஷாவருக்குப் பயணம் மேற்கொள்ளும் ஒருவரை அதன் ஏற்ற இறக்கங்கள் பிரமிக்க வைக்கும். இந்தியாவின் குளிரும் நடுக்கமும் ரசிக்கும்படியானது. இரயிலில் இருந்து அதிகாலைக் காட்சியைப் பார்த்தபோது எனக்கு அது அனடோலியன் பீடபூமியை நினைவூட்டியது. வறண்ட, சாம்பல் பூத்த கரடுமுரடான நிலம். பெஷாவர் இரயில் நிலையத்திலிருந்து வெளியேறிய கணத்தில் இராணுவ வீரர்களின் அணிவகுப்பை ஒருவர் எளிதில் காணலாம்.

கரடுமுரடான பாறைகளின் பின்னணியில் மேலும் கீழும் அணிவகுத்துச் செல்லும் பட்டாலியன் வீரர்களுக்குள் ஏதோ ஒரு தனித்துவமான ஒற்றுமை இருந்தது. கட்டுமஸ்தான உடல். செதுக்கியெடுத்தது போல் கச்சிதமான உடற்கட்டு. மலைபோல எல்லையைக் காக்கும் வீரர்களை என்னால் உடனடியாக அடையாளம் காண முடிந்தது.

அவர்கள் முகபாவனையை உற்றுநோக்கும்போது போர்வீரரைப் போலவோ, சில வகைப்பட்ட ஆண் தலைவர்களைப் போலவோ, ஒற்றைக் கருத்தும் ஒன்றுபோலான எண்ணவோட்டமும் உடையவர்கள் எனத் தோன்றியது. இதில் ஆச்சரியம் இல்லை. சமவெளிப் பகுதியில் வசிக்கும் மக்கள், எல்லைக் காக்கும் இராணுவ வீரரின் தோரணையில் ஒரு தலைவருக்கான மிடுக்கை உணர்கின்றனர்.

இத்தகைய நேர்மையான அதிகாரிகளைக் கையாள்வதில் உலகம் முழுவதும், ஏன் இந்தியாவில்கூடச் சிக்கல் உண்டு. ஆனால் இவர்கள் எல்லோரும் நேர்மைக்குப் பெயர் போனவர்கள். சுயமாகச் சிந்தித்து விரைந்து செயலாற்றும் தன்மையுடையவர்கள்.

மலைக்குக் கீழே வசிக்கும் பன்முகத்தன்மை வாய்ந்த பல இலட்சம் இந்தியர்களுக்கு முற்றிலும் முரண்பட்டவர்கள்.

மறைந்த அப்துர் ரஹ்மான் குரேஷியின் குடும்பத்தினர் என்னை விருந்தினராக அழைத்திருந்தனர். நான் அந்த வீட்டைப் பார்ப்பதற்கு முன்பே, எனக்கு அது நன்கு பரிச்சயமாக இருந்தது. அங்கோராவில் தன் வீட்டைப் பற்றிய நினைவலைகள் எழுந்தபோது அப்துர் ரஹ்மான் அதுகுறித்து விவரித்திருக்கிறார்.

நன்கு மனதில் பதியும்படி ஆழமான குரலில் அவர் பகிர்ந்து கொண்ட நினைவுகள், அப்துர் ரஹ்மானின் குழந்தைப் பருவச் சித்திரங்களை கண்முன் நிறுத்தியது. அப்போதும் நான் அவற்றை ஞாபகத்தில் வைத்திருந்தேன். சிறு வயதில் தன் சகோதரர்களுடன் பூசலிட்டுக் கொண்ட செல்லச் சண்டைகளைப் பகிர்ந்தார். கள்ளங்கபடமில்லாத தன் மலைவாழ் மக்களின் இயற்கையை அதன்மூலம் தெரியப்படுத்தினார். சற்று விநோதமான தொனியில் தன் சகோதரிகள் பற்றி சொன்னார். தன் செவிலி பற்றிப் பேசும்போது கரகரப்பும் மென்மையும் கலந்த அவர் குரலில் ஒரு வித ஏக்கம் தெரிந்தது.

அந்த வீடு இரண்டு தனித்தனிக் கட்டடங்களைக் கொண்டது. பெரும்பாலான இந்திய வீடுகளைப் போல் சதுர அமைப்பில் வீட்டின் நடுவே ஒரு முற்றம் இருந்தது. பெண்களுக்கு நான்கு மாடிகள் கொண்ட பெரிய கட்டடத்தை ஒதுக்கியிருந்தனர். எல்லையில்லாத அதன் படிக்கட்டுகளை ஏறி இறங்குவதற்கு ஒன்பது வயதுடைய அப்துர் ரஹ்மானின் தங்கை மகன் எப்போதும் உடனிருந்தான்.

நான்காவது மாடியில் ஒரு பெரிய அறையை எனக்கு ஒதுக்கியிருந்தனர். அதன் ஜன்னலில் இருந்து பார்த்தால் நான்கு மூலையிலும் உள்ள அறைகளின் வெளிச்சம் ஜன்னல் வழியாகத் ததும்பி முற்றத்தின் இருள் நிறைப்பதைப் பார்க்க முடியும்.

தங்கைகள், உறவினர்கள், மத்திய வயதினர், இளைஞர்கள் என மொத்த குடும்பமும் அங்கு ஒன்று கூடியிருந்தது. முதல் சந்திப்பு தீவிரமாக அமைந்தது.

எல்லைப்புறப் பெண்களும் தங்கள் ஆடவர்களைப் போல் தீவிரமாகவும் எளிமையாகவும் உணர்வுகளைக் கட்டுப்படுத்தி கண்ணியத்தோடு இருந்தனர். இருந்தாலும் இறந்துபோன தன் பிரியத்திற்குரியவர்களை இனிக் காண மாட்டோமா என்ற ஏக்கம்

அவர்கள் கண்ணில் தெரிந்தது. எனது வரவு அந்த ஏக்கத்தை மேலும் மிகுவித்திருந்தது எனப் புரிந்துகொண்டேன்.

அவர்கள் கண்களுக்குள் அடக்கி வைக்கப்பட்ட கண்ணீர் துளிகள் இதயத்தில் கசிவதை ஒருவரால் உணர முடியும். அங்கிருந்தவர்களுள் அப்துர் ரஹ்மானைத் தெரிந்த ஒரே நபர் நான்தான். அவரின் விருப்பத்திற்குரிய நாட்டில் அவரோடு நான் பணிசெய்திருக்கிறேன். ஆகையால் அவர்களுள் ஒருவராக என்னை ஏற்றுக் கொண்டனர். வாய் திறந்து பேசுவதற்கு முன்பே, அவர்கள் எல்லோருக்கும் நான் மூத்த சகோதரி ஆகிவிட்டேன்.

சரளமாக ஆங்கிலம் பேசும் இளைய சகோதரி, என்னைக் கவனித்துக் கொள்ளும் பொறுப்பேற்றுக் கொண்டாள். சத்தமில்லாமல் அறைக்குள் நுழைந்து என் பொருட்களை வரிசையாக முறைப்படுத்தி வைப்பதில் அவள் படு சாமர்த்தியக்காரி. கிழக்கின் குடும்பங்களில் எத்தனைப் பேர் வேலைக்கு அமர்த்தப்பட்டிருந்தாலும், குடும்பத்தின் இளையவர்கள்தான் முதியவர்களுக்கு சேவகம் செய்கிறார்கள்.

அப்துர் ரஹ்மான் பெஷாவரை விட்டு வெளியேறியபோது இவள் குழந்தையாக இருந்திருக்க வேண்டும். ஆகையால் இவளுக்கு அவரை நினைவிருக்காது என்று நினைக்கிறேன். ஆனால் இவளின் இளமைக் கால கற்பனைகளில் அப்துர் ரஹ்மான் ஒரு கதாநாயகனாக பிம்பம் எடுத்துள்ளார். அவர் சார்ந்த ஞாபகார்த்தங்களைப் போற்றி வழிபடுகிறாள். உணர்திறன், வலிமை, முதிர்ச்சி என்று எல்லாம் கலந்த கலவையாக வியக்கத்தக்க பழக்க வழக்கங்களைக் கைக்கொண்டிருக்கிறாள்.

அவளின் தாய்மொழியான பஷ்தூவுடன் ஆங்கிலம், உருது, பாரசீகம் போன்ற மொழிகளிலும் புலமைப் பெற்றிருந்தாள். பாரசீகத்தில் ஒரு கவிதை கூட எழுதினாள். இருபது வயது பெண்ணால் உணர்ந்து கொள்ள முடியாத பொருள் ஆழமிக்க கவிதை அது. அவள் பெயர் நாஸ் - பெர்வர் (கருணை பொழிபவள்) பெயருக்கேற்ற கருணையை அவளின் ஒவ்வொரு செய்கையும், ஒவ்வொரு வார்த்தையும் உணர்த்தின.

சராசரியான உயரம். மிகவும் சிவந்த தோல். தேன் நிறம் ஒத்த கண்கள். அவளின் வெள்ளை நிற முக்காடுக்குக் கீழிருந்து மிகவும் அழகான பட்டுப்போன்ற தலைமுடியின் நுனி மயிர்கள் அவளது உயர்ந்த நெற்றியை வருடியபடி காட்சியளித்தன. ஒவ்வொரு இரவும் நான் தூங்கச் செல்லும்போது, ஒவ்வொரு நாளும்

விடிகாலையில் நான் துயில் எழும்போது, தன் சாந்தமான குரலில் அவள் எப்போதும் ஒன்று கேட்பதுண்டு:

'நான் உங்கள் முழங்கால்களை நீவிவிடவா?'

நான் அதை எப்போதும் மறுத்துள்ளேன். ஆனால் அந்தக் கேள்வியில் ஒரு முதிய பெண்ணுக்குத் தன்னைச் சேவையால் அர்ப்பணிக்கும் தொனி அவளிடம் தென்படும். அந்த அறையில் அடர் நிறத்திலான ஒரு நடுத்தரப் பெண்ணை நான் பலமுறை பார்த்திருக்கிறேன். கழிப்பறை மேஜைக்கு அருகில் நின்று என்னைப் பார்ப்பதும், நான் இல்லாவிட்டால் வானத்தை வெறிக்கப் பார்ப்பதுமாக அடிக்கடி வந்துபோவார்.

அவரிடம் அப்துர் ரஹ்மானின் விநோத சாயல் இருந்தது. நிறம், வலிமை, உணர்திறன் என்று எல்லாவற்றிலும் ரஹ்மானை நினைவூட்டினார். ஆனால் அவர் ஒரு வார்த்தையும் பேசவில்லை.

நாஸ்-பெர்வரிடம், 'அவர் யார்?' என்று கேட்டேன்.

'அப்துர் ரஹ்மானின் செவிலி' என்று சொன்னார்.

அங்கோராவின் கொடிய இராணுவ முகாமில் அந்த ஏழைச் சிறுவன் சொன்ன பெண்மணி இவராகத்தான் இருக்கும். இந்தப் பெண்மணி மனதில், தான் வளர்த்தெடுத்த அப்துர் ரஹ்மானின் நினைவுகளைத் தவிர வேறொன்றும் இல்லை. ஒரு நடைபிணமாக வாழ்ந்து வந்தார். அவர் அறையைக் கடந்து சென்றதும், நான் கிட்டத்தட்ட அழுதுவிட்டேன்.

பெண்கள் கட்டடத்திற்கு அருகிலேயே இரட்டை மாடிகள் கொண்ட வீடு ஒன்று தாராளமாக அமைந்திருந்தது. பூந்தொட்டிகளும் செடிகளும் அவ்வீட்டில் நிரம்பியிருந்தன. ஹறாம் கதவிற்கு அடுத்த கதவின் வழியாக ஒருவரால் அங்கு செல்லமுடியும்.

மற்றச் சகோதரர்கள் எல்லாம் வெளியில் சென்றுவிட்டதால், இருபது வயதுடைய யூனஸ் மட்டும் என்னை உபசரிக்கும் பொருட்டு அங்கிருந்தான். கம்பி போன்று மெலிதான உடல்வாகு கொண்ட அவன் கண்களில் வெளிப்படையான சிரிப்பு தெரிந்தது.

உண்மையிலேயே என்னை உபசரிக்க அழைத்தவர் சர் அப்துல் கய்யோம். அவர் அழைப்பின் பெயரில்தான் பெஷாவர் கல்லூரியில் சிறப்புரை ஆற்ற இந்நகரத்திற்கு வந்தேன். ஆனால் எப்படியோ அப்துர் ரஹ்மான் குடும்பத்தினரைச் சந்திக்க வேண்டியதாகி விட்டது.

‘செஞ்சட்டை’ இயக்கத்தின் தலைவரான அப்துல் காஃபர் புரட்சிகர இயக்கத்தைப் பிரதிநிதித்துவப்படுத்துவது போல், பெஷாவரின் சுதந்திர, சட்டப்பூர்வ, ஆங்கிலேய ஆதரவளிக்கும் அங்கத்தினரின் பிரதிநிதியாக அப்துல் கய்யோம் இருந்தார். இருந்தபோதும் எல்லைப்புற மாகாண மக்களைத் தனித்துக் காட்டியது எதுவென்றால், தங்களுக்குள் எத்தனை வேறுபாடு இருந்தாலும்; எதிர்கருத்துகள் எழுந்தாலும் நாமெல்லாம் எல்லைப்புற மாகாணத்தின் குழந்தைகள் என்ற ஒருமித்த எண்ணம்தான்.

பெஷாவரில் ஒரு சாரார் மற்றொரு சாரார் குறித்துக் காது கொடுத்தும் கேட்க முடியாத, கற்பனைக்குள் அடங்காத கோள்மூட்டல்களை நாம் எங்குமே கேட்க முடியாது. சுமூக முடிவை எட்டும்வரை தங்களுக்குள் கோரமாகச் சண்டையிடும் இரு பிரிவினரையும் இங்கு எளிதாகக் காணலாம். ஆனால் ஓர் அந்நியருக்கு எதிராகச் சண்டையிடுவதென்றால், எல்லைப்புற மாகாணத்தின் எந்தவொரு பிரிவினருக்கும் குரல் கொடுக்கும்படி ஒற்றுமையாக அணிதிரள்கிறார்கள்.

இந்த ஒற்றுமை மதம் கடந்தும் நீடிக்கிறது. 92% உள்ள முஸ்லிம்களுக்குள் மட்டுமன்றி 8% உள்ள இந்துக்களும் இதில் ஒன்றுசேர்ந்து கொள்கின்றனர். இந்துக்கள் பெரும்பாலும் வட்டிக்குப் பணம் கொடுப்பவர்களாக உள்ளனர்.

இந்தியாவின் மற்ற இடங்களில் இந்துக்களும் முஸ்லிம்களும் வட்டிக்குப் பணம் கொடுப்பவர்கள் பற்றி வெறுப்புடனும் ஏளனத்துடனும் பேசுகையில், பெஷாவர் வாசிகள் மட்டும்தான் அவர்கள்மீது கரிசனையோடு பாசத்துடன் பேசினர்.

‘வங்கி இயந்திரம் இன்னும் சரிவர செயல்படத் தொடங்காத பகுதியில் வட்டிக்குப் பணம் கொடுப்பவர்கள் அந்த வெற்றிடத்தை நிறைக்கின்றனர்’ என்று அவர்கள் வேடிக்கையாகச் சொல்வார்கள். ‘வட்டிக்குப் பணம் தருபவன் இல்லை என்றால், பணத்தேவை உள்ளவன் எங்கு போவான்?’

அவர்கள் தொடர்ச்சியாகக் கடன் பெறுபவர்களா இல்லையா என்ற கேள்விக்கு எனக்கு விடை தெரியாது. ஆனால் வட்டிக்குப் பணம் தரும் இந்து சமுதாய நண்பர்களின் பக்கம் என்றும் உறுதுணையாக இருக்க விரும்பினார்கள். பெஷாவாரிகளைச் சந்தித்து உரையாடியபோது மகாத்மா காந்தி ஏன் பெஷாவர்கள்மீது இத்தனைக் கருணையோடு இருக்கிறார் என்று புரிந்துகொண்டேன். இத்தனைக்கும் பெஷாவாரிகளைக் காண மகாத்மா காந்திக்கு அனுமதி மறுக்கப்பட்டிருக்கிறது.

எல்லை மாகாணத்தில் கவர்னர் பதவி குதிரைக் கொம்பாக இருந்தாலும், அதன்மீது ஆங்கிலேய அலுவலர்களுக்கு ஏன் இத்தனைப் பிரியம் என்று புரிந்துகொண்டேன். எல்லைப்புறத்தில் ஏதோவொரு யதார்த்தவாதம் உள்ளது. ஒரு குறிப்பிட்ட சூழலில் தீர்க்கமான முடிவெடுக்க அவர்களை உந்தித் தள்ளுகிறது. முடிவெடுத்த பின்னர் நசநசவென்று பேசாமல், எடுத்த முடிவில் விடாப்பிடியாக இருக்கச் சொல்லித் தருகிறது.

எல்லை மாகாணத்தில் எவரொருவரும் சுதந்திரம் பற்றியோ எதிர்கால விடுதலை பற்றியோ பேசுவதில்லை. இருந்தபோதும் ஒவ்வொரு மனிதரும் இங்கு முழுமுதல் சுதந்திர வாழ்க்கையை முன்னகர்த்தி வாழ்கிறார். யாரேனும் ஒருவர் தான் சங்கிலியில் பிணைக்கப்பட்டு வாழ்வதைப் பார்த்தாலும்கூட, மற்றவர்களெல்லாம் அதை உணர்வார்கள் என்று நான் நம்புகிறேன்.

●

ஆண்கள் தங்கியிருக்கும் கட்டடத்தின் வரவேற்பறை செவ்வக வடிவத்தில் அமைந்திருந்தது. ஐரோப்பியப் பாணியில் அறைகலன்கள் பொருத்தப்பட்டிருந்தன.

சர் அப்துல் கய்யோம் பெரும்பாலும் அங்கு இருந்தார். அவருக்கு எழுபது வயதிருக்கும் என்று சொன்னார்கள். ஆனால் அது நம்பத் தகுந்ததாக இல்லை. நன்கு நிமிர்ந்த உருவம். அவர் முகத்தில் சுருக்கத்திற்கான அறிகுறிகள் கிடையாது. கறுத்த தாடி. ஆனால் இந்த அடையாளங்களை மட்டுமே வைத்து, ஒருவர் போராட்டங்கள் அற்ற வாழ்க்கையை வாழ்கிறார் என்று உறுதியாகச் சொல்ல முடியாது.

மூலையில் இருந்த சாய்வு நாற்காலியில் கழுகுபோல காட்சியளித்தபடி அமர்ந்திருந்தார். திடீரென அறைக்குள் பறந்துவிடுவாரா என்று பார்ப்பவர்கள் வியக்கும் வண்ணம் இருந்தது. அவர் அதிகம் பேசாவிட்டாலும் உரத்தக் குரலில் உரையாடினார்.

ஆள் நடமாட்டமில்லாத பகுதிகளில் வசிக்கும் எல்லைப்புற பழங்குடிகள் பற்றி நாங்கள் பேசினோம். சில பழங்குடியின அமைப்புகளுக்கு சர் அப்துல் கய்யோம் தலைமைத் தாங்குவதாக எனக்குச் சொன்னார்கள். அவர்களின் நிலமுறைமை பற்றி விவாதித்தோம். தங்கள் நிலத்தை ஐந்து வருடத்திற்கு ஒருமுறை அவர்கள் மறுபங்கீடு செய்துகொள்கிறார்களாம்.

நான் கண்ட இந்தியா | 159

ஐந்து வருடத்திற்குள் வாரிசுரிமையால் ஒருசிலரின் கைகளுக்குள் பெருவாரியான நிலப்பகுதி சென்று சேர்வதை, இந்த நடைமுறை தடுக்கிறது. அனைவருக்கும் சரிசமமான நிலம் சென்று சேரவேண்டும் என்பதே இவர்கள் கொள்கை. ஆகையால் குடும்பத்திற்கு ஒரு மூத்த உறுப்பினர் தாமாக முன்வந்து, அவசியம் இருந்தால் நிலத்தை மறுபங்கீடு செய்து ஊருக்குப் பொதுவாக எல்லாருக்கும் சரிசமமாகப் பிரித்துக் கொடுக்கிறார்.

'அவர்களின் நிர்வாகமுறை ஆச்சரியமூட்டக் கூடியது,' என்று அப்துல் கய்யோம் குறிப்பிட்டார். போலீஸார் அமைப்பு இன்றியே பாதுகாப்பான, நேர்த்தியான சமூக ஒழுங்கை அவர்கள் ஒவ்வொருவரும் எங்கனம் கட்டிக் காக்கின்றனர் என்று மேலும் விளக்கினார். அனைவரும் 'சமூக ஒப்பந்தந்துடன்' மற்றொருவரை அணுகுகின்றனர். இவர்கள் காகிதத்தில் எழுதி கையெழுத்துப் போட்டுக் கொள்ளும்படியான ஒப்பந்ததாரர்கள் இல்லை.

ஒருவர் தன் எல்லையில் இருந்து மற்றொரு இனக்குழுப் பகுதிக்குள் பிரவேசிக்கும்போது, அவருக்கு எவ்வித அச்சுறுத்தலும் ஏற்படுவது கிடையாது. பிற இனக்குழுவுடன் எல்லோரும் சமாதானமாக உறவாடுகின்றனர். போராக இருந்தாலும், சமாதானமாக இருந்தாலும் நேர்மைதான் இவர்கள் கொள்கை.

பெஷாவர் கல்லூரியின் முதல்வர் டாக்டர் ஹோல்ட்ஸ்வொர்த், மாலை நேரங்களில் பெரும்பாலும் அங்கு வருவார். அவர் கேட்டார்:

'கான் சாகிப், தனி ஒரு ஆளாக பழங்குடி கிராம எல்லையை என்னால் கடந்து செல்ல முடியுமா?'

சர்? அப்துல் கய்யோம் சாந்தமாக பதிலிறுத்தார்: 'அது திறன் சார்ந்தது. நீங்கள் கடந்து செல்லும் குறிப்பிட்ட பழங்குடியின கிராமத்திற்கும் ஆங்கிலேயருக்கும் இடையிலான உறவை பொருத்து மாறுபடும். கிரைமியன் போர் நடந்து கொண்டிருக்கையில் ஒட்டுமொத்த இஸ்லாமிய உலகிற்கும் ஆங்கிலேயர்கள் நண்பர்களாக இருந்தனர். அப்போது எந்தப் பழங்குடியின பகுதியிலும் அவர்கள் தாராளமாகப் பாதுகாப்போடு சென்று வரலாம். உங்களைப் பொறுத்தவரை, பெஷாவர் கல்லூரியின் முதல்வராக நீங்கள் எங்கு வேண்டுமானாலும் செல்லலாம். உங்களை எல்லோரும் அறிவர்.'

இருவரும் மாறி மாறி முறுவல் பூத்தனர். வெவ்வேறு காரணங்களுக்காக வியந்து போயினர். சாதாரணப் பழங்குடியின

மக்களிடம் பெஷாவர் கல்லூரிக்கு இருக்கும் உயரிய மதிப்பை இதன்மூலம் தெரிந்துகொள்ள முடிகிறது. கல்லூரி மைதானத்தில் பழங்குடியின மக்களின் கால்தடங்கள் அதிகம் பதிந்துபடுவதாய் சிலர் சொன்னார்கள். இரவில் இந்த எண்ணிக்கை அதிகமாக இருக்குமாம். பகையாளி இருவர் இந்த இடத்தில் சந்தித்துக் கொண்டாலும், சண்டையிட்டுக் கொள்ள மாட்டார்களாம். அவர்களைப் பொறுத்தவரை இது மிகப் புனிதமான இடம்.

மாறுபட்ட இரு ஆடவர்கள் பேசிக் கொண்டது எனக்கு நன்றாக நினைவிருக்கிறது. அதில் முதலாமவர் இறுக்கமாகப் பொத்தானிடப்பட்ட கறுப்பு கோட்டும் நீலநிற முகடு கொண்ட வெள்ளைத் தலைப்பாகையும் அணிந்த சர் அப்துல் கய்யோம். இரண்டாமவர் ஐரோப்பிய பாணியில் சாதாரண உடை உடுத்தியிருந்த டாக்டர் ஹோல்ட்ஸ்வொர்த். முன்னவர் சில பழங்குடி இனங்களைப் பிரதிநிதித்துவப் படுத்தினார். பின்னவர் உலகின் பெரும் சாம்ராஜ்யத்தை பிரதிநிதித்துவப் படுத்தினார். ஆனால் இருவரும் இதன் காரணமாக தாழ்வாகவோ, உயர்வாகவோ தங்களைக் கருதினார்களில்லை.

இருவருமே ஒருவருக்கு ஒருவர் மனித சமத்துவம் பற்றிய புரிதலோடு இருந்தனர். மனிதனை மனிதனாகப் பாவித்தனர். எல்லையில் வசிக்கும் மக்களைப் பற்றி ஆங்கிலேயர்களின் புரிதலை இது எடுத்துக்காட்டுகிறது.

டாக்டர் ஹோல்ட்ஸ்வொர்த் இளைஞராக இருந்தாலும், தேர்ந்த கல்விமான். அவர் ஒரு சிறந்த ஆங்கிலேயர். ஹாரோவில் தலைவராகப் பணியாற்றி, சோசலிஸ்ட் சித்தாந்தத்தால் ஈர்க்கப்பட்டவர். ஆர்வமூட்டும் வகையில் பேசும் திறன் பெற்றிருந்தார். அழுத்தமான குணமும் அறிவுஜீவித்தனமான சிந்தனையோட்டமும் அவருக்கு வாய்த்திருந்தது.

எல்லையில் உள்ள ஆயிரக்கணக்கான மாணவர்களைத் தன் உள்ளார்ந்த குணங்களால் இறுகப் பற்றிக் கொண்டு அரவணைப்பவர். கல்லூரி நிகழ்வு, மதிய விருந்து, தேநீர் விருந்து என்று அவர் தலைமைத் தாங்கும் ஒவ்வொரு நிகழ்வையும் பார்த்து வருகிறேன். இந்த வீட்டில் கூட அவர்மீது மரியாதை உணர்வும் நட்புணர்வும் இருக்கிறது. ஒவ்வொரு சூழலிலும் தன் மக்களை எப்படி கையாள வேண்டும் என்ற சரியான உள்ளுணர்வும் தெளிந்த அறிவாற்றலும் உடையவராகத் தெரிகிறார்.

பெஷாவரில் மூன்று இரவு, இரண்டு பகல் தங்கியிருந்தேன். இருந்தாலும் பெஷாவாரிகளுடன் பலநாள் தங்கியது போன்ற உணர்வும், அவர்கள் எல்லோரும் என் சொந்த நாட்டு மக்கள் என்ற பிரம்மையும் தோன்றாமல் இல்லை. குறிப்பாக மாலை வேளையில் எல்லோரும் யூனஸின் அறையில் ஒன்றுகூடி உற்சாகமாகப் பேசி மகிழ்வோம். எல்லைப்புற மக்களின் வாழ்க்கை முறைகளை விவரிப்பதாக அது அமையும்.

குடும்ப உறுப்பினர்களைத் தாண்டி அறை முழுக்க வேற்று நபர்கள் அதிகம் இருந்தார்கள். மத்திய வயதினரும் இளைஞர்களும் அதில் அதிகம். இளைஞர்கள் பலர் ஐரோப்பிய ஆடைகளை உடுத்தியிருந்தனர். ஆனால் விஷேச நாட்களில் ஐரோப்பிய தொப்பிகளுக்கு மாற்றாக நீலநிற முகடு கொண்ட வெள்ளைத் தலைப்பாகைக்கு மாறிவிடுகின்றனர்.

முதியோர்கள் சாதாரண தலைப்பாகையோடு தளர்வான கால்சட்டைகளும் கோட்டும் அணிந்திருந்தனர். புறவயத் தோற்றத்திற்கு இவர்கள் அதிகம் அழுத்தம் தருவதில்லை எனத் தெரிகிறது. ஆனால் ஐரோப்பிய ஆடையுடுத்தி இந்தியாவின் வேறெந்த மூலைக்குச் சென்றாலும், வளர்ப்புமுறை பற்றியும் நகர்மயமாதல் பற்றியும் கருத்துச் சொல்வார்கள். ஆனால் இங்கு அது பற்றிய கவலையே கிடையாது.

முதியோர்கள் முன்னிலையில் மிக அரிதாகவே இளைஞர்கள் பேசுகின்றனர். சர் அப்துல் கய்யோம் சென்றபிறகு, அங்கிருந்த ஒவ்வொருவரும் கேள்விகளுக்கு ஏற்ப தன் தனித்த பதில்களை முன்வைப்பதை பார்க்கமுடிந்தது. நான் ஒன்றைத் தெளிவாக விளக்கிச் சொல்லவேண்டும். வெளிநாட்டில் பார்க்கும் யாரோ ஒருவரை மட்டும் கருத்தில்கொண்டு ஒட்டுமொத்த மக்களும் இப்படித்தான் என்ற முன்முடிவுக்கு எப்போதும் வந்துவிடக்கூடாது.

அங்கிருந்த இளைஞர்கள் எல்லோரும் ஒருகாலத்தில் அப்துர் ரஹ்மானின் நண்பர்களாக இருந்தவர்கள். அப்துர் ரஹ்மானுக்கும் இவர்களுக்கும் இடையே நிறைய ஒற்றுமைகள் இருந்தாலும், அவர் ஒருங்கிணைந்த மாகாணத்து ஆடவரை ஒத்திருந்தார். அவர் எப்போதும் மதத்தைப் பற்றியே பேசுவதோடு, அதன் அடிப்படையில்தான் எல்லாவற்றையும் நிர்ணயிப்பார்.

புத்திக் கூடியவரோ சராசரியோ, நான் சந்தித்த பெஷாவாரிகளுள் எத்தனை உறுதியான முஸ்லிமாக இருந்தாலும், அவர் என்னிடம் எப்போதும் மதம் பற்றி பேசியதில்லை.

வீட்டின் ஆண்கள் வசிக்கும் பகுதியில், நான் எனது உணவை உட்கொண்டேன். ஒவ்வொரு வேளையிலும் குறைந்தது இருபது ஆண்கள் இருப்பார்கள். பணியாளர்கள் கையில் தண்ணீர் கிண்ணமும் துண்டும் இருக்கும். உணவருந்துபவர்கள் கையில் கவனமாக நீர் இரைத்து, கரங்களைச் சுத்தப்படுத்தி உணவு மேஜைக்கு அனுப்பி வைப்பார்கள்.

சிலர் முட்கரண்டியிலும், சிலர் வெறுங்கையிலும் உணவு உண்டார்கள். ஆடை விவகாரம்போல், உணவு உண்ணும் முறையிலும் அவரவர் சௌகரியம்தான். எனக்கு அருகில் எப்போதும் ஓர் அன்பிற்குரிய வயதான மனிதர் உட்காருவது வழக்கம். அவரின் வெள்ளைத் தாடியும், பரிவான கண்களும் இன்னும் ஞாபகத்தில் இருக்கிறது. உள்ளூர் தினசரி ஒன்றில் ஆசிரியர் பொறுப்பில் இருந்தார்.

அந்தக் கூட்டத்திலேயே மூப்பு மிகுந்த மனிதராக இருந்தாலும், அவரின் சுறுசுறுப்பு மிகுந்த இளம் சிந்தனைகள் இன்றைக்கும் நாளைக்கும் பற்றியே சிந்திந்துக் கொண்டிருந்தன. இது முதற்கொண்டு தானொரு பெண்ணியவாதியாய் வெற்றியடையப் போவதாக என்னிடம் சொன்னார். அவர் வெளிப்படுத்திய விதம் எனக்குப் பிடித்திருந்தது.

இதுவெறும் வாய்ப் பேச்சுக்கு அல்ல. சில பல சமூகப் பரிசோதனைகளை அவதானித்து உணர்ந்து கொண்டே அவர் இந்த முடிவுக்கு வந்திருப்பதாக எனக்குத் தோன்றியது.

•

யூனஸூம் அவனது இரு நண்பர்களும் என்னைக் கைபர் கணவாய்க்கு அழைத்துச் சென்றனர். பெஷாவருக்கு வருகை தரும் ஒவ்வொரு பார்வையாளரும் விரும்பிச் செல்லும் இடம். இது பெஷாவாரிகளின் வரலாற்று முக்கியத்துவம் வாய்ந்த பகுதி. சரோஜினி நாயுடு இதை ‘விதிக்கப்பட்ட பாதை’ என்று சொன்னதை இளம் பெஷாவாரிகள் இன்னும் மறக்கவில்லை.

இதன் வழியாக உள்நுழைந்த இராணுவப் படைகள் இந்தியாவை வெற்றிப் பெற்று, அதன் உருவத்தையே மாற்றி விட்டன. என்னைப் பொறுத்தவரை, இந்தப் பெரிய கணவாயைப் படபடப்புக் கூடிய அஃப்ரிடி இனப் பழங்குடிச் சிறுமியின் பார்வையோடு ஒத்திசைந்துப் பார்க்கிறேன்.

என் வண்டிக்குப் பின்னால் யாசகம் கேட்பது போல, மூன்று சிறுவர்களும் ஒரு சிறுமியும் துரத்திக் கொண்டே ஓடி வந்தார்கள். திடீரென டயர் பஞ்சர் ஆனது. பின்னால் ஓடிக் கொண்டு வந்த நான்கு குழந்தைகளுள், சிறுமியை மட்டும் என்னிடம் ஒருவர் தூக்கிக் கொண்டு வந்தார். மீதம் மூன்று சிறுவர்களும் எச்சரிக்கையாய்ப் பின்தொடர்ந்தனர்.

தங்கள் வெற்றுடல்மேல் தளர்வான கறுப்பு நிற கெமிஸ் உடுத்தியிருந்தனர். அந்தக் கெமிஸ் ஓட்டையில் அவர்கள் தோல் நன்றாகத் மினுமினுத்தது. அவர்கள் முகத்தில் எத்தனை அடுக்காக அழுக்குப் படிந்திருக்கும் என்று யாராலும் சொல்ல முடியாது. பிறந்ததில் இருந்தே அவர்கள் முகம் கழுவவில்லை என்று நான் நினைக்கிறேன்.

‘இதோ சிறிய அஃப்ரிடியைப் பாருங்கள்’ என்று உடன் இருந்தவர் சொன்னார். அவர் குரல் கேட்ட திசையில் திரும்பியதும், எனை நோக்கி ஒரு முகம் உயர்த்தப்படுவதைப் பார்த்தேன். கிரேக்கக் காலத்தில் புதை மண்டிய அரிய பொருளொன்றை அகழ்வாராய்ச்சியில் இருந்து தோண்டியெடுத்ததுபோல்; ஆயிரக்கணக்கான ஆண்டுகள் அழுக்கு மண்டிய ஒரு நுண்பொருளை அணுகுவது போல் உணர்வெய்தினேன்.

வெண் தண்ணீரில் குளிப்பாட்டி, அழுக்குத் தேய்த்து உள்ளே என்ன இருக்கிறது என்று துளாவி பார்க்கும் ஆர்வத்தை வேறெந்த மனிதர்களும் எனக்கு ஏற்படுத்தியதில்லை. அடுக்கடுக்கான அழுக்குகளைத் தாண்டியும் இயற்கை என்ன படைத்திருக்கிறது என்ற பிம்பத்தை நமக்கு இவை காட்டுகின்றன.

வசீகரமான நீலநிறக் கண்கள். அடர் நீளமான இமைப்பீலிகள். பொருத்தமான சிறிய மூக்கு. இவற்றைச் சுற்றி நுணக்கமாகச் செதுக்கியெடுத்த கன்னங்கள். ஒளிர்வற்ற மயிற் கற்றையை முடிச்சிட்டுப் பார்க்கையில் சேற்றுத் தண்ணீர் தேங்கியிருக்கும் தங்கத் திட்டுபோல தெரிகிறது. இவளுக்குப் பின்னால் நின்று கொண்டிருக்கும் சிறுவர்கள் மேலும் அப்பாவித்தனத்தோடு கரங்களை நீட்டி யாசகம் கேட்டு பயங்கர அழுக்காக இருந்தனர்.

அவள் வாயில் இருந்து உதிர்க்க முடிந்த ஒரே வார்த்தை, ‘கெவ்சர்’ என்ற அவள் பெயர் மட்டுந்தான். அதுவும் என் உடன் வந்தவர்களின் முயற்சியால் ஈடேறியது. அவளுக்குப் பணம் கொடுத்து, அன்பாகப் பேசினாலும் அவளைச் சிரிக்க வைக்க முடியவில்லை. அவள் முகம் சேற்றினால் மூடி, கடுகடுப்பாக

இருந்தது. ஒவ்வொருவர் முகமாகப் பார்த்து, எதையோ சொல்ல வந்தவள்போல் முயற்சித்து, பின்னர் அதைத் தனக்குள்ளேயே புதைத்துக் கொண்டாள்.

அவளிடம் அரிதாக ஒரு வெள்ளை நிறப் பல்லை நீங்கள் பார்க்க நேர்ந்தால், அவள் நகைக்கிறாள் என்று தவறாகக் கணக்குப் போட்டுவிட வேண்டாம். யாராலும் பழக்கப் படுத்த முடியாத விசித்திரமான விலங்கொன்றை நினைவூட்டுவதன் குறியீடு அது.

'அஃப்ரிஸ்' காட்டுவாழ் மக்கள் என்று நான் புரிந்துகொள்கிறேன். அவர்களின் குழந்தைகள் இயல்பு வாழ்க்கைக்கு சர்வ சாதாரணமாக திரும்பி, காட்டு மல்லிபோல் வாழ்வதாக நான் கருதுகிறேன்.

'இந்தக் குழந்தையின் அசாதாரண அழகிற்கு என்ன காரணம்?' என்று நான் கேட்டேன்.

'மாவீரன் அலெக்ஸாண்டர் படையில் இருந்த கட்டுமஸ்தான அழகு ஆண்வீரன்தான்' இதற்குக் காரணமாக இருக்க வேண்டும்.

திரும்பிச் செல்லும் வழியில் சில கிராமங்களைக் கடந்து செல்ல நேர்ந்தது. அவையெல்லாம் முஸ்லிம் கிராமங்கள். அங்கிருந்த பிரம்மாண்ட வீடுகளும் தூய்மையான தெருக்களும் என்னைப் பெரிதும் வசீகரித்தன. அதில் ஏதாவதொரு வீட்டையாவது உள்ளே சென்று பார்த்துவிட வேண்டும் என்று விரும்பினேன். அங்கிருந்ததிலேயே பெரிய வீட்டைப் பார்த்து உள்ளே நுழைந்தோம்.

நல்ல விசாலமான முற்றம். அதன் உரிமையாளர் எங்களைக் கனிவோடு வரவேற்றார். அவர் அந்தக் கிராமத்துக் குடியானவர்களுள் வயது முதிர்ந்தவர். தன் வீட்டிற்கு வெளியில் நாற்காலியிட்டு எங்களை அமர வைத்தார். பெண்களின் வசிப்பிடத்திற்கு மத்தியில் உயரமான சுவரொன்று எழுப்பப் பட்டிருந்தது. என்னுடன் வந்தவர்கள், பெண்கள் வசிப்பிடத்தை நான் பார்க்க விரும்புவதாக அந்த முதியவரிடம் சொன்னார்கள்.

உயர்ந்த சுவரின் கதவுகளை நோக்கி நாங்கள் நகர்ந்தோம். அது பாதி திறந்த நிலையில் இருந்தது. அதன் வழியாக முக்காடு அணிந்த முகமொன்று எங்களை எட்டிப் பார்த்தது. என்னுடன் வந்த பெண், பஷ்தூ மொழியில் ஏதோ பேசினாள். 'தொலைதூரத்தில் இருந்து வந்த இஸ்லாமியப் பெண் ஒருவர், நம் வீட்டைப் பார்க்க வந்திருக்கிறாள்' என்று அவள் சொல்லியிருக்க வேண்டும். இப்போது நன்றாகக் கதவைத் திறந்து, உள்ளே வாருங்கள் என்ற சமிக்ஞை கிடைத்தது.

உள்ளிருந்த முற்றம் முன்பு பார்த்ததைவிடப் பெரியது. அதன் ஒருபக்கம் ஒற்றை மாடிக் கட்டடம். அறைக் கதவுகள் எல்லாம் முற்றத்தை நோக்கி இருந்தன. அங்கு இரண்டு சிறுமிகளும் ஒரு பெண்மணியும் இருந்தார்கள். அது நிச்சயம் அவர்கள் அம்மாவாக இருக்கவேண்டும். சைகை மூலமும் ஒலிக்குறிப்பு மூலமும் மாறி மாறிப் பேசிக்கொண்டது ஓர் இனிமையான சந்தடியாக இருந்தது.

வார்த்தைகளின்றி ஒருவரால் எவ்வளவு விஷயங்களை வெளிப்படுத்த முடிகிறது என்று நான் ஆச்சரியப்பட்டேன். நான் அவர்கள் அறையைக் காண விருப்பம் கொண்டிருப்பதையும், அதன் உள்ளடக்கங்களைப் பார்க்க ஆவலோடு இருப்பதையும் தெரியப்படுத்தினேன். அவர்கள் வாஞ்சையோடு அழைத்துச் சென்று அறையைச் சுற்றிக் காட்டினார்கள். அலமாரியில் இருந்தவற்றை ஒவ்வொன்றாக எடுத்துக் காண்பித்தார்கள்.

அவர்கள் ஏன் என்றும் கேட்காமல், வெறுப்பு கொள்ளாமல் நிதானமாக நடந்து கொண்டார்கள். நீங்கள் இஸ்லாமியராக இருந்து ஒரே கடவுளை அனுஷ்டிப்பவராக இருந்தால்போதும், அவர்களில் ஒருவராக மாறிவிடலாம். இதுவரை என் வாழ்க்கையில் இஸ்லாம் சார்ந்து இத்தனைத் திறந்த மனமுள்ளவர்களை நான் பார்த்தது கிடையாது.

இறுதியாக சமையலறைக்குள் நுழைந்தேன். பொக்கைவாய் கிழவி ஒருவர் குத்தவைத்து உட்கார்ந்து காய்கறிகள் அரிந்துகொண்டு இருந்தார். என்னைப் பார்த்ததும் ஏதோ சாதித்ததுபோலச் சிரித்தார். மற்றெல்லோரும் சுற்றி வந்து என்னிடம் பேசி தோளில் தட்டிக் கொடுத்தனர். விசித்திரமாக இருந்தாலும் ஆபத்தில்லாத இந்தத் திடீர் விருந்தினரை அவர்கள் எல்லோரும் முகமலர உபசரித்தார்கள்.

வீட்டின் உட்புறம் பிரமாதமாக இருந்தது. சௌகரியமான, வளமையான கிராம வாழ்க்கைக்கு அந்த வீடுதான் அடையாளம். சிங்கர் தையல் இயந்திரம்கூட ஒன்று இருந்தது.

வீட்டை அங்குலம் அங்குலமாகச் சுற்றிக் காண்பித்தவர், தன் கையை விரித்து 'இனி அவ்வளவுதான். பார்ப்பதற்கு ஒன்றுமில்லை' என்றார். பின் ஒருவர் நாற்காலி எடுத்துவந்து அதில் உட்கார்ந்து கொண்டார். மற்றொருவர் தட்டம் ஒன்றில் ஏதோ கொண்டுவருவது போல பாவனை செய்தார். மற்ற மூவரும் தட்டத்திலிருந்து கோப்பையை அள்ளி உறிஞ்சி குடிப்பது போலச் செய்தனர். நாவால் உதட்டைச் சுவைத்து, எல்லோரும் ஒன்றுபோல, 'சாய்' என்றார்கள்.

நான் அவர்களோடு அங்கு உட்கார்ந்து தேநீரோ, வேறு ஏதும் பலகாரமோ உண்ண வேண்டும் என்று அதற்கு அர்த்தம். வீட்டிற்கு வரும் விருந்தினர்களுக்கு பருகவும் உண்ணவும் ஏதாவது கொடுத்திட வேண்டுமென்று கிராமத்தார்கள் எவ்வாறு துடிப்பார்கள் என்று நான் அறிவேன். ஆனால் எனக்கு நேரமில்லை. விரைந்து செல்ல வேண்டும்.

கல்லூரியில் மதிய உணவு எடுத்துக்கொண்டு, அதன்பிறகு இரண்டு அமர்வுகள் தலைமைத் தாங்கி உரையாற்றிய கையோடு, பர்தா அணிந்த பெண்களோடு ஒன்றிரண்டு கலந்துரையாடல்களும் இன்றைய விழா நிரல் பட்டியலில் உள்ளது. பள்ளிக்கூடம், பெண்கள் என்று இரண்டு வார்த்தையில் அவர்களுக்கு விளக்க முயன்று விடைபெற்றேன். ஆண்கள் வசிக்கும் முற்றத்தின் உயர்ந்த சுவரின் கதவருகில் நின்று 'குட்-பை' சொல்லி என்னை வழியனுப்பினார்கள்.

•

அங்கிருந்தவர்களிடம் டாக்டர் ஹோல்ட்ஸ்வொர்த் என்னை அறிமுகப்படுத்திய கையோடு, இப்போது 'குர்ஆன்-இ-ஷெரிஃப்' ஓதப்படும் என்றார். நாங்கள் எல்லோரும் எழுந்துகொண்டோம். உரையாளர் பேச்சைத் தொடங்கும் முன் குர்ஆன் வசனங்களைச் சொல்லித் தொடங்குவது இஸ்லாமியக் கல்லூரிகளின் வழக்கமாக உள்ளது. நான் பார்த்தவரையில் வசனங்களைத் தேர்வு செய்வது இங்கு ஒரு தனித்துவமான செயல். ஒவ்வொரு நிறுவனமும் தங்கள் கொள்கைகளுக்கும் இலட்சியங்களுக்கும் ஏற்ப வசனங்களைத் தெரிவு செய்கிறார்கள்.

அந்த எல்லைப்புற மாகாணக் கல்லூரியில் சொல்லப்பட்ட வசனங்கள் இரண்டொன்றை நான் ஞாபகத்தில் இறுத்தியுள்ளேன். அவர்களின் சுபாவமும் நடத்தையும் புரிந்துகொள்வதற்கு, இது ஓரளவேனும் பயன்படும். அவை 'ரெசெல்ஹிக்மேதெ மெஹஃபத்துல்லாஹ்' மற்றும் 'லா யுகெல்லிஃபுல்லாஹே நெஃப்சென் வூசாஹா.' இறை அச்சமே ஞானத்தின் தொடக்கம் என்றும் மனித ஆற்றலுக்கு மீறிய ஒன்றை அல்லாஹ் ஒருபோதும் விதிக்கமாட்டார் என்றும் அவை பொருள்படுகின்றன.

நூற்றுக்கணக்கான மாணவர்கள் இறுக்கமான கறுப்பு அங்கியும் நீல நிறம் சுற்றிய டர்பனும் அணிந்திருப்பதை என்னால் மேடையில் இருந்து தெளிவாகப் பார்க்க முடிந்தது. அவர்கள் எல்லோரும்

வாட்ட சாட்டமாக, ஒடுக்கமான முகத்தோடு குறிப்பிடும்படியான அம்சத்தில் இருந்தனர்.

நீல டர்பன் எடுப்பாகவும், அவர்கள் உறுதிக்கு சமர் ஊட்டுவதாகவும் இருந்தது. அவர்கள் உட்கார்ந்து - எழும் நயத்தைக் கண்டு, சொல் பேச்சுக்கு முக்கியத்துவம் அளிக்கும் மாறாப் பண்புடையவர்கள் என்று ஒருவரால் எளிதில் சொல்ல முடியும். எவ்வகையான எதிர்மறை எண்ணவோட்டமும் மிகைப் படுத்தப்பட்ட சந்நியாச வாழ்வும் இல்லாததால், இவர்கள் எல்லோரும் தங்களுங்குரிய இடத்தை வாழ்வில் தக்க வைத்துக் கொள்வார்கள் என்று கருதலாம். தங்கள் அன்றாட வேலைகள் வாட்டி வதைத்தாலும் சக உயிரினங்களை ஒருபோதும் கைவிட மாட்டார்கள் என்று உறுதியாகச் சொல்லலாம்.

இவையெல்லாம் வைத்துப் பார்க்கும்போது இவர்கள் இயற்கை விதிக்கு முரண்படாமல், காரணக் காரியத்தோடு வாழ்ந்து, ஆரோக்கிய விதிகளைப் பின்பற்றி, அதீதிங்களில் இருந்து தம்மை விடுவித்து வாழ்வதை நம்மால் அறிய முடிகிறது. ‘மனித ஆற்றலுக்கு மீறிய ஒன்றை அல்லாஹ் ஒருபோதும் விதிக்க மாட்டார்’ என்ற வசனத்திற்கு உயிர் ஊட்டுவதுபோல இவர்கள் வாழ்ந்து வருவதாக எனக்குத் தோன்றியது.

தீவிரத் தூய்மைவாதத்தாலும் சந்நியாசத்தாலும் புரிந்துகொள்ள முடியாத பலவீனத்தை நான் வேறுபடுத்திக் காட்ட விரும்புகிறேன். ஆரம்பத்தில் அவை கபட நாடகமாடி சகிப்பின்மைக்கு வழிவகுத்து சுய நெறியையும், மனித ஒன்றிணைவிலிருத்து ஒழுக்கக் கூறுகளையும் விலக்கும் என்று எனக்குத் தெரியும்.

ஆனால் சில சமயங்களில் இன்ப நுகர்ச்சியைக் கண்மூடித்தனமாகத் தேடி அலையும் போக்கு மனிதர்களை உணர்ச்சிகளின் கட்டுப்பாடற்ற நிலைக்கு கொண்டு செல்லும். தீவிரத் துறவறத்தை மேற்கொள்ளும் குகைவாசிக்கும், முன்சொன்ன மனிதனுக்கும் இடையில் சரியான வாழ்வை தேர்வு செய்வதில் சிறிதளவே குழப்பம் தோன்றும். இன்ப நுகர்ச்சிகள் மீது துவேஷம் தோன்றி அதன்மீது அருவருப்பு உண்டாகும். இதற்குப் பதிலாக துறவறம் செல்வதே சரியெனத் தோன்றலாம். ஆனால் இவ்விரண்டைக் காட்டிலும் இதற்கு மத்தியிலுள்ள மற்றொரு நிலை முக்கியமானது. அதுதான் ‘மனித ஆற்றலுக்கு மீறிய ஒன்றை அல்லாஹ் ஒருபோதும் விதிக்கமாட்டார்’ என்ற வசனத்தின் உயிர்.

மேடையில் நின்று நான் இதை யோசித்துக் கொண்டிருந்தபோது, இஸ்லாத்தில் இருமைவாதம் கிடையாது என்ற எண்ணம் முதல்முறையாக என் மனத்தில் உதித்தது. தன் ஒவ்வொரு செயலிலும் மனிதன் தன் உடலையும் ஆன்மாவையும் ஒத்திசைத்து செயல்பட வேண்டும். இஸ்லாமிய வழிபடு முறையின் சிறப்பம்சம் குறித்தும், வழிபடு நெறியில் மனத்தையும் உடலையும் ஒத்திசைக்கும் முறை குறித்தும் நான் கவனம் குவித்துச் சிந்தித்தேன்.

ஆகையால் அதிகப்படியாக வெறிப்பிடித்தவர்களும், தீவிரவாத எண்ணம் கொண்டவர்களும், சதைப்பற்று உள்ளவர்களும் எல்லைப்புற மாகாணத்தில் இல்லையென்று புரிந்து கொள்ள வேண்டாம். இரண்டாவது வகைமாதிரியான மனிதர்களை நான் அங்குச் சந்திக்காவிட்டாலும், முதல் வகைப்பட்ட மனிதர்கள் என் பார்வையாளர் கூட்டத்தில்கூட இருந்தார்கள். ஐரோப்பிய ஆடைகள் அணிந்த குள்ளமான நபர் ஒருவர் அமர்வு முடிந்த பிறகு, துருக்கியப் பெண்களுக்கு எதிராக பலமாகக் குரல் எழுப்பினார். செய்தித்தாளில் அவர் பார்த்த சில பெண்களின் படத்தை வைத்து அவரின் உரையாடல் அமைந்தது.

அவர்கள் குட்டைப் பாவாடை அணிவதாகவும், முகத்தை புர்காவால் மறைப்பதில்லை என்றும் அவர் அலுத்துக்கொண்டார். ‘எந்தவொரு முஸ்லிம் சமூகத்திலும் இம்மாதிரியான ஆடைகளுக்கு ஆதரவாக பதான்களாகிய நாங்கள் துணைநிற்க மாட்டோம்’ என்று அவர் அழுத்திச் சொன்னார். அதுகுறித்து அவருக்கு எவ்விதமான சிந்தனை இருந்ததென்று எனக்குத் தெரியாது. ஆனால் உரையை ஒட்டி எழுப்பப்பட்ட கேள்வி என்பதால், நாங்கள் ஏன் புர்காவை ஒதுக்கினோம், எப்படி தவிர்த்தோம் என்று விளக்கினேன்.

எனக்குப் பின் பேசிய பேராசிரியர் ஒருவர், புர்கா பற்றி அரிதாகத் தெரிந்துகொண்டு அதன் தோற்றக் கதைகளைச் சொல்லிக் கொண்டிருந்தார். ஆடையென்ற ரீதியில் பார்க்காமல், புர்கா அணிவது தார்மீகக் கடமையென்று அவர் வலியுறுத்தினார். பார்வையாளர்கள் பலரும் இதே கருத்தில் இருந்தார்கள் என்பதில் சந்தேகமில்லை. பெண்களின் கற்பாக விளங்கும் புர்காதான் அவர்களைப் புனிதத்துவப்படுத்துகிறது; ஒழுக்கத்திற்கு முக்கியத்துவம் அளிக்கும் உடைக்கு மீண்டும் மாறவேண்டும் என்று அவர்கள் விரும்பினார்கள். ஆனால் பாலியல் சீண்டல் நடைபெறாதவரை பெண்கள் அணியும் உடை எவ்விதமாக இருந்தாலும் இவர்களுக்குக் கவலை இல்லை.

மாணவர் படை புர்கா முறைக்கு எதிராகத்தான் இருந்தது என்பதில் குழப்பம் வேண்டாம். புர்கா அணியாத நவீனப் பெண்மணி ஒருத்தியை பேச அழைத்ததில் இருந்து இதை உறுதியாகச் சொல்லலாம். இரண்டாவது அமர்வுக்கு முந்தி சிறிது நேரம் ஓய்வெடுக்க டாக்டர் ஹோல்ட்ஸ்வொர்த் இல்லம் நோக்கி நடந்துகொண்டிருந்த என்னிடம் மாணவர் ஒருவர்:

'அந்த நபர் நிச்சயம் பதானாக இருக்க முடியாது. இத்தனை நோஞ்சானாக இருக்கும் பதானை யாராவது பார்த்திருக்க முடியுமா?' என்று கேட்டார்.

இரண்டாவது அமர்வுக்குப் பின், இரவு விருந்தில் சுந்தரமான ஆங்கிலேயப் பெண்மணி ஒருவர் என்னிடம் பின்வருமாறு சொன்னார்:

'அந்தச் சிறிய நபரை மேடையிலிருந்து நீங்கள் அடித்து நொறுக்குவதைப் பார்க்க, இங்கிலாத்தில் இருந்து வருகை தருவது எல்லா வகையிலும் மதிப்புடையது என்று தோன்றுகிறது.' பெண்ணுரிமைக்கு எந்த வகையிலும் இவர் இடையூறானவர் அல்ல என்று எனக்குத் தெளிவாகத் தெரிந்தது. எல்லைப்புற மக்கள் தங்கள் சுற்றத்தாருக்கு எல்லா வகையிலும் மகிழ்ச்சியும் கொண்டாட்டமும் வழங்குகிறார்கள்.

புர்கா அணிந்த பெண்களோடு பல கூட்டங்களில் கலந்துகொண்ட அனுபவத்தில் சொல்கிறேன், லாகூர் பெண்களும் இவர்களும் ஒன்றுபோலத்தான் இருக்கின்றனர். காலங்காலமாக பெண்கள் பற்றிய சித்திரிப்பு இவர்கள் எண்ணவோட்டத்தில் மாற்றமடைந்து வருகிறது. சிலர் விடுதலைப் பெறத் துடிக்கின்றனர்; முதியவர்கள் சிலர் பழமையைப் பிடித்துக் கொண்டு நவீனத்தை ஏற்க முடியாமல் அல்லல் படுகின்றனர்.

நான் பெஷாவரைவிட்டு நீங்கி இரண்டு நாட்கள் கழிந்த பிறகு, 'புர்கா ஒழிப்பு லீக்' ஒன்று பெஷாவரில் ஏற்பட்டிருப்பதாகச் செய்தித்தாளில் படித்தேன். அப்துர் ரஹ்மான் இல்லத்தில் என் உடன்அமர்ந்து உணவு உண்ணும் செய்தி ஆசிரியருக்கு இதில் நிச்சயம் பங்கிருக்க வேண்டும் என்று எனக்கு உறுதியாகத் தோன்றியது.

அத்தியாயம் 13

லக்னோ

லக்னோ செல்லும் வழியில் சரோஜினி நாயுடு பற்றிய ஞாபகம் வந்தது. லக்னோ பற்றி பேச்செழும் போதெல்லாம் ஆச்சரியமாகத் தலையாட்டி, 'ஆ, லக்னோ பேகம்கள், லக்னோ பேகம்கள்' என்று துள்ளிக் குதிப்பார்.

'ஏன், அவர்களுக்கு என்ன சரோஜினி?' என்று கேட்டால், 'நீங்கள் அவர்களைப் பார்த்ததில்லையா?' என்று பதில் கேள்வி போடுவார்.

உண்மையில் நான் லக்னோ பேகம்களைப் பார்த்திருக்கிறேன். பேராசிரியர் முஜீப்பின் மனைவியும் லக்னோவாசிதான். அவர் வயது இருபதுகளில் இருந்தாலும், ஐம்பது வயதுப் பெண்மணி போல் தீவிரமாக இயங்கக்கூடியவர். முகத்தில் நிரந்தர ஓய்வு தங்கிய தேர்ந்த பொலிவு இருக்கும். அதிகம் பேசாத கம்பீரம் நிறைந்த பெண்மணி. நிச்சயம் அவள் அதீத அழகுதான். ஒருவேளை லக்னோவின் பேகம்கள் இப்படித்தான் இருப்பார்களா?

பேராசிரியர் முஜீப்பின் சகோதரியான என் குட்டித் தோழி ஷக்கீராவும் லக்னோதான். நாங்கள் அவளைக் குட்டி என்று அழைப்பது உயரக் குறைவால் அல்ல, அவள் நடந்துகொள்ளும் விதத்தால். சுட்டெரிக்கும் பார்வை கொண்ட சிறிய அழகி அவள். அசாத்தியமான புத்தசாலித்தனமும் விஷமம் நிறைந்த விளையாட்டுத்தனமும் கொண்டவள். உணர்ச்சித்திறம் கூடியவளாய் இருந்தாலும் அவளிடம் பிரச்சனைகளைச் சமாளிக்கும் திறமை இருந்ததை எல்லோரும் ஒப்புக்கொள்வர்.

எப்போதும் கவலையின்றி, தன்னைச் சுற்றி நிகழும் எல்லாவற்றையும் விரல் நுனியில் வைத்திருப்பாள். தில்லியின் மாடமாளிகையில் இருந்து குடிசை வீடுவரை இவளுக்குத்

தெரியாமல் எதுவும் நடக்காது. ஒவ்வொரு நிகழ்வு பற்றியும் பக்கம் பக்கமாக விவரிப்பாள்.

ஆனால் அதை வெறுமனே கிசுகிசு என்று ஒதுக்கிவிட முடியாது. அதைச் சொல்வதில் அத்தனை நேர்த்தியும் அழகிய பாங்கும் வெளிப்படுத்துவாள். அவள் சிரிப்பு இருக்கிறதே, அதுபோன்ற சத்தமும் தரமான முகபாவனையும் வேறெங்கும் காணாதது. இதயத்தில் இருந்து மனப்பூர்வமாய் கனிவுடன் மெல்ல இதழ் விரித்து மெலிதாகச் சிரிப்பாள். இந்தச் சத்தம் அவள் பேசும் ஒலியா, சிரிக்கும் ஒலியா என்று அருகிலிருப்பவர்கள் குழம்பிப்போவார்கள். ஒருவேளை லக்னோவின் பேகம்கள் இந்த ரகமா?

அவர்கள் எப்படியிருந்தாலும் லக்னோ பற்றி நானொரு மனச்சித்திரம் வரைந்திருந்தேன். அழகான பேகம்களும் கலைஞர்களும் சூழ்ந்திருக்கும் வண்ண நகரமாக லக்னோவை கற்பனை செய்தேன். முகலாயச் சித்திரங்களும் கலைப் பொருட்களும் மலிந்து கிடக்கும் நகரம் லக்னோ. 'லக்னோவிலும் ஹைதராபாத்திலும் அருங்காட்சியகக் கலாசாரம் நகரம் முழுக்க விரவியுள்ளது' என்பதை சரோஜினி நாயுடு என்னிடம் சொல்லவில்லை.

நான் தங்கப் போகும் வீட்டிற்கு 'டாலி பாக்' என்று பெயர். ('டாலியின் பூங்கா' என்பது அதன் பொருள்) சென்றுபோன நாட்களில் இங்கிருந்த ஓர் அழகிய ஆங்கிலேயப் பெண்மணியின் நினைவாக இந்தப் பெயர் சூட்டியிருக்கிறார்கள். தற்போது முஜீப்பின் சகோதரர் கட்டுப்பாட்டில் இருக்கிறது. ஆகையால் அவரும் என்னுடன் வந்தார். லக்னோ பயணம் மகிழ்ச்சிகரமாகத் தொடங்கியது. முஜீப்பின் துணை மதிப்புமிக்கதாய் இருந்ததோடு மனநிறைவு அளித்தது.

இந்தியாவை உள்ளபடியே புரிந்துகொண்டதற்கு நான் அவருக்குப் பெரிதும் கடமைப்பட்டுள்ளேன். மேலும் அவரைப் பார்ப்பதற்கு என் மகன்களில் ஒருவர் போல இருந்தது. ஆகையால் நான் அவரை என் ஆதர்ச இந்தியப் புதல்வனாய் தத்தெடுத்துக் கொண்டேன். முஜீப்பிற்கு லக்னோ பற்றி பெரிதாக உற்சாகம் இல்லை. 'களையிழந்த பழைய நகரம்' என்று அடிக்கடிச் சொல்வார். புதிய வாழ்வியல் முறைக்கு அகலப் பாய்ச்சல் கண்ட மற்ற இந்திய நகரங்களைக் காட்டிலும் லக்னோ பாதுகாப்பாய் பின்தங்கி இருக்கிறது என்று அவர் சொன்ன குறிப்புகள்மூலம் புரிந்துகொள்ள முடிந்தது.

●

வீட்டின் ஆன்மா அதில் வசிப்பவர்களால் உருவாகிறது. ஒருவன் வசிக்கும் வீட்டைக் காண்பித்தால், அவன் எத்தகைய மனிதன் என்று என்னால் சொல்ல முடியும். ஆகையால்தான் நான் இங்கு வசித்த ஒவ்வொரு வீடும் இந்தியக் குணாதிசயத்தைக் கண்டுபிடிக்கும் புதிராக நீண்டுகொண்டே போகிறது. வாசிப்பவர்களும் புரிந்துகொள்ளட்டுமே என்று ஒவ்வொரு வீட்டைப் பற்றியும் விரிவாக எழுதுகிறேன்.

டாலி-பாக் வசதியான இடத்தில் கட்டப்பட்டுள்ளது. ஒருபுறம் நன்கு வெட்டப்பட்டு, பசுமையாகப் பராமரிக்கப்படும் ஆங்கிலேயே புல்வெளி. மறுபுறம் சிறிய பூங்காவும், ரோஜா தோட்டமும் அமைந்திருந்தன. கட்டடங்களுக்குப் பின்னால் காய்கறி தோட்டம் இருக்கவேண்டும் என்று நான் நம்புகிறேன். கிழக்குப் புறமாக ரோஜா தோட்டத்தை எதிர்கொண்டபடி வீடு அமைந்திருந்தது.

வளைவை ஒட்டி நுழைவாயில் தொடங்கியது. கதவுக்குச் செல்லும் வழியில் கற்படிகள் இருந்தன. சௌகரியமான அறைகலன்களோடு நல்ல விஸ்தாரமான வரவேற்பறை எங்களை வரவேற்றது. சிறிய திரை கொண்டு உணவறையைத் தடுத்திருந்தார்கள். பல்வேறு குடும்பங்களைச் சார்ந்த அனைத்து வயதினரும் இணக்கமாக இன்புற்று வாழும் சுழலை அங்கு ஒருவரால் எளிதில் கிரகிக்க முடியும்.

அங்கு வசிப்பவர்கள் தங்கள் வசதிக்கு ஏற்ப அறைகலன்களை எங்கு வேண்டுமானாலும் பெயர்த்து மாற்றி அமைக்கலாம். அதற்கு முழு சுதந்திரம் இருந்தது. வரவேற்பறையின் மருங்கில் வராண்டா செல்லும் வழி அமைந்திருந்தது.

இடப்புறத்தில் எழுப்பியிருந்த சுழற்படிக்கட்டு மசூதியின் ஸ்தூபி போல் இருந்தது. அது மூன்றாவது மாடிக்குச் செல்லும் வழி. அதுவே இறுதி தளம். நான் தங்கப் போகும் அறை அங்குதான் இருந்தது. கொஞ்சம் முன்னேறி சென்றால் வெட்ட வெளியில் மாடித் தோட்டம் ஒன்று உண்டு. அங்கிருந்து பார்த்தால் ரோஜா தோட்டம் நன்றாகத் தெரியும். மாடித் தோட்டம் எனக்கு மிகுதியாகப் பிடித்திருந்தது. அங்கு இலாவண்யமாக உட்கார்ந்து லக்னோ பற்றிக் கிசுகிசுக்கலாம். லக்னோ கவர்ச்சியான பார்வையைப் பறிக்கும் பேகம்கள் நிறைந்த நகரம் மட்டுமல்ல, தோட்டங்களும் பூங்காக்களும் நிறைந்த ரம்மியமான பசுமை நகரம்.

வீட்டைச் சுற்றி அங்கு வசிப்பவர்களிடம் நன்றாகப் பழகினால், 'மேற்கத்தியவர்கள் இந்த வீட்டிற்கு வெகு காலத்திற்கு முன்பே வந்திருக்க வேண்டும்' என்று எல்லோரும் சொல்வார்கள். 'இங்குப் பின்பற்றப்படும் பழக்கவழக்கம் கடன்வாங்கப்பட்டது கிடையாது. தேவையற்ற அறைகலன்களால் அர்த்தமற்ற இடமடைப்பு ஏற்படுவதில்லை. கிழக்கத்தியர்களோடு ஒன்றுசேர்ந்து அவர்களுள் ஒருவராக மாறிவிட்டனர்.'

மூன்று தலைமுறைகளைச் சார்ந்த ஐம்பது பேராவது குறைந்தது அவ்வீட்டில் வசித்தார்கள். அதன் உரிமையாளர் திரு. வாசிம், முஜீப்பின் மூத்தச் சகோதரர். தன் சகோதரி ஷக்கீராவோடு ஒரு விஷயத்தில் இவர் ஒத்துப்போவார். சுற்றியுள்ள மனிதர்கள்மீது அதே அளவு அக்கறை உள்ளவர். நம்மை ஆச்சரியப்படுத்தவும் ஆச்சரியமூட்டவும் மெனக்கெடுபவர். இவரிடமும் அதே விஷமத்தனமான சிரிப்புச் சத்தம் இருந்தது.

இவர் ஒரு தலைசிறந்த வக்கீலாக, புகழ்பெற்ற வியாபாரியாக இருந்தாலும் தன் தனிப்பட்ட வாழ்க்கையில் ஒரு குழந்தையைப் போல் எளிமையாகவும் மென்மையாகவும் நடந்துகொண்டார். அவரின் நடத்தையும் குரலின் தொனியும் இதனை அப்பட்ட மாக்குகின்றன. தன் வயதொத்த நபரோடு பேசிச் சிரிப்பதுபோல், மிகுந்த கரிசனையோடு இவரிடம் இளைஞர்கள் பழகுகின்றனர்.

இவரின் தந்தை இதே வீட்டில் வசித்து வருகிறார். அவர் பழந்தலைமுறையைச் சார்ந்தவர். தன் குடும்பத் தலைவர் பொறுப்பை வாசிமிடம் ஒப்புடைத்துவிட்டதால், இனி வாசிம்தான் தலைவர். இனக்குழு போல் இயங்கிவரும் குடும்பத்தில் வாசிமை தலைவர் என்று சொல்வது, குடும்ப அடுக்கில் அவரின் தரமதிப்பைச் சொல்கிறது. மற்றபடி வீட்டிற்கும் வாசிமிற்கும் இல்லத்தரசியான பேகம் வாசிம் அவர்களும் அவ்வீட்டில் இருந்தார்.

முஜீப் மூலம் அவர் தந்தையை நன்றாகத் தெரிந்துகொண்டேன். தன் தந்தை மீது அர்ப்பணிப்போடு இருந்த முஜீப், அடிக்கடி அவரைப் பற்றிச் சொல்வார். தள்ளாத வயதில் பார்வைக் குறைபாடும் மூப்பும் ஏறிக்கொண்டே செல்லும் சூழலில் கூட இளம் இந்தியா பிறப்பது பற்றி அவரின் தீராத ஆசை ஆச்சரியமூட்டியது.

இந்தியா பற்றிய விஷயங்களில் உணர்ச்சி கூடியவராக நடந்துகொண்டார். ஓர் இளம் தேச பக்தனைப் போல், எதிர்கால இந்தியா மீது நம்பிக்கை வைத்திருந்தார். கேத்தரின் மாயோ எழுதிய

இந்தியா பற்றிய புத்தகத்தை வாசித்துவிட்டு கிளர்ச்சி அடைந்தவர், மாற்றத்திற்கான தேவையை முழுமையாகப் புரிந்து கொண்டிருக்கிறார்.

அவர் அறையை விட்டுச் சாமானியமாக வெளியே வர மாட்டார். ஆனால் அப்படியிருந்தும் தன் குடும்பப் புகைப்படத்தில் பெருந்தன்மையோடு என்னையும் சேர்த்துக் கொண்டார். நாற்பது வருடங்களுக்கு முந்தி இருந்த, உயர் தரத் துருக்கிக் குடும்பத்தின் படித்த இளைஞனுக்கான மிடுக்கை அவரிடம் கண்டேன். அவர் பலகீனமானவர். சுத்தமான ஐரோப்பிய ஆடைகளும் சிகப்பு நிற குல்லாவும் அணிந்திருந்தார். நேர்த்தியாகவும் சீராகவும் இருந்த அவர், கிழக்கு மற்றும் மேற்குலகின் கணவான்களைப் போல் கண்ணியத்துடன் இருந்தார்.

கால மாற்றத்தின் விளைவுகளை அவர் புரிந்து ஏற்றுக்கொண்டது எனக்குப் பெருவியப்பாக இருந்தது. அதன் கசப்பான முடிவுகளை வெறுத்தொதுக்காமல் உள்வாங்கிக் கொண்டார். ஆனால் அது காலவெளியின் மலிவான வெளிப்பாடாகவோ, அவரின் நயப்பு போதாமையாகவோ தெரியவில்லை.

அவருக்கு வழங்கப்படும் உயர்ந்த உபச்சாரங்களுக்கு அவரின் வயது மட்டுமே காரணமல்ல. பொதுவாக வயதைக் காரணம் காட்டி மரியாதை தருவது கிழக்கின் வாடிக்கையாக இருந்தாலும், இந்த விஷயத்தில் அவரின் குணாதிசயமும், எதிர்வரும் நிகழ்வை தீர்மானிக்கும் திறனும் முக்கியத்துவம் பெறுகின்றன. திரு. வாசிம் பொதுவெளியில் கட்டித் தழுவ பயங்கொள்ளும் ஒரே மனிதர் இவர்தான்.

பேகம் வாசிமின் அம்மா, அந்த முதியவரின் சகோதரி ஆவார். இங்கிருக்கும் ஒவ்வொருவரும் மற்றொருவர்க்கு மாமன் மகள், சித்தப்பா மகள், தங்கை, அக்கா, அண்ணன், தம்பி, மாமா, அத்தை என்று ஏதோவொரு வகையில் உறவுமுறை ஆனார்கள். பேகம் வாசிமின் அம்மாவும் அவர் தலைமுறையைச் சார்ந்தவர். ஆனால் அவர் காலத்தைச் சார்ந்தவர் அல்ல. தன் வாழ்நாள் முழுக்க ஒரு பதினைந்து வயது பெண்ணாகத்தான் அவரால் வாழ முடியும்.

மெலிந்த மூங்கில் போன்ற உருவம். வெடுக்கு வெடுக்கென்று விரைந்து நடந்து, தன் பேத்திகளைப் போல் சமர்த்தாக விரைந்து பதிலிறுப்பார். தளர்ந்த வெள்ளைக் கால்சட்டைகளை அணிவது அவரின் வழக்கமாக இருந்தது. அதற்கு இணையாக வெள்ளை நிற கெமிஸூம் வெளிர் நிறத் துணியால் முக்காடும் அணிந்து

கொள்வார். முக்காட்டில் இருந்து சாம்பல் நிற முடிகள் காற்றில் அசையும்.

அவர் முகம் சிறியது. கொஞ்சம் அகலமான நெற்றி. மென்மையான கன்னங்கள். முகம் முழுதும் சுருக்கம் விழுந்திருந்தாலும் தாடையிலும் கன்னத்திலும் இளமைப் பளிச்சிட்டு விளையாட்டாக மூக்கைச் சுருக்கும் குட்டிப் பெண்போலத் தோன்ற வைக்கிறது. நல்ல பிரகாசமான காப்பிக் கொட்டை நிற கண்கள். வீட்டின் ஒரு மூலையிலிருந்து மறுமூலைக்கு மாறி மாறி ஓடும் சுபாவம் உடையவர். உற்சாகத்தோடு பார்ப்பவர்களுக்குப் பரவசமூட்டும் படி நடந்துகொள்வார். இளைஞர்களும் முதியவர்களும் அவர் பின்னால் சென்று ஆரத் தழுவுவார்கள். மனங் கவரும் குழந்தையைப் பார்த்து புன்னகை உதிர்ப்பது போன்றாவது நாம் இவரிடம் சிரிப்பைப் பரிமாறியிருப்போம்.

'அம்மா, கவ்வாலி இன்றைக்கு எங்கே?' என்று நேரம் கிடைக்கும் போதெல்லாம் அவரின் மருமகன் அந்தச் சிறிய முகத்தை அழுத்திப் பிடித்து, கைகளில் முத்தமிட்டுக் கேட்பார். கவ்வாலி என்பது இசைக் கலைஞர்களால் வாசிக்கப்படும் இஸ்லாமிய இசை வகை. அதை அவர் ஆத்மார்த்தமாக விரும்பினார். அவரின் ரத்தத்திலேயே இசை ஊறியுள்ளது. அவர் நடந்து செல்லும் அழகிலிருந்தே இதைக் கண்டுபிடித்துவிடலாம். அவர் எந்தவொரு இசைக் கூட்டத்தையும் தவறவிட்டதில்லை என்று சிலர் சொன்னார்கள்.

அடுத்த தலைமுறையில் இதுவரை பார்த்த இரண்டு முதியவர்களின் நேரடி வாரிசுகள் இருந்தன. பேகம் வாசிம் மற்றும் அவரது கணவர். வாசிமின் சகோதரன் மற்றும் அவரது தங்கை. பேகம் வாசிம் ஒரு குறிப்பிடத்தகுந்த ஆளுமையாக இருந்தாலும் கூட, அவளின் சகோதரர்களையும் நாம் கணக்கில் எடுத்துக் கொள்ள வேண்டும். இளமைப் பீடித்த பேகம் வாசிமிடம் இருந்துதான் அவள் சகோதரர்களின் ஆளுமைத் தன்மையும் தேர்ந்த திறமைகளும் உருப்பெற்றிருக்க வேண்டும்.

முதலில் பேகம் வாசிம் பற்றிப் பார்ப்போம். அந்த மகிழ்ச்சியான குடும்பத்தில் பேகம் வாசிம் மற்றும் அவரது மாமனார் மட்டுமே முதிர்ச்சிப் பெற்றவர்களாக எனக்குத் தோன்றியது. குடும்ப விஷயங்களைப் பொறுப்பாகக் கையாண்டு, அதனை வழிநடத்துவதற்கு ஏற்ற உந்துசக்தியை பேகம் வாசிம் வழங்கினார். உடல் நலத்தில் நலிந்து போயிருந்தாலும் குடும்பப் பொறுப்புகளையும் சமூகப் பணிகளையும் தவறாமல் செய்து வந்தார்.

குடும்ப உறுப்பினர்கள்மீது இவருக்கு அளவு கடந்த அன்பு இருந்தது. யாரும் பார்க்காத சமயத்தில் ரகசியமாக அவர்களை நோக்கி மெலிதாகச் சிரிப்பார். வேலையாட்கள் அதிகமாக இருந்தால், அவர்களைக் கட்டிக்காத்து வேலைவாங்குவது லேசுபட்ட காரியம் அல்ல. ஆனால் பேகம் வாசிம் போற்றத்தக்க வழியில் நிர்வாகம் செய்தார். நேரத்திற்கு உணவு பரிமாறினார். சிறந்த முறையில் எல்லோரையும் நன்றாகக் கவனித்துக் கொண்டார். பேகம் வாசிமின் வீட்டுப் பராமரிப்பு நேர்த்தியில் ஒரு கலை நயம் குடியிருந்தது. இத்தனை தன்முனைப்பான ஒரு பெண்ணை எங்கும் பார்க்க முடியாது.

பேகம் வாசிம் அபாரமான அழகு. உயரமான, பருமன் இல்லாத உடல். சிரித்த முகம். எப்போதும் பிரமாதமான ஆடைகள் உடுத்துவார். இவருக்கு ஆறு குழந்தைகள். பெரும்பாலும் ஆண்கள். எல்லோர் மீதும் ஆத்மார்த்தமாக அன்புச் செலுத்தி, போற்றத்தக்க வழியில் வளர்த்து, உயர்வதை மெச்சு ரசிப்பதைத் தாண்டி இவர் தனியாகச் செய்ய வேண்டி எதுவும் பாக்கி இல்லை.

தன் சொந்தக் குழந்தைகளைத் தாண்டி அண்ணன் மகன், தங்கை மகள், நண்பர்கள் என்று அவருடைய பராமரிப்பின்கீழ் பல குழந்தைகள் இவ்வீட்டில் பெரும்பாலான நேரத்தை செலவு செய்தனர். இதுபோன்ற நட்புணர்வு கூடிய மரியாதை கலந்த தாய் - சேய் பாசத்தை கிழக்கில் மிகக் குறைவாகவே நான் பார்த்திருக்கிறேன்.

விருந்து உபசரிப்பில் இவர் துளியும் தவறவில்லை. மதிய நேரத்தில் பெரும்பாலும் இவர் வரவேற்பறையில் கூட்டம் நிறைந்திருக்கும். மாலை நேரங்களில் சமூகத்தின் உயர் மட்ட விருந்தினர்கள் அந்த அறையில் குழுமியிருப்பார்கள். பேகம் வாசிம் மிகச் சரளமாக ஆங்கிலம் பேசுவார். பர்தா அணிந்த ஒரு பெண்மணியால் விருந்தினர்களோடு இத்தனை நயமாக உரையாடலை எவ்வாறு உருவாக்க முடிகிறது என்றும், அவர்களை இத்தனை இலகுவாக எங்ஙனம் கையாள முடிகிறது என்றும் ஆச்சரியம் தொற்றிக் கொள்ளும்.

இவர் சகோதரர்களுள் ஒருவர் முகலாய பாணி வரைகலையில் தரமான ஓவியராக உள்ளார். புறநகர் பகுதியில் வசீகரமான பழங்கால வீட்டில் அவர் வாழ்ந்து வருகிறார். ஆனால் பேகம் வாசிமின் விருந்தினராக அடிக்கடி இங்கு வருவதுண்டு. அவர் அதிகம் பேசமாட்டார். ஆனால் வரைந்த ஓவியங்களைப்

பார்த்தாலே, அவர் திறமை மீது சந்தேகம் வராது. 'கவ்வாலி' இசைக் கூட்ட ஓவியம் அவர் தலைச்சிறந்த படைப்பு என்றாலும் இன்னும் அது முற்றுப்பெறவில்லை. இசைக்கலைஞர் மற்றும் பாடகர்களின் கூட்டம் அதில் நேர்த்தியாக விவரிக்கப்பட்டிருக்கும். தன் அம்மா விரும்பும் அதே இசைப் படைப்பை இவரும் கற்பனைத் தீட்டி வரைந்திருப்பதில் ஆச்சரியம் இல்லை.

பேகமின் மற்றொரு சகோதரர் ஹாலிக் ஜமான். இந்திய செம்பிறைச் சங்கத்தின் இளம் உறுப்பினராக துருக்கி வந்தபோதே, அவரை எனக்கு நன்குத் தெரியும். கிலாபத் மற்றும் தேசிய இயக்கங்களில் முக்கியப் பங்கு வகித்துள்ளார். இன்னும் அரசியல் எதிர்காலம் உள்ள ஒரு மனிதராய் நான் அவரைப் பார்க்கிறேன். அதற்கேற்ற மனமும் குணமும் உள்ள நபர்.

அடுத்ததாக இளம் சகோதரர் டாக்டர் சலீம் ?ஜமான். இவர் ஷக்கீராவின் கணவர். தில்லியில் வசித்து வரும் இவர், தலைசிறந்த மருத்துவ நிபுணர் என்று எனக்குச் சொன்னார்கள். ஆனால் அதைத்தாண்டி இவரிடம் இயற்கையாக அமைந்துள்ள நவீன ஓவியத்திறன் என்னைப் பெரிதும் ஆச்சரியப்படுத்தியது.

ஒவ்வொரு முறையும் தில்லியில் உள்ள இவர் வீட்டுக்கு நான் செல்லும்போது, பங்களா சுவற்றில் அழகு சேர்க்கும் இவர் ஓவியங்களைக் கண்டு மெய்சிலிர்த்துப் போயிருக்கிறேன். ஒவ்வொன்றும் தன் அண்ணனின் ஓவியங்களில் இருந்து பெரிதும் மாறுபட்டது. தன் சமகாலத்தவர்களைப் போல், எப்போதும் அமைதியின்றி அதிருப்தியோடு இருந்தார்.

உலகத்தையே சூழ்ந்திருக்கும் குழப்பமூட்டும் முரண்பாடான பிரச்சனைகளின் வலிமிகுந்த காரணிகளை இவரின் படைப்புகள் ஒருவருக்கு உணர்த்துகின்றன. இவர் வரையும் ஓவியங்களில் பெண்களின் வாய்கள் துன்பத்தாலும் அவநம்பிக்கையாலும் சிதைந்துபோய் கோணலாக உள்ளன. பார்வை தெரியாத பிச்சைக்காரனின் ஓவியம் ஒன்று இருந்தது.

அதில் பார்வை தெரியாத வேதனையும், தடியால் பாதை தேடும் அவஸ்தையும் இக்கால இளைஞர் சமுதாயத்தின் அசலான பிரதிபலிப்பாய் தெரிந்தது. ஆனால் இவர் வரைந்த தன் அம்மாவின் ஓவியம்தான் இவரின் தலைசிறந்த படைப்பு. குழப்பமானக் காலக்கட்டத்தில் இளைஞனின் தொல்லை தரும் உபாயங்களைத் தாண்டி, பரவசமான ஒளியூட்டும் கலைப் படைப்பாக மின்னுகிறது.

மூன்றாம் தலைமுறையில் பேகம் வாசிமின் மகள்களும், சகோதரர் குழந்தைகளும், இளம் சிறுவர்களும் இருந்தார்கள். அடிக்கடி என் அறைக்கு வந்து உதவி வேண்டுமா என்று கேட்பார்கள். சில நேரங்களில் வெறுமனே வந்து எதாவது பேசிப் போவார்கள். அவர்கள் எப்போதும் பளிச்சிடும் நிறத்திலான கால்சட்டைகளும் மேல் அங்கிகளும் அணிவது வழக்கம். பூ வேலைப்பாடுகள் நிறைந்த, மெலிதான முக்காடுகளை தலையில் அணிந்திருந்தனர். அவர்கள் முக்காட்டின் நுனியும், ஜடையின் நுனியும் ஒன்றுபோல திரண்டு காற்றில் அங்குமிங்கும் பறப்பது இளமையின் அழகைச் சிறப்பாகப் பிரதிபலித்தது.

நான் தங்கியிருக்கும் குடும்பத்தின் இயல்பு இதுதான். இல்லத்தை அலங்கரிக்கும் லக்னோவின் பேகம்களைத் தாண்டி, விருந்தினராக கலந்து கொண்ட மேலும் சிலரைக் கூட்டங்களில் சந்தித்தேன்.

பெருந்திரள் கூட்டத்தில் ஒவ்வொருவரின் தனித்தியங்கும் நயத்தையும் நன்றாகக் கவனிக்க முடிந்தது. பேகம் வாசிமின் புல்வெளி பூங்காவில் பெரிய அளவிலான தேநீர் விருந்து ஒன்று ஏற்பாடு செய்திருந்தனர். சில நூறுபேர் தேநீர் சுவைத்துக் கொண்டே அங்குமிங்கும் நடந்தார்கள். பிறிதொரு சங்கம் நடத்திய மற்றொரு தேநீர் விருந்தில் இளம் பெண்கள் மேடையில் ஆடுவதை ரசித்துக் கொண்டே தேநீர் குடித்தனர்.

இன்னொரு கூட்டத்தில் பெண்கள் முன்னதாக நான் பேசவேண்டி இருந்தது. அது ஒரு பழைய அரண்மனை. அந்த விசாலமான அறை முழுக்க வெளிச்சம் பரவியிருந்தது. ஒருவர் பின் ஒருவராகப் பலநூறு நிறத்திலான ஆடைகளில் அணிவகுத்து அமர்ந்திருந்தனர். ஒவ்வொரு ஆடையிலும் தங்கம் மற்றும் வெள்ளி நிறத்திலான பூ வேலைப்பாடுகள் நிரம்பியிருந்தன.

கறுப்பு வெள்ளை நிறத்தில் ஆடை அணிந்திருந்த பெண்ணொருத்தி, தரையில் மெத்தையிட்டு அமர்ந்து சித்தார் வாசித்தாள். மஹ்மூதாபாத் ராஜாவின் அம்மாவைக் காண்பதற்காக பின்னர் நான் அழைத்துச் செல்லப்பட்டேன். திருவாளர் வாசிமின் நெருங்கிய நண்பர்களுள் மஹ்மூதாபாத் ராஜாவும் ஒருவர். வீட்டைவிட்டு வெளியேறாத தன் அம்மாவை என்னால் நேரில் சென்று பார்க்க முடியுமா என்று, உணவு உண்ணும்போதே அவர் என்னிடம் கேட்டிருந்தார்.

பேகம் வாசிமும் நானும் அங்கிருந்து அவரைக் காணச் சென்றோம். மற்றொரு அழகான பெரும் அரண்மனையில் அந்த வயது முதிர்ந்த

பெண்மணி வாழ்ந்து வந்தார். அவரின் மருமகள்களும் பணிப்பெண்களும் அற்புதமான அலங்கார விளக்கொளியின் வெளிச்சத்தில் எங்களுக்கு தேநீர் கொண்டுவர முன்னும் பின்னும் பாய்ந்தார்கள்.

தங்கள் கணவன்மார்களைக் கண்டதும் விரைந்து வெளியேறினார்கள். இல்லையென்றால் இவர்கள் வெளியேறியதும் அவர்கள் வந்தார்கள் என்று சொல்லலாம். அம்மாவின் முன்னிலையில் மனைவியைப் பார்க்கக்கூடாது என்பது இவர்களின் பழங்கால வழக்கம். பேகம் வாசிமின் வீட்டிலிருந்து அந்நியமான இந்த அரண்மனைக்குச் சென்றது கிழக்கு மேற்கு பற்றி கிளர்ச்சியூட்டும் குழப்பத்தை ஏற்படுத்தியது. கல்வியறிவு நிறைந்த பேகம்களாலும் கிழக்கின் விசித்திரக் கதைகளாலும் லக்னோ வித்தியாசமாக இருந்தது. ஆனால் அதுமட்டுமே லக்னோ அல்ல.

மகளிர் கல்லூரியும் பெண்கள் பள்ளிக்கூடமும் இருந்தன. நான் பேசுவதற்காக அழைக்கப்பட்ட இடமும் தொழில்முறைப் பெண்கள் நிறைந்த ஒரு சபை. அவர்கள் அமர்ந்த விதமும் எனக்கு நன்கு நினைவிருக்கிறது. ஒரு பேகம், ஒரு ஸ்ரீமதி. (இஸ்லாத்தில் பேகம் என்பதுபோல் இந்து மதத்தில் ஸ்ரீமதி) எளிமையாக வேலைக்குச் செல்லும் விதத்தில் ஆடையுடுத்தி, சிந்தனையால் புருவங்களைச் சுருக்கி, கூட்டம் முடிந்ததும் அலுவலகம் செல்லத் தயாராக இருந்தனர்.

அவ்வகைப்பட்ட பெண்களோடு ஸ்ரீமதி லக்ஷ்மி மேனனின் சிநேகத்தால் தொடர்பு உண்டானது. நெற்றியில் சிகப்பு நிறக் குறிகொண்ட சாதாரண இளம் இந்து பெண்மணி அவர். நவீன வாழ்க்கையைப் பின்பற்றுவது குறித்த கொந்தளிப்பில் இருந்தாலும், சமூகச் சேவை, தொழில்முறை செயல்பாடுகளைத் தாண்டி கவர்ச்சியான பெண்பால் தன்மையைக் கொண்டிருந்தார். அழகான பேகம்களுக்கு எந்த வகையிலும் குறைபட்டவர் அல்ல.

மகளிர் கூட்டத்தின் முகப்பிற்குப் பின்னால், நகராட்சி அரங்கத்தில் ஆண்களும் குழுமியிருந்தனர். லக்னோ களையிழந்த பழைய நகரம் என்று முஜீப் சொன்னதைத் தவறென்று உறுதிப்படுத்திக் கொண்டேன். புதிய வாழ்வியலுக்குப் பாயும் துடிப்பு மிகுந்த சிக்கல், இந்தியாவின் மற்ற நகரங்களில் உள்ளதுபோல் இங்கும் சாதாரணமாக உள்ளது.

●

கடியாவைச் சேர்ந்த மரியாதைக்குரிய ஷேக் முஷீர் ஹுசைன் கிட்வாய், லக்னோவில் புகழ்பெற்ற மனிதர். அவரைப் பற்றி நிச்சயம் சொல்லியாக வேண்டும். அவரைப் போலவே லக்னோவில் இருந்து இந்தியாவிற்கு முக்கியத்துவம் பெற்றுத்தரும் பல நபர்கள் இருக்கிறார்கள். இருந்தாலும் நேற்று, இன்று, நாளை என பல வழியிலும் இஸ்லாமியர்களின் மேம்பட்ட வடிவமாக அவர் திகழ்கிறார்.

இந்திய வாழ்க்கையின் பல வகைப்பட்ட கோணங்களுக்கும் அம்சங்களுக்கும் பிரதிநிதியாக அவரைப் பார்க்கலாம். இந்தியாவின் பலதரப்பட்ட பார்வைகளை அவர்மூலம் தெரிந்து கொள்ளலாம்.

ஷேக்கிற்கு அறுபது வயது. நல்ல உயரம், வலுவான தோற்றம். அவரின் பிரகாசமான பார்வையைப் பறிக்கும் கண்கள், நரைப் பிடித்த தாடிக்குக் கொஞ்சமும் ஒத்துவராததுபோல் தோன்றும். என் நண்பர், ‘பெரிய அண்ணன்’ மவுலானா ஷௌகத் அலிபோலத்தான் ஆடை உடுத்துவார். ஆகவே வெளியிருந்து பார்த்தால் அவரை ஓர் அனைத்துமட்ட இஸ்லாமியர் என்று சொல்லிவிடலாம்.

துருக்கியர், அராபியர், பெர்சியர், ஆப்கானியர் உட்பட இஸ்லாமியர்கள் அனைவரும் தன் சொந்த நாட்டுக்காரனைப் போல் இவரின் ஒவ்வொரு செயல்பாடுகளையும் உன்னிப்பாக கவனித்து வந்தனர். இவரும் அவர்களுக்குச் சரிசமமாக வேலைசெய்து உதவியிருக்கிறார். துருக்கி ஆபத்தில் இருந்தபோது அதன் நலத்திற்காக அவர் என்ன செய்தார் என்பதை நாம் இங்கே விட்டுவிடுவோம். தன் நாட்டில் கிலாபத் இயக்கத்திற்கு தடை விதித்தபோதும், அதில் சுறுசுறுப்பாக இயங்கிக் கொண்டிருந்தார் என்று சொல்வதே இங்கு போதுமானது என்று நினைக்கிறேன்.

இந்தியாவில் ஷேக் என்ற பெயர் அனைத்துமட்ட அரசியல் அமைப்புக்களிலும் தட்டுப்படும் அளவுக்கு அவர் புகழ் ஓங்கியிருந்தது. அவர் எந்தக் கட்சியையும் சார்ந்தவர் அல்ல. ஆனால் எல்லாக் கட்சியின் கொள்கையிலும் ஈடுபாடு உள்ளவர். அவரை ஒரு தேசியவாதி என்றும் சொல்லலாம். ஆனால் ஏற்கனவே கூறியது போல், தேசியவாதத்திற்காக ஒருபோதும் வகுப்புவாதத் தேவைகளை விட்டுக்கொடுக்க மாட்டார்.

இந்திய விடுதலைக்காக இந்துக்களோடு ஒன்றுசேர்ந்து ஒத்துழைப்பு நல்கியுள்ளார். ஒத்துழையாமை இயக்கம் சூடுபிடித்த காலக்கட்டத்தில் இந்துக்களுக்கு உறுதுணையாக இருந்தார்.

வக்கீல் உத்தியோகத்தை விட்டு வெளியேற வேண்டும் என்று கேட்டுக் கொண்டதற்கு இணங்க நீதித் துறை வேலையைத் தூக்கி எறிந்தார். இதை வைத்துப் பார்த்தால் ஒத்துழையாமை இயக்கம் நீடித்தவரை மகாத்மா காந்தியின் அணுக்கமான தொண்டராக இருந்தார் என்று உறுதி செய்யலாம்.

ஆனால் ஒத்துழையாமை இயக்கத்தைக் கலைத்து, அரசியல் இயக்கம் நடத்தும் அளவுக்கு இந்தியா இன்னும் தயாராகவில்லை என்ற மகாத்மாவின் பேச்சைக் கேட்ட ஷேக் அவர்கள், காந்தியின் அகிம்சைப் பாதையைப் பலமாக விமர்சித்தார். ஆனால் மகாத்மா காந்தியை பற்றியொழுகாமல் எதிர்த்த காலத்திலும் அவரைப் பாராட்டி இருக்கிறார்.

'ஒத்துழையாமை இயக்கத்திற்கு முன்புவரை பெருந்திரளான மக்கள் போராட்டம் ஏற்பட்டதில்லை...' என்று சொன்னதோடு, முதல்முறையாக பாட்டாளிகளின் குடிசைவரை தேசியவாத உணர்ச்சி சென்றடைந்ததற்கு மகாத்மாவிற்கு நன்றி நவின்றார்.

ஆனால் சமூக, பொருளாதார, கல்விப் பிரச்சினைகள் ஓயும்வரை இந்தியர்கள் தங்கள் சுதந்திரப் போராட்டத்தைத் தாமதிக்கக் கூடாது என்பதுதான் ஷேக்கின் கருத்தாக இருந்தது. சுயராஜ்யமே அஸ்திவாரமாக இருக்கும். அதுவொன்று கிடைத்துவிட்டால் மற்றெல்லாம் தானாகப் பின்வரும் என்று அவர் நம்பினார்.

இந்தப் புள்ளி கவனத்திற்குரியது. மக்களை ஓர் அரசியல் வெகுஜன இயக்கத்திற்குள் தள்ளுவதற்கு முன் தார்மிக, சமூக மற்றும் பொருளாதாரத் துறைகளில் அறிவு புகட்டி, 'மனநிலை மாற்றும்' மகாத்மா காந்தியின் தற்போதைய நிலைக்கு, முன்சொன்ன சமாச்சாரம் முற்றிலும் முரணாகத் தெரிகிறது.

ஹஸ்ரத் மொகானியுடன் கூட்டுச் சேர்ந்து கொண்டு, அனைத்திந்திய வகுப்புவாதமற்ற சுதேசிய கட்சியை ஷேக் தொடங்கினார். இந்தியாவில் சமூகம் மற்றும் மதம் சார்ந்த பார்வையிலிருந்து வேறுபட்ட அரசியல் உணர்வை உருவாக்குவதே இதன் நோக்கம். பொருளாதாரத்தின் வழியாக சுதந்திரம் அடையலாம் என்று அவர் முன்மொழிந்தார். உழைப்பால் மட்டுமே இந்தியாவைச் சுதந்திரப் பாதைக்கு அழைத்துச் செல்ல முடியும் என்று நம்பினார்.

'இந்தியாவின் அறிவார்ந்த மக்கள் எல்லோரும் மில்டன், ஷேக்ஸ்பியர் என்று கவிஞர்களைக் கொண்டாடி தலையில்

ஏற்றியதற்குப் பதில் செயல்முறை அறிவியலைக் கற்றுக் கொண்டிருந்தால், கடந்த முப்பது - நாற்பது வருடங்களில் இந்தியாவின் தொழிற்சாலைகளை முன்னேற்றப் பாதையில் அழைத்துச் சென்றிருக்கலாம். அந்தக் காலக்கட்டத்திற்குள் சுய பிரக்ஞை தோன்றி, மக்கள் சுய இராஜ்யத்திற்காகப் போராடத் தொடங்கியிருப்பார்கள்...'

ஷேக்கின் இந்தப் பார்வைதான் அவரை வலிமையான சுதேசியாக அடையாளப்படுத்தியது. தேசிய தொழிற்சாலைகளிலும், குடிசைத் தொழில்களிலும் நம்பிக்கை கொண்டிருந்தார். ஆகவே அந்நியப் பொருட்களை எதிர்ப்பவர்களுள் ஷேக்கின் முக்கியத்துவத்தை நாம் புரிந்துகொள்ளலாம். கூடவே தொழிற்சாலைகளைத் தேசிய மாக்கும் மகாத்மா காந்தியின் திட்டத்திற்கு ஆதரவளித்தார்.

மகாத்மா காந்தியோடு கொள்கை அளவில் ஒத்துப்போனாலும், அதை நடைமுறைப்படுத்தும் விதத்தில் பெருமளவு வேறுபட்டார். காந்தி இயந்திரங்களுக்கு எதிரானவர். கைவினைப் பொருட் களுக்கே முக்கியத்துவம் அளித்தார். ஆனால் ஷேக் இயந்திரங் களிலும் தொழிற்சாலைகளிலும் நம்பிக்கைக் கொண்டவர். இந்தியாவின் உள்நாட்டுப் பொருளாதாரக் கொள்கையில் நாம் கவனம் கொள்ள வேண்டிய மற்றொரு முக்கிய புள்ளி இது.

எந்தவொரு தொழிலும் வீட்டிலிருந்து மேற்கொள்வதாக இருக்கவேண்டும் என்பதை இரு தரப்பினரும் ஏற்றுக் கொள்கின்றனர். ஆனால் அது கைவினைத் தொழிலாக கிராமத்திலேயே முடங்கிவிட வேண்டுமா, அல்லது ஜப்பானைப் போல் இயந்திரங்களால் உருவெடுத்து தொழிற்சாலை வரை சென்றடைய வேண்டுமா என்பதில்தான் இருவேறு கருத்துகள் நிலவுகின்றன.

ஷேக்கைப் பொறுத்தவரை மற்றொரு முரண்பாடான வியூகம் என்னவென்றால், அவர் ஒரு தீவிரமான சோசலிஸ்ட். ஆனால் அவர் விரும்பும் சோஷலிசம் இஸ்லாம் சார்ந்தது. 'இஸ்லாமும் சோஷலிசமும்' என்ற தன் புத்தகத்தில் அவர் குறிப்பிடும் மையமான கருத்து பின்வருமாறு:

'முஸ்லிம்களாகிய எங்களுக்கு சோஷலிசம் என்பது உலகளாவிய நல்வாழ்வுக்கும் செழிப்பைப் பாதுகாப்பதற்கும் பரந்த நோக்கத்துடன் கட்டியெழுப்பப்பட்ட ஒழுங்கமைவு கொண்ட, தொடர்ச்சியான ஒத்துழைப்பைக் குறிக்கும் இணக்கமான கொள்கை.'

திருவாளர் வாசிமிடம் கணிசமான நிலம் இருந்தது. ஆனால் அதிலிருந்து கடுகளவும் இலாபமில்லை என்று அவர் சொல்லியிருந்தார். ஊருக்கு நடுவே சொத்து பத்தும், செழிப்பான வக்கீல் உத்தியோகமும் இல்லையென்றால் அவரின் குடும்பம் வறுமையால் மடிந்துபோயிருக்கும். நில உரிமையாளருக்கு பூமியால் ஏன் இலாபம் உண்டாவதில்லை என்று எனக்கு இப்போதுவரை புரியவில்லை.

லக்னோவிற்கு அருகில் இருக்கும் சில கிராமங்களைக் காண எனக்கு வாய்ப்பு அமைந்ததை நன்றியோடு நினைத்துப் பார்க்கிறேன். சுற்றுப்புறத்தில் இருந்த கிராமங்கள் எல்லாம் வறுமையிலும் வறுமைப் பீடித்த ஊர்கள் என்று எனக்கு அறிமுகப்படுத்தினார்கள். அங்கிருந்தவர்களில் பெரும்பாலானோர் இந்துக்கள்.

கிராமத்திற்குள் நுழைந்ததும் நான் காண விரும்பும் வீட்டைத் தேர்வு செய்யும்படி பேகம் வாசிம் சொன்னார். நுழைவாயிலில் இருந்த ஒரு சிறிய குடிசையைச் சுட்டிக் காட்டினேன். அந்த வீட்டுக்காரர் கதவருகில் நின்றுகொண்டு, வீட்டைச் சுற்றிக்காட்டும் ஆவலில் எங்களை முகமலர்ந்து வரவேற்றார். பேகமும் அவரும் பேசிக்கொண்டிதை என்னால் புரிந்துகொள்ள முடியாமல் போனாலும், நான் பார்த்த ஆயிரக்கணக்கான நபர்களில் இவர் ஒரு குறிப்பிடத்தகுந்த மனிதர் எனத் தோன்றியது.

நொடித்துப்போன பலகீனமான உடல். சராசரி வயது. மெலிந்த தேகத்தில் இடுப்புத் துண்டைத் தவிர வேறெந்த ஆடையும் இல்லை. அவரின் மொத்த எலும்பையும் அப்படியே எண்ணிவிடலாம். முட்டியெலும்பு உடல் எடையைத் தாங்க முடியாமல் தள்ளாடியது. அவர் முகமும் சரிபாதி ஒடுங்கிப்போய் இருந்தது. கண்கள் பிதுங்கிக் கொண்டிருந்தன. இனம்புரியாத சோகமும் அயற்சியும் அவர் முகத்தில் அப்பிக்கிடந்தன.

ஒருவகையில் இது எனக்கு பழக்கப்பட்ட முகம். விதிவயப்பட்டு எல்லாம் எழுதி வைத்தார்போல் நிகழ்கிறது என நம்பும் கூட்டம் எப்படி இருக்குமென்று எனக்குத் தெரியும். தொடர்ந்து வரும் துன்பத்திற்கு என்றைக்கும் அழிவில்லை என உண்மை உணர்ந்த அக்கண்களில் அத்தனைப் பாவகரமான விரக்தியைப் பார்த்தேன்.

அவர் பேசும்போது குரல்வளை மேலும் கீழும் சென்றது. கரகரப்பும் சோர்வும் தங்கிய குரல். இதைப் புலம்பல் எனச் சொல்லமுடியாது. பிறரின் அனுதாபத்தை வென்றெடுத்து, அதன்மூலம் காசு பார்க்கும்

நிலையை அவர் எப்போதோ கடந்துவிட்டார். குரலில் ஏற்பட்டுள்ள தொய்வும், மெலிந்த உடல்வாகும் நிரந்தர ஊட்டச்சத்துக் குறைபாட்டின் அறிகுறி என்று தெரிகிறது.

வீட்டிற்குள் சிறிய முற்றம். இருள் மங்கிய மூன்று அறைகள். முற்றத்தில் ஒரு பெண்மணி கந்தல் ஆடை உடுத்தி அமர்ந்திருந்தார். இடுப்புத் துண்டோடு இரண்டு சிறுவர்கள், தந்தைக்கு மாறில்லாமல் ஒன்றுபோல் உட்கார்ந்தினர். உண்டுமுடித்த செப்புத் தட்டுக்களை மூவரும் ஒன்றுசேர்ந்து துலக்கிக் கொண்டிருந்தனர்.

உணவு என்று சொல்லக்கூடிய எவ்விதப் பண்டத்தையும் ஆண்டுக் கணக்காக இக்குடும்பத்தினர் பார்த்ததில்லையோ என்று எனக்குத் தோன்றியது. வறுமை ஓடிய அந்த முகங்களில், சோகம் வழிந்தது. பசி என்கிற உணர்ச்சியைக்கூட இழந்துவிட்டனர். தொடர்ச்சியாக அரை வயிறுக்கு உண்டால் இத்தகைய கோளாறு ஏற்படுவது சாதாரணம். அவர்கள் வாழ்வையே சிதைத்துவிடும். எதிர்வரும் செயல்பாடுகளையும் எதிர்வினைகளையும் மந்தமாக்கும்.

இந்தக் குடும்பத்திற்குச் சொந்தமான ஒரே பண்டம், இரண்டு செப்புத் தட்டுகள் மட்டுந்தான். அறை என்று சொல்லப்பட்ட திரைகளுக்குள் நுழைந்து பார்த்தேன். சாளரமோ, தரையோ இல்லை. வீட்டுச் சாமான்கள் ஒன்றையும் காணோம். படுப்பதற்கு மெத்தைகூட கிடையாது. சில வைக்கோல் புற்களைக் கத்தையாக்கி அதன்மேல் உறங்குகின்றனர். அவர்கள் அணிந்திருந்த கந்தல் உடைகளைத் தவிர்த்து, சொந்தமாக வேறெதுவும் இல்லை. நாங்கள் அங்கிருந்து வெளியேறினோம்.

ஆன்மா பற்றியும் மனித உடல் சாராத ஏதேனும் பற்றியும் பேசுவது மிதமிஞ்சிய காரியம் என்று நான் சிந்திந்த சந்தர்ப்பங்கள் உண்டு. உலகின் புறவயப் பொருட்கள் மீது மர்மம் தோன்றும் போதெல்லாம் அவை சரியென்றே நான் நினைத்திருக்கிறேன். இம்முறை அந்த உணர்வு முழுமையடைகிறது.

தன் வாயிலிருந்து ஒற்றை வார்த்தை உதிர்ப்பதற்கே ஓராயிரம் முயற்சி செய்ய வேண்டியிருக்கையில், எங்கள்மீது கரிசனம் காட்டி, முன்பின் நடந்து வீட்டைச் சுற்றிக்காட்டி, நட்போடு பழகவேண்டி இந்த மனிதருக்கு என்ன இருக்கிறது என்று ஆச்சரியப்பட்டேன். நல்ல உணவிற்குப் பிறகு, அந்த வீட்டைக் காணச் செல்லும் யாராக இருந்தாலும் நிச்சயம் வெட்கப்படுவார்கள். உணவு பந்தியில் வயிறு புடைக்க உண்டுச் சென்றதை எண்ணி இன்றளவும் குற்றவுணர்வோடு இருக்கிறேன்.

அங்கிருந்து சிறு தொலைவில், அழுக்குப் படிந்த கிராமத்துக் குட்டை ஒன்றில் சிறுவர்கள் விளையாடிக் கொண்டிருந்தனர். எல்லோரும் ஆடையின்றி வீங்கிய வயிறோடு ஒருவிதத் தோல் நோயின் தாக்கத்தில் தென்பட்டனர். நினைத்துப்பார்க்க முடியாத அளவுக்கு மெலிந்த கால்கள். தளர்ந்துபோன ரப்பர் டியூப் போல தள்ளாடிச் சென்று மந்தமாக நகர்ந்தனர். முதுகு கூன் விழுந்திருந்தது. புதிதாக வந்தவர்கள் பற்றி அக்கறையின்றி விளையாட்டில் மும்முரமாக இருந்தனர்.

அங்கிருந்த ஒரு குழந்தையின் தோற்றம் என்னை மீண்டும் மீண்டும் பார்க்கத் தூண்டியது. அதன் உருவத்தைக் காட்டிலும் இரண்டு மடங்கு வயிறு உப்பியிருந்தது. எலும்புகளை அடிக்கிவைத்தார் போன்ற உடல். கால்களைப் புழுதியில் பரப்பி உட்கார்ந்து கொண்டு, அண்ணாந்து வானத்தைப் பார்த்தது. அதன் கண்கள் வசீகரமானவை. இமைப்பொழுதும் சுற்றத்தைப் பற்றிக் கவலையின்றி, வாழ்வின் முழுமையை உணர்ந்த பார்வை. அதன் வாழ்நாள் எண்ணப்படுகிறது என்றந்த பார்வைக்குத் தெரியும்.

மரணத்தின் விளிம்பிலிருக்கும் அந்த ஜீவராசி, அற்பமான ஒரு குழந்தை என்பதை என்னால் ஏற்றுக்கொள்ளவே முடியவில்லை... எத்தனைக் கஷ்டம் வந்தாலும் அழுவதற்குக்கூடத் திராணியற்றுக் கிடந்தது. தான் வாழும் பகுதியில் சிரிப்பின் சத்தத்தைக்கூடக் கேட்டிராததால், அதன் சிரிப்பைப் பற்றி பேசுதவற்கு ஏதுமில்லை.

முதல் வீட்டைக் காட்டிலும் ஓரளவு நல்ல வீடுகளும் அங்கு இருந்தன. அப்படியென்றால் பெயரளவில் படுக்கைகளும் துணிமணிகளும் தட்டுமுட்டுச் சாமானங்களும் இருந்தன என்று பொருள். நன்கு வளப்பமாக காட்சியளித்த ஒரு வீட்டின் பின்புறத்தில் முற்றம் இருந்தது. அங்கு பாதி மறைக்கப்பட்ட ஒரு கட்டடத்தைப் பார்த்தேன். அதன் வெள்ளையடித்த சுவற்றில் தொன்மையான பாணியில் அழகானதொரு முன்மாதிரி முகத்தை வரைந்து வைத்திருந்தார்கள்.

நான் அதைப் பார்த்துகொண்டிருப்பதைக் கண்ட பெண்மணி ஒருவர் கூச்சலிட்டுக் கொண்டே ஓடிவந்து ஓவியத்தை மறைத்தபடி கண்முன் நின்றார். அந்த ஓவியத்தில் இருந்தது அவரின் வழிபடு கடவுள் என்றும் இஸ்லாமிய நாத்திகர் ஒருவர் அதைக் காண்பதை அவர் விரும்பவில்லை என்றும் பேகம் வாசிம் பின்னர் சொன்னார்.

•

நான் சார்ந்த மனித சமுதாயத்தின்மீது வெட்கப்படவும், வருத்தமடையவும் போதுமான கசந்த அனுபவங்களை அந்தக் கிராமம் எனக்கு வாரிக் கொடுத்தது. மனிதநேயத்தின்பால் உள்ள அத்தனை அன்பையும் துடைத்து எறிந்து, அதன்மேல் பரிதாபம் தோன்றியது. இந்தியாவில் எனக்குக் கிடைத்த ஆயிரக்கணக்கான அரவணைப்புகளையும் கண்டு களித்த அழகுக் காட்சிகளையும் தாண்டி, கிராமத்துக் குட்டையில் உட்கார்ந்துகொண்டு வெட்டவெளியை வெறித்துப் பார்த்த அந்தக் குழந்தையின் ஊடாக வழிந்தோடும் அந்தக் கிராமத்தின் சோகம் இன்னும் என்னை உறுத்திக்கொண்டே இருக்கிறது.

●

இந்தியாவின் பெருவாரியான மனிதகுலம் இந்தத் தரத்தில் உழன்றுக் கொண்டிருக்கும்போது கம்யூனிசம், நேசனலிசம் என்ற பலவித 'இசங்களைப்' பேசுவது கேலிக்குரிய விஷயம். இந்தியாவின் முக்கிய நகரமான லக்னோவில் உள்ள இந்தச் சிக்கலைப் பற்றி நான் அறிந்துகொண்டது எத்தனைச் விசித்திரமாக இருக்கிறது!

புத்தகங்களில் படித்து, செவிவழியாகக் கேட்டதைத் தாண்டி பல கோணங்களில் இந்த விஷயம் பூதாகரமாக உருமாறியுள்ளது. 350 மில்லியன் மக்கள் தொகையுள்ள இந்தியாவில், குறைந்தது 90% மக்களின் வாழ்வியல் இது. 90% மக்களின் வாழ்க்கைத் தரம் நான் பார்த்த கிராமத்து வாழ்க்கைக்கு நிகராக இருந்தால், நிச்சயம் அது அந்நாட்டின் எதிர்காலத்திற்கு ஊறு விளைவிக்கும் பேராபத்தாக இருக்கும். ஒரு மேற்கத்திய பார்வையாளரைக் காட்டிலும், இந்த விஷயம் என்னை வெகுவாக பாதித்தது. கிழக்கின் வாழ்க்கைத்தரம், கிராமங்கள் என்னும் அச்சில்தான் இன்னும் சுழன்றுகொண்டு இருக்கிறது.

இந்தியா பற்றித் தெரிந்துகொள்ள விரும்பும் தொடக்க நிலை வாசகருக்கு, அதன் கிராமப்புற வாழ்வியலை பின்வருமாறு சுருக்கமாகக் கூறலாம்:

இந்தியா முழுதும் பல்வேறு நிலவரி முறைகள் இருந்தாலும், ஜமீன்தாரியும் ரயத்துவாரியும் முதன்மையானவை. வட இந்தியாவில் நான் பார்த்த எல்லாக் கிராமங்களும் ஜமீன்தாரி முறையில் இயங்குபவை. அதில் விவசாயி, குடியானவன் பொறுப்பில் உள்ளான். நிலத்திற்கு வாடகை கொடுக்கிறான், சில சந்தர்ப்பங்களில் உரிமை இன்றி வெளியேற்றப்படுகிறான். நிலம்

ஜமீன்தாருக்குச் சொந்தம். அரசுக்கு அவர்தான் நிலவரி செலுத்துகிறார். ரஷ்யாவில் சீர்திருத்தத்திற்கு முந்தைய நிலவரி முறை இப்படித்தான் இருந்தது.

ஆட்சியாளர்கள் எல்லோரும் எப்பாடுபட்டாவது ஜமீன்தாரி முறையைத் தக்கவைத்துக் கொள்கிறார்கள். நிலவரி வசூலிப்பதற்கு இந்த முறை எளிமையானது மட்டுமன்றி ஆட்சிமுறைக்குப் பெரிய மெனக்கெடல் இல்லையென்பதும் இதற்கு முதன்மையான காரணம். மேலும் ஒவ்வொரு படையெடுப்பும் புதிய நிலப்பிரபுக்களை உருவாக்குகிறது; அங்கு ஒரு சிறிய நிலம் கொண்ட சிறுபான்மையினர் உருவாகின்றனர். படையெடுப்பாளர்களுடன் ஒன்றுகூடி உறவுகளால் அவர்கள் பிணைக்கப்படுகிறார்கள்.

ஆனால் ஜமீன்தாரி முறை விவசாயிகளுக்கும் அரசுக்கும் இடையே ஜமீன்தார் என்ற இடைத்தரகரை நியமிக்கிறது. இது ஓர் எல்லையற்ற சிக்கலாக மாறிவிட்டது. நிலம் பல்வேறு கூறுகளாகப் பிரிக்கப்படுகிறது. அதன் உட்கூறுகள் மீச்சிறு கூறுகளாகப் பிரிக்கப்படுகின்றன. ஒவ்வொரு பகுதிக்கும் ஓர் உரிமையாளர், ஒவ்வொரு பகுதியும் மற்றொரு பகுதியின் அங்கம்.

சில பகுதிகளில் 280க்கும் மேற்பட்ட இடைத்தரகர்கள் விவசாயி களுக்கும் அரசுக்கும் இடையில் செயல்படுவதாக எனக்குச் சொன்னார்கள். இத்தனை இடைத்தரகர்களும், நிலக்கிழார்களும் நிலத்தில் நேரடியாக செய்வதேதுமில்லை. தங்கள் நிலத்தை குத்தகைக்கு விட்டு, விவசாயிகளின் உழைப்பில் வாழ்கின்றனர். இந்தமுறையில் சுய விருப்பு வெறுப்பு கிடையாது. ஜமீன்தாரி சங்கிலியின் அடிமட்டத்தில் பிணைக்கப்பட்டுள்ள விவசாயி களிடம் இருந்து பணத்தை வாங்கி, அதிலொரு பங்கை மேல்மட்டத்திலிருக்கும் அரசுக்குச் செலுத்துவது மட்டுமே ஜமீன்களின் வேலை.

உண்மையைச் சொல்வதென்றால், இந்த நிலத்திலிருந்து பெருவாரியான ஜமீன்களுக்கு ஒன்றும் கிடைப்பதில்லை. விவசாயக் கூலிகள்தான் பட்டினிக்கு ஆட்படுகின்றனர். இவர்களுக்கு ஏற்படும் துன்பங்களுக்கு எண்ணிலடங்காத காரணங்கள் உண்டு.

(1) அபரிமிதமான நிலமும் குறைந்தபட்ச கூலியாட்களும் இருந்தபோது, நிலக்கூலி பெரிதாக இல்லை. ஆனால் கடந்த ஒன்றரை நூற்றாண்டில் கிராம மக்கள்தொகை இரட்டிப்பாக

உயர்ந்துள்ளது. 15 கோடியிலிருந்து 35 கோடிவரை வளர்ச்சி அடைந்துள்ளது. ஆக நிலத்தின் தேவை அதிகரித்திருப்பதால் அதற்கான கூலியும் விண்ணளவு உயர்ந்துள்ளது.

வாழ்க்கைத் தரமும் வசதி வாய்ப்புகளும் பெருகி வந்ததுதான் மக்கட்தொகை பெருக்கத்திற்குக் காரணமென்று எண்ணிவிடக் கூடாது. அவை தேவையுமல்ல. வாழ்க்கைத் தரம் எத்தனை மடங்கு கீழான நிலைக்குச் செல்கிறதோ, அதே விகிதத்தில் மக்கட்தொகை பெருகுவதை நீங்கள் காணமுடியும். இயந்திரமயமாக்கப்பட்ட நகரங்களில், இயல்பாகவே சேரிகளின் மக்கட்தொகை உயர்வதற்கான சாத்தியங்கள் இருக்கிறது. அப்படித்தான் இந்தியாவின் கிராமப்புற சேரிப் பகுதிகளில் கணிசமாக மக்கட் தொகை உயர்ந்திருக்கிறது.

(2) ஏறக்குறைய இந்தியாவின் அனைத்துத் தொழிற்சாலைகளும் கிராமப்புறப் பின்னணி கொண்டவை. இயந்திர உற்பத்தியால் வெளிநாட்டிலிருந்து இறக்குமதி செய்யப்பட்டு மலிந்து கிடக்கும் பண்டங்களும் விரைவு இயந்திரங்களின் வருகையும் கிராமியத் தொழிற்சாலைகளுக்கு மரண சாசனம் எழுதியுள்ளன. அத்தோடு கிராமத்தானின் வாழ்வாதாரத்திலும் துண்டு விழுந்தது. இப்போதிருப்பதைக் காட்டிலும் இரண்டு மடங்கு நிலத்திற்கு அரைவாசி கூலி கொடுத்து மிச்ச வருவாயைக் கைவினைப் பொருட்கள் செய்து ஈட்டிக்கொண்டிருந்த 15 கோடி மக்கள், தற்போது 35 கோடியாக உயர்ந்த பின்னரும் அதே அளவு நிலத்தில் முன்பைக் காட்டிலும் இருமடங்கு கூலி கொடுத்து கூடுதல் வருவாய் இன்றித் தவிக்கின்றனர்.

ஈட்டும் பணத்தை வாய்க்கும் வயித்துக்கும் படியளந்தால்கூட, நிலக்கூலி கொடுக்க தண்டல்காரரிடம்தான் பணம் பெற வேண்டும். உலகெங்கிலும் உள்ள தண்டல்காரர்கள் எல்லாம் பிணந்தின்னிகள் என்று நான் சொல்லித் தெரிய வேண்டியதில்லை.

இந்தியச் சமூகத்தில் மேற்கத்திய தாக்கம் குறுகிய காலத்தில் பல நன்மைகள் செய்திருந்தாலும், விவசாயக் கூலிகளுக்கு குறைவில்லாத துன்பங்களை வாரியிறைத்திருக்கிறது. ‘மேற்கத்திய ஆட்சியாளர்கள் தங்கள் முழு ஆற்றலையும், அறிவியல் நுட்பத்தையும் ஆளும் வர்க்கம் மற்றும் நடுத்தர குடும்பங்களின் ஏற்றத்திற்காகச் செலவு செய்யாமல், விவசாய சமூகத்தின் முன்னேற்றத்திற்காக பாடுபட்டிருந்தால் நாம் எத்தகைய இந்தியாவில் வாழ்ந்திருப்போம்?’ என்ற கேள்வி மீண்டும் காதில் ஒலிக்கிறது.

‘விவசாயிகளை நிர்வகிப்பதே ஆளும் அரசின் அடிப்படைக் கூறாக இருக்கவேண்டும் என்று எந்த அரசு நிர்ணயிக்கிறதோ, அதுவே இந்தியாவிற்கு நன்மைப் பயக்கும் அரசு’ என்று ‘கிழக்கிலும் மேற்கிலும் கிராமியச் சமூகங்கள்’ புத்தகத்தில் சர் ஹென்றி மெய்ன் சொல்கிறார்.

ஆனால் இந்தியாவிலும் இதர கீழைத் தேயங்களிலும் விவசாயிகளை அடிப்படையாகக் கொண்டு ஆளும் அரசு எப்போதாவது அமைந்திருக்கிறதா? இந்தக் கேள்விக்கான பதிலைத் தேடி அலையவேண்டாம். அதைப் புறமொதுக்கிவிட்டு இந்து, முஸ்லிம் மற்றும் பிரிட்டிஷ் ஆட்சியில் வசூலிக்கப்படும் நிலவரி முறை பற்றி மற்றொரு சிக்கலுக்கு வருவோம்.

இந்தியாவில் நிலவரி முறை இந்துமதப் புனிதச் சட்டத்துடன் பின்னிப் பிணைந்துள்ளது. முஸ்லிம் ஆட்சியாளர்கள் அதை ஏற்றுக்கொண்டனர். பிரிட்டிஷ் ஆட்சியாளர்கள் அதைச் சிறிய மாறுதலோடு போற்றிப் பாதுகாக்கின்றனர். கூலிக்கு வேலை செய்யும் விவசாயிகள் நிலத்தில் மாறடித்து மகசூல் செய்து அதனொரு பங்கை ஆட்சியாளருக்கு வழங்கவேண்டும். மன்னனின் பங்கிலிருந்து நிலவரி முறை தொடங்குகிறது.

இந்து ஆட்சியாளர்களின் காலத்தில், மன்னனின் பங்கு ஆறில் ஒன்றாக இருந்தது. அவ்வளவு வேண்டுமென்று நிர்பந்தித்தார்கள். ஆனால் கிடைத்திருக்கும் சொற்பமான தரவுகளைக் கொண்டு பார்த்தால், ஆறில் ஒரு பங்கைக் காட்டிலும் பாதிக்குப் பாதி நிலவரி செலுத்தியது போலுள்ளது.

இஸ்லாமியத் தரவுகள் துல்லியமாக உள்ளன. ஒருபாதி, மூன்றிலொரு பங்கு எப்போதாவது நான்கிலொரு பங்கு என்று நிலையாக வசூலித்துள்ளனர். பிரிட்டிஷ் ஆட்சியாளர்கள் சரிபாதியளவு வசூலிப்பதை வாடிக்கையாகக் கொண்டுள்ளனர். கைவினைத் தொழில் செய்து, இப்போது கொடுப்பதைவிடப் பாதியளவு நிலக்கூலி கொடுத்து ஒருபாதி மகசூலை முகமதியர் ஆட்சிக்காலத்தில் செலுத்தியபோது இருந்த சுமை, இப்போதிருக்கும் மிதமிஞ்சிய கூலி உயர்வில் தகிக்க முடியாத பாரமாக எடைகூடியுள்ளது.

‘மக்கட்தொகை, பஞ்சம், வறட்சி’ என்ற கட்டுரையில் இந்திய விவசாயிகளின் வாழ்க்கைத் தரம் பற்றித் தெளிவானதொரு சித்திரத்தை வெரா ஆன்ஸ்டி ஏற்படுத்துகிறார். சராசரி பருவமழை

வாய்த்த 1919-1920ஆம் ஆண்டுகளைத் தன் ஆய்விற்கு உட்படுத்தியுள்ளார்.

ஓர் இந்தியன் ஒரு நாளைக்குச் சராசரியாக உட்கொள்ளும் உணவின் அளவு, வறட்சியான பஞ்ச காலத்தில் நிவாரணமாகப் பரிந்துரைக்கும் அளவினை ஒத்தது என்கிறார். ஆனால் பருவம் பொய்க்கும் காலத்தில், அதுவும் சரிவரப் பங்கிடப்படாமல் ஒருவருக்கு மிகுதியாகவும் ஒருவருக்கும் குறைச்சலாகவும் வாய்த்திருப்பதை வெரா ஆவணப்படுத்துகிறார்.

பருவம் பொய்த்த காலத்தை நான் இதுவரை பார்க்கவில்லை. உணவுப் பண்டங்களையும் சரியாகப் பங்கிட்டு வருகின்றனர். எல்லையில் உள்ள சில கிராமங்கள் சரியான அளவில் தன்னிறைவோடு வாழ்கின்றன; செல்வத்தில் கொப்பளிக்கும் சீமான்களும் அங்கு உண்டு. எனவே லக்னோவிற்கு அருகில் நான் கண்ட கிராமத்தைக் காட்டிலும் இந்தியாவின் வேறெந்த கிராமத்து விவசாயிகளும் வறுமையின் மிகக் கொடிய அகோரப் பிடியில் வசிக்க முடியாது.

ஜமீன்தாரி முறை பின்பற்றிக் கொண்டிருக்கும் கிராமங்களின் இயல்பு நிலை இவ்வாறிருக்க, விவசாயிகளே நிலக்கிழாராக இருக்கும் ரயத்துவாரி முறை இதைவிட மேலானதாய் இருக்கும் என்று நான் கற்பனை செய்து பார்த்தேன். தெற்கில் ரயத்துவாரி முறை பின்பற்றப்படுவதாக எனக்குச் சொன்னார்கள். ஆனால் நான் அங்குச் சென்றதில்லை.

நான் கேட்டதையும் படித்ததையும் வைத்துப் பார்த்தால், நிலக்கூலி கொடுத்து விவசாயம் செய்பவர்களைக் காட்டிலும் ரயத்துவாரி விவசாயத்தில் பெரிதாக லாபம் இல்லை. ஒரு குடும்பத்தைப் பார்த்துக் கொள்ளுமளவு போதுமான நிலம் அவர்களிடம் இருப்பதில்லை. ஆகையால் எல்லாவகையிலும் பஞ்சமும் பசியும் தொடர்ந்து கொண்டிருக்கின்றன…

கூலி வேலை செய்பவர்களைப் பின்வருமாறு பிரித்துப் பார்க்கலாம்:

1. சொந்த நிலத்திலோ, வாடகை நிலத்திலோ விவசாயம் செய்பவர்கள் - 55%
2. நிலமில்லாத விவசாயக் கூலிகள், திறன்சாரா தொழிலாளிகள் மற்றும் பிச்சைக்காரர்கள் - 30%
3. தொழிற்சாலையில் பணிபுரிபவர்கள் மற்றும் கூலியாட்கள் - 10%

முதலிரண்டு வர்க்கத்தினரின் வாழ்க்கைத் தரம் பெரும்பாலும் குறைத்து மதிப்பிடப்பட்டுள்ளது. தொழிலாளர்களும் கூலியாட்களும் இன்னும் மோசமான நிலையில் உள்ளனர். ஆகவே இந்தியாவின் 5% நடுத்தர வர்க்கத்தையும் ஆட்சியாளர்களையும் காப்பாற்றுவதற்காக 95% மக்கள் பஞ்சத்தில் வாழ்கின்றனர் என்பது தெளிவாகத் தெரிகிறது.

லக்னோவிற்குள் நுழையும் போதிருந்த மகிழ்ச்சியைவிட அந்நகரை விட்டு வெளியேறும்போது எல்லையில்லா மகிழ்ச்சி கொண்டேன். இந்தியாவின் அடர்ந்த பக்கங்களைப் பார்ப்பதற்கும் அதன் மக்களைப் புரிந்துகொள்வதற்கும், அன்பு செலுத்துவதற்கும் விதிவயத்தால் ஒரு நல்ல வாய்ப்பு கிடைத்தது.

அத்தியாயம் 14

பனாரஸ்

பனாரஸ் விஜயத்தில் ஓய்வெடுத்துச் சுற்றிப் பார்க்கலாம் என முடிவெடுத்திருந்தேன். எனது பாதுகாப்புக்காக முஜீப் உடன் வந்திருந்தார். நாங்கள் அங்கு டாக்டர் பகவான் தாஸ் இல்லத்தில் தங்கினோம். அவரால் தில்லியை விட்டு வெளிவர முடியாததால், பனாரஸில் வசிக்கும் தன் பேரக்குழந்தைகளின் சம்மதம் கேட்டு ஒப்புதல் வழங்கினார்.

கலாசாரப் பின்னணியில் அமைந்த முழுமையான இந்து குடும்பத்தில் தங்கும் என் துணிகரமான கன்னி முயற்சி இது. டாக்டர் பகவான் தாஸின் குடும்பம் அசல் இந்துக்களின் பழக்கவழக்கங்களைப் பின்பற்றுபவர்கள். மனத்தளவில் நவீனமாக இருந்தாலும், இந்து மதத்தின் அனைத்துவித ஆச்சார அனுஷ்டானங்களையும் தவறாமல் கடைப்பிடித்து வந்தார்கள்.

மறுபடியும் என்னை முதன்முதலில் கவர்ந்தது அங்கிருந்த வீடுதான். ஆனால் அதை வீடுகள் என்றுதான் சொல்லவேண்டும். பெரிய தோட்டத்தில் வெவ்வேறு அளவிலான நான்கு தனித்தனி கட்டடங்கள். அதைச் சுற்றி உயர்ந்த மதில் சுவர். நுழைவாயிலில் படர் தாவரங்கள் நிறைந்திருந்தன. அது விஸ்டீரியாவா? தோட்டம் முழுக்க இருந்தவை வேல மரங்கள் மட்டும்தானா? நுட்பமான தெளிந்த வாசனை வீசும் தோட்டத்து மலர்களின் நிறங்களும் பெயர்களும் என்னவாக இருக்கும்? இவை எதற்கும் எனக்குப் பதில் தெரியாது.

நான் அந்தத் தோட்டத்து வாயிற்கதவைக் கடந்த கணத்தில், என் இளமைப் பிராய தோட்டத்து நினைவுகள் மனத்தில் ஊர்ந்தன. அது உண்மையா, ஞாபகப் பிறழ்ச்சியா என்றெனக்குத் தெரியாது.

ஆனால் தோட்டத்தில் இருந்தவை எல்லாம் வேல மரங்களாகவும், படர் தாவரங்கள் எல்லாம் விஸ்டீரியாவாகவும், பூக்களின் நிறமெல்லாம் பெஷிக்டாஷில் கண்ட என் பாட்டி வீட்டுத் தோட்டத்துப் பூக்களை ஞாபகப்படுத்தின.

கட்டடத்தின் முன்பாக இரண்டு மார்பிள் சிங்கங்கள் தன் பின்னங் கால்களை மடங்கி அமர்ந்திருந்தன. அதன் அபத்தமான சிரிப்புக்குள், அகலமாகப் பிளந்த வாயிலிருந்து நீரூற்று கிளம்பியது.

மத்தியில் இருந்த வீடு, டாக்டர் பகவான் தாஸின் பயன்பாட்டிற்கு ஒதுக்கப்பட்டிருந்தது. அதன் இடப்புறத்தில் இருந்த வீட்டில் அவரின் மகனும் பேத்தியும் வசித்து வந்தனர். பின்னாலிருந்த இரண்டு வீடுகளின் சாளரங்களையும் செடி கொடிகள் படர்ந்து மறைத்திருந்தன. அதிலொரு வீட்டை முஜீப் தங்குவதற்கு ஒதுக்கினார்கள். பகவான் தாஸின் நடு வீட்டில் யாருமில்லாத காரணத்தால், நான் அங்குத் தங்கிக்கொண்டேன். அந்த வீட்டில் சிறிய படுக்கையறை இருந்தது. ஒருபுறம் கதவிலிருந்து வராண்டாவிற்கான வழி செல்கிறது, மறுபுறம் கழிவறைக்கான நடைபாதை.

வீட்டின் சுத்தத்தை மெச்சுகையில், 'தரையில் தேனை ஊற்றி நக்கலாம்' என்று எங்கள் நாட்டில் வேடிக்கையாகச் சொல்வதுண்டு. அழுத்தித் தேய்த்து சுத்தமாகப் பளபளக்கும் அந்த அறையின் மூலை முடுக்குகளிலும், மண் தரையிலும், தரை விரிப்புகளிலும் நீங்கள் தேனை ஊற்றிச் சுவைக்காமல் இருக்க முடியாது. அந்த அளவு சுத்தம்.

எனது இளம் பிராய நினைவுகளை மீளவொரு முறை ஆழமாக உசுப்பிவிடுவதுபோல் அந்தச் சுழல் என்னை நிர்பந்தித்தது. கண்ணை மூடிக்கொண்டு அலமாரியில் உள்ள செப்புப் பாத்திரத்தைத் தடவிக் கொடுக்கும்போது, என் பாட்டி வீட்டிலிருந்த செப்புக் குவளையைத் தொட்டுப் பார்த்த திருப்தி ஏற்பட்டது.

லக்னோவில் இருந்து திரும்பும்போது, அங்கு ரசித்த கண்ணுக்கு அழகான பேகம்களைத் தவிர்த்து வேறெதுவும் நினைவுறுத்த வேண்டாம் என்று நான் விரும்பியதுபோல், இங்கிருந்து செல்லும்போது மனத்திற்கு நெருக்கமான இந்தச் சூழலை மட்டும் ஞாபகத்தில் கொண்டால் போதுமெனத் தோன்றியது.

மனிதர்களையும் அவர்கள் வாழ்வையும் வசிக்கும் வீட்டிலிருந்து பிரிக்கமுடியாது என்றாலும், அவை வெறும் பின்னணி

மட்டுந்தான். இந்திய வீடுகளில் ஆச்சரியமூட்டும் பல விஷயங்கள் உள்ளன. மனிதர்கள், விழாக்கள், சிந்தனைகள் என்று அதில் எது முக்கியமானது என உத்தேசித்து வாசகர்களுக்கு தெளிவுபட சொல்வது அவ்வளவு எளிதான வேலை அல்ல.

உடையிலும் பாவனையிலும் டாக்டர் பகவான் தாஸின் மகனைப் பார்ப்பதற்கு பூலாபாய் தேசாயின் அடர் வடிவமாகத் தெரிந்தார். சற்றே அந்நியமாக, பூலாபாயின் அதே குரலும் எளிமையும் இவரிடம் இருந்தது. தனது அறிவுப்பூர்வமான தந்தையின் தத்துவார்த்த முதுமையின் மேல் எவ்விதப் பாசாங்கும் இன்றி நேர்மையான அன்பு கொண்டிருந்தார்.

அவருடைய உள்ளார்ந்த அமைதியும் தங்குத் தடையற்ற பாசமும் சுற்றியுள்ளவர்களுக்குக் கிடைத்த பொக்கிஷம் என்றால் மிகையாகாது. நாற்பது வயது மதிக்கத்தக்க இந்த மனிதர் இன்னும் தன் தந்தையின் சொல்பேச்சுக்கு அடங்கிச் செல்லும் சிறுபிள்ளையாகவே இருந்தார். தன் குழந்தைகளையும் அப்படியே வளர்த்தார்.

நடு வீட்டின் முகப்பில் இருந்த தாராளமான அறையிலிருந்து நடந்து சென்றால், குளமும் சிங்கங்களும் கூடிய தளத்தை அடையலாம். கதவின் ஓரமாய் சாளரத்தின் நிழலில் அமர்ந்து கொண்டால், இயற்கைக் காற்றை சுவாசித்துக் கொண்டே பரந்து விரிந்த தோட்டத்தை வேடிக்கைப் பார்க்க முடியும்.

அறைகலன்கள் எல்லாம் உள்ளூர் பாணியில் அமைக்கப் பட்டிருந்தன. சிக்கனத்தோடு கூடிய அழகு. முதுகில்லாத நீண்ட இருக்கையும், அலமாரியில் கிடந்த பகவான் தாஸின் புத்தகங்களும், சுவற்றில் இருந்த அன்னி பெசண்ட்டின் உருவப்படமும் மேலும் பொலிவூட்டின. அன்னி பெசண்டின் உருவப்படம் என்னை அசௌகரியப்படுத்தியது.

நாற்பது ஆண்டுகளுக்கு முன்பு தொடங்கிய இந்து மதத்தின் சீர்திருத்த பணிகளும், அதன் சேவைகளும் ஏதோவொரு வகையில் அவரின் ஆளுமையோடு தொடர்பு கொண்டிருந்தன. நான் அந்த வீட்டிலிருந்தது எவ்வித மாற்றுச் சிந்தனைக்காகவும் அல்ல. பரிபூரண அமைதியும் நிம்மதியும் வேண்டித்தான் அங்குச் சென்றேன்.

ஆனால் அதைக் காரணம்காட்டி, அன்னி பெசண்ட் மீதுள்ள போற்றுதலையும் மரியாதையையும் ஓரங்கட்ட முடியாது. மனிதப்

பிறவிகளில் அவர் ஒரு புயலாகத் தோன்றினார். அன்னி பெசண்ட்டுக்கு எத்தனை முகங்கள்! தத்துவார்த்த, அறிவார்ந்த, அரசியல், மர்மம் நிறைந்த பெண்மணி.

சீர்திருத்த நாட்களின் இளமைக் காலத்தில் தன் வியத்தகு செயல்களால் எல்லோரையும் பிரமிக்க வைத்தார். தன் ஆளுமையைப் பதிவு செய்தார். இந்துக்களின் அனைத்துச் செயல்களுக்கும் கூடவே நின்றார். அவை எத்தனை விசித்திரமாக, பகுத்தறிவற்ற செயலாக இருந்தாலும் அவருக்குப் பரவாயில்லை.

மேற்கத்திய கலாசாரத்தால் அழிந்துவரும் இந்து மதப் பழக்க வழக்கங்களின் பண்டையச் சின்னங்களை சுட்டிக்காட்டி புதுப்பிக்க, அவர் எப்போதும் அங்கு வீற்றிருந்தார். 'எங்கள் நாகரிகத்தின் மீதும் மக்கட் கூட்டத்தின் மீதும் நம்பிக்கை ஊட்டியவர்' என்று சில இந்துக்கள் நினைவு கூர்வார்கள். 'அவர் எங்கள் வளர்ச்சிக்கு முட்டுக்கட்டையாய் இருந்தவர். மக்கள் மனத்தை பெருமிதத்தால் நிறைத்து, அபத்தமான தடைகளையும் மாற்றங்களையும் முன்னேற்றங்களையும் கடந்துவர முடியாமல் அங்கியே நிற்கும்படி செய்தவர்' என்று வேறு சிலர் சொல்வார்கள்.

●

தோட்டத்தில் ஒரே குழப்பமாக இருந்தது. பாபு சிவ பிரசாத் என்னைப் பார்த்து போக வந்திருப்பதாக முஜீப் வந்து சொன்னார். சிறையில் இருந்தபோது அவருக்குப் பக்கவாதம் ஏற்பட்டது. அப்போதிருந்தே அவரால் சரிவர நடக்க முடியாது.

நான் எழுந்து பார்த்தபோது, பல்லக்கை ஏந்தி வந்த இரண்டு பேர், தரையில் இறக்கி வைத்து ஓரம் நின்றார்கள். அதிலிருந்து திடகாத்திரமான மனிதர் ஒருவர் இரண்டு குச்சிகளை ஊன்றிக்கொண்டு வெளியே வந்தார். சிங்கம் போன்ற முகம்; நீண்டு வளர்ந்த வெள்ளைத் தாடி. பார்ப்பதற்கு பழங்கால இரட்சகர் போலத் தெரிந்தார்.

தாராள மனம், வலிமையான உடல், சகிப்புத்தன்மை தாங்கிய சரீரம். ஆனால் அவரை முதல் தடவை பார்க்கும் ஒருவர், வேறெதுவும் பார்க்க முடியாமல் அவரின் கண்களால் மயங்கிப் போய்விடுவார். அடர் நிறம், குழந்தை போன்ற குதூகலம் நிறைந்த கண்ணியமான மனிதர்.

பாபு சிவ பிரசாத் ஒரு கோடீஸ்வரர் என்றெனக்குச் சொல்லியிருந்தார்கள். ஆனால் உடையிலும் நடத்தையிலும் அவர்

ஓர் ஏழை இந்தியராக வாழ்ந்தார். பழங்கால கல்வி நிறுவனங்களைச் செப்பனிடுவதற்கும், புதிய நிறுவனங்களை நிர்மாணிப்பதற்கும் தன் பணத்தை விரயம் செய்தார். இதற்காகத் தன் பிரம்மாண்ட வீடுகளையும் விட்டுக் கொடுத்தார்.

மக்களுக்கான அறக்கட்டளைச் சொத்துபோல் தன் ஆஸ்தியைச் செலவு செய்தார். அவரின் உடைமை எல்லாம் மக்களுக்கும் அவருக்கும் பொதுவானவை. நடக்குமென்று நம்பமுடியாத வற்றை நிறைவேற்றிக் காட்டுவதில் வல்லவர். ஜுல்ஸ் வெர்ன் தனது ஓய்வுகாலத்தில் விமானங்களையும் நீர்மூழ்கிக் கப்பல் களையும் கனவு கண்டது போல, பாபு சிவ பிரசாத் ஒன்றிணைந்த பிரம்மாண்ட இந்தியாவைக் கனவு கண்டார்.

இவையெல்லாம் மாயாஜால யதார்த்தமாக இருந்தாலும், ஜுல்ஸ் வெர்னின் கற்பனைகள் உண்மையானதுபோல் இவையும் உண்மையாகாது என்பதற்கு என்ன சாத்தியம் இருக்கிறது? ஒற்றைத் தெய்வத்தின் கற்பனை ஆற்றலால்தானே ஒட்டுமொத்த பிரபஞ்சமும் உருவானது? மனித ஆற்றலின் கற்பனையால்தானே பூமியில் நிலையில்லாத மாற்றங்கள் ஏற்பட்டுக் கொண்டிருக்கின்றன?

பாபு சிவ பிரசாத்தால் ஒருங்கிணைந்த இந்தியாவை எவ்வாறு உருவாக்க முடியும்? விடுதலைக்கு ஒரே தடையாக இருப்பது, மக்களிடம் உள்ள பிரிவினைதான். இந்தப் பிரிவினைக்குக் காரணம் மத வேறுபாடின்றி வேறல்ல என்று அவர் நம்பினார். குழந்தைபோன்ற எதார்த்தத்தாலும், நேரடி செயல்முறைகளாலும் இந்தக் குறைகளை நீக்க முயன்றார். ஆனால் எப்படி?

மதத்தால் பிரிவினை உண்டாகுமென்றால், அதே மதத்தை வைத்து ஒற்றுமை உண்டாக்கப் பாடுபட்டார். ஆகவே பனாரஸில் ஓர் ஆலயம் அமைக்க முயன்றார். அதில் கடவுளர் உருவங்களே கிடையாது. அதற்குப் பதிலாக இந்திய நாட்டின் உருவப்படம் மூலவர் சன்னதியில் வைக்கப்பட்டது. மார்பிள் கல்லின் மேல் இந்திய மலைகளும் நதிகளும் குளங்களும் நகரங்களும் செதுக்கி வைக்கப்பட்டிருந்தன.

எனது பயணத்தின்போதுதான் அக்கோயிலின் திருப்பணி நடந்துகொண்டிருந்தது. இந்தியாவின் வெவ்வேறு பகுதிகளைச் சார்ந்த ஓவியர்களும் கலைஞர்களும் தங்கள் புதிய கடவுளின் திருவுருவத்தை மார்பிள் கல்லில் செதுக்கிக் கொண்டிருந்தனர். தினந்தோறும் நான்மறைகள் ஓதப்பட்டன. பொது

வழிபாட்டிற்காகச் செயல்முறைக்கு வருமுன் கிறிஸ்தவர்கள், இஸ்லாமியர்கள், பௌத்தர்கள், யூதர்கள் என்று சகலரும் தங்கள் வேத நூலை வாசித்து இறைவன் உருவத்தை பிரதிஷ்டை செய்ய அனுமதிக்கப்பட்டனர்.

இந்த முயற்சியின் மதிப்பை உண்மையானது, தனித்துவமானது என்று மதிப்பிட முடியாது. ஏனெனில் இது தனித்துவமானது அல்ல. மேற்கத்தியர்களுக்கு இது கிழக்கின் நில வழிபாடு போலவும், புவியியல் தேசியவாத மதக் கட்டமைப்பின் குறியீடு போலவும் தோன்றும்.

புவியியல் குறியீட்டை இனவியல் குறியீட்டிலிருந்து நான் வேறுபடுத்திப் பார்க்கிறேன். அதற்குமொரு மர்மமான முக்கியத்துவம் உண்டு. ஆனால் பாபு சிவ பிரசாத்தின் புவியியல் தேசியவாதத்தை மதிப்பீடு செய்பவர்கள், இனவியல் தேசியவாதத்தைக் காட்டிலும் இது மேலானது என்பதைப் புரிந்துகொள்ள வேண்டும்.

இனவியல் தேசியவாதம் என்பது தனது சொந்த நாட்டையே கூறுபோட்டுப் பிரித்து, நிறமும் நிணமும் வெவ்வேறு நிறத்திலானவை என்று கூறி மாறுபட்டவரின் தொண்டையைக் கடித்துக் குதறும் மிருகத்தனமான செயல்முறை. பாபு சிவ பிரசாத்தின் நூதன வகை தேசியவாதத்தில், தாய் நாட்டின் மீது அன்பு கொண்டவர் யாராக இருந்தாலும், எந்நிறத்தில் இருந்தாலும், எந்த இனத்தைச் சார்ந்திருந்தாலும் அவருக்கு அங்கு வாழும் உரிமை உண்டு.

இந்தியாவின் வரலாற்றைப் படிப்பவர்கள் வேறெங்கோ கவனம் செலுத்துகிறார்கள். இது நாம் திரும்பத் திரும்ப அசைபோட்டுக் கொண்டிருக்கும் ஒரு பழைய திட்டம். இந்திய வரலாறு நெடுக ஏக்கத்தோடு காத்துக்கொண்டிருக்கும் தேடல்.

இந்தியாவின் மேற்பரப்பில் பல்வகைப்பட்ட மனிதர்களாய் பிளவுபட்டுக் கிடக்கிறார்கள். ஆனால் ஆச்சரியமூட்டும் வகையில் அதன் அடியாழத்தில் ஒற்றுமைக்கான குரல் ஓங்கி ஒலித்துக் கொண்டிருக்கிறது. இந்த ஏக்கத்தின் வெளிப்பாட்டை வரலாறு நெடுகிலும் எங்காவது ஒரு மூலையில் அரசியல் - சமூகச் செயல்பாட்டின்வழி எப்படியாவது வெளிப்படுத்தியிருக்கின்றனர்.

இந்தியாவின் தலைசிறந்த முஸ்லிம் மன்னர்களுள் ஒருவர் அக்பர். அவரின் வழிபாட்டுக் கூடத்தில் அனைத்துச் சமூகத்தினரும் ஒரே கடவுளை ஒருங்கிணைந்து வழிபட்டதற்கான தடயங்கள் உள்ளன.

கடவுளை உருவமற்றவராக அக்பர் முன்னிறுத்தினார். தானொரு முஸ்லிமாக வளர்த்தெடுக்கப் பட்டிருந்தாலும், அதற்குத் துரோகம் செய்து கட்சி மாறியதுபோல் இது தோன்றலாம்.

குறியீடுகளால் அடையாளம் காட்டமுடியாத கடவுளின் மேல் நம்பிக்கைக் கொண்டு, ஓரிறை வழிபாட்டை ஏற்றுக் கொள்ள வேண்டும். மதத்தைக் கைவிட நேரினும், எந்தவொரு முஸ்லிமாலும் இறைவனைப் பார்க்க முடியாது. ஆகவே இந்தியர்கள் அனைவரும் கண்ணுக்குப் புலப்படாத இறைவனை வழிபட வேண்டும். அவர்தான் அனைத்துச் சமூக மக்களையும் ஒன்றிணைக்கும் சங்கிலி.

ஆனால் அக்பர் தோற்றுப் போனார். அதற்குப் பல காரணங்கள் இருந்தன. அவற்றைப் பற்றி இங்குப் பேசவேண்டாம். ஆனால் அதே திட்டம் நவீன காலத்தில் உதித்தது. இஸ்லாமியக் கவிஞர் முகமது இக்பால், தனது கவிதைகள் மூலம் மதம் சார்ந்த அரசியல் முன்னெடுப்புகளை வெளிக்கொண்டு வந்தார். பாபு சிவ பிரசாத்தின் திட்டங்களை முகமது இக்பாலின் 'நியூ டெம்பிள்' என்ற கவிதையின்மூலம் ஏற்கெனவே பார்த்திருக்கிறோம்.

ஆகவே பாபு சிவ பிரசாத்தின் 'புதிய கோவில்' கவிஞரின் மனத்தில் பதியமிட்ட கருத்துதான் என்பதில் சந்தேகமில்லை. ஆனால் தானொரு இந்துவாக இருப்பதால், அப்பட்டமான ஒரு தெய்வத்தை முன்னிறுத்த வேண்டி பாபு நிர்பந்திக்கப்பட்டிருக்கிறார். அப்படித்தான் மர்மம் நிறைந்த மதம் சார்ந்த அரசியல் இயக்கத்தின்மூலம், நாம் இன்றைக்கு நேருக்கு நேர் எதிர்பட்டு நிற்கிறோம்.

நான் இந்த வரிகளை எழுதிக் கொண்டிருக்கும்போது, 1936ஆம் ஆண்டின் அக்டோபர் 31ஆம் தேதியிட்ட அரிஜன் இதழின் பிரதியொன்று என் கண்முன் இருக்கிறது. பாபு சிவ பிரசாத்தின் 'புதிய கோவில்' திறப்புவிழா பற்றியும் அனைத்து மத வழிபாட்டில் புதிய கடவுளின் வருகைப் பற்றியும் ஒரு கட்டுரை அதில் பிரசுரமாகியுள்ளது.

என்னைப் பொறுத்தவரை கடவுள் எவ்வித சம்பிரதாயங்களையும் எதிர்பார்பவர் அல்ல. அவருக்கென்று நில எல்லையும், குறியீடுகளும் கிடையாது. அவருக்குள் எல்லாம் இருந்தாலும், அவர் எதுவாகவும் இருப்பதில்லை. ஆனால் பாபு சிவ பிரசாத்தின் சந்தேகமற்ற நேர்மையும், நம்பிக்கையும், அன்பும் என்னைப் பலமாகத் தாக்கியது என்று நான் உறுதியாக ஒப்புக்கொள்ள

வேண்டும். டாக்டர் பகவான் தாஸின் அறையில் கிடைத்த அதே அனுபவம்.

பனாரஸ் வீதியில் நூற்றுக்கணக்கான ஆலயங்களும், ஆயிரக் கணக்கான கடவுள்களும் வீற்றிருந்தால்கூட தன் நாட்டைச் சார்ந்த வேறொரு சமூகத்து இளைஞனால் உள்ளே நுழைந்து வேண்டுதல் வைக்க முடியாத பிரார்த்தனைக் கூட்டங்களுக்கு மத்தியில், அனைத்துச் சமூகத்தினரும் ஒன்றுசேர்ந்து மண்டியிட்டு பிரார்த்தனை செய்ய இப்போது ஓர் ஆலயம் கிடைத்திருக்கிறது.

தேசியவாதமோ பிற நம்பிக்கையோ, எவ்வித தத்துவத்திற்கும் ஆட்படாது அப்பழுக்கின்றிப் போற்றும் மகாத்மா காந்தியின் வீட்டிற்கு வெளியில் பேசும் வசனங்கள் இதைக்காட்டிலும் மேலானவை. எவ்விதக் கொள்கையின் நிழலும் படாமல், வழிபடுபவர்களைப் படைத்தவனோடு நேரடியாக உரையாடச் செய்யும் பண்டிதரின் மகிமையை என்னவென்று சொல்வது!

இடப்புறம் இருந்த வீட்டில் இரவு உணவு ஏற்பாடு செய்திருந்தனர். வீட்டு மாடியில் பரஸ்பரம் தண்ணீர் ஊற்றிக் கைகளைக் கழுவிவிட்டு உள்ளே நுழைந்தோம். மேஜைகள் தாழ்வாக இருந்தன. அதில் ஒவ்வொருவருக்கும் தனித்தனி செப்புத் தட்டில் உணவு தயாராக இருந்தது.

முழுக்க முழுக்கச் சைவ சாப்பாடு. அனைத்து வகை காய்கறி களையும் தக்காளிச் சாற்றில் பிழிந்து சமைத்திருந்தனர். வேகவைத்த அரிசியும் காய்கறிகளும் பிரமாதமான ருசி. அங்கிருந்த தட்பவெப்பத்திற்கு ஏற்ற உணவு அதுவாகத்தான் இருக்க முடியும் என்று நம்புகிறேன்.

டாக்டர் பகவான் தாஸின் பேத்திகள், கலாசாரத்திற்கு கட்டுப் பட்டவர்கள். எங்களோடு அமர்ந்து உண்ணாமல் இறுதிவரை பரிமாறிக் கொண்டிருந்தார்கள். இருவரும் பருமனில்லாத ஒடிந்த தேகம். அடர் நிறம். கண்களில் பிரகாசம் நிறைந்து, உள்ளத்தில் புத்திக் கூர்மை தெரிந்தது.

உணவு முடித்து தங்கள் அறைக்குத் திரும்புகையில், நான் அவர்களைப் பார்த்தேன். ஒரு சிறிய மேஜையில் புத்தகங்களையும் குறிப்பெடுத்த காகிதங்களையும் கத்தைக் கத்தையாக அடுக்கி வைத்திருந்தனர். அந்த மேஜைமேல் சாய்ந்து கொண்டிருந்த இருவரையும் உணவறையில் இருந்து பார்த்தால், நன்கு தெரியும். இருவரும் பல்கலைக்கழகத் தேர்வுக்குத் தயாராகி வருவதாய் சொன்னார்கள்.

மறுநாள் காலை, பனாரஸ் நகரத்தின் சூர்ய உதயத்தை என் சாளரத்தில் இருந்து பார்த்தேன். சமுத்திரத்தில் பயணித்தபோது, இந்திய வானம் பற்றி எனக்கேற்பட்ட அபிப்பிராயம் மீளவொருமுறை மனத்தில் தோன்றியது. காற்றின் தூய வெண்ணிறமும், சற்றே அந்நியமான மங்கிப்போன அப்பழுக்கற்ற நீல வானும், ஆதிகால இந்திய வெளிச்சத்தை என்மேல் பாய்ச்சியதில் வியப்பில்லை.

ஆடை உடுத்திக் கொண்டு மாடிக்குச் சென்றேன். அதி காலையிலேயே ஆற்றுக்குச் செல்ல திட்டமிருந்தாலும், இன்னும் யாரும் தயாராகவில்லை. கொஞ்ச நேரத்தில் முஜீப் வந்தார். அவசரமும் பதட்டமும் நிறைந்த அவர் கண்களில் அமைதி இழையோடி சாந்தம் குடியிருப்பதை முதன்முறையாகப் பார்த்தேன்.

மன அமைதியோடு விடிந்த அந்த நாளை என்றும் என்னால் மறக்கமுடியாது. வெறும் பன்னிரெண்டு மணிநேரத்தில் இத்தனை நெருக்கமான, நெஞ்சுருக்கும் சம்பவங்கள் அடுத்தடுத்து நடந்தது அநாயாசமாக இருந்தது. அவற்றுள் நீங்காமல் ஒட்டிக்கொண்ட மனப்பதிவுகள் சிலவற்றைப் பகிர்கிறேன்.

பாபு சிவ பிரசாத்தின் வீட்டுக்குச் சென்றோம். தேநீரும் பழங்களும் கொடுத்து குடும்பத்தோடு வரவேற்றார். தற்போது அவர் தங்கியிருக்கும் இந்தச் சிறிய வீடு முன்னிருந்த அரண்மனைக்கு முற்றிலும் முரணானது. இது ஓர் ஒற்றை மாடிக் கட்டடம். மேலே அறைகள் கிடையாது, வெறும் மாடி.

மற்ற கட்டடங்களும் விநோதமாக இருந்தன. வீட்டைச் சுற்றி நிறைய மரங்கள். இலை தழைகளைப் பற்றிக்கொள்ள அதன் ஊடாகக் கை நீட்டினால் கங்கை ஆற்றைத் தொட்டுவிடலாம். வீடு முழுவதும் உள்நாட்டுப் பாணியிலான அறைகலன்கள். ஆனால் தூய வெண்ணிற பருத்தித் துணியால் போர்த்தப்பட்ட சாய்வு நாற்காலிகளும் சில இருந்தன.

அதில் ஒரு நாற்காலியில், மொட்டைத் தலையோடு செருப்பு அணியாமல் அவர் உட்கார்ந்திருந்தார். அவர் ரோமம் பஞ்சு போல் வெண்மையாய் இருந்தது. பழங்கால மனிதரைப் போல் தன் அகண்ட நெஞ்சை மறைக்கும்படி நீண்ட தாடி வளர்த்திருந்தார். வாட்டசாட்டமாக இருந்த இவர் கருணைமிக்க கண்களால் என்னைப் பார்த்த பார்வை, என் தாய்வழி தாத்தாவின் நினைவுகளைக் கண்முன் கொண்டு வந்தது.

தாத்தாவின் கண்களை ஏன் எனக்கு அத்தனைப் பிடித்திருந்தது என்று இளமையில் எனக்குத் தெரியாது. ஆனால் இப்போது புரிகிறது. பாபு சிவ பிரசாத்தின் கண்களைப் போல் அதில் வலிமை வெளிப்படுகிறது; எதார்த்தம் தெரிகிறது; அப்பழுக்கற்றத் தூய்மையைப் பிரதிபலிக்கிறது. எல்லாவற்றுக்கும் மேலாக, அதில் ஒரு குழந்தைத்தனத்தை நான் பார்க்கிறேன்.

பாபுவின் ஒவ்வொரு செயலிலும் விளையாட்டுத்தனம் ஒளிந்திருக்கும். முன் அனுபவமின்றி அவர் நிர்மாணித்த பாரத மாதா கோவிலும் அப்படிப்பட்டதுதான். அவரின் பிரமைப் பிடித்த செயல்களைக் கண்டால், தன் தந்தையார் வீட்டில் தன்னோடு விளையாடுவதற்காக மாற்றார் வீட்டுக் குழந்தைகளை அழைத்து வரும் ஒரு பெருந்தன்மை மிக்க சிறுவனைப் போல் தோன்றும். அனைத்துலகிலும் நிறைந்த அல்லாஹ், அவரையும் அவர் கோயிலையும் வாழ்த்துங்கள்!

அடுத்ததாக ஆண்களும் பெண்களும் நிறைந்த பனாரஸ் இந்து பல்கலைக்கழகத்திற்குச் சென்றோம். அங்கிருந்த பயிற்சிப் பட்டறைகளைப் பார்த்தால், ஆண்கள் வெறுமனே பொறியாளர் ஆவதற்கு மட்டும் உழைப்பவர்களாகத் தெரியவில்லை. நுட்பமான வேலையாளாக, கலைத்திறத்தோடு இயந்திரவியல் படித்தார்கள். மாலை வேளையில் மாணவர்களோடு உரையாடிவிட்டு, அங்கிருந்த பேராசிரியர்களைச் சந்தித்தேன்.

அங்கிருந்தவர்கள் எல்லா வகை ஆடைகளும் உடுத்தியிருந்தனர். மிகக் கண்ணியத்தோடு பேச்சுக் கொடுத்தனர். பிறகு அங்கிருந்த மற்றொரு துறைக்குச் சென்றேன். ஜாமியாவுக்கு நிகரான கூடம் அது. இங்கு இவர்களுக்கு இந்தி மொழியில் பாடம் சொல்லித் தருகிறார்கள். மாணவர்களோடு பேசியது ஆர்வமாக இருந்தாலும், நிரம்ப இல்லை என்றுதான் சொல்ல வேண்டும். அவர்கள் பற்றி சொல்லியதைக் காட்டிலும் வேறு சில புதிய விஷயங்களை அவதானித்ததில் ஓரளவு மகிழ்ச்சி.

ஜாமியாவில் இருந்ததைப் போல் நிம்மதியும் நட்புணர்வும் இங்கு இல்லை. ஆனால் அதற்கான முகாந்திரம் இருந்தது. ஒத்துழையாமை இயக்கத்தால் பாதிக்கப்பட்டதால் இவர்கள் எல்லோரும் மிகுந்த அதிருப்தியில் இருப்பதாய் எனக்குச் சொன்னார்கள்.

மாண்டிசோரி முறையிலான மழலையர் பள்ளி ஒன்றுக்குச் சென்றிருந்தோம். அன்னி பெசண்ட்டின் பிரம்மஞான சங்கத்தின்

வழிகாட்டுதலில் இயங்கும் அழகான கல்வி நிறுவனம். ஒவ்வொரு மொழியிலும் உள்ள ஒவ்வொரு எழுத்தையும் தனித்தனி ஆசிரியர்கள் பயிற்றுவித்துக் கொண்டிருந்தனர். இந்தியாவின் பன்மைத்துவ வேறுபாடு, இத்தனைச் சிறிய பள்ளிக்கூடத்தை இங்ஙனம் உள்வாங்கியிருப்பதைப் பார்த்தால் ஆச்சரியமாக இருக்கிறது.

பனாரஸ் வீதிகள் பற்றிச் சொல்கிறேன்: கங்கையை நோக்கிச் சென்ற இரு செங்குத்தான வீதிகள் இன்னும் என் மனக்கண்ணில் அப்படியே உள்ளன. முதல் தெருவில் கடைகள் மற்றும் விற்பனையகங்கள் இருமருங்கிலும் வண்ணமயமாக ஜொலித்தன. கைவினைப் பொருட்களும், பனாரஸ் ஓவியங்களும் ஏராளம். அங்கிருந்த செப்புத் தொழிற்சாலையால் பெரிதும் ஈர்க்கப்பட்டேன். செப்பினால் செய்த அழகுப்பூர்வமான வீட்டு உபயோகப் பொருட்கள் எண்ணிலடங்காத வகைகளில் அங்குப் பிரத்தியேகமாக கிடைத்தன.

துணிக்கடைகள், உணவு அங்காடி, அதிலும் குறிப்பாக காய்கனி கடைகள் அங்கு ஏராளம். ஆனால் அங்கு மனிதர்களுக்கு இணையாகப் பல பசுக்கள் இருந்தன. எவ்விதக் கட்டுப்பாடுமின்றி கடைத்தெருக்களைச் சுற்றி வந்தன. அரசக் குடும்பத்துப் பிள்ளைபோல் அதற்கு இராஜ மரியாதை கொடுத்தனர். தன் இஷ்டப்படி ஏதாவதொரு கடைமுன் நின்று, அங்கிருக்கும் காய்கறிகளைச் சகட்டு மேனிக்கு மேய்ந்துவிடும். ஆனால் யாரும் அதைத் துணிந்து விரட்டிவிட மாட்டார்கள். மாறாக அதன் பக்கத்தில் நின்றுகொண்டு பயபக்தியோடு வழியனுப்பி வைப்பார்கள்.

நான் அன்றைக்கு என்றுபோலும் இல்லாமல், ஒரு ஹீரோவாக உணர்ந்தேன். மென்மையான பசுவுக்குப் பதில், காட்டுப் புலி ஒன்று வந்தால்கூட அதை எதிர்கொள்ளும் தைரியம் இருந்தது. ஆனால் எவ்விதக் காரணமின்றியும் அவர்கள் உருவாக்கி வைத்த பயம் என்னைக் கொஞ்சம் கொஞ்சமாக உள்வாங்கியது. கடைத் தெருவுக்கு பக்கத்தில் அங்குமிங்கும் கோயில்கள் இருந்தன. அதனொரு படியில் நடுத்தர வயதுள்ள ஆசாமி வேதங்கள் ஜெபித்துக் கொண்டிருந்தார்.

பனாரஸின் பெரிய கோயில் ஒரு விஷ்ணு ஆலயம். உட்பகுதி நுட்பமாக இருந்தது. விதவிதமான மார்பிள் வடிவங்கள். ஒவ்வொரு பகுதியையும் விஷேசமாகப் பிரித்திருந்தனர். உட்கூரையில் விநோதமான உருவங்கள். திருவுருவத்திற்கு

முந்தியும் பூவேலைப்பாடுகளால் ஆன கம்பிகள் இருந்தன. எங்கு பார்த்தாலும் திருவுருவங்கள். சில உருவங்கள் பூக்களில் இருந்து உதித்தன.

ஆண்களும் பெண்களும் நூற்றுக்கணக்கான அளவில் சுற்றி நின்று பூக்களை வீசிக்கொண்டும், பேசிக்கொண்டும் இருந்தனர். சிலர் முகத்தில் பல்வேறு குறிப்புகள் அளவுக்கு மீறி வெளிப்பட்டன. அவர்கள் பாவனையிலும் முகக்குறிப்பிலும், உளப்பாங்கை அறிந்து கொள்வது கடினமாக இருந்தது.

தேனீக்கள் சத்தமிடுவது போல் பலத்த ரீங்கார ஒலி ஓம் என்று ஒலித்தது. இதைப் பார்ப்பதற்கு வழிந்து நிறையும் துருக்கிய சுடுதண்ணீர் குளியல் அறையோ எனத் தோன்றியது. பக்தர்களின் மூச்சுக்காற்றால் இங்கும் நீராவி வெளியேறியது. கொஞ்ச நேரத்தில் அவர்கள் எல்லாம் பனிமூட்டத்தில் தோன்றிய கற்பனைக் கூட்டம்போல் தெரிந்தனர். ஓரிடத்தில் நில்லாமல் அங்குமிங்கும் அலைந்துகொண்டு அடையாளம் கொள்ள முடியாதபடி ஓடினார்கள்.

குறுகலான சிறிய வீதி: படியில் இறங்கி கீழே சென்றோம். அவை எந்த அளவுக்கு குறுகல் என்றால், இரண்டு கைகளையும் பரவலாக நீட்டினால் இருமருங்கிலும் உள்ள கட்டடங்கள் விரல்களை முட்டும். கட்டடங்கள் எல்லாம் சின்னஞ் சிறிய கோயில்களாக இருந்தன. பெரும்பாலும் அவை மிருக உருவம் கொண்ட கடவுள்களுக்கு அர்ப்பணிக்கப்பட்டவை. கிட்டத்தட்ட காடு முழுவதையும் கடவுளாக்கி வைத்திருந்தனர். இறையுருவங்கள் பூச்சூடி இருந்தன. ஆடைகளிலும் பூ அலங்காரம் மிகுந்திருந்தது.

கட்டடங்கள் எல்லாம் கற்பனைக்கு அப்பாற்பட்ட பொம்மைகள் போல் இருந்தன. இதுநாள்வரை நான் பார்த்த தூரக் கிழக்கு தேசம் எப்போதும் போலன்றி, இன்று எனக்கு வித்தியாசமாக இருந்தது. மெஜந்தா சிகப்பு, ஊதா மற்றும் காப்பி நிறத்தில் அவை இருந்தன.

இதுவரை பார்த்தவர்களுள் யானை கடவுள்தான் நட்புக்கும் மகிழ்ச்சிக்கும் உரியவர். துதிக்கையை ஒரு பக்கம் ஒதுக்கிவைத்து, புட்டத்தில் அமர்ந்து, தலையில் பூச்சூடி இருந்தார். கண்கள் விவேகத்துடன் ஆச்சரியமூட்டின. பெரிய கோயில்களைக் காட்டிலும் இந்தச் சிறிய ஆலயங்களும் மிருகக் கடவுள்களும் என் மனத்திற்கு பிடித்துப்போனார்கள்.

இது ஒருவரின் தனித்துவ எண்ணத்தை தூண்டிவிடும். ஒவ்வொரு இனக்குழுவின் போராட்டத்தையும் பிரதிபலிக்கும். தன்னைக்

கஷ்டத்திலிருந்து காப்பாற்றும் கடவுளை ஒவ்வொருவரும் தனக்கே உரித்தான உருவத்தில் வெவ்வேறு மாதிரி உருவகப் படுத்துகின்றனர். மனிதப் பிரச்சனைகள் எல்லையில்லாமல் போவதால், உருவங்களும் பெருகிக் கொண்டு போகின்றன.

காட்டுத்தனமான குறியீடுகளால் பல்கிப் பெருகிய ஆதிகால கற்பனையுலகில் இருப்பதுபோன்ற சூழல். பூமியில் மனிதன் தோன்றியதில் இருந்தே, தனக்குப் பழக்கமான விஷயங் களைத்தான் வழிபட முயற்சித்தான். இந்தியக் காடுகளைக் காட்டிலும் அவனுக்குப் பழக்கப்பட்ட விஷயம் என்னவாக இருக்க முடியும்?

மீண்டும் ஒருமுறை 'பூமி தோன்றிய போதிருந்த காலக்கட்டத்து...' சூழல் நிலவியது. இந்தச் சிறிய கோயிலில் வழிபடுபவர்களைப் பாரக்கும்போது, அவர்கள் மனதளவில் குழப்பமான குறியீட்டுத்தனங்களால் நிறைந்த ஓர் அர்த்தமூட்டக்கூடிய வாழ்வை வாழ்ந்து வருகிறார்கள் என்பது போலத் தெரியும். இன்னும் இவர்கள் 'அருவமான' கருத்தாக்கங்களுக்கு முன்னேறி வரவில்லை.

ஒருமுறை நான் அமெரிக்கா சென்றபோது அங்கிருந்த பாரசீகப் புலவர் ஒருவர், 'முஸ்லிம்களின் ஓரிறை நம்பிக்கையால்தான் கற்பனாவாதம் இல்லாமல் போனது. உலக வாழ்க்கை குறுகலாகி, கலை முதலிய விஷயங்கள் அழிந்துபோனது' என்று சொன்னார். அது சரி, ஆனால் அதில் உண்மை இருக்கிறதா?

இறை உருவங்களுக்கு அருகில் அமர்ந்தாலும், அவற்றை ஆச்சரியமாக பார்த்தாலும், தீவிரமாக யோசித்தாலும் ஏகத்துவக் கொள்கையை நினைத்து நான் ஒருபோதும் வருந்தியது இல்லை. எமது இறைவன் எல்லா வடிவங்களையும் வெறுக்கிறார்.

எத்தனை முறை பரிணாமம் அடைந்தாலும், மனிதர்களால் உருவாக்கப்படும் குறிப்பிட்ட உருவங்களுக்குள் தன்னை அடைத்துக்கொள்ள மறுக்கிறார். இந்தப் பன்முக உருவங்களுக்கு பின்னால் ஒளிந்துகொண்டிருக்கும் அற்ப மனித இதயத்தின் அபாரமான முயற்சிகள் எல்லாம் பூரணத்துவமாக விளங்கும் ஒற்றை இறைவனைத் தரிசிக்க தானே?

திறந்தவெளி சரிவில் நாங்கள் கீழே இறங்கினோம். பழுப்பு நிறத்தினாலான ஒரு சிறிய கன்றுக்குட்டி, வெள்ளைப் பூக்களால் தொடுத்த மாலையைச் சூடி நின்று கொண்டிருந்தது. மென்மையான

தன் பழுப்பு நிறக் கண்களால், சுற்றியிருந்த மக்கள் கூட்டத்தை ஆச்சரியமாகப் பார்த்தது.

பக்தர்கள் வழங்கும் கீரையை முகர்ந்து பார்க்க முடியாத அளவுக்கு, அதன் வயிறு நிரம்பியிருந்தது. அருகில் இருந்த நபர், தன் கைகளை மேலும் கீழும் அசைத்து இந்த அழகான சிறிய கன்று-சாமியின் மகத்துவத்தை எடுத்துச் சொன்னார்.

கங்கை நதிக்கரை முழுதும் சின்னஞ்சிறு குழுக்கள். சிலர் குளித்துக் கொண்டும், இன்னும் சிலர் வீட்டு உபயோகப் பொருட்களைப் புனித நீரில் அலசிக் கொண்டும் செவ்வனே ஓயாத இயக்கத்தில் இருந்தனர். கத்தைக் கத்தையாக மரக்கட்டைகளும், ஈம விறகுகளும், வெண்துணியில் சுற்றிய சிதைமூட்டிய சடலங்களும் அங்கு ஏராளம் இருந்தன.

இறந்துபோனவர்களில் சிலர் இளம் வயதில், மெலிந்த தேகத்தில் இருந்தனர். மற்று சிலருக்கு, மூப்படைந்த பருமன் தேகம். இத்தனை நாள் உடன் இருந்தவன் மண்ணோடு மண்ணாகி, கங்கையில் கரையப்போகிறான் என்று எண்ணி அருகிலிருந்த உறவினர்கள் மிரட்சியுடன் பார்த்தனர்.

எண்ணிலடங்காத தெப்பங்கள் கரையோரத்தில் நிறுத்தி வைக்கப்பட்டிருந்தன. கரையிலிருந்து தெப்பத்தை அடைய, மரப்பலகை இருந்தது. ஒற்றை ஆளிலிருந்து ஒரு குடும்பமே கொள்ளும் அளவுக்கு தெப்பத்தின் வசதிற்கேற்ப நிறைய நபர்கள் குவிந்திருந்தார்கள். துணி, பாத்திரம் முதலியவற்றை அலசி எடுத்து தெப்பத்தில் போட்டுக் கொண்டு வேகமாக நகர்ந்தனர்.

நகரின் அருவருப்பான, பிசுபிசுப்பு கூடிய கரிய நிறச் சாக்கடை நீர் தெப்பங்களின் ஊடாக கங்கை நதியில் கலந்தது. இத்தகையச் சூழலில் இங்கு ஏன் காலரா, டைஃபாய்டு போன்ற கொள்ளைநோய்கள் ஏற்படவில்லை என்று எனக்கு ஆச்சரியமாக இருந்தது. ஆனால் கங்கை நீரில் கிருமிகளை அழிக்கும் விஷேச சக்தி இருப்பதாக, இந்நீரை ஆய்வு செய்த விஞ்ஞானிகள் சொன்னதாய் என்னுடன் வந்தவர்கள் சொன்னார்கள்.

நாங்கள் இப்போது கங்கையில் பயணித்தோம். எங்கள் தெப்பத்தில் வெள்ளை நிற மெத்தையும் உட்காருவதற்கென்று சிறிய குஷனும் இருந்தது. துடுப்புப் போடுபவர் அரை நிர்வாணக் கோலத்தில் இருந்தார். எங்கள் வலப்பக்கத்தில் இருந்த கங்கை கரையை மெல்லமாக கடந்து வேடிக்கைப் பார்த்தோம். இடப்பக்கம் ஆளரவமற்ற வெற்று நிலங்களும், சில மரங்களும் இருந்தன.

மக்கள் கூட்டம் நிறைந்த பக்கத்தைப் பார்க்கும்போது பட்டுப்பூச்சிக் கூட்டம் போன்ற மென்மையான அசைவுகளும், கூச்சல் நிறைந்த ஓட்டமும் தென்பட்டது. யாவரும் காணாத மாயக் கனவுகளை நெசவு செய்கிறார்கள் போலும். செங்குத்தான சரிவையொட்டி சிகப்பு, பழுப்பு, மஞ்சள் மற்றும் வெள்ளை நிறத்திலான கோயில்கள் தெரிந்தன.

ஆற்றிலிருந்து நூற்றுக்கணக்கான படி உயரத்தில் அவை அமைந்திருந்தன. ஏறி இறங்கும் படிக்கட்டுகளில் பல்வேறு நிறங்கள் இருந்தாலும், வெள்ளை நிறமே பிரதானம். கோட்டைகளும், மதில்சுவர்களும் இருந்தன...

'இதைப் பார்க்க வெனிஸ் மாதிரி இல்லை?'

முழுமையாகச் சொல்லிவிட முடியாது. வெனிஸ் சிறிய நகரம். அதன் வடிவமைப்பில் குழப்பங்கள் இருந்தாலும், கச்சிதமாய் உருவாக்கப்பட்ட ஊர். மேற்குலகின் மத்தியக்கால அம்சங்கள் பொருந்தி, உலகியல் ஆசாபாசங்களுக்கு முக்கியத்துவம் அளிக்கும் மக்கள் அங்கு உண்டு. அவர்கள் காதலை மெச்சுவார்கள். காதலுக்காக அநீதியின் எந்த எல்லைக்கும் செல்வார்கள்.

பனாரஸ் பரந்து விரிந்த நகரம். அதன் எல்லைகளை விவரிக்க முடியாது. மானுட இனம் பூமியில் தோன்றுவதற்கு முன்பே உருவானது போலான கட்டடங்களும், நகர அமைப்பும், வெளிச்சமும், மக்கட்கூட்டமும் அங்கு இருக்கின்றன. நான் எப்போதும் சொல்லும், 'உலகம் தோன்றிய காலத்து' சிந்தனையோடு பனாரஸ் ஒத்துப்போகிறது...

நாங்கள் அதே இறக்கத்தில் இறங்கிக் கொண்டு, செங்குத்தான சாலை வழியே திரும்ப வந்தோம். கோயிலில் மீண்டும் மக்கள் திரளைப் பார்க்க முடிந்தது. கபீரின் வார்த்தைகளால் சொல்ல விரும்புபவர்கள்: 'கங்கையின் குளிக்குமிடத்தில் தண்ணீரைத் தவிர வேறெதுவும் கிடையாது. அவை பயனற்றவை. நான் அங்கு குளித்திருக்கிறேன். அங்கிருக்கும் சிலைகளுக்கு உயிர் கிடையாது. அவற்றால் பேசவும் முடியாது. நான் அவற்றிடம் கண்ணீர் மல்க புலம்பியிருக்கிறேன்' என்று சொல்வார்கள்.

ஆனால் நான் அப்படி உணரவில்லை. என் இளம் பிராயத்தில் வாசித்த ஓர் அருமையான நாடகத்தை, பனாரஸ் விஜயம் எனக்கு நினைவூட்டுகிறது. என் சிந்தனைக்கேற்ற நல்ல தீனியாக இருக்குமென்று கருதுகிறேன். 'நம்பிக்கை' என்ற பெயரிலான அந்த

நாடகம், பண்டைய எகிப்து நகரில் நடப்பது போல் புனையப்பட்டது.

கதாநாயகன் சத்தியத்தின் பால் கட்டுப்பட்டவன். எப்பாடு பட்டாவது சமசரமற்ற சத்தியத்தை நிறுவி, போலிகளை அகற்ற உறுதி கொண்டவன். எகிப்திய மதவாதிகளின் போதனைகளில்தான் அப்பட்டமான போலிகள் குடியிருப்பதை அவன் தெரிந்துகொண்டான்.

போலி மதவாதிகளின் அதிகார ஆசையை வெளிக்கொணர்வதன் மூலம், சாமான்யர்களின் அறியாமையையும் அவர்களுக்கு ஏற்படும் கொடும் பாதகங்களையும் ஒட்டுமொத்தமாய் அழிக்க முடியும் என்று நம்பினான்.

'மதபோதகர்கள் போலி இறையுருவங்கள் மீது நம்பிக்கை எழுப்புவது வெறும் அதிகார ஆசைக்காகவோ, சுய நலத்திற்காகவோ மட்டுமில்லை' என்பதை கதாநாயகனுக்கு நிரூபிக்க உயர் போதகர் ஒருவர் மறுமுனையில் நின்று முயற்சி செய்தார்.

'போலிகளில் பற்று கொள்வதன் மூலம் வாழ்வில் ஆறுதல் அடைந்து, மக்கள் வலிமை பெற விரும்புகின்றனர். அதற்கு இந்த இறையுருவங்கள் வேண்டியவற்றை செய்கின்றன' என்பதை அவர் நிரூபிக்க விரும்பினார். ஆகவே போதகர் கதாநாயகனை கோயிலுக்கு அழைத்துச் சென்று கடவுள் திருமேனிக்குப் பின் அமர வைத்தார்.

ஆண்டுக்கு ஒருமுறை இறைவி தன் தலையை அசைப்பார். அது கடவுளின் கிருபையால் நிகழ்கிறது என்று எல்லோரும் நினைத்தார்கள். ஆனால் கயிற்றை அசைத்து அதன் மூலம் ஆட்டுவிக்கும் போதகரின் வேலை இது. இப்போது கதாநாயகனால் மக்கள் வேண்டுவதைப் பார்க்கவும் கேட்கவும் முடிந்தது.

போதகர் கதாநாயகன் கையில் கயிற்றைக் கொடுத்து, அவன் இஷ்டப்படி இழுக்கவோ அசைவின்றி வைத்துக்கொள்ளவோ சம்மதித்தார். கயிற்றை இழுத்தால் அற்புதச் சக்தி உயிர்ப்போடு இருக்கும்; மறுத்தால் மக்களின் நம்பிக்கையில் இடிவிழும்.

கேட்பாரற்ற, பாவம் சூழ்ந்த, பார்வை தெரியாத, முடக்குவாதம் கொண்ட, மனம் வெதும்பி துன்பத்தில் வாழும் பலர் கோயிலுக்கு வந்தனர். மக்களின் அழுகுரல் கோயில் பிரகாரமெங்கும் எதிரொலித்தது. இறைவிக்குப் பின்னால் ஒளிந்திருக்கும் கதாநாயகன் காதுகளை அழுகுரல் சத்தம் குத்தலெடுத்து

துன்புறுத்தியது. தங்கள் பாரத்தை இறக்கி வைக்க இறைவனிடம் இருந்து ஒரு சிறிய அசைவு உண்டாகாதா என்று ஏக்கத்தோடு பார்த்தார்கள். ஒவ்வொருவரின் தனிப்பட்ட கதையைக் கேட்ட கதாநாயகன், மனித பாரங்கள் முன் தன் தோல்வியை ஒப்புக்கொண்டு கயிற்றை அசைத்தான். தேவி இப்போது மகிழ்ச்சியோடு தலையசைத்தாள்!

•

ஒருவேளை இந்தக் கதை பனாரஸில் நடந்து, கதாநாயகனின் இடத்தில் நான் இருந்தால் என்ன செய்திருப்பேன்? என்னால் அதற்குப் பதில் சொல்ல முடியாது. ஆனால் வண்ண வண்ண வித்தைகளுக்குப் பின்னால் மதப் பிரசாரம் செய்துகொண்டிருக்கும், உயர் போதகர்களிடம் நீண்ட நாளாக கேட்க வேண்டும் என்றொரு கேள்வி என்னைத் துருத்திக் கொண்டிருக்கிறது.

‘உங்கள் மதத்தில் ஒரேயொரு கடவுள்தான் இருக்கிறார். அவருக்கு உருவமில்லை என்பது உண்மைதானே? எவ்விதப் புற அடையாளங்களும் இல்லாத ஒருவர், இந்தப் பேரண்டத்தின் ஒட்டுமொத்த அழகைக் காட்டிலும் அதி அற்புதமானவர் என்பதில் உங்களுக்கு சந்தேகம் இருக்கலாமா? மதத்தின் பூர்ண உண்மையை மக்களுக்கு சொல்லிவிட்டால், அது அவர்கள் நம்பிக்கையைப் பாதிக்கும் என்று இன்னும் நம்புகிறீர்களா?’

•

மலையுச்சிக்குச் சென்று காரில் ஏறும்போது அப்துல் மஜீத்தைச் சந்தித்தோம். அப்துல் மஜீத் இஸ்லாமியர்களுள் குறிப்பிடத்தகுந்த நபர். தானொரு வணிகனாக இருந்தாலும், ஏழை எளியோருக்கு உதவி செய்து கிட்டத்தட்ட பட்டாளிகளின் தலைவன் என்று சொல்லும் அளவுக்கு நற்பெயர் பெற்றிருந்தார். தன் இல்லத்திற்கு வந்து தேநீர் அருந்திச் செல்லும்படி கேட்டுக்கொண்டார். நாங்களும் ஒப்புக்கொண்டோம்.

அப்துல் அரேபிய பின்புலம் உடையவர். அவரின் அரசியல் பார்வை கலந்துபட்டது. ஆனால் இப்போது அதிலிருந்து விலகிவிட்டார். தான் சார்ந்த இனத்தின் அதி புத்திசாலித்தனமும், வாதத் திறமையும் அவருக்கு அப்படியே கைக்கூடியிருந்தது. உலகின் பல நாடுகளுக்குச் சென்று வந்திருக்கிறார். நன்கு பக்குவம் பெற்ற மனிதர்.

அவர் வீட்டு முற்றத்தின் உயர்ந்த மதில் சுவர்களை ஐவி கொடிகள் அலங்கரித்திருந்தன. எனவே கொஞ்சம் மங்கலாக இருந்தது.

நீண்ட தூரம் அலைந்து திரிந்த களைப்பில் ஏதும் பேசாமல் தேநீர் அருந்தினோம். 'இஸ்லாமிய சகோதர - சகோதரிகள் முற்றத்தில் காத்திருக்கின்றனர், உங்களால் இப்போது அவர்களிடம் பேச முடியுமா?' என்று அவர் கேட்டார்.

மக்கள் கூட்டத்தை ஒழுங்குபடுத்தி ஏற்பாடு செய்யும் எந்தவொரு அறிகுறியும் இவரிடம் இல்லை. பொதுவாக நாங்கள் சந்தைத் தெருவைக் கடக்கும்போதே இஸ்லாமியச் சொந்தங்களுக்கு தகவல் சொல்லி வரவைத்து, தேநீர் அருந்தும் இடைவெளிக்குள் அவர்களை அமைதியாக ஆட்படுத்தி தயார்படுத்துவதற்கு நிச்சயம் ஒரு கைத்தேர்ந்த வல்லுநர் தேவை. நாங்கள் வீட்டிற்குள் நுழைந்தபோது, முற்றத்தில் ஓர் ஈ எறும்பு கூட இல்லை. ஆனால் இப்போது வெளியே வந்து பார்த்தால், மக்கள் வெள்ளம் அலைமோதியது.

குறைந்தது நூறு பேராவது இருப்பார்கள். அதில் கைவினைக் கலைஞர்களும் குறு வியாபாரிகளும் பெரும்பான்மை. ஏழை மக்களுக்கே உண்டான அடக்கக் குணமும், கோழைத்தனமும், நாணமும் கொண்டு வாய் புதைத்து நின்றிருந்தனர். இருந்தாலும் எஜமானுக்கு அடிமையாய் இராமல், தன் சொந்த திறமையும் உழைப்பும் நம்பி வாழ்வை நகர்த்தும் கண்ணியத்தை அவர்களிடம் இயற்கையாய் காண முடிந்தது.

அவர்களின் ஆடை நலிந்தபோயிருந்தது. சிலர் கைத்தறியில் நெசவு செய்த நீண்ட வெள்ளைத் துணியை உடல் முழுதும் சுற்றியிருந்தனர். எல்லோர் முகத்திலும் விவரிக்க முடியாத தனிமையும் சோகமும் அப்பிக்கிடந்தது.

நான் அவர்களிடம் இருபது நிமிடங்கள் பேசினேன். அப்துல் மஜீத் அவற்றை மொழிபெயர்த்துச் சொன்னார். வெகு சிலருக்கே புரிந்தாலும், இறுதிவரை எல்லோரும் அமைதியாகக் கவனித்தனர். ஒரு சிலரின் புரிதலே அந்தச் சூழலை ஈர்ப்புடனும் அமைதியுடனும் வைத்திருக்க போதுமானதாய் இருந்தது.

பொது உணர்ச்சியும், விழாக்கோல மனக் கிளர்ச்சியும் இல்லாத மக்கள் கூட்டத்தை பனாரஸில் நான் இங்குதான் முதன்முதலாகப் பார்க்கிறேன். எனவே அவர்களின் தனிமையும் சோக உணர்ச்சியும் என் உள்ளத்தில் அப்படியே பதிந்தது. அவர்கள் வெளிப்படுத்தும் மனோபாவமும் உள்ளக் குறிப்பும் இந்திய முஸ்லிம்களின் இயல்பைப் பிரதிபலிப்பதாய் இருந்தது.

கபீர் சொன்னதுபோல் கங்கை நீரை இவர்கள் பயனற்றதாய் கருதுவார்கள் என்று நினைத்தேன். பதில் பேசா கற்சிற்பங்களும், ஆதரவு தராத இறையுருவங்களும் இவர்களுக்குத் தேவையற்றதாய் இருக்குமென்று உத்தேசித்தேன். இவர்கள் விரும்பும் இறைவன், ஒளியும் தத்துவமும் ஆனவன். உருவங்களால் அவனை அடக்கிவிட முடியாது. பல்வேறு பரிமாண ரூபங்கள் எடுத்து பல்கிப் பெருகி, மனித குலத்தை சரியான பாதைக்கு அழைத்துச் செல்பவனை இவர்கள் விரும்புகிறார்கள்.

இதை வெளிப்படையாகச் சொல்லாவிட்டாலும், இவர்கள் சார்ந்த மதத்தின் வழி புரிந்துகொள்ள முடிகிறது. இதன் சாரத்தை அவர்கள் கண்கள் மினுமினுக்கின்றன. இந்தக் கூட்டம் பனாரஸில் நடக்கும் மதத் திருவிழா போன்ற கேளிக்கை கூட்டம் அல்ல. இவர்கள் எல்லோரையும் நான் பெரிதும் மதிக்கிறேன்.

நான் இந்தியாவில் சந்தித்த மிகச் சிறந்த முஸ்லிம்களும் இஸ்லாமியத் துறவிகளும்கூட என்னை இத்தனை மடங்கு கவரவில்லை. கடவுளுக்குச் சொந்தமான பூமியில், அவருக்குச் சொந்தமான மெழுகுவர்த்திகளை ஏற்றி வைத்து மகாத்மா காந்தியின் வீட்டிற்கு வெளியே உள்ள திறந்த வெளியில் எவ்வித இறை உருவங்களும் இல்லாமல், தன் சொந்த மன ஆற்றலால் இறைவனோடு இரண்டறக் கலக்க மன வலிமையோடு இவர்கள் பிரார்த்தனை செய்ததை நான் இன்றும் நினைத்துப் பார்க்கிறேன்.

'இந்தக் கடவுளிடம் வேண்டுங்கள், அந்தக் கடவுளிடம் வேண்டுங்கள்' என்று வழிகாட்ட எவ்வித இடைத்தரகர்களும் இங்கு இல்லை. மனிதனுக்கு மனிதனே சமானம். போதகர் என்ற பெயரில் எவரொருவரின் முன்னாலும் மண்டியிடத் தேவை யில்லை. மனிதன் தனக்குப் பரிச்சயமான உருவங்களை வைத்து இறைவனை உருவாக்கினான் என்பது உண்மை. அதுவே அவனை வேறுபடுத்திக் காட்டவும், தனிமைப்படுத்தவும் காரணமாய் அமைந்தது.

இருந்தாலும் இவர்கள் அதனோடு முரண்டுபிடித்தார்கள். உண்மையைத் தவிர வேறு எதையும் ஏற்க மறுத்தார்கள். மனித உருவில் இருக்கும் தெய்வங்களையும் கோயில்களையும் பெரிதுபடுத்தாமல், உருவமில்லாத ஒரு தெய்வத்தை நம்பி ஆயிரக்கணக்கான ஆண்டுகளாய் தங்கள் நம்பிக்கையைப் பின்தொடர்ந்தது வாழ்ந்திருக்கின்றனர். இந்தக் கூட்டத்தில் பேசுவது நானாக இருந்தாலும், தங்கள் மௌனத்தால் ஒரு செய்தியை கடத்தியிருக்கிறார்கள், 'நாம் எந்தப் பெயரிட்டு

அழைத்தாலும் சரி, உண்மை ஒளி எதுவோ, அதைப் பின்தொடர்ந்து செல்வோம்.'

சீரான கூட்டத்திற்கு முன் ஒரு ஆள் தனித்து நின்றான். அவன் வெள்ளை நிறப் பருத்தி ஆடையும் குல்லாவும் அணிந்திருந்தான். நன்கு அகலமான முகம், செதுக்கியது போன்ற கன்னங்கள். கருவிழிகள் இரண்டும் விசாலமாக உருண்டு திரண்டு வானத்தை வெறித்துப் பார்த்தன.

அந்தக் கண்ணில் விநோதமான நெருப்புப் பொறி தட்டியது. சிறிய மூக்கும், வெட்டியெடுத்த வட்ட வடிவ கறுப்புத் தாடியும் சண்டை செய்ய தயாரானவன் போல் அவனை அடையாளப்படுத்தியது. கைகளை நீட்டி அகலமாக வைத்து நின்ற அழகிலேயே, அவனொரு நெசவாளி என்று நான் ஊகித்துவிட்டேன். அது கபீரின் சாயல் என்று நம்புகிறேன். பதினைந்தாம் நூற்றாண்டைச் சார்ந்த பெரும் புலவரும் ஆசானுமாகிய கபீர்தாஸின் வாழ்வியல், கடவுளின் ஒற்றைத்தன்மையைப் போதிக்கிறது:

ஓ, என் சேவகா, நீ என்னை எங்கே தேடுகிறாய்? நான் உன் அருகில்தானே இருக்கிறேன்.

நீ என்னை கோயிலிலும் மசூதியிலும் தேட வேண்டாம்...

நீ செய்யும் சடங்குகளிலும் சம்பிரதாயங்களிலும் நான் இல்லை,

நீ கடைப்பிடிக்கும் யோக முறையிலும் துறவு வாழ்க்கையிலும் நான் இல்லை.

நீ என்னை உண்மையாகவே தேடினால், அடுத்த கணமே நான் உன் பார்வைக்குத் தெரிவேன்...

நீ சுவாசிக்கும் ஒவ்வொரு மூச்சிலும் நான் இருக்கிறேன்!

●

இஸ்லாமிய மற்றும் இந்துத்துவ பனாரஸைச் சுற்றிப் பார்த்த பிறகு, பனாரஸின் புகழ்வாய்ந்த பௌத்த வரலாற்றுச் சின்னங்களைத் தரிசிக்கச் சென்றோம். அதை பௌத்த இடிபாடுகள் என்று சொன்னால் பொருந்தும். தற்காலத்தில், எல்லாம் சிதலமடைந்து விட்டன. இரண்டாயிரம் ஆண்டுகளுக்கு முன்பு சார்நாத்தில் செயல்பட்டுவந்த புகழ்மிக்க பௌத்த மடலாயம் இது. தற்போது அகழ்வாராய்ச்சிக்கு உட்பட்டிருக்கிறது.

ஒருபக்கம் புதிய பௌத்த விகாரம். அதிலிருந்து காவி வஸ்திரம் அணிந்த பௌத்த பிக்குகள் இரண்டு, மூன்று பேராக வரிசையில்

சென்றனர். மறுபக்கம் ஜப்பானியர்கள் நிர்மாணித்த அதனினும் புதிய மற்றொரு பௌத்த ஆலயம். அதன் சுவர்கள் ஜப்பானியக் கலைஞர்களால் வண்ணமேற்றப்பட்டதால், பார்ப்பதற்கு மோன்பானஸில் (Montparnasse) உள்ள நவீன தேநீரகம் போல் இருந்தது.

இரண்டு கோயிலுக்கும் இடையே பழைய கட்டடத்தின் இடிபாடுகள் மிச்சமிருந்தன. இந்தச் சிறிய காப்பகத்தை சில நிமிடங்களுக்கு உத்துப் பார்த்தால், பண்டைய பௌத்த கால நினைவுகள் கண்முன் வரும். வழக்கம் போல் பிரம்மாண்ட புத்தர் உருவம் இருந்தது. சிந்தனை, வலிமை, அன்பு, கருணை என்ற பல ரசங்கள் ததும்பும் முகம்.

இந்தக் குழப்பமான உலகில் எனது இருப்பு முக்கியமற்றதாக இருப்பதோடு, மேலும் தெளிவின்றி உள்ளது. ஆனால் எது எப்படியிருந்தாலும் உலக மாந்தரை ஒன்றுபோல் நேசிக்கும் இந்த அற்புத ஆசானை நான் மிகச் சரியாகப் புரிந்துகொண்டு நெருக்கமாக உணர்கிறேன்.

இந்தியாவின் பிரம்மாண்ட புத்தர் சிலைகளை வைத்து, அதன் பௌத்த கலை அம்சத்தை எடைபோட முடியாது. சிறிய சிற்பங்கள் தான் அந்தக் கலை நேர்த்தியை ஒளித்து வைத்திருக்கின்றன. ஆயிரக்கணக்கான ஆண்டுகளுக்கு முன்பே அனுதாபம் கொண்ட மென்சிரிப்பைப் பக்குவமாய் வடித்திருக்கின்றனர். இப்போதுள்ள மோனாலிசா ஓவியமும், ரோடின் செதுக்கிய சிற்பங்களும் அதனோடு ஒப்பிட்டுப் பார்த்தால் விகாரமாய் உள்ளன.

கலை நேர்த்தியில் உள்ள இத்தகைய நுட்பமான புரிதல்களே, இந்தியாவின் பௌத்த காலத்தைப் புரிந்துகொள்ள உதவுகிறது. ‘இந்துத்துவத்தால் இந்தியாவில் பௌத்தத்தைத் துரத்தி எறிய முடிந்ததென்றால், இந்து அல்லாத இஸ்லாமிய மதத்தை விழுங்கவும், பிடுங்கி எறியவும் வாய்ப்புக்கொடுக்காமல் இந்துத்துவத்தின் கைகளைப் பிணைத்திருப்பது யார்?’ என்று என்னிடமே கேட்டுக்கொண்டேன்.

பௌத்த ஆட்சியில் அசோகர் கால இந்தியாவில் இருந்த கலை உச்சமும், தத்துவ விளக்கமும் இஸ்லாமியர் ஆட்சிக் காலத்தில் இருந்த நுட்பங்களைக் காட்டிலும் உயர்ந்தவை. எனது கேள்விக்கான பதில், அப்துல் மஜீத் வீட்டு முற்றத்தில் நின்றுகொண்டிருந்த அப்பாவி ஏழைகள் முகத்தில் இருந்தது.

பௌத்தமும் தன்னை உருவ வழிபாட்டில் தொலைத்து கொண்ட மதம். அதன் கொள்கைகளும் நம்பிக்கைகளும் உருவங்களுக்குள் புதைந்துவிட்டன. கொள்கை ஒன்றே நிலையானது. அதை எப்பாடுபட்டாவது பாதுகாக்க வேண்டும். தெய்வத்தோடு தொடர்பு கொள்ளும் ஒரே சாதனம் கொள்கைதான். அப்துல் மஜீத் வீட்டு முற்றத்தில் இருந்த ஏழைச் சகோதரர்கள் எனக்குச் சொல்லித் தந்த பாடம் இதுதான். இந்தச் செய்தி பைபிளில் கூட இருக்கிறது: 'ஆதியிலே வார்த்தை இருந்தது, ...அந்த வார்த்தை தேவனாயிருந்தது.'

அத்தியாயம் 15

கல்கத்தா

இந்தியாவின் முன்னாள் தலைநகராக விளங்கிய கல்கத்தாவை, ஐரோப்பாவின் அநேக நகரங்களோடு நீங்கள் ஒப்பிடலாம். இது ஆங்கிலேயர்களால் நிர்மாணிக்கப்பட்ட ஊர். இதன் கட்டட பாணியைக் கண்டு ஆச்சரியப்படுவதற்கு ஏதுமில்லை. ஆனால் அதே சமயம் நீங்கள் வெகுவாகக் காணும் கிழக்கு-மேற்கு கலை பாணியின் ஒன்றிணைந்த வித்தியாசக் கலவை இங்கு இல்லை. நடைமுறைத் தன்மைக்கேற்ற வசதிகளும், வணிக மையமான நுட்பங்களும் கல்கத்தாவை முதன்முறையாக பார்க்கும்போதே தெளிவாகப் புலனாகும்.

கல்கத்தா நகரம் வங்காளத்தின் இதயமாகச் செயல்படுகிறது. இந்தியாவின் சிந்தனை மரபுக்கும் செயல்பாடுகளுக்கும் விஷேச சுவை சேர்ப்பதில் வங்காளத்தின் மனோபாவம் முக்கிய அங்கம் வகிக்கிறது. ஆனால் இந்தியாவிற்கு கல்கத்தாவின் பங்கு என்னவென்று தெரிந்துகொள்ள வேண்டுமானால், அந்நகரின் இந்து - முஸ்லிம் - ஆங்கிலேயக் கூட்டுக் கலாசாரத்தை ஓரளவேனும் புரிந்துகொள்ள வேண்டும்.

‘கல்கத்தாவில் நிகழ்ந்தவை எல்லாம் கடந்துபோன விஷயங்கள். மிகச் சமீபத்தில் நிகழ்ந்ததாக இருந்தாலும், அவற்றைப் பற்றி கவலைப்பட வேண்டாம். நிகழ்கால நடப்புகளுக்கு நீங்கள் தில்லி மற்றும் எல்லைப்புற மாகாணங்களை எதிர்நோக்க வேண்டும்’ என்று சில இந்திய நண்பர்கள் சொன்னார்கள்.

இதில் ஓரளவு உண்மை இருக்கலாம். ஆனால் புதிய இந்தியாவில் செயல்படுத்தப்படும் எந்தவொரு முன்னெடுப்பும் நேரடியாகவோ மறைமுகமாகவோ கல்கத்தாவில் வளர்ந்தெழுந்த இயக்கங்களின்

தாக்கத்தில் உருப்பெற்றதாகவே இருக்கிறது. இந்த இயக்கங்கள் எல்லாம் 19ஆம் நூற்றாண்டு வாக்கில் கீழைத் தேயம் முழுக்க விசிறியடித்த புரட்சி அலையில் கரையொதுங்கியவை. ஆகவே இந்தியா உட்பட கீழைத் தேயம் எதுவாக இருப்பினும், அதன் 19ஆம் நூற்றாண்டு இயக்கங்கள் பற்றிய அடிப்படை விஷயங்களை அறிந்துகொள்ளுதல் அவசியம்.

இந்தியாவில், பிரம்ம சமாஜத்தை நிறுவிய ராஜா ராம் மோகன் ராயிடம் (1772-1833) இருந்து இயக்க வரலாறு தொடங்குகிறது. 'பிரம்ம' எனும் சொல், உபநிடதங்கள் மற்றும் வேதாந்தத் தத்துவங்களின் இறைவனாகிய பிரம்மாவைக் குறிக்கிறது. 'சமயா' எனும் சொல் சமூகத்தைக் குறிக்கிறது. ஆக இது கடவுளின் சமூகத்தைக் கட்டியெழுப்பும் முயற்சி என்று சொல்லலாம்.

இந்தியச் சமூகத்தில் மனித இருப்பை இறைவனில்லாமல் பூர்த்தி செய்ய முடியாது. ஆகவே எந்தவொரு இயக்கம் தோன்றினாலும், அதில் இறைவன் பற்றிய வரையறை வேண்டும். இறைவன் குறித்த பிரம்ம சமாஜத்தின் கருத்தாக்கமும் இஸ்லாமிய கருத்தாக்கமும் ஒன்றுபோல 'கடவுள் ஒருவரே' என்பதை வலியுறுத்துகிறது.

ராஜா ராம் மோகன் ராய் வங்காளத்தின் இஸ்லாமிய அரசோடு தொடர்பு கொண்டிருந்த ஒரு பிராமணர். இஸ்லாமியத் தத்துவங்களால் அவர் பெரிதும் உந்தப்பட்டார். எல்லாவற்றுக்கும் மேலாக, இஸ்லாத்தின் சூஃபி தத்துவத்தை ஆழமாகப் படித்தார். சிந்தனையில் மட்டுமின்றி ரசனையிலும் மனோபாவத்திலும் தானொரு இந்து என்பதை மறந்து, இஸ்லாமியனாகவே தோன்றினார்.

ராஜா ராமின் விருப்பத்துக்குரிய மேற்கோள்கள் சூஃபி தத்துவத்தில் இருந்து எடுத்தாளப்பட்டன. இஸ்லாமிய சூஃபித்துவத்தில் அவருக்கு அளவுகடந்த அன்பு இருந்தாலும், புதிதாகத் தொடங்கிய இயக்கத்தை மரபார்ந்த இஸ்லாமியக் கொள்கையோடு, பகுத்தறிவுப் பார்வையில் ஒருங்கிணைத்தார். ஒருவேளை இது எனக்கு மட்டுமே தோன்றிய கருத்தாக இருக்கலாம்.

சமூக நடப்புகளால் அதிருப்தி அடைந்த ராஜா ராம், தன் பதினைந்தாவது வயதில் மடை மாறத் தொடங்கினார். பனாரஸில் தங்கி சமஸ்கிருத மொழியை ஆழமாகப் படித்தார். இந்து மத வேத நூல்களை ஒன்றுவிடாமல் கற்றார். அதைத் தொடர்ந்து ஆங்கிலம் மற்றும் கிறிஸ்தவப் படிப்பினைகள் அவருக்குக் கைக்கூடின. கிழக்கிந்திய கம்பெனிக்காக உழைத்து, ஜான் டிக்பி என்ற பரிவான

ஆங்கிலேயரால் அரவணைக்கப்பட்டு, போதுமான பணம் சேர்த்து 1814இல் கல்கத்தா வந்து சேர்ந்தார்.

அதற்கடுத்த ஆண்டு பிரம்ம சமாஜம் நிறுவப்பட்டது. மற்றெல்லா இயக்கங்கள் போலவே, பிரம்ம சமாஜமும் பல்வேறு படிநிலைகளைத் தாண்ட வேண்டி இருந்தது. சமாஜத்தின் குணாதிசயத்தை, அவர் தன் வாழ்நாளிலேயே ‘சிநேகிதச் சங்கம்’ என்று பெயர் சூட்டியதிலிருந்து தெரிந்துகெள்ளலாம். இந்துத்துவத்தை பிரதிநிதித்துவப்படுத்தும் மையமாக ராஜா ராம் மத்தியில் இருந்தார். அவரின் ஒரு கரம் கிறிஸ்தவத்தைக் குறித்தது. மற்றொரு கரம் இஸ்லாமியத்தைக் குறித்தது. இப்படி மும்மதங்களையும் தன்னுள் ஐக்கியப்படுத்தினார்.

இந்த முக்கோணப் புரிதலில் இஸ்லாமியத்தைக் கடவுள் சார்ந்த வரையறையில் பயன்படுத்தினார். இறைவன் மனித உருவிலோ, கற்சிலையிலோ, உருவப்படங்களிலோ இல்லையென்று ஏகத்துவத் தத்துவத்தை முன்னிறுத்தினார். ராஜா ராமின் கிறிஸ்தவக் கருத்தாக்கமும் இஸ்லாமியக் கொள்கையோடு உடன்படுகிறது.

இயேசு கிறிஸ்து மிகச் சிறந்த தீர்க்கதரிசி. தன்னையொரு கடவுளின் தூதராகக் கருதியவர். தானொரு கடவுள் என்று அவர் ஒருபோதும் சொன்னதில்லை. தன் சீடர்களால் தவறாகப் புரிந்துகொள்ளப்பட்டு, மிகத் தவறாக உள்வாங்கப்பட்டார். ராஜா ராமின் கட்டுக்கோப்பான ஓரிறை நம்பிக்கையால்தான் இந்தியாவில் இன்றளவும் தனிஒருமைக் கோட்பாட்டைப் பின்பற்றும் கிறிஸ்தவத் திருச்சபைகள் இயங்கி வருகின்றன. ஆனாலும் அவர் கிறிஸ்தவ நெறிமுறைகளில் இருந்து கருத்தாழமிக்க நிறையச் செய்திகளைச் சுவீகரித்துக் கொண்டார்.

தனது இயக்கத்தின் கடவுளை வரையறுத்த பின்னர், சமூகத்தில் நிலவி வரும் கொடுங்கோன்மைகளுக்கு எதிராகக் குரல் கொடுக்கத் தொடங்கினார். உடன்கட்டை ஏறும் வழக்கத்தைக் காட்டமாக எதிர்த்தார். பிரம்ம சமாஜத்தின் தொடர் எதிர்ப்புகளின் காரணமாக, 1828ஆம் ஆண்டு டிசம்பர் 4ஆம் தேதி, உடன்கட்டை ஏறும் பழக்கத்திற்கான தடைச்சட்டம் பிறப்பிக்கப்பட்டது. உடன்கட்டை ஏறுதல் தண்டனைக்குரிய குற்றமாக அறிவிக்கப்பட்டது.

இதற்கு அடுத்தபடியாக சாதி முறைகளை எதிர்த்தார். ஆனால் அவராலேயே சாதி வழக்கத்தில் இருந்து வெளிவர முடியாததால், பேச்சளவிலேயே நின்றுபோனது. பாலினச் சமத்துவத்தை மேம்படுத்த வேண்டி அடுத்தகட்ட நகர்வுகளை மேற்கொண்டார்.

அதுவும் அற்பமாக முடிந்தது. ஆனால் பலதாரமணத்திற்கு எதிராக இவர் கொடிபிடித்த பிரசாரங்கள் பெருமளவில் பயனளித்தன. இந்துக்களிடம் பலதாரமணம் தற்போது அருகிவிட்டது.

பெண்களுக்குச் சொத்துரிமை வழங்குவது குறித்து, ராஜா ராம் முன்வைத்த கோரிக்கைகள் அவர் காலத்தில் புரிந்துகொள்ளப்படவில்லை. இப்போதுவரையிலும் இந்நிலை நீடிக்கிறது. இவரின் கல்வி சார்ந்த சீர்திருத்தங்களின் பலனாக கல்கத்தா பல்கலைக் கழகம் தொடங்கப்பட்டது. அதற்கு நல்ல வரவேற்பு கிடைத்தது. அந்தப் பல்கலைக்கழகத்தை நிறுவியதன் மூலம் ஆங்கிலேய உயர் மட்ட கலாசாரத்தின் காலடி இந்திய மண்ணில் ஆழமாகப் பதிந்தது.

ஒரு முன்னோடியிடம் இருந்து என்னவெல்லாம் எதிர்பார்க்க முடியுமோ, அத்தனைக்கும் பாத்திரமாகி 1833இல் ராஜா ராம் இறந்து போனார். அவரின் மரணத்தோடு பிரம்ம சமாஜத்தின் முதல் அத்தியாயமான சமரசமற்ற பகுத்தறிவுக் காலம் முடிவுக்கு வந்தது.

பிரின்ஸ் துவாரகநாத் தாகூரின் வருகையோடு இரண்டாம் அத்தியாயம் தொடங்குகிறது.

ஓரளவுக்கு மேல் தேசியவாதமும் தாராளவாதமும் பெருந்திரள் மக்களால் நெடுங்காலத்திற்கு ஜீரணிக்க முடியாது. அதை முயற்சிப்பது சுவையற்ற செயற்கை உணவை வற்புறுத்தி உண்ணச் சொல்வதற்குச் சமானம். மனிதர்கள் எப்போதும் புலனாகாத விஷயங்களுக்குப் பின்னால் ஆர்வத்தோடு செல்வார்கள்.

தன் பின்பற்றுநர்களுக்காக இறையியல் கொள்கை ஒன்றை ராஜா ராம் வடிவமைத்தார். ஆனால் வழிபடும் முறைமைகளை அவர் ஏற்படுத்தவில்லை. அவருக்கு வழிபாட்டில் நம்பிக்கை கிடையாது. தியானத்தில் மட்டுமே பற்றுக்கொண்டிருந்தார். ஆக அவர் வாழ்நாள் முழுக்கப் பிரம்ம சமாஜத்தில் கூட்டு வழிபாடு நிகழ்ந்தது இல்லை. மக்களை ஒன்றிணைப்பதில் ஏதோவொரு உணர்ச்சிப் பூர்வ இடைவெளி பாக்கியிருந்தது.

பிரம்ம சமாஜிகளின் உணர்ச்சிப்பூர்வமான பசியை, தேபேந்திரநாத் தாகூர் தீர்த்துவைக்க வழிசெய்தார். எழுத்துப்பூர்வமாகச் சில சத்தியங்களைச் சமர்ப்பித்தார். வழிபடுவதற்கான நெறிமுறைகள் அறிமுகம் செய்யப்பட்டன. வாராந்திர முறையில் ஒன்றுகூடி கூட்டுப் பிரார்த்தனைச் செய்தனர். இவர் கொண்டுவந்த சத்தியங்கள், ராஜா ராம் மோகன் ராயின் கொள்கைகளுக்குக் கட்டுப்படுவதாய் அமைந்தன.

அதில் முக்கியமானவற்றைச் சொல்கிறேன்:

1. கடவுளுக்குப் பிடித்தமானவற்றைச் செய்தும்; அன்பின் வழியிலும் அவரைத் தரிசிக்க வேண்டும்.
2. உருவ வழிபாட்டைத் தவிர்க்க வேண்டும்.

தேபேந்திரநாத் தாகூர் என்ற பெயரின் கீழ் இயங்கும் சங்கம் முந்தைய காலகட்டத்தில் இருந்து சற்று விலகுவதாகத் தெரிந்தது. இதை 'சத்தியத்தைத் தேடுபவர்கள் சங்கம்' என்று அவர் அழைத்தார். இந்த மேலோட்டமான பெயரை ஏந்திக்கொண்டு, தேசியவாத அமைப்பாக அடையாளம் பெற்றது. கிறிஸ்தவ ஊடுருவலுக்கு எதிராக வெளிப்படையாகப் பிரசாரம் செய்தனர். சங்கத்தின் அடிப்படைக் கூறுகளில் கிறிஸ்தவக் கொள்கைகள் இருந்தாலும், கிறிஸ்தவர்கள் அந்நியர் என்ற காரணத்தால் கிறிஸ்தவ மதமாற்றத்தை எதிர்த்தனர்.

முற்போக்கு இயக்கத்தில் மதப் பழக்கங்களும், தேசியவாத எண்ணங்களும் முளைவிட்டன. கேசப் சந்திர சென் வருகையையொட்டி இவை மேலும் வலுவடைந்தன. அவர் தலைவர் ஆனதும், 'நம்பிக்கையாளர் சங்கம்' எனப் பெயர்மாற்றம் பெற்றது. பகுத்தறிவு காலத்திலிருந்து மாயாவாத உணர்ச்சிப் போக்குக்கு சங்கம் மாற்றமடைவது வெளிப்படையாகத் தெரிந்தது.

கேசப் சந்திர சென் வரிசையாகப் பல சடங்குமுறைகளை அறிமுகப்படுத்தினார். ஆனாலும் உருவ வழிபாட்டை அவர் ஏற்றுக் கொள்ளவில்லை. நம்பிக்கையோடு கைக்கோர்த்தபின் சிந்தனைகளுக்குச் சிறகு முளைத்துவிடுகிறது. முன்பொரு காலத்தில் கற்பனையில் குடிகொண்டிருந்த திட்டங்கள் எல்லாம் இப்போது கைமேல் வந்து விழுந்தன.

பிரம்ம சமாஜிகள் சாதிய அடையாளங்களைத் தூக்கி எறிந்தனர். சங்கத்தின் கொள்கைகளை இண்டு இடுக்கெல்லாம் கொண்டு சேர்க்கும்படி ஆசிரமங்கள் செயல்பட்டன. பாம்பே மற்றும் மதராஸ் மாகாணங்களில் உள்ள சங்கங்கள் தன்னாட்சி அதிகாரம் பெற்றன. பழைய உறுப்பினர்கள், சங்கத்தின் புதிய மாற்றங்களுக்கு உடனடியாக இசைந்துபோக முடியாமல் தவித்தனர். சங்கம் இரண்டாக உடைந்தது. இந்து மதத்தில், கேசப் விரும்பிய அளவுக்கு மாற்றங்களைக் கொண்டு வர பழைய உறுப்பினர்கள் முரண்டு பிடித்தனர். ஆகவே கேசப்பும் அவர் பின்பற்றுநர்களும் தனியொரு கிளையைத் தொடங்கி, அதன்மூலம் சீர்திருத்தங்களைத் தொடர்ந்தனர்.

பிரம்ம சமாஜத்தின் குறிப்பிடத்தகுந்த மூன்று தலைவர்களுள் கேசப் சந்திர சென் கவர்ச்சிகரமான மனிதர். தன் முன்னோர்களைக் காட்டிலும் மக்கள் மனத்தை சல்லடைப் போட்டு சலித்தெடுத்து உண்மையை உணர்ந்தவர். கூட்டங்களில் பயன்படுத்துவதற்காக அவர் சேகரித்த தொகுப்பில் பௌத்த, கிறிஸ்தவ, முஸ்லிம் மற்றும் இந்து மதத்தின் வேத நூல்கள் உண்டு. வழிபாட்டுக் கூடத்தைக் கொடி அசைத்து, மத்தளம் அடித்து, இசையமைத்துப் பாட்டுப் பாடும் நிகழ்வாக மாற்றினார்.

கேசப் ஒரு தனி வழிபாட்டு முறையைப் பின்பற்றினார். கல்கத்தாவில் ஆண்டுதோறும் ஒரு கலாசார விழாவை முன்னெடுத்து, அதன்மூலம் பொது மக்களுக்கு கொண்டு சேர்த்தார். இந்த விழாக்களைப் பார்க்கும்போது, வரலாற்று நிகழ்வுகளின் ஒத்திசைவுகளை யோசிக்காமல் இருக்கமுடியாது. பெயரும் வடிவமும் மாறலாம். ஆனால் தொண்டர்களை தலைவர் வழிநடத்தும் முறை ஆண்டாண்டு காலம் ஆனாலும் மாறாது. உணவும் பொழுதுபோக்கும் கொடுத்து, முக்கியச் சமாச்சாரங்களில் அவர்கள் காதுகொடுக்காமல் இருக்க, வேண்டியதெல்லாம் செய்வார்கள்.

சமூகப் பார்வையில் பார்த்தால், கேசப் இளம் வயதில் துணிச்சலாக இருந்தவர். பிரம்ம சமாஜத்தில் குழந்தைத் திருமணங்களையும் பலதாரமணங்களையும் முற்றிலும் ஒழித்தார். ஒருகட்டத்தில் இவற்றை இந்திய அரசாங்கமும் அங்கீகரித்து சட்டமாக்கியது. இவையெல்லாம் இயற்கையிலேயே பிரம்ம சமாஜத்தை இந்து மதத்திலிருந்து வேறாக அடையாளப்படுத்தின.

இங்கிலாந்து சென்று வந்த பிறகு, கேசப்பின் சீர்த்திருத்த நடவடிக்கைகள் இன்னும் சூடுபிடித்தன. இருபாலருக்குமான பள்ளிக்கூடங்கள் திறந்தார். பாரத ஆசிரமம் என்றழைக்கப்படும் இல்லங்களின் மூலம், மேம்பட்ட குடும்ப வாழ்க்கையும் குழந்தைகளுக்கான கல்வியும் உறுதி செய்தார். பொதுக் கூட்டங்களில் ஆண்களோடு பெண்களும் கலந்து கொண்டனர். பெருந்திரள் மக்கள் கூட்டத்தை கவரும் வண்ணம், பத்திரிகை ஊடகத்தைச் சரியாகப் பயன்படுத்தினார். ஆசிரமங்களின் எண்ணிக்கையை அதிகப்படுத்தினார். ஆனால் மாற்றத்திற்கான அழைப்புக்குரல் வலுவாக ஒலிக்கத் தொடங்கியது. கேசப்பின் வேகம் போதாது என்று இளைஞர்கள் கருதினர்.

வளப்பமான மாற்றங்களால் இன்னும் சில நாட்களில் தெய்வீக அந்தஸ்து பெற காத்திருந்த மனிதர், சுயநலம் மிக்க கருமிகளைக்

காட்டிலும் அதீத மோசமான சம்பவமொன்றைச் செய்தார். தனது சிந்தனைகளையும் எண்ணவோட்டங்களையும் இயக்கத்தை நிர்வகிக்கும் சிறிய அங்கத்தில் கலந்தாலோசித்து அதன்மூலம் மக்களைச் சென்றடையாமல், எல்லாவற்றையும் தான், தனக்கு, தானே என்றிருந்தார். ஓர் இயக்கத்தைக் கட்டியெழுப்ப தனி மனிதனின் ஆளுமை மிக முக்கியக் கருவி. அதே ஆளுமை பலவீனமடையும்போது இயக்கம் சில்லு சில்லாக உடைந்து விடுகிறது.

கேசப் எல்லாவற்றையும் கட்டுப்படுத்தினார். அவர் வார்த்தை வேதமானது. தன்னைக் கடவுள் என்று அத்தனைச் சீக்கிரம் சொல்லிக் கொள்ளமுடியாது என்பதை அறிந்து, அதைக் காட்டிலும் மேலான காரியமொன்றைச் செய்தார். இறைவன் தனக்கு தெய்வீகக் காட்சி அருளியதாக நம்ப வைத்தார். இந்தத் தெய்வீக சம்பாஷணைகளால் (இவற்றை அவர் உண்மையிலேயே நம்பினார்) சர்வ வல்லமை படைத்தவராகத் தன்னை நிரூபித்தார்.

நூற்றுக்கணக்கான இளம் சீடர்கள் அவர் காலில் விழுந்து வழிபடத் தொடங்கினர். இவ்வேளையில் சமூகச் சீர்திருத்த இயக்கத்திலிருந்து மாபெரும் அடியெடுத்து வைத்து, தன்னையொரு மத அபிப்பிராய இயக்கமாக பிரம்ம சமாஜம் நிலைநிறுத்தியது.

கல்கத்தாவிற்கு அருகில் ஓர் எஸ்டேட்டை விலைக்கு வாங்கிப் போட்டு, அதைத் தன் ‘கானக உறைவிடம்’ என்று கேசப் அழைத்தார். அங்கிருந்துகொண்டு கடுமையான துறவு வாழ்க்கை வாழ்ந்தார். அவரின் சீடர்கள் மண் குவளையில் நீர் அருந்தி, தங்கள் உணவை தாமே சமைத்து, சுத்தப்படுத்தி, வழி உண்டாக்கி வாழ வேண்டும் என்று அறிவுறுத்தினார். பழங்கால துறவு வாழ்க்கையின் தாக்கத்தால் உலக வாழ்விலிருந்து தன்னைக் கொஞ்சம் கொஞ்சமாக விடுவித்துக் கொண்டார். சமூகச் சேவை என்ற பொது மனப்பாங்கில் இருந்து விலகி, தனித்துவ அடையாளமே பெரிது என்ற எண்ணம் பிரதானமானது. கானக உறைவிடத்தில் அவர் பயிற்சியளித்த சீடர்களை நான்கு வகையாகப் பிரிக்கலாம்:

1. யோகி - பேரானந்த ஒற்றுமையில் அருங்குணம் நிறைந்தவர்.
2. பக்தன் - இறைவனின் பேரானந்த கருணையில் அருங்குணம் கொண்டவர்.
3. ஞானி - உண்மையைத் தேடுபவர்.
4. சேவகன் - மனித குலத்திற்காகச் சேகவம் செய்பவர்.

இக்காலகட்டத்தில் கீழைத் தேயத்தின் சில பகுதிகள், தங்கள் பண்டைய பழக்கவழக்கங்களுக்கும் நம்பிக்கைகளுக்கும் திரும்பின. இதிலிருந்து அந்நியப்பட்டு, பிரம்ம சமாஜத்தின் சமூக நலக் கொள்கைகளுக்காக அதைப் பின்பற்றிக் கொண்டிருப்பவர்கள் ஒன்றிரண்டு பேர் வாய்த்தால், ஆசிரமவாசிகளைக் காட்டிலும் இவர்களால்தான் கேசப் சந்திர சென்னுக்கு உயர்ந்த மரியாதை ஏற்படும் என்ற நிலை இருந்தது.

'நியூ டிஸ்பென்சேஷன்' என்றொரு மதத்தைத் தொடங்கினார். அது தேர்ந்தெடுக்கப்பட்ட ஒழுக்க விதிகளுக்கான ஒரு மதம். தன் புதிய மதத்தின் தீர்க்கதரிசியாக இறைவன் தன்னை அனுப்பிவைத்தான் என்று தாமே ஒப்புக்கொண்டு மக்களுக்கும் பரப்பினார். அது ஒரு சர்வதேச மதமாக அறிவிக்கப்பட்டு, அனைத்து மதங்களையும் ஒன்றிணைக்க வேண்டும் என்ற கொள்கையில் உருவாக்கப்பட்டது.

1881இல் தன் மதப் பிரச்சார குழுவினருடன் சேர்ந்து மேடையேறினார். 'நபா பிதான்' என்று எழுதியிருந்த சிகப்புப் பதாகை அவர் கையில் இருந்தது. அதற்கு 'நியூ டிஸ்பென்சேஷன்' என்று பொருள். இந்து மதம் சார்ந்த திரிசூலம், கிறிஸ்தவ மதம் சார்ந்த சிலுவை, இஸ்லாமியம் சார்ந்த பிறைநிலா போன்ற வடிவங்கள் அந்தப் பதாகையில் பொறிக்கப்பட்டிருந்தன. அவருக்கு முன் இருந்த மேஜையில் பௌத்தம், கிறிஸ்தவம், இஸ்லாம், இந்துத்துவம் என்று உலகின் நான்கு பெரும் மதங்களைச் சார்ந்த புனித நூல்கள் வைக்கப்பட்டிருந்தன.

'நியூ டிஸ்பென்சேஷன்' ஏகத்துவ நம்பிக்கையும் உருவ வழிபாட்டு நிந்தனையும் கொள்கையாகக் கொண்டிருந்தது. இருந்தபோதிலும் இந்துத்துவத்தின் பல கடவுள் நம்பிக்கையைக் கையிலேந்தி, அவையெல்லாம் ஏகத்துவ சக்தியின் வெவ்வெறு வடிவங்கள் என்று சொன்னார்.

இவ்விடத்தில் ஏற்கெனவே சில சந்தர்ப்பங்களில் இந்தியா பற்றி நாம் உற்றுக் கவனித்த உண்மையொன்றை நிறுத்தி நிதானமாகக் கடக்க வேண்டும். இந்திய வரலாறு எத்தனைக் குறுகியதாக இருந்தாலும், அதனைக் கையிலெடுத்துப் படிக்கும் ஒருவரின் வாசிப்பில் ஒற்றைக் கீதம் மீண்டும் மீண்டும் ஒலிக்கிறது.

அணிவகுத்துச் செல்லும் வீரர்களை 'லெஃப்ட், ரைட், லெஃப்ட், ரைட்' என்று நெறிப்படுத்துவது போல இந்திய வரலாற்றை, 'ஒன்றுபடுத்து, பிரிவினைச் செய், ஒன்றுபடுத்து, பிரிவினைச் செய். . .' என்ற கீதம் தொடர்ச்சியாகக் கட்டுப்படுத்தி வருகிறது. 1824

முதல் 1884 வரையிலான பிரம்ம சமாஜத்தின் செயல்பாடுகள் 'ஒன்றுபடுத்து' பாணியில் அமைந்திருந்தன.

கேசப் சந்திர சென் தலைமையிலான அதன் இறுதிக்கட்டம், முந்தைய மையத்திலிருந்து எத்தனைத் தூரம் விலகிச் செல்ல முடியுமோ அத்தனைத் தூரம் விலகியிருக்கிறது. பல கடவுள் நம்பிக்கையை ஆதரித்ததன் மூலம், 'பிரிவினை' கொள்கை மிக வெளிப்படையானது. கேசப் சந்திர சென் தன் வாழ்நாளின் இறுதிக்கட்டத்தில் தோன்றிய மற்றொரு இயக்கம் ஆரிய சமாஜம். இவ்விரண்டும் சேர்ந்து 'பிரிவினைவாத' கொள்கைகளை முழுவீச்சில் பரப்புரை செய்தன. ஆரிய சமாஜம், தான் செயல்படுவதற்கான உத்வேகத்தை கேசப்பிடமிருந்து முடிந்த அளவு கறந்து கொண்டது. மிச்ச மீதி உத்வேகத்திற்கு பிரம்ம சமாஜத்திலேயே கைவைத்தது.

ஆரிய சமாஜத்தின் நிறுவனர் வசீகரமான உடல் தோற்றம் உடையவர் என்பதோடு 'கேசப் சந்திர சென்' போல் முக்கியமானவர் என்பதும் குறிப்பிடத்தக்கது. இவரின் தந்தை அம்ப சங்கர் ஒரு பிராமணர். இவரின் இயற்பெயர் மூல்சங்கர். ஆனால் அதைக் காட்டிலும் தயானந்த சரஸ்வதி எனும் பெயரால்தான் ஆரிய சமாஜத்தில் பெரிதும் அறியப்படுகிறார்.

வழிவழியாக சிவனை வழிபடும் குடும்பத்தில், இத்யாதி இந்து பழக்க வழக்கங்களைப் பின்பற்றும் அசல் சிறுவனாக வளர்ந்து வந்தார். ஆனால் தன் பதினான்காவது வயதில் தனக்கென்று சொந்த புத்தி இருப்பதையும், தான் எவ்விதப் பழக்கவழக்கங்களுக்கும் அடிமை இல்லை என்பதையும் போட்டு உடைத்தார்.

ஒருமுறை சிவராத்திரி அன்று உண்ணாநோன்பு மேற்கொண்டு சிவபூஜையில் ஆழ்ந்திருக்கையில், சுண்டெலி ஒன்று இறைவன் திருவுருவத்தின் மேலும் கீழும் ஏறி படையலில் இருந்த உணவுப் பண்டங்களைக் கொறித்துக் கொண்டிருப்பதைப் பார்த்தார். அன்றுதொட்டு, 'தன் சிலைமீது ஏறி இறங்கி விளையாடும் சுண்டெலியைக் கட்டுப்படுத்தத் தெரியாத ஒருவர்தான், தூணிலும் துரும்பிலும் இருப்பான் என்று சொல்வதை இனியும் என்னால் ஏற்க முடியாது. . .' என்று உறுதிகொண்டார்.

1848இல் அவருக்கு 21 வயதாக இருக்கும்போது, திருமணம் செய்துகொள்ளும்படி அவரின் பெற்றோர்கள் வற்புறுத்தினர். அதனால் மனமுடைந்து வீட்டைவிட்டு வெளியேறினார். அதற்குப்பின்புதான் தயானந்தர் என்று தன் பெயரை

மாற்றிக்கொண்டு, துறவறம் பூண்டார். எட்டு வருடங்கள் அங்குமிங்கும் அலைந்து, பயிற்சிப் பெற்ற சந்நியாசிகளிடம் துறவு பாடம் கற்றார். அதற்குப் பின் உருவ வழிபாட்டுற்கு எதிராகக் குரல் கொடுக்கத் தொடங்கினார்.

இந்து சீர்திருத்தவாதிகளிலேயே, தயானந்தரின் நடவடிக்கைகள் தான் தொடக்கக் கால முஸ்லிம்களோடு பெரும்பாலும் ஒத்துப்போகிறது. ஒற்றைத் தெய்வ வழிபாட்டில் அசைக்கமுடியாத நம்பிக்கையும் உறுதியும் வைத்திருந்தார்.

அவரின் ஒற்றைத் தெய்வ வழிபாடு இந்து மத வேத நூல்களின் சாரத்திலிருந்து உள்வாங்கப்பட்டது என்றாலும், இதுவரை எந்தவொரு சீர்த்திருத்தவாதியும் அதை இத்தனைத் தீவிரமாக வெளிப்படுத்தியது இல்லை. இந்து மதத்தின் வேத விற்பன்னர்கள் எல்லோரும் ஒற்றைத் தெய்வ நம்பிக்கையில் குடிகொண்டவர்கள் என்றாலும், இத்தனை ஜனரஞ்சகமாக மக்களிடம் கொண்டு சென்றவர் எவரும் கிடையாது.

மதங்களின் வரலாற்றைத் தெரிந்துகொண்டால், இதற்கான காரணத்தை எளிதில் புரிந்துகொள்ளலாம். பழங்கால கிறிஸ்தவ தேவாலயங்களில் மக்களிடம் உண்மையைத் தெரிவிக்காமல், பாதிரிமார்கள் தங்களிடமே ரகசியத்தைப் பொதிந்து வைத்திருப்பார்கள். உருவங்களையும் குறியீடுகளையும் மட்டுமே மக்கள் வழிபட்டால் போதுமென்று அவர்கள் நம்பினார்கள். அதுதான் அவர்களுக்கும் ஏதுவாக இருந்தது.

ஆனால் இஸ்லாத்திலும் கிறிஸ்தவத்திலும் சீர்த்திருத்த திருச்சபைகள் தொடங்கப்பட்ட பின்னர், வேத நூல்கள் எவையெல்லாம் உண்மையென்று சொல்கிறதோ அவற்றை யெல்லாம் மக்களிடம் கொண்டு சேர்க்கும் வழக்கம் உருவானது. கடவுள் பற்றி மெத்த படித்தவனுக்கு என்ன தெரியுமோ, அதே சங்கதி வீதியில் திரிபவனுக்கும் தெரிய வேண்டுமென்று இஸ்லாம் கருதுகிறது.

தயானந்தர் கல்கத்தாவிற்குச் சென்று அங்கிருந்த கேசப் சந்திர சென்னைச் சந்தித்த பிறகுதான், ஆரிய சமாஜம் ஓர் உறுதியான அமைப்பாக உருப்பெற்றது. தயானந்தரின் போதனைகள் நிலையான வடிவம் பெற்றதும் அதற்குப் பின்புதான். உங்கள் ஆன்மாவைக் காப்பாற்றிக் கொள்ளும் பொருட்டு, ஒற்றைத் தெய்வ நம்பிக்கையைப் பின்பற்றுங்கள் என்று சொல்லி வற்புறுத்தும் மார்க்கமாக அல்லாமல் புதிய இந்து சமுதாயத்தின் அடிக்கட்டுமான

வேலைகளில் இறங்கி வேலைசெய்யும் அமைப்பாக ஆரிய சமாஜம் உருவானது. ஆரிய சமாஜமும் பிரம்ம சமாஜமும் அடிப்படையில் இந்து சமுதாய சீர்த்திருத்த மனோபாவம் கொண்டிருந்தாலும், அவர்களின் வடிவமைப்பும் இயற்கையும் கொள்கையும் பன்மடங்கு வேறுபட்டிருந்தன.

இந்தியர்கள் எந்த மதத்தினராய் இருந்தாலும், வேறுபாடுகள் கலைத்து ஒன்றுசேர்க்கவல்ல உதவியை பிரம்ம சமாஜம் மேற்கொண்டது. ஆனால் ஆரிய சமாஜம் பிரிவினையைத் தூண்டியது. பிரம்ம சமாஜம் ஒரு சமூக, சமயச் சீர்த்திருத்த இயக்கம். அதன் தேசியவாத அரசியல் சார்பு பலகீனமாக இருந்தது. ஆனால் ஆரிய சமாஜம் சமயம் அல்லது சமூக அமைப்பாக இருந்ததால் பலமான அரசியல் சார்புடன் செயல்பட முடிந்தது. இதன் அரசியல் பார்வை குறுகலான தேசியவாத கண்ணோட்டம் உடையது.

ஏழு கோடி மக்கள் இஸ்லாத்தைப் பின்பற்றுவதால், அதனை ஒருபோதும் அழிக்க முடியாது. பெரும்பாலான இஸ்லாமியர்கள் இந்துக்களின் அதே இனத்தைச் சார்ந்தவர்களாக இருக்கின்றனர். அதைத்தாண்டி இஸ்லாமிய நம்பிக்கைக்கு என்று, தனித்த கலாசார அடையாளம் இருக்கிறது. அதை அவர்கள் இந்தியாவிலும் அறிமுகப்படுத்தியுள்ளனர்.

இஸ்லாமியர்களின் மக்கள்தொகை ஐந்தில் ஒரு பங்கு என்றாலும், எல்லைப்புற மாகாணங்களில் போர்நெறி அம்சம் பொருந்தி வீரனுக்கான மனோபாவத்தில் உறுதியிடன் இருக்கின்றனர். இந்து சமூகம் போல், இஸ்லாமியர்களிடையே சாதி வேற்றுமை கிடையாது. அதுவே அவர்களை ஒன்றிணைக்கும் சக்தி. ஆகவே தயானந்தரின் தேசியவாதம், தேசியவாதம் என்ற புரிதலுக்குள்ளும் அடங்காமல் குறிப்பிட்ட சமூகம் சார்ந்த இயக்கமாகவே செயல்பட்டது. பல நேரங்களில் இஸ்லாமியர்களுக்கு எதிரான இயக்கமாகவே இதன் செயல்பாடுகள் அமைந்தன. சான்றாக, பசுவதைத் தடுப்பு என்பது விவசாயப் பகுதிகளில் முக்கியத்துவம் பெறலாம்; ஆனால் மாட்டிறைச்சி உண்பவர்களுக்கு எதிரான வன்முறையாகத் திரும்பினால் அதில் சிக்கல் இருக்கிறது.

சொந்த சமூகத்திற்குள் ஆரிய சமாஜம் மேற்கொண்ட சீர்த்திருத்தங்களைப் பார்த்தால், வாரி அணைத்துக்கொள்ளத் தோன்றும். உறுப்பினர்களுக்கு இடையேயான சாதி வேற்றுமையை ஒழித்து, பாலின சமத்துவத்தை முன்னிறுத்தியது. ஆனால் இவையெல்லாம் செய்தாலும், தனியொரு சாதியாகவே அடையாளப்பட்டது. ஏற்கெனவே உள்ள பல நூறு சாதிகளுக்குள் இதுவும் ஒரு சாதியாக மாறியது.

இதனால் இந்து முஸ்லிம்களுக்கு இடையேயான பிரிவினைத் துயரங்கள் மேலும் வலுவடைந்ததோடு, கலவரங்கள் ரத்தக்களேபரம் ஆகின. ஆரிய சமாஜத்தைப் பொறுத்தவரை, தீயவர்களைக் கொல்வது அறமான காரியம். ஆனால் தீயவர் என்று அவர்கள் நினைத்ததே இஸ்லாமியர்களைத்தான்.

ஆரிய சமாஜத்தின் தலைவர் மறைந்த பிறகு, இயக்கம் பல துண்டாக உடைந்தது. முதலில் 'பிரிவினையின்' பால் பலமடங்கு முன்னோக்கிச் சென்றது; தற்போது மீண்டும் பின்னோக்கிச் சென்று மக்களை 'ஒருங்கிணைக்கும்' வேலைகளில் ஈடுபடுகிறது. இது உலகப் போருக்கு பிந்தையச் சூழல். இதற்குப் பல காரணங்கள் உண்டென்றாலும், சுதந்திரத்தை முன்னிறுத்தும் தேசியவாத முழக்கமே முக்கியக் காரணியாகப் பார்க்கப்படுகிறது. இந்துக்கள் தரப்பில் மகாத்மா காந்தி தலைமை வகிக்கிறார். இஸ்லாமியர்கள் தரப்பில் டாக்டர் அன்சாரியோடு முக்கியப் பிரபலங்கள் நம்பிக்கை அளிக்கின்றனர். அந்தக் காலக்கட்டம் பற்றிப் பின்னர் பேசுவோம்.

ஆனால் இந்தத் திடீர் முன்னோக்கு பின்னோக்கு நகர்வுகள்தான் இந்திய வாழ்வின் நாடித் துடிப்பாக இருக்குமா? இதனால் இந்தியாவின் வேற்றுமையைப் பாதுகாக்க முடியுமா? ஒருங்கிணைந்த தேசமாக எப்போதும் இந்தியா இருக்குமா?

●

கல்கத்தாவில் அப்துர் ரஹ்மான் சித்திக்கின் வீட்டில் தங்க வைக்கப்பட்டேன். பால்கனில் யுத்தம் நடந்தபோது, டாக்டர் அன்சாரியோடு இந்திய செம்பிறைச் சங்கத்தில் இளம் லெப்டினன்ட்டாக இருந்தவர், அப்துர் ரஹ்மான். அவர் கிலாபத் இயக்கம் உட்பட, உலகப் போருக்குப் பிந்தைய பல சுதேசிய இயக்கங்களில் முக்கிய அங்கம் வகித்துள்ளார். பிற தலைவர்களைப் போல் சிறைவாசம் அனுபவித்துள்ளார்.

தற்போது அரசியல் பணிகளில் இருந்து ஓய்வுபெற்று, சணல் வியாபாரத்தில் இறங்கிவிட்டார். மத்திய வயது மதிக்கத்தக்க அப்துர் ரஹ்மானுக்கு இன்னும் திருமணம் ஆகவில்லை. அவரது அண்ணன் மகனும், அண்ணன் மகனின் மனைவியும் அவரோடு வசித்து வந்தனர். அந்த பார்சி பெண்ணைப் பார்ப்பதற்கு, பழங்கால பாரசீக ஓவியம் போல் இருந்தாள்.

சுறுசுறுப்பு பொருந்திய ஒரு சுட்டிக் குழந்தையும் அங்கு இருந்தது. அவள் பெயர் வர்தா. மகாத்மா காந்தி வசிக்கும் ஆசிரமத்தின்

பெயரால் அவளை அழைக்கின்றனர். அப்துர் ரஹ்மான் சித்திக்கின் இல்லம் ஓரளவுக்கு இந்திய வாழ்வின் புறத்தோற்றத்தைப் பிரதிபலிக்கிறது எனலாம். அங்கு நவீன இந்தியாவின் வழக்கமான இஸ்லாமியர்களையும் இந்துக்களையும் பார்ஸிகளையும் பார்க்க முடிகிறது.

●

பல்கலைக்கழகம் என்னைக் கவர்ந்தது. கலாசாரப் பின்னணியும் முற்போக்குச் சாயலும் அதன் சுற்றுச்சூழலில் நிறைந்திருந்தன. இந்து மாணவர்கள் பெரும்பான்மையினராக இருந்தாலும், இஸ்லாமியர்களின் எண்ணிக்கையும் கணிசமாக இருந்தது. இஸ்லாமிய மாணவர்கள் தங்கள் விடுதி அறைக்கு என்னை அழைத்துச் சென்று நெடுநேரம் உரையாடினர். உரைகளைத் தாண்டி, நிறைய மாணவர்கள் வங்காளி பாடல்களைத் தங்கள் குரலால் பாடி குதூகலப்படுத்தினர்.

கல்கத்தாவில் இந்து - முஸ்லிம் உறவு என்பது, திருமணமான வயது முதிர்ந்த ஜோடியைப் போன்றது. இருவர்க்கும் அன்றாடம் சண்டை நிகழும். ஆனால் ஒருவரைப் பிரிந்து மற்றொருவரால் நீண்ட காலம் வாழ முடியாது.

மாணவர் மன்றம் கேட்டுக்கொண்டதற்கு இணங்க, பல்கலைக்கழக வளாகத்தின் பலகணியில் இருந்து நான் எனது நீண்ட நெடிய உரையை வாசிக்கத் தொடங்கினேன். அங்கிருந்து பேசினால்தான் ஏழாயிரம் மாணவர்களையும் சென்றடைய முடியும்.

வங்காள இளைஞர்களோடு எனக்கேற்பட்ட முதல் அனுபவத்தை மறக்க முடியாது. பலகணியில் இருந்து கீழே பார்க்கையில் ஒருவித விசித்திரமான சித்திரம் மனத்தில் தோன்றியது. உத்திர பிரதேசவாசிகளைவிட வங்காளிகள் இன்னும் அடர்நிறத்தில் தெரிந்தனர். அவர்கள் அணிந்த வெள்ளைத் துணியோடு பார்க்கையில் மேலும் ஊர்ஜிதமானது. நான் பேசப் பேச ஆயிரக்கணக்கான கருவிழிகள் மினுக்கத் தொடங்கின. இவை எனக்கு வெண்பஞ்சு மேகக்கூட்டங்களுக்கு மத்தியில் நட்சத்திரங்கள் ஜொலிப்பதுபோல் தெரிந்தன.

நான் பேசியதில் அவர்கள் உடன்படும் கருத்து வந்தால், 'வந்தே மாதரம்!' என்று சொல்லி ஆர்ப்பரித்தனர். இஸ்லாமியர்களுக்கு ஆதரவான கருத்து வந்தால் 'அல்லாஹ் அக்பர்!' என்று அவர்களும் ஆமோதித்தனர். முந்தைய வாசகத்திற்கு 'இந்தியத்தாய் வாழ்க'

என்று பொருள். இது இந்துக்களின் தேசிய கோஷம். பின்னர் சொன்னது இஸ்லாமியர்களின் புகழ்பெற்ற வாசகம்.

சர் ஜே.சி.போஸின் ஆய்வுக்கூடத்தை நேரில் பார்த்தேன். தன்னுடைய புகழ்பெற்ற அறிவியல் தேற்றத்திற்கு செயல் விளக்கம் கொடுத்தார். அவர் ஒரு மிகச்சிறந்த தாவரவியலாளர். ஒரு மரத்தில் உள்ள சிறிய இலை மின்சாரத் தாக்கத்திற்கு ஆட்பட்டால், அம்மரத்தின் உள்ள எல்லா இலைகளும் ஒன்றுபோலவே எதிர்வினையாற்றும் என்று சொன்னார். கண்கொள்ளத்தக்க அவரின் அழகிய தோட்டத்தில், பெரிய மரமொன்றில் இந்தச் சோதனையைச் செய்து காண்பித்தார்.

அவரின் உதவியாளர் ஓர் இலையைத் தொட்டதும், மொத்த மரமும் நடுங்கியது! 'இறைவா, இந்தச் சாதாரண மரத்தில் உள்ள ஒற்றை இலையில் மின்சாரம் பாய்ந்தாலோ இன்ப துன்பங்கள் நேர்ந்தாலோ, ஒட்டுமொத்த மரமும் அதற்கு எதிர்வினை யாற்றுகிறது. அப்படியானால் இந்தப் பூமியில் வாழும் உன் குழந்தைகள் எல்லாம் பிறரின் துன்பத்தைக் கண்டு எத்தனை மடங்கு துடித்திருக்க வேண்டும்?' என்று எனக்கு நானே கேட்டுக் கொண்டேன்.

கல்கத்தாவின் அனைத்து மகளிர் சங்கக் கூடுகை ஒன்றை திருமதி போஸ் அவர்கள் ஒருங்கிணைத்திருந்தார். நான் அதில் உரையாற்றினேன். அதற்குப்பின் முஸ்லிம் குழந்தைகள் படிக்கும் பர்தா பள்ளிக்கூடம் ஒன்றைப் பார்வையிடச் சென்றோம். திறன் வாய்ந்த, தகுதியான இஸ்லாமிய சகோதரி ஒருவர் அந்தப் பள்ளிக்குத் தலைமைத் தாங்கியிருந்தார். அவரிடம் பேகம் முகமது அலியின் சாயலைக் கண்டேன்.

அவர் ஆண்களோடு கலந்து பேசினாலும், தனது பர்தாவைப் பாதுகாப்பாகக் கையாண்டார். இஸ்லாமியப் பெண்கள் விடுதலை அடையாமலே, கல்வி கற்கவேண்டும் என்று உறுதியாக இருந்தார். இஸ்லாமியப் பெண்களை இருபாலர் கல்லூரிக்கு அனுப்ப மறுக்கும் பெற்றோர்கள் கல்கத்தாவில் ஏராளம் இருக்கின்றனர். இதுபோன்ற கல்வி நிறுவனங்களின் தேவையை அவைதான் தீர்மானிக்கின்றன.

•

கல்கத்தாவின் புகழ்பெற்ற பாடகி நூர் ஜஹானின் குரலைக் கேட்க, அப்துர் ரஹ்மான் எங்களை அழைத்துச் சென்றார். நூர் ஜஹான்

என்றால், 'உலகின் ஒளி' என்று பொருள். கல்கத்தாவின் வானில் நூர் ஜஹான் ஒரு நட்சத்திரம் என்பதில் சந்தேகமில்லை. இந்தியாவின் தலைசிறந்த கலைஞர்களுள் அவரும் ஒருவர். கல்கத்தாவிற்கு வரும் ஒவ்வொரு பயணியும் காளி கோவிலுக்குச் செல்வதைப் போல, நூர் ஜஹானின் குரலைக் கேட்பதும் ஒரு சடங்காக உள்ளது.

நூர் ஜஹான் வசிக்கும் பகுதியில் எல்லோர் வீட்டிலும் சங்கீதம் குடியிருந்தது. நாங்கள் இருட்டில் நடந்துபோகையில், எல்லா மருங்கிலும் இசையின் சப்தம் கேட்டது. நூர் ஜஹானின் வீடு சற்றே விசாலமானது என்றாலும் நாங்கள் வருவதற்குள் முற்றம் நிரம்பிவிட்டது.

அங்கு இரண்டு பகுதிகள் இருந்தன. நூர் ஜஹான் வீற்றிருந்த பகுதியில் நாங்கள் அமர்ந்தோம். எங்களுக்கு அருகில் ஒரு சாளரம் இருந்தது. அதற்கு நேர் எதிர்புறத்தில் பாடகர் அமரும் இடம். ஆண்களும் பெண்களும் நூர் ஜஹானின் பாடலைக் கேட்க ஆர்வத்துடன் காத்திருந்தனர். மேலும் பலர் வந்தவண்ணம் இருந்தனர். அறை முழுதும் விழாக்கோலம் கொண்டிருந்தது.

சில ஆண்கள் கோட் அணிந்திருந்தனர். இன்னும் சிலர் உள்ளூர் ஆடைகள் உடுத்தியிருந்தனர். பெண்கள் வழக்கம்போல இந்தியச் சேலை உடுத்தியிருந்தார்கள். வேலையாட்கள் விருந்தினர்களுக்கு எலுமிச்சை சாறும் எலுமிச்சை சாறுபோல் தெரிந்த வேறோன்றும் பரிமாறினர். அதைக் குடித்ததும் பார்வையாளர்கள் அதீத புத்துணர்வோடு பிரகாசம் அடைந்தனர். எனவே நிச்சயம் அது எலுமிச்சை சாறாக இருக்க வாய்ப்பில்லை. சாளரத்தின் அருகில் இருந்த தீவிரக் குழுக்களும் சலிப்பேறிய ரசிகர்களும், கொண்டாட விரும்பிய ரசிகர்களுக்கு இடையூறாக இருந்தனர்.

அறைகலன்கள் ஐரோப்பிய பாணியிலானவை என்றாலும், 'உலகின் ஒளியான' நூர்ஜஹானின் குரலில் ஐரோப்பிய தொனி துளியும் இல்லை. தனக்கென தரையில் விரிக்கப்பட்ட மெத்தையில் அமரவே பெரிதும் விரும்பினார். தங்க இழையில் பூவேலைப்பாடுகள் செய்த மெலிதான மஞ்சள் நிற அங்கியை உடுத்தியிருந்தார்.

அந்த உடையில் மடிப்பு ஏற்படும்போதெல்லாம், ஈங்கை மலரை கொத்தாகச் சேர்த்து நிலவொளியில் ஒளிர வைத்ததுபோல் மின்னியது. வெறும் கைகளை மேலும் கீழும் உயர்த்தி, இசைக்கு ஏற்ப நயனம் செய்வதைப் பார்க்க அத்தனை வனப்பாக இருந்தது.

அவ்வாறு கைகளை அசைக்கும்போது தங்க வளையல்கள் குலுங்கின. தன் சங்கிலியை உற்றுப் பார்க்கும் ஓர் அடிமை ரசிகனைக் கையாள்வதுபோல், சாதுர்யமாக தன் கைகளை அசைத்தார். அவர் எத்தனை வயோதிகம் நிறைந்தவராக இருந்தாலும் பரவாயில்லை, முக லட்சணத்தில் இருபத்தைந்து வயதுதான். அச்சில் வார்த்தது போன்ற தெளிந்த முகம். சற்றே நீளுருண்டை வடிவத்தில் அழகு குறையாத சிறிய கன்னம்.

தூரத்திலிருந்து பார்க்க ஒருதுளி வெளுத்த நிறம் போலத் தெரிந்தார். மஞ்சள் மற்றும் தங்க இழையின் பிரதிபலிப்பில் அவரைப் பார்க்க நண்பகல் வெயிலில் அலசியெடுத்தார் போல இருந்தது. நூர் ஜஹானின் பளபளக்கும் கண்கள் இரண்டிலும், அடர்த்தியான உணர்ச்சிகள் எட்டிப் பார்த்தன. துளையிட்ட நாசியில் இருந்து வைரம் ஜொலித்தது.

நாசியில் துளையிட்டு வைரம் அணியும் வழக்கம், காதில் துளையிட்டு கம்மல் அணிவதைக் காட்டிலும் காட்டுமிராண்டித் தனமானது அல்ல. அது எப்போதும் உறுத்தலாகவே இருக்கும். நூர் ஜஹான் கம்மல் அணிந்ததோடு, தன் உறுதியான நீண்ட கழுத்தில் தங்கச் சங்கிலியும் சுமந்துகொண்டிருந்தார். மெட்டிசைத்துப் பாடும் போது, அவர் கழுத்து முன்னும் பின்னும் அசைந்தது.

நூர் ஜஹானைச் சுற்றி இரண்டு இசைக்கலைஞர்கள் இருந்தனர். அதில் ஒருவர் இரண்டு மெலிதான கோல்களைக் கொண்டு சிறிய டிரம் கருவியை வாசித்தார். மற்றொரு நபர் நரம்பு வாத்தியத்தால் இசை மீட்டுக்கொண்டிருந்தார். இருவருமே வயது முதிர்ந்தவர்கள். தாடி வைத்து, தலைப்பாகை அணிந்து, ஆளுயர சட்டைகளின் பொத்தான்களை இறுக்கமாகப் பூட்டியிருந்தனர். தங்கள் முகத்தைத் தீவிரமாக வைத்துக் கொண்டு, கலை ரசனையில் ஊறிப் போய் மும்மரமாக வேலை செய்தனர். தங்கள் முன்னிருந்த பார்வையாளர்களை இருவருமே பொருட்படுத்தவில்லை.

'உலகின் ஒளி' பாடும்போதெல்லாம் இரு நபர் வாத்தியங்கள் வைத்துக் கொள்வதே வழக்கமாம். தன் கைகளை நீட்டிப் பரப்பி விசித்திரமான முறையில் சமிக்ஞை காட்டுகிறார். அதைப் புரிந்துகொண்டவர்களாய் சமிக்ஞைக்கு ஏற்ப முக பாவனைகளையும் இசை நுணுக்கங்களையும் மாற்றி அமைத்து ஒலியில் ஏற்ற இறக்கங்கள் அமைக்கின்றனர். நூர் ஜஹானின் மெல்லிய விரல்கள் மூடித் திறக்கும்போதெல்லாம், வெப்பமண்டல மலரொன்று சூழலுக்குத் தகுந்தாற்போல் இதழ் விரித்து மூடுவதுபோல் இருந்தது.

தாடி வைத்த தலைப்பாகை மனிதர்களும், நூர் ஜஹானின் இசைக்குறிப்புகளுக்கு ஏற்ப இடம் வலம் என மாறி மாறித் தலையசைத்தனர். வணங்கத்தங்க வயதுடைய முதுபெரும் கலைஞர்களின் தலையசைவு நேர்த்தியைப் பார்த்தால், இயந்திரப் பொம்மைகளின் உதவியால் பின்னிருந்து கயிறு கட்டி இழுக்கின்றனரோ என எல்லோரும் ஆச்சரியப்படுவார்கள். நூர் ஜஹானின் பாடல் ஒருமணி நேரத்திற்கு காற்றில் மிதந்தாலும், இவர்கள் சோர்வின்றி தலையசைத்து கொண்டாடுவதைப் பார்க்க முடியும்.

அவர் குரல் உச்ச ஸ்தாயியில் ஒலித்தது. தனிப்பட்ட முறையில் எனக்கு அதில் பெரிய ஈர்ப்பு இல்லை என்றாலும் அத்தனை உணர்ச்சி வெள்ளத்தோடு அவர் பாடியதைப் பார்க்க அலாதியாக இருந்தது. நேயர்களுடன் உணர்வுப்பூர்வமாக ஒன்றிப்போனார். ரசிகர்களைக் கட்டிப்போடும் கலை அவருக்கு இயல்பாக வாய்த்திருந்தது. இந்திய இசைபற்றி துலக்கம் இல்லாதவர்களைக் கூட நூர் ஜஹானால் மெய்மறக்கச் செய்யமுடியும்.

மூன்று வகைப்பட்ட இந்திய இசைகளை அவர் பாடினார்.

(1) இந்தியப் பாரம்பரிய இசை

பெரும்பாலும் இவை இந்துமதம் சார்ந்த பாடல்களாக இருந்தன. அதிகம் வார்த்தைகள் கிடையாது. சங்கேத ஒலிகளால் கொண்டு கூட்டப்பட்டவை. நான் அவற்றை ‘பிளேபிளேபிளேபிளே . . . சினேசினேசினேசினே . . .’ என்பது போல் புரிந்துகொண்டேன். அரை மற்றும் கால் அளவு சந்தத்தை வெவ்வேறு குழப்பகரமான வடிவங்களில் மாற்றியமைத்து புதுப்புது மாதிரியில் நூதனமாகப் பாடினார். சில இசைக்குறிப்புகள் சிக்கலாகத் தெரிந்தன. அவற்றைப் பாடுகையில் நூர் ஜஹானின் தொண்டை சதைகள் லேயாக்வான் (Laocoon) சிலைகளைப் போல் புடைத்துக் கொண்டிருந்தன. தன் முகத்தைச் சுருக்கி, வாயைச் சுழற்றி காகோய்ல் (Gargoyle) சிற்பத்தைப்போல் தெரிந்தார். அந்தக் குறிப்பிட்ட இசைத் துண்டைப் பாடி முடிப்பதற்குள் அவர் உடல் மாளாதத் துன்பங்களை அனுபவித்து, மிகச் சிரமத்தில் அந்தப் பாடலை பிரசவித்தது.

பழங்கால இத்தாலியப் பாடகர் ரோசீனி அவர்கள் வியன்னாவில் நடத்திய முதல் இசைக் கச்சேரியின் நினைவுகளை, சில பகுதிகள் ஞாபகமூட்டின. மற்று சில பகுதிகள் துளியும் விளங்கவில்லை. இறுதிப் பகுதியைக் கேட்கும்போது, ‘முக்கியத்துவமில்லாத,

இரைச்சல் நிறைந்த கதைகளை முட்டாள் ஒருவன் சொன்னதுபோல்' இருந்தது. ஆதி காலத்தில் இசையின் கடவுள் இனிய மெல்லிசைகளால் தனக்கான உருவம் தேட முயன்றாரா என இவை கற்பனையூட்டுகின்றன. விதவிதமான ஒலிக்கலவைகளால் குழப்பமடைந்து, ஊழிக்காலத்து இசையுடனோ இறுதிக்காலத்து இசையுடனோ பொருந்தும் ஒன்றை அவர் உருவாக்கியிருக்கலாம் எனச் சிந்திக்கிறேன்.

இந்தியர்களால் இந்த இசையில் மணிக்கணக்காகத் தோய்ந்து, தன்னை மறந்து ரசிக்க முடியும். பாடகரின் குரல்வளம் இரண்டாம் பட்சந்தான். நடுக்கமான குரல்வளம் கொண்ட முதிய பாடகர்களை நான் பார்த்திருக்கிறேன். எவ்வித ஆட்சேபனையும் இன்றி இவர்களை ரசிக்கும் கண்மணிகள் உண்டு. பாடகர் கையாளும் நுட்பங்களும் விவரிக்கமுடியாத தனித்துவச் சிறப்பம்சங்களுமே இங்கு முக்கியத்துவம் பெறுகின்றன. ஒருமணி நேரத்திற்குமேல் என்னால் தாக்குப்பிடிக்க இயலாமல் திணறிப் போகிறேன். என்னளவில் இது ஒரு குழப்பகரமான வார்த்தை விளையாட்டு.

(2) இந்திய நாட்டார் பாடல்கள்

இவ்வகைப் பாடல்களுக்கு இந்தியாவெங்கும் மவுசு உண்டு. குறிப்பாக வங்களாத்தில், தாகூரின் பாடலொன்றைக் கேட்டபிறகு மெய்மறந்துபோனேன். எனக்கு இந்த வார்த்தைகளின் பொருள் விளங்காததால், ஆரம்பத்தில் பெரிதாய் கவனம் செல்லவில்லை. ஒருகணம் அப்துர் ரகுமான் அதன் பொருளைக் காதில் கிசுகிசுத்த பின்னர், காற்றில் என் காதைப் பறிகொடுத்தவளாய் நூர் ஜஹானின் வார்த்தைகளில் அப்படியே ஒட்டிக் கொண்டேன். இந்தப் பாடல்களின் வசீகரத்திற்கும் நூர் ஜஹானின் வளையல்களுக்கும் ஏதோ தொடர்பு இருக்கிறது. அவரின் கண்ணாடி போன்ற கைகள் காற்றில் அசைந்து, வளையல்கள் குலுங்குவதை நான் ஆச்சரியமாகப் பார்த்துக் கொண்டிருந்தேன்.

நூர் ஜஹான் பாடியவை எல்லாம் காதல் பாடல்கள் என்று துணிந்து சொல்வேன். இருந்தாலும் பர்தாவிற்குள் வாழும் பெண்ணாய், அந்தச் சோகக் கீதத்தில் ஊமை அழுகையையும் சேர்த்துக் கொண்டார். இத்தாலிய இசையின் அம்சம் கொண்ட ஒலியினாலும், வார்த்தைகளாலும் உணர்ச்சிப் போக்கை பெரிதாய் வெளிக்காட்டிக்கொள்ள இடமில்லை. ஆனால் வழக்கம்போல் தன் நுண்குறிப்புகளில் கவனமெடுத்து பாடி, விசித்திரமான சோகக் குரலில் பார்வையாளர்களை ஈர்த்துவிட்டார். அவரின் பரந்த

கண்களும், துடிக்கும் இதழ்களும் எனக்கு நினைவிருக்கிறது. தன் பாடலின் மயக்கத்தில் அவரும் திளைத்திருந்தார். தன் இசை வரம்புக்குள் அவர் அறியாத பொருள் இல்லை.

இந்த நாட்டார் பாடல்களில் இந்துமத பாணி பெரும்பான்மையாக இருந்தாலும், மத்திய ஆசியாவின் இஸ்லாமிய இசைத் துணுக்குகளும் இதில் உண்டு என்பதை மறுக்க முடியாது. சிலருக்கு இது மேற்கத்திய அனடோலியா மற்றும் காக்கேசிய மெல்லிசைப் பாடல்களை நினைவூட்டலாம்.

(3) இஸ்லாமியப் பாரம்பரிய இசை

இவற்றைக் கவ்வாலி என்று அழைப்பர். மஸ்னவியிலிருந்து தொகுத்த பாடல்கள் இதில் அதிகம் உண்டு. (மன்ஸவி என்பது மௌலானா ஜலாலுதீன் ரூமியின் புனிதத்தன்மை வாய்ந்த கவிதைகளின் தொகுப்பு) பாரசீக மொழியில் அமைந்தவை.

ஜலாலுதீன் ரூமிக்கு இங்குச் சிறப்பு அந்தஸ்து உண்டு. தன் நாட்டின் தலைமகனாகக் கருதப்படுகிறார். உலகந்தழுவிய புகழையும் பெருமையையும் தாண்டி, துருக்கிய இசையின்பால் கவனம் கொண்டால் அவரின் மதிப்பை உணரலாம். அவரின் கலையியல் படைப்புகளும் இலக்கியங்களும் புனிதத்தன்மை பெற்றவை. சிந்தனையோட்டமிக்க இந்தக் கலைஞனின் படைப்புகளை ஆழ உள்வாங்கினால், ஒவ்வொரு கட்டத்திலும் விஷேச புரிதல் தோன்றும். ரூமியின் ஆன்மிகப் பாடலுக்கும், இசைக்கும், நாட்டியத்திற்கும் துருக்கியில் ஒரு செவ்வியல் மதிப்பு உண்டு; அறிவுக் கலாசாரத்தின் பிரதியாகக் கருதுகின்றனர். இந்தியாவில் அவர் பாடல்களை ஆழமான உணர்வுகளோடு கொண்டாடுகின்றனர்.

'ஷம்ஸி-டப்ரிஸ் . . .' என்று நூர் ஜஹான் பாடத் தொடங்கினார். இந்தியப் பாடகர்கள் எப்போதும் உயர்ந்த ஸ்தாயியில் பாடுவதை வழக்கமாகக் கொண்டுள்ளனர். தொடக்கத்திலும் இறுதியிலும் ஒரேவிதமான குறிப்புகள் கையாளப்படுகின்றன. இது ஒரு திடீர் படபடப்பை உண்டாக்குகிறது.

உடலுமல்ல உயிருமல்ல, பேரன்புக்குரிய இறைவனின் சாரம் நான். டப்ரிஸின் ஒளிக்கதிரே, ஆட்கொள்ளப்பட்ட இவ்வுலகில் நான் அறிவதெல்லாம் ஒன்றுதான். எங்குநோக்கினும் இன்பமே நிலையானது. . .

நாங்கள் அங்கிருந்து கிளம்பிய பிறகு ரேடியோ, இசை வாத்தியங்கள் மற்றும் மனிதக் குரல்களுக்கு இடையே நூர் ஜஹானின் இல்லத்தில் பெரும்போட்டி தொடங்கியது.

●

வங்காளத்தின் கரும்புலிகளா அல்லது காளி கோயிலா எனும் கேள்விக்கு விடை சொல்ல முடியாமல் தவித்தேன். எனது பயணத் திட்டப்படி, இன்னும் இரண்டு மணிநேரமே கல்கத்தாவில் செலவு செய்ய முடியும். அதை நான் விருப்பப்படி தேர்வு செய்யலாம். ஆனால் எங்கு செல்வது என முடிவெடுக்கத் தெரியவில்லை. கரும்புலிகளை வேறு ஏதாவதொரு மிருகக்காட்சி சாலையில் பார்த்துக்கொள்ளலாம், ஆனால் காளி கோயிலை இங்கு விட்டால் வேறெங்கும் பார்க்க முடியாது என்பதால் அங்குச் செல்வதே சரியெனத் துணிந்தேன். அத்தோடு காளி கோயிலுக்குப் போகாமல் தவிர்த்தால், இந்திய உளவியல் புரிதலில் ஏதோ ஒரு அம்சத்தை தவறவிடுவதாய் தோன்றியது.

காளிக்கு மூன்று தலைகள் உள்ளன. மனித மனங்களின் சுபாவங்களைக் கட்டுப்படுத்துவதோடு, அவர்களின் உள்ளுணர்வுக்கும் காரணமாக இருக்கிறாள். அழிவின் சக்தியாக விளங்குகிறாள். அதே சமயம் அழிந்துபட்ட பழம் பொருட்களை ஒழித்துவிட்டு அதன்மேல் புதிய விஷயங்களை வியாபிக்கும் ஆற்றல் பெற்றிருக்கிறாள். ஒரு தாய்த் தெய்வத்தின் மடியில் சாய்ந்து பிரபஞ்சத்தைக் காணும் மனித மனங்களின் ஏக்கத்தையும் பூர்த்தி செய்கிறாள். மனித இனங்களில் பெண்களே கொடியவராக இருப்பதைப் போன்று, தெய்வப் பிறவிகளில் காளியே கொடியவளெனச் சொல்லப்படுகிறாள்.

தாய்த் தெய்வமாக இருந்தாலும், கருணைக்கும் அவளுக்கும் நெடுந்தூரம் உண்டு. ரத்தப் படையல் வேண்டுவாள், மனித உயிர்களைப் பலியாகக் கேட்பாள். கொலை பாதகம் செய்யும் ரவுடிகளும், வன்முறையால் அரசியல் ஆதாயம் பெறும் தீவிரவாதிகளும் காளியிடம் சரண் புகுந்து வேண்டியதைக் கேட்கின்றனர். தொழில்முறைக் கொலைகாரர்களும் திருடர்களும் குண்டர்களும் அரசியல் - சமய கொள்ளைக்காரர்களும் காளியை தன் இஷ்ட தெய்வமாகக் கருதுகின்றனர். இவர்களின் மூலம் காளிக்கு மனித உயிர்கள் பலியிடப்படுகின்றன. சாதாரண பக்தர்கள் சிறிய ஆட்டுக்குட்டி ஒன்றை ரத்த பலி கொடுக்கின்றனர்.

இந்துக்களுக்கு அன்பும் அமைதியுமே தெரியும். உயிர் பலியிடவும், உயிர் பலியாகவும் அவர்களுக்குத் தகுதி இல்லை என்று சொல்வது

முழுப் பொய். அநியாயத்தைக் கையிலெடுத்து சட்டத்தை மீறுவதற்கு, அவர்களுக்கு ஒரு சமயம் சார்ந்த அனுமதி வேண்டும். அதனைக் காளி வழங்குகிறாள். மாட்டுக்கறி உண்பவர்களைப் பலியிடும் இந்துக்கள், விலங்கு வதைக்கு எதிரான கருத்து கொண்ட இறைவன்களை எதிர்க்கின்றனர். ஆனால் அதே சமயம், மனித உயிரைக் காவு கேட்கும் காளியின் ஆசைகளைத் திருப்தி செய்கின்றனர். காளியை வழிபடும் இந்து சமூகத்தினரை வேற்று மதத்தினர் விமர்சிக்கவும் கூடாதாம்.

உண்மை என்னவென்றால், ஒவ்வொரு மதத்தைப் பின்பற்றுபவர்கள் இதயத்திலும் பெயரிடப்படாத ஒரு காளி வீற்றிருக்கிறாள். மனித மனங்களில் அன்பு வியாபித்து இருப்பதுபோல், அழிவும் நீக்கமற நிறைந்திருக்கிறது. ஆகவே இங்கு எழுப்பப்படும் கேள்வி சுலபமானது. மதங்கள் அறிவுறுத்தும் தேவ சம்பாஷணைகள், 'நீ உயிர்களைக் கொல்லாதே . ..' என்று தடுக்கப்போகிறதா, இல்லை 'நீ உயிர் கொலை செய் . . .' என்று தூண்டப்போகிறதா என்பதில்தான் உய்வுண்டு.

கோயிலின் தோற்றத்தில் பெரிய மாற்றம் இல்லை. மற்றெந்த கீழைநாட்டுக் கோயிலையும் போலவே இருந்தது. அதன் அருகில் பிச்சைக் கேட்பவர்கள் மிகுந்த கலைநேர்த்தியோடு பணி பூரணத்துவங்கள் நிறைந்து இருந்தனர். பார்வைச் சவால் உள்ளவர்கள், கை கால் முடங்கியவர்கள், அரை நிர்வாண ஆசாமிகள், தொழுநோய் உடையவர்கள் என்று எல்லோரும் உங்கள் ஆடையைக் கழுகு போல் பிடித்திழுத்து வழிமறிப்பார்கள்.

இந்தக் குறைபாடுகள் எல்லாம் பெரிதும் போலியானவை. இத்தனை நடிப்பாற்றல் கொண்டவர்கள், கொஞ்சமேனும் ஒப்பனைக் கலை படித்திருக்கலாம். காளிதேவியின் கருணைக் கண்ணில் இடம்பிடிக்க விரும்பும் அப்பாவி பக்தர்களை ஏய்க்கும் இந்தப் பிச்சைக்காரர் படையைத் தாண்டி வருகையில், இரைச்சலிடும் சூதாட்டக்காரர்களையும், பங்குச்சந்தை கூச்சலையும் நினைவுகூர்கிறேன். இரண்டும் ஒன்றுபோலவே எனக்குத் தோன்றுகிறது. இரண்டிலுமே மக்களின் நம்பகத் தன்மையை ஏய்த்து, அதன்மூலம் உழைப்பில்லாமல், தார்மிக அறமின்றி செல்வந்தர் ஆகும் முயற்சியே வெளிப்படுகிறது.

கோயிலின் உட்புறத்தில் நெடிய கல் தரை இருந்தது. கோயில் மண்டபங்களும் அது சார்ந்த மற்ற கட்டடங்களும் அதன்மேல் அமைந்திருந்தன. அங்குப் பூக்கடைகளும் பழக்கடைகளும் ஏராளம். ரத்தத்தில் குளிக்கும் காளி தேவிகள்கூட பூச்சூட வேண்டும் என்பது இந்நாட்டின் இன்றியமையாத அம்சம்.

கட்தரையின் மத்தியல் செவ்வக மேடையொன்று இருந்தது. பளிங்குக் கற்களால் அலங்கரிக்கப்பட்ட அதன் தரையில் மெத்தப் படித்த அறிஞர்களும் இந்துமத துறவிகளும் படித்துக்கொண்டும் தியானித்துக்கொண்டும் இருந்தனர். மேடைக்கு எதிர்ப்புறம், குறுகலான நடைபாதைக்கு அப்பால் காளி தேவியின் சன்னதி அமைந்திருந்தது. அவளது மூன்று தலைகளையும் பூக்கள் மறைத்திருந்தன. இரும்புக் கம்பிகளோடு பக்தர்கள் ஒட்டிக் கொண்டு காளியைத் தரிசனம் செய்தனர். ஒரு பெண்மணி முணுமுணுத்துக் கொண்டே வயிற்றைத் தேய்த்து தவிழ்ந்துவந்து காளியிடம் வேண்டுதல் வைத்தாள்.

மேடைக்குப் பின்புறம் பலிகூடம் இருந்தது. கல் தரை முழுதும் ரத்தக்கறை. ஆட்டுக்குட்டியை கைகளில் ஏந்திக்கொண்டு அங்குமிங்கும் சென்றார்கள். நான் அந்தப் பலிகளைப் பார்க்க வேண்டுமா? நிச்சயமாக மாட்டேன். எங்களது வருடாந்திர விருந்துக் கூட்டத்தில் கெடா பலியிடும் சடங்கில் நான் ஒருபோதும் கலந்துகொண்டது இல்லை. இளங்குட்டிகள் ஒன்றை ஒன்றைப் பார்த்துக்கொண்டு, இதயம் நொறுங்கும்படி கத்துகின்றன.

நான் இந்த வழிமுறைப் பற்றி மகாத்மா காந்தியிடம் சொன்னபோது, கோபம் கொப்பளிக்கும் குரலில் அவர் சொன்னார், ‘இறைச்சிக்காக உயிர் பலியிடுவதை நான் புரிந்துகொள்கிறேன். ஆனால் கடவுளைத் திருப்திப்படுத்த கொலை செய்வதெல்லாம் . . .’ என்று சொன்னதோடு, ‘இது நமக்கு ஏற்பட்ட ஒருவகை அவப்பெயர்’ என்றார். இல்லை மகாத்மா, இது இந்துக்களுக்கு மட்டுமே ஏற்பட்ட அவப்பெயர் அல்ல. இது நாம் எல்லோருக்கும் உண்டான அவப்பெயர். கொலை மறுத்தலுக்கு எதிரான உங்கள் போராட்டத்திற்கு நாங்களும் துணை நிற்கிறோம். உலகெங்கிலும் காளி வழிபாடு நிகழாமல், அக்கோயில்கள் முற்றிலுமாய் அழிய வேண்டிக்கொள்ளுங்கள்.

கோயிலைவிட்டு வந்த பிறகும் காளி பற்றியே சிந்தித்துக் கொண்டிருந்தேன். அப்துர் ரஹ்மானின் செயலாளர் இந்து மதத்தைச் சார்ந்தவர். அவர் என்னிடம் காளி கோயிலின் குறியீட்டுத் தன்மையான முக்கியத்துவத்தையும் அதன் அவசியத்தையும் விளக்கிச் சொல்ல முயன்றார். அவருக்குச் சாந்தமான முகம், மென்மையான கண்கள். வீட்டில் அவர் கோழிகளைக்கூட பலியிடமாட்டார் என்று நம்பத் தோன்றியது. ஆனால் தன் வேண்டுதல் நிறைவேறும் பொருட்டு காளி தேவியைத் திருப்திபடுத்துவதற்காக ரத்தம் ஒழுகும் ஆட்டுக்கிடாயுடன் அவர்

சன்னதியில் நிற்பதை என்னால் கற்பனைச் செய்து பார்க்க முடிகிறது.

எனக்கு நானே சொல்லிக்கொண்டேன்: 'காளி என்பவள் இதயத்தை அடக்கி மூளையில் ஆட்சிச் செய்கிறாள். இதயத்திலிருந்து மூளை துண்டிக்கப்பட்ட மனிதனைக் காட்டிலும் கொடூரமானவனை நீங்கள் எங்கும் பார்க்கமுடியாது . . .' எனவே நாமெல்லோரும் இதயத்தின் பிடியிலிருந்து தப்பிச் சென்ற மூளையின் தாக்குதலுக்கு ஆட்படாமல், கருணைமிக்க வாழ்வை வாழவேண்டுமென்று இறைவனை வேண்டிக்கொண்டேன்.

அத்தியாயம் 16

ஹைதராபாத்

ஹைதராபாத் செல்லும் வழியில் மீண்டும் சரோஜினி பற்றி யோசித்தேன். ஹைதராபாத் அவருடைய சொந்த மாகாணம். அங்கு அவர் யானைமேல் சவாரி செய்து பள்ளிக்கூடம் செல்வாராம். நாற்பது வருடங்களுக்கு முந்தைய ஹைதராபாத்தின் கதை அது. இப்போது நவீன ஐரோப்பிய நகரமாக அது மாறிவிட்டது. மோட்டார் கார்களும் சொகுசு வண்டிகளும் யானைகளுக்குப் பதில் வந்துவிட்டன. மேற்கோண்டு அந்நகரின் அற்புதமான தார் சாலையில் சீருடை அணிந்த காவலர்கள், போக்குவரத்து நெரிசல் கட்டுப்படுத்துவதைப் பார்க்கலாம்.

ஹைதராபாத்தில் சர் அக்பர் ஹைதாரி வீட்டில் தங்குவதற்கு ஏற்பாடு செய்திருந்தனர். நான் அவரை தில்லியில் ஏற்கனவே சந்தித்துள்ளேன். இந்தியாவின் புத்திக்கூர்மையான நிதி ஆலோசகராக அவர் அறியப்படுகிறார். ஹைதராபாத்தின் நிதி கொள்கையைச் சீராகக் கையாள்வதுடன், எதிர்வரும் காலத்தில் பஞ்சம் போன்ற நெருக்கடி நிலை ஏற்பட்டாலும் அதிலிருந்து தப்பித்துக் கொள்ள போதுமான நிதியைத் தேக்கி வைத்துள்ளார். ஹைதாரியின் அசாதாரண நடவடிக்கைகளைக் கேட்டதும், அவர் ஒரு நவீன ஜோசப் என்று சொன்னேன்.

ஆனால் சலாம் இல்லத்தில் அவரைச் சந்தித்தபோது புள்ளியியல், நிதி, இயல்புரை அறிவியல் போன்ற துறைகளோடு அவரிடம் ஒன்றிணைய முடியவில்லை. கலாசார அறிவு நிறைந்தவராகத் தெரிந்தார். உண்மையில் நான் அவரைக் கல்வித்துறை அமைச்சர் என்றே நினைத்திருந்தேன்.

சர் அக்பருக்கு அறுபது வயதிருக்கும். கொஞ்சம் கொழுத்த உடல். எப்போதும் ஐரோப்பிய ஆடைகள் உடுத்துவார். அவர் கண்களில் பரிவு தெரிந்தது. ஒழுங்கமைந்த வட்டமான தாடி. அவரின் நடத்தையில் மேற்கத்திய கலாசாரத்தின் துடிப்பும் வெளிப்பாடும் உண்டு. அதே சமயம் ஆழ்ந்த உணர்ச்சியும், சிந்தனையோட்டம் கொண்ட கிழக்கின் கருணையும் அமைதியும் கலந்த பார்வை இல்லாமல் இல்லை. ஹைதாரியின் ஆங்கில இலக்கிய மேதமையைக் காட்டிலும், அவரின் கீழைக் கலாசாரங்களை உணர்ந்தவர்களே அதிகம்.

ஹைதாரியைப் பற்றி தெரிந்தவர்கள் அவரின் ஆங்கில அறிவைக் கண்டு மெச்சாமல் இருக்கமாட்டார்கள். ஷேக்ஸ்பியரின் கவிதை வரிகளை மட்டுமல்லாது, அவரின் சமகாலத்தில் வாழ்ந்த இரண்டாம் தர அந்தஸ்து பெற்ற கவிஞர்களின் கவிதைகளையும் ஹைதாரியால் மேற்கோள் காட்டமுடியும் என்று ஹைதராபாத்தில் வசிக்கும் பிரிட்டிஷ் ஊழியர் ஒருவர் என்னிடம் சொன்னார். அபாரமான நிதி அறிவைத் தாண்டி, பிரிட்டிஷாரோடு ஒத்துப்போகும் அவருடைய மற்றொரு அம்சத்தையும் இதன்மூலம் கண்டடைந்தேன்.

ஆனால் என்னைப் பொறுத்தவரை சர் அக்பர் மற்றொரு விஷயத்தில் தனித்தன்மை வாய்ந்தவர். நன்கு படித்து, ஆங்கில இலக்கியத்தில் பாண்டித்தியம் பெற்ற பல இந்தியர்களை நான் பார்த்திருக்கிறேன். இந்தியக் கலாசாரத்தின் இரு விளிம்பாக இருக்கும் இந்து - முஸ்லிம் சமயங்கள் பற்றி நல்ல புரிதல் அவர்களுக்கு உண்டு. ஆனால் இந்த இரண்டு சமயங்களும் அவரவர் மூளையில் தனித்தனியே பதிவாகியுள்ளன. சிலர் இந்து சமயம் மேலோங்கியும், வேறு சிலர் இஸ்லாமியம் மேலோங்கியும் சிந்திக்கின்றனர். உங்களிடம் பேசும்போது இந்து அல்லது இஸ்லாம் என்று தாம் சார்ந்த சமயத்தை மேன்மைப்படுத்தி உரையாடுவார்கள்.

சிலர் இரண்டு சமயங்களும் ஒருங்கிணைய நம்பிக்கைக் கொண்டிருப்பர். இன்னும் சிலர் அரசியல் காரணங்களுக்காகச் சிறுபான்மையினர் என்று தாம் கருதும் சமயத்திற்கு ஆதரவாக உதட்டளவில் உறுதுணையாகப் பேசுவர். ஆனால் சர் அக்பருக்கு எவ்வித மெனக்கெடலும் இல்லாமல் எல்லாம் புரிந்திருந்தது. பல்வேறு கலாசாரப் பிண்ணனிகளை விசேஷ முறையில் ஒருங்கிணைத்துப் புரிந்துகொண்டார். கல்விச் சிந்தனையில் அறிவுப்பூர்வமான செயல்முறைத் திட்டங்களை வகுத்தார். இந்தியக் கலாசார வெளியில் கிரேக்கம், பௌத்தம், இந்து,

முஸ்லிம் என்று என்னவெல்லாம் இருக்கிறதோ அத்தனையும் தழுவிய நிலையில் தானொரு திட்டம் தீட்டினார்.

பௌத்த எச்சங்களைத் தாங்கி நிற்கும் ஈடு இணையில்லாத அஜந்தா மற்றும் எல்லோரா குகைகளையும் இஸ்லாமியக் கட்டடக்கலை கண்டு மெய்சிலிர்ப்பது போல் கொண்டாடித் தீர்த்தார். காலத்தால் அவர் பிந்தையவராக இருந்தாலும், தன் சுபாவத்தால் எதிர்காலத்திற்கும் தேவைப்படும் மனிதராக மதிக்கப்படுகிறார். இந்தியாவை ஒரு தேசமாகக் கட்டமைக்க வேண்டுமானால், அதன் பலதரபட்ட கலாசாரங்களையும் நம்பிக்கைகளையும் ஒன்றாகக் குழைத்து ஒருங்கிணைக்க வேண்டும்.

உஸ்மானியா பல்கலைக்கழகம்மீது சர் அக்பருக்கு நல்ல அபிப்பிராயம் இருந்தது. அதன்மீது ஆர்வம் கொள்ளும்படி நானும் அப்பல்கலைக்கழகம் பற்றி நிறைய கேள்விப்பட்டிருக்கிறேன். உஸ்மானியா பல்கலைக்கழகத்தில் உரையாற்றுவதற்குத்தான் அவர் அழைப்பின் பெயரில் நான் ஹைதராபாத் வந்தேன். அவர் வீட்டிலேயே தங்குவதற்கும் ஏற்பாடு செய்திருந்தார்.

வீட்டின் அழகும் அமைப்பும் எளிதில் என்னைக் கவர்ந்தது. மேற்பரப்பில் மட்டுமல்லாது சமையலறை, சலவையறை, ரகசிய அலமாரி என்று ஒவ்வொரு மூலை முடுக்கிலும் அவ்வீட்டு எஜமானியின் கைவண்ணம் உயர்வாகத் தெரிந்தது. அவ்வீட்டு எஜமானியின் பெயர் லேடி அமீனா. இந்தியாவின் மதிப்புமிக்க தயாப்ஜி குடும்பத்தைச் சார்ந்தவர். காலந்தோறும் அக்குடும்பத்தைச் சார்ந்த யாரேனும் ஒருவராவது மதிப்புமிக்க ஆளுமையாக இருந்துள்ளனர்.

முஸ்லிம்களுள் தயாப்ஜி குடும்பத்தைச் சார்ந்த பெண்களே முதன்முதலில் நவீனமாகச் செயல்படத் தொடங்கினர். ஆண்களும் பெண்கள் உயர்வுக்கு உறுதுணையாக இருந்துள்ளனர். தற்போது லேடி அமீனாவின் ஒன்றுவிட்ட சகோதரி பேகம் ஷெரிப் அலிக்குப் பெண்ணிய உலகில் சர்வேதச அங்கீகாரம் இருக்கிறது. மற்றொரு சகோதரி இசையுலகில் புகழ் பெற்று விளங்குகிறார்.

லேடி அமீனாவிற்கு எந்த 'இசங்களிலும்' ஆர்வம் கிடையாது. அவர் மனோபாவத்திற்கு எந்தக் கொள்கையிலும் முழுமூச்சில் ஈடுபட முடியாது. அவரைக் கண்முன் பார்க்கும் கணத்தில், உடலும் மனமும் ஒத்திசையும் புள்ளியை உணர்வீர்கள். வாட்டசாட்டமான அழகுப் பெண்மணி. நேர்த்தியான ஆடைகள் உடுத்தியிருந்தார். அவரின் நடை, பேச்சு, சாயலில் இருந்தே பிறிதொருவரின் கட்டுப்பாட்டிற்கு உட்பட்டு செயல்படுபவர் எனத் தெரிகிறது.

கோட்டையில் வசிக்கும் ஆங்கிலேயப் பிரபுத்துவக் குடும்பத்தைச் சார்ந்த பெண்மணிபோல் உள்ளார். ஆனால் ஆங்கிலேயப் பெண்மணியிடம் தொண்டு செய்யவும், வீட்டைப் பராமரிக்கவும், கோட்டையைப் பாதுகாக்கவும் தனித்தனி சேவகர்கள் இருப்பார்கள். லேடி அமீனாவைப் பொறுத்தவரை எல்லா வேலைகளும் அவர் தலைமையில்தான் நடக்கின்றன. தன் சேவகர் கூட்டத்தை ஒற்றையாளாகக் கட்டுப்படுத்தி, சாமர்த்தியமாக வேலைவாங்கி எந்தவொரு பொது நிகழ்ச்சியையும் அதகளப்படுத்துகிறார்.

லேடி அமீனாவின் எந்தவொரு அதிகாரத்தையும் வேறொருவரால் பிரதிநிதித்துவம் செய்ய முடியாது. சமையலறையில் இருந்து வரவேற்பறை வரை, வீட்டு விசேஷங்களில் இருந்து பொதுக்கூட்டம் வரை எல்லாவற்றையும் தன் கண்ணசைவில் கட்டுப்படுத்துகிறார். அதன்மூலம் ஒற்றுமையும் அமைதியும் வீட்டில் நிலவுகிறது. இதற்கெல்லாம் அவர் எப்படி நேரம் ஒதுக்குகிறார் என்றொருவர் ஆச்சரியப்படலாம். தேநீர், மதிய உணவு, இரவு உணவு என்று ஒவ்வொரு வேளைக்கும் விருந்தினர் வந்து கொண்டே இருப்பார்கள். இதற்கிடையில் அவர்தன் அன்றாட ஐந்து வேளை தொழுகையையும் நடத்தி விடுகிறார்.

இஸ்லாமியத் தொழுகை முறைப் பற்றி தெரிந்தவர்கள் மட்டுமே, அதன் கால அளவை உத்தேசிக்க முடியும். இதைத்தாண்டி மதிய நேரங்களில் புத்தகங்கள் படிப்பது அல்லது தையல் நூற்பது என்று ஓய்வில்லாமல் ஏதாவது செய்துகொண்டிருப்பார். அவரிடம் எப்போதும் பதட்டம் கிடையாது. எனக்குத் தெரிந்த பரபரப்பான பெண்களிலேயே ஓய்வு அறிந்து, செய்யும் வேலையை ரசித்துச் செய்யும் நுண்ணறிவு பெற்றவர் இவரொருவர்தான்.

இந்தியாவில் உள்ள இந்துக்களிடம் இருந்து இஸ்லாமியர்கள் பன்மடங்கு வேறுபட்டவர்கள் என்று நான் அடிக்கடிச் சொல்லியிருக்கிறேன். அதற்கு மிகச் சிறந்த எடுத்துக்காட்டு லேடி அமீனா. ஒரு சிற்பி கல்லைச் செதுக்கி சிலையை வடிப்பதுபோல், அமீனா தன் குணங்களைச் செதுக்கி வடிவமைத்திருக்கிறார். அதுவரை நான் முரண்பட்ட பல விஷயங்கள் அமீனாவிடம் உண்டு. அவர் ஒரு மரபுவழிபட்ட முஸ்லிம், இருந்தாலும் இனவாதப் புத்தி கிடையாது. இந்தியாவை அளவுகடந்து நேசித்தார். மத வித்தியாசங்களை ஒருபோதும் பொருட்டாகக் கருதியதில்லை.

அவரின் நடத்தையால் துருக்கியின் சுல்தான் இரண்டாம் முகமதின் வசனமொன்று என் ஞாபகத்திற்கு வருகிறது. ‘என் நாட்டு மக்கள்

மசூதியிலும் தேவலாயத்திலும் தொழுகைக் கூடத்திலும் மாறிமாறி வழிபட்டால் என்ன, அவர்களிடம் எவ்விதப் பாரபட்சத்தையும் நான் பார்க்கமாட்டேன்,' தன் கணவரைப்போல அவரும் இஸ்லாமியம் சாராத கலைகளை ரசித்தார். ஆனால் அதில் மற்றுசில இந்திய முஸ்லிம்களைப் போல அவநம்பிக்கைப் பார்வையோ, கசப்பூர்ந்த இரசனையோ இல்லை.

அவர் எதைக் கண்டும் கிளர்ச்சி அடைந்ததில்லை. மிகக் குறிப்பிடத்தகுந்த குணங்களும் நம்பிக்கையும் உடையவர். இந்துமதம் பற்றி புகழ்ந்து பேசுபவர்களையும் இஸ்லாம் பற்றி குறைசொல்பவர்களையும் ஒரே நேர்க்கோட்டில் வைத்துக் கவனிக்கும் பக்குவம் பெற்றவர். ஒருவேளை இதற்கிடையில் தொழுகை செய்வதற்கான நேரம் நெருங்கிவிட்டால், எந்தவொரு சலனமும் இன்றி சாந்தமாக வழிபடத் தொடங்குவார்.

லேடி அமீனாவின் உணர்திறன் தாங்கும் வலிமையை இரு நிகழ்வுகளில் பார்த்திருக்கிறேன். முதலில் அவர் பூடகமான விஷயங்களில் மனம் செல்லவிடாமல், மிகைப்படுத்தப்பட்ட துறவற வாழ்வை முற்றிலுமாக நிராகரிக்கிறார். இதன்மூலம் மனிதச் சமூகத்தின்பால் மனம் ஒன்றிவிடாமல் தடுக்கும் எல்லாவித மாயாவாதங்களையும் அவர் எதிர்க்கிறார். மரபுவழி முஸ்லிம்களுக்கு மிகையூட்டிய துறவத்தில் நாட்டம் இருக்காது என்பதால், அவர் இங்ஙனம் இருக்கிறார் என்று முதலில் புரிந்துகொண்டிருந்தேன். ஆனால் இதற்கான காரணம் அவரின் சொந்த வாழ்க்கையின் சோகக் கதைக்குள் சென்றது.

அமீனாவின் அன்பிற்குரிய உறவினர் ஒருவர், மாயாவாதங்களால் ஈர்க்கப்பட்டு ஃபக்கீர் ஆக மாறியிருக்கிறார். ஆனால் சில நாட்களுக்குப் பின் கடுமையான துறவறப் பயிற்சியால் அவர் உயிரிழந்துவிட்டார். அமீனாவின் உணர்திறனைப் பரிசோதித்த இரண்டாவது சம்பவம், அவரின் சிநேகித உறவு பற்றியது. தனிப்பட்ட முறையில் அமீனாவின் நேர்மையான நட்புக்கு நானே பாத்திரமானதால், அவரை இரசிப்பது வாடிக்கையாகிப்போனது. அமீனாவிற்கு பிறப்பிலேயே அதிகாரங்கள் இருந்தன. ஆட்பலமும் பணபலமும் அதிகார பலமும் படைத்த இவர், நட்புக்காக எதையும் விட்டுக்கொடுக்கத் தயாராக இல்லை. ஒருவேளை இதுவே அவரின் அன்பிற்குரியவர்களிடத்து பாசத்தை மிகுவித்தும், முன் பின் தெரியாதவர்களிடத்து விரோதத்தை துடைத்தும் இருக்கலாம். அவரின் இளைய நண்பர்கள் எப்போதும் அமீனாவிடம் அர்ப்பணிப்போடு இருக்கின்றனர். அவர் கண்டிப்பைக்

கைவிடவில்லை என்றாலும், அமீனாவோடு இருக்கும் போதெல்லாம் வீட்டில் இருப்பதுபோல் உணர்கின்றனர்.

மகளிர் கல்வி நிறுவனங்களுக்குப் புரவலராகச் செயல்படுகிறார். பெண்கள் படிக்கும் பள்ளிக்கூடங்களுக்கு என்னைக் கூட்டிச் சென்றார். மரபுவழி கல்விச் சிந்தனை உடைய ஆங்கிலேய முதல்வர்களால் அந்நிறுவனங்கள் சீரிய முறையில் செயல்பட்டு வந்தன. இந்துக்களும் இஸ்லாமியர்களும் இன, மத பாகுபாடின்றி ஒன்றுசேர்ந்து பாடம் பயிலும் சூழல் இருந்தது. அமீனாவின் ஆதரவில் செயல்பட்ட நிறுவனங்களுள் என்னைப் பெரிதும் கவர்ந்தது, அநாதை இல்லம் என்று சொல்வேன். வறுமைப் பீடித்த வகுப்பினர்களிடையே பெரும் அளவிலான திட்டத்தில் தொடக்கக் கல்வி பயிற்றுவிக்க விரும்பினால், இந்தியாவிற்கு மிகச் சிறந்த முறை இதுவாகத்தான் இருக்கும்.

சொந்த பந்தம் இல்லாத இருபாலின குழந்தைகளும் அங்கு மாணவர்களாய் இருந்தனர். சிறுவர் சிறுமியர்களுக்குத் தனித்தனியே பாடம் சொல்லித்தரப்பட்டது.

முதலில் சிறுவர்களைப் பார்த்தோம். ஐந்து முதல் பதினான்கு வயதுக்கு உட்பட்ட சிறுவர்கள் எல்லோரும் தங்கள் கைப்பட நெய்த ஆடைகளையும் தோலில் பதனிட்டு தாமாகச் செய்த காலணிகளையும் அணிந்திருந்தனர். நெசவு வேலை, தச்சு வேலை, ஷூ தயாரித்தல், தோல் பதனிடுதல் என்று பலவாறான கைவினைத் தொழில்கள் இங்குக் கற்றுக் கொடுக்கப்பட்டன. வாழ்வின் அத்தியாவசியத் தேவைகளைப் பூர்த்திசெய்யும் இரண்டு, மூன்று வேலைகளில் தேர்ச்சிப் பெறுபவர்கள் நல்ல வேலையில் அமர்கிறார்கள். இந்நிறுவனத்தில் இருக்கும் ஒவ்வொரு பண்ட பாத்திரமும் அறைகலனும் உடுப்பும் மாணவர்கள் உருவாக்கியது. இச்சிறுவர்களை நம்பிக்கையோடு காட்டில் இறக்கினாலும், வாழ்க்கை நடத்த தேவையான பொருட்களைச் செய்து அங்கும் பயமின்றி வாழ்வார்கள்.

இங்கிருக்கும் கணிசமான குழந்தைகள் காட்டிலிருந்து பெறப்பட்டவர்கள் என்றாலும், சராசரி குழந்தைகளைப்போல் ஆரோக்கியத்துடன் இருந்தனர். அவர்களுக்குப் போதுமான விகிதாச்சாரத்தில், தேவையான ஊட்டச்சத்துக்கள் முறையாக வழங்கப்பட்டன.

கல்வித் தளத்தில் நடைமுறைக்கு ஏற்ப முறையாகப் பாடம் சொல்லித் தருகின்றனர். ஆனால் நான்கு வெவ்வேறு மொழிகளில்

பாடத்திட்டம் அமைந்திருக்கிறது. ஆதரவின்றி தனித்துவிடப்பட்ட குழந்தையின் பூர்வாங்க விவரங்களையும், பெற்றோர் பேசிய மொழிகளையும் எப்படித் தெரிந்துகொள்கிறீர்கள் எனக் கேட்டேன். ஆதரவற்ற குழந்தைகளிடம் தான் சார்ந்த சமூகத்துக் குறியீடும், பெற்றோர்களின் மதப் பின்னணி சார்ந்த குறியீடும் எப்போதும் தொக்கி நிற்பதாய் சொன்னார்கள்.

பெண் குழந்தைகளும் சரிசமமாக மெச்சும்படி இருந்தனர். சமையல் வேலை, பணியாள் வேலை, தையல் நூற்பு, இல்லத்தரசிக்கான கடமைகள் என்று சகலமும் கற்றுக்கொடுக்கப்பட்டது. வீட்டு வேலைகளைக் கவனமாகச் சொல்லிக் கொடுத்தனர். வீட்டு வேலை தெரிந்த பெண்களுக்கு, இல்லத்தரசியாக நல்ல வாய்ப்பு இருப்பதாகச் சொன்னார்கள்.

ஆனால் ஆதரவற்றோர் இல்லத்தில் வளரும் பெண்ணைத் திருமணம் செய்துகொள்ள விரும்பினால், விண்ணப்பிக்கும் நபரின் நடத்தையும் சமூக மரியாதையும் பல கோணங்களில் பரிசோதித்த பிறகே ஏற்றுக்கொள்ளப்படுகிறது. மணப்பெண்ணுக்குத் தேவையான நியாயமான சீர்வரிசைகளும் புழங்குப் பொருட்களும் கொடுத்தனுப்புகின்றனர். கணவனிடம் இருந்து அப்பெண்ணுக்குப் போதிய அரவணைப்பு கிடைக்கிறதா என்று சிலகாலம் அந்நிறுவனத்தின் கண்காணிப்பு தொடர்கிறது.

ஆண் குழந்தைகளுக்கான உணவுகளைப் பெண்களே தயாரிக்கின்றனர். ஆனால் பாத்திரங்களைக் கழுவும் பொறுப்பு ஆண்களிடம் விடப்படுகிறது. என்னிடம் இரண்டு சமையலறைகள் காண்பிக்கப்பட்டன. ஒன்று இந்துக்களுக்கு; மற்றொன்று இஸ்லாமியர்களுக்கு. இந்தப் பிரிவினைக்கு சைவ, அசைவ பிரச்சனைகள் காரணம் கிடையாது. ஏனென்றால் அங்குள்ள இந்து சிறுவர்கள் எல்லோருமே அசைவம் உண்பவர்கள். உண்மையான சிக்கல் சாதி வேற்றுமையில் இருந்தது: இஸ்லாமியர்கள் தயாரிக்கும் உணவை இந்துக்களால் உண்ண முடியாது; அல்லது இஸ்லாமியர்களோடு உண்ணமுடியாது என்பதுதான் சிக்கல்.

ஒட்டுமொத்த இடத்திலும் சுகாதாரத்திற்கு குறைவில்லை. சுகபோக வஸ்துக்களுக்கு இடமின்றி எளிமையாக இருந்தன. அங்கு வசிக்கும் மாணவர்களிடம் பொருளாதாரத் தாழ்வுணர்ச்சி தோன்றாமலிருக்க இதுவொரு நல்ல உத்தியாகத் தெரிந்தது. இந்நிறுவனத்தின் புரவலராக விளங்கும் மேன்மை பொருந்திய நிஜாம் அவர்களை, நடைமுறைச் சார்ந்த இப்புத்திசாலித்தனமான கொள்கைக்காகவே நிச்சயம் பாராட்ட வேண்டும்.

ஆட்சியாளர்கள் மற்றும் பெரும் செல்வந்தர்களால் ஏழை மக்களுக்கு நிர்மாணிக்கப்படும் இவ்வகைப்பட்ட நிறுவனங்களைப் பெரும்பாலும் செல்வத்தைக் கொட்டியளந்து பார்வையாளர்களைக் கவரும்படி மெருகூட்டுவது வழக்கம். ஆனால் இதனால் நடைமுறை வாழ்க்கையில், அங்கு வசிக்கும் நபர்களிடையே இவ்வாறான உயரிய வாழ்க்கைக்கு, தான் தகுதி படைத்தவன் இல்லை என ஏற்றுத்தாழ்வு தோன்றுவதுதான் மிச்சம்.

ஸ்காட்லாந்து நாட்டைச் சார்ந்த தம்பதிகளிடம் இந்நிறுவனத்தின் மேற்பார்வை பொறுப்பு ஒப்படைக்கப்பட்டிருந்தது. அவ்விருவரும் மிகப் பொருத்தமாக, கொடுத்த வேலைகளை திறமையாகக் கையாண்டதுடன், சிறந்த கல்வியாளர்களாகவும் திகழ்ந்தனர். குறிப்பாக ஸ்காட் பெண்மணி, தன் இயல்புக்கு மீறிய தாய்மையை வெளிப்படுத்தினார். இம்மாதிரியான குழந்தைகளுக்கு அறிவுப்பூர்வமான திறன்களைக் கற்பிப்பதைக் காட்டிலும், சிறப்பு கவனிப்பு தேவைப்படுகிறது.

அன்று மாலை உணவருந்தும் போது, காப்பகம் தொடர்பான சில பிரச்சனைகளை முன்வைத்தேன். நான்கு வெவ்வேறு மொழிகளில் பாடம் கற்பிக்கப்படுவது ஏன்? ஒவ்வொரு குழந்தையும் தான் சார்ந்த சமூகத்தின் மொழியைத் தெரிந்துகொள்வது சரியென்றாலும், ஹைதராபாத் முழுவதும் அலுவல் மொழியாக அங்கீகரிக்கப்பட்ட ஒற்றை மொழி இருந்திருக்க வேண்டும். பல்வேறுபட்ட சமூகங்களுக்கு இடையே வர்த்தகம் முதலான பல்வேறு தொடர்புகளுக்கு, குறிப்பாகக் கல்வி பயன்பாட்டிற்கு அம்மொழியைப் பயன்படுத்தியிருக்கலாம்.

இந்து முஸ்லிம் இருவரும் மாமிசம் உண்ணும்போது, ஏன் தனித்தனியாக உணவு பரிமாற வேண்டும்? இஸ்லாமியர்கள் சமைத்த உணவை இந்துக்களால் உண்ணமுடியாது என்றால், இந்துக்களைச் சமைக்கவிட்டு இஸ்லாமியர்கள் உணவருந்தலாமே? தன் மாணவர்களை ஒருங்கிணைத்து அமரவைத்து உணவு பரிமாற முடியாத பள்ளிக்கூடம், சீரிய குடிமகன்களை உருவாக்கும் எதிர்கால இலக்கிலிருந்து பலமடங்கு பின்தங்குகிறது.

சர் அக்பர் ஆச்சரியத்தில் தலையசைத்தார். இந்திய விவகாரங்கள் பற்றி என் புரிதலை நினைத்து அதிர்ந்து போனவர் போல் தெரிந்தார். அவர் சொன்னார்:

'இஸ்லாமியர்கள்தான் இங்கு ஆட்சியாளர்கள். இந்தச் சமயத்தில் இதுபோலெல்லாம் செய்தால், அதிகார பலத்தை அனுகூலத்திற்கு

ஏற்ப பயன்படுத்தியதுபோல் ஆகிவிடும். எனவே நாங்கள் விரும்புவது போல், ஆதரவற்ற குழந்தைகளுக்கு கல்வியும் வாழ்க்கையும் வழங்குதில் சிக்கல் ஏற்படலாம்.'

சர் அக்பரின் உணர்வுபூர்வமான புரிதலை நான் இயல்பாகவே மதிக்கிறேன். ஆனால் நான் கேள்வியெழுப்பியதற்கு அறியாமை மட்டுமே காரணம் அல்ல. பழங்காலத்து இந்தியாவாக ஒவ்வொரு சமூகத்தினரும் தனித்தனியாகப் பிரிந்து கட்டுக்கோப்புடன் வாழ்ந்திருந்தால், நான் இக்கேள்விகளைக் கேட்டிருக்கமாட்டேன்.

ஆனால் நான் கண்டு உரையாடும் இந்தியாவில் ஒவ்வொருவரும் ஒற்றுமை, தேசியம், சகோதரத்துவம் என்று பேசுகிறார்கள். இன்னும் சில நாட்களில் இந்தியா விடுதலை அடையப் போகும் செய்தியை மெச்சுகிறார்கள். இந்தச் சிறுவர்களுக்கு அருகருகே அமர்ந்து ஒற்றுமையாக உணவருந்துவதிலேயே இசைவுத் தன்மை ஏற்படாதபோது, நாளை நாட்டின் தூண்களாக மாறி அதன் முன்னேற்றத்திற்கான மாற்றுக் கரங்களாக இருப்பார்கள் என்று எப்படிச் சொல்ல முடியும்?

பிரிட்டிஷ் ஆட்சிக்கு உட்படாத மாகாணங்களில், சில அந்நியமான சிக்கல்கள் உள்ளன. இந்து பெரும்பாண்மையினரை இஸ்லாமியச் சிறுபான்மையினர் ஆட்சி செய்வதும்; இஸ்லாமியப் பெரும்பாண்மையினரை இந்து சிறுபான்மையினர் ஆட்சி செய்வதும் இங்கு சில வேடிக்கையான முரண்கள். இந்து மன்னர் ஆட்சி செய்யும் வேறொரு மாகாணத்தை நான் பார்த்திருந்தாலும், இதே குற்றச்சாட்டுக்களை முன்வைத்திருப்பேன். எல்லாவித மத அபிப்பிராயங்களைப் பூர்த்தி செய்வதைத் தாண்டியும், எதிர்கால இந்தியாவுக்கு உழைக்கும் கரமாக விளங்கும் இளைஞர்களை ஒரே தளத்தில் ஒருங்கிணைத்து இயக்க நாம் ஏதாவது செய்ய வேண்டும்.

•

லேடி அமீனா வீட்டில் சந்திந்த ஹைதராபாத் பெண்களைப் பற்றி ஒரு நீண்ட விவரணைக் குறிப்பே எழுதலாம். அதில் அமீனாவிற்கு நெருக்கமான மூன்று இளம் பெண்களை மட்டும் நான் இங்குக் குறிப்பிடுகிறேன்.

துர்ரு ஷேவார் என்றொரு இளவரசி, முடிசூடப்போகும் அடுத்த ஆட்சியாளரை மணம் புரிந்திருந்தார். அவர் உதுமானியப் பேரரசின் இளவரசியாக இருந்தவர். ஆனால் தற்போது இந்திய இளவரசியாக அதன் சூழலுக்குத் தகுந்தாற்போல் தன்னை தகவமைத்துக்

கொண்டார். ஒரு மனைவியாக, அம்மாவாக, சமூகத்தின் உயர் மதிப்பு வாய்ந்த பெண்மணியாக தன்னைப் பாங்குற பிரகடனப்படுத்திக் கொண்டார் ஷேவார்.

இருபத்து மூன்று வயது நிறைந்த துர்ரு ஷேவாரைப் பார்த்தால், கிட்டத்தட்ட லேடி அமீனாவின் மகள் எனத் தோன்றும். ஆனால் அந்த இளம்பெண்ணிடம் இருந்த அசாதாரண அறிவு முதிர்ச்சியைக் கண்டு, எவரொருவரும் மயங்கிவிடுவர். அவர்கள் இருவருமிடையே இரண்டு சமவயதுப் பெண்மணிகள் பேசிக் கொள்வதுபோலான நட்புறவு மலர்ந்திருந்தது.

இளவரசியின் பதின் வயதில் நான் அவரை துருக்கியில் பார்த்திருக்கிறேன். இப்போது லேடி அமீனாவிற்கு அருகில் நிற்கும்போது, அவர்தானா என்று குழப்பமடையும் அளவுக்கு வளர்ந்துவிட்டார்.

கிட்டத்தட்ட ஆறடி உயரம். எல்லோரைக் காட்டிலும் வளர்த்தியான உருவம். அவரிடம் இளவரசிக்கான மிடுக்கும் கண்ணியமும் இருந்தால்கூட, உண்மையிலேயே அடக்க குணமும் கூச்ச சுபாவமும் கூடியிருந்தன. நான் பார்த்த மென்மையான குழந்தை முகம், வலிமையான மனித முகமூடிக்குப் பின்னால் இப்போது மறைந்துவிட்டது.

எளிமையான சேலையும் நாசூக்கான அலங்காரமும் நகைகளும் பூண்டிருந்தார். கம்பீரமான தோள்பட்டையின்மேல் மஸ்லின் அணிந்த முகம் விரைப்பாகத் தெரிந்தது. ஓரளவு நீண்ட முகம், அகலமான நெற்றி, அழகிய கூந்தல், வட்டமான சிறிய கன்னம். அவர் கண்கள் அகலமானவை. நீல நிறக் கண்களின் மேலாக வளைந்த புருவங்கள். உச்சபட்ச வெண்ணிறப் பற்களை இலைமறை காயாக மறைக்கும், கவனமாகச் செதுக்கிய சிகப்பு நிறச் சிறிய இதழ்கள். சீராகத் தொடங்கும் நாசி, இதழ் பகுதியையொட்டி சற்றே வளைந்திருந்தது.

நான் இந்த முகத்தை எங்கேயோ பார்த்திருக்கிறேன் என்று ஆச்சரியப்பட்டேன். சட்டென்று நினைவுக்கு வந்தது. கான்ஸ்டான்டினோப்பிள மீது படையெடுத்த மெகமுதுவின் உருவப்படம் அது. அதனைப் பெல்லினி வரைந்திருந்தார். சற்றே சீரழிந்துபோன அரசக் குடும்பத்தின் வலிமையான மற்றும் திறமைவாய்ந்த ஆட்சியாளர்களின் பண்பை அவர் ஒருங்கே பெற்றிருந்ததில் எனக்கு அந்நியத்தனமான வியப்பு உண்டானது.

கருணைவயப்பட்ட விதியின் விளைவால், தான் இருக்கவேண்டிய இடத்திற்கு அவர் அனுப்பப்பட்டிருக்கிறார். ஏனெனில் பழங்கால உதுமானியப் பேரரசில் இன, மதத் துவேஷங்களுக்கு இடமில்லை. மெகமுது மன்னரைப் போல துர்ரு ஷேவாருக்கும் கவிதை எழுதுவது, பாடம் படிப்பது என்ற பல்துறை ஆர்வம் இருந்தது. உருது மற்றும் ஆங்கிலத்தைத் தாய்மொழிபோல சரளமாகப் பேசினார். அவர் தன் ஆசை மகனை, 'என் சர்க்கரைக்கட்டி' என துருக்கி மொழியில் அழைத்த கணம், அவர் துருக்கியப் பெண்மணிதான் எனப் புத்தியில் உரைத்தது. அவர் எப்போதும் பர்தா அணியாமல் சுதந்திரமாகச் செயல்படுகிறார் என்று ஒருவர் சொன்னார்.

ஹைதராபாத் பெண்கள் பற்றி அவரின் அபிப்பிராயம் என்ன, கல்வித் துறையில் ஹைதராபாத் மாகாணத்தின் சாதனைகள் என்ன என்று ஹைதராபாத் மாகாண மகளிர் மாநாட்டின் பத்தாவது பொதுக்கூட்டத்தில் அவர் பேசிய உரையின் சாரத்தை வாசித்துப் பார்த்தால் புரிந்துவிடும். கல்விப் புலத்தில் துர்ரு ஷேவார் எத்தனை ஆர்வமிக்கவராக இருக்கிறார்; தன் தகைசால் முன்னோர்களைக் காட்டிலும் எத்தனை மடங்கு மேலோங்கி உழைக்கிறார் என்று அதன்மூலம் தெரிந்துகொள்ளலாம். நகர் மண்படத்தில் உருது மொழியில் அவர் உரையாற்றிய பொழிவின் சாரத்தை ஆங்கில மொழிபெயர்ப்பில் பின்வருமாறு இணைத்திருக்கிறேன்:

'. . . இப்போது ஹைதராபாத் எனது சொந்த ஊர். உங்கள் ஆசை, கனவு, இலட்சியங்களோடு, குழந்தைகளின் எதிர்கால நலனையும் நான் இனி பேணிக் காக்கப் போகிறேன் . . . . நீங்கள் என்னை உங்களில் ஒருவராக அங்கீகரிக்கும் நாளுக்குத்தான் இத்தனைக் காலம் காத்திருந்தேன். உங்கள் நலனுக்காக எவ்வித காரியங்களையும் நான் செய்யத் தயாராய் இருக்கிறேன் என்று நம்புங்கள்.

இந்தியப் பெண்கள்மீது எனக்கு அளவுகடந்த மரியாதையும் அக்கறையும் உண்டு: அவர்களின் கடலளவு பொறுமையும், மலையளவு தைரியமும் மரியாதையைக் கூட்டுகின்றன; நிகழ்கால மற்றும் எதிர்கால நலன்மீது அக்கறை கூடுகின்றது. இன்றையக் காலக்கட்டத்தில் உலகளாவிய பெண்களிடையே, எதிர்வரும் சந்ததிக்கு சரியான பாதையை வழிகாட்டவேண்டுமென்ற பொறுப்புணர்வு அதிகரித்திருக்கிறது. விசுவாசம், பக்தி, கடமையுணர்வு போன்ற பண்புகளை மரபுரிமையாகக் கொண்டுள்ள இந்தியப் பெண்களால், உலகம் பெறவேண்டியவை

எண்ணிக்கையில் அடங்காது. ஆகவே மனிதகுலத்திற்கு சேவை செய்வதில் இந்தியப் பெண்கள் முன்னணி வகிக்க வேண்டும். இன்றைய தேதியில் உலகின் நாகரிகம் அடைந்த பல தேசங்களில், பெண்கள் மண்ணின் மைந்தர்களாக ஜொலிக்கின்றனர். ஒட்டுண்ணியைப் போல் துணைதேடி அலையாமல், வாழும் உரிமை; கோரும் உரிமை; கொடுக்கும் உரிமையோடு, நாட்டிற்குப் புகழ் சம்பாதிக்கும் உரிமையையும் தேடித் தருகின்றனர் . . . '

மகளிர் கல்லூரி பற்றி பேசிய பிறகு, ஹைதராபாத்தில் உள்ள நான்கு தொடக்கப்பள்ளிகளைக் குறிப்பிட்டு, தொடக்கக்கல்விக்கான தேவையை வலியுறுத்தி உரையாற்றினார்:

'இந்த ஒளிகொடுக்கும் கலங்கரை விளக்கத்தின் வெளிச்சத்தில் படாமல், இன்னும் ஆயிரம் மாணவர்கள் ஊருக்குப் புறம்பாக வசிக்கின்றனர். இந்த ஒளி மேலும் சுடர்விட்டு எரிந்து எல்லோரையும் சென்றடைய வேண்டும். ஏழை, பணக்காரன் என்ற பாகுபாடில்லாமல் எல்லோரும் சரிசமமான கல்வி பெற வேண்டும் . . . .'

'இறை வழிபாட்டில் உயர்ந்தவராக இருப்பதைக் காட்டிலும் அறிவாளுமையில் உயர்ந்தவராக இருக்கவேண்டும்' என்ற முகமதின் வசனங்களை மேற்கோளிட்டுச் சொல்லி, இந்து மதத் தத்துவங்களையும் தான் சரிசமமாய் உள்வாங்குவதாய் துர்ரு ஷேவார் சொன்னார். 'வெறும் ஏட்டுக் கல்வி மட்டுமே உதவாது. அது வெறும் ஆயிரத்தில் ஒரு பங்குதான். உண்மையான கல்வி என்பது குறுகிய மனப்பான்மைகளை வேரறுக்கும்; பச்சாதாபம் தோற்றுவிக்கும்; சமூகத்தில் நிலவும் மூடநம்பிக்கைகளை வெட்டிச் சாய்க்கும்; பயம் முதலான தப்பெண்ணங்களை வெளியேற்றும்' என்றார்.

அந்தப் பொழிவு முழுவதும் அவர் வயதுக்கு ஒவ்வாத தீவிரத்தன்மையையும் முதிர்ச்சியையும் பார்க்க முடிந்தது. தான் பெரிதும் மரியாதைச் செலுத்தும் கனம் பொருந்திய நிஜாம் அவர்களை வணங்கி மகிழ்ந்தார். கிட்டத்தட்ட நிஜாமின் பிள்ளைபோல் அவரோடு ஒட்டிக்கொண்டார். பெண்களுக்கு வேண்டிய பொருளாதாரச் சுதந்திரம் பற்றி பின்னர் பேசத் தொடங்கினார்.

ஓர் இளவரசியாக இருந்தாலும், 'எல்லாப் பெண்களும் கண்ணியமான பணியில் அமரவேண்டும்' என்று அவர் விரும்பினார். 'தன் சொந்தத் தேவைக்குப் போதுமான பணத்தைச்

சம்பாதிக்க, மரியாதை நிறைந்த ஒரு பணியை பெண்கள் தேடிக் கொள்ள வேண்டும். சொற்பமான ஊதியமாய் இருந்தாலும், குடும்ப வருமானத்திற்கு அது பெருமைச் சேர்க்கக் கூடியதே அன்றி அவமானகரமானது அல்ல' என்று வலியுறுத்தினார்.

கல்வி சார்ந்த எல்லா முக்கியப் பிரச்சனைகளையும் தன் பேச்சினூடாகத் தொட்டுச் சென்றார். முன்னேற்றத்திற்கான அடிப்படைத் தேவைகள் என அவர் நிரல்பட கோர்த்த பட்டியலில் இருந்து, சமூக மாற்றத்திற்கான பெண்ணாக நாம் இவரை உருவகம் செய்து பார்க்க முடிகிறது.

லேடி அமீனாவின் மற்றிரண்டு இளம் தோழிகள், சரோஜினி நாயுடுவின் புதல்விகள். அழகு கொஞ்சும் இருவரும் ஏதோவொரு சாயலில் தன் அம்மாவின் உருவமைவில் தெரிந்தனர். பத்மஜா ஓர் அழகுப் பதுமை. இரக்கக் குணம் மிகுந்த மென்மையான பெண். சிரத்தையோடு மெனக்கெடும் சாமர்த்தியசாலி. லீலாமணி பாயும் புலி போன்றவர். கவனம் ஈர்க்கும் முகம். நெருப்புத் தெறிக்கும் கண்கள். சட்டென்று புரிந்துகொள்ள முடியாத சுபாவம்.

இவ்விருவரில் சுட்டிப் புலிக்குத்தான் தன் தாயாரின் சுபாவம் அதிகம் பொருந்திருப்பதாய் எனக்குத் தோன்றியது. தன் திறமையும் கல்வியும் வைத்துக்கொண்டு எந்த இயக்கத்திற்குச் சென்றாலும், அங்கு அவர் பெரும் சொத்தாக இருப்பார். அந்தக் கணம்வரை தான் எந்தப் புலத்தில் ஈடுபடப் போகிறோம் என்ற தெளிவு அவரிடம் இல்லை.

●

ஹைதராபாத்தில் எனக்கு ஓர் ஆச்சரியம் காத்திருந்தது. கமலா தேவியை நான் அங்குச் சந்தித்தேன். தெற்கிலிருந்து என்னைச் சந்திப்பதற்காகவே அத்தனைத் தூரம் பிரயாணப்பட்டு வந்திருக்கிறார். மகாத்மா காந்தியை நான் வார்தா ஆசிரமத்தில் சந்திக்கும்போது அவரும் அங்கு உடன் வருதாய் சொன்னார். நான் மிகுந்த சந்தோஷப்பட்டேன். புதிய இந்தியாவிற்காக உண்மையிலேயே உழைக்கக்கூடிய செயல்பாட்டாளர்களுள் விரல்விட்டு எண்ணக்கூடிய நபர்களில் இவரும் ஒருவர். அத்தகைய நபரிடம் நேரிடையாகப் பேசக் கிடைத்த வாய்ப்பை எண்ணி மகிழ்ந்து போனேன். அந்நியர்கள் அத்தனைச் சுலபத்தில் அடையக்கூடிய உயரம் அல்ல அது.

●

இந்தியாவில் உஸ்மானியா பல்கலைக்கழகம் தொடர்ச்சியான பேசுபொருளாக இருந்தது. ஜாமியா பல்கலைக்கழகம் உருவாகும் வரை, இந்நிறுவனம்தான் உருது மொழியில் உயிர்க்கல்விப் பாடங்களை பயிற்றுவித்தது. சொல்வதைக் காட்டிலும் கடினமான காரியம் இது. அறிவியல் பாடங்களைப் போதிக்கும் அளவுக்கு உருது மொழியிலான தொழில்நுட்ப வார்த்தைகள் வளர்ச்சிப் பெறவில்லை. விருப்பத்திற்கு ஏற்றவாறு அதனை உருவாக்கவும் முடியாது.

தொழில்நுட்ப வார்த்தைகளை மேற்கிலிருந்து இரவல் வாங்கிக் கொண்டாலும், அதனை உருது மொழியில் மறுகட்டமைப்புச் செய்ய ஓர் இந்திய மூளை வேண்டும். அறிவியல் புலத்தில் பயிற்சி ஆழமிக்க உருதுமொழி அறிந்த ஆராய்ச்சியாளர்கள் மற்றும் விஞ்ஞானிகள் மட்டுமே அத்தகைய வார்த்தைகளை வேற்று மொழியில் இருந்து பெயர்க்க முடியும். இதற்காகவே ஹைதராபாத்தில் இருந்து எண்ணற்ற ஆய்வு மாணவர்கள் அடிக்கடி ஐரோப்பியப் பல்கலைக்கழகங்களுக்கு அனுப்பி வைக்கப்படுவது உண்டு.

பட்டம் பெறச் செல்லும் இளைஞர்கள் மட்டுமின்றி, பட்டம் பெற்ற ஆண்களும் தம் உயராய்வு படிப்பிற்காக ஐரோப்பா செல்வதுண்டு. தத்துவம் மற்றும் விஞ்ஞானச் சொற்களை மொழிபெயர்ப்பதற்கென்றே இப்போது இங்கு மாபெரும் மையம் ஒன்று செயல்பட்டு வருகிறது. டாக்டர் மக்கன்ஸி எனும் திறமான ஸ்காட்லாந்து அறிஞர், ஐரோப்பியப் பல்கலைக்கழகங்களுக்கு ஈடாக இந்நிறுவனத்தை வளர்த்துவிட வேண்டும் என்ற உத்வேகத்தில் மொழிபெயர்ப்பு மையத்தின் தலைமைப் பொறுப்பில் பணியாற்றி வருகிறார்.

இங்கு வேலை நடைபெறும் விதத்தை அவர் விவரிக்கக் கேட்கும்போது அலாதியாக இருக்கும். வெவ்வேறு அறிவியல் புலம் சார்ந்த அறிஞர்களிடமிருந்து எங்ஙனம் வார்த்தைகள் கோர்க்கப்படுகின்றன; அவர்களிடையே ஒருமித்த கருத்து தோன்றுவது எப்படி என்று பொறுமையாக விவரித்தார். அதிமுக்கியமான இவ்வேலைக்குத் திட்டமிட்ட நடைமுறைகளும் செயல்திட்டங்களும் தொலைநோக்குப் பார்வைகளும் சீர்மையாக உள்ளன.

ஹைதராபாத்தின் ஆய்வாளர்களும் சான்றோர்களும் உள்ளூர் மற்றும் ஐரோப்பிய கலாசாரத் தெளிவு பெற்றிருந்தனர்.

இப்பல்கலைக்கழகப் படிப்பிற்கு என்று முறையான பாரம்பரியம் உண்டு. வரலாறு, தத்துவம், அறிவியல் என்று துறைவாரியான சில முக்கிய நபர்களை எனக்கு அறிமுகப்படுத்தினார்கள். அதில் ஒருவரை எனக்கு முன்னரே தெரிந்திருந்தது. டாக்டர் ஹமீதுல்லாவை நான் பாரிஸில் சந்தித்திருக்கிறேன். வரலாற்றுத் துறையில் அவரின் பங்களிப்புக்காக, பாரிஸ் பல்கலைக்கழக வட்டத்தில் மரியாதைக்குரிய நபராக மதிக்கப்படுபவர் அவர்.

முதுபெரும் தோய்ந்த ஆய்வாளர்களின் அசாத்திய உருது மொழி ஆற்றலுக்கு மத்தியில், மௌலானா அப்துல் ஹக் என்பார் சிறிது வேறுபட்டு இருந்தார். ஆய்வாளர் என்பதையும் தாண்டி, இந்நிறுவனத்தின் சிந்தனைத் தொட்டியில் அதிமுக்கிய நபரென்றும் அடிக்கடி குறிப்பிடப்படுகிறார். வட்டமான வெள்ளைத் தாடியும், இறுக்கமான கோட்டும் அவரது வாடிக்கையான தோற்றம் எனலாம். அதிகம் பேசமாட்டார். தன் முழு வாழ்வையும் படிப்பு, ஆராய்ச்சி, எழுத்து என்று கல்விப்புலத்திற்கே அற்பணித்தவர்.

உஸ்மானியா எனும் இப்பிரம்மாண்ட நிறுவனத்தைக் கட்டியெழுப்புவதில் மேன்மை தாங்கிய ஹைதராபாத்தின் ஆட்சியாளர், நிஜாம் அவர்களின் புரவலத்தன்மையே பெரிதும் உதவியது. ஹைதராபாத்தை பட்டொளி வீசும் கல்வி மையமாக மாற்ற வேண்டுமென்று தன் மனத்தில் உறுதிகொண்டு, அதற்கேற்ற வேலைகளைச் செய்து வருகிறார்.

முன்பிருப்பதைக் காட்டிலும் மேலும் ஒரு படி மேம்பாடு அடையச்செய்ய தன்னால் என்னவெல்லாம் செய்ய முடியுமோ அத்தனைக்கும் வளைந்து கொடுத்தார் சர் அக்பர். அவர் சொல்வதற்கெல்லாம் மௌலானா அப்துல் ஹக் செயலுருவம் கொடுத்தார்.

கல்விநிலை உயர்வுக்கும் படைப்பாற்றலுக்கும் இத்தனைச் சிரத்தையோடு பாடுபடுகிறார்கள் என்றால், இதுவரை இந்தியா காணாத ஒரு புதுமையான பல்கலைக்கழகத்தை நிர்மாணிக்கும் திட்டங்கள் பேச்சுவார்த்தையில் இல்லாமல் போகுமா? 20 இலட்ச ரூபாய் செலவு செய்து உருவாக்கப் போவதாய் சொல்கின்றனர்.

உள்நாட்டைச் சார்ந்த கட்டடக் கலைஞர்கள் சிலர், இரு ஆண்டுகளுக்கும் மேலாக பல ஐரோப்பிய நாடுகளுக்குச் சுற்றுப் பயணம் சென்று வந்து இத்திட்டத்தை முன்மொழிந்துள்ளனர். இடம் தயாராக இருக்கிறது. சாலை, கழிவுநீர் வடிகால் வசதிகளும்

செயற்பாட்டில் உண்டு. சில சிறிய கட்டடங்களும் எழும்பிவிட்டன. எனவே இன்னும் இரண்டு ஆண்டுகளில், கல்விநிலையிலும் கட்டுமான வசதியிலும் உருது வழியிலான மிகக் குறிப்பிடத்தகுந்த பிரம்மாண்ட நிறுவனம் ஒன்று உதயமாகப்போகிறது. இப்போதுவரை பழைய கட்டடங்களில் பல்கலைக்கழகப் பணிகள் நடைபெற்று வருகின்றன.

•

இறுதி நாளின் அந்திப் பொழுதில் எனக்கு ஒருவித விசித்திர உணர்வும், ஹைதராபாத் மீது பற்றுகையும் ஏற்பட்டது. பெரும் கூடாரத்திற்கு அடியில் உஸ்மானியா பல்கலைக்கழகச் சார்பில் இரவு உணவு தயார் செய்திருந்தனர். ரம்மியமான சிறிய உரைகளும் உரையாடல்களும் அந்த மாலையை மேலும் அழகாக்கின. அப்போதுதான் முஷாரா வந்தது. எனக்கு இந்தப் பெயர் மிகப் பழங்காலத்திய துருக்கியை ஞாபகப்படுத்தியது. அதாவது முக்கியச் சந்திப்புக் கூட்டங்களில் நரம்புக் கருவிகளால் பாட்டிசைக்கும் பாணர்களின் காலம். மேலும் மேலும் மெருகேற்றி தெளிவுடன் கவிதை இயற்றும் பாணருக்கு, உணவரங்கத்தின்? மதில் முழுதும் தொங்கவிடப்பட்ட பட்டுச் சால்வைகளை அள்ளிப் பரிசு கொடுப்பார்கள். அத்தகைய கவிதைப் போட்டியைத்தான் முஷாரா என்று அழைப்போம்.

அந்தப் பழக்கம் இந்தியாவில் இன்னும் உயிரோட்டமாக இருக்கிறது. ஆனால் இங்கிருக்கும் பாணர்கள் நரம்பு வாத்தியங்களோ, மேம்படுத்தப்பட்ட கவிதைகளோ இயற்றுவது இல்லை. முன்தயாரித்த கவிதைகளோடு அரங்கேறுகின்றனர்.

இந்நிகழ்வு பெரிய கூடாரத்தின் அடியில் நடைபெற்றதால், கூட்ட நெரிசலைச் சமாளிக்க பலரும் நின்றுகொண்டே பார்த்தனர். உட்காருவதற்குப் போதிய இட வசதி இல்லை. கதவையொட்டி சிகப்பு நிறப் பட்டுத்துணியால் அலங்கரித்த சோஃபா இருந்தது. அதில் தங்கநிற ஜரிகையால் பூவேலைப்பாடுகள் நிறைந்திருந்தது. அதன் முன் ஹுக்கா வைத்திருந்தனர்.

இந்நிகழ்ச்சியைத் தலைமைத் தாங்கி வழிநடத்தும் ஹைதராபாத்தின் முதன்மை மந்திரி ஓர் இந்துவாக இருந்தாலும், அவரே ஓர் உருது மொழி கவிஞராகவும் திகழ்ந்தார். உள்நாட்டு ஆடையில், வசீகரமான முதும் கனவானாக சோஃபாமீது கம்பீரமாக உட்கார்ந்து ஹுக்கா புகைத்துக் கொண்டிருந்தார். சோஃபாவுக்கு முந்தி பாணர்கள் வரிசையாக உட்கார்ந்து, ஒவ்வொருவராய் அவர்முன் கவிதை பாடினர்.

பழங்கால உருது பாடல்களில் இருந்து விழா தொடங்கியது. ஜால்ரா கலவையுடன் திரும்பத் திரும்ப அதே வரிகளை மெட்டில் அமைத்துப் பாடினர். பார்வையாளர்கள் குறிப்பிட்ட வரியை இடைமறித்து குரல் உயர்த்தினால், பாணர் அவர்களை நோக்கிச் சலாமிட்டு மீண்டும் அதே வரியைப் பாடுகிறார். சில நேரங்களில் ஒருசில வரியைப் பாடிவிட்டு சுற்றும்முற்றும் பார்த்து அமைதியாக எதையோ எதிர்பார்க்கிறார். அவ்விடம் கொண்டாடப்பட வேண்டுமென்று அவர் கருதுவதாய் நான் நினைக்கிறேன். பார்வையாளர்கள் மகிழ்ச்சியோடு ஆமோதித்தவுடன், மீண்டும் சலாம் செய்துவிட்டு பாடத் தொடங்குகிறார் பாணர். இந்தப் பழக்கவழக்கங்கள் எல்லாம் பாரசீக மரபில் இருந்து வந்தவை எனத் தெளிவாகத் தெரிகிறது. பழங்கால துருக்கியின் திவான்களை (பழம்பெரும் துருக்கிய புலவர்களின் பாடல் தொகுப்பு) எனக்கு இது நினைவூட்டுகிறது . . . . விடியல் காற்று, எரியும் சூரியன், இராப்பாடி, ரோஜாப்பூ, மது, மதுக்கிண்ணம் பறிமாறுபவர் . . . என்று எல்லாம் அங்கிருந்து வந்தவை.

நவீன கால பாணர்கள் பாடத் தொடங்கிய பிறகு, எனக்கு ஒன்றும் விளங்கவில்லை. பாரசீகப் பழக்க வழக்கங்களுக்கு முடக்கு போட்டுவிட்டு, புதுவிதமான தொனியைப் பின்பற்றுகின்றனர் என வெளிப்படையாகத் தெரிந்தது. எனக்குப் புரிந்தவை குறைவு என்றாலும், பரிட்சயமாக இருந்தது. இதுதான் நவீன கீழைத்தேய இசை. பார்வையாளர்கள் இடையே இதற்கும் ஏகோபித்த வரவேற்பு இருக்கிறது. நாங்கள் கூடாரத்தை விட்டு வெளியே வந்தபோது நடுராத்திரி இருக்கும். ஆனாலும் அங்கிருந்த பெருவாரியான பாணர்களும் பார்வையாளர்களும் கண்கொட்டாமல் விழித்திருந்தனர். ஆக ஹைதராபாத் பற்றிய என் இறுதி நினைவுகள், நம் எல்லோருக்கும் பொதுவான அதன் மிகச் சமீபத்திய வரலாற்றின் பிரதிபலிப்பாய் என் மனத்தில் தங்கியது.

அத்தியாயம் 17

பம்பாய்

வார்தாவிலிருந்து பம்பாய் செல்லும் தொலைதூர இரயில் பயணத்தில், ஒவ்வொரு இரயில் நிலையத்தையும் உன்னிப்பாகக் கவனித்தேன். நான் முதல்முறையாக பம்பாயிலிருந்து தில்லி சென்றபோதும் இப்படித்தான் கண்கொட்டாமல் வேடிக்கைப் பார்த்துக் கொண்டுவந்தேன். இம்முறை ஆங்கிலேயர், இந்து, முஸ்லிம் எனும் இந்திய முக்கோணவியல் பற்றி மீளவொருமுறை தெளிவாகப் புரிந்துகொள்ளும் முயற்சியில் என் பார்வை சென்றது.

இரயில் நிலையம் ஆங்கிலேயப் பாணியில் கட்டமைக்கப் பட்டிருந்தாலும், எண்ணிக்கையில் அவர்கள் மிகவும் குறைவு. எப்போதாவது ஓர் ஆங்கிலேய அதிகாரி அங்கும் இங்கும் பரபரப்பாக ஓடுவார். இந்தியர்களும் ஆங்கிலேயர்களும் சேர்ந்து நடைமேடையை அடைத்து நிற்பார்கள். ஆட்சியாளருக்கும் ஆளப்படுவோருக்கும் இடையிலான தடுப்பணை உடைந்து போயிருந்தது. ஆங்கிலேயர்களைப் பிரதிநிதித்துவப்படுத்தும் வகையில் சில இரயில்வே அதிகாரிகள் பணியில் இருந்தனர். இது ஆங்கிலேயர்களை நினைவூட்டும் பொருட்டு உருவாக்கப்பட்ட பெயரளவிலான வெற்று மரபு. நடைமேடையில் உங்கள் காதில் கேட்கும் ‘இந்து சாய் (Chai), முஸல்மான் சாய்’ போன்ற வார்த்தைகளைத் தவிர்த்துவிட்டுப் பார்த்தால், விதவிதமான ஆடை, நிறமிகள் கொண்ட முழுமுதல் இந்தியச் சித்திரமாகத் தெரியும்.

வசதி படைத்தோர், ஏழை எளியோர் முதல் பிச்சையெடுப்பவர் வரை சகலரும் இருந்தனர். வசதியானவர்கள் மிக அரிது. உதவியாளர்களின் புடைசூழ நடந்துவருவார்கள். அவர்தம் மனைவிகள், கூட்டத்தை தீண்டாதபடி சேலைகளை கையில்

பிடித்துக்கொண்டு நடப்பார்கள். மீதமுள்ள 99% மக்கள் நீங்கள் அன்றாடம் காணும் ஏழை ஜீவராசிகள். அனைத்து நிறந்திலுமான டர்பன்களும், தொப்பிகளும் அணிந்திருப்பார்கள். இன்னும் சிலர் காதுவரை குல்லாய் மாட்டியிருந்தனர்.

இரயில் நிலையத்திற்கு வரும் சராசரி மக்களைப் போல் குடும்பத்தோடு மூட்டை முடிச்சுகளுடன் நீங்கள் அவர்களைப் பார்க்கலாம். பயணத்திற்குப் பல மணிநேரங்களுக்கு முன்பே ஸ்டேஷனுக்கு வந்து, உண்டு, உறங்கி அங்கேயே தங்குகின்றனர். பாரம்பரியம் மற்றும் நவீனத்திற்கு இடையிலான சுவற்றை ஏழை மக்களும் தகர்த்தெறிந்துவிட்டனர் என்பதை அவர்கள் அணிந்த ஆடையின் மூலம் தெரிந்துகொண்டேன். சேலைகளில் மட்டுந்தான் புதுமை. கால் சுண்டுவிரலில் இருந்து தலைமுடிவரை வெள்ளைநிற கவசத்துணியில் பார்வைக்கு மட்டும் துவாரங்கள்விட்டு முழு உடலையும் போர்த்தியிருந்தனர். இது முழுக்கவும் பழமைத்தனம் ஊறிப்போன ஆடை. இந்த உடையில் பார்க்க நடந்துவரும் கல்லறைக் கல் போல் இருந்தார்கள். மறைந்துவரும் பண்டையத் தன்மையை இவை நினைவூட்டுகின்றன.

நாங்கள் மார்ச் மாத மத்தியில் பயணம் செய்தோம். இந்தியாவில் எங்கு நோக்கினும் வெப்ப அலை. தூசி, தூசி, தூசி . . . . நாசித்துவாரம், தொண்டை, நுரையீரல் என எந்த உறுப்பையும் விட்டுவைக்காமல் சேதாரப்படுத்தின. மின்விசிறிகள் இயங்கிக் கொண்டுதான் இருந்தன. ஆனால் அவற்றால் ஒரு பயனும் இல்லை. விநோத பட்டாம்பூச்சிபோல் மெல்லமாக சுழன்றுக் கொண்டிருந்தன. இவை எனக்கு வேறொரு விஷயத்தை நினைவூட்டின . . . என்ன விஷயம் அது? பண்டைய இந்தியாவில் விசிறி இழுப்பவர்! ஆம் அவருக்கு என்ன ஆனது? மின்விசிறி போன்ற மேற்கத்திய கண்டுபிடிப்புகளால், வசதிபடைத்தோர்க்குத் தொண்டு செய்யும் ஊழியத்திலிருந்து இந்த அப்பாவி வர்க்கத்தினருக்கு விடுதலை கிடைத்துவிட்டதா? அல்ல, தொழில்நுட்ப வளர்ச்சியால் வாழ்வாதாரம் இழந்து இன்னும் கீழான வேலைகளைச் செய்து வருகிறார்களா?

பம்பாயில் தலைமை நீதிபதி ஃபைஸ் தியாப்ஜி வீட்டில் விருந்தினராகத் தங்கினேன். கணவன் மனைவி இருவரும் குறிப்பிடத்தகுந்த நபர்கள். சொந்தத்தில் திருமணம் செய்து கொண்டதால், பாராம்பரிய வாய்ந்த நெடிய குடும்பமாக இருந்தது. லேடி அமீனாவின் இல்லத்தைப் போன்று விஸ்தாரமாக, அழகியல்

தன்மையோடு, சற்றே சிறியதாக இருந்தது. எந்நேரமும் வீட்டை விருந்தினர் சூழ்ந்திருப்பார்கள்.

திருமதி தயாப்ஜி வாட்டசாட்டமான அழகிய பெண்மணி. சிநேகத்துடன் பழகக்கூடியவர். மேற்கத்திய தாக்கங்களும், தாராளவாத விதைகளும் இந்திய மண்ணில் தூவப்படும் முன்பே, இந்நாட்டுப் பெண்கள் நவீனத்தை நோக்கி முன்னகரத் தொடங்கிவிட்டனர் என அவர் ஒப்புக்கொண்டார். இவர்கள் மெல்லமாக நவீனத்திற்கு மாறுவதால், எதற்கும் ஆட்படாமல் தேக்கத்திலிருந்து தப்பித்து, தங்கள் தனித்துவ அடையாளத்தை பாதுகாக்கின்றனர்.

பெண்களிடம் பேசியதில் இருந்து:

இளவரசி விக்டோரியா மேரி ஜிம்கானா அரங்கில் ஏற்பாடு செய்யப்பட்டிருந்த எனது சொற்பொழிவுக்காக, பம்பாயின் உயர்மட்ட பெண்கள் பலர் அங்குக் கூடியிருந்தனர். ஆளுநரின் மனைவி உட்பட, உயர்மட்ட ஆங்கிலேயப் பெண்கள் பலரும் அந்நிகழ்வில் கலந்துகொண்டனர்... ஆளுநரின் மனைவி நல்ல உயரமும், அழகான உருவமைவும் கொண்டவர். அவரின் உதவியாளராக ஓர் ஆடவர் இருந்தார். வளர்த்தியான, வாட்ட சாட்டமான நபர். அழகிய முகம். அத்தனைப் பெண்களுக்கு மத்தியில் தனி ஆணாக நிற்பதால், நிச்சயம் அவர் சங்கோஜப் பட்டிருக்க வேண்டும். பின்னர் திறந்தவெளி பூங்காவில் இரவு விருந்து. எல்லாம் ரம்மியமாக, அழகுணர்ச்சியுடன் நடைப்பெற்றன.

யூனிடி கிளப் ஹாலில், அனைத்துச் சங்கக் கூட்டம் நடைபெற்றது. பொருளாதாரம், அந்தஸ்து என அனைத்துமட்டத்திலும் பல்வகைப்பட்ட பெண்கள், குறிப்பாக தொழில்முறைப் பெண்கள் அதிகளவில் கலந்துகொண்டனர். வழக்கம் போலான பேச்சுக்கள் தொடர்ந்தன...

கருப்பு வெள்ளை ஆடையில், சதைப்பிடிப்பு இல்லாத, சற்றே வளர்த்தியான, நோஞ்சான் போன்றொரு பெண்மணி என்னருகில் வந்து அமர்ந்தார். அவர் கையில் சித்தார் கருவி இருந்தது. அதை மீட்டிக் கொண்டே, தலையை ஒருபக்கமாகச் சாய்த்தார். அவர் காதுகள் ஓசையைப் பின்தொடரும் ஆவலில் வளைந்து நெளிந்து சென்றன. நீண்ட விரல்கள் சித்தாரின் நரம்புகளுக்கு இடையே, சிலந்தி வலைப் பின்னுவது போல் வேகமாக இயங்கின. கருப்பு வெள்ளை ஆடையும், அதன் மேல் சாம்பல் நிற பூவேலைப் பாடுகளும் அவரை ரசிக்க வைத்தன. கன்னங்கள் ஒடுங்கிப்போய்,

அதில் ரோமங்கள் முளைத்திருந்தன. தாடைகள் கூர்மையாக நீண்டிருந்தன. கன்னங்களுக்கும் தாடைக்கும் இடையிலான வரிகளைப் பார்த்தால், எரிமலைப் பிழம்புகள் பாறைப் பிளவுகளுக்குக்கிடையே எட்டிப் பார்ப்பது நினைவிற்கு வரும். இந்த முகமூடி அவரின் உள்ளார்ந்த குணத்திற்கு மிகவும் பொருந்துவதாய் உணர்ந்தேன். அவரின் ஆழ்மன உணர்ச்சிகளைப் பெரிதும் இவை பிரதிபலிக்கின்றன.

வந்தே மாதரம் எனத் தொடங்கும் இந்தியக் கீதத்தை அவர் பாடத் தொடங்கினார்.

ஒரு மெல்லிசைக் குறிப்பு கேட்டது. சித்தாரின் நரம்பு அதிர்வது போல் 'ங்ங்ங்க்க், ங்ங்ங்க்க் . . .' என்ற சத்தம் அவரின் நீண்ட தொண்டையில் இருந்து ஒலித்தது. அதைத் தொடர்ந்து பலத்த மௌனம். ஒவ்வொரு சிறு குறிப்பும் கேட்பவர்களின் இதயத்தில் நுழைந்து, இம்சித்தது . . .

'வந்தே மாதரம் . . . வந்தே மாதரம் . . .'

தலை கால் புரியாமல், உங்களை ஒரு பாடல் பாடாய்ப்படுத்துகிறது என்றால் அதன் பொருள் தெரிந்துகொள்ள வேண்டி என்ன அவசியம் இருக்கிறது? பிரெஞ்சு நாட்டின் 'மெர்செய்லிஸ்' கீதத்தில் இத்தனைப் பிரமாதமான வார்த்தைகள் உண்டா? இல்லை வார்த்தைகளில்தான் பெரிய விந்தை இருக்கிறதா?

வந்தே மாதரம் பாடலை இந்தியர்கள் எத்தனை உயர்வாக மதிக்கின்றனர் என அவரின் குரலில் உணர்ந்துகொண்டேன். பெண்டி என்ற சொல்லை உச்சரிக்கும்போது, 'டி' என்ற விகுதியை பல்லைக் கடித்துக் கொண்டு அவர் இழுத்துப் பாடுவதைப் பார்த்தால், மார்பகத்தில் இருந்து இதயத்தைக் கிழித்து எடுத்து உச்சபட்ச கோபத்தில் கடித்துக் கிழிப்பது போல் இருக்கும். அபத்தமாக இருந்தாலும் 'அனக்கட்டோமேனா' எனும் கிரேக்கச் சொல்லை இதை நினைவூட்டுகிறது. அப்படியென்றால் 'தலைக்கீழ்த்தனம்' என்று பொருள். கிரேக்கப் பெருவழக்கில், அந்நியமான ஓர் உணர்வில் தன்னை இழந்துபோதலை இது குறிக்கும். கடல் பிராயணம் ஏற்படும் பயணப்பிணிக்கும் இந்த வார்த்தையைப் பயன்படுத்துவார்கள்.

அந்தக் குரல், கேட்பவர்களின் உள்ளத்தில் தலைகீழ் மாற்றத்தை உண்டாக்கியது. பயணப்பிணி போல் அடக்க முடியாத உணர்ச்சிப் பிரளயங்களை உருவெடுக்க வைத்தது. இந்த மாற்றம் எப்படி நிகழ்ந்தது என்று யோசித்து முடிப்பதற்குள், என் கன்னங்களில்

கண்ணீர்த் துளிகள் உருண்டு வந்தன. பொதுவெளியில் அழுவது எனக்கு ஒன்றும் சங்கடமாக இல்லை என்றாலும், என்னால் கண்ணீரைத் துடைக்க முடியாமல் போனது.

ஒட்டுமொத்த நாடும் அமைதியான புரட்சியை விரும்புவது போல், மகிழ்ச்சிகரமாய் ஒரு பயணத்திற்குச் சென்று, பெரியவர்களும் சிறியவர்களும் காரணமின்றி அழுது, கைகளைக் கோர்த்து, 'தாய்நாடு . . . ' என்று ஆனந்தமாகத் தெருக்களில் பாடித் திரிவதை உணர்த்தியது.

'சில பெண்கள் உங்களை மற்றொரு அறையில் சந்திப்பதற்காகக் காத்திருக்கின்றனர்' என்று சங்கத் தலைவர் என்னிடம் வந்து சொன்னார். நடைபாதை வழியாக, விசாலமான பின் அறைக்கு அழைத்துச் சென்றார்.

கைத்தறி நெசவில் நெய்யப்பட்ட ஆரஞ்சு நிற பருத்தி ஆடைகளை உடுத்திக் கொண்டு 35 பெண்கள் என் வரவுக்காக அங்கு காத்திருந்தனர். அதுவொரு புரட்சிகர நிறம் என்று நான் நினைத்தேன். இஸ்லாமியப் படையெடுப்புக்கு எதிராக, ராஜபுத்திரர்கள் போராடுகையில் இந்த நிறத்தைத்தான் பயன்படுத்தினார்கள். இஸ்லாமியர்களுக்கு எதிராக அதனைப் பயன்படுத்துவது நிச்சயம் அருகிவிட்டது. ஏனென்றால் அந்தக் கூட்டத்திலேயே இரண்டு இஸ்லாமியப் பெண்கள் இருந்தனர்.

இந்தியச் சுதந்திரத்திற்காக போராடி, தியாகம் செய்ய எத்தனிப்பவர்களின் குறியீடாக ஆரஞ்சு நிறம் உருவெடுத்திருந்தது. பிரம்மச்சரியம், ஏழ்மை, சேவை என்ற உறுதிப்பாடுகளைக் கைக்கொண்டு, இந்திய விடுதலைப் பணிக்காக ஒருவித சமூக சேவையில் ஈடுபட்டிருந்தனர். எல்லோருமே 'நான்', 'நீ' என்ற எல்லையைக் கடந்தவர்கள்.

அவர்கள் தரையில் உட்கார்ந்து, உரையாளருக்கென மெத்தை விரித்திருந்தனர். ஆனால் உரையாளரும் தரையில் அமர்ந்து, அவர்களோடு அமைதியாக காத்திருந்தார். அந்த முகங்களைப் பார்க்கையில் பழைய ஞாபகங்கள் ஊடுருவின. தேசம்மீது கொண்ட அன்புக்காக தன் உயிரையும் மாய்த்துக் கொள்ளத் துணிந்தவர்கள்; அதற்காக மலைமீது விரட்டியடிக்கப்பட்டு சின்னாபின்ன மாக்கப்பட்டவர்கள் . . . என்று என் மனம் எங்கெங்கோ சென்றது. சிலர் என் கைகளைக் குலுக்கி விடைபெற்றனர், இன்னும் சிலர் ஆரத்தழுவி ஒன்றும் பேசாமல் மௌனமாகக் கடந்து சென்றனர்.

●

பம்பாயின் புகழ்பெற்ற பாடகி ஃமூனி பேகம், தியாப்ஜி பேகம் வீட்டில் பாடினர். அவர் நூர்ஜஹானோடு ஒப்புநோக்கத்தக்க கலைஞர். அவர் பாடலைக் கேட்பது மிக அரிது. வெகு சிலருக்காக மட்டுமே பாட ஒப்புக்கொள்வார் என்று அங்கிருந்தவர்கள் சொன்னார்கள்.

அவர் மெத்தையில் அமர்ந்துகொள்ள, நாங்கள் எல்லோரும் நாற்காலியில் உட்கார்ந்து கொண்டோம். அவருக்கு அருகிலும் தாடி வைத்து டர்பன் அணிந்த இரண்டு இசைக்கலைஞர்கள் இருந்தனர். நூர்ஜஹான் போல் இவரும் அவர்களை கையசைவில் கட்டுக்குள் வைத்தார்.

ஆனால் நூர்ஜஹானைவிட எல்லாவிதத்திலும் வேறுமாதிரி இருந்தார். கண்டிப்பான வெளிர் நிற உருவம், அப்பாவித்தனமான முகம், குர்ஆன் வசனங்களைச் சத்தமாக வாசிப்பவர் போல் கடுமையான தோற்றம். நன்கு கலாசாரமடைந்த, தீவிரமான, சிந்தனைவளம் மிக்க பெண். இஸ்லாமியப் பழம்பாட்டுக்களை அவர் பாடத் தொடங்கியதும், அவரின் கலைப்புலமை உச்சபட்ச அடையாளத்தை எட்டியது. அதில் துளியும் உலகியல் வேட்கை இல்லை. ஆத்ம பலத்துடன் உள்ளார்ந்த அமைதியை அடைந்தவர் போல் காட்சியளித்தார். அவரின் வெளிப்பாடுகள் சாந்தமாகவும் அறிவுஜீவித்தனமாகவும் இருந்தன. மகாத்மா காந்தியின் வழிபாடுகளில் துளசிதாசரின் பாடல்களைப் பாடும் பண்டிதருக்குச் சமீபத்தில் அவரை மனத்திலிறுத்திப் பார்த்தேன். இசைக் கச்சேரிக்குப் பிறகு எங்களுடன் ஒரு குழுப் புகைப்படம் எடுத்துக்கொண்டார்.

•

இதற்குமுன் என்னை உபசரித்த டாக்டர் அமீத் மற்றும் அவர் மனைவி, அன்று மாலை மற்றொரு கலை விருந்துக்கு ஏற்பாடு செய்திருந்தனர். இந்தி சினிமா உலகின் புகழ்பெற்ற நடிகை ஒருவரை நடனமாட அழைத்து வந்திருந்தனர்.

அந்தப் பெண்மணியைச் சுற்றி சமூகத்தின் உயர் அடுக்கு நபர்களும், அறிவுசார் சமூகத்தின் முக்கியஸ்தர்களும் சூழ்ந்திருந்தார்கள். அந்நடிகையின் அமெரிக்க மேனஜர்களும் அதில் அடக்கம். கடந்த சில மாதங்களாக நான் இந்தியாவில் பார்த்தவை அனைத்தும் ஏதோ ஒரு திரைப்படத்தின் மாயாஜால உருவாக்கமா என்று எண்ணும் அளவுக்கு, அவ்விந்தியக் கூட்டத்தை ஹாலிவுட் போல் அவர்கள் உணரவைத்தனர்.

ஆனால் அந்த இளம் நடிகை நிச்சயமாக கனவாக இருக்கமுடியாது. மேற்கத்திய நடிகர்களைப் போல் இவரை அணுகுவது மிகவும் சிரமம். திரைப்பட நிறுவனங்கள் விரும்புவதுபோல் இவர் உடலை கட்டுக்கோப்பாக மாற்றுவதற்கு, மேனேஜர்கள் பெரும்பாடு படுகிறார்கள். அவர் சற்றே கொழுத்த உருவம் என்றாலும் நன்கு உயரமானவர். எனவே பருமன் ஒரு பொருட்டல்ல.

தன் பாதாம் கொட்டை வடிவக் கண்ணால் என்னைக் கவனமாக உற்றுப்பார்த்துக் கொண்டே, அருகில் அமர்ந்தார். உடனே தன் கண்களை இரண்டு மெலிதானக் கோடுகள் போல் சுருக்கினார். அந்தக் கீற்றில் அவரின் கண்கள் ஒளிர்ந்தன. ஜோன் கிராஃபோர்ட் போல் நளினமாக, புருவங்களை நன்கு நறுக்கியிருந்தார். அவர் முகம் பார்ப்பதற்கு களையாக, நீள் வட்ட வடிவில் அழகுத் ததும்பி மிளிர்ந்தது. சற்று மென்மையாக, கவர்ச்சியூட்டும் விதத்தில் நடித்தார். அவரின் பொல்லாத குணத்தை நீங்கள் கணிக்கவே முடியாது என்பது போல் தோன்றும்.

இளஞ்சிவப்பு நிறத் துணியில் தங்கநிற பூவேலைப்பாடுகள் நிறைந்த ஆடையை அவர் உடுத்தியிருந்தார். அதனொரு பகுதி, நேர்த்தியான அவர் அடர்ந்த தலையை மறைத்து இருந்தது. அங்குமிங்கும் அவர் நகர்ந்ததால், சென்ற இடமெல்லாம் பளபளத்தது.

அவர் அமைதியின்றித் திரிவது போல் தெரியும். ஆனால் அதுவொரு திட்டமிட்ட படபடப்பு. அவர் நடை, இடுப்பசைவு, தோள்களை உயர்த்துதல், கால்களைத் தளர்த்தி ஓய்வின்றி நகர்த்தல் என்று எல்லாமே திட்டமிட்டபடி நடந்தன.

அறையின் மற்றொரு மூலையில் இசைக்கலைஞர்கள் இருந்தனர். அந்நடிகை எழுந்து, அவர்களுக்குப் பின்னால் இருக்கும் திரையை நோக்கிச் சென்றார். ஒரு சில நிமிடங்களுக்குப் பிறகு, ஓர் இந்து நாட்டிய மங்கை போல் உடை தரித்து, கணுக்காலில் சலங்கை அணிந்து வந்தார்.

அறை விரிப்புகள் அப்புறப்படுத்திய பிறகு, நடனமாடத் தொடங்கினார். அவர் தன் காலில் அணிந்திருந்த சலங்கை ஒலியின் இனிமையான நாதத்திற்கு ஏற்ப நடனமாடினார். இந்த நடனத்திற்கு சமய முக்கியத்துவம் இருப்பதைச் சுற்றியிருந்தவர்கள் சொன்னார்கள். கிட்டத்தட்ட எல்லாவற்றிலும் சமயம் சார்ந்த முக்கியத் துவங்கள் உண்டு. அவை கவர்ச்சியை வெளிப்படுத்தினாலும் சரி. அவரின் நடனம், ஒரு குறிப்பிட்ட உயரம் வரை அதைக் கடத்திச் சென்றது.

இந்து புராணத்தில் இருந்து ஒரு காட்சியை அவர் அரங்கேற்றிக் கொண்டிருந்தார். பிரதானக் கடவுள் கிருஷ்ணன், ஒரு பால்காரியைப் பின்தொடரும் காட்சி அது. சலங்கையில் இருந்து எழும்பும் ஓசை மேலும் மேலும் கீதமாக ஒலித்தது. என்னைப் பொறுத்தவரை, பகவான் கிருஷ்ணர் தன் மனைவிக்கு துரோகம் செய்வதாகவும், சியுசுவைப் போல் விடாப்பிடியான காதல் முயற்சிகளில் இறங்கியவர் போன்றும் தோன்றினார்.

தனது கிரேக்க நண்பர் சியுசுபோல் உலகியல் இன்பங்களுக்குப் பெரிதும் அவர் ஆட்பட்டிருந்தார். காதல் விஷயத்தில், தேவலோக இறைவிகளைக் காட்டிலும் சராசரி உலகத்துப் பெண்களையே மனமுவந்து விரும்பினார். நடனம் தொடர்ந்தது. பிரதான கடவுள் தனது பின்தொடரும் வேட்கையை மும்முரமாகச் செய்கிறார். முன்செல்லும் இளம் பெண் எளிதில் வயப்படாமல், தனது அருமையை காட்டுகிறாள். ஆனால் அதே சமயம் கிருஷ்ணரிடம் மயக்குற்ற அவள், அவரின் ஸ்பரிச தீண்டலுக்கும், முத்தத்திற்கும் ஏங்குவது போல் காத்திருக்கிறாள்.

இவை அனைத்தும் பழங்கால கிரேக்கப் புராணத்தில் வரும் சியுசுவின் காதல் படலங்களைப் போன்று இருந்தன. நான் இதை எந்தவொரு இந்து நண்பரிடம் சொன்னாலும், ‘உனக்கு ஒன்றும் விளங்காது. இது எல்லாம் ஒரு குறியீடு...’ என்றுதான் சொல்வார்கள்.

தனது இளஞ்சிவப்பு நிற ஆடையை மாற்றிக்கொண்டு, வியர்வை வழியும் முகத்தைத் துணியால் துடைத்தபடியே என்னருகில் வந்து அமர்ந்தார். மேலாளர்கள் ஆசைபொங்க அந்நடிகையைப் பார்த்தனர். அவர் அயர்ச்சி அடையக்கூடாது என்ற ஏக்கம் அதில் தெரிந்தது.

‘நீங்கள் தென்னாட்டிற்கு வந்திருக்கிறீர்களா?’ என்று என்னிடம் கேட்டார்.

‘ஐயோ, இல்லையே’ என்றேன்.

‘குறைந்தபட்சம் அஜந்தா, எல்லோரா குகைகளையாவது நீங்கள் பார்த்திருக்க வேண்டும்’ எனச் சொன்னார். நான் அச்சமயம் திட்டமிட்ட அட்டவணைக்குப் பின்னால் ஓடிக்கொண்டிருந்தேன். அதற்கான காரணத்தை அவரால் புரிந்துகொள்ள முடியாது. நான் எதற்கு முக்கியத்துவம் கொடுக்கவேண்டும் என்ற கலை நேர்த்தி இல்லாதவள் என்று அவர் நினைத்திருக்கக்கூடும். குகைகளுக்குச்

செல்வதைக் காட்டிலும், கருத்தரங்கம் - சொற்பொழிவு எனச் சுற்றுவதில் என்ன விஷேசம் இருக்கிறது என்று அவர் யோசித்திருக்கலாம்.

'இவர் தென்னாட்டைச் சார்ந்தவர்' எனப் பின்னிருந்து சொன்னார்கள்.

'ஆமாம். நான் தெற்கிலிருந்து வருகிறேன்' என்று அந்நடிகை மீளவொருமுறை சொன்னார். அதன்பிறகு எங்களில் ஒருவராய் எளிமையாக ஒன்றிப்போனார். அவரின் பகட்டு நடையும், விஷேச சுபாவங்களும், நட்சத்திரப் பாவனையும் உடனடியாக மறைந்தன. 'நடனமும் நளினமும் தென்னாட்டிற்கே உரியவை போல!'

'வடநாட்டிற்கும் தென்னாட்டிற்கும் இடையே நடனக்கலையில் என்ன வித்தியாசம் இருக்கிறது?' எனக் கேட்டேன்.

'நான் அந்தக் கிருஷ்ணர் காட்சியில் எப்படி ஆடினேன் என்று பார்த்தீர்களா?'

'ஆம். நெளிவு சுளிவுகளோடு வளைந்து கொடுத்து ஆடினீர்கள் ... '

தன் நற்காலியை என்னருகில் இழுத்துக்கொண்டு வந்து அமர்ந்தார். இம்முறை அவருக்கு என்மேல் நல்ல அபிப்பிராயம் தோன்றியிருக்க வேண்டும். 'பரவாயில்லை, இந்தப் பழம் ஐந்து கவனம் செலுத்திப் பார்த்திருக்கிறது' என்று கூட நினைத்திருக்கலாம்.

'அதேதான். தென்னாட்டு நடனங்களில் கோணம், கோடு, பெரியது, சிறியது என்று எல்லாம் உண்டு . . . அவற்றின் பிரத்தியேக தனித்துவமும் அழகும் அதில்தான் உள்ளது. வடக்கத்திய பாணியில் நெளிவு சுளிவு மட்டுமே உண்டு . . .' அவ்வகை நடனங்களில் பற்று இல்லாதவர் போல் அவர் பேசினார். தன் வாழ்க்கை முழுக்க ஓவியங்களிலும், கோயில்களிலும், அஜந்தா மற்றும் எல்லோரா குகைகளிலும் பார்த்து ரசித்த தெற்கத்திய பாணி உருவங்களைப் பற்றிப் பேசினார். மணிக்கணக்கான தன் ஆராயச்சியை விவரித்தார்.

இளஞ்சிவப்பு ஆடைக்குப் பின்னால், ஒரு தீவிர கலைஞர் உள்ளிருப்பதை உணர்ந்தேன். வெறும் பணம், புகழ்ச்சிக்காக அவர் உழைத்துக் கொட்டவில்லை. உண்மைக் கலைஞனுக்கே உண்டான தெய்வீக அலை அவரிடம் தென்பட்டது. அவர்தன் நறுக்கிய புருவங்களும் நவீன அசைவுகளும் இப்போது என் பார்வையில் இருந்து வெகுதூரம் போய்விட்டன. நாம் எல்லோரும் ஒப்பேற்றிக் கொண்டு தடுமாற்றம் அடையும் வேலையை, தன் அசைவுகளின் மூலம் சாமர்த்தியமாகச் செய்துகாட்ட முயல்கிறார்.

‘நான் என்ன சொன்னேன் என்று, நாட்டியப்பூர்வமாக உங்களுக்கு ஆடி காண்பிக்கிறேன் . . .’ என்று சொல்லியவாறே திரைக்குப் பின் மறைந்தார்.

இம்முறை தளர்வான எளிய ஆடை உடுத்திக்கொண்டு வந்தார். கால்களில் சலங்கை இருந்தது. ஒருசில கணத்தில் கோணங்கள் மாறி காட்சிக் கொடுத்தார். முக்கோணம், செங்கோணம் என்று யூக்ளிடு உருவாக்கிய ஒரு கோணத்தையும் அவர் விட்டுவைக்கவில்லை . . . ஒவ்வொரு தோரணையும் வடிவவியல் வரைபடம் போன்று இருந்தது.

அந்நடிகையின் நீள்வட்ட முகம் கூர்மை வாய்ந்த கோண வடிவிலும், தாடைகள் கீழிறங்கி, முகம் அகலமாக, கழுத்துப் பட்டை நேராகவோ சாய்வாகவோ அமைந்து, கை - கால் முட்டுப் பகுதி முன்னே சென்று, கால்கள் வெளியே பார்த்தபடி இருந்தன . . . தலையிலிருந்து கால்வரை ஒவ்வோர் அங்குலமாகப் பார்த்தால், வெவ்வேறு கோணங்களை அடையாளம் காணமுடியும். ஒன்றிலிருந்து மற்றொன்று வேறுபட்டாலும், எல்லாம் வடிவவியல் வரைபடம்தான். அவர் கண்கள் குறுகி, கண் மையினால் இமைப் பீலிகள் பிரகாசிப்பதை என்னால் பார்க்க முடிந்தது. தாடைகளைக் கெட்டியாக வைத்துக்கொண்டு இறுக்கமாய் ஒரு முறுவல் பூத்தார்.

●

பிரசெல்ஸில் அமைந்துள்ள சமூகச் சேவை பள்ளி ஒன்றில் இயக்குநராகப் பணியாற்றும் என் தோழி மே முல்லேவிற்கு நானொரு சத்தியம் செய்து கொடுத்திருந்தேன். இந்தியாவில் உள்ள சமூகச் சேவை மையம் ஒன்றுக்குச் சென்று, அதன் இயங்குதல் பற்றி சில புத்தகக் குறிப்புகள் அனுப்புவேன் என்பதே அவ்வாக்கு. எனவே பம்பாயில் உள்ள இந்து சமூகச் சேவை மையத்திற்கு சென்றேன். இந்தியாவின் புகழ்பெற்ற, மிக முக்கிய நிறுவனம் அது.

சேரிவாசிகள் மற்றும் தொழிலாளிகளின் பிரச்சனைகளைப் புரிந்துகொள்ள வைத்த மே முல்லேவிற்கு நான் நன்றி சொல்ல வேண்டும். முழுமையாகப் புரிந்துகொள்ள வாய்ப்பில்லை என்றாலும் சில முக்கிய அம்சங்களைத் தெரிந்துகொண்டேன். அத்தொழிலாளர்கள் பற்றி என்னால் சிறு குறிப்பு மட்டுமே கொடுக்க முடிந்தாலும், இந்தியா பற்றிய உண்மைச் சித்திரத்தை உணரும்படி நிறைய சொன்னார்கள்.

நகரின் மையத்தில் இந்நிறுவனம் அமைந்திருந்தது. முதியவர் ஒருவர் கனிவுடன் வரவேற்று, நிறுவனம் முழுக்கச் சுற்றிக் காண்பித்தார். திறமை வாய்ந்த இந்து சமய பெண் மருத்துவர், மருத்துவச் சேவைப் பிரிவில் ஏழைப் பெண்களுக்கும் அவர்தம் குழந்தைகளுக்கும் பரிசோதனை செய்து கொண்டிருந்ததைப் பார்த்தேன். பரம ஏழை போன்று குழப்பத்தோடு பலர் நின்றுகொண்டிருந்தனர்.

அங்கிருந்த கருத்தரங்க அறை, வாசிப்பு அறை, பயிலரங்கங்கள், இன்னும் அதுபோன்ற பல அறைகள் டாய்ன்பி அரங்கை நினைவூட்டுகிறது. தம் இஷ்டம்போலான வகுப்புகளைக் கவனித்து, அதன் செயல்முறை விளக்கங்களைப் பார்த்து அறிந்து தங்கள் மாலை நேரத்தை மதிப்புமிக்கதாய் செலவு செய்ய தொழிலாளர்களுக்கு வாய்ப்பு இருந்தது.

ஒட்டுமொத்த ஏற்பாடும் டாய்ன்பி அரங்கம் போன்றதென்றாலும், அந்நிறுவனம் வெளிநாட்டுச் சரக்கு அல்ல. தொழிலாள வகுப்பினரின் கஷ்ட நஷ்டங்களைப் புரிந்து, அதற்கேற்ப உடனடியாய் உருவாக்கப் பட்ட மையம். இதன் வரலாற்று அடிநாதத்தைத் தோண்டிப் பார்த்தால், இதற்கொரு கடந்தகாலம் இருந்தது தெரியவருகிறது. இதன் பகுத்தறிவு வாய்ந்த, சமூகச் சீர்திருத்த முயற்சிகளுக்கு கல்கத்தா பிரம்ம சமாஜத்தின் பெரும் பங்கு முன்னோடியாக இருந்திருக்கிறது.

சராசரி பார்வையாளருக்கு இவையாவும் தொழில்மயமாக்கத்தின் விளைவால் உருவான சிக்கல் எனத் தோன்றும். இன்னும் சிலர் முதலாளித்துவ சுரண்டல் என்றும், உள்ளூர் அல்லது வெளிநாட்டு நிறுவனத் தலையீட்டால் உருவெடுத்த தொல்லை என்றும் சொல்வர். இதற்குமுன் தொழிலாளர் பாதுகாப்புச் சட்டங்கள் இருந்திருக்கின்றன. குறைந்த ஊதியமும் மணிக்கணக்கான வேலையுமே பெரும் பூதமாகத் தெரிகின்றன. அதன் விளைவாகவே மோசமான குடியிருப்பும், நெரிசல் மிகுந்த ஊர்களும், சுகாதார வசதியற்ற வசிப்பிடங்களும், பாதுகாப்பற்ற வேலைகளும் இவர்கள் தலையில் விடிகின்றன.

எங்கள் எல்லோருக்கும் நிறுவனத்தைச் சுற்றிக் காண்பித்த முதியவர், மிகவும் கண்ணியமான மனிதர். தொழிலாள வர்க்கம் மீது உண்மையாகவே துயரம் கலந்த அனுதாபம் கொண்டவர். வழக்கம்போல் விவசாயிகளோடு ஒப்பிட்டு அவர்களின் நிலையை எடுத்துக் கூறினார். அவரைப் பொறுத்தவரை விவசாயிகள்

பலமடங்கு உயர்வாக உள்ளனர். தொழிலாளர்களுக்கு மத்தியில், அவர்தம் துன்பியல் வாழ்வுக்கு இடையில் வாழ்ந்தவர் வேறென்ன சொல்வார் என்று எதிர்பார்க்க முடியும். நான் தலையசைத்து ஆமோதிப்பது போல் பேசாமல் நின்றேன்.

விவசாயக் கூலிகள் குறைந்தபட்சம் வெட்டவெளியில் நின்று இயற்கைக் காற்றையாவது சுவாசிக்கின்றனர் என்ற வாதம் படு அபத்தமாய் தோன்றியது. இயந்திரமயமாக்கப்பட்ட நகரின் மருட்சியிலிருந்து விவசாயிகள் நல்லவேளையாக விலக்கி வைக்கப்பட்டுள்ளனர் என்ற வாதமும் என்னைப் பெரிதாய் ஈர்க்கவில்லை. இந்திய விவசாயிகள் சிறந்த நிலையில் இருப்பதாய் சொல்வது மிகவும் தவறு.

ஏனென்றால், விவசாயி பசித்தவனாய் இருக்கிறான். நகர வேலை எத்தனைக் கொடியதாய், குறைந்த ஊதியத்துக்கு உட்பட்டதாய் இருப்பினும் இங்கு ரொட்டித் துண்டு கிடைக்கிறது. மழை மேகங்களின் கருணை, தண்டல்காரரின் இரக்கம், வரி வசூல் செய்பவரின் கடைக்கண் பார்வையால் மட்டுமே ஒரு விவசாயி வாழ்கிறான்.

நகரத் தொழிலாளிக்கு ஆண்டு முழுவதும் வேலை உண்டு. ஆனால் வருடத்தின் மூன்றிலொரு பங்கு மட்டுமே விவசாய வேலை நடைபெறும். மீத நாட்களில் அவன் ஏதுமின்றி தடுமாறுகிறான். ஓய்வு நாட்கள் மிகுதியானால், பணம் படைத்த செல்வந்தரையே அது ஆட்டிப் படைக்கும். விவசாயிகள் எம்மாத்திரம்! பசி, பட்டினி, நோய்.

நன்கு உணவருந்தும் விவசாயிகூட எட்டு மாத காலம் வேலையில்லாமல் போனால் மிருகமாகிவிடுவான். அரைகுறை உணவால் உடல் வலுவிழந்துவிடும். மனநலன் மோசமாகிவிடும். கிராமப்புற மக்களிடையே அதிகளவில் அறியாமை நிலவு வதற்கான காரணத்தை இப்போது என்னால் புரிந்துகொள்ள முடிகிறது. நகரவாழ் தொழிலாளி பல நேரங்களில் கோபமடைந் தாலும், அறிவீனமாக அவன் திரிவதில்லை. நகரிடத்தில் மனத்தை சாந்தப்படுத்தும் பலவிடங்களுக்குச் சென்று தன்னை ஆசுவாசப்படுத்திக்கொள்கிறான்.

கிராமப்புறத்தில், அவர்களோடு நெருக்கமாக வாழ்ந்தவள் என்ற அனுபவத்தில் சொல்கிறேன்: விவசாயிகளின் துன்பம் நிறைந்த வாழ்க்கைக்கு வெட்டவெளி வானமும், இயற்கைக் காற்றும் என்றைக்குமே பிரதிபலனாய் இருக்க முடியாது. நோய்வாய்ப்படும்

தருவாயிலும் குழந்தைப் பிறப்புச் சமயத்திலும் மலேரியா போன்ற பெருந்தொற்றுக் காலத்திலும் நகரவாசிகளுக்கு சுகாதார உதவி கிடைக்கிறது. கிராமத்து வாசிகளுக்கு ஆதரவாய் ஒற்றைக்கரம் கூட கிடையாது.

'இந்திய விவசாயிகளின் நிலை, இலண்டன் சேரிகளைக் காட்டிலும் மேலான நிலையில் உள்ளது' என்று ஒரு பெண்மணி சொன்னார். இல்லை மேடம். அது அப்படியல்ல. லக்னோ கிராமங்களுக்குச் சென்று வாருங்கள். இரண்டும் ஒன்றுதான் என உங்களுக்குத் தோன்றும். மேலும், இலண்டன் போன்ற நகரங்களில் வெறும் 10% மட்டுமே சேரிவாழ் மக்கள் வசிக்கின்றனர். இந்தியாவில் 90% மக்கள் சேரிகளிலும் கிராமப்புறங்களிலும் வாழ்கின்றனர். இது ஓரளவிற்கு கீழைத்தேயம் முழுவதுமான சிக்கல் என்று சொல்லலாம்.

நகரங்கள் இயந்திரமயமாகிக் கொண்டே இருக்க, பெரும்பாலான மக்கள் வசிக்கும் கிராமப்புறங்களின் நிலையைக் கடுகளவும் உயர்த்தாமலிருக்கும் கீழைத்தேய நாடுகளின் செயல்திட்டத்தில் இனி மாற்றம் உண்டாகவில்லை என்றால், கீழை நாடுகளின் எதிர்காலம் என்னவாய் இருக்கும் என்று கணக்கிட முடியாது. தங்களுக்குள் ஒரு தரம் தாழ்ந்த காலனித்துவப் பகுதியாக உருவெடுத்து, ஒட்டுமொத்த கலாசாரத்தையும் வேரோடு பிடுங்கி தகர்க்கும்படியான ஒரு புரட்சி ஏற்படும். காரசார விவாதங்கள் பேசி, புரட்சி உண்டாக்க எண்ணும் சங்கங்களும், புரட்சிகர துண்டுப் பிரசுரம் விநியோகித்து தீவிரத் திட்டமிடும் தீவிரவாதிகளும் கூட கற்பனைச் செய்ய முடியாத அளவுக்கு இதன் வீரியம் பன்மடங்கு பெரிதாய் வெடிக்கும்.

●

என் பம்பாய் பழக்கவழக்கம் பற்றி, மூன்று தெள்ளத்தெளிவான நினைவுகள் தோன்றுகின்றன. எங்கெல்லாம் ஆண்கள் இருக்கிறார்களோ, அங்கெல்லாம் பெண்களும் இருக்கிறார்கள். அதைக் காட்டிலும் சுவாரசியமான செய்தி என்னவென்றால், எல்லாச் சமூகத்தினரும் அதில் அங்கம் வகிக்கின்றனர். சாதி, மத வேற்றுமைகள் அச்சமயத்தில் வேண்டாதவை ஆகிவிடுகின்றன. இந்நிலை எப்போதும் நீடிக்காது என்றாலும், எனக்கு இதில் மனநிறைவு ஏற்படுவது உண்டு. துன்ப நினைவுகள் நெடுநாளைக்கு நிலைக்காது அல்லவா?

இந்த அடிப்படையில் நான் பார்த்த முதல் கூட்டம் பெருமளவிலான பூந்தோட்ட விருந்து. என் மேசையில் அரிஜன

மருத்துவர் ஒருவர் தேநீர் அருந்திக் கொண்டே, மற்றவர்களிடையே சகஜமாகப் பேசி உணவருந்தினார். சில ஆண்டுகளுக்கு முன்புவரை அரிஜன மக்களே எதிர்பார்க்காத மாற்றம் இது.

அதற்கடுத்து ஒரு பொது அரங்கில், மேயர் தலைமையிலான கருத்தரங்கம் நடைபெற்றது. கடல் போன்ற கூட்டம். பல்வேறு இன, வகுப்பு, சாதிப் பிரிவுகளைச் சார்ந்த சகலரும் அவர்ணத்தாரும் அக்கூட்டத்தில் இருந்தனர். உரையாடல் முக்கியமல்ல. ஆனால் தனித்துவப் புகழ் கொண்ட பார்ஸி திரு. நரிமன் சொன்னதுபோல், அனைத்து வகுப்பினரும் ஒரு பொது அரங்கில் அமர்த்திருப்பதைக் கண்டு உள்ளார்ந்த புளகாங்கிதம் அடைந்தேன். என்னைப் பொறுத்தவரை, சகோதரப் பிணைப்பில் இவர்கள் சிநேகம் பகிர்ந்துகொண்டு, தன் ஒவ்வொரு சுமையும் பரிமாறிக் கொள்வதென்பது நிகழவே வாய்ப்பில்லாத மாற்றம் என்று நினைத்தேன்.

கடைசி நினைவு, அதே பொது அரங்கில் நிகழ்ந்த சமபந்தி போஜனம். பல்வேறு நிற, இன, வகுப்பு, மதம் சார்ந்த ஆண்களும் பெண்களுமாய் 400 பேர் கூடி உணவருந்தினோம். இலையில் பரிமாறப்பட்ட இந்து உணவை அனைவரும் உண்டோம். எங்களுக்கு மேலாக பால்வெள்ளை நிறத்தில் இந்திய வானம், நட்சத்திர ஒளியில் மிக ரம்மியமாக ஜொலித்துக் கொண்டிருந்தது. கொஞ்சம் தாவிப்பிடித்தால் கைக்குள் வசப்படும் அளவு நட்சத்திரங்கள் தாழ்வாகத் தெரிந்தன . . . இதுவெறும் புறவய உணர்ச்சி அல்ல... சகோதரத்துவ அமைதி நிலவிய இந்த அறையின் விளிம்பிலிருந்து நட்சத்திரங்களைப் பறிப்பதொன்றும் அத்தனைச் சிரமமாய் இராது. மாடித் தோட்டத்திலிருந்து பூப்பறிப்பது போல் லேசுபட்ட காரியம் எனத் தோன்றியது.

இப்படித்தான் என் இந்திய வருகை நிறைவுப் பெற்றது. இவ்வாய்ப்பு ஏற்படுத்திக் கொடுத்த டாக்டர் அன்சாரிக்கு நான் மிகவும் நன்றிக்கடன் பட்டுள்ளேன். தொடக்கக் கல்வி மாணவர் ஒருவர் முதுநிலைப் பட்ட பாடங்களைப் புரட்டியதுபோல் நான் என் நாட்களை செலவு செய்திருக்கிறேன். 'தொடக்கக் காலத்திலிருந்து', 'இறுதி காலம் வரை' கண்டு, கேட்டு, சுவைத்து இதனோடு வாழ்ந்திருக்கிறேன். இவற்றையெல்லாம் கண்கூடாகப் பார்த்த பிறகு, 1935ஆம் ஆண்டில் இந்தியாவின் நிலையை உடன் அமர் சாட்சியாக இருந்து ஆவணப்படுத்த வேண்டுமென்று எனக்கு நானே சொல்லிக் கொண்டேன்.

பாகம் 3

உருக்குப்பானையில் இந்தியா

அத்தியாயம் 18

உருக்குப் பானையில் இந்து மதம்

ஒவ்வொரு மனிதச் சமூகமும் பல்வேறு மனித இனங்களின் கூட்டுக் கலவையாகி, உருக்குப் பானைக் கலாசாரம் போல் இருந்து வருகிறது. அந்தப் பானைக்குள் எவரவர் எத்தனை விகிதம் இருக்கிறார்கள் என்பதைப் புரிந்துகொள்ளவும் அளவிடவும் எளிதில் முடியும். ஆனால் அவர்கள் வாழும் வாழ்க்கையைக் கணக்கிட முடியாது. இது எவரால், எப்படிக் கட்டுப்படுத்தப் படுகிறது என்பதுகூட யாருக்கும் தெரியாது. ஒருங்கிணையும் உச்சப் புள்ளியில், அதன் தீவிரத்தன்மை அதிகரிப்பதைக் கொண்டுதான் பானையின் கொள்பொருளை நாம் கண்முன் காண்கிறோம்.

கீழைத்தேயத்தில் பல பகுதிகள் இந்த உச்சப் புள்ளியைத் தொட்டிருக்கின்றன. எவராலும் கணிக்க முடியாத ஒரு பெரும் நிகழ்வு எதிர் நிகழக் காத்திருக்கிறது. பானையின் உள்ளடக்கங்கள் பற்றி வரலாற்று மாணவர்கள் உத்தேசமாகக் கணிக்கலாம். ஆனால் அவை ஒன்றிணையும் உச்சக் கட்டத்திற்குப் பிறகு, என்னவாகும் என்பதை எவராலும் சொல்ல முடியாது. புறவயக் காரணிகளைத் தாண்டி, ஒவ்வொரு மனிதரின் கணிக்க முடியாத அபிப்பிராயங்களும் பண்புகளும் இறுதிநேர ஆட்டத்தைத் திசைமாற்றும்.

வரலாறு என்பது வெற்று அறிவியல் புலமாக இருக்க வேண்டும் என்பவர்கள், அதில் தனிமனித அபிப்பிராயங்களை வெறுக்கின்றனர். ஹென்றி ஆடம்ஸ் என்பவர், கணிதத்தில் மாறாத்தன்மை உடைய x, y, z போன்றுதான், வரலாற்றின் பெருவெளியில் சூழ்நிலையின் குறியீடாக ஆளுமைகள் குறிக்கப்படுவதாகச் சொல்கிறார். மறுமுனையில் வரலாறு என்பது

தனிமனித ஆளுமையின் அசாத்திய செயல்களால் ஈடேறும் சம்பவம் என்று கருதும் சிலர் உண்டு. ஆனால் ஆளுமை உருவாகிய அடிப்படை காரணங்களைக் குறைத்தும் மறுத்தும் அவர்கள் வரலாற்றை உள்வாங்குகின்றனர்.

எந்தச் சிந்தனைப் பள்ளியும் நான் சொன்ன இறுதி வார்த்தைகளை ஏற்றுக்கொள்வதில்லை. அறிவார்ந்த வரலாற்று மாணவர் இரண்டுக்கும் மத்தியில் ஒரு முடிவை மேற்கோள்ள வேண்டும். அதாவது ஒரு தேசத்தின் குறிப்பிட்ட காலத்தைச் சார்ந்த மிகச் சில ஆளுமைகளை மட்டும் தன் ஆய்வுக்கு எடுத்துக்கொண்டு, ஓர் ஓவியரைப் போல் நிறங்களையும் வடிவங்களையும் பயன்படுத்தி தன் யோசனையை அவர் வெளிப்படுத்துகிறார். வரலாற்று ஆளுமைகள் சமீப நிகழ்வுகளால் உந்தப்பட்டு, அடையாளம் தெரியாத சமூகக் காரணிகளால் உலகறியப்பட்டாலும், வரலாற்றின் போக்கையே மாற்றியமைக்கும் ஆற்றல் அவர்களிடம்தான் உண்டு என்பதை இவர்கள் ஒப்புக் கொள்கின்றனர்.

தற்காலத்தில் சக்தி வாய்ந்த மிகப் பல மனிதர்கள் பூமியில் உள்ளனர். வரலாறு என்பது இவர்கள் சாதனையென்றுதான் இத்தகைய வரலாற்று மாணவர் கருதுகிறார். சமூகத்தின் இயங்கு விதி பற்றி இவர்களுக்கு அக்கறை கிடையாது. இதிலிருந்து தப்பிக்க, தான் ஆய்வு மேற்கொள்ளும் குறிப்பிட்ட நாட்டின் கடந்தகால வரலாற்றில் அம்மாணவர் ஆழங்கால் பட வேண்டும். வரலாற்றைப் புரட்டிப் போட்டதாய் தாம் எண்ணி வந்த மனிதர் மாய்ந்த பிறகும், அவர் கிளர்ச்சி அடைந்த காரணம் இன்னும் உரமாய் இருப்பதை இவர் உணர வேண்டும்.

இயல்புப் போக்கைச் சீர்குலைத்து அசாதாரண மாற்றங்கள் கொண்டுவரும் தலைவராகினும், அவர் மறைவுக்குப் பிறகு அவர் உண்டாக்கிய மாற்றங்கள் மங்கத் தொடங்கும். அவர் காலத்துக்கு முந்தி இருந்த இயல்பான சமூக நிலை மீண்டும் உதிக்கும். இதற்கு எந்த நாடும் விதிவிலக்கல்ல. சமூகத்தை இயக்குவதே இத்தகு மாயவிசைதான். ஒரு நாட்டின் ஒட்டுமொத்த மக்களைப் புரிந்துகொள்வதில் மட்டுமே, அவ்வாராய்ச்சி முற்றுப்பெறும் எனக் கருதுகிறேன்.

மூன்றாவதாக, இந்தியாவில் இயங்கும் பண்டைக்கால வரலாற்று விசைகளுக்கு முக்கியத்துவம் அளிக்க வேண்டும் எனக் கருதுகிறேன். அதிலும் இந்துக்கள் விஷயத்தில் இஸ்லாமியர்கள் அல்லது ஆங்கிலேயர்கள் போலல்லாமல், சிறப்புக் கவனம் செலுத்த வேண்டும். ஏனெனில் நிகழ்கால இந்து சமூகத்தில்

வழக்கத்தை மீறிய பல ஆளுமைகளும் அவர்தம் முக்கியக் கூறுகளும் இயக்கத்தில் உள்ளதை நாம் அறிகிறோம்.

மகாத்மா காந்தி இவர்களுள் முதன்மையிடம் வகிக்கிறார். இந்திய அளவில் மட்டுமில்லாது, உலக அளவில் அவருக்கு ஒரு தனித்துவமான சிறப்பியல்பு உண்டு. நிச்சயமாக இந்தப் பெரும் மனிதரின் இருப்பு அவரின் செயற்பாடுகள் வழியாகவும், அவரின் எண்ணவோட்டங்கள் வழியாகவும் இந்திய வரலாற்றை அணுகவேண்டும் என்று ஆய்வு செய்யும் மாணவருக்கு உந்துதல் கொடுக்கும். ஆனால் இத்தகைய பக்கச் சார்புப் பார்வைகளுக்கு ஆட்படாமல், இந்தியா பற்றிய நடுநிலை முடிவுகளை எட்டுவதற்கும், இந்து சமூகத்தின் நவீன நிலை குறித்த சித்திரத்தை உள்வாங்குவதற்கும் எத்தகைய உந்துதலுக்கும் ஆட்படாமலிருக்க, ஓர் எழுத்தாளராய் நான் சில விஷேச முயற்சிகளைக் கைக்கொள்ள வேண்டும்.

இந்துத்துவம் என்றால் என்ன?

என்னைப் பொறுத்தவரை இந்துத்துவம் என்பது அருவமான ஒரு பிரம்மாண்ட விசை. தன் இராட்சசக் கால்படும் இடமெல்லாம், அப்பொருளை இந்துத்துவ விசைக்குள் கொண்டு வரும் ஆற்றல் அதற்குண்டு. தன்னளவில் அதற்கொரு வடிவம் இல்லையென்றாலும், இந்துத்துவச் செல்வாக்கில் உட்செரிக்கும் எதையும் தன் அடையாளத்திற்கு ஏற்ப தகவமைத்துக் கொள்ளும். இந்துத்துவம் பற்றித் தெளிவற்ற கருத்துக்கள் தோன்றுவதற்கு இதுவே தோற்றுவாய் என்றறிக. எனினும் இவர்கள் விடாப் பிடியான ஒழுக்கங்களைப் பின்பற்றுகின்றனர். இந்துக்களின் வாழ்க்கை வரையறுக்கப்பட்டாலும், வேறெந்த மனிதச் சமூகத்தைக் காட்டிலும் தற்சார்பு சிந்தனையில் மேம்பட்டவராய் உள்ளனர்.

இந்துச் சமூகத்தில் இருவேறான மனிதர்களை நீங்கள் காணலாம். தன் காலத்திற்கு ஆயிரம் ஆண்டுகளுக்கு முற்போக்கான கடவுள் நம்பிக்கை உடையவரும், முற்காலத்திய மனிதரைப் போல் மிக அடிப்படையான கடவுள் கொள்கை உடையவரும் இதில் உண்டு. இருவரும் மனதால் வெவ்வேறு நிலைகளில் இருந்தாலும், இந்துத்துவம் வரையறுத்துள்ள சாதி சமயக் கோட்பாடுகளை எள்ளளவும் மாறாமல் ஒன்றுபோல் பின்பற்றுகின்றனர்.

இந்துத்துவத்தின் மாறாத் தன்மை உடைய பண்டைய மரபுகளை மாற்றி அமைப்பதில் அநேக நெகிழ்வுத்தன்மைகள் உண்டு. புதுப்புது கருத்துகளை உள்வாங்கிக் கொண்ட பின்னும், தன்

அடிப்படைச் சித்தாந்தத்தை விடாப்பிடியாகப் பிடித்துக் கொண்டுள்ளது. ஒருவேளை புதிதாக ஒரு சமயம் உதித்தாலோ, புதிதாக ஒரு கடவுள் தோன்றினாலோ, இந்து சமயம் அவர்களுக்கு என்று ஒரு தனியிடம் ஒதுக்கி அப்படியே சுவீகரித்துக் கொள்ளும்.

சமயம் சார்ந்து மட்டும் அல்ல, சமூகத்திலோ பொருளாதாரத்திலோ கூட புது விதிகள் தோன்றினால், தன் இயங்குதன்மைப் பாதிக்காமல் இந்துத்துவம் அப்படியே உள்வாங்கிக் கொள்ளும். பௌத்த சமயத்திற்கு என்ன நேர்ந்தது என்பது இதற்கு மிகச் சிறந்த எடுத்துக்காட்டு. பௌத்தம் இந்தியாவில் உதித்த சமயம் ஆனாலும், அதன் சில பிரத்தியேக மரபுகளை இந்துத்துவம் உள்வாங்கிக் கொண்டு, எஞ்சியவற்றைத் தனி மரபாக விட்டுவிட்டது.

அதன்பிறகு பௌத்த மதத்தால் ஒருபோதும் இந்துத்துவம் பாதிப்படையவில்லை. இவ்விருவருக்கும் இடையிலான முரண்பாடு மிகவும் சுவையானது. இந்துத்துவம் பற்றி மேலதிகப் புரிதல் ஏற்பட வேண்டுமானால், நாம் இந்த முரண்பாட்டில் இருந்து தொடங்கலாம். சாதாரண மக்களுக்கும் புரியும் வகையில் எளிமையான கொள்கைகளை பௌத்த சமயம் வலியுறுத்தியது.

ஆனால் சாதி முறையைப் பாதிக்கும் எத்தகைய அம்சத்தையும் இந்துத்துவம் ஏற்கவில்லை. பௌத்தத்தில் சாதி முறை கிடையாது. ஆனால் தொழில் அடிப்படையிலான பிரிவுகள் உண்டு. பொருளாதார ரீதியான சமூகப் பிரிவுகளே, சமூகத்தின் அடிப்படையாக இருக்கும் என்பதை பௌத்தம் ஏற்றுக்கொண்டது. ஏற்கெனவே கிடப்பில் இருந்த சாதிப் பிரிவினைக்குள் தொழில் பிரிவுகளையும் ஒன்றிணைத்து பௌத்தத்தின் பொருளாதாரப் பிரிவுகளைச் சுவீகரித்ததோடல்லாமல் தன் சாதி முறைக்கும் பங்கம் ஏற்படாமல் இந்துமதம் பார்த்துக் கொண்டது.

இஸ்லாத்தின் கதை வேறு மாதிரியானது. இந்துத்துவத்தின் இராட்சசக் கால்கள், இஸ்லாமியக் கொள்கைகளைச் சுவீகரிக்க எண்ணி கிளை பரப்பியபோது அதன் முயற்சிகள் தோல்வியில் முடிந்தன. அல்லாவும் முகமுதும் இந்துத்துவ வட்டத்திற்கு துளியும் ஒத்துப் போகவில்லை. கூடவே இஸ்லாத்தின் பொருளாதார மற்றும் சமூகக் கொள்கைகள் எவ்விதத்திலும் பிரிவினையை ஊக்குவிக்கவில்லை.

இஸ்லாத்தின் ஒரு பகுதி நம்பிக்கை, அன்றாட வாழ்வில் கடைப்பிடிக்கத் தகுந்தவாறு மக்களுக்கு பொறுத்தமானதாய் இருக்க வேண்டும் என்பதில் இஸ்லாமியர்கள் தீர்க்கமாய்

இருந்தனர். எனவே இஸ்லாமியரின் வருகைக்குப் பிறகு, இந்துத்துவத்தில் மாற்றம் ஏற்படத் தொடங்கியது. சீக்கிய மதம் இதற்கொரு நல்ல எடுத்துக்காட்டு. எங்கெல்லாம் இஸ்லாத்தால் இந்து மதத்தை மாற்றியமைக்க இயலவில்லையோ, அங்கெல்லாம் சோர்ந்து போகாமல் அதிர்வலைகளை உண்டாக்கியது. இந்திய மண்ணில் தன் அடையாளங்களைத் துறக்காமல், இஸ்லாமியம் தன் பெயரை ஆழமாகப் பதிவு செய்தது. இஸ்லாமும் இந்துத்துவமும் இந்திய நாட்டிற்குள்ளேயே தனித்தனியாக ஆளுமை செலுத்தத் தொடங்கின.

முதல்முறையாகத் தன்னால் முழுமையாய் உள்வாங்கவோ அல்லது முற்றிலும் நிராகரிக்கவோ முடியாத அந்நிய ஆற்றலை இந்துமதம் எதிர்கொண்டது. இந்துத்துவத்தில் இது ஒரு முக்கியக் கட்டம். முற்றிலும் மாறுபாடான ஒரு சமயத்தின் அருகாமையில் தான் எங்ஙனம் உய்வது என்ற சிந்தனையைச் செலுத்தியதன்பால், இந்து சமயத்தில் இஸ்லாமியம் ஒரு அளவிடற்கரிய மாற்றத்தை உண்டாக்கியது.

கிறிஸ்தவமும் மேற்கத்திய கலாசாரங்களும் தங்கள் பங்குக்கு இந்து மதத்தைத் தகர்க்கும் செயல்களில் ஈடுபட்டன. அதனால் இந்துத்துவத்தின் குழப்பம் இருமடங்கு அதிகரித்தது. இதுவரை உட்புறக் குழப்பங்களுக்கு மட்டுமே செவிசாய்த்து வந்த மதம், இனி புறவயச் சூழலுக்கும் அதன் மாற்றங்களுக்கும் பதில் கூற வேண்டும்.

இஸ்லாமியத் தொடர்பினால் இந்து சமயம் பெரிதும் பாதிக்கப்பட்டது. அதன் ஒட்டு உடைசல்கள் விரிசலடையத் தொடங்கின. 19ஆம் நூற்றாண்டு வாக்கில் இந்து மதத்தில் ஏற்பட்ட சமூக மற்றும் சமயச் சீர்திருத்தங்கள் எல்லாம், அம்மாற்றங்களை நேரடியாக ஒப்புக்கொள்ள இயலாமல் மறைமுகமாகச் சமயத்தில் உட்செரிக்கும் போக்காக அமைந்தன என்பதைப் புரிந்து கொள்ளலாம்.

மேற்சொன்ன செயல்பாடுகளால் இடைவெளி குறையும் என்று ஊகிக்கப்பட்டது. ஆனால் அதற்கு மாறாக அதிகரித்தது. இந்து சமயத்தின் வெவ்வெறு பிரிவினருக்கு இடையிலான வேற்றுமைகள் அதிகரிக்கத் தொடங்கின. தொடர்பு கொள்ள முடியாத தனித்தனி தீவு போல் பிரிந்தனர்.

இவ்வேளையில் மேற்குலகின் அரசியல் கோட்பாடுகள் பல்கலைக் கழகப் பாடத்திட்டத்தின்மூலம் மெல்ல கசிந்து, தேசியம்

என்றொரு கருத்துப்படிவத்தை மனத்தில் பதித்தது. மக்களிடையே இவ்வாறான அரசியல் எழுச்சி உருவானதற்கு மிக நுண்ணிய முதல் சான்று, இந்திய தேசிய காங்கிரஸின் தோற்றம் எனச் சொல்லலாம். இவ்வமைப்பில் பல போதாமைகள் இருந்தாலும், முதன்முதலாக இந்தியர்களைப் பிரதிநிதித்துவப்படுத்தும் நோக்கோடு தொடங்கப் பட்டது குறிப்பிடத்தகுந்த விஷயம். சுதந்திர இந்தியாவின் வளமும், அதன் 300 மில்லியன் குடிகளும் உலக அரசியலைத் தீர்மானிப்பதில் பெரும் பங்கு வகிப்பர் என்பதில் குழப்பம் இல்லை.

இந்திய காங்கிரஸின் உருவாக்கத்தில் தாராளவாத மற்றும் புரட்சிகர எண்ணம் கொண்ட ஆலன் ஆக்டேவியன் ஹியூமின் பங்கு அளவிடற்கரியது. பொருளாதாரப் பிரச்சினைகளை 'பேஃக்ஸ் பிரிட்டானிகா' சரிசெய்ய தவறிவிட்டதாக அவர் குற்றஞ்சாட்டினார். ஆகையால் விவசாயிகள் ஆதரவற்றுக் கிடந்தனர். ஆட்சியதிகாரத்தில் இந்தியர்களுக்கு இடம் வழங்கப்படாது போனால், தங்கள் கஷ்டங்களை சொல்லித் தீர்க்கவும், அதற்கு விடைகாணவும் வழியில்லை என்று அவர் யோசித்தார்.

இதேபோன்ற எண்ண அலையில் உள்ள நபர்களை ஒருங்கிணைப்பதே காங்கிரஸின் முதல் வேலையென்று தீர்மானித்தார். பின் அவர்களை வைத்து நாட்டின் அத்தியாவசியத் தேவைகளைப் பூர்த்தி செய்யும் வேலைகளையும் அதற்குண்டான காரியங்களையும் செயல்படுத்த விழைந்தார். 1885ஆம் ஆண்டு பம்பாய் மாகாணத்தில் காங்கிரஸின் முதல் கூட்டம் நிகழ்ந்தது.

அதில் சில வக்கீல்களும் பள்ளி ஆசிரியர்களும் இதழ் ஆசிரியர்களும் கலந்துகொண்டனர். இந்திய மக்கள் பெருவாரியாக ஆட்சிப் பணியிலும் இராணுவச் சேவையிலும் பங்காற்ற வேண்டும் எனக் கோரிக்கை வைத்தனர். முதல் காங்கிரஸ் மாநாட்டை, பிரதிநிதித்துவம் பொருந்திய கூட்டம் என்று சொல்ல முடியாது. ஆனால் மூன்றாண்டுகளில் அதன் எண்ணிக்கை பன்மடங்கு உயர்ந்தது. பல சமூகத்தைச் சேர்ந்தவர்கள், பிரதிநிதியாகக் கலந்துகொண்டனர்.

காங்கிரஸ் அமைப்பு உதிரியான கூட்டம் என்று தொடக்கத்தில் சில விமரிசனங்கள் எழுந்தன. இது முழுக்க முழுக்க நடுத்தர மக்களின் மனப்பான்மை சார்ந்து இயங்குகிறது என்றும் பொதுத் திரளான மக்களோடு அதற்குத் தொடர்பில்லை என்றும் சொன்னார்கள். வேலை தேடுவதில் உள்ள சிரமங்களையும் இதனோடு சேர்த்துப் பேசினர். இவையெல்லாம் உண்மைதான். ஆனால் இதற்கு மற்றுமொரு பரிமாணம் உண்டு.

இந்த இருபது ஆண்டுகளில், இந்திய ஆட்சி நிர்வாகத்தில் உள்நாட்டு மக்களின் பங்கு கணிசமாக உயர்ந்துகொண்டிருக்கிறது. இதனால் இந்தியர்களில் குறிப்பிட்ட வகுப்பினருக்குச் சாதகமான சில சட்டத் திட்டங்களை வரையறுத்து அமலாக்கம் செய்யும்படி இந்திய அரசாங்கத்தை இவர்களால் நிர்பந்திக்க முடிகிறது. அந்நிய ஆட்சியாளர்களைப் பொறுத்தவரை, இந்தியா என்பது மகாராணியின் கிரீடத்தை அணிசெய்யும் வெற்று ரத்தினம். ஆனால் ஒரு தேசமாக இதன் சில வகுப்பினரின் தேவைகளைப் பூர்த்தி செய்ய வேண்டிய கட்டாயங்கள் உண்டு. இந்திய மக்கட் திரளைப் பொறுத்தவரை, தேசிய எழுச்சியின் முதல் சமிக்ஞை இது. பிரதிநிதித்துவ அரசாங்கத்தின் முதல் மைல்கல்லாகவும் நாம் இதைப் பார்க்கவேண்டும்.

பல சட்டங்கள் இயற்றப்பட்டாலும் 1885ஆம் ஆண்டிலிருந்து பொருளாதாரப் பிரச்சனைக்கான மாற்று வழியோ, சமூக முரண்களைத் தீர்க்கும் யோசனையோ இதுவரை கிடைத்த பாடில்லை. காங்கிரஸ் அமைப்பினர் இதுபற்றிய உரையாடல் மேற்கோண்டு, தம் கருத்தை ஊடகத்தின்பால் பரவலாக்கம் செய்தனர். தேசப்பற்றுள்ள சில முக்கிய நபர்கள் இதன் உறுப்பினராக இருந்தனர். இதுபோன்ற தொலைநோக்குப் பார்வை கொண்ட சிலருக்கு, உண்மையிலேயே மக்களின் தேவை என்னவென்று தெரிந்திருந்தது.

காங்கிரஸ் அமைப்பின் அரசியல் இலட்சியங்கள் பின்வருமாறு:

1. பிரிட்டன் இராஜ்ஜியத்தில் இருந்து பெயர்ந்து போகாமல், அரசியல்பூர்வமான சுய ஆட்சி நிர்ணயம் வேண்டுவது.
2. மேற்கத்திய பாணியிலான அரசாங்க அமைப்பை நிறுவுவது.

இத்தனைக்கும் மேனாட்டு அரசாங்கங்களின் இயங்குமுறை பற்றி இவர்கள் ஏதும் அறிந்திலர். இந்திய நாட்டில் பூர்வாங்கமாக செயல்பட்டு வரும் உள்ளூர் அரசாங்கத்தை எங்ஙனம் மேன்மைப் படுத்தப் போகிறோம் என்ற தெளிவும் இவர்களுக்குக் கிடையாது.

சிலநேரங்களில் இந்தக் கொள்கைக்கு ஒவ்வாதபடி புரட்சிகர யோசனைகளைக் கடைபிடிப்பார்கள். காலத்திற்கும் சூழலுக்கும் ஏற்ப அவை மாறுபடும். ஆனால் எல்லா வேளையிலும் அரசியலமைப்புச் சட்டத்துக்கு உட்பட்டு இயங்குவதே பெரும்போக்காக இருந்துள்ளளது. கிளைவிடும் புரட்சிகர எண்ணங்கள் எல்லாம் குறிப்பாக வங்கத்தைச் சார்ந்த

இந்துக்களிடம் மையம் கொண்டவையாக இருக்கின்றன. காங்கிரஸின் தொடக்கக் காலக்கட்டத்தில் இந்துக்களே பெரும்பான்மையினராக இருந்தனர் என்பது இங்குக் குறிப்பிடத்தக்கது. ஆனால் அந்தப் புரட்சிகர யோசனைகள் எல்லாம் ஒன்றுபோல் இல்லை. தமக்குள் பல வித்தியாசங்கள் கொண்டுள்ளன. அதில் சிலவற்றைக் குறிப்பிடுகிறேன்.

1. இங்கிலாந்து இராஜ்ஜியத்தில் இருந்து பிரிந்தோ பிரியாமலோ, சட்டப்பூர்வ அங்கீகாரம் அல்லது புரட்சிகர வன்முறை வழியில் இந்தியாவிற்கு சுயராஜ்ய அந்தஸ்து பெறுதல்.

2. இந்தியர்களுக்கு இடையே உள்ள அனைத்துவகைப் பிரிவினைகளையும் உடைத்து ஓர் ஒருங்கிணைந்த தேசமாக வளர்த்தெடுத்தல்.

3. இந்து மதத்தை மேலும் வலுப்படுத்தி, இஸ்லாமியம் முதலான அந்நிய மதங்களை வெளியேற்றுதல்.

இதில் மூன்றாவதாகக் குறிப்பிட்டுள்ளது, சில நேரங்களில் பழமை நோக்கிய நகர்வாகத் தெரிந்தாலும், புரட்சிகரப் பணி எனச் சொல்லும் அளவுக்கு உக்கிரமாகவும் ஆக்ரோஷத்துடனும் செயல்படுத்தப்பட்டது.

(முதல்) உலகப்போர் நிகழ்வதற்கு முன்புவரை, காங்கிரஸ் கட்சியில் இந்து மதத்தினர்தான் பெரும்பான்மையினராக அங்கம் வகித்தனர். அதற்குப்பின் வருடாவருடம் இஸ்லாமியர்களின் எண்ணிக்கை அதிகமாகிக் கொண்டே போனது. இவர்களின் நேரடித் தாக்கம் பற்றி பின்னர் பேசுவோம்.

சட்டப் பின்னணி சார்ந்த முக்கிய நபர்களில் குறிப்பிடத்தகுந்த ஓர் இந்து மதத்தவர் இருந்தார். ஃபெர்குசன் கல்லூரி மற்றும் இந்தியச் சேவகர்கள் சங்கள் அவரால் உருபெற்றவை. அவர் பெயர் கோகலே. மேற்கத்திய தாக்கத்திற்கு ஆட்பட்டு, நீதித்துறை பின்புலத்தில் இருக்கும் காங்கிரஸ் கட்சி உறுப்பினர்களுக்கு இந்தியா பற்றி எந்தவொரு புரிதலும் இருக்காது. அத்துடன் வேலை வேண்டும் எனும் வெற்றுக் கூச்சலைத்தான் எழுப்பிக் கொண்டிருப்பார்கள். கோகலே இதற்கு மிகச் சிறந்த எடுத்துக்காட்டு.

இந்தியாவின் அரசியலமைப்புச் சட்டம், மேற்குலக ஜனநாயகத்தின் நகலாக அமையவேண்டும் என்று குரல் கொடுத்த காங்கிரஸின் குறிப்பிடத்தகுந்த ஆளுமைகளுள் இவரே இறுதியானவர். பிரிட்டன் நாட்டினரோடு இணக்கமான உறவைக் கைக்கொள்வதன்

மூலம், நாம் அந்த உதவியைப் பெறலாம் என்றார். அத்தோடு இந்தியாவின் இந்து சமய கட்டுமானங்களைச் சேதப்படுத்தாமல், இந்திய ஒன்றியத்தை வென்றெடுக்க வேண்டும் என்பது அவர் அவா. மகாத்மா காந்தியின் ஆதர்சம் கோகலே என்பதைத் தெரிந்துகொண்டால், அவருடைய முக்கியத்துவம் மேலும் கூடும்.

இவர்களைப் போன்ற சில மனிதர்கள், விருப்பு வெறுப்புடன் பிரிட்டன் உதவியால் மேற்கத்திய அரசியலமைப்புச் சட்டத்தை நிறுவும் நோக்கில் செயல்பட்டுக் கொண்டிருக்கையில், வேறு சிலர் இன்னும் வேறுமாதிரியான வேலைகளில் ஈடுபடுகின்றனர். ஜப்பானியர்கள் ஈன்ற வெற்றி, தம் சொந்த நாட்டுப் பொருளாதாரக் கொள்கைகளோடு பூர்ண சுதந்திரம் நோக்கி நடைபோட அவர்களுக்கு வழிகாட்டிக் கொண்டிருக்கிறது. ரஷ்யப் புரட்சியின் காரணமாக பிரிட்டன், காலனித்துவம் மற்றும் முதலாளித்துவத்துக்கு எதிரான அலை பீறிட்டு கிளம்பியுள்ளது. மக்களுக்கு ஆதரவான கிளர்ச்சி ஏற்பட, இவை பெருந்துணையாக விளங்குகின்றன.

உலகெங்கும் இத்தகையப் போராட்டங்கள் நிகழ்ந்துகொண்டிருக்க, மகாத்மா காந்தியின் தலைமையிலான காங்கிரஸ் கட்சியினர், பிரிட்டனுக்கு எதிராக தனித்துவ முறையில் ஒரு போராட்டத்தை கையிலெடுத்தனர்.

மகாத்மா காந்தியின் செயல்பாடுகளுள் சில இந்து மதத்தின் நீட்சியாகவும், அதிலிருந்து திரிபு வேறுபட்டும் திகழ்கின்றன. அவை வெறும் அரசியல் தளத்தில் மட்டுமோ, இந்து மதத்தின் மீது மட்டுமோ தாக்கம் உண்டாக்காமல் பரந்த அளவில் இந்தியர்களையும் இந்தியாவிற்கு அப்பாற்பட்ட வெளியுலகத்தையும் பாதிக்கும் இயல்புடையன. எனவே நாம் இதைப் பற்றி தனியே பேசிய வேண்டிய தேவையுள்ளது.

அத்தியாயம் 19

மகாத்மா காந்தியும் இந்தியாவும்

கடந்த அத்தியாயத்தில் குறிப்பிட்டதுபோல், இந்திய தேசத்தில் மகாத்மா காந்தியின் வலிமையான தாக்கத்தை உணர்ந்துகொள்ள வேண்டுமானால், அவரின் தனிப்பட்ட வாழ்வின் சில ஆணித்தரமான பக்கங்களை அலசி ஆராய்வது அவசியம்.

காந்தியின் குழந்தைப் பிராயத்தில் இருந்து நாம் இந்த ஆராய்ச்சியைத் தொடங்குவோம். காந்தி வம்சாவளியினர் பனியா சாதிப் பிரிவைச் சார்ந்தவர்களாக இருக்கின்றனர். இவரின் மூதாதையரில் ஒருவர் மளிகை வியாபாரம் செய்திருக்கிறார். ஆனால் காந்திக்கு முந்தைய மூன்றாம் தலைமுறையில் இருந்து, அவர் குடும்பத்தினர் சொந்த மாகாணத்தின் முதன்மை மந்திரியாக பணியாற்றிக் கொண்டிருந்தனர்.

காந்தியின் தந்தையார் கபா காந்தி, போர்பந்தரின் முதன்மை மந்திரியாகவும் ராஜஸ்தானிக மன்றத்தின் உறுப்பினராகவும் பணியாற்றிக் கொண்டிருந்தார். சமஸ்தானத்திற்கு உட்பட்ட இனக்குழுக்களுக்கும் சமஸ்தானாதிபதிக்கும் இடையிலான முரண்பாடுகளை இம்மன்றத்தில் வைத்துதான் தீர்த்து வைப்பர். இப்போது இம்மன்றம் உயிர்ப்போடு இல்லை.

ஆக, பிறப்பிலேயே வணிகம் சார்ந்த அறிவு மகாத்மா காந்தியிடம் இயற்கையாகக் குடிகொண்டிருந்தது. இந்தியாவை ஆளும் வர்க்கத்தின் ஒருசிலரோடு தம் இளம் பிராயத்தை அவர் செலவு செய்திருந்ததால், நீதித்துறைச் சார்ந்தும் மனித ஆற்றலைக் கையாளும் உத்திமுறை சார்ந்தும் அவருக்கு நல்ல அனுபவம் இருந்தது. போர்பந்தரில் 1869ஆம் ஆண்டு, மகாத்மா காந்தி பிறந்தார்.

தன் தந்தையாரிடம் இருந்து அவர் சுவீகரித்துக் கொண்ட சில பழக்கவழக்கங்கள், மனித ஆற்றலைக் கையாள்வதற்கும் விழாக்களை ஒருங்கிணைப்பதற்கும் பயன்பட்டால்கூட, தன் தாயாரிடம் இருந்து உள்வாங்கிய மனோபாவங்கள் தெய்வீகமான மாற்றத்தை அவருள் உண்டாக்கின. காந்தியின் தாயார், புனிதத்தன்மை வாய்ந்த சமயப் பற்றாளர். கார்காலப் பொழுதின் நான்கு மாதங்களிலும், பழங்கால இந்து சமய மரபுப்படி உண்ணாநோன்பு மேற்கொள்வார்.

கேட்பதற்கு அரிய வீர தீர சத்தியங்களை ஒப்புக்கொள்வதோடு அல்லாமல், இறுதிவரை வார்த்தைக்குக் கட்டுப்பட்டு நிறைவேற்றுவார். சூரிய உதயத்தைப் பார்க்கும்வரை, உணவு உட்கொள்ள மாட்டேன் என்று அவர் அடிக்கடி சபதம் எடுத்துக் கொள்வதுண்டு. அந்தக் காலத்தில் சூரிய உதயத்தைப் பார்த்துவரும்படி, தன் மகன்களைப் பணித்து விடுவது ஒரு வழக்கம். ஆனால் தாமே வெளியே வந்து சூரியனைப் பார்த்து உறுதி செய்யும்வரை, அவர் உணவு உண்ணமாட்டாராம். சில சமயங்களில் அப்போதுதான் சூரியன் மறைந்திருக்கும். ஆனால் கண்ணால் காணும் வரை காத்திருந்து, அதற்குப்பின் விரதத்தை முடித்துக் கொள்ளும் அளவுக்கு வைராக்கியம் உடையவராய் இருந்திருக்கிறார்.

தன் சமுதாய வழக்கப்படி காந்திக்கு 12 வயதில் திருமணம் ஆனது. ஒரு சராசரி இந்து கணவனைப் போலவே, தானும் நடந்துகொண்டார். 18 வயதுவரை, மகாத்மா காந்தியைப் பிற இந்து ஆண்மகன்களிடம் இருந்து வேறுபடுத்திக் காட்டும் யாதொரு தனித்தன்மையும் தோன்றவில்லை. சில சந்தர்ப்பங்களில் உணர்ச்சி வயப்படும் குணமும் கூச்ச சுபாவமும் சற்று அந்நியமாகத் தோன்றலாம்.

இந்து மதத்துடன் நேரடித் தொடர்புடையவராக இருந்ததால், அதன் மரபார்ந்த எல்லைகளை மீறுவதில் அவருக்கு அத்தனை உவப்பு இல்லை. தன் மதப் பழக்கத்திற்கு எதிராக, ஒருமுறை மாமிசம் உண்ணும் ஆசையில் சுவைத்துப் பார்த்துள்ளார். ஆனால் அதில் பிடிப்பு உண்டாகவில்லை போலும். இரவெல்லாம் வயிற்றுக்குள் ஆட்டுக்கிடா கத்துவது போன்ற சத்தம் கேட்டதாக வேடிக்கையாய்ப் பதிவு செய்துள்ளார்.

மிகுந்த நேர்மையுடன், சுய பகுப்பாய்வுக்கு உட்படுத்தித் தன்னைப் பற்றி அநேகம் சிந்திக்கும் மனிதராக மட்டுமல்லாமல், சட்டத்

திட்டங்களுக்கு கட்டுப்பட்டு எது சரி, எது தவறு என்று அறிந்து செயலாற்றும் மனிதராகவும் அச்சமயம் அவர் வளர்ந்திருந்தார்.

தந்தையாரின் மரணத்துக்குப் பிறகு, காந்தியின் சகோதரர் தன் பிராமண நண்பரின் அறிவுரைப்படி, சட்டம் பயில்வதற்காக காந்தியை லண்டன் அனுப்பிவைத்தார். மத உபச்சார விதிகளில் இருந்து தன் மகன் தடம் புரண்டு விடுவானோ என்று காந்தியின் தாயார் வருந்தினார். அவரைச் சமாதானப்படுத்தும் முகமாக மது, மாமிசம் போன்றவற்றைத் தொடமாட்டேன் என்றும், பெண்களோடு உடலுறவு வைத்துக்கொள்ள மாட்டேன் என்றும் வாக்குறுதி அளித்து விடைபெற்றார். தன் அம்மாவைப் போலவே மிகுந்த கடப்பாட்டுடன் இவ்வுறுதியைக் காப்பாற்றினார். சுருங்கச் சொன்னால், தான் ஒரு கலாசார இந்துவாகவே கடைசிவரை இருப்பேன் என்றதோடு, அங்ஙனமே விடாப்பிடியாக இருந்தார்.

இரண்டாம் அத்தியாயம் இங்கிலாந்தில் தொடங்கியது. புறவயமாகப் பார்த்தால் இன்னும் அவர் ஆச்சார குணங்கள் உடைய, நேர்மையான, தீவிர இந்து மதப் பற்றாளர் போலத் தோன்றினார். இளமையில் தான் செய்த தவறுகளை, மீள இரட்டிக்காமல் திருத்திக் கொள்ள முயன்றார். அவரின் பொருளாதாரச் சிக்கனமும் வேடிக்கை நிறைந்த குணமும் இதற்குத் துணையாக இருந்தன. பல நாட்களாக தன்னுள் சேகரமான ஐயங்களை, முதன்முறையாக இங்கிலாந்து மண்ணில் இருந்துதான் கேள்வி கேட்கத் தொடங்கினார். உணவுப் பழக்கத்தையும் மத அபிப்பிராயத்தையும் தன்னுடைய இருபெரும் முக்கியக் கருத்தாக்கமாகக் கொண்டார்.

சைவ உணவகத்துக்குச் சென்று, அங்கு உணவருந்த வரும் குறிப்பிடத்தகுந்த ஆங்கிலேயர்களிடம் சைவ உணவுமுறையின் நன்மைகளை எடுத்துச் சொன்னார். ஒருவரின் தேக ஆரோக்கியத்திலும் குணநலனிலும் சைவ உணவுப் பழக்கம் எம்மாதிரியான தாக்கத்தை உண்டாக்குகிறது என்று அவர்கள் வாயிலாக ஆராயத் தொடங்கினார். அப்போதிலிருந்து சைவ உணவுப் பழக்கம், எவ்வகையிலும் மதரீதியான கடப்பாட்டு ஒழுக்கம் என்றில்லை என காந்தி அவரளவில் முடிவு செய்தார். வாழ்வின் சுதந்திரமான பழக்க வழக்கங்களில் இதுவும் ஒன்று என அறிவித்தார். இதை அவர் அறிவியல்பூர்வ ஆராய்ச்சிகள் மூலம் உறுதி செய்தார்.

தனிப்பட்ட முறையிலும் நண்பர்களோடும் அவர் பல சைவ உணவு முறைகளைப் பரிசோதித்தார். அச்சோதனைகள் மதரீதியாக

மட்டுமல்லாமல், அறிவியல் பூர்வமாக இருக்கவும் அதிகம் மெனக்கெட்டார். சைவப் பழக்கம் ஆரோக்கியமான நெறிமுறை என்பது மட்டும் கருத்தல்ல, விலங்குச் சங்கிலியில் உச்சத்தில் இருக்கும் மனிதன் மற்ற உயிரினங்களைப் பாதுகாப்பது ஒழுக்க ரீதியிலான அறம் என்றும் அவர் நம்பினார். சைவப் பழக்கம் உடையவர்கள்தான் முரட்டுத்தனம் இல்லாமல், உணர்ச்சிகளைக் கட்டுப்படுத்தி கொள்ளும் ஆற்றல் உள்ளவர்கள் என்பது அவர் கணிப்பு.

தனது கிறிஸ்தவ நண்பர்கள் மூலம், காந்திக்கு மேற்கத்திய தத்துவங்களும் சமயங்களும் பழக்கமாகின. வாழ்க்கை பற்றிய பொது பரிமாணத்தைக் கட்டியெழுப்ப ரஸ்கினும் டால்ஸ்டாயும் அவருக்குப் பேருதவியாக இருந்தனர். டால்ஸ்டாயின் தாக்கத்தால் பின்னாளில் தனியொரு பள்ளிக்கூடமே நிறுவினார், காந்தி. கிறிஸ்தவ மத நூலைச் சிரத்தையோடு படித்தார். இயேசுவின் மலை பிரசங்கத்தால் ஆழமாகக் கவர்ந்திழுக்கப்பட்டார்.

எட்வின் அர்னால்ட் 'சாங் செலஸ்டியல்' எனும் பெயரில் பகவத் கீதையை ஆங்கிலத்தில் மொழிபெயர்த்தார். அதை வாசித்த பிறகு, இந்து சமய நூல்கள் பற்றி அவருக்கு மேலான சிந்தனைகள் உதித்தன. அதன்பிறகு பகவத் கீதையின் அணுக்க வாசகர் ஆகி, அதன் தத்துவங்களை நிஜ வாழ்விலும் பின்பற்றத் தொடங்கினார். தன் ஒவ்வொரு நடவடிக்கையும் நம்பிக்கையும் பகவத் கீதையில் இருந்து உருவானதென்று காந்தி விளக்கம் கொடுக்கிறார். அதற்கு அந்நியமாக இருப்பவை கூட கீதையின் தாக்கத்தால் உருப்பெற்றது என்பது அவர் நம்பிக்கை.

மிகச் சரியாக இதே காலகட்டத்தில்தான், மொழிபெயர்க்கப்பட்ட குர்ஆன் நூலை அவர் வாசித்தார். ஆனால் பிற மதத் தத்துவங்களைக் காட்டிலும் இஸ்லாமியத் தத்துவங்கள் பற்றி அவருக்குப் பெரிய அறிமுகம் இல்லை. என் கணிப்பு தவறில்லை என்றால், காந்திக்கு இஸ்லாமியர்களைப் பிடித்துப்போனதற்கு அவரின் நேரடித் தொடர்பில் இருந்த இஸ்லாமியர்களே காரணம் என்று சொல்வேன். கடவுளின் உண்மைத் தத்துவங்களை மக்களிடம் கொண்டு சேர்க்கும் பண்பு, செய்யும் வேலையில் நேர்மையாக இருத்தல் போன்ற அசல் இஸ்லாமிய குணங்களை அவர் தரசித்திருக்க வேண்டும்.

பொதுவாகவே இஸ்லாமியர்களைக் காட்டிலும் இந்துக்கள் நேர்மையானவர்கள் என்றால்கூட, குழப்பமூட்டும் தெளிவற்ற தன்மையை ஒருபோதும் இஸ்லாமியர்கள் விரும்ப மாட்டார்கள்.

வாழ்க்கை என்றால் இதுதான், அதுதான் என்று வரையறுக்கப்பட்ட ஓர் எளிய கொள்கையைப் பின்பற்றுவார்கள். ஒருவேளை இவ்வரிய குணங்களை காந்தி கண்ணார தரிசித்திருக்கலாம். ஆனால் இதை உறுதிப்படுத்த முடியாது.

இங்கிலாந்தில் காந்தி படித்த பாடங்களும், அதனூடாக அவரைத் தொற்றிக் கொண்ட நம்பிக்கைகளும் அவரின் சுயத்தை உணர்த்தும் அனுபவம் ஆகின. எனினும் அவை உணவு, சமயம் என்ற அளவிலேயே நின்றுபோயின. அவரது அரசியல், பொருளாதார மற்றும் சமூகப் பார்வைகள் சமயத்தின்பால் இணக்கம் பாராட்டுபவராக காந்தியின் பிம்பத்தை கட்டமைத்தன. சமூகத்தில் தனக்கு விதிக்கப்பட்ட வேலைகளைச் செய்து, கௌரவமாக வாழ்க்கை நடத்தும் ஒரு வக்கீல், காந்தி. மற்ற வக்கீல்களில் இருந்து அவர் ஒரே ஒரு விஷயத்தில் வேறுபடுகிறார். ஆன்மிக மயமான வாழ்வில் உண்மைக்கு கட்டுப்பட்டு நடந்தால், செய்யும் தொழிலில் விருத்தி உண்டாகும் என நம்பினார். இதன் பொருட்டோ என்னவோ, பிற்காலத்தில் புகழ்பெற்ற வக்கீலாகவும் திகழ்ந்தார்.

ஒவ்வொரு வழக்குரைஞரும் காந்தியின் தொழில்முறை வரலாற்றுச் செய்திகளை அவசியம் தெரிந்துகொள்ள வேண்டும். படிப்பு முடித்து இந்தியா திரும்பிய சமயத்தில், வழக்குரைஞர் தொழில் அவருக்கு ஏமாற்றம் தந்தது. வக்கீல்களின் வழக்கமான கோல்மால் உத்திகளும், பொதுச் சபையில் பேசும் தைரியமும் காந்திக்கு கைவரவில்லை. சட்டத்துறையில் உள்ள குறுகிய நோக்கங்களையும் சூழ்ச்சிகளையும் வெறுத்தார். எனவே தன் 24ஆவது வயதில், தென்னாப்பிரிக்காவில் உள்ள ஒரு சட்ட நிறுவனத்தில் வேலை கிடைத்தபோது, அவ்வாய்ப்பைக் கெட்டியாகப் பிடித்துக் கொண்டார்.

காந்தியடிகள் வாழ்க்கையில் மூன்றாம் பெரும் முன்னேற்றம், அவரின் தென்னாப்பிரிக்க வாழ்க்கையில் ஆரம்பித்தது. மதப்பற்றுமிக்க பாரம்பரிய பழக்கவழக்கங்களில் இருந்து மாறுபட்டு, தான் சார்ந்த சமூகத்தின் மேன்மைக்கான பார்வையை, தென்னாப்பிரிக்க வாழ்க்கையில்தான் காந்தி ஏற்படுத்திக் கொண்டார். பொதுவாகவே தன்னால் இயன்ற எல்லா வழியிலும் போராட்டத்தை உந்திச் செல்ல, புரட்சியாளர்கள் முயற்சிப்பர். ஆனால் 'செல்ல வேண்டிய வழியும், அடைய வேண்டிய லட்சியமும்' எங்ஙனம் இருக்க வேண்டும் என்பதில் காந்தி மும்முரமாக வேலை செய்யக் கூடியவர். அவர் அமைதியான மார்க்கத்தைப் பின்பற்றினார்.

சுயத்தை உணரும் உள்ளார்ந்த செயல்முறைக்கு இணையாக, மற்றொரு செயல்பாடும் மறைவாக நடைபெற்றது. லண்டன் போன்ற பெரும் நாடுகளோடு சமாதான உறவு பேணும் நிலைக்கு இந்திய மக்களின் மனநிலையில் மாற்றம் உண்டாக்கினார்.

காந்தியின் சமூகப் பணிகள் எல்லாம் சுயத்தை நோக்கிய புரிதலுக்கான அச்சாணி என்று இன்னும் வழிபடக் கூடிய பலர் உண்டு. காந்தி ஒரு சுதந்திரச் சிந்தனையாளர்; இந்தியாவின் பொருட்டும் மனிதகுலம் பொருட்டும் அவர் செய்யும் காரியங்கள் என்னவாக இருப்பினும், தனி மனித வாழ்க்கையின் முழுமையை நோக்கி எய்த ஈட்டியாகத்தான் இருக்கும் என்பது அவர்கள் எண்ணம். இதுபோன்றவர்களுக்கு, தான் சொல்லவரும் கருத்தை மெய்ப்பிக்க, மகாத்மா காந்தியின் சுயசரிதையிலேயே போதுமான செய்திகள் உள்ளன.

தேச சேவைக்குத் தன்னைத் தகுதிப்படுத்திக்கொள்ளும் முன்னேற்பாட்டு நடவடிக்கையாகத்தான் மகாத்மா காந்தியின் சுய பரிசோதனைகள் அமைந்தன என நம்பும் சிலர் உண்டு. பாடம் கற்பிக்கும் ஆசிரியர், அப்பகுதியில் பாண்டித்தியம் பெற வேண்டும் அல்லவா என்று இவர்கள் சுட்டிக்காட்டுக்கின்றனர். மகாத்மா காந்தியின் வாழ்வில் இருந்தும், எழுத்தில் இருந்தும் தம் பக்க நியாயத்திற்கான பல சான்றுகளை அடுக்குகின்றனர். நான் இந்த இரண்டாவது வகைமைக்குள் என்னை அடையாளம் காண்கிறேன். வாழ்க்கைக் குறித்தான மகாத்மா காந்தியின் தத்துவத்தைக் கீழ்வரும் இந்து சமயப் புனித நூல் வசனத்தின் மூலம் அறிந்துகொள்ளலாம். நாள்தோறும் வழிபாடு நேரத்தில் இவ்வசனத்தை அவர் முன் உரக்கப் படித்துக் காட்டுகின்றனர்: 'நான் ஏங்குவதெல்லாம் அதிகாரத்திற்கோ, சொர்க்கத்திற்கோ, மறுபிறவிக்கோ அன்று. உலக உயிர்கள் அடைபட்டிருக்கும் துன்பச் சிறையிலிருந்து விடுபட வேண்டும் என்றுதான் அனுதினமும் பிரார்த்தனை செய்து கொண்டிருக்கிறேன்.'

ஆக, பிறப்புச் சங்கிலியில் இருந்து விடுபடாதவரை இந்து சமய மரபுப்படி சொர்க்கம் செல்ல சாத்தியமில்லை. மனிதக்குலத்தின்பால் உள்ள பரிவும் இரக்கமும் காந்தியின் செயல்பாடுகளை முன்னகர்த்தி செல்கின்றன. துன்பத்தில் வாடும் நலிந்தோரின் வாழ்க்கையை, எத்தனைச் சிரமங்கள் அடுக்கி வந்தாலும், அதை மேம்படுத்தும் சிரத்தை உடையவராக காந்தி உள்ளார்.

காந்தியின் 'நலிந்த ஜீவன்கள்' எனும் பட்டியல் படி, யார் யாரெல்லாம் அரவணைப்புக்கு உட்பட்டவர்கள் எனச் சிந்தித்துப்

பார்க்க நான் ஆசைப்படுகிறேன். இந்துக்கள் மட்டுமா, பிற சமயத்தினருமா அல்லது இந்தியாவுக்கு புறம்பாக உள்ள நலிந்த மக்கள் மீதும் காந்தியின் அரவணைப்புக் கரங்கள் பாயுமா?

'உலகை நேசித்தும், பிறர் உயிர்களுக்கு நன்மை பாராட்டியும்தான் ஒருவர் சொர்க்கம் செல்ல முடியுமா?' என்று மேற்கத்திய மக்கள் ஆச்சரியப்பட்டுக் கேட்கலாம். ஆனால் கீழைத்தேய மக்களுக்கு இதுவொன்றும் விசித்திரமான செய்தி இல்லை. ஏனெனில் சொர்க்கம் செல்ல விரும்பும் ஒருவன், விடாப்பிடியான மனத்துடன் இருபது ஆண்டுகளானாலும் ஒற்றைக் காலில் நின்று முக்தி பெறுவது இங்கு இயல்பான காரியம்.

இச்சூழலில் எத்தனை ஆண்டுகள் ஒற்றைக் காலில் நிற்பது என்ற கடுகடுப்பு தோன்றாது. அதுவோர் ஆன்மிகக் கலைபோல கடைபிடிக்கப்படும். அந்த மனிதர் பார்ப்பதற்கு வசீகரமாக இருக்கலாம். ஆனால் அவரால் ஒரு பயனும் கிடையாது. அவரால் சமூக முன்னேற்றத்திற்கு தடை உண்டாகும். இத்தகையோர் இடையே மனிதகுல மேன்மையைக் காட்டிலும் 'தான்' என்ற சுயநலம் மேலோங்கி இருக்கும். அனைவருக்குமான மன மகிழ்ச்சியைத் தடை செய்யும் இதுபோன்ற மதங்களின் போக்கைத்தான் கீழைத்தேய இளைஞர்களில் ஒரு சாரார் வெறுக்கின்றனர்.

மகாத்மா காந்தியின் வாழ்க்கை சுய பரிசோதனையிலும் தன்னைக் கண்டடைவதிலுமே முற்றுப் பெறுவதாய் இருந்தால், இந்தியாவின் எதிர்காலம் மிகப்பெரிய அச்சுறுத்தலுக்கு ஆட்படும். தலைமுறைத் தலைமுறையாகக் கீழைத் தேயங்களில் மகிழ்ச்சி உதயமாவது, தன்னலமற்ற மதங்களின் சேவையால் மட்டுமே சாத்தியப்பட்டுள்ளது. அக்காரணத்தின் பயனால்தான் இன்றும் மதங்கள் நிலைத்திருக்கின்றன.

(நான் ஒருமுறை பாரிஸில் சந்தித்த பாரசீக மாணவரிடம் பின்வரும் கேள்வியை எழுப்பினேன். நீங்கள் ஏன் புராணம் பொதிந்த, உங்கள் நாட்டுச் சமய நூல்களை வெறுக்கிறீர்கள்? அதற்கு அவர் சொன்ன பதில் ஆழமாக இருந்தது. 'அவை எங்களைச் செயல்பட விடாமல் தடுத்தன. சுயம் பற்றிய சிந்தனைக்கு அழுத்தம் கொடுத்தன. மேற்கத்தியர்களால் நாங்கள் அடிமைப்பட்டதற்கு, இதுவும் ஒரு காரணம் என்று நினைக்கிறேன். எனவே அடுத்த ஆயிரம் ஆண்டுகள் ஆனாலும், அவற்றின் துணையின்றி நலமோடு வாழ்வோம்' என்றார்.)

தென்னாப்பிரிக்காவில் காந்தியின் மனப்போக்கை புரட்டிப்போட்ட சம்பவம் எதுவென்று ஆராய கடமைப்பட்டுள்ளோம். தன்

நாட்டிலிருந்து வெகு தூரத்தில் இருந்தாலும், அங்கிருந்தபடியே இந்தியாவின் சிறிய சித்திரத்தை அவர் கண்டார். அதன் குறைபாடுகளும் மனத்தாங்கலும் பூதக்கண்ணாடி வைத்து பார்ப்பதுபோல் பெரிதாகத் தெரிந்தன. இனி ஒருபோதும் இவற்றைச் சமூக ஒழுங்காகக் கடைப்பிடிக்க அனுமதியோம் என்று உறுதிபூண்டார்.

இந்தியாவின் கறைபடிந்த மேஜைமீது மேற்கத்தியர்கள் இழைக்கும் சுரண்டல், அடிமைத்தனம், பழிப்புக்கு இடமான சட்டத்திட்டங்கள் என்று ஏராளம் இருந்தன. குறைப்பாட்டு மேஜையில் கையாலாகாத்தனமும், திறன் இன்மையும், சீர்கெட்ட சமூக அமைப்பும் இருந்தன. இவ்விரண்டும் ஒன்றோடொன்று தொடர்புடையதாக நான் கருதுகிறேன். இங்குள்ள காயங்களுக்குப் பிறர் வந்து களிம்பு பூசுவதற்குள், இந்தியா தாமாக மாற்றம் அடையவேண்டும். காந்தி ஒருபோதும் இதை எண்ணி வருத்தமடைந்து கண்ணீர் வடிக்கவில்லை; இந்தியாவின் இறங்குமுகக் காலம் என்று பழிக்கவில்லை. இந்திய வளர்ச்சியில் அதிருப்தி அடைந்த பலர், மனம் வெதும்பி இருந்தபோது, நாட்டின் முன்னேற்ற விதைகளை அவர் தூவினார்.

இந்தியாவை ஆளும் வர்க்கத்தினர் தனி ரயில் பெட்டியில் செல்வதும், அதற்குள் உள்ளூர்வாசிகளுக்கு அனுமதி மறுக்கப்படுவதும் காந்தி அறிந்திருந்தார். தான் ஒரு புகழ்பெற்ற வக்கீலாக இருந்தபோதும், தன்னை அந்த ரயில் பெட்டியின் முதல் வகுப்பிலிருந்து தூக்கியெறிந்தபோதுதான் காந்திக்கு அதன் முக்கியத்துவம் புரிந்தது.

இந்தியாவில் ஒருசில வகுப்பினர், பொது சாலைகளைப் பயன்படுத்த அருகதையற்றவர்கள் என முத்திரைக் குத்துவதை காந்தி நிச்சயம் பார்த்திருப்பார். தென்னாப்பிரிக்க நடைபாதையில் இந்தியர்களுக்கு அனுமதி மறுக்கப்பட்டபோது, காந்திக்கு அந்தக் கொடூரம் புரிந்திருக்கும். இந்தியாவின் உயர் ரக வகுப்பைச் சார்ந்தவனாகத் தன்னைக் கருதும் சிலர், குறிப்பிட்ட வகுப்பினரைத் தமக்கும் கீழாக நடத்துவதை இயல்பென நினைத்து வருகின்றனர். காந்தியும் அப்படி இருந்தவர்தான். அந்நிய நாட்டு ஆட்சியாளர்கள் என்றால், சமூகத் தராசில் ஒருபடி மேலான மதிப்பு உண்டு.

ஆனால் தென்னாப்பிரிக்காவில், இந்தியர்கள் எல்லோரும் பாரபட்சமின்றி கீழாக மதிக்கப்பட்டனர். ஆகவே இந்தியர்கள் என்ற ஒருமைத்துவத்தையும், அந்நியர் - பூர்வீகர் என்று பாகுபாடின்றி சமமாக மதிப்பிடும் அரசின் போக்கையும் அவர்

உணரத் தொடங்கினார். சமத்துவ உரிமை கோரும் ஒருவர் அதற்கான தகுதி வாய்ந்தவராக இருப்பது மட்டும் கருத்தல்ல, தன்னளவில் எல்லோரும் சமம் என நம்புபவராக இருக்க வேண்டும். இந்தியாவின் சோக சரிதம், இந்து மனநிலையில் பொதிந்து உள்ளது. குறிப்பிட்ட வகுப்பினருக்கு தாம் செய்தவற்றை, இந்தியா முழுவதும் தற்போது அனுபவிக்கிறது என்று அவர் பின்வரும் வரிகளில் பதிவு செய்கிறார்:

'தாம் கடவுளால் தேர்ந்தெடுக்கப்பட்ட வகுப்பினர் என்று பழங்கால யூதர்கள் கருதினர். அதன் விளைவாக நியாயமற்ற விசித்திர பிரதிபலனை அவர்தம் சந்ததியினர் அனுபவிக்க நேர்ந்தது. கிட்டத்தட்ட அதுபோன்று இந்துமதத்திலும் தாம் ஆரிய வகுப்பைச் சார்ந்தவன் என்றும், நாகரிகம் பெற்றவன் என்றும் ஒருசிலர் கருதுகின்றனர். தன் நண்பர்களையும் உறவினர்களையும் தீண்டத்தகாதவராக ஒதுக்கினர். இதனால் இந்துமதத்தினர் மட்டுமல்லாது, தென்னாப்பிரிக்கவில் உள்ள ஒட்டுமொத்த பார்சி மற்றும் முஸல்மான் சமூகமும் நியாயமற்ற அநீதிகளுக்கு ஆளாகிறது. இந்துக்களைப் போன்ற நிற ஒப்புமையும் இந்தியப் பூர்வீகப் பண்புமே இவர்களின் இக்கதிக்கு போதுமான காரணியாக இருக்கிறது.'

இதுவெறும் தார்மீக பரிபாலனம் மட்டுமே. செயல்முறை அம்சத்தைப் பொறுத்தமட்டில், அவருக்கு தெளிந்த பார்வை இருந்தது. காந்தியின் செயல்திட்டம் பின்வருமாறு:

1. தென்னாப்பிரிக்காவில் இந்திய காங்கிரஸ் அமைப்பை நிறுவி, அதையொரு பிரதிநிதித்துவ மற்றும் செயற்திட்ட குழுவாக வழிநடத்தி, சமூகத்தின் இரட்டை விளிம்பிலிருப்பவர்களையும் சரிசமமாக நடத்துதல்.

2. அரசின் முறைகேடுகளையும் மக்களின் தேவைகளையும் சுட்டிக் காட்டும்படி ஓர் அச்சுக் கூடத்தை நிறுவுதல்.

3. புதிய கொள்கைப்படி தனிநபர்களுக்கு பயிற்சியளிக்க ஓர் ஆசிரமம் தொடங்குதல்.

4. சட்ட இயந்திரமும் அச்சு ஊடகமும் மக்களின் குறைதீர்க்க தவறும் பட்சத்தில், தான் மேற்கொள்ளும் வேலைக்கு முழுக்கு போட்டுவிட்டு, ஒத்துழையாமை போராட்ட முறையைக் கடைப்பிடித்தல்.

மகாத்மா காந்தி தென்னாப்பிரிக்காவில் மேற்கொண்ட செயல்பாடுகள் எல்லாம், பின்னாளில் இந்திய தேசத்தில் அரங்கேற்றும் பெரிய அளவிலான நாடகத்திற்கு செய்து பார்த்த ஒத்திகை எனக் கூறலாம். சுயத்தைக் கண்டடையும் முகமாக, அவர்தன் சொந்த வாழ்வின் சுதந்திர உணர்வையும் விட்டுக் கொடுக்கும் அளவுக்குச் செயல்பட்டார். அடிப்படை புலன் இன்பங்களோடு, உடலியல் ஆசைகளையும் முற்றும் துறந்தார்.

தன் 36ஆவது வயதில், பிரம்மச்சரியத்தைக் கடைப்பிடிப்பேன் என்று சபதம் எடுத்துக் கொண்டார். அகிம்சை கொள்கை அவர் வாழ்வின் அங்கமானது. பொதுவில் வரும் மிரட்டல்களைத் துணிகரமாக எதிர்கொண்டார். தென்னாப்பிரிக்காவில் இருந்த இந்தியாவின் சிறிய சித்திரத்தை அவர் விடாப்பிடியாக கைக்கொண்டிருந்தார். அங்கிருந்த 7000 பேரும் ஒத்துழையாமை இயக்கத்தில் காந்திக்கு உறுதுணையாக நின்று, சிறைக் கொடுமைகள் அனுபவித்தனர். இதனால் ஏற்படும் இன்னல்களை கண்ணியத்துடனும் சகிப்புத்தன்மையுடனும் எதிர்கொள்ளாமல், மகிழ்ச்சிகரமாய் ஏற்றுக்கொண்டார்கள்.

ஆயுதமேந்திய ஆங்கிலேய அரசாங்கத்திற்கு எதிராய், இரத்தம் சிந்தும் புரட்சியில் ஈடுபட்டிருந்தால் எளிமையாக மட்டுப்படுத்தியிருப்பார்கள். காந்தி கையாண்ட சத்தியாகிரகப் போராட்டத்தின் முக்கியத்துவம், முதல் பாய்ச்சலிலேயே தெளிவாகத் தெரிந்தது. ரத்தம் சிந்தி போராடுவதைக் காட்டிலும் அமைதியான வழிமுறையே பயனுடையதென நிரூபணம் ஆனது.

ஜெனரல் ஸ்மட்ஸுடன் சுமூகமான பேச்சுவார்த்தை நடத்தி, தொழிலாளர்களின் குறையை நிவர்த்தி செய்ய சத்தியாகிரகப் போராட்டம்தான் அவருக்குச் சரியெனப்பட்டது. இந்தியர்களின் தைரியத்தையும் சுயக் கட்டுப்பாட்டையும் பரிசோதிக்கும் முகமாக, இப்போராட்டம் அமைந்தது. இந்துக்களுக்குப் பிறரைவிடச் சுயக் கட்டுப்பாடு அதிகம் என்றாலும், சரீர தைரியம் குறைவு. இந்துக்களின் இதயத்திலிருந்து பயத்தை அகற்றினால்தான் அச்சமூகத்து இளைஞர்கள் சுதந்திரமாக இருப்பார்கள் என்று சரியாகக் கணித்ததோடு, தன் செயல்பாடுகளின்மூலம் அதைச் சாதித்தும் காட்டினார். 1914ஆம் ஆண்டு தென்னாபிரிக்காவில் இருந்து காந்தி வெளியேறினார்.

நான்காவதும் இறுதியுமான அத்தியாயம், இந்தியாவில் தொடங்கியது. கோகலேவின் அரசியல் ரீதியான வழிகாட்டுதல்களை காந்தி அப்படியே ஏற்றுக் கொண்டார்.

அதாவது, உலகின் நன்மைக்காகத்தான் பிரிட்டிஷ் பேரரசு உழைத்துக் கொண்டிருக்கிறது; அதனொரு பகுதியாக இந்தியாவும் பலனடைகிறது. பிரிட்டிஷ் பேரரசின் குற்றங்குறைகள் தன் கண்ணுக்குத் தெரிந்தாலும், இந்தியா சுதந்திரம் அடைவதற்கு பிரிட்டிஷ் அரசின் உதவியும் வழிகாட்டுதலும் ஒத்துழைப்பும் தேவை என்று அவர் நம்பினார்.

இந்து சுவராஜ் என்று அழைக்கப்படும் இந்தியத் தன்னாட்சியை (இந்தியன் ஹோம் ரூல்) கைக்கொள்வதற்கு முன்பு, ஓராண்டு காலம் இந்தியாவின் நீல அகலங்களைப் புரிந்துகொள்வதற்காகப் பயணம் மேற்கொள்வதாய் கோகலேவிற்கு சத்தியம் செய்திருந்தார் காந்தி. பிரிட்டன் சாம்ராஜ்யத்துடன் உறவை முறித்துக்கொள்ளக் கூடாது என்பதில் இருவரும் குறியாய் இருந்தால்கூட, சிறிய முரண்பாடு இருந்தது. காந்தி, இந்து சுயராஜ்யம் ஏற்பட விரும்பினார். ஆனால் கோகலேவிற்கு அதில் நம்பிக்கை இல்லை.

'இந்தியாவில் ஓராண்டு தங்கினால், உங்கள் பார்வை மாறுபட வாய்ப்புண்டு,' என கோகலே சொல்வாராம். இந்தியர்கள் தம் நாட்டைச் சுயமாக ஆளும் திறன் இல்லாதவர்கள் என்பதற்கு இதற்கு காரணமா, இல்லை இந்தியா போன்ற காலனி நாட்டுக்கு எவ்விதப் பேரரசும் சுதந்திரம் வழங்காது என்பது காரணமா? கோகலே இவ்விரண்டையும் வைத்துதான் அப்படிச் சொன்னார்.

தாராளவாதிகளும் அரசியல் நிபுணர்களும் மிதமான அரசியல்வாதிகளும் அவர் சொல்வதைத்தான் ஏற்றுக் கொண்டார்கள். அந்நிய ஆட்சியாளர்கள் இந்தியாவை ஆளுவதற்கு நேரடியாக ஆதரவு தெரிவிக்க முடியாமலும், தாமே இந்திய ஆட்சியதிகாரத்தைக் கைப்பற்றிக் கொண்டு நிர்வாகம் செய்ய தைரியமில்லாமலும் இருந்தனர். இந்தியாவில் சுயாட்சி திரும்பினால், அதிருப்தியூட்டும் கலவரம் வெடிக்கும் அல்லது தாராளவாத அந்நிய ஆட்சியாளர்களின் ஆதிக்கம் மேலோங்கும் என்று அவர்கள் நம்பினர். ஆனால் காந்திக்கு இதைக் கண்டு பயமில்லை.

ஓராண்டு காலம் இந்தியா முழுக்க பயணம் செய்து, விரிவான புரிதலுக்கு வந்தார் காந்தி. இந்திய மக்களின் போதாமைகளைக் கூர்ந்து கவனித்ததோடு, தன் செயல்பாட்டின் மூலம் அதற்கு விடைகாண வேண்டும் என முடிவுசெய்தார். எளிய மக்களின் வாழ்க்கையில் அவர் கவனம் குவிந்தது. தன்னை அம்மக்களுள் ஒருவராக அடையாளப்படுத்தினார். அரை நிர்வாண கோலத்தில்,

நடுத்தர இந்திய ஆடையை உடுத்தத் தொடங்கினார். காந்தியின் சகல பழக்க வழக்கங்களும், அவரை ஓர் ஏழைப் பங்காளர் என நிரூபித்தது.

வெறுமனே அறம் போதிக்கும் போதகராய் மட்டுமில்லாமல், பொறுமையுடனும் பக்குவத்துடனும் அதிகாரத்தால் இழைக்கப்படும் அநீதிகளைத் தைரியத்துடன் முன்வந்து சரிசெய்யச் சொல்லித் தட்டிக்கேட்கும் பக்குவமுடையவராகவும் விளங்கினார். ஆயுதமேந்திய படைபலத்தின் முன்னால் மக்கள் ஒன்றும் நிராயுதபாணிகள் அல்ல, சத்தியாகிரகம் என்றொரு அசாத்திய நெறிமுறை இருக்கிறது என பிரசாரம் செய்தார். மக்கள் அவரைத் தமக்கான பிரதிநிதியாகப் பார்க்கத் தொடங்கினர். தமக்கான தேவைகளும் உரிமைகளும் வரையறுக்கபடாதவையாக இருந்தாலும், அவற்றைப் பெற்றுத் தரும் ஆதர்ச நம்பிக்கையாக காந்தியைப் பார்த்தனர்.

அதிகார வர்க்கத்தினருக்கு சத்தியாகிரகப் பேச்சில் திருப்தி இல்லை. சத்தியாகிரகம் பற்றி ஆங்கிலேயர்களின் அபிப்பிராயம் மற்றும் காந்தியின் நம்பிக்கைக் குறித்து, அவரின் சுயசரிதையில் இடம்பெறும் ஒரு பகுதியால் விளங்கிக் கொள்ளலாம் (சத்திய சோதனை, இரண்டாம் தொகுதி, பக். 297-8).

'. . . பம்பாய் அரசாங்கத்துடனான நேர்காணலின் போது, (கத்தியாவாடியில் உள்ள) பகர்சாவில் நான் ஒருமுறை உரையாற்றுகையில், சத்தியாகிரகப் போராட்டமுறை குறித்து பேசியதற்காக, அம்மாகாணத்துச் செயலர் தன் அதிருப்தியைப் பகிர்ந்து கொண்டார்.

'இது ஓர் அச்சுறுத்தல் இல்லையா?' என்று அவர் கேட்டார். 'வலிமையுடைய அரசாங்கம் அச்சுறுத்தலுக்கு ஆட்படும் என நீங்கள் நினைக்கிறீர்களா?'

'இதில் எவ்வித அச்சுறுத்தலும் கிடையாது,' என்று நான் சொன்னேன், 'இது மக்களுக்கான விழிப்புணர்வு. என் முன்னிருக்கும் சட்டப்பூர்வமான குறைதீர்க்கும் உபாயங்களை மக்களுக்கு எடுத்துச் சொல்வதுதே என் கடமை. சுயாதீனமாக எழுச்சி பெற விரும்பும் தேசத்திற்கு, தான் விடுதலை பெறவேண்டிய அனைத்து வழிமுறைகளும் தெரிந்திருத்தல் அவசியம். இறுதியில் வன்முறையைக் கடைசி ஆயுதமாக பிரயோகிப்பார்கள். ஆனால் சத்தியாகிரகம் என்பது அகிம்சை ஆயுதம். அதன் எல்லைகளையும் பயன்படுத்தும் உத்திகளையும்

மக்களுக்குச் சொல்வதே என் தார்மீகக் கடமை. பிரிட்டிஷ் அரசாங்கம் வலிமையானது என்பதில் எனக்குச் சந்தேகம் கிடையாது. ஆனால் அதைத் தகர்க்கும் சக்தி சத்தியாகிரகப் போராட்டத்திற்கு உண்டு.'

அந்நிய அரசாங்கத்திடம் இருந்து சுயாட்சி உரிமை பெற விரும்பும் வெற்றுக் கருவி அல்ல சத்தியாகிரகம், இது மக்களுக்கான மாற்றுப் புரட்சி முறை என்று காந்தி தெளிவுறுத்தினார். அந்நிய அரசாங்கமோ இந்திய அரசாங்கமோ - ஆளும் வர்க்கம் எதுவாக இருப்பினும், மக்களின் குறையைப் போக்கவல்ல ஏதுவான போராட்டமுறை இது.

யுத்தகாலத்தில் சத்தியாகிரகப் போராட்டத்தை முழுவீச்சில் நடைமுறைப்படுத்தாமல், பேச்சுவார்த்தை அளவில் பயங் காட்டினாலே ஆங்கிலேயர்களிடம் இருந்து நிறைய சலுகைகள் எதிர்பார்க்க முடிந்தது. அங்குதான் சத்தியாகிரகம் மீதான காந்தியின் நம்பிக்கை மேலும் உறுதியானது. யுத்த நேரத்தில் இந்தியப் பிராந்தியம் பிரச்சனைக்கு உள்ளாக வேண்டாம் என்பது ஒரு காரணமாக இருக்கலாம். அதேசமயம், செம்ஸ்போர்ட் பிரபு நீதித்துறை அறிவும் நிர்வாகத் தந்திரமும் கைக்கூடியவராய் இருந்தார். என்ன காரணமாக இருந்தாலும், இதுவரை இல்லாத அளவுக்கு தேசிய பெருமையும் சுய-நம்பிக்கையும் தைரியமும் கொண்டு இந்திய மக்கள் உருப்பெறத் தொடங்கினார்கள்.

1916-18 காலகட்டத்தில் இந்திய விவசாயிகளுடன் அணுக்கமான தொடர்பில் இருந்தார் காந்தி. சம்பரண் விவசாயிகள் தங்கள் நிலக்கிழாருக்கு எதிரான போராட்டத்திற்கு ஒத்துழைப்பு நல்குமாறு காந்தியைக் கேட்டுக்கொண்டனர். சொந்தமாக நிலமில்லாத ஒப்பந்தத் தொழிலாளிகள், முதலாளிகளின் அனுகூலத்திற்காக குத்தகை நிலத்தின் ஒவ்வொரு இருபது ஏக்கரிலும் தலா ஒரு ஏக்கரில் அவுரி பயிர் சாகுபடி செய்யவேண்டிய கட்டாயத்தில் இருந்தனர்.

காந்தி சம்பவ இடத்திற்கு நேரில் சென்று, சூழலைத் தெரிந்து கொண்டார். நூற்றுக்கணக்கான விவசாயிகளின் கோரிக்கைகளைக் காதில் வாங்கிக்கொண்டு, அரசுத் தரப்புக்கு விரிவாகக் கடிதம் எழுதினார். இறுதியில் அரசு தலையீட்டால் இப்பிரச்சனைக்கு முடிவு எட்டியது. பின்னர் சம்பரண் விவசாயிகளுடன் கல்வி சார்ந்த தன் பரிசோதனைகளை மேற்கொண்டார் காந்தி.

இதனையடுத்து பொருளாதாரம் மற்றும் பிற இன்னல்களை முன்வைத்து அடுக்கடுக்கான சத்தியாகிரகப் போராட்டங்கள்

தொடங்கப்பட்டன. ஒருசில போராட்டங்கள் முழு வெற்றி அடைந்ததையும் நாம் பார்த்திருக்கிறோம். ஆனால் எந்தச் சூழலையும் காந்தி தனக்குச் சாதகமாக மாற்றிக் கொள்ள விரும்பவில்லை என்பது வெளிப்படையாக தெரிகிறது. இந்திய சுயாட்சியை பிரிட்டன் தேசத்தின் அனுமதியாலும் ஒத்துழைப் பாலும் மட்டும் வென்றெடுக்க வேண்டும் என விரும்பினார்.

இதன்பொருட்டு அவர் பின்பற்றி வந்த அகிம்சைக் கொள்கையின்மீது நம்பமுடியாத சமரசங்கள் செய்துகொண்டார். பிரிட்டிஷ் அரசாங்கத்தின் கோரிக்கைக்கு ஏற்ப, தில்லியில் நடைபெற்ற யுத்த மாநாட்டில் கலந்துகொண்டார். அதோடு பிரிட்டிஷ் அரசாங்கத்தின் படைபலத்தை அதிகரிப்பதற்காக ஆட்சேர்ப்பு பிரசாரத்திலும் ஈடுபட்டார். ஒருகட்டத்தில் பிரிட்டிஷ் ராணுவத்தில் சேரும்படி, துண்டுப்பிரசுரங்கள் விநியோகிக்கும் அளவுக்குச் சென்றுள்ளார். என்னிடம் அத்துண்டுப் பிரசுரங்கள் கைவசம் இல்லாததால், காந்தி யுத்தத்தை நியாயப்படுத்தி பேசிய அவ்வார்த்தைகளைச் சொல்வது அரிது. எனினும் அவர் சுயசரிதையில் பதிவுசெய்த ஒரு பத்தியை இங்கு மேற்கோள் காட்டுகிறேன்:

'இந்தியாவில் பிரிட்டிஷார் செய்த மிகக் கொடிய செயல்களில் ஒன்று, அவர்களிடம் இருந்த ஆயுதங்களை அபகரித்தது. நாம் அந்தச் சட்டத்தை திருத்தி எழுதவும், ஆயுதம் பிரயோகிக்கக் கற்றுக்கொள்ளவும் ஓர் அரிய வாய்ப்புக் கிட்டியுள்ளது. நடுத்தர மக்கள் பிரிட்டிஷ் அரசாங்கத்துக்கு உதவி செய்தால், நம்மேல் அவர்களுக்கு நல்ல அபிப்பிராயம் தோன்றும். அதனால் மீண்டும் நாம் ஆயுதங்களைக் கைப்பற்றலாம்.'

பட்டாளத்திற்கு ஆட்சேர்ப்புப் பணிகள் எந்தக் கதியில் நடைப்பெற்றது என்பதை மகாத்மா காந்தியின் வார்த்தைகளாலே கேட்போம்:

ராணுவப் பிரசாரத்தின்போது மக்கள் தம் வாகனங்களை இலவசமாக வழங்கினர். ஒரு நபர் வேண்டிய இடத்தில், இருவர் முன்வந்தனர். ஆனால் இப்போது, தன்னார்வலர்கள் கிடைப்பதே அருகிவிட்டது . . . சென்ற இடமெல்லாம் கூட்டம் நிகழ்த்தினோம். மக்களும் கலந்துகொண்டனர். ஆனால் ஒருவர் அல்லது இருவர் பணியில் சேர்வதே பெரும்பாடு. 'நீங்கள் அகிம்சைவாதியாக இருந்துகொண்டு, ஆயுதமேந்தச் சொல்லி எங்களை மட்டும் எங்ஙனம் அழைக்கிறீர்கள்?'

இப்பிரச்சாரத்திற்கான வரவேற்பு மிகவும் அற்பமாக இருந்ததால், காந்தி அதைக் கைவிட்டார். அவரின் உடல்நிலை மேலும் மோசமாகி, கிட்டத்தட்ட மரணத் தருவாய்க்குச் சென்றதும் இதற்கொரு காரணம்.

பொதுத்தளத்தில் ஈடுபடும் வேறெந்த தலைவரும் இதற்குப்பின் மக்களிடையே செல்வாக்கு இழந்திருக்கக் கூடும். ஆனால் காந்திக்கு அப்படி நிகழவில்லை. பிரிட்டிஷ் அரசுக்கு எதிராக அவர் மற்றொரு சத்தியாகிரகத்திற்கு அழைப்பு விடுத்தபோது, குறிப்பாக ரௌலட் சட்டம் அமலான பிறகு பொதுமக்களோடு நவீன தாராளவாதிகளும் அவருக்கு ஆதரவு அளித்தனர்.

1919ஆம் ஆண்டு, மூன்றாண்டுகளுக்குச் செல்லுபடியாகும் விதமாக ரௌலட் சட்டம் கொண்டுவரப்பட்டது. அதன்மூலம் எந்தவொரு கேட்பார் கேள்வியும் இல்லாமல், எவரையும் கைது செய்யலாம். இந்தியா முழுவதும் பலத்த எதிர்பலை கிளம்பியது. காந்தி சத்தியாகிரகச் சபையை நிறுவியதும், அதில் இணைந்து கொண்டவர்கள் ரௌலட் சட்டத்திற்கு எதிராகப் போராட உறுதி எடுத்தனர். எதிர்வரும் காலத்தில் இதுபோல் உருவாகும் அனைத்துச் சட்டங்களையும் மீறுவோம் என்று வாக்குக் கொடுத்தனர். இதன்மூலம் இந்தியர்களின் ஒப்புதல் இல்லாமல் இயற்றப்படும் சட்டங்களை அவர்கள் ஒருபோதும் ஏற்க மாட்டார்கள் என்பது வெளிப்படையானது. இந்தவொரு புது அம்சம் இந்தியச் சூழலில் மிக நூதனமாகப் பார்க்கப்பட்டது.

சத்தியாகிரகப் போராட்டத்துடன் தொடர்புடைய வரலாற்றை எழுதுவது, பெரும் துன்பியலாகவும் தொடர் உரையாடலாகவும் நீளும் என்பதால் நான் இங்குக் குறிப்பிடவில்லை. இருப்பினும் இந்து சோசலிச செயற்பாட்டாளரும், தேசியவாதியுமான கமலாதேவி சட்டோபாத்யாயின் வாழ்க்கையில் இருந்து அதனொரு பகுதியைத் தெரிந்துகொள்வது ஆர்வமூட்டலாம். அவர் நீண்ட காலம் சிறைத் தண்டனை அனுபவித்துள்ளார். அதில் சில காலம் தனிமையில் பூட்டி வைத்தும் தொல்லை தந்திருக்கின்றனர். இந்தியப் பெண்களும் இளைஞர்களும் சத்தியாகிரகப் போராட்டத்தில் கலந்து கொண்ட பான்மையை இங்கு அவர் விவரிக்கிறார். 1930ஆம் ஆண்டு உப்பு வரி நீக்குவதற்காக காந்தி மேற்கொண்ட உப்புச் சத்தியாகிரகத்தின் நேரடிச் சாட்சியங்களை அவர் பின்வருமாறு பகிர்ந்து கொண்டார்:

'ஏழைகள் பயன்படுத்தும் உப்பின் மீது விதிக்கப்பட்டுள்ள வரியை நீக்குவதற்காக காந்தி சத்தியாகிரகம் மேற்கொண்டபோது, நாங்கள்

அந்தப் போராட்டத்தில் கலந்து கொள்வது இயற்கையின் தேவையெனப் புரிந்து கொண்டிருந்தோம். எங்களைப் போன்ற பெண்களுக்கு, அதுவொரு பெருமைமிக்க தருணமாக இருந்தது. திடுதிப்பென்று பழமைவாய்ந்த பாரம்பரியக் கட்டுமானங்கள், மாயக் கரங்கள் தீண்டியதுபோல சுக்குநூறாகின. நீண்ட மரபுகள் உடைபட்டன, பழங்கலாசாரக் கதைகள் நிர்மூலம் ஆகின. நூற்றாண்டுகளாக அடிமைப்பட்டுக் கிடந்த பெண்கள், முதல்முறையாக தேச விடுதலையின் பொருட்டு போராட்டக் களத்தில் முன்னணி வகித்தனர். மகளிர் முன்னேற்றப் போராட்டங்கள் தொய்வு அடைந்த விரக்தியில், அக்களம் எழுச்சியூட்டுவதாய் இருந்ததென எல்லோரும் சொன்னார்கள். பெண்கள் கதாநாயகப் பிம்பத்திற்கு உரிய பங்களிப்பினை வழங்கும் வாய்ப்பு கிட்டியதே, ஒத்துழையாமை இயக்கத்தின் குறிப்பிடத் தகுந்த அம்சமாகக் கருதுகிறேன். அதில் என் பங்களிப்பை நினைத்து பெரிதும் மகிழ்கிறேன்.

'தொடங்கிய சிலநாட்களிலேயே மாபெரும் மக்கள் போராட்டமாக உருவெடுத்தது. நூறு, ஆயிரமென்று பல்லாயிரக்கணக்கான இளைஞர்களும் ஆண்களும் பெண்களுமாகக் கடலில் இருந்து நீரெடுத்து உப்பைப் பிரித்தெடுத்தனர். பெண்கள் வீட்டிலிருந்து கடல்வரை வரிசையாகத் தலையில் குடம் சுமந்து கொண்டுவரும் காட்சியை அங்குப் பார்க்க முடிந்தது. ஊர் விசேஷம் போல, பாட்டிசைத்துக் கொண்டு விமர்சையாக நடந்துச் சென்றனர். பம்பாயில் உப்பு விளைச்சல் செய்யாத வீட்டைக் காண்பதே அரிதாகிப் போனது. 'நாங்கள் உப்புச் சட்டத்தை மீறி விட்டோம்' என்ற குரல் காற்றிலிருந்து பெயர்க்கமுடியாத பலத்துடன் அப்பகுதியை நிறைத்தது. காங்கிரஸ் அலுவலகத்தின் மாடியில் உப்பு வயல் அமைத்திருந்தோம். ஆனால் அவற்றை போலீசார் விரைவில் அழித்துவிட்டனர். ஒவ்வொருமுறையும் நாங்கள் அதை நிர்மாணிக்கும்போது, அரசாங்கத்தின் இரும்புக் கரங்கள் அதைச் சூரையாடின. நாங்கள் அந்த வயலைச் சுற்றி, தடுப்பு அரண்கள் அமைத்தோம். ஆனால் அதை அடித்து நொறுக்குவதில் போலீசாருக்கு பெரிய சிரமங்கள் ஏற்படவில்லை.

'களேபரமான சூழலில் எனக்கேற்பட்ட முதல் அனுபவத்தை நான் ஒருபோதும் மறக்கமாட்டேன். போலீஸாரின் தொடர் தாக்குதலுக்கு மத்தியில், மிகச் சமீபத்திலிருந்து எனக்கொரு குரல் கேட்டது. 'அம்மா, என்னை அடிக்கிறாங்க,' என்று அந்தச் சிறுவன் அலறினான். திரும்பிப் பார்த்தால், வேடிக்கைப் பார்த்துக் கொண்டிருந்த பதினான்கு வயது மதிப்புடைய சிறுவன் ஒருவன்

தலையில் காயங்களுடன் சுருண்டு விழுந்தான். அவன் அலறல் சத்தம், இன்னும் என் காதோரம் ஒலிக்கிறது. அதிலிருந்து மீண்டுவரவே பல நாட்கள் ஆனது. மோதலும் தாக்குதலும் எனக்கு அப்போது புதிது. பின்னர் அதுவே வாடிக்கையானது. போலீஸ் தாக்குதல் நடத்தும் வளையத்திற்குள், பெண்கள் வரவேண்டாம் என காந்தி கேட்டுக் கொண்டார். இறுதியில் போராட்டம் சூடிபிடித்தபோது, எல்லாவிதமான சலுகைகளும் தூக்கியெறிப் பட்டு, ரத்தமும் சதையுமாகப் பெண்கள் போராடினர். பெரும்பாலும் பெண்களே போராட்டங்களை முன்னின்று நிகழ்த்தினர். அவ்வாறு பெண்கள் அணிவகுத்துச் செல்லும்போது போலீஸார் தாக்குதல் நிகழ்த்த மறுத்தால், முன்னேறிச் செல்லாமல் அதே இடத்தில் நின்றார்கள். அதுமாதிரியான சூழலில் சாலையோரங்களில் மணிக்கணக்கில் காத்திருக்கவேண்டி வரும். சில சமயம் இரவுப் பொழுதையும் தாண்டி மறுநாள் காலைவரை ஒரே இடத்தில் உட்கார்ந்திருப்பார்கள்.

'கையில் குழந்தை ஏந்திருக்கும் பெண்கள் கூட, நகராமல் அதே அழுத்தத்துடன் உட்கார்ந்திருப்பார்கள். போலீஸாரோ ராணுவமோ அவர்களைக் கண்டுகொள்ளமாட்டார்கள். தேசியக் கொடி ஏற்றுவதற்கு அரசு தடை விதித்திருந்தது. அதை மீறியும் மக்கள் கொடி ஏற்றினார்கள். அநேகம் முறை பெண்களும் சிறுமிகளும்தான் போலீஸாரின் அடி உதைகளைத் தாங்கிக் கொண்டு விடாப்பிடியாகக் கொடி ஏற்றினர்.'

'தினந்தோறும் விளைச்சலான உப்பைப் பொட்டலங்களில் போட்டு விற்பனைச் செய்து வருவோம். அவை சிறிய பொட்டலங்கள். இரண்டு, மூன்று கரண்டிகள் தேறும். மக்கள் தம் சட்டைப் பையிலிருந்து நாணயங்களைக் கொடுத்து உப்புப் பொட்டலங்களை நெற்றியில் வைத்து மரியாதைச் செலுத்தி வாங்கிச் செல்வார்கள். ஏழை இரவலர்களின் நாணயங்களில் இருந்து, செல்வந்தர்கள் அளிக்கும் ஆயிரம் ரெண்டாயிரம் வரை உப்பு விளைச்சல் அமோகமான வருவாய் உண்டாக்கியது.

'குழந்தைகள் இயக்கம் இக்காலத்தில் குறிப்பிடத்தகுந்த வளர்ச்சி நிலையை எட்டியிருந்தது. பத்து, பதினாறு வயதுக்கு உட்பட்ட சிறுவர் - சிறுமியர்கள் 'வானர சேனை' என்ற குழுவில் உறுப்பினராய் இருந்தனர். காரண காரியத் தேவையின்றி தெருவில் கண்டபடி கத்தி உற்சாகமிழக்கும் குழந்தைகளை, நெறிப்படுத்தி இக்குழுவில் ஒருங்கிணைத்தோம். தனிப்பட்ட வாழ்வில் பங்கம் ஏற்படாமல், படிப்புக்கும் குந்தகம் விளையாமல் சமூகத்திற்குப்

பயனாற்ற இவ்வழி சரியெனப்பட்டது. இப்போராட்டத்தின் உயிரோட்டத்தைத் தக்கவைத்ததிலும் பெற்றோர்களை உள்ளிழுத்து வந்ததிலும் அவர்களுக்குப் பெரிய பங்குண்டு.

'ஒருநாள் நாங்கள் மூன்று பெண்கள் அமைதியான முறையில் உயர்நீதிமன்றம் சென்றோம். அங்கிருந்தவர்கள் சுதாரிப்பதற்குள் பார் வளாகத்திற்குள் நுழைந்துவிட்டோம். சட்டத்தை நிலைநிறுத்தும் வழக்கறிஞர்களிடம், சட்டத்துக்குப் புறம்பான 'உப்பை' வாங்கும்படி சமாதானம் பேசினோம். அவர்களும் சிரித்த முகத்துடன் வாங்கிக் கொண்டார்கள். மொடமொடப்பான பணத் தாள்களையும் வெள்ளி நாணயங்களையும் கைமாற்றிக்கொண்டு அங்கிருந்து வெளியேறினோம். 'அனுமதி இல்லாமல் இங்கெல்லாம் வரக்கூடாது,' என்று வழக்குரைஞர்கள் சங்கத் தலைவர் மெலிதான குரலில் கலகம் செய்தார். 'அனுமதியா? சட்டத்தை மீறி செயலாற்றுபவர்கள் அனுமதி கேட்பார்கள் என்றும் நினைக்கிறீர்களா?' என நான் உற்சாகமாகப் பதில் சொன்னேன்.

'பெண்கள் அந்நிய நாட்டுத் துணிக்கடைகளை முற்றுகையிட்டு, அதிகளவில் போராட்டம் செய்தனர். நாளடைவில் ஒட்டுமொத்த பிரிட்டிஷ் பண்டத்திற்கு எதிரான போராட்டமாக அது உருவெடுத்தது. பிரிட்டிஷ் அரசாங்கம், முற்றுகைப் போராட்டத்தையும் அது தொடர்பான காங்கிரஸ் அமைப்புகள் மற்றும் மகளிர், மாணவர் குழுக்களையும் தடை செய்தது. ஒவ்வொரு நாளும் எண்ணிலடங்கா பெண்களை வண்டியில் ஏற்றி அழைத்துச் சென்றனர் போலீஸார். இவ்வெண்ணிக்கை வளர்ந்து கொண்டே போனதால், அரசு தரப்பினர் செய்வதறியாது விழி பிதுங்கினர். புதிய சிறைச்சாலைகள், வதைமுகாம்கள் கட்டியெழுப்பியும் பிரயோசனம் இல்லை. எனவே பெண்களை அச்சுறுத்தும் நோக்கத்துடன், வண்டியில் ஏற்றிச் சென்று நாள் இறுதியில் தொலைக்கோடி கிராமத்தில் இறக்கிவிட்டுச் சென்றுவிடுவர். அங்கிருந்து அவர்கள் வீட்டுக்குச் செல்லும் வழியைக் கண்டுபிடித்துத் திரும்ப வேண்டும் . . . .

'ஓரிடத்திலிருந்து மற்றோர் இடம்; ஒரு போராட்டத்தில் இருந்து மற்றொரு போராட்டம் எனத் தொடர்ச்சியாக அலைந்து கொண்டிருந்தோம். சிலர் சிறைச்சாலைக்குள் நாட்களைக் கழித்தனர். உடல் ரீதியாக வெவ்வேறு இடத்தில் இருந்தாலும், உணர்வு ரீதியில் ஒன்றுபட்டிருந்தோம். . .'

சத்தியாகிரகப் போராட்டத்திற்குப் பிறகு இந்திய வரலாறு புதிய கட்டம் நோக்கி நகர ஆரம்பித்தது. அதன் முக்கிய அம்சங்கள்:

1. காங்கிரஸ் பிரதிநிதுத்துவ அமைப்பாக மாற்றம் பெற்றது. அதன் உறுப்பினர்கள் மக்களின் மனத்தை உருகுலைக்கும் சிக்கல்களையும் பொருளாதார ஏற்றங்களையும் செவிமடுக்கச் சொல்லி வற்புறுத்தப்பட்டனர்.

2. இந்திய - பிரிட்டிஷ் உறவில் பெரும் மாற்றம் உண்டானது. இந்தியர்கள் திருப்தியடையாவிட்டாலும் இந்நாட்டிற்கென்று பிரத்தியேகமான அரசியலமைப்புச் சட்டம் நடப்பில் இருந்தது. அதில் இப்போது இந்தியர்களின் ஆலோசனையும் பகுதியாக ஏற்றுக்கொள்ளப்படும் எனச் சலுகை வழங்கினார்கள்.

3. மகாத்மா காந்தி 1934ஆம் ஆண்டு சத்தியாகிரகப் போராட்டத்தைக் கலைத்தார். அப்போதிருந்து சட்டமறுப்புப் போராட்டம் என்ற பெயரில் அது குறிக்கப்பெற்றது. அமைதியான முறையில், சத்தியாகிரக வழியில் அரசுக்கு எதிராகக் கலகம் செய்வதை சட்டமறுப்பு அல்லது ஒத்துழையாமைப் போராட்டம் என்று வழங்கினர். இந்தியாவில் சத்தியாகிரகத்தைப் பரிசோதிக்கும்போது பெரும் சோகமும் துன்பமும் குடிகொண்டிருக்கிறது. ரத்தக் களேபரமும் வன்முறை வெடிப்புகளும் நிகழ்ந்துள்ளன. ஆனால் காந்தி இப்போராட்டத்தை நிறுத்தியதற்கு இதுவல்ல காரணம். மகாத்மா காந்தியும் அவரது சீடர்களும் வேறு சில நுட்பமான காரணங்கள் சொல்கின்றனர். மக்கள் பெருமளவில் சோர்வடைந்து, கூட்டத்தில் இருந்து உடைந்து போகத் தொடங்கினார்கள். காந்திக்கு அணுக்கமானவர்கள்கூட அவர் சொல்லும் உண்மை, அகிம்சை போன்ற தத்துவங்களுக்குக் கட்டுப்படவில்லை. சத்தியாகிரகத்தைக் கடைப்பிடிக்க அளவுகடந்த சுயக் கட்டுப்பாட்டுப் பயிற்சியும் பயமின்மையும் வேண்டுமென காந்தி நம்பினார். எனவே மக்கள் இதன் பயிற்சிகளில் வெற்றிபெற வெகுகாலம் பிடிக்கும் எனக் கருதினார்.

‘ஒருவர் சட்ட மறுப்புப் போராட்டத்தைக் கடைப்பிடிக்க வேண்டுமானால், அதற்குமுன் அந்நாட்டுச் சட்டங்களை சரிவர பின்பற்றியிருக்க வேண்டும் . . . . சட்டத் திட்டங்களை மதித்து நடப்பது தனக்குண்டான தெய்வீகக் கடமைபோல் ஒரு சத்தியாகிரகி நினைக்கிறான். இதுபோல் கட்டுக்கோப்பாக சட்டங்களைப் பின்பற்றிய ஒருவரால்தான் எது நியாயம், எது அநியாயம் எனத் தரம்பிரித்துப் புரிந்துகொள்ள முடியும்.’

மேற்கண்ட வாக்கியங்களை வெகுநாட்களுக்கு முன்பே காந்தி எழுதியிருந்தாலும், ஆண்டுக்கணக்கான பயிற்சிக்குப் பிறகும் சத்தியாகிரகப் போராட்ட முறைக்கு அவர் நினைத்தது போல இந்தியர்கள் ஒத்துழைக்கவில்லை எனத் தெரிகிறது. இந்தியர்கள் அலுத்துப் போனதாகவும், சத்தியாகிரகத்தில் ஆர்வம் குன்றியதாகவும் பலர் சொல்கின்றனர். 1934இல் சத்தியாகிரக முறையைக் கைவிட்டது குறித்து பல பிரிவினர்கள் இடையே விமர்சனம் எழுந்திருக்கிறது. இந்தியாவில் இருந்தபோது அதில் பல குற்றச்சாட்டுக்களை நான் நேரடியாகக் கேட்டேன். இந்தியச் சூழலும் மனநிலையும் புரிந்துகொள்ள இவை பெரிதும் உதவுகின்றன.

'இந்துக்கள் சார்பில் பண்டித ஜவாஹர்லால் நேருவின் விமர்சனம் தீவிரமானது. சத்தியாகிரகப் போராட்டங்களை காந்தி இடை நிறுத்தியது சரி என ஒப்புக் கொண்டாலும், அதற்கு அவர் சொன்ன காரணங்கள் மிகச் சாதாரணமானவை மற்றும் விசித்திரமானவை என்று நேரு நம்பினார். காந்திமீது கம்யூனிஸ்ட்கள் வைத்த விமர்சனம் தீவிரமாக இருந்தது. சட்ட மறுப்புத் தீர்மானம், பிரிட்டன் தேசத்தில் அதிர்வலை உண்டாக்கியதென்றும், அதனைச் சமாளித்து முதலாளித்துவ வகுப்பினரை திருப்திப்படுத்தும் பொருட்டே காந்தி இப்போராட்டத்தை மட்டுப்படுத்தினார் எனச் சொன்னார்கள்.'

சத்தியாகிரகத்தின் பின்னால் ஓடியலைந்து வாழ்க்கையைத் தொலைத்த இளைஞர்கள், அதிருப்தி அடைந்து, 'சத்தியாகிரகம் மட்டும் முடிவுக்கு வராமல் இருந்திருந்தால், பிரிட்டன் தேசத்தை சுயாட்சி வழங்கும்படி நிர்பந்தித்திருப்போம்' எனச் சொன்னார்கள்.

இந்துமத வகுப்புவாதிகள் இப்போக்கை ஆதரிப்பதாகச் சிலர் என்னிடம் சொன்னார்கள். அதில் சரிபாதியினர் முதலாளித்துவ வகுப்பைச் சார்ந்தவர்கள். மறுபாதியினர், சத்தியாகிரகப் போராட்டம் வெற்றிப்பெற்று இந்தியாவிற்கு சுயாட்சி அங்கீகாரம் கிடைத்துவிட்டால் முஸ்லிம்களின் ஆதிக்கம் பெருகிவிடும் எனப் பயந்தார்கள். ஏனெனில் இந்துக்கள் அப்போது அதிகாரத் தோரணைக்குத் தயாராகவில்லை.

சத்தியாகிரகம் முறிந்து போனதை எண்ணி வருத்தமடைந்த முஸ்லிம்களின் நிலைமை, இந்துக்களைக் காட்டிலும் பரிதாபமாக இருந்தது. சரியோ, தவறோ இப்போராட்டம் மட்டும் நீடித்து வெற்றிப் பெற்றிருந்தால், இந்தியாவில் முஸ்லிம்களின் ஆதிக்கம் தலைதூக்கியிருக்கும். இந்தியாவின் அனைத்து மதங்களைச் சார்ந்த

சராசரி குடிமகன்களும் இதே காரணத்தை ஒட்டித்தான் சத்தியாகிரகம் பற்றிய ஆதரவான கருத்து கொண்டிருக்கின்றனர்.

‘அதனால் பல தொழில்கள் இழுத்துமூடப்பட்டன. ஒருவேளை அப்போராட்டம் வெற்றி பெற்றால் மக்களுக்குள் வகுப்புவாதச் சண்டை எழும் சூழல் நிலவியது. மறுபுறம், சத்தியாகிரகப் போராட்டம் நலிந்து கொண்டிருந்தது. இந்தியாவின் பெயரை உலக அரங்கில் காப்பாற்றுவதற்காக, காந்தி இதனைக் கைவிட வேண்டிய முக்கியப் பொறுப்பை மேற்கொண்டார்.’

மகாத்மா காந்தி முதலாளித்துவத்தின் எந்திரமாகச் செயல்படுகிறார் எனும் போலியான தகவலைத் தவிர்த்து, மேற்சொன்ன விமர்சனங்களில் உண்மை இருக்கலாம். எது எப்படியோ, இத்தேசம் மனத்தளவில் பல கூறுகளாகப் பிரிந்து கிடக்கிறது. இன்னும் தேசிய அளவில் ஒருங்கிணையத் தயாராகவில்லை.

சத்தியாகிரக முறை பின்பற்றப்படுகிறதோ இல்லையோ, காங்கிரஸ் அமைப்பிற்குள் காந்திக்கு அசைக்க முடியாத செல்வாக்கு இருந்தது. அரசியல் மீறிய விவகாரங்களை காங்கிரஸின் பார்வைக்குள் கொண்டு வந்ததில், அவருக்குப் பெரும் பங்கு உண்டு. இந்து முஸ்லிம் சமூகத்தினரிடையே அவர் விரும்பியது போலான சமூக உறவு ஏற்படவில்லை என்றபோதும், அவரவர் சமூகத்தில் உள்ள பொதுப் பிரச்சனைகளைத் தீர்க்கும் உபாயத்தைக் கண்டறிந்து சொன்னார். தான் பிரதிநிதித்துவப் படுத்தும் பொதுச் சமூகத்தின் அங்கத்தினர் அல்லல்படும் துன்பங்களை, தன் உறுப்பினர்கள் செவிமடுத்துச் சீர்செய்ய வேண்டும் எனக் காங்கிரஸ் புரிந்துகொண்டது.

1934ஆம் ஆண்டு தீவிர அரசியல் வாழ்க்கையில் இருந்து காந்தி விலகிக் கொண்டார். அதன்பிறகு அவர் ஒட்டுமொத்த ஆற்றலும் மக்களுக்கு அறிவூட்டப் பயன்பட்டது. குறிப்பாக உழவர் இனத்தின் அறிவுச் செயல்பாட்டுக்காக அதிக நேரம் ஒதுக்கினார்.

அத்தியாயம் 20

மகாத்மா காந்தியை இல்லத்தில் சந்தித்தல்

மகாத்மா காந்தியின் அன்றாட வாழ்க்கை முறையினையும் அவர் செயல்பாடுகளையும் அறிந்துகொள்ளும் பொருட்டு, அவரின் தினசரி அலுவல் குறித்த சித்திரம் ஒன்றை 1935ஆம் ஆண்டு நான் பார்த்த அளவில் சுருக்கமாகப் பதிவு செய்கிறேன்.

காந்தியின் ஒரு சராசரி நாள் பின்வருமாறு தொடங்குகிறது:

வார்தாவில் அப்போது அதிகாலை நான்கு மணி. இருள் கவ்விய பின்புலத்தில் மங்கலாகச் சில நட்சத்திரங்கள் பூத்தன. நெடிய தோட்டத்திற்கு நடுவே உள்ள செவ்வக வீட்டின் முற்றத்தில் இந்தக் காட்சி அன்றாடம் அரங்கேறும். மின் விளக்கு வெளிச்சம், அறைகளின் கண்ணாடி ஜன்னல்கள் வழியே எட்டிப்பார்த்தது. அந்த வெளிச்சத்தில், தூண்கள் தாங்கிய முகப்பு மண்டபம் பிரகாசமாகத் தெரிந்தது. வெண்ணிறத் தூய ஆடை அணிந்த சிலர் பரபரப்புடன் விரைந்து கொண்டிருந்தார்கள்.

முன்பு நான் தில்லியில் விவரித்த அறையின் அசல் பிரதிபோல் இந்த அறை தோற்றமளித்தது. இருபாலர்களும் தங்கள் கால் முட்டியில் கையைப் புதைத்து, பவ்வியமாகச் சிரம் தாழ்த்தி தரையில் அமர்ந்திருந்தனர். அவர்களுக்கு மத்தியில் மகாத்மா காந்தி வீற்றிருந்தார். அவரின் தனித்துவ இருப்பு குறித்து அங்கிருந்தவர்கள் அறியாமல் இல்லை. என்றாலும் எவ்வித விசேஷ கவனிப்பும் இன்றி சராசரி மனிதர்போல் இருந்தார். விளக்குகள் அணைக்கப்பட்டன.

அறையின் நடுவே உயரம் குறைந்த பழங்காலத்திலான முக்காலி ஒன்று இருந்தது. அதன்மேல் ஒரு மண்விளக்கு திரியில்லாமல்

ஒளிரத் தொடங்கியது. திரவம் தீப்பற்றி எரிவதுபோல், விளக்கிலிருந்த எண்ணெய் விடாமல் ஒளிர்ந்தது. இதற்குப் பின்னால் மார்பளவுச் சிலை போல ஒரு பெண்ணின் உருவம் தோற்றம் கண்டது. வெண்ணிறத் துணியால் அவர் முக்காடிட்டு முகம் மறைத்திருப்பதைப் பார்த்தால் கன்னியாஸ்திரி எனத் தோன்றும். அவர்தான் சகோதரி மீராபென். காலைநேர பிரார்த்தனை சடங்குகளை முறையாகத் தொடங்கி வைத்தார். திரவம் தீப்பற்றி எரியும் சன்னமான வெளிச்சத்தில் மீராபென் உருவம் மட்டுமே தெளிவாகத் தெரிந்தது. மற்றெல்லோரும் மங்கலாகத் தெரிந்தனர்.

மீராபென்னின் இருள் கவிழ்ந்த முகம்போல, அந்த அறை நெடுகவும் ஆழமான அமைதி பரவியிருந்தது. தில்லியில் கண்ட வழிபாட்டுக் கூடத்திற்கும் இதற்கும் வானளவு வித்தியாசம். அங்கு உளப்பூர்வமான ஆன்மத் தேடலில் மனத்தை மென்மையாக கையாண்டனர். ஆனால் இங்கு இறுக்கமான உள்ளழுத்தம் நீடித்து வழிந்தது. உயரம் தாண்டும் போட்டியில், தசைகளை இறுகப்பிடித்து தயாராகும் ஓட்டப்பந்தய வீரனோடு இந்த மனோநிலையை ஒப்பிடலாம்.

மீராபென்னின் வசீகரமுடைய குரலில், இந்து மதப் புனிதத்துவம் பெற்ற சம்ஸ்கிருத மந்திரங்கள் ஓதப்பட்டன. சில தொடர்களைக் கூட்டத்திலிருந்தவர்களும் சேர்ந்து உச்சரித்தனர். பூமிக்கு அடியிலிருந்து கத்துவது போலவும், மூடிய கல்லறையிலிருந்து முனகுவதுபோலவும் அச்சத்தம் எதிரொலித்தது. 'ஹூம்ம்ம்ம் ம்ம்ம்ம்ம்' என்ற அதிர்வலை தொடர்ச்சியாக ஒலித்துக் கொண்டிருந்தது.

அன்றாடப் பணிகளைத் துவங்குவதற்கு முன்பு, தம்மைத் தாமே அசுத்த நிலையிலிருந்து மீட்கும் முகமாக இச்சடங்கு நிகழ்த்தப்படுவதாய்ச் சொன்னார்கள். எனவே அதிகாலை வழிபாடு அழுத்தமாகவும் தளர்வின்றியும் நடைபெறுகிறது; மாலைநேர வழிபாடு ஆன்மத் தேடலை அதிகரித்து, மகிழ்வுடன் அந்நாளுக்கான பணிகள் நிறைவுறுவதைச் சுட்டிக்காட்டுகிறது.

அவர்கள் ஜெபிக்கும் சம்ஸ்கிருந்த வார்த்தைகள் சன்னமாக, தொய்வின்றி, இடைவிடாது ஒலிர்கின்றன. அந்தத் தொனியில் ஏதோவொரு மாயவிசை மறைந்திருக்கிறது. இரத்தமும் சதையும் பிணைந்துள்ள மனித உடலை ஊடுருவி, உடலியல் உணர்ச்சிகளுக்கு அப்பாற்பட்ட உணர்வை அவை தூண்டின.

‘ஆன்மாவின் சாரமாய் என் இதயத்தில் துடிக்கும் அவனை இந்த அதிகாலை வேளையில் நினைத்துப் பார்க்கிறேன். துறவிகள் வேண்டித் துடிக்கும் ஞானம், கல்வி, உண்மை, அருள் முதலானவற்றை வழங்கி, உறக்கத்திலும் விழிப்பிலும் எம்மைப் பாதுகாத்து வழிநடத்துவோனே! உயிர்த்திரளின் உருவம் அல்ல, அரூபத்தின் அங்கம் நான்.’

‘இருளை அகற்றவல்ல, நித்ய சூரியனாம் அவனை இந்த விடிகாலை ஜாமத்தில் சிரம் தாழ்ந்து வணங்குகிறேன். இப்பூமியை பாம்புப் படுக்கையாய்ச் சுற்றிச் சயந்திருக்கும், எல்லாம் வல்ல சர்வ வல்லமைகளும் படைத்தோனே.’

‘சிந்தைக்கும் பேச்சுக்கும் அப்பாற்பட்ட அவனை அன்றாடம் இவ்விடியலில் வணங்குகிறேன். வார்த்தைகளுக்குப் பொருளானவன், புனித நூல்களின் விளக்கங்களுக்கு மேலானவன், தேவாதி தேவன், பிறப்பற்றவன், முன்னைப் பழமைக்கும் பழமையானவன், மாறாத் தன்மையுடைய மாசற்றவன்.’**

‘நாளும் உன்னையே நினைந்து, உன்னையே வணங்கி, உனக்கே சரணாகிறோம். அண்ட நிகழ்வுகளின் சாட்சி நீதான், உண்மையின் ஒரே நம்பிக்கை நீதான், சார்பின்றி தனித்தியங்கும் உன்னையே சரணாகதியென்று நாடி வந்தோம் நாங்கள். பிறவிப் பெருங்கடலை நீந்திக் கரையேற, தெப்பமாய் வந்து எம்மை இரட்சிப்போனே!’

‘நீயே அடைக்கலம், நீ ஒருவனே தெய்வம், எந்நாளும் மாறாத மாண்புடையவன். பாதுகாப்பாய், தண்ணென்று ஒளிர்வாய். படைத்தல், காத்தல், அழித்தலென்று முத்தொழில்களையும் மேற்கொள்பவன் நீதான். நீயன்றி யாருண்டு, அசைவில்லா அதிசயமே!’

** அரபி மொழியில் இதே பொருளை உணர்த்தும் இஸ்லாமிய வசனம் ஒன்று உண்டு: ‘குல்லா-மா-ஹத்தாரா பை-பலிக்; ஃபல்லாஹு-சிவ-ஜாலிக்.’ இதன் பொருளாவது: ‘இறைவன் குறித்து உங்களுக்கு என்னவெல்லாம் தோன்றுகின்றதோ, அது எதுவாகவும் அவன் இல்லை.’ குர்-ஆனில் கூட, ‘அல்லாஹுஸ்மத். லெம்-யெலிட், வெ-லெம்-யுலெட்’ என்றொரு வசனம் உண்டு. அதன் பொருளாவது ‘அல்லாஹ் அவன் ஒருவனே. அல்லாஹ் (எவரிடத்தும்) தேவையற்றவன். அவன் (எவரையும்) பெறவுமில்லை; (எவராலும்) பெறப்படவுமில்லை.’

'நடுக்குறும் அச்சங்களுக்கெல்லாம் அச்சமூட்டுபவனே, பயங்களைத் தூர விரட்டுபவனே, மாசு தூசுகளை செம்மைப் படுத்தும் தூயனே.'

ஒப்பில்லாத இவ்வாழ்த்துரைகளுக்குப் பின்னால், வார்த்தைக்குள் அடங்காமல் சிந்தைக்கு அப்பாற்பட்ட பரம் பொருள் ஞானம் பொதிந்திருக்கிறது. இவற்றுள் சமய பேதம் தாண்டிய, கடவுள் குறித்த மிக உயர்ந்த புரிதலை நான் காண்கிறேன். எனினும் சில மந்திரங்கள், குறியீட்டுத்தனம் தொடங்கும் புள்ளியை வட்டமிட்டு காண்பிக்கின்றன. புத்திக்கு எட்டாத ஒற்றை மகோன்னத ஞானத்தை அவை உருவகப்படுத்துகின்றன. அதுதான் இந்து மதத்தின் தனித்துவப் பண்பெனச் சொல்வேன். யானைக் கடவுளுக்கான வழிபாடு தொடங்குகிறது:

> 'திரிந்த முகம், பருத்த உடல், லட்சம் சூரியன்களை அள்ளித் தெளித்த பிரகாசம் ...'

பூமித்தாயை நோக்கி பின்வரும் வரிகள் உச்சரிக்கப்படுகின்றன:

> 'பெருங்கடல்களை ஆடையாக உடுத்தி, மலைக் குன்றுகளை மார்பெனக் கொண்டவள்...'

ஒவ்வொருவரின் நுகர்திறனுக்கு ஏற்ப, கடத்தப்படும் ஒற்றை ஞானத்தின் பொருள் வேறுபட்டுக்கொண்டே போகிறது. எனக்கு வாரணாசி நினைவுகள் பீறிடுகின்றன. முன்பு சொன்னதுபோல் இது இந்துமதத்தின் தனித்துவப் பண்பு. அருவமான உயரியக் கருத்துக்களை, உலகியல் அறிவில் நாம் அனுபவித்தறிந்த உணர்ச்சிப் பிழம்பினோடு ஒருங்கே பொருத்திக்காட்டும் பணியை இந்துமதம் மேற்கொள்கிறது.

ஓம் என்று ஒலித்த கூட்டுச் சத்தம் மேலும் வலுத்துக் கடுமையானது. கூட்டத்திலிருந்து ஒவ்வொரு வார்த்தைகளாகக் கரகரப்புடன் உதிர்ந்தன. ஒவ்வொரு நாளும் பதினொரு சூளுரைகளை உரக்கச் சொல்லி புதிதாகப் பூத்த காலை வேளையை வரவேற்கின்றனர்.

> *(1) அஹிம்சை (2) சத்தியம் (3) அஸ்தேயம் (4) பிரம்மச்சரியம் (5) அசங்கிரகம் (6) சரீரஸரமம் (7) அஸ்வதம் (8) ஸர்வத்ர-பயவர்ஜனம் (9) ஸர்வதர் மிசமானத்வா (10) ஸ்வதேசி (11) ஸ்பர்ஷ்-பவன*

> ஹே ஏக்தேஸ சேவாவி நாம்ரத்வே வ்ரட்டினிஸ்செய்யெ.

மொழிபெயர்ப்பு : (1) கொல்லாமை (2) உண்மை (3) கள்ளாமை (4) துறவறம் (5) உடைமை துறத்தல் (6) உடல் உழைப்பு (7) நாவடக்கம் (8) அஞ்சாமை (9) சமய நல்லிணக்கம் (10) சுதேசி (11) தீண்டாமை ஒழிப்பு.

இப்பதினோரு சூளுரைகளையும் தன்னடக்கத்தோடு ஒருவன் பயின்றுவரவேண்டும்.

காலை எட்டு மணியளவில், சூரிய ஒளி சுள்ளென்று வீசும் முற்றத்தில் கொதிகொதிப்புடன் ஒரு சம்பவம் அரங்கேறியது. தோளில் மண்வெட்டி மற்றும் அள்ளுவாளியை ஏந்திக்கொண்டு ஆடவர்கள் சிலர் கதவை நோக்கி விரைந்தனர். அவர்களுக்குப் பின்னால் பக்கெட்டுகளோடு மேலும் சிலர் பின்தொடர்ந்தனர். கதவு வளைவுக்கு அப்பாலிருந்த வார்தா கிராமத்தைச் சுத்தம் செய்யும் சுகாதாரப் பணியின் பொருட்டு அவர்கள் எல்லோரும் கிளம்பினார்கள். மேற்கத்திய வாசகர்களுக்கு நான் ஒன்றைச் சுருக்கமாக விவரிப்பது அவசியமாகிறது.

கிழக்கின் பின்தங்கிய கிராமங்களில், இன்னும் குறிப்பாக இந்தியாவின் எந்தவொரு கிராமத்துக் குடிசையிலும் கழிப்பறை வசதி கிடையாது. இதை நான் முன்பே சொல்லியிருக்கிறேன். ஆண்களும் பெண்களும் வயல்வெளிக்குச் சென்று ஆகவேண்டியதை முடித்துவிட்டுத் திரும்புவார்கள். ஒரு சராசரி காலைப் பொழுதில் பயன்பாடற்ற தோட்டத்திலோ, ஆளில்லா சந்துகளிலோ கூட்டம் கூட்டமாக அங்குமிங்கும் விரவிக் கிடக்கும் இந்தியர்களைச் சுலபத்தில் பார்க்கலாம். அப்பகுதிக்குள் யாரும் வந்தால் பெண்கள் எழுந்து, அவர்கள் கடந்து சென்றபின் மீண்டும் தொடங்குவார்கள். ஆனால் ஆண்கள் வெட்கமற்று அப்படியே உட்கார்ந்திருப்பார்கள். இந்த மலக்குப்பையால் உண்டாகும் உபாதைகளைச் சொல்லி மாளாது. நாற்றம் நோய் உண்டாக்கும், மல மேட்டில் மொய்க்கும் பூச்சிகள் எல்லாவிதமான நோய்த்தொற்றுக்கும் அடிப்படை ஆதாரமாக விளங்கும். நூற்றாண்டுகால பழக்கமாதலால், கிராமத்துவாசிகளுக்கு இதன் கோரமுகம் தெரிந்திருக்க வாய்ப்பில்லை. பிரிட்டிஷ் ஆட்சியாளர்கள் கழிப்பறையைப் பயன்படுத்தச் சொல்லி வற்புறுத்தியும், இயலாமை அல்லது போதாமைக் காரணங்களால் இன்னும் இத்திட்டம் இங்கு நிறைவேறிய பாடில்லை. நிலக்கிழார்கள் சொந்தமாக கழிப்பறை வைத்திருக்கிறார்கள். ஆனால் பழக்க வழக்கத்தையும் பண்பாட்டையும் மீறி, அவ்வூர் மக்களுக்கு எதுவும் பயிற்றுவிக்க துணியமாட்டார்கள்.

தொடக்கத்தில் எளிய சுகாதார விதிகளை அறிமுகப்படுத்திய காந்தி, 1935ஆம் ஆண்டில் தாமே ஒரு துப்புரவுப் பிரசாரத்தைத் தொடங்கி வைத்தார். கிராமத்தினரை ஊக்கப்படுத்தி ஒன்றிணைக்க இதுவொன்றுதான் வழியாக இருந்தது. இத்துப்புரவுப் பிரசாரம், தூய்மை செய்வதோடு வளமிக்க பயனொன்றைக் கனியாக அறுவடை செய்யும் நோக்கத்தைப் பிரதானமாகக் கொண்டிருந்தது. அதன் சிறப்பம்சங்கள் சில பின்வருமாறு:

1. மனிதக் கழிவுகளை மண்மூடி புதைத்து மணல்மேடுகளாக்க வேண்டும். பின் அவற்றை வீட்டுத் தோட்டத்திற்கோ, வயல்வெளிக்கோ உரமாகப் பயன்படுத்திக் கொள்ள முடியும்.

2. இருபாலர்களுக்கும் பிரத்தியேக இடங்களைத் தேர்வு செய்ய வேண்டும். ஓர் அடி ஆழமும் ஆறு அங்குல அகலமும் உள்ள பல குழிகளைச் சீரான இடைவெளியில் தோண்டி, அவற்றுள் மண்புதைத்த கழிவுகளைக் கொட்டி மூடவேண்டும். இத்திட்டத்தின்படி வாராவாரம் ஒவ்வொரு இடத்தைச் சுத்தம் செய்தல் வேண்டும்.

3. பொது கழிப்பிடங்கள் நிர்மாணிக்கவும், ஏழை நடுத்தர மக்கள் தங்கள் குடிசையில் கழிப்பிடம் கட்டிக்கொள்ளவும் உதவி செய்தல் அவசியம்.

1935ஆம் ஆண்டின் மார்ச் மாத மத்தியில் தொடங்கப்பெற்ற இப்பிரசாரம் தொடர்ந்து சில மாதங்கள் வெற்றிகரமாக நடைபெற்றது. சாலையோரம், வயல்வெளி, கால்வாய் என்று மனித மலம் கொட்டிக்கிடக்கும் ஒவ்வொரு மூலைமுடுக்கிலும் காந்தியின் சீடர்கள் சல்லடையிட்டு சலித்தார்போல சுத்தம் செய்வதைக் கிராம மக்கள் அன்றாடம் பார்த்தனர். அத்தோடு ஊர் மக்களிடம் உரையாடல் வளர்த்து சுகாதாரம் பேணுவதன் அவசியத்தைச் சொல்லி பிரசாரத்திற்கு ஆள் சேர்த்தனர். ஹரிஜன் எனும் தன் வாராந்திரப் பத்திரிக்கையில் இப்பிரசார நடவடிக்கையையும், அதன் முன்னேற்றத்தையும், அதன் அவசியத்தையும் அறிவியல்பூர்வச் சான்றுகளுடன் வெளியிட்டார், காந்தி. தம்மால் எழுத இயலாதபோது, களப்பணியாளர்களைக் கொண்டு கட்டுரைகள் வெளியிட்டார். கிராமந் தழுவிய செயல்பாடாக இத்திட்டம் வளர்ச்சிப் பெற்றது. இதனால் மக்களிடையே கண்ணியமும் சுகாதார மனப்பாண்மையும் ஒப்பீட்டளவில் உயர்ந்தன. செய்யும் தொழிலைப் புனிதமாகக் கருத்துருவாக்குதில் இத்திட்டத்திற்கு முக்கியப் பங்கு உள்ளதை

யாரும் மறக்க முடியாது. இன்றும் இப்பிரச்சாரம் வெற்றிகரமாக நடைப்பெற்று வருகிறது.

●

காலை பத்து மணிக்கு முதல் வேளை உணவு. வெப்பமண்டலச் சூரியனின் தகிக்கும் வெள்ளை நிற வெளிச்சம் முற்றத்தை முழுவதுமாக நனைத்திருந்தது. தூண்கள் அலங்கரித்த வராண்டா முகப்பின் இடப்பக்கம், விரிப்புகளைப் பரப்பி வைத்தனர். மகாத்மா காந்தியின் ஆசிரமத்தில் வாழும் குழந்தை முதல் முதியோர் வரை, அனைவரும் வரிசையாக அவ்விரிப்பின்மேல் அமர்ந்தனர். ஒவ்வொருவருக்கும் ஒரு செப்புத்தட்டு வைக்கப் பட்டது. பெரிய பானைகளிலிருந்து உணவும் சப்பாத்தியும் பரிமாறிக் கொண்டு வந்தனர் இருவர். உணவைப் பொறுத்தமட்டில் பாலிஷ் செய்யப்படாத அரிசிச் சோற்றோடு, காய்கறியும் பழங்களும் பரிமாறப்பட்டன. உணவு பரிமாறும்வரை நீடித்திருந்த அமைதி, ஒருகணம் கூட்டாகக் கலைந்தது:

> ‘ஓம் ஸஹ நாவவது; ஸஹ நௌ புனக்து; ஸஹ வீர்யம் கரவாவஹை; தேஜஸ்வி நாவதீதமஸ்து; மா வித்ஷாவஹை; ஓம், சாந்தி, சாந்தி, சாந்தி!’
>
> மொழிபெயர்ப்பு: ‘நம்மைக் காப்பாராக; நாம் அனுபவிக்குமாறு ஊக்குவிப்பாராக; நாம் அனைவரும் ஈடுபாடுமிக்க ஆற்றலுடன் உழைப்போமாக; கற்றது நமக்கு பயனுள்ளதாக விளங்கட்டும்; எதற்காகவும் நாம் ஒருவரையொருவர் வெறுக்காமல் இருப்போமாக. அமைதி, அமைதி, அமைதி!’

அங்கு ஊக்கமும் சகோதர உணர்வும் நிலவியது. தம் உடல் உழைப்பினால் பெற்ற உணவு ஆகையால், எல்லோரும் மகிழ்ச்சியாக அருந்தி முடித்தனர். கொஞ்ச நேரம் இளைப்பாற, மனம்விட்டு அரட்டை அடித்தனர். மகாத்மா காந்தி ஒவ்வொரு நகைச்சுவைத் துணுக்காக இறக்கிக் கொண்டிருந்தார். குறிப்பாக அருகிலிருந்த சின்னப் பையனிடம். அவரோடு அவன் அணுக்கமாக ஒட்டிக்கொண்டான். எல்லோரும் அதிகாலை நான்கு மணியில் இருந்து வேலை செய்யத் தொடங்கினவர்கள். ஆகவே மேஜையைச் சுத்தப்படுத்திவிட்டு சிறிய உறக்கத்திற்குத் தயாரானார்கள்.

இப்போது பார்வையாளர்கள் உள்ளே வரலாம். தில்லியில் நாம் பார்த்ததுபோன்றே காந்திக்குப் பிடித்தமான எளிய நூற்பு

இயந்திரங்கள் அவர் அறையில் இருந்தன. அவர் பரிசோதித்து ஓட்டிப் பார்க்கப் புதிதாகச் சில இயந்திரங்கள் வைத்திருந்தார்கள். இயந்திரமயப்பட்ட வாழ்வியல் காந்திக்கு உவப்பளிக்கக் கூடியது அல்ல என்றாலும், தொழிலாளர்களின் படைப்பாக்க உள்ளுணர்வைக் காயப்படுத்தாமல் அவர்களின் உடல் உழைப்பை இலகுவாக்கும் சின்னச் சின்ன இயந்திரங்களை அவர் வரவேற்றார்.

அதற்கு அடுத்ததாக சகோதரி கஸ்தூரிபாயின் அறை. அவர் அங்குதான் இருப்பார் எனச் சொல்லமுடியாது. வராண்டாவில் கூட இருக்கலாம். மாலை வேளை உணவுக்கு அரிசி அல்லது கோதுமையைச் சுத்தம் செய்யும் பொருட்டு மும்முரமாக இருக்கக்கூடும். எதிர்புறம் இரண்டு அறைகள் இருந்தன. சிறிய அறையிலிருந்து தொடர்ச்சியாகத் தட்டச்சுப்பொறியின் சத்தம் கேட்டுக்கொண்டிருந்தது. அதற்குக் காரணம் சகோதரர் மகாதேவ். பெரிய அறையில் பழமை வாய்ந்த கிராமப்புறக் கைவினைப் பொருட்கள் அலங்காரம் செய்து வைத்திருந்தனர். சில சந்தர்ப்பங்களில் இங்கு வரும் விருந்தினர்கள், நாகரிக மாற்றத்தால் வெட்ட வெளியிலும் கூட்டத்திற்கு நடுவிலும் உறங்குவதற்குச் சிரமப்படுவார்கள். அவர்கள் தங்குவதற்கு இந்த அறை ஒதுக்கப் பட்டது. மற்றபடி இங்குள்ள ஆண்களும் பெண்களும் ஆளுக்கொரு மூலையில் மாடியில் படுத்து உறங்குவதே வழக்கம்.

பெண்கள் சுத்தப்படுத்துவதற்கும் துணி துவைப்பதற்கும் வீடு முழுக்க தண்ணீர் வசதி இருந்தது. கழிப்பறை முதலான வேறு சில சௌகரியங்களும் உண்டு. காய்கறித் தோட்டமும் பூந்தோட்டமும் எழில் சேர்ப்பதாக இருந்தன. வார்தாவின் விசேஷ தட்ப வெப்பத்தில் மென் மலர்களிலிருந்து வீசும் ரம்மியமான வாசனைக்கு முடிவே கிடையாது. இவ்விடம் முன்பு ஒரு கோடீஸ்வரர் வசம் இருந்தது. போகம் பொங்க திளைக்கும் இடமாக அவர் இதைப் பயன்படுத்தியிருக்கக்கூடும். பளிங்குக் கற்களால் ஆன பொல்லாத தேவதைச் சிலைகள், சேட்டைப்பிடித்த ஆட்டுக்குட்டிக்கு சகோதரி மீராபென் போராடிப் பாலூட்டும் சாமர்த்தியத்தை முறுவல் பூத்துப் பார்க்கின்றன.

காந்தியோடு தொடர்புடைய மற்றும் சில நிறுவனங்கள் இங்கிருந்து இரண்டு மைல் தூரத்தில் அமைந்துள்ளன. முதலில் இருப்பது மகளிர் ஆசிரமம். அங்குள்ள மாணவிகளும் பாடம் பயிற்றுவிக்கும் ஆசிரியர்களும் தேச சேவையில் தம்மைப் ஈடுபடுத்திக்கொண்ட கைம்பெண்களாகவும் செல்வந்த, வறிய குடும்பங்களின் வாரிசுகளாகவும் இருந்தனர். கிராம மக்களுக்குப் பயன்பெறாத

விஷயம் ஒன்றும் அங்குச் சொல்லித்தருவதில்லை. அங்குள்ள அனைவரும் காந்தியின் சூழுரைக்குக் கட்டுப்பட்டவர்கள்.

அப்பழுக்கற்ற சுத்தமான அறையில் இருவர் - மூவராகச் சேர்ந்து தங்கியிருந்தனர். உட்காருவதற்கு விரிப்புகளும் உறங்குவதற்கு மெத்தைகளும் வழங்கியிருந்தார்கள். குழந்தைகள் உடுத்திக் கொள்ள போதுமான ஆடைகள் இருந்தன. அங்குள்ள எல்லாப் பொருட்களும் அவர்கள் கைவண்ணத்தில் உருவானவை. செயற்கைப் பொருட்களைக் காண்பதே அரிது. அவர்களின் கல்விமுறையும் பயிற்சிமுறையும் பயன்பாட்டு ரீதியிலான நோக்கம் கொண்டவை. இருள் கவிழ்ந்த அறையிலும் இசைப் பயிற்சி செய்து கொண்டிருப்பார்கள். பாட்டுச் சத்தமும் இசைக்கருவிகள் சத்தமும் இடையறாது ஒலிக்கும். ஆங்கிலப் பேச்சுத்திறனுடைய கணவான்கள் காந்தியைக் காண வரும்போது இவர்களிடையே உரையாற்றும்படி கேட்டுக்கொள்ளப்படுகின்றனர். நேரம் வாய்க்கும் போது காந்தியும் பயன்பெறத்தக்க உரைகளை வழங்குகிறார்.

இதற்கு அடுத்தப்படியாக ஆடவர் ஆசிரமம். இங்குள்ள மாணவர்களைப் பார்க்க விரும்பினால் வகுப்பறை அல்லது தொழிற்கூடத்திற்குச் செல்லவேண்டும். இவை தவிர்த்து வேறெங்கும் அவர்களைப் பார்க்க முடியாது. பருத்தியினால் ஆகக்கூடிய சகல பொருட்களும் இவர்களுக்கு அத்துப்படி. இம்மி அளவிலான பஞ்சுத் துணுக்குக்கும் சேதாரமின்றி வேலை செய்கிறார்கள். தோல் பதனிடுதல், பாதணி செய்தல், தச்சு வேலை மேற்கொள்ளுதல் முதலான தொழில்கள் இங்குக் கற்றுக் கொடுக்கப்படுகின்றன. உற்பத்திச் செய்யும் பொருட்களைச் சந்தையில் விற்பதோடு வீட்டு உபயோகத்திற்கும் பயன்படுத்திக் கொள்கிறார்கள். விவசாயக் குடியின் வாழ்வாதாரத்தைத் தங்களால் இயன்ற அளவு ஏற்றம் கொள்ளச் செய்ய எல்லாவிதப் பிரயத்தனங்களும் செய்கிறார்கள். இந்நிறுவனங்கள் பெரும்பாலும் அரிஜன கிராமங்களை ஒட்டி இருந்தன. சுத்தமான சிறிய குடிசைகள்; அதன் பாதுகாப்பு வளையம்போல் எளிய மரச்சட்டங்கள். ஆண்கள் மரம் அறுப்பதும், பெண்கள் குடிசைக்குள்ளிருந்து பானை புனைவதுமே வாழ்வாதாரம். வெளியாட்கள் பார்வையிட வரும்போது இக்கல்விக்கூடத்தின் சிறப்பும், தொழிற்முறைப் பயிற்சியின் மேன்மையும் குறித்து சகோதரர் மகாதேவ் எடுத்துரைப்பார். கிராமத்திலேயே வாழ்ந்து, உடல் நலிவுற்றோர் களுக்கு உதவி செய்து, சுகாதரச் சேவைகள் செய்து, சீரான உணவுகளை உட்கொண்டு, அசல் கிராம வாழ்க்கையை அம்மக்களோடு சேர்ந்து ஆர்ப்பாட்டமின்றி களிக்கின்றனர்.

இவை எல்லாவற்றுக்கும் நிதிமூலம் எங்கிருந்து வருகிறது? யார் செலவு? ஜம்னாலால் பஜாஜ் எனும் ஆறடி உயரமுள்ள ஆஜானுபாகுவான மனிதர்தான் இதற்குப் பின்னாலிருக்கும் மாயவிசை. வசீகரமுடைய, அடர் நிற முகம். பழகுவதற்கு எளிமையான மனிதர், கலகலக்கும் கண்கள், பளீர் வெண்ணிறப் பற்கள், குதூகலமூட்டும் வேடிக்கையான பேச்சு.

இந்தச் சொத்துகளுக்கெல்லாம் உரிமையாளரான மூப்படைந்த ஓர் இந்து லட்சாதிபதியின் சுவீகாரப் புதல்வதன்தான் ஜம்னாலால். அந்த முதியவருக்குக் குழந்தைகள் கிடையாது. எனவே ஏழை சிறுவனைத் தத்தெடுத்துக் கொண்டார். பழங்கால இந்துசமயச் சட்டப்படி பெண்களுக்குச் சொத்துரிமை கிடையாது. அதனால் வயது முதிர்ந்த பெற்றோருக்குப் பெண்கள் வீண் சுமையாகத் தெரிந்தனர். அப்படித்தான் ஜம்னாலால் பஜாஜ் எனும் ஏழைச் சிறுவனுக்கு மாட மாளிகையில் வாழும் வாய்ப்பு உருவாகியது. எனினும் இச்சொத்துகளுக்கு உரிமையாளர்போல் அன்றி, அறங்காவலர் என்ற நிலையில் அவர் செயல்பட்டார். தான் சார்ந்த சமூகத்தின் மேம்பாட்டிற்காக அவற்றைச் செலவுசெய்தார். பள்ளிக்கூடங்கள், விருந்தினர் மாளிகைகள் மற்றும் தொழிற்கூடங்களை நிறுவினார். இந்து முஸ்லிம்களிடையே அவருக்கு யாதொரு வேற்றுமையும் கிடையாது. ஜாமியா நிறுவனத்தின் அடிக்கல் நாட்டு விழாவின்போது, அதன் கொடையாளர் பட்டியலை நான் காண நேர்ந்தது. அதில் இவரின் பெயரும் முதன்மையாக இருந்தது. மதம், இனம் பாராமல், இந்தியாவின் நன்மைக்காக பாடுபடும் அனைவருக்கும் நண்பராக விளங்குகிறார்.

ஆசிரமங்களுக்குப் போகும் வழியில் இவர் இல்லம் அமைந்துள்ளது. எவர் ஒருவரும் முன் அனுமதியின்றி இவர் வீட்டுக்குச் சென்று மதிய உணவு சாப்பிடலாம். மகாத்மா காந்தியின் ஆசிரமத்தில் நிகழ்வது போல, இந்தியாவின் மதிப்புமிக்க மனிதர்களுள் ஒருவருடன் எளிமையாக மதிய உணவு சாப்பிடும் மகிமையை அங்குப் பார்க்கலாம். ஒரு சராசரி கிராமத்துவாசியின் வாழ்க்கையைக் காட்டிலும், ஜம்னாலால் பஜாஜ்ஜின் வாழ்க்கை ஒன்றும் அத்தனை உயர்ந்ததன்று. பஜாஜின் மகள்களுள் ஒருவர் காந்தி ஆசிரமத்தில் தங்கியுள்ளார். சிறிய கால்சராயும், மொரமொரப்பான பருத்திச் சட்டையும் அணிந்த மெலிதான உருவம். கால்களில் செருப்புக் கிடையாது, ஒட்ட நறுக்கப்பட்ட தலைமுடி. பார்ப்பவர்கள் ‘பையன்’ எனச் சொன்னாலும் நம்பிவிடக் கூடிய உருவமைப்பு. இருபது வயது

பூர்த்தியடையாத போதும் இப்பெண்மணி காந்தியின் பதினொரு சூளுரைகளை ஏற்றுக்கொண்டார். கவரக்கூடிய கண்களும் கட்டுக்கோப்பான பண்புகளும் அவரை முதிர்ச்சியடைந்த பெண்மணி என ஒப்புக்கொள்ளத் தூண்டும்.

பிரதான சாலையின் இறக்கத்தில் அரிஜன மக்கள் நுழைவதற்கு உரிமையுடைய கோவில் ஒன்று உள்ளது. சாதியத் தடைகள் முற்றிலும் நொறுக்கப்பட்டதன் எடுத்துக்காட்டாக இதைப் பார்க்கலாம். கைவினைப் பொருட்களுக்கான டிப்போக்கள், விருந்தினர் மாளிகைகள் முதலிய பல ஏற்பாடுகள் அங்கு இருந்தன. விவசாயிகள், கவர்ச்சியான சுவரொட்டிகளைக் கையில் ஏந்திய நாடோடிக் கூத்துக் கலைஞர்கள், இழுவை வண்டிகள், ஊதா நிறப் பாவாடை அணிந்த பெண்கள், சிகப்பு அல்லது மஞ்சள் நிற ரவிக்கைகள், பலவண்ண முகத்திரைகள், செப்புக் காப்புகள், தலையில் குஜா அல்லது கூடைகளைச் சுமந்து செல்லும் பெண்களின் கொலுசொலிகள் - இவையெல்லாம் ஒரே சாலையில் பயணம் செய்தன. இப்பெண்களில் சிலர் சாலை மருங்கேயுள்ள தோட்டங்களில் வேலை செய்ய, வேறு சிலர் திரிகை வைத்து மாவு அரைத்துக் கொண்டே பாட்டுப் பாட, சக்கரம் சுழலுவும் - வண்ணமயமான ஆடைகள் அக்காட்சிக்கு அழகு சேர்க்கவும் - பின்னணியில் பாட்டொலி கேட்கவும்... இதை மட்டும் மகாத்மா காந்தி பார்த்திருந்தால் ஒருகணம் பெருமிதத்தோடு பார்த்து, 'ஆஹா, நான் உங்களை இப்படித்தானே பார்க்க ஆசைப்பட்டேன்' என்று அன்பொழுகச் சொல்லியிருப்பார். புதுவித - இந்துமதத்தின் வழிகாட்டல் வெளிச்சத்தைத் தனக்கொப்ப நெறிப்படுத்தியவர் என்றாலும் தன் சாதனை குறித்து காந்தி பெருமை கொள்ளலாம். கிராமப்புற அடுக்களைக்கு இவ்வெளிச்சத்தைக் கொண்டு சேர்த்ததன் முன்னோடி அவர்தான்.

மீண்டும் காந்தி ஆசிரமத்துக்குச் செல்வோம். ஒவ்வொருவரும் தனக்கான வேலைகளைக் கவனித்து வருகின்றனர். காந்தியும் நூற்பு செய்தல், விருந்தினர்களை உபசரித்து உரையாடுதல் என்று தன் அன்றாட வேலைகளில் மூழ்கத் தொடங்குகிறார். ரோல்ஸ் - ராய்ஸில் சிலர், கட்டை வண்டியில் சிலர், கால்நடையாக சிலர் என்று பலதரப்பினரும் காந்தியைப் பார்க்க வருகின்றனர். அவரைச் சந்திக்க வரும் ஏழைகளுக்கும் செல்வந்தர்களுக்கும் வித்தியாசம் கிடையாது. தத்தம் அளவில் சுமைகளையும் துன்பங்களையும் சுமக்கின்றனர். காந்தி எல்லோரையும் சரியாகப் பயன்படுத்திக் கொள்வார். அவரின் வகுப்புவாதப் பார்வை, ஆரம்பக்கால கிறிஸ்தவர்களோடு பொருந்திப் போகிறது - பரிசேயர்களுக்கு

எதிரானவரோ, மேட்டிமை எண்ணம் உடையவரோ, தாழ்வுணர்ச்சிக்கு ஆட்பட்டவரோ கிடையாது. இதனால் இந்தியா மற்றும் உலக நாடுகள் குறித்த பரந்துபட்ட அறிவு அவருக்கு வாய்த்தது. செல்வந்தர்கள் வறியவர்களுக்கு வாய்ப்பு, வசதி வழங்க வேண்டுமென்று தொடர்ச்சியாக வழியுறுத்திக் கொண்டிருக்கிறார். ஆனால் அவை தர்மம் என்ற பெயரில் இயங்கக்கூடாது. செல்வந்தர்களை அறங்காவலர்களாக நிர்மாணிக்கும் உத்திதான் காந்தியக் கல்வியின் மிக முக்கியமான இழை. 'படித்தவர்களும் செல்வந்தர்களும் ஏழை மக்களின் உண்மை நிலையைப் புரிந்துகொள்ளாதவரை, சமூகத்தில் சீர்த்திருத்தம் என்ற பேச்சுக்கே இடமில்லை.'

காந்தியைப் போல் ஏட்டுக் கல்வியின் வரம்பையும் செல்வத்தின் தேவையின்மையையும் அறிந்த ஒருவரை நான் இதுவரை பார்த்ததில்லை. எனினும் அவர் அதைக் குறைத்து மதிப்பிட– வில்லை. அவசியமுள்ள இடங்களில் சரியாகப் பயன்படுத்தியிருக்கிறா

மாலை ஐந்து மணிக்கு இரண்டாம் கால உணவு பரிமாறப்படுகிறது. அதுவே அந்நாளின் இறுதி போஜனம். முன்பு குறிப்பிட்ட அதே காட்சி மீண்டும். விளக்கொளி மட்டும் சற்று அதிகம். 'சாந்தி, சாந்தி, சாந்தி' என்று அவர்கள் அமைதி வேண்டி எழுப்பும் குரல் நான்கு சுவர்களில் பட்டு எதிரொலிக்கின்றது.

நேரம் ஏழு மணியை நெருங்கும்போது அருகிலுள்ள ஆசிரமம் வரை காந்தி நடந்து செல்வார். அங்கு நிகழும் மாலைநேரப் பிரார்த்தனைகளில் கலந்து கொள்வது வழக்கம். பாதி தூரம் கடந்த பிறகு, அவரை வாழ்த்தி வரவேற்க இளைஞர்கள் சூழ்ந்து கொள்கின்றனர். அங்குள்ள மலைமீது ஏற அவருக்கு உதவி செய்கின்றனர். சிலபோது அவர் வசிக்கும் மாடியிலேயே பிரார்த்தனை நடைபெறும். அது ஒரு செவ்வக வடிவ - செங்கல் நிறத் தரை. சூரிய வெப்பம் பட்டு வெளுத்துப்போய் இருந்தது. வார்தாவில் இருந்த இலை கொடிகளின் ஊதா, சிகப்பு மற்றும் கருஞ்சிகப்பு நிறங்கள் தரை முழுதும் நிழலாக அப்பிக்கிடந்தன. மிகவும் ஆச்சரியமூட்டும்படி மூன்று நட்சத்திரங்கள் முக்கோண வடிவில் தற்செயலாக அன்று அணிவகுத்திருந்தன. பிறநாட்டு விருந்தினர்கள் கலந்துகொண்டாலும்கூட, இக்காட்சி முழுக்க முழுக்க இந்து மதம் சார்ந்து இருந்தது. மற்றபடி தில்லியில் கண்ட அதே சடங்கு முறைமைகள் இங்கு பின்பற்றப்பட்டன.

மாடியில் இருந்து கீழிறங்கும்போது ஒருவர் சொன்னார்: 'எல்லோரும் ஒன்றுகூடி களிக்கின்றனர்; வலிமை சேர்க்கின்றனர்.

ஆனால் இவர்கள் வேண்டுவதுபோன்ற அமைதியான உலகம் சாத்தியப்பட, இப்பிரார்த்தனைகள் உதவுமா?'

அந்தியில் கிராமத்திலிருந்து சுற்றுப்பயணம் முடித்து ஆசிரமம் திரும்பும் ஒருவர், மாடியில் இருந்து புல்லாங்குழல் சங்கீத ஒலியைக் கேட்கலாம். அப்போது வானம் இருள் கவிழத் தொடங்கி, பொட்டு வெளிச்சங்களை விரட்டிக் கொண்டிருக்க வேளாண் மக்களின் வாழ்க்கையும் மென்சோகமும் அந்த இசையில் தோய்ந்து கேட்பவர்களை லயத்தில் ஆழ்த்தும். அதனை இசைத்துக் கொண்டிருப்பவர் சகோதரி மீராபென்.

சுமார் பத்து முப்பது மணிக்கு, உள்ளூர் கிராம மக்கள் மேளம் கொட்டி, பாட்டுப் பாடி, நடனம் ஆடும் சத்தம் கேட்டு அருங்காட்சியக அறையில் உறங்கிக் கொண்டிருக்கும் விருந்தினர்கள் உறக்கத்தை இழக்கலாம். கிராம மக்கள் டார்ச் ஏந்தி செல்லும் வெளிச்சம் அவர் அறைக்குள் ஊடுருவும்.

மறு நாள் விடிந்தது. மக்கள் உழைப்பதும், களிப்பதும், ஒன்றுகூடி வலிமை சேர்ப்பதுமான காட்சிகள் மீண்டும் தொடர்ந்தன...

அத்தியாயம் 21

மகாத்மா காந்தியின் பதினொரு சூளுரைகள்

மகாத்மா காந்தியின் போதனைச் சத்துவங்கள், அவர் தொடர்ச்சியாக அறிவுறுத்தும் பதினொரு சூளுரைகளில் பொதிந்திருக்கின்றன. இந்தியர்பாலும், உலகெங்கலும் உள்ள பலதரப்பட்ட மக்களின் நம்பிக்கையாலும் இச்சூளுரைகள் எழுப்பப்பட்டிருக்கின்றன. பல தேசங்களில் வியாபித்துள்ள அறிவுஜீவிகளின் மனவோட்டங்களுடன் இச்சித்தாந்தக் கருத்துக்கள் ஒத்துப்போகின்றன.

மேலோட்டமாகப் பார்த்தால் இவையெல்லாம் கீழைத் தேயத்தில் வாழும் ஒரு சாமியாரின் போதனைகள் போலத் தோன்றும். பண்டையக் காலத்தில் அதுபோன்ற சாமியார்களுக்குத் தெளிந்த பார்வையிருந்தாலும், சமூகத்துடனான தொடர்பை அவர்கள் முற்றிலும் நிராகரித்து வாழ்ந்துள்ளனர். சமூகம் ஒன்றும் உதிர்ந்துபோன பரவெளி கிடையாது. ஆசைகளும் நிராசைகளும் இறையியல் சிந்தனைகளும் ஒன்றுகலந்த மயக்கமே நாகரிக உலகம். ஆனால் பொருள்முதல்வாதிகள் கருத்துமுதல்வாதப் பிம்பங்களை ஒவ்வொன்றாக உடைப்பதுபோல், அந்தப் பழங்கால சாமியார்கள் இறையியல்வாதத்திற்கு ஆதரவு பெருகும்படி ஏனையச் சித்தாந்தங்கள் அனைத்தையும் மட்டுப்படுத்தினர்.

ஆனால் நான் பார்த்த அளவில், மகாத்மா காந்தி என்பவர் இறையியல்பூர்வமான இலட்சிய உலகை நிர்மாணிக்கும் ஏக்கம் கொண்டவர் என்று எனக்குத் தோன்றவில்லை. ஏற்றுக்கொள்ளவும் பின்பற்றவும் கடினமானச் சூளுரைகளைச் சுமந்துகொண்டு, இயங்கக்கூடிய இந்து சமுதாயம் ஒன்றை உருவாக்கும் நபராகத் தெரிகிறார். இச்சூளுரைகளுக்கும் இந்து சமயத்திற்கும்

இடையிலான ஒற்றுமையை நூல்பிடித்துப் பார்த்தால், அதன் நேரடி அம்சங்கள் முகத்திற்கு நேரே வெளிப்படும்.

இனி அச்சூளுரைகளை ஒவ்வொன்றாக மதிப்பிட்டுப் பார்க்கலாம். நடைமுறைப்படுத்துவதில் உள்ள சிக்கல்களாக மகாத்மா காந்தி எவற்றைக் குறிப்பிடுகின்றார் என்று இதன் மூலம் தெரியவரும்.

நாவடக்கம் என்பது ஒருபோதும் மதச் சம்பிரதாயம் கிடையாது. ஆரோக்கியமிக்க நல்ல பழக்கமென்று சொல்லப்பட்டிருக்கிறது. மனிதன் தான் உண்ணும் உயிரினங்களின் குணாதிசயங்களைப் பெறுகிறான் என முதலில் சொன்னது இந்து மதமாக இருக்கலாம். ஆனால் இன்றைக்கு அதுகுறித்து அறிவியல் பூர்வமான ஆராய்ச்சிகள் நடைபெற்று வருகின்றன. மேற்கில் பரிசோதனைக்கு உட்படுத்தப்படும் தரவுகளைக் காந்தி பயன்படுத்திக் கொள்கிறார்.

எல்லோரும் துறவறம் மேற்கொள்ள வேண்டிய கட்டாயம் இல்லை. ஆனால் இந்து சமூகத்தைச் சீர்திருத்தி, மேம்படுத்த நினைப்பவர்கள் எவ்வித இச்சைகளுக்கும் இடமளிக்கக் கூடாது. எனவே சுயக்கட்டுப்பாடு மற்றும் கருத்தடை முறைமைகளின் வாயிலாக இதனை அடைய நினைத்தனர். சரீரம் தொடர்பான பாலியல் தேவைகள், குழந்தைப் பிறப்புக்காக மட்டுமே வரையறுக்கப்பட்டன. இந்து சமயத்தில் பாலியல் வாழ்க்கை இளமையிலேயே தொடங்கிவிடுகிறது. ஆகவே அதை மட்டுப்படுத்துவதன் விளைவுகளில் மகாத்மா காந்திக்கு அனுபவம் உண்டு. சுயக் கட்டுப்பாட்டினால் உண்டாகக் கூடிய தீய விளைவுகளைக் காட்டிலும், அதனை அடக்கி ஆள்வதால் ஏற்படும் நஷ்டங்கள் மேலானது என்று அவர் நினைத்தார்.

கள்ளாமை என்பது பிறர் பொருட்களின் மீது களவுப் பார்வை செல்லாமல் தடுக்கும் உபாயம். இந்து சமூகத்தில் இப்பழக்கம் பெரிதும் மலிந்திருந்தது. காந்தி இதற்கொரு முற்றுப்புள்ளி வைக்க விரும்பினார். சுரண்டலுக்கு எதிராகவும் ஆதரவாகவும் சிந்தையுள்ளவர்கள் காந்தி முன்னிறுத்தும் எளிமையான ஒரு சூளுரையை எதிர்கொள்ள நேரிடும் - உடைமைத் துறத்தல். சொத்துரிமையில் காந்திக்கு இருந்த மதிப்பும் மரியாதையும், இச்சூளுரைமேல் முரண்பாட்டைத் தோற்றுவிக்கலாம். ஆனால் அவரைப் பொறுத்தவரை இது முரண்பாடு அல்ல. பூமியில் உள்ள உடமைகள் எல்லாம் மரபுவழிப்பட்டதாக மனிதர்களுக்குச் சொந்தமானது என்பது அவர் கொள்கை. மிகச் சிலர்தான் மூலப் பொருட்களில் இருந்து அவற்றைப் பிரித்தெடுக்கின்றனர். இன்னும்

அரிதாக, கூலியாட்கள் வைத்துச் சுரண்டி சிலர் அதன் உரிமையத் தனதாக்கிக் கொள்கின்றனர். 1935ஆம் ஆண்டில் செல்வம் சேர்ப்பவர்களைக் காந்தி கொண்டாடினார். எனினும் அவர்களை உரிமையாளர் எனச் சொல்லாமல், அறங்காவலர் எனச் சொல்வதே சரியென வாதிட்டார். செல்வந்தர்கள் எல்லோரும் அறங்காவலர் போல் விளங்கி தேவையுள்ளவர்களுக்கு உதவி செய்ய வேண்டும். ஏனெனில் உடைமை எல்லாம் கூட்டுரிமைக்கு உட்பட்டது. இதனால் உடைமையைத் துறப்பதில் உள்ள மற்றொரு முக்கியத்துவத்தை என்னால் காண முடிகிறது. நோய்த்தடுப்புக் காரணங்களுக்காக, கிருமிகளை எதிர்த்துப் போரிடும் வல்லமை கொண்ட தடுப்பூசி மருந்துகளைத் தம் மதச் சம்பிரதாயத்தில் இந்து மதம் உட்செறித்துக் கொள்கிறது. அந்த அசகாய சக்தி கொண்ட தடுப்பூசியின் பெயர் கம்யூனிசம். இந்துப் பேராயத்தில் 'உடைமைத் துறத்தல்' என்ற பெயரால் அது அழைக்கப்படுகிறது.

இந்தியாவில் உள்ள தனி நபர் அல்லது கூட்டு நிறுவனங்களுக்கு 'உடைமைத் துறத்தல்' ஒன்றும் அந்நியமானது அல்ல. அநாதி காலந்தொட்டே, கிராமச் சமுதாயங்களாக ஒன்றிணைந்து வாழப் பழகிப்போனவர்கள். எல்லையோர மாகாணங்களோடு இவை பொருந்திப்போகும் பாங்கை முன்பே விவரித்துள்ளேன். அவை இஸ்லாமியர்களின் வாழ்க்கையோடு தொடர்புடையது. அதேபோல் இங்கு இந்துகளுக்களும் ஒருங்கிணைந்து வாழ்கின்றனர்.

மேற்சொன்ன இந்து சமூகத்தில் சிறியதும் பெரியதுமான குடும்பங்கள் இன்றும் பெருநிலத்தில் தங்களுக்கு உரித்தான சிறு பகுதியைப் பிரதானமாகக் கொண்டு வாழ்கின்றன. விவசாயம் மற்றும் அதைச் சார்ந்த வேலைகளே இவர்களுக்கு வாழ்வாதாரம். வேலைப்பிரிவுமுறை இங்கு கண்டிப்பாகப் பின்பற்றப்படுகிறது. புது சமூகம் உருவாகும்போது அவர்களுக்கான வேலைப் பிரிவுகளும் உடனடியாக உருவாக்கப்படுகின்றன. நூறு முதல் ஆயிரக்கணக்கான ஏக்கர் வரை பரவிக் கிடக்கும் நிலத்தை சிறிது சிறிதாகப் பங்கிட்டு, தேவையான அனைத்துப் பண்டங்களையும் அதில் உற்பத்தி செய்வர். விளைச்சலின் பெரும்பாண்மையும் உள்ளூர் மக்களின் பயன்பாட்டிற்குத்தான். இதுவரையிலும் 'பண்டம்' என்ற பேச்சே கிடையாது. வேலைப்பிரிவு முறையினால் சமூகச் சமநிலையும் தவறுவது இல்லை. மக்கள் எல்லோரும் பண்டமாற்று முறையைப் பின்பற்றுவதால் உண்டாகும் பயன் இது. மிஞ்சுவதே பண்டமாகும். அதில் ஒரு பங்கை மட்டும்

அரசாங்கத்திற்கு அளிப்பர். நிலவரி போல் அவர்கள் அதை வரவு வைத்துக் கொள்வர்.

இம்மக்கள் இந்தியா முழுவதும் விரவியுள்ளனர். சில பகுதிகளில் ஒட்டுமொத்த நிலத்தையும் ஒரேயடியாகச் சீர் செய்து ஏர் உழுகின்றனர். எனவே நிலத்தில் கிடைக்கும் மகசூல் பொதுவில் வைத்துப் பிரித்துக் கொடுக்கப்படுகிறது. அதே சமயம் நூல் நூற்றலும், தறி ஓட்டுவதும் துணைமைத் தொழில்களாக ஒவ்வொரு வீட்டிலும் மேற்கொள்கின்றனர். இவர்களுக்கு மத்தியில் ‘ஊர் பெரியவர்’ என்று ஒருவர் இருப்பார். நீதிநாயகம், காவல், வரி வசூல் முதலான அனைத்து வேலைகளும் அவர் வசம். உழவு முதலான பிற வேளாண் செலவுகளை ‘கணக்கர்’ பார்த்துக் கொள்வார். குற்றவாளிகளைத் தண்டிப்பதும், அந்நியர்களைப் பாதுகாத்து வழியனுப்புவதும் மற்றொரு அலுவலருக்கு விதிக்கப்பட்ட வேலை. வேற்றுச் சமூகத்து ஆட்கள் உள்ளே வராதபடி ஊர் எல்லையில் நிற்கும் அதிகாரி காவல் காப்பார். தண்ணீர் மேற்பார்வையாளர் பொதுத் தொட்டியில் இருந்து ஒவ்வொருவர்க்கும் நீர் திறந்துவிடுவார். பிராமணர்கள் மதச் சடங்குகள் செய்வர். உபாத்தியாயர்கள் மணல்மேல் அமர்ந்து எழுதப் படிக்கக் கற்றுக்கொடுப்பர். ஜோசியக்காரர்கள் விதை நடுவதற்கும் அறுப்பு தொடங்குவதற்கும் நேரம் குறித்துத் தருவார்கள். கொல்லரும் தச்சரும் வேளாண் உபகரணங்களை உற்பத்தி செய்தும், பழுது பார்த்தும் கொடுப்பார்கள். கிராமத்திற்குத் தேவையான அனைத்துப் பாத்திரங்களையும் செய்வது குயவரின் வேலை. நாவிதர்கள், டோபிகள், பொற்கொல்லர் முதலானோர் ஊர் மொத்தத்திற்கும் பொதுவானவர்கள். கவிராயர்கள் சிலர் அங்கும் இங்கும் என்று ஏதாவது ஓர் ஊரில் இருப்பது உண்டு. இங்ஙனம் மேற்சொன்ன அனைவரும் ஒன்றுகூடி சமுதாயமாக வாழ்கின்றனர். ஒருவேளை மக்கட்தொகை அதிகரித்தால், வெற்றிடத்தில் இதுபோல் மற்றொரு அமைப்பை நிறுவிக்கொள்கின்றனர் . . . . தன்னிறைவான ஆசியச் சமூகங்கள் தம்மளவில் எளிய முறையில் தொடர்ச்சியாக உருப்பெறுகின்றன. எதிர்பாராத விபத்துக்கள் ஏற்பட்டாலும், மீண்டும் முன்பிருந்த அதே நிலைக்கு முகிழ்க்கின்றன. எளிய முறையில் கட்டமைக்கப்படுவதே இவற்றின் மீளுருவாக்கப் பின்னணியில் உள்ள ரகசியம். ஆளும் அரச மரபில் தொடர்ச்சியாக மாற்றம் ஏற்பட்டாலும், கிராமிய அளவில் மாற்றம் ஏற்படாததற்கு இதுவும் காரணமாக இருக்கலாம். அரசியல் வானில் ஏற்படும் எத்தனைப் பெரிய இடிமுழக்கங்களும்,

கிராமியப் பொருளாதாரத்தில் சிறு அசைவும் உண்டாக்காமல் வலுவிழந்து போயின. (Karl Marx, Capital, vol, 1, pp. 391-4, Kerr edition)

தனிமனிதனின் தற்சார்பை மையமிட்ட மேலை நாடுகளின் நாகரிக வளர்ச்சி இந்தியாவுக்குள் நுழையும்போது, உள்ளூர் பொருளாதாரம் நொறுங்கிப்போனது. நன்மைகளைக் காட்டிலும் அதனால் ஏற்பட்ட கேடுகளே அதிகம். நகரங்களை மையமிட்ட வளர்ச்சியினால் 90% கிராம வாழ் மக்கள் ஏழ்மை நிலைக்கு உந்தப்பட்டனர். இந்திய கிராமங்களைச் சீரமைக்க விரும்பிய மகாத்மா காந்திக்கு மேற்கின் முதாளித்துவக் கொள்கையும், ரஷ்யாவின் கம்யூனிசக் கொள்கையும் (மேலை நாட்டின் மாறுதலுக்கு உட்பட்ட கம்யூனிசமும்) உவப்பளிக்கவில்லை. எனினும் மேலை நாடுகளின் 'தனியார் சொத்துடைமையா', ரஷ்ய நாட்டின் 'உடைமைத் துறத்தலா' எனக் கேட்டால், அறங்காவலர் முறையில் சொத்துச் சேர்வதைக் காட்டிலும், இந்தியக் கிராமப்புற மக்களுக்கு பழகிப்போன 'உடைமைத் துறத்தல்' கொள்கையே சரியெனச் சொன்னார். ஆனால் கிராம மறுசீரமைப்பின் அடிப்படைக் கட்டுமானங்களாக காந்தி கண்ட கனவில் இன்னும் இரண்டு சூளுரைகள் மீதமிருந்தன: உடல் உழைப்பு மற்றும் சுதேசி (உள்நாட்டில் உற்பத்தி செய்யப்படும் பண்டங்கள்).

இவ்விரண்டு சூளுரைகளும் ரஸ்கின் எழுதிய 'உழைப்பவனுக்கும் உற்சாகம்' என்ற நூலால் உந்தப்பட்டவை. 'ரஸ்கின் எழுதிய இப்புத்தகத்தில், எனது நம்பிக்கைகள் சில ஆழமாகப் பிரதிபலிக்கின்றன. அதனால்தான் என் வாழ்க்கையை வசீகரித்த தோடு மட்டுமல்லாமல் ஒரேயடியாகப் புரட்டிப்போட்டன' என்று மகாத்மா காந்தி கூறுகிறார். இதில் அவர் குறிப்பிடும் மையக் கொள்கைகள் மூன்று:

1) தனி மனிதரின் சந்தோஷம், ஒட்டுமொத்த மனிதக்குலத்தின் சந்தோஷத்தில் அடங்கியுள்ளது.
2) நம்மெல்லோருக்கும் வாழ்வாதாரம் ஈட்டுவதற்கான வாய்ப்புகள் சமமாக வழங்கப்பட்டுள்ளதால், வக்கீல் தொழிலும் நாவிதர் தொழிலும் ஒரே அளவிலான மதிப்பு உடையன.
3) நிலத்தில் உழவு செய்பவரும், கைவினைப் பொருட்கள் செய்பவரும் வாழும் வாழ்க்கைதான் உயர்வானது.

முதல் கொள்கை தார்மீக அறத்துடன், பொருளாதாரம் மற்றும் மதவியல் போதனைகளுக்கு பொருந்தும். இரண்டாம் கொள்கை, இஸ்லாமிய மதத்துடன் தொடர்புடையதுபோல் எனக்குத்

தோன்றுகிறது. இந்து மதத்தின் செய்தொழில் குறித்த அடுக்குநிலைக்கு, முற்றிலும் மாறான கொள்கையை காந்தி ஏற்றுக்கொண்டிருந்தார். ஒருவேளை இது இஸ்லாமிய - இந்துமத ஒருங்கிணைவில் உதித்த எண்ணமாக இருக்கக்கூடும். மூன்றாவது கொள்கைக்கு விசேஷ முக்கியத்துவம் உண்டு. இந்தியர்களுக்குப் படைப்பாக்கல் உள்ளுணர்வு அதிகம். இக்கொள்கையினால் கைவினைக் கலைஞர்களின் வாழ்க்கைப் பாதுகாக்கப்படுகிறது. நிலத்தில் உழவு ஓட்டும் தொழிலாளர்கள் இயற்கை விதிகளுடன் தொடர்ச்சியாக உறவு வைத்துக்கொள்ள இவை உதவுகின்றன. இயற்கையிடமிருந்து விலகி வாழ்வதால், மனித வாழ்க்கையில் ஆரோக்கியமற்றுப்போய் செயற்கைத்தனம் மிஞ்சும்.

இந்திய விவசாயிகள் உற்பத்தி செய்யும் கைவினைப் பொருட்களுக்குச் சந்தை மதிப்புக் குறைவதால், அவர்களின் வாழ்வாதாரமும் வேலையும் கேள்விக்குறியாகின்றன. வருடத்தின் சில மாதங்கள் மட்டுமே அவர் நிலத்தில் பாடுபடுகிறார். அதை வைத்துக்கொண்டு வருடம் முழுக்க வாழ்க்கையை நகர்த்துவது எளிய காரியமல்ல. இதை முன்பே சொல்லியிருக்கிறேன். ஆகவே இதுபோன்ற வேலைகளை மீண்டும் சீர்தூக்கி மீட்டுருவாக்குவது, பொருளாதாரத் தேவையென்று கவனப்படுத்த விரும்புகிறேன். முதலில், இயந்திரங்களால் உற்பத்தி செய்யப்பட்ட பண்டங்களை விவசாயிகள் வாங்க முடியாது என்பதை உணர்வோம். தாமே சுழற்றி, நூல் நூற்று ஆடை நெய்ய வேண்டும். இதன்மூலமாக இதைச் சார்ந்துள்ள துணைமைத் தொழில்களுக்கு அவர் உயிரூட்ட வேண்டும். இவ்வாறு கைவினைப் பொருட்களாய் உற்பத்திச் செய்யப்படும் பண்டங்களுக்குச் சந்தை மதிப்பு உண்டாக, ஒரே வழிதான் இருக்கிறது: சுதந்திர எண்ணம் கொண்ட இந்தியர்கள் சுதேசிய பண்டங்களை மட்டுமே வாங்க வேண்டும், அவற்றை மட்டுமே உபயோகிக்க வேண்டும். அந்நியப் பொருட்களை எதிர்த்து, சுதேசியப் பண்டங்களை ஊக்குவிக்கும் திட்டத்தை நாடு தழுவிய அளவில் வெற்றிகரமாக நடத்திக் காட்டியவர், மகாத்மா காந்தி. இதையொரு தேசியத் திருவிழாவாகவும், மத நம்பிக்கையாகவும் கட்டமைத்தார். இத்திட்டம் மீண்டும் மக்களைப் பழங்காலத்திற்கு அழைத்துச் செல்கிறது, இயந்திர வளர்ச்சிக்கு முட்டுக்கட்டையாக விளங்குகிறது எனத் தீவிரமாக எதிர்த்தவர்கள் கூட, கிராமப்புற மக்களின் பொருளாதார மேன்மையைக் கண்கூடாகப் பார்த்தனர். விவசாயக்குடிகளின் வாழ்க்கைத்தரம் மெல்ல மேலெழுந்தது.

அனைத்து மதத்தினரையும் சமமாக மதித்தல்.

இச்சூளுரை இந்துக்களோடு பிற சமயத்தாரின் வேண்டுதலையும் நேரடியாகக் கேட்டுக்கொண்டது. குறிப்பாக இஸ்லாமியர்களிடம் இதை அதிகளவில் கொண்டுசென்றனர். இந்து - முஸ்லிம் களிடையே நம்பிக்கை ரீதியிலான வேற்றுமைகளைக் காட்டிலும் இனம், பண்பாடு மற்றும் மொழி ரீதியிலான வேற்றுமைகள் மிகவும் குறைவு. குறைந்தபட்சம் இந்தியாவிலேனும் இந்நிலை நீடிக்கிறது என்று சொல்லலாம். சமத்துவப் பார்வை குறித்த உரிமைக் கோரல்கள், பிரம்ம - சமாஜ்ஜிய காலத்தில் தோற்றம் பெற்றன. காந்தி அதைச் சிக்கெனப் பிடித்துக்கொண்டார். என்னதான் இக்கொள்கையில் காந்தி விடாப்பிடியாக இருந்தாலும், காந்தியைப் பின்தொடர்பவர்கள் அகிம்சைக் கொள்கையைப் பற்றுக்கோடாகப் பிடித்திருந்தாலும், பல சச்சரவுகளைச் சுமூகமாகத் தீர்த்து வைத்திருந்தாலும், இரு சமூகத்திற்கிடையே நிலவும் வேறு பாட்டை முற்றிலும் ஒழிக்க முடியவில்லை. இவ்வேறுபாடுகளை ஆழ்ந்துப் படித்து, நேர்பட எதிர்கொண்டு, மாற்றுக் கோணங்களில் சீர்செய்ய வேண்டும்.

இந்து மதச் சக்கரத்தில் தீண்டாமை குறித்து பேசப்படுகிறது. நான்கு கோடி மக்கள் இந்து மதத்திற்கு அப்பால் உள்ளனர். இஸ்லாமியத்தில் சாதிய வேற்றுமைகள் இல்லாததால், அவர்கள் எல்லோரும் இஸ்லாமியச் சமயத்திற்கு மதம் மாறிப்போவார்களோ என்று இந்துக்கள் அஞ்சுகின்றனர். மேற்கொண்டு ஆங்கில அரசாங்கத்தின் உதவியால் இஸ்லாமியர்களுக்கு ஆரோக்கியமான வாழ்க்கையும், நிகரான அரசியல் உரிமையும், கல்வித் தரத்தில் போதிய வளர்ச்சியும் கிடைத்திருக்கிறது. எனவே அந்நியர் ஆட்சிக்கு அவர்கள் ஆதரவாகச் செயல்பட இவை தூண்டுதலாக இருக்கலாம்.

ஆனால் காந்தி இதையெல்லாம் கணக்கிட்டதாகத் தெரியவில்லை. தீண்டாமைக்கு எதிராக அவர் மேற்கொள்ளும் போராட்டம் மனிதநேயமிக்கச் செயல். ஒருவேளை காந்தி இந்துவே இல்லை என்றாலும் தீண்டாமைக்கு எதிராகப் போராடிக் கொண்டுதான் இருப்பார் என்று கருதுகிறேன். இந்துவாக இருப்பதால் மதம் சார்ந்தும் யோசிக்கவேண்டி இருக்கிறது. நூற்றாண்டுகால கொடுஞ்செயல்களால் தம் சக உயிர்களுக்கு பாவம் இழைத்த இந்துக்கள் கடுந்தவம் புரிந்து பாவத்தைப் போக்கிக் கொள்ள வேண்டும் என்கிறார். தீண்டாமை நீடிக்கத்தான் வேண்டுமென்று இந்துமதம் சொன்னால், அப்பேற்பட்ட மதம் இல்லாமல் போவதே

மேல் என்கிறார். இதனால் பழமைவாத இந்துசமய அரசியல் கட்சி உறுப்பினர்கள், கணிசமான அளவில் இயக்கத்திற்கு ஆதரவளித்தனர். தீண்டத்தகாதோர் என ஒதுக்கிவைத்த நான்கு கோடி பேரும் இஸ்லாமியர்கள் பக்கம் சாய்ந்துவிட்டால், இந்து பெரும்பான்மை அறுபட்டுப் போய்விடும் என்ற அசூயை இந்துக்களிடையே நிலவுகிறது. அவ்வாறு நிகழாமலிருக்க, இந்துக்கள் அவர்களோடு இணங்கிச் செல்லவேண்டும்.

'தவம்' பூணும் திட்டம், இக்காரியத்தை இந்து சமயத்தோடு ஐக்கியப்படுத்தி பிரத்தியேகப்படுத்துகிறது. ஆகவே தீண்டாமை ஒழிப்புப் பிரச்சாரத்தில் இந்து - முஸ்லிம்களுக்கிடையே விரும்பத்தகாத சில நீச சந்தர்ப்பங்கள் உருவாகியுள்ளன. மகாத்மா காந்திக்கும் இதனால் தனிப்பட்ட முறையில் வருத்தம் உண்டு. சக இஸ்லாமியன், சமூகத்தில் உள்ள தீண்டத்தகாதவர்களைத் தன் சமயத்தின்பால் வசீகரித்துவிடுவான் என்று இந்துக்கள் சந்தேகிக்கின்றனர்; மதம் சார்ந்த இனவியல் அரசு உருவாக்கத்தில் இந்துக்கள் எப்போதும் முனைப்புடன் இருப்பதாய், இஸ்லாமியர்கள் குற்றம்சாட்டுகின்றனர். என்னைப் பொறுத்தவரை இரு தரப்பினரும், இந்த விஷயத்தில் தேவையில்லாத பதட்டத்தை வளர்த்துக்கொண்டுள்ளனர். தீண்டாமை ஒழிப்புப் பிரச்சாரத்தை நாடு தழுவிய அளவில், மத அடையாளங்களுக்கு உட்படுத்தாமல் கொண்டுசேர்த்தால், இதற்கொரு நல்ல முடிவை எட்டலாம். மதத் தளங்களில் இருந்து ஒழிப்புப் பிரச்சாரங்கள் நழுவாதவரை, இந்து - இஸ்லாமியர்களிடையே சச்சரவுகள் ஓயாது.

தீண்டாமை ஒழிப்புப் பிரசாரங்கள் ஏற்றத்தாழ்வற்ற சமூக வாழ்வை மக்கள் மனத்தில் புதிதாக உருவாக்கியதாக இந்துக்கள் கருதினர். காந்தியின் பதினொரு சூளுரைகளை ஆழமாகப் பின்பற்றிய சிறுபான்மை இந்து மக்களால், இந்துமதம் அடைந்த ஆதாயம் என்று இதைத்தான் சொல்ல முடிகிறது.

அதே சமயம் காந்தியின் சூளுரைகளுக்குப் புறவயமாக மற்றொரு சிறப்பம்சம் உண்டு. இந்திய நாட்டுச் சுதந்திரத்துக்கும், அந்நியர் ஆட்சியிலிருந்து விடுதலைப் பெறுவதற்கும், உள்நாட்டுக் கொடுங்கோன்மையிலிருந்து தப்பிப் பிழைப்பதற்கும் இவை பெருவாரியாக உதவியிருக்கின்றன. சில வருடங்களுக்கு முன்பு மேலாட்சி (டொமினியன்) அந்தஸ்து எனும் புதைகுழிக்குள் விழக்கிடந்த இந்துக்களை, விழிப்படையச் செய்தவை இச்சூளுரைகள். மேலாட்சி அந்தஸ்து போதுமானது என்று இனி காந்தியே சொன்னாலும்கூட, அவர்கள் இனி அதை ஒருபோதும்

ஏற்கமாட்டார்கள். மேற்சொன்னபடி, இந்தியச் சுதந்திரம் குறித்து இந்துக்களின் இத்தகு வழிமுறைக்கு இஸ்லாமியர்கள் ஒத்துழைக்குமாறு கேட்டுக்கொள்ளப்பட்டனர். இதன்மூலம் பண்டைய காலத்தில் இந்துக்கள் அடிமையாவதற்குத் துணைநின்ற அதே அகிம்சைக் கொள்கையைப் பின்பற்றி சுதந்திரப் போராட்டத்திற்கு அழைப்பு விடுத்தார், காந்தி.

'கடவுள் என் வாழ்க்கைக்கான விருட்சத்தை தென்னாப்பிரிக்காவில் நடவு செய்தார். சுதேசிய சுவை கொண்ட அதன் ருசிகரப் பழங்கள் இந்தியாவில் பழுக்கத் தொடங்கின' என்று காந்தி சொல்கிறார்.

இந்துக்கள் அஹிம்சை வழியில் சத்தியாகிரகப் போராட்டம் நடத்துவதன் பின்னணி குறித்தும் அதன் பயன்பாடு மற்றும் நோக்கம் குறித்தும் அதிகம் பேசிவிட்டோம். ஷெர்வானி சொன்னது போல், இனி அந்நியர் ஆதிக்கத்திற்கு எதிராக மட்டுமல்ல, எதிர்வரும் காலத்தில் ஆசியவியல் நிர்வாகத்தின் மோசமான முகத்தைக் காணத் தயாராக உள்ள இந்தியர்கள் உள்நாட்டுக் கொடுங்கோன்மைக்கு எதிராகவும் சத்தியாகிரகப் போராட்டத்தை காபந்து ஆயுதமாகப் பயன்படுத்துவார்கள். அரசியல் தொடங்கி இதர துறைகள் வரை, ஆசியவியல் நிர்வாகத்தின் மிகச் சிறந்த அணுகுமுறைகளையும் மோசமான பக்கங்களையும் காந்தி மதிப்பிட்டு வைத்திருந்தார். அந்நியர் தளையிலிருந்து மட்டுமல்லாமல் உள்நாட்டுச் சர்வாதிகாரத்தி லிருந்தும் இந்தியர்கள் விடுதலை அடைய வேண்டும்.

மாறாக இதன் கொடுமைகளை ஒப்புக்கொள்பவர், அந்நியர் ஆட்சியின் அச்சுறுத்தலிலிருந்து தப்பமுடியாது. மனித வலிமை சாரமிழக்கும். சுயமரியாதை எள்ளி நகையாடப்படும். ஒருவேளை, அவர்களுக்கு அந்நியர் ஆட்சியில் வாழ்வது லேசுப்பட்ட காரியமாகத் தோன்றலாம். ஆசியவியல் சர்வாதிகார அரசு வர்க்கத்திற்கு இந்தியர்கள் தலை குனிந்து மரியாதைச் செலுத்தும்வரை, அந்நியர் ஆதிக்கத்திலிருந்து இவர்கள் விடுபட வழியில்லை என்பதில் உண்மை இருக்கிறது. உள்நாட்டில் சுதந்திரம் இல்லாதபோது, எவ்வித விடுதலையும் இங்கு தாக்குப்பிடிக்காது.

காந்தியம் தொடர்பாகக் கூறப்படும் அனைத்துக் கொள்கை விளக்கங்களும் ஒருபுறம் இருக்கட்டும். முதலில் இந்தியாவுக்கான அரசியல் வடிவம் குறித்து காந்தி முன்னகர்த்திப் போகும் பயணம் எந்தத் திசை நோக்கி நகர்கிறது?

மகாத்மா காந்தி இந்து சமூகத்தை அகவயமாக சீர்படுத்துவதில் அக்கறைகொண்டுள்ளார் என்பதை மறக்கக்கூடாது. தேச நல அபிப்பிராயங்கள் முதலாக ஒவ்வொரு பொது காரியங்களிலும் இந்துக்கள் ஒன்று சேர்ந்து உழைக்கும் கூட்டுச் சமுதாயம் அமைவதே அவர் இலட்சியமாக இருந்திருக்கிறது. சாதிப்படி நிலைகள் வர்க்கப் பேதம் என்ற நிலைக்கு இயல்பாக வளர்ச்சியடைய வேண்டும் என்று அவர் எதிர்பார்க்கிறார். இந்த வர்க்கப் பேதத்தை அவர் பொருளாதார ரீதியில் பார்த்தாரா, சமூக ரீதியில் கற்பனை செய்தாரா அல்லது சமய ரீதியில் உருவகித்தாரா என்றால், அக்கேள்விகளுக்குத் தெளிவான பதில் இல்லை. ஆனால் பொருளாதார வேற்றுமை கொண்ட சமுதாயமாகத்தான் அவர் உத்தேசித்திருப்பார் என ஊகிக்க இடமுண்டு. (நவீனச் சிந்தனைகளுக்குப் பழக்கப்படாத) இந்து அறிவுஜீவிகளிடம் அரசுக் கட்டுப்பாட்டுக்கு அப்பாற்பட்ட 'சங்க சோசலிஸ்ட்' (Guild Socialist) அல்லது 'கூட்டுறவு சோசலிஸ்ட்' சித்திரங்களே மிகுந்திருந்தன. தங்கள் குழு சுதந்திரத்தைப் பாதுகாத்து, மேற்கொண்டு அடிமை முறை நிலவாதிருக்க இது ஒன்றுதான் வழியென நன்கு அறிந்திருந்தனர்.

உள்ளூர் மற்றும் வெளிநாட்டு முதலாளிகளால் இந்து சமூக மக்கள் சுரண்டப்படக்கூடாது என்பதற்காக இயந்திரவியல் தொழில்நுட்ப வளர்ச்சிக்கு எதிராக அவர் வேண்டுகோள் வைத்தார். மேலும் இந்தியா முழுமையாக இயந்திரமயமாக்கப்பட்டால், ஏகாதிபத்தியச் சந்தையில் இந்நாடு நிச்சயம் எதிர்காலத்தில் குறிவைக்கப்படும் என்று அவர் அறியாமல் இல்லை. இயந்திரப்பூர்வ வளர்ச்சியடைந்த எந்த நாடும், இந்தப் பிடியிலிருந்து தப்பியதாகச் செய்தியில்லை. எனவே ஏற்றுமதிச் சந்தையைப் பொருட்படுத்தாமல், தற்சார்பு தன்னிறைவை முன்னிலைப்படுத்தியதன் நோக்கம் புரிந்துகொள்ள முடிகிறது. ஆனால் காந்தியின் புறவயத் தோற்றங்களைக் கொண்டு நம்மால் இதை ஒப்புக்கொள்ள முடியாது. உற்பத்தியாளர்களிடமும் மில் முதலாளிகளிடமும் இதுவரை அவர் இறக்க மனப்பாண்மையோடு பழகியிருக்கிறார். ஆனாலும் அவர்களை பெருநகரங்களில் மட்டுமே செயல்படச்சொல்லி கட்டுப்படுத்தியிருக்கக்கூடும்.

உலகளாவிய அறிவுஜீவிகளின் மனப்பாண்மையோடும் எண்ண வோட்டங்களோடும் படைப்பாக்கங்களோடும் ஒத்துப்போகின்ற மகாத்மா காந்தியின் சூளுரைகளை பின்வருமாறு பார்க்கலாம்:

(1) அகிம்சை

19ஆம் நூற்றாண்டு நெடுக 'வலுவுள்ளது வாழும்' எனும் அறிவியல் பூர்வச் சொற்றொடருக்கு ஒற்றை விளக்கத்தைத்தான் மேற்குலகம் வழங்கியிருக்கிறது. ஆயுதம் ஏந்திப் போராடத் திறம் படைத்தவர்களே வலுவானவர்கள் என்ற நிலை இருந்தது. ஆனால், பெரும் போருக்கு (முதல் உலகப் போர்) பிந்தி, தன் அண்டை அயலாரிடம் புரிந்துணர்வோடு உறவு பேணுபவரே 'வலிமை' படைத்தவர் எனப் பார்க்கத் தொடங்கினர். புரிந்துணர்வு என்ற வார்த்தையோடு 'சார்ந்திருத்தல்' எனும் பதத்தையும் சேர்த்து, அதன் பொருத்தப்பாட்டை விளங்கிக்கொள்ளலாம். அறிவியல் மற்றும் தத்துவப் பின்புலம் கொண்ட ஏராளமானவர்களும்; அரசியல் மற்றும் நிறுவனப் பின்புலம் கொண்ட உயர் அலுவலர்களும் இக்கருத்து வேரூன்றி வருவதற்கு ஆதரவளிப்பதை மேற்கோள் காட்டுவது சுலபம். 'வலுவுள்ளது வாழும்' எனும் சொற்றொடருக்கு அழுத்தம் சேர்க்கும் முகமாக புகழ்பெற்ற விஞ்ஞானி ஒருவரின் கருத்தை இங்கு பதிவுசெய்கிறேன்:

உலக வரலாற்றில், கோரமுகம் கொண்டு வன்முறையின் பல்வித வடிவங்களையும் கரைத்துக் குடித்த உயிரினங்களுக்கோ, பாதுகாப்புக்காக ஆயுதமேந்திய விலங்குகளுக்கோ வலிமைக்காக பரிசு அளிக்கப்பட்டதாய் சான்றேதும் இல்லை. உண்மையில், பிறக்கும் விலங்குகள் வெளியுலக அச்சுறுத்தல்களில் இருந்து தப்பிப் பிழைக்கவே, கெட்டி ஓடுகளுடன் இயற்கை அவற்றைப் படைத்தது. விலங்குகளிடையே பெரியவை, சிறியவை என்ற வேற்றுமை பாராமல் நாம் இந்த அம்சத்தைப் பார்க்கலாம். எதிரிகளைத் தாக்கும் உடலமைப்பு இல்லாத, சிறிய, மெல்லிய உணர்திறன் கொண்ட, சீர்வெப்ப ரத்த விலங்குகள் எவ்வித விசேஷ அமைப்புமின்றி பென்னம் பெரிய விலங்குகளை இப்பூமியில் இருந்து துடைத்தெறிந்துள்ளன. சிங்கங்களும் புலிகளும் வெற்றியடைந்த விலங்கு வகையைச் சார்ந்தவை அல்ல. சடாரென்று கண்ணிமைக்கும் நேரத்தில் எதிரிகளைத் தாக்கும் வல்லமையால் எளிதில் வேட்டையாட முடிகிறதே ஒழிய, சிறப்பம்சம் எனச் சொல்லிக்கொள்ள எதுவுமில்லை. இவ்வகை விலங்குகளின் பெரிய குறைபாடென்று நான் பார்ப்பது ஒரே விஷயம்தான் - சார்பின்மை. ஒவ்வொரு உயிரினத்திற்கும் பிரத்தியேக நண்பர் குழாம் வேண்டும். அது அவர்களை வாழ்வின் அச்சுறுத்தல்களிலிருந்து காப்பாற்றவும், தேவைகளைப் பூர்த்தி செய்யவும் உதவுகிறது. அதிதீவிர தாக்குணர்வால் எதையும் சாதிக்க

முடியும் என நம்புவது முட்டாள்தனம். சமூக வாழ்க்கையை நாம் ஒருபோதும் பலத்துடன் ஒப்பிடமுடியாது. (Science and the Modern World, by Whitehead, pp. 257&8)

வரலாற்றுக்கு முந்தைய கால விலங்குகளின் கடின ஓடுகளைப் போல், நாம் மூன்றாம் உலக தேசங்களின் ஆயுதக் கிடங்கிலிருந்து தற்காப்புக்காக வலிமைப் பொருந்திய ஆயுதங்களை முதுகில் சுமந்துகொள்ள நேர்கிறது. ஆனால் அப்பேர்பட்டவர்கள் எல்லாம் காலவோட்டத்தில் கரைந்துபோவார்கள். அண்டை தேசங்களுடன் சமாதான உறவைப் பேணி, சார்ந்திருக்கும் தேசங்களே மண்ணில் நிலைக்கின்றன. என்னதான் அறிவியல்பூர்வமாக அசகாயச் சக்திகளைப் பெற்றிருந்தாலும், நாளை உலகம் அவர்களை நம்பியிராது என்பதே இன்றைக்குப் பெருவாரியாக நம்பப்படும் கொள்கை. கனரக ஆயுதங்கள் ஏந்திய தேசங்களுக்கு மத்தியில் சமாதான விரும்பிகள் மெல்ல முகிழ்க்கின்றனர். இத்தகையச் சூழலில் அண்டை அயலாரிடமிருந்து உரிமை மீட்கும் வழிமுறைகளைத் தேடிக் கண்டடைவதும், ஆயுதமேந்திய பேரரசுகளிடமிருந்து அமைதியான முறையில் நம்மைத் தற்காத்துக் கொள்வதும் எங்ஙனம் என்று ஆராய்வதே கேள்விக்குறியாக இருக்கின்றது.

இக்கருத்தைப் பரிசீலித்துப் பார்க்கையில், அகிம்சை வழியில் வன்முறையின்றிப் போராடுவதற்கான வழி உருக்கொள்கிறது என்றுதான் அர்த்தம் கொள்ள முடிகிறது. மேற்கில் சத்தியாகிரகம் தொடங்கியதற்கான அறிகுறிகளாக சர்வதேச சங்கம், வேலைநிறுத்தம், மறியல் மற்றும் புறக்கணிப்புப் போராட்டங் களைக் குறிப்பிடலாம். 1926ஆம் ஆண்டு இங்கிலாந்தில் நிகழ்ந்த பொது வேலைநிறுத்தப் போராட்டம், கச்சிதமாகத் திட்டமிடப் பட்டு நடத்தி முடிந்த மேற்கத்திய சத்தியாகிரகம் என்பேன். அதைவிடச் சற்றுப் பெரிய அளவிலான ஒத்துழையாமைப் போராட்டம் நிகழ்த்தியிருந்தால், எப்பேர்பட்ட அரசு இயந்திரமும் முடங்கிவிடும். இதனால் மக்களின் நியாயமான கோரிக்கைகளை செவிசாய்த்துக் கேட்கும் நிலை உண்டாகலாம். அரசு நினைத்தால் ஒரு நூறு பேரைச் சுட்டு வீழ்த்தலாம். ஆனால் அதற்குமேல் தன் சர்வ அதிகாரமும் வல்லமையும் குவிந்துகிடக்கின்ற மக்களை வேட்டையாடிய பிறகு, எதன்மேல் ஆட்சி நடத்துவது?

சர்வதேச சங்கம் ஒருபுறம் இருந்தாலும், நாடுகளுக்கிடையிலான சத்தியாகிரகப் போராட்டம் சீரிய முறையில் செயல்படுவதற்கு நேரமும் உழைப்பும் தேவை. போரினால் ஒன்றும்

மாறப்போவதில்லை என்ற தெளிவும், இயந்திரமயமாக்கப்பட்ட தேசங்களை அசுர பலம் பொருந்திய பொருளாதார முதலைகள் கபளீகரம் செய்யும் என்ற புரிதலும் சத்தியாகிரகப் போராட்ட முறை நோக்கி மக்களை நகர்த்தும். இல்லாவிடில் உலக உருண்டையில் ஒவ்வொரு நாடாக அழிந்துபோகும்.

(2) தீண்டாமையிலிருந்து விடுதலை

எல்லா மனிதர்களையும் ஒன்றுபோலவே சரிசமமாக நடத்த வேண்டும் என்ற தார்மீகக் குரல் ஒவ்வொரு மூலையிலிருந்தும் எதிரொலிக்கின்ற அதே சமயம், குறிப்பிட்ட ஒரு சாராரைத் தனக்குக் கீழ் வைக்க வேண்டும் என்ற சிலரின் அபத்த வாதங்களும் கேட்கத்தான் செய்கின்றன. குற்றவாளிகளைக் கோல் கொண்டு அடிக்கும் அளவுக்கு நம்மில் யாரும் உத்தமர்கள் இல்லை. ஆகவே யார் இதைச் செய்கிறார்கள், எந்தத் தேசம் இதற்குத் துணை போகிறது என்பதைச் சுட்டாமல் விடுவது நலம். தீண்டாமையின் தாயகமாக விளங்கும் இந்தியாவில், பழங்காலத்தில் இருந்தது போலவே நிறம் மற்றும் இன அடிப்படையில்தான் பாகுபாடு நிகழ்கிறது எனச் சொல்வதே போதுமானது என்று நினைக்கிறேன்.

எனவே இந்து மதத்தில் தீண்டாமை மனப்பாண்மை எப்படி உள்ளே நுழைந்தது, மக்களை அரித்துத் தின்ற வல்ல இப்புற்று நோயிலிருந்து வெளியேறுவதற்கு எப்படியெல்லாம் போராடுகின்றனர் என்று யோசிப்பது உசிதம். ஒடுக்கப்பட்டவர்களைக் காட்டிலும் ஒடுக்குமுறைக்குத் துணைபோனவர்கள் துக்கத்திற்கு ஆளாவது என்னை மேலும் ஆச்சரியமூட்டுகிறது. தீண்டாமைக் கொடுமைக்கு ஆளாகி, மனிதநேயமற்றச் செயல்பாடுகளுக்குப் பழகிப்போன அப்பாவி ஒடுக்கப்பட்ட மக்கள், இந்து மதத்தின் எதிர்காலத்தை இரட்சிக்க இன்று பெரும்பான்மையாக இருக்கின்றனர். ஆனால் ஒடுக்குமுறை செய்த பிராமணர்களின் எண்ணிக்கை மிகவும் சொச்சம். பண்டைய நாகரிகங்களில் அடிமை முறை இருந்ததுபோல, தீண்டாமை முறையும் தனக்கான குழியைத் தானே தோண்டி அதற்குள் அஸ்தமிக்க வேண்டும். வாழ்வதற்கும் வளர்வதற்கும் சுதந்திரம் வேண்டும், ஒழுக்கமும் கடமையும் பின்னிப் பிணைந்த சுதந்திரம்.

(3) உடல் உழைப்பு

இயந்திரங்களுக்கு எதிராக காந்தி வெளிப்படையாக அறிவித்த சூளுரை இது. ஆகவே முன்பைக்காட்டிலும் அதிக பிரபலங்கள் இக்கருத்துக்கு ஆதரவு அளித்தனர். மிகச் சமீபத்தில் கூட, சர்வதேச

அளவில் புகழ்பெற்ற விஞ்ஞானி டாக்டர் அலெக்சிஸ் காரெல் என்பார் இதுகுறித்து எழுதியிருக்கிறார். தன்னுடைய 'மேன் தி அன்னோன்' எனும் புத்தகத்தில் இயந்திரமயமாக்கப்பட்ட வாழ்க்கை, சராசரி மனிதனின் படைப்பூக்கத்தை முட்டுக்கட்டை யிட்டுப் பாழாக்குகிறதென்றும், ஒட்டுமொத்த வளர்ச்சியில் அபாயகரமான அழிவுகளை உண்டாக்குகிறதென்றும் குறிப்பிட்டிருக்கிறார். மேலும்:

ஒரே செய்கையை ஆயிரக்கணக்கான முறை அன்றாடம் திரும்பத் திரும்பச் செய்யும்படி தொழிலாளி வற்புறுத்தப்படுகிறான். உற்பத்திப் பொருளின் ஒரேயொரு பகுதி மட்டும் அவனால் செய்யப்படுகிறது. ஒருபோதும் முழுமையான பண்டம் உருவாக்க அவனுக்கு வாய்ப்பு வழங்கப்படுவதில்லை. அறிவுத் திறன் பிரயோகம் மறுக்கப்படுகிறது. கடிவாளம் கட்டிய குதிரைபோல, கண்ணைக் கட்டிக் கொண்டு நாள் நெடுக கிணற்றிலிருந்து நீர் இறைக்கிறான். அன்றாடம் ஏதோவொரு புதுமையை எதிர்பார்த்து, செய்யும் தொழிலில் ஆரோக்கியமான படைப்பூக்க மனநிலை நீடிப்பதை, இயந்திரமயமாக்கப்பட்ட தொழில்முறை முடக்குகிறது. மனநலனைக் காட்டிலும் பணநலனில் அதிக சிரத்தைக் கொண்டு, இன்றைய நாகரிக உலகம் நினைத்தும் பார்க்கமுடியாத குற்றத்தைச் செய்துவிட்டது.

நான் மேற்கோளிட்டுக் காட்டிய டாக்டர் காரெலின் இச்சிறிய பத்தி, கைவினைத் தொழில்சார் உடல் உழைப்பையே பிரதானமாகப் பேசுகிறது. நிலம்சார் உடல் உழைப்பு குறித்தும், மண்ணோடு மனிதர் கொண்டுள்ள பூர்வாங்க உறவின் மகிமை குறித்தும், யூத அறிவுஜீவி ஒருவர் நியூ யார்க்கில் இருந்தபோது ஒருமுறை என்னிடம் சொன்னார்:

யூத எதிர்ப்புக் கொள்கையால் நான் பெரிதும் அவதிப்படுகிற போதும், என்னால் அதைப் புரிந்துகொள்ளமுடிகிறது. யூதர்கள் பிற மனிதர்களைப் போல் அல்ல. இயற்கையோடும் அதன் இயங்கியலோடும் பல ஆண்டுகளுக்கு முன்பே தம் உறவை முறித்துக்கொண்டார்கள். எனவே வாழ்க்கைக் குறித்து தட்டையான பகுதிசார் பார்வையே அவர்களுக்கு மிஞ்சியிருக்கிறது. எனவே இயல்புக்கு மாறாக செயற்கையான, உண்மையல்லாத கருத்தோட்டங்கள் மீது நம்பிக்கை வைத்தனர். உலக வாழ்விலிருந்து விலகிவந்தவர்கள், வாழ்வின் அடிப்படை குணாம்சங்கள் பற்றி ஏதும் தெரிந்திருக்க வாய்ப்பில்லை. மீண்டும் இயல்பு வாழ்க்கைக்கு திரும்பாதவரை யூதர்கள் அந்நியமான, யூகநிலைக்கு ஆட்பட்ட, அபாயகரமான மனிதர்களாகவே நீடிப்பர்.

மகாத்மா காந்தியின் போதனைகள் குறித்து இறுதியாகச் சில வார்த்தைகள் சொல்ல வேண்டும். அவரின் சித்தாந்தம் பண்டையக் கால மரபிலிருந்து கடன் வாங்கியதாக இருந்தாலும், உலக அரங்கில் இன்றும் விவாதத்திற்குரிய கொள்கைகளையும் உண்மைகளையும் சுவீகரிக்கத் தவறவில்லை. மேற்கொண்டு அவை பரிட்சார்த்த முறையில் சீராகச் சோதிக்கப்படுகின்றன. தம் கொள்கையின் விடாப்பிடித் தன்மையிலிருக்கும் சில இறுக்கமான முடிச்சுகளை இலகுவாக்குவதன் மூலம், அடுத்து வருபவர்கள் மதவெறிப் பிடிக்குள் சிக்காமல் சுதந்திரமாக வேலைசெய்ய வழி உண்டாக்குகிறார். 'முடிந்த முடிபாக' இதுதான் என்று அவர் எதையும் அறுதியிடுவதில்லை. இவையெல்லாம் காந்தி 'ஓர் நடைமுறைத் தலைவர்' எனச் சொல்லத் தகுதிபடைத்த திறன்களாக அமைகின்றன. அவரின் எண்ணங்களும் கருத்தாழமிக்கச் சிந்தனைகளும் செயல்வடிவம் பெறுகின்றன. எனவே தொலைநோக்குப் பார்வை கொண்ட மகத்தான ஆளுமை என்று தன் விமர்சகர்களால் கொண்டாடப்படுகிறார். 'உண்மைக்கு நெருக்கமாக வாழும்போது, சமாதானத்தின் அழகு என்னவென்று தெரியவரும். இது என் வாழ்க்கைக் கற்றுத் தந்த பாடம்' என காந்தி சொல்கிறார். என் அளவில் காந்தியை நான் லெனினோடு பொறுத்திப்பார்க்கலாம் என்று நினைக்கிறேன். சமகாலத்தில் வேறெந்த ஆளுமையோடும் அவரை ஒப்பிடமுடியாது. இருவர்க்கும் போராட்ட முறைகளில்தான் பெரிய வேறுபாடு. லெனின் அகிம்சை வழியிலும் போராடினார், ஆயுதம் ஏந்தியும் போராடினார். அரசு இயந்திரத்தின் சகல உறுப்புகளையும் பயன்படுத்தி, நாட்டில் மாற்றம் உண்டாக்க உழைத்தார். ஆனால் காந்தி அகிம்சை வழியில் மட்டுமே போராடினார். அவர் போராட்டத்திற்கு அரசு இயந்திரத்தின் துரும்பு, தூசுகூட துணைநிற்கவில்லை. தண்டனைப் பெற்று சிறையில் அடைபட்டிருந்தாலும் களத்தில் நிற்கும் மக்களைக் காந்தி வழிநடத்த வேண்டியிருந்தது. இந்தப் பார்வையின் ஊடாகப் பார்த்தால், ரஷ்ய தலைவரைக் காட்டிலும் இந்துத் தலைவர் வரலாற்றுப் பரப்பில் மாபெரும் தனித்துவத்துடன் மிளிர்கிறார். ரஷ்யர்கள் அடிப்படையான மாற்றங்களை மேற்கொண்டுதான் இந்நிலையை எட்டியுள்ளனர். ஆனாலும் தராசு முள் இந்தியாவின் பக்கமே சாய்கிறது. ஏனென்றால் ரஷ்யர்களின் வளப்பமும் வசதியும் இந்தியர்களுக்கு எட்டாக் கனி.

இதன்மூலம் 1935ஆம் ஆண்டில் காந்தியம் பற்றி நான் தெரிந்துகொண்டதைச் சுருக்கமாகப் பதிவு செய்திருக்கிறேன்.

அத்தியாயம் 22

சமதர்மத் தலைவர் ஜவாஹர்லால் நேரு

இந்தியாவில் கம்யூனிசக் கொள்கையை இறுக்கமாகப் பின்பற்றுபவர்கள் கூட, சமதர்மச் சிந்தனையில் நாட்டம் கொண்டிருப்பதை முன்னரே பேசிவிட்டோம். நேருவின் சமதர்மக் கொள்கை பிற நாடுகளிலிருந்து கவரப்பட்ட சித்தாந்தம் ஆதலால், முன்பு குறிப்பிட்டவர்களோடு அவர் ஓரளவு ஒத்துப்போனார். ஆனால் அனைத்துமட்ட அரசியல் கட்சித் தலைவர்களின் அடிப்படைப் போக்குகளில் இருந்து நேரு வேறுபட்ட இடமுண்டு. இந்தியாவில் உள்ள அனைத்துப் பிரச்சனைகளும் இந்தியர்களின் பொதுப் பிரச்சனை போல பாவித்தார். அவர் மனத்தில் முஸ்லிம், இந்து, பார்சி என்ற பிரிவினை கிடையாது. இந்தியத் தாயின் புதல்வர்கள் அனைவரும் இந்தியர்தாம் என்று ஒருமனதாகக் கருதினார்.

இந்தியாவில் இந்து மதத்தை ஒருங்கிணைத்து வகுப்புவாதத்தைத் தூண்டும் மத அடிப்படைவாதிகளிடம் நேரு அடிக்கடி முரண்கொள்ள நேர்ந்தது. முன்பு சொன்னதுபோல், இம்மக்களை 'இந்து மகாசபை' எனும் அமைப்பு தம் கட்டுப்பாட்டில் வைத்திருக்கிறது. சமதர்மக் கொள்கைக் குறித்து நேரடிப் புத்தக அறிவு இல்லாமல், மேலை நாடுகளின் தாக்கத்தால் உந்தப்பட்டவர்கள் 'இந்து மகாசபை' குறுகிய சாராரின் நன்மைக்காக உழைக்கின்ற இயக்கம் என்று எடைபோடுகின்றனர். அதாவது மக்கள் நலத் தேவைகளையோ, வாழ்வை மேம்படுத்தும் பிரயத்தனங்களையோ சிந்திக்காமல் வேலை தேடும் அங்கத்தினர்கள் நிறைந்த குழு என்று குற்றம் சாட்டுகின்றனர்; அந்நிய ஆட்சிக்கு இந்து மகாசபை ஆதரவளிப்பதையும் சமதர்வாதிகள் சுட்டிக்காட்டத் தவறவில்லை. இவர்கள் சொல்வது

ஓரளவு உண்மைதான். ஆனால் இது மட்டும்தான் குற்றம் என்றால், இந்து மதம் மீது குறைந்த அழுத்தமே சுமத்தப்படுகிறது என்பேன். அடுக்கி வைத்த சீட்டுக்கட்டைப் போல் இவை சரிந்து வீழும். உண்மையில் இவற்றை ஆழ உணர்ந்து பார்த்தால், இச்சிக்கல் மண்ணில் வேரூன்றியுள்ளது. வகுப்புவாதக் கொள்கை, மேலாதிக்கம் செய்கின்ற இந்து மனநிலையைத்தான் காட்டுகின்றது. இந்து மகாசபையை வேலை தேடும் அங்கம் என்று முழுவதுமாக ஒதுக்கிவிட முடியாது. தங்கள் சமயத்திற்காக கணிசமான தொழிற் நிறுவனங்களையும், கல்விக் கூடங்களையும் நிறுவுயுள்ளதன் பேரபாயத்தை யோசிக்க வேண்டும். மேற்கொண்டு, அதில் சிலர் சமதர்மக் கொள்கையில் ஈடுபாடு கொண்டுள்ளனர். வகுப்புவாதத்தையும் சமதர்மத்தையும் சங்கிலி கொண்டு இணைக்கப் பார்க்கின்றனர். பண்டைய கால இந்து மதத்திலிருந்து இதற்கான உரம் வருவித்து கொள்ளப்பட்டிருக்கிறது. வகுப்புவாதத்தை வேட்டையாடும் சமதர்மம் எனும் வெளிநாட்டுக் கிருமியை, இந்துமதக் கிருமிநாசி தூவி வலுவாகப் போரிடுகின்றனர்.

அரசியல் சூழலில் அவர்கள் எல்லோரும் அந்நியர் ஆட்சி விரும்பிகள் எனச் சுலபத்தில் சொல்லிவிட முடியாது. ஆனால் இஸ்லாமியப் பெரும்பாண்மைச் சூழும்போது, அந்நியர் ஆட்சி நீடிக்க வெளிப்படையாகக் குரல் கொடுக்கின்றனர். இந்துப் பெரும்பான்மையில் அங்கம் கொள்ளும்போது, தேசியவாதி போல் அரிதாரம் பூசிக் கொள்கின்றனர். இந்தியா ஓர் இந்துதேசம் என்பதே அவர்கள் மனத்தில் கொண்ட கொள்கை. அதில் இஸ்லாமியர் களுக்கு இடமில்லை. ‘கிறிஸ்தவர்களும் இஸ்லாமியர்களும் இங்கு வாழும் வரை, அமைதி நிலவ வாய்ப்பில்லை’ என்று வெளிப்படையாக அறிவிக்கின்றனர். மத-இன அடிப்படையிலான ஃபாசிச அமைப்பைத் தன் தேசியவாதக் கொள்கையாகப் பின்பற்றுகின்றனர். வகுப்புவாதம் பேசும் மத அடிப்படைவாத இந்துக்களின் ஆட்சியில், எதிர்கால சுதந்திர இந்தியா எப்படி இருக்குமென்று பேசுகையில், ‘வருங்காலத்தில் நாங்கள்தான் தீண்டத்தகாதவர்களாக இருப்போம்’ என்று இங்குள்ள இஸ்லாமியர்கள் கருதுகின்றனர்.

ஆனால் இதுமட்டுமே நிகழும் என்று சொல்ல முடியாது. எண்ணிக்கையிலும் பலத்திலும் இஸ்லாமியர்கள் அடங்கி ஒடுங்கும் நிலையில் இல்லை. முரண்பாடாகத் தோன்றினாலும், இஸ்லாமிய மற்றும் இந்துமத வகுப்புவாதிகள் தங்கள் சமூகக் கட்டுமானங்களைக் காப்பாற்றுவதற்காக, தம்மை அச்சுறுத்தும் அந்நிய அரசியலுக்கு எதிராக ஒருங்கிணைய வாய்ப்பு உண்டு.

பண்டித ஜவாஹர்லால் நேரு முன்மொழிந்த அரசியல் தீர்மானங்கள் முந்தைய தீர்மானங்களைத் தூக்கிச் சாப்பிடுவதாய் இருந்தன. இந்து மதத்தைச் சார்ந்த பிற தலைவர்களிடமிருந்து நேரு வேறுபட்டார். அச்சமயத்தின் பழம் மரபுகளை முழுமையாகச் சீர்த்திருத்த விரும்பியதில் அம்மாற்றங்கள் தலைதூக்கின. ஜவாஹர்லால் நேரு காஷ்மிரைப் பூர்வீகமாகக் கொண்ட பிராமணக் குடும்பத்தைச் சார்ந்தவர். அக்குடும்பம் சுமார் 200 ஆண்டுகளுக்கு முன்பு, வளமை மிக்க சமவெளிப் பிரதேசம் நோக்கி குடிபெயர்ந்தது. இஸ்லாமிய அரசர்களின் ஆட்சியில் உயர் பதவி வகித்ததால், முகமதிய கலாசாரத்தோடு அவர்களுக்கு நல்ல பழக்கம் இருந்தது. அதே சமயம் அக்குடும்பத்தினர்களுக்கு மேற்கத்திய தாக்கம் வெகு விரைவிலேயே ஆட்பட்டுவிட்டது. எப்போதாவது பொருளாதாரத் தேவைகள் மிகுந்தாலும், ஆஸ்திக்குக் குறைவில்லை. நன்கு பக்குவப்பட்ட, சாதி - சமய மரபுகளுக்குத் தலைப்படாத குடும்பம்.

நேருவின் தந்தை, மோதிலால் நேரு ஓர் அற்புதமான மனிதர். புகழ்பெற்ற வழக்கறிஞர். வாழ்வின் இறுதி அத்தியாயங்கள் வரை, அவரின் அரசியல் பயணங்கள் சூடுபிடிக்கவில்லை. ஆனால் அரசியல் களத்தில் குதிக்கும்போதெல்லாம் சட்டத்துறையில் முதுகெலும்போடும் தைரியத்தோடும் நடைபயின்ற கால்கள் விஸ்தாரம் குறைவின்றி ஓட்டமெடுத்தன. வலிமையும் சுறுசுறுப்பும் பொருந்திய முகவெட்டு. ரோம சேனாதிபதிபோல் ஆதிக்கப் பொலிவுபெற்ற உருவம். நேருவின் எழுத்துகளை வாசித்தால், மோதிலால் சராசரி இந்து அறிவுஜீவியைப்போல் மனோதத்துவ இறையியல் தாக்கங்களுக்கு ஆட்படாத மனிதர் என்பது தெரியவருகிறது.

ஜவாஹர்லால் நேரு 1889ஆம் ஆண்டு பிறந்தார். மோதிலாலுக்குப் பிறந்த ஒரே ஆண் வாரிசு. பன்னிரண்டாம் வயதுவரை தனியனாக வளர்ந்தார். யாருமில்லா இந்நெடிய குழந்தைப் பிராயத்தில், பள்ளிக்குச் செல்லாமல் தனியார் ஆசிரியர்களை வீட்டிற்கே வரவழைத்துத் தொடக்கக் கல்வி பயிற்றுவித்தார் மோதிலால். ஒரு மட்டம்வரை நேரு உணர்ச்சிக்குக் கட்டுப்பட்டுக் கிடந்தார். வீட்டிலேயே அடைக்காத்து, யோசித்துக் கொண்டிருப்பது பிடித்துப்போனது. உடற்பயிற்சிகளையும் விளையாட்டுகளையும் வெறுத்தார்.

கேம்பிரிட்ஜ் பல்கலைக்கழகத்தில் பட்டப்படிப்பு பயின்றதால், மேற்கத்தியக் கலாசார நுகர்ச்சி நேருவிற்கு எளிதில் கிட்டியது. சராசரி இந்து குழந்தையைப் போலல்லாமல் அவர் வளர்ந்த சூழல்

இதற்குப் பெரிதும் ஊக்கம்கொடுத்தது. இந்தவொரு காரணமே, நேருவின் அரசியல் தீர்மானங்கள் மேற்கு நோக்கி நகர்ந்து, இந்து தலைவர்களின் சீர்த்திருத்தங்களுக்குள் சிக்காமல் போனதற்கு வழிவகைச் செய்தது எனலாம். இதனால் நேருவின் அரசியல் விவாதங்கள் இந்து சமயப் புத்தக மேற்கோள்களின்றி தனித்து அமைந்தன. அவர் கருத்தில் படைப்பூக்க வெளிப்பாடும், தனித்துவச் சிந்தனைகளும் மலிந்தன.

அதே நேரம், மத அடிப்படையிலான இந்தியக் கலாசாரத்தில், அவர் குரல் ஒற்றைப் பிம்பமாய் தனித்து நிற்பதும் கவனிக்கத்தக்கது. நேருவிற்கு இது தெரியாமல் இல்லை. வெறுப்பு ஏற்பட்டதும் உண்டு. சிலநேரங்களில் மதத்தை விரோதிக்கவும் செய்திருக்கிறார். சுதந்திரமான, ஒருங்கிணைந்த இந்தியாவிற்கு எதிராக அணிதிரளும் அனைத்துக் குரல்களும் மதத்தின் பெயரால் எழும்புகின்றன என்றார். இந்தியா சுதந்திரமடைய வேண்டுமென்று உயரிய இலட்சியம் கொண்டிருந்தார். ஆனால் சுதந்திரம் கோருவதற்குத் தடைக்கலனாக மதம் எனும் வஸ்து நிற்பதாகத் தோன்றியது. இதையெல்லாம் வைத்துக்கொண்டு நேரு ஒரு முழுமுதல் பகுத்தறிவுவாதி என்றோ, துறவற வாடையற்றவர் என்றோ கருதிவிடக்கூடாது. பொதுமக்களை வென்றெடுப்பதற்கு, அவர்கள் நாடும் புலங்களையும் உணர்ச்சிகளையும் கையாளத் தெரியவேண்டும் என்பதை அவர் அறியாமல் இல்லை.

இங்கிலாந்திலிருந்து படிப்பு முடித்து வந்த கையோடு இந்தியா திரும்பிய நேரு, தன்னைப் பரபரப்பான அரசியல் சுழலில் இணைத்துக்கொண்டார். ரௌலட் சட்டத்தை எதிர்த்து சத்தியாகிரகப் போராட்டம் மேற்கொண்ட காந்தி அலகாபாத் வந்தபோது, நேருவிற்கு மகாத்மா காந்தியுடன் தொடர்பு ஏற்பட்டது. அப்போராட்டத்தில் ஏற்பட்ட சில துன்பியல் நிகழ்ச்சிகளைத் தாமே கண்கூடாகப் பார்த்திருக்கிறார். 1920க்கும் 1934க்கும் இடைப்பட்ட ஆண்டுகளில் 7 முறை சிறை சென்றார், நேரு. வெளியே வரும் சொச்ச காலத்தில் இயக்கத்தில் ஊக்கமுடன் பங்கேற்றதாலும், இந்தியர்களோடு கொண்ட பழக்கத்தினாலும், இந்தியப் பிரச்சனை மூலங்களைக் கண்டறிய வாய்ப்பு ஏற்பட்டது.

இளமைக் காலத்தில் அனுபவித்த தொடர்ச்சியான சிறை வாழ்க்கை, நேருவின் மனநிலையையும் நடவடிக்கைகளையும் தீர்மானிக்கும் காரண கர்த்தாவாக அமைந்தன. சிந்தனைத் தூண்டும் மனவெழுச்சிகளைப் பக்குவத்தோடு உள்வாங்கினார். இந்தியர்களின் சூழலைப் புரிந்துகொள்ளவும், அந்நியர்களின்

மதிப்பீட்டை அறிந்துகொள்ளவும் நுணுக்கமான கண்காணிப்புத் திறனை வளர்த்துக் கொண்டார். 'உலக வரலாறு' எனும் இரண்டு பென்னம் பெரிய தொகுதிகளைச் சிறைச்சாலையில் எழுதினார் என்பது குறிப்பிடத்தக்கது. மனிதச் சமூக வரலாற்றின் துன்பம் நிறைந்த போராட்டங்களை அந்நூலில் பதிவு செய்வதோடு, இந்திய விடுதலைக்கான வழியையும் காட்டி அமைகிறார். நேருவின் தன்வரலாற்று நூலும் சிறையில் எழுதி முடிக்கப்பட்டது என்று அறிக. தன்னைக் குறித்தும் தன்னைச் சுற்றி நடப்பவை குறித்தும் அதில் தத்துவ விசாரணை நிகழ்த்தியிருக்கிறார். ஏற்கெனவே தனிமை ஏறிய அவர் வாழ்வில் மேலும் வலிந்து திணிக்கப்பட்ட இத்தனிமை, தம் சிந்தனைகளையும் கற்பனைகளையும் அரசியல் தீர்மானங்களாக உருமாற்றும் வலிமையை அவருக்குத் தந்திருக்கிறது. இதனால் புறவய அழுத்தங்களால் மாறுபாடில்லாத சுத்தத் தீர்மானத்தை அவர் முன்மொழிந்தார்.

'இந்திய நிர்வாகம் அடி ஆழம் முதல், வேர்வரை கிளை பரப்பிச் செயலாற்ற வேண்டும்' என்பதே நேருவின் அரசியல், சமூக மற்றும் பொருளாதாரத் தீர்மானமாக அமைந்தது. இத்தீர்மானத்திற்கு சமதர்மம் என்று பெயர். ரஷ்யாவில் தற்போதுள்ள அரசாங்கத்தைவிடக் குறைந்தபட்ச தீரமுடையது. ஆனால் மார்க்சியத்திற்கும் இதற்கும் தொடர்பில்லை.

நேருவின் தேசியவாதம், சமதர்மத்தோடு பிண்ணிப் பிணைந்தது. இந்தியாவில் அந்நியர் ஆட்சியை விரட்டியடிக்கும் வெற்று உபாயமாக அதைப் பார்த்தார். ஆசியா முழுவதும் அந்நியர் ஆட்சிக்கு உட்பட்ட எல்லாத் தேசங்களும் இதன்வழிப்பட்டது என்று தனியே சொல்லத் தேவையில்லை. ஆனால் இவ்வகை அரசியல் தேசியவாதத்தால் ஜப்பானில் ஏற்பட்டதுபோல், முதலாளித்துவ ஏகாதிபத்திய ஆட்சி அமையலாம். ஆனால் இந்தியா சுதந்திரம் பெற்ற பிறகு, இத்தகு தேசியவாதத்தை தாம் அறவே விட்டுவிடுவதாய் தன் எழுத்துகளில் தெளிவுறப் பதிவு செய்கிறார். 'சர்வதேசப் புரிந்துணர்வு கழகத்தின் அதிகார வரம்பிற்கு உட்பட்ட விடுதலையே' நேருவின் உட்சபட்ச இலட்சியம். எனவே இந்தியா உள்ளார்ந்த சீர்த்திருத்தத்தில் இருந்து தன் மாற்றத்தை தொடங்க வேண்டும் என்று விரும்பினார். அதன் படிநிலைகள் பின்வருமாறு:

1) வகுப்புவாதம் ஒழிய வேண்டும். 2) உள்நாட்டு மற்றும் வெளிநாட்டு முதலாளித்துவ சக்திகள் முற்றிலும் ஒழிந்துபோக வேண்டும். 3) அனைத்துச் சொத்துக்களும் தேசியமயமாக்கப்பட வேண்டும். இந்தியாவின் வளங்களை அரசே பராமரித்துக்

கொள்ளும். 4) தொழிற்சாலைகளின் கணிசமாக வளர்ச்சி, கைவினைத் தொழில்களுக்கு மாற்று ஆகும். 5) ஒட்டுமொத்த வளர்ச்சியைப் பாதிக்கும் சமயப் பார்வைகளை, பொருளாதாரப் பார்வை கொண்டு பெயர்க்க வேண்டும். 6) அத்தகுச் சூழலில்தான் பொருளாதார மற்றும் சமூகச் சமநிலை வாய்க்கும்; ஒற்றுமையும் தேசியத்துவமும் வலுப்பெறும் என்பது நேருவின் புரிதல். 'இதைத் தொடர்ச்சியாகப் பின்பற்றினால் ஒற்றுமை வாய்க்குமா எனச் சொல்லத் தெரியவில்லை . . . . அது அடித்தட்டு நிலையிலிருந்து பீறிட்டு எழும். சமூக மற்றும் பொருளாதாரச் சிக்கல்கள் தவிர்க்கமுடியாத சில தொல்லைகளைக் கண்முன் கொண்டுவரும். இதனால் மக்களிடையே வேறு சில பிரிவினைகள் தோன்றினாலும், வகுப்புவாத பேதங்கள் ஓய்ந்துவிடும்.'

தற்காலத்தில் இந்து சமயத்திற்காகப் பணியாற்றும் வெவ்வேறு ஆளுமைகளைக் குறைத்து மதிப்பிடாமல் சொன்னாலுங்கூட, மகாத்மா காந்தியும் ஜவஹர்லால் நேருவும் இந்து மதத்தின் வளர்ச்சிக்குத் தனிப்பட்ட மனிதர்களாகவும், கட்டமைப்புச் சக்தியாகவும் பெரும் பலமாக விளங்குகின்றனர். 19ஆம் நூற்றாண்டு இந்து சமய சீர்திருத்த இயக்கத்தின் நீட்சியாக, காந்தியை நாம் பார்க்க முடிகிறது. மனிதம் நிறைந்த பழங்கால இந்து சமயத்தின் ஆன்மீகக் கொள்கைகளை உயிர்த்தெழச் செய்து பயன்பாட்டிற்குக் கொண்டுவருகிறார். ஜவாஹர்லால் நேரு கொள்கை அளவில், இந்து சமயத்தின் கடந்த காலத்தில் இருந்து தம்மை விடுவித்துக் கொண்டவர். இவ்விரு அசாத்திய மனிதர்களும் கொள்கை அளவில் வேறுபட்டாலும் மிக இணக்கமாகச் செயல்படுகின்றனர். இருவரின் இலட்சியமும் ஒன்றுதான். அஹிம்சை வழியில் சுதந்திரம் பெறுதல்; சுதந்திரம் பெற்ற பிறகு மூன்றாம் நாடுகளுடன் சுமூகமான உறவு பேணுதல்; இந்தியப் பெருந்திரள் மக்களுக்கான நன்மைப் பாராட்டும் அரசாக விளங்குதல். வித்தியாசங்களைப் பின்வருமாறு பார்க்கலாம்:

மகாத்மா காந்தியின் வாழ்க்கை மதம், ஆன்மா தொடர்புடையனவாக இருக்கிறது; நேரு பொருளாதாரத்தை மையமிடுகிறார். இந்து மதத்தின் மையச் சரடில் இருந்து பிசகாமல், சிறிய மாற்றங்களுக்கு மட்டும் இடங்கொடுத்து, எல்லோரும் சரிசமமாக வாழும் புதிய வாழ்க்கை முறையை காந்தி அறிமுகப்படுத்த விரும்புகிறார்; வகுப்புப் பேதத்தை செய்தொழில் அடிப்படையில் காண்கிறார். ஆனால் குறிப்பிட்ட வகுப்பில் பிறந்த ஒருவர், தன்னால் அவ்வகுப்பிற்குரிய தொழிலை மேற்கொள்ள இயலாத போது பிற தொழில் செய்வதற்கான சுதந்திரம் அதில்

இருக்க வேண்டும். நேரு இப்பழையமுறை ஒட்டுமொத்தமாக நீங்க வேண்டும் என்று ஆசைப்படுகிறார். தொழிலாளர் பிரச்சனையில் காந்தி எந்தப் பக்கம் என்று தெளிவில்லை. ஆனால் கிராமப்புறம் குறித்து அவர் யோசனைகள் வெளிப்படையாக உள்ளன.

ஒவ்வொரு கிராமமும் இந்திய தேசத்தின் ஓர் அங்கமாகச் செயல்பட வேண்டும்; தன்னளவில் சுதந்திரம் கொடுக்கப்பட வேண்டும்; பிறரை அண்டாமல் தற்சார்புடன் தனித்து இயங்க வேண்டும். 'குறைந்த அளவிலான இயந்திரங்கள், நிறைந்த அளவிலான கைவினைத் தொழில்கள்' என்பதே காந்தியின் தாரக மந்திரம். போதிய ஓய்வு நேரமும் கட்டுப்பாடான சுதந்திரமும் கிடைக்க இதுவொன்றே தீர்வென்று நம்பினார். மகாத்மா காந்தி அதிகாரத்தைப் பரவலாக்க விரும்பிய ஜனநாயகவாதி. ஆனால் 'நிலாக்கிழார் முறை ஒழிப்பைத்' தாண்டி கிராமங்கள் குறித்து நேரு என்ன சிந்தித்தார் என்று தெளிவில்லை. நகர்புறத் தொழிலாளர்கள் குறித்து சிந்திக்கையில், சமதர்மவியல் கொள்கைக்கு உட்பட்டு திட்டமிட்டார். நேரு ஒரு தீவிர மையவாதி. தன்னாட்சிக் குழுக்களின் சுதந்திரத்தை ஒருபோதும் விரும்பமாட்டார். ஆனாலும் அவர் ஒரு ஜனநாயகவாதி.

மகாத்மா காந்தியின் வாழ்நாளில் இவ்விருவரும் பிரிவதற்கான முகாந்திரம் இல்லை. ஒருவேளை காந்தியே இருவருக்கும் இடையில் பிளவு ஏற்படுத்தினால், நேரு அதை ஒப்புக்கொள்ள மாட்டார். காந்திமீது தீவிரப் பற்றுடன் கைகோர்த்துள்ளவர், நேரு. அவரைப் பொறுத்தவரை காந்தி ஒரு தன்னேர் இல்லாத தனித்துவ மனிதர். இத்தனையும் மீறி காந்தியைப் பிரிந்து செல்ல முயல்வாரெனில், இந்து மதத்தின் பெருந்திரள் மக்கட் கூட்டத்தையும் இந்திய சமூகத்தின் பெருவாரியான குழுக்களையும் தம் பிடியில் இருந்து இழக்க நேரிடும்.

'வேரோடு பிடிங்கியெறியும் மாபெரும் மாற்றத்தை இந்திய மக்கள் விரும்புகின்றனரா?'

ஜவாஹர்லால் நேரு குறித்துப் பேசுகையில் இந்தியர்கள் முன்னெழுப்பும் கேள்வி இது. இதற்கு 'மக்களை ஆலோசித்து பொறுமையாக முடிவெடுப்போம்' என்று நேரு பதட்டமின்றி பதில் கூறுகிறார். ஆனால் அவர் சொல்வதுபோல் அரசியலமைப்புச் சபை உண்டாக்கி கருத்துக் கேட்பதெல்லாம், இந்திய விடுதலைக்குப் பிறகே சாத்தியப்படும்.

இவ்விரு சக்திவாய்ந்த ஆளுமைகளுக்குப் பின்னால், காங்கிரஸ் வற்றாத வலிமையோடும் தேசிய அரசியலின் முக்கிய அங்கமாகவும் தன்னை நிரூபிக்கிறது. இந்திய மக்களின் நம்பத்தகுந்த பிரதிநிதித்துவ அமைப்பு என்ற பெயரை காப்பாற்றி வருகிறது. இஸ்லாமியர்களைவிட இந்துக்களே காங்கிரஸை அதிகம் பின்பற்றுகின்றனர் எனத் தனியே சொல்லத் தேவையில்லை. இருப்பினும் முக்கியத்துவம் பெற்ற சில முஸல்மான்களும் இளைஞர்களும் காங்கிரஸில் நம்பிக்கை வைத்துள்ளனர். பொதுமக்கள் சட்டப் பூர்வமான வழியில் தீவிரத்துடன் செயல்படுகின்றனர் என்பதைத் தாண்டி வேறொன்றையும் குறிப்பிட்ட சொல்ல இயலாது. வகுப்புவாதத்திற்குத் துணை போவார்களா? ஒன்றிணைந்த தேசத்திற்குக் குரல் கொடுப்பார்களா? பொருளாதாரப் பிரச்சனைகளுக்குக் கூட்டம் போட்டு ஆர்ப்பாட்டம் நடத்துவார்களா? இவையெதற்கும் இப்போது பதில் இல்லை. சூல் கொண்ட இக்குழந்தை வளர்ந்த பிறகுதான் இதற்கு விடை தெரியும்.

இந்தியாவெனும் உருக்குப் பானையில் நான் பார்த்த சில விசேஷமான இந்து ஆளுமைகள், அவர்களின் எண்ணச் சிதறல்கள், அதனால் மக்கள் மனத்தில் ஏற்பட்டுவரும் மாறுபாடுகள் குறித்த பதிவு இத்தோடு முடிகிறது.

அத்தியாயம் 23

உருக்குப் பானையில் இஸ்லாம்

இஸ்லாமியச் சமயத்தில் மும்மடிக் கொள்கைப் பின்பற்றப் படுகிறது: தனிப்பட்ட வாழ்க்கை, சமூக வாழ்க்கை மற்றும் அரசியல் வாழ்க்கை. இந்தியாவிலும் இந்தியாவிற்குப் புறம்பாகவும் வசிக்கின்ற பெரும்பாலான இஸ்லாமியர்கள், இந்த மும்மடிக் கொள்கையைச் சௌகரியமான ஆடைப் போல் உடுத்திக்கொள்கின்றனர்.

(1) தனிப்பட்ட வாழ்க்கை

இறைவன் ஒருவரே. இறைத்தூதர்களையும் (நபிகள்) அவர்களால் வசனிக்கப்பட்ட புத்தகங்களையுமே நம்ப வேண்டும். முகமது அவர்கள்தான், இறுதியாக அவதரித்த இறைத்தூதர். ஒற்றைத் தெய்வ நம்பிக்கை, இஸ்லாமியத்தின் ஆதியும் அந்தமுமாகப் பார்க்கப்படுகிறது. குர்ஆன், 'அனைத்துப் புகழும், அகிலங்கள் எல்லாவற்றையும் படைத்து வளர்த்துப் பரிபக்குவப்படுத்தும் (நாயனான) அல்லாஹ்வுக்கே ஆகும்' எனத் தொடங்குகிறது. ஒவ்வோர் இஸ்லாமியனும் இந்த வரியைச் சொல்லித்தான் தொழுகையைத் தொடங்குகிறான். இறைவன் ஒன்றும் குறிப்பிட்ட மக்களுக்கு சிறப்பு விருப்பம் காட்டி, புறத்தாரை ஒதுக்கும் வேலை செய்யவில்லை. ஒட்டுமொத்த உலகினருக்கும் தாம் பொதுப் படையானவன் என்பதையே இவ்வசனத்தால் உணர்த்துகிறார்.

வெவ்வேறு காலங்களில் வாழ்ந்த இஸ்லாமியர்கள் தங்களுக்குள் உயர்வு தாழ்வு வேற்றுமை கருதியதற்கு மத நம்பிக்கை மட்டுமே காரணமென்று சொல்லிவிட முடியாது. இஸ்லாமியன் எனும் பதத்திற்கு விளக்கம் கூறுமிடத்தில், 'இறைவனிடம் முழுமையாகச் சரணடைபவன்' என்றும் 'நன்மை பாராட்டி, தீமையை

விரோதிப்பவன்...' என்றும் குர்ஆன் விளக்கமளிக்கிறது. அடிப்படையாகப் பார்த்தால், பிற மதத்தைவிடவும் இஸ்லாம் வேறானதல்ல. இறைவனுக்கும் தொண்டனுக்கும் இடையே வேறெவரும் இதில் நுழைய முடியாது. இரண்டாவது, இச்சமயத்தில் ஓரிறை நம்பிக்கையே பிரதானம். இவையே இஸ்லாமியத்தைத் தனித்துவப்படுத்துகின்றன. உள்ளத்தோடு உடலையும் ஒரே தராசில் வைத்துப் பார்க்க இஸ்லாம் வற்புறுத்துகிறது. சுத்தம், கட்டுப்பாடு, ஆரோக்கியம் - இவை மூன்றும் இங்கு வெளிப்படை. இஸ்லாமிய வழிபாட்டில், உடலோடு ஆன்மா இரண்டறக் கலக்கிறது.

(2) சமூக வாழ்க்கை

சமூக வாழ்கையில் இரண்டு அங்கங்கள் உண்டு: மனிதனோடு பிற மனிதன் வைத்துக்கொள்ளும் தொடர்பு, சமூக நீதியோடு உறவாடும் தொடர்பு. இரண்டும் பிண்ணிப் பிணைந்தவை. நாம் இங்கு நுட்பமான இரண்டு விஷயங்களைக் கூர்ந்து நோக்க வேண்டும். மக்கள் பலதரப்பட்ட மொழிப் பின்புலங்களையும் கலாசாரப் பின்னணிகளையும் கடந்து வந்துள்ளனர். எவ்விதச் சங்கடமும் இன்றி முறையே மதிப்பளிக்க வேண்டும்; இரண்டாவதாக, இன உயர்ச்சிக் கதையாடல்கள் இங்கு கிடையாது. இஸ்லாமியச் சமூகத்தில் வகுப்புவாதம் இல்லை. நிறம், தோற்றம், பூர்வீகம், இனம் முதலிய காரணிகளை ஊனமாகவோ, சலுகையாகவோ கடைப்பிடிப்பார் இல்லை. தனிப்பட்டோரின் அறிவு, ஞானம், தார்மீக நடத்தைகளாலே உயர்வு உண்டாகிறது. தேசத்தின் சிறப்பு அந்நாட்டின் சமூக நீதியைக் கொண்டே கணக்கிடப்படுகிறது.

இஸ்லாமியர்கள் சமூக நீதியை அடிப்படையாகக் கொண்டு, தம் பொருளாதார நம்பிக்கையை வலுப்படுத்தினர். 'மனிதன் மனிதனாக நீடிப்பதற்கு உழைப்புதான் காரணம்.' 'தம் உழைப்பின் கனியை, ஆண் - பெண் இருபாலர்களும் ருசிக்க வேண்டும்...' என்றெல்லாம் குர்ஆன் சொல்கிறது. ஆக, உழைப்புதான் பிரதானம் எனும் கொள்கை இங்கு உண்டு. முதலீடு உற்பத்தியோடு தொடர்பில்லாதது என்பதால், அதற்கு இரண்டாம் பட்சக் கவனமே கொடுக்கப்பட்டது. உழைப்பைச் சீர் செய்வதும், பொருளாதாரத் தேவையைப் பூர்த்தி செய்வதுமே அதன் வேலை. எனவே, மூதலீட்டில் கவனம் கொள்வது இஸ்லாமியச் சமயத்தில் பெரும் பாவமாகப் பார்க்கப்பட்டது. சொத்துரிமைக்கு புனிதப் பிம்பம் கொடுக்கப்பட்டது. இத்திட்டங்கள் எப்போதும் உயிர்ப்போடு இருக்குமா எனக் கேட்டால், இல்லை என்பதே பதில். ஆனால்

தன்னை ஓர் இஸ்லாமியன் எனச் சொல்லிக்கொள்ளும் ஒவ்வொருவரும் பாரபட்சமின்றி ஒருமனதாக, இப்பொருளாதாரத் திட்டங்களை ஏற்றுக்கொள்கின்றனர்.

(3) அரசியல் வாழ்க்கை

(அ) இஸ்லாத்தின் தொடக்கம், நான்கு கலீப்களின் ஆட்சியாண்டுக் காலத்தை உள்ளடக்கியது. நபிகள் காலத்தில் இருந்து தொடங்கப்பெறும் இக்காலவெளியை அபூ-பக்கர், உமர், உஸ்மான் மற்றும் அலி முதலானவர்கள் சுமார் 30 ஆண்டு காலம் ஆண்டனர். இவ்வாண்டுகளில் பூர்வ ஜனநாயகம் நீடித்தது. மாகாணத்தின் முழு அதிகார மையமாக விளங்கும் கலீபா பதவிக்கான தேர்தல், அமெரிக்கக் குடியரசுத் தலைவருக்கான தேர்தல் போல் பொது வாக்களிப்பு மூலம் நிகழ்த்தப்பட்டது. மாகாணத்தின் தலைமைச் செயல் அதிகாரத்தையும் இறை நம்பிக்கையின் உயர்மட்டப் பதவியையும் கலீபாக்கள் அணிசெய்தனர். இராணுவமும் நாட்டு நிர்வாகமும் அவர் வசம். மறுபுறம் சட்டத்துறையும் நீதித்துறையும் வழக்குரைஞர் மற்றும் நீதிபதி வசம் ஒப்படைக்கப்பட்டன. கலீப்பாக்கள் எதேச்சதிகாரத்தால் நீதி தவறும்போது அவர்களைத் தூக்கியெறிந்து அப்பதவிக்கு வேறொருவரை நியமிக்க இது வழிவகுக்கின்றது. ஆனால் கலீப்பா தன் சட்ட எல்லைக்கு உட்பட்டு நீதி தவறாதவராக இருப்பார் எனில் இப்பரிந்துகளை நீக்கும் அதிகாரமும் அவருக்கு உண்டு. சட்டங்கள் இறைவனால் இயற்றப்பெற்றவை. அதாவது குர்ஆன் மற்றும் ஹதீஸ் (முகமது நபியின் வசனங்கள்) நூல்களில் இடம்பெற்ற வசனங்களே சட்ட அந்தஸ்து பெறும். நீதிபதிகள் சட்ட விவாதங்களில் கலந்து கொள்ளலாம். சுதந்திரமாகச் சட்ட ஆலோசனைகளை (இஜ்திகாது) விவாதித்து; குற்ற விசாரணைக்கு எவையெவைச் சரிபட்டு வரும், எவையெவைச் சரிப்பட்டுவராது என்று முடிவெடுக்கலாம்.

மேற்கத்திய அறிஞர்கள் வரலாற்றுக் குறிப்புகளைச் சேகரித்து முடிப்பதற்குள் இஸ்லாம் பல பரிமாணங்களை எடுத்து நகர்ந்துகொண்டிருந்தது. என்னைக் கேட்டால், இஸ்லாமியச் சமூகம் வேகமாகப் பரவியதற்கு அதன் சமய நோக்கங்கள் மட்டுமே காரணம் அல்ல. அது தன்னளவில் ஒரு ஜனநாயக அமைப்பைக் கட்டமைத்துக் கொண்டிருந்தது. ஒடுக்கப்பட்ட மக்கள் அதை அள்ளி ஆர்ப்பரித்தனர். மாபெரும் மனிதப் புரட்சிபோல அதன் தொடக்கக் காலம் அமைந்தது. பிரெஞ்சுப் புரட்சியில் 'உரிமைப் பிரகடனம்' என்ன செய்ததோ அதைத்தான் இஸ்லாமியச் சமயம்

அன்றைக்குச் செய்தது. சமய மேடையில் இஸ்லாம் ஆற்றிய பணியும், அரசியல் மேடையில் பிரெஞ்சுப் புரட்சி ஆற்றிய பணியும், பொருளாதார மேடையில் ரஷ்யப் புரட்சி ஆற்றிய பணியும் ஒன்றுதான். மனித வரலாற்றில் ஏற்பட்ட இம்மூன்று மாபெரும் புரட்சிகளை ஒருவர் ஏற்றுக்கொண்டாலும் ஏற்றுக்கொள்ளாவிட்டாலும், இவை உணர்த்திய உண்மைகளைத் தவிர்க்க முடியாது.

(ஆ) இஸ்லாமியச் சமூகத்தின் இரண்டாம் அத்தியாயம், உமய்யா கலீபகத்தின் நிறுவனர் முஆவியா அவர்களிடமிருந்து தொடங்குகிறது. கலீபகம் என்ற பெயரமைப்பிலிருந்தே, ஜனநாயகக் காலகட்டத்தின் அதீவிர வீழ்ச்சியைப் புரிந்து கொள்ளலாம். முதன்மைச் செயல் அதிகாரிக்கான தேர்தல் முறை தூக்கியெறியப்பட்டது. வம்சாவளி முறையில் ஆட்சிப் பீடித்தைத் தக்கவைத்தனர். இவ்வடிப்படை மாற்றத்திற்குப் பிறகும், ஆட்சியாளர்கள் தம்மை கலீப் என்றே அழைத்துக்கொண்டனர். ஆனால் உண்மையான கிலாபத் முதல் 30 ஆண்டுகளிலேயே முடிவுக்கு வந்துவிட்டது என்பதைச் சிலர் நம்பினர்; நம்புகின்றனர். அதே சமயம் அரேபியகத்தின் கலீப்தான் இஸ்லாத்தின் சமயத் தலைவர் என்ற பாவனையும் நீடித்தது.

15ஆம் நூற்றாண்டில் உதுமானியப் பேரரசு, கிலாபத்தைக் கிழித்தெறிந்து ஆட்சியைப் பிடித்தது. துருக்கிய கலீப்பின் கருத்தியல் மற்றும் இறையியல் அதிகாரங்கள், இந்திய முஸ்லிம்கள் உட்பட உலகெங்கிலும் உள்ள பெருவாரியான முஸ்லிம்களால் ஏற்றுக்கொள்ளப்பட்டன.

இஸ்லாம் மார்க்கத்தின் புரட்சிகரமான அல்லது எழுச்சிகரமான தாக்கம், ஒன்பதாம் நூற்றாண்டில் அச்சமய விதிகளைத் தொகுத்துச் சட்டமாக்கும்போது முற்றுப் பெறத் தொடங்கியது எனலாம். இஜ்திகாது (சுதந்திரச் சட்டம்) மற்றும் ஆலோசிக்கும் முறை ஒழிந்தது. இதனால் ஆட்சிமுறையில் ஸ்திரத் தன்மை அதிகரித்தது என்றாலும் தேக்கநிலை உருவெடுத்தது.

பொது வாக்கெடுப்பு முறை ஓய்ந்தபோதே, அரசியல் அதிகாரத்தில் இஸ்லாமிய முகாந்திரங்கள் மட்டுப்பட்டன. தனிப்பட்ட வாழ்க்கைக்கும் அரசியல் வாழ்க்கைக்கும் இடையே, சாமானியர்களின் வாழ்க்கை பிளவுப்பட்டது. இஸ்லாமிய மும்மடிக் கொள்கையின் அடிச்செங்கலாய் விளங்கிய ஜனநாயகப் பண்பு பெயர்க்கப்பட்டது. சாமானியர்கள் அரசியல் வாழ்வில் தலையெடுப்பதை அதிகாரிகள் விரும்பவில்லை. தாங்களொரு

எதேச்சதிகார அரசைக் கட்டமைக்க விரும்பினர். இஸ்லாமியப் பொதுத் திரள், தங்களைப் பிரதிநிதுத்துவப்படுத்தும் இஸ்லாமிய ஆட்சியாளர்களும், இஸ்லாமிய அரசும் வேண்டுமென்று கோரிக்கை மணி அடித்தார்கள். ஆனால் அந்த இஸ்லாமிய ஆட்சியில் ஜனநாயகப் பண்பு நீடிக்குமா என்று கேள்வியெழுப்பத் தவறினார்கள். இதுபோன்ற தன்னிச்சை அரசாங்கங்களின் கொடுங்கோன்மை ஆட்சிக்கு எவ்வித எதிர்ப்புமின்றி செவிசாய்ப்பதால்தான், இஸ்லாமியர்கள் இன்று அடிபணியும் நிலைக்குத் தள்ளிப்பட்டிருப்பதாய் உணர்கிறேன். பிரஜைகளின் அனுமதியின்றி ஆளப்படும் அரசாங்கத்திற்குக் கொடுங்கோன்மை என்று பெயர். எப்பேற்பட்ட ஆட்சியிலும் வாழ முடியும் என்று எத்தனிக்கும் மக்கள், விரைவில் சுய மரியாதையை இழந்து விடுவார்கள்.

இஜ்திகாதை இழந்தபிறகு, இஸ்லாமியத்தின் சமூகவியல் அங்கம் பொழிவிழந்தது. மனிதனின் அடிப்படைத் தேவைகளைப் பொறுத்து அவ்வப்போது சட்டங்கள் புதுப்பிக்கப்பட வேண்டும். இறைவன் இயற்றிய சட்டங்களாகவே இருப்பினும், தாக்குப் பிடிப்பதற்கு இதுவொன்றே வழி. மோசேயின் விதிகளிலிருந்து இஸ்லாம் வேறுபடும் இடம் இது. 'காலங்களுக்கு ஏற்ப மாறுபடும் சட்டங்கள்தான்' இஸ்லாமிய நீதித்துறையின் அடிநாதம். பத்தாம் நூற்றாண்டில் தோன்றிய தத்துவியல் அறிஞர்களும் இச்செய்தியை வலியுறுத்தியுள்ளனர்: 'ஒவ்வொரு கணமும் கடவுள் புதுப்புது சிருஷ்டிகளைச் செய்துகொண்டிருக்கிறார். காலம், பகுத்துப்பார்க்க முடியாத பலகோடி கணங்களைத் தன்னுள் வைத்திருக்கிறது. எனவே சிருஷ்டிகளை நிறுத்திக்கொண்டு கடவுள் தேக்கம் கொள்வார் என்றால், ஒட்டுமொத்த அண்டமும் ஒரு கனவுபோல மறைந்துவிடும்.'

இஸ்லாமியச் சமயம் 643ஆம் ஆண்டுவாக்கில் இந்திய எல்லையை முதன்முதலாகக் கடந்தது. எட்டாம் நூற்றாண்டிலேயே அரேபியர்கள் சிந்து பகுதியைப் படையெடுத்து வந்தபோதும், இந்தியப் பிராந்தியத்திற்குள் பெரிதாகக் குடியேறவில்லை. ஆனால் எட்டாம் நூற்றாண்டிலிருந்து பன்னிரண்டாம் நூற்றாண்டுவரை ஆப்கானியர்கள், பாரசீக முகலாயர்கள், துருக்கியர்கள் முதலான வேறு சில ஆசிய நாடுபிடி வீரர்கள் வட மேற்கு இந்தியப் பிராந்தியத்திற்குள் தொடர்ச்சியாக ஊடுருவிக்கொண்டிருந்தனர். 12ஆம் நூற்றாண்டின் இறுதியில், இஸ்லாமியர்கள் தங்கள் ஆட்சியை இம்மண்ணில் ஆணித்தரமாக பரப்பினார்கள். அதற்குப்பின் இருவேறு நாகரிகங்களுக்கு இடையிலான மோதல்

தொடங்கப்பெற்றது. இஸ்லாமியர் ஆட்சிக்காலத்தில் வாழ்ந்த முஸ்லிம் வரலாற்றறிஞர்கள், ஒவ்வொரு நிகழ்விற்கும் தெளிவான காலக் குறிப்புகளை வைத்திருப்பது குறிப்பிடத்தக்கது.

இஸ்லாமிய அரசு இயந்திரம் சமூக எழுச்சிக்கு இடந்தர விரும்பியது. ஆனால் இந்து சமயத்தில் மனத்தளவில் மட்டுமே இவை ஏற்றுக்கொள்ளப்பட்டன. சமூகக் கட்டமைப்பிற்கு மாற்றம் தர விரும்பவில்லை. இத்தகு முரண்கொண்ட இரு சமூகங்கள் ஒன்றையொன்று எதிர்கொள்ளும்போது, மோதல் தொடங்குவது இயல்புதான்.

இஸ்லாமியர்களின் கச்சிதமான வரலாற்றுக் குறிப்புகளையும், இந்துக்களின் முற்றுப்பெறாத, தெளிவற்ற குறிப்புகளையும் பார்க்கும்போது முரண்பாட்டிற்கான காரணம் எளிதில் விளங்குகிறது. பௌதீக அதீதவியல் குறித்து அதிகம் சிந்திந்த இந்து மனம், சமூகத்திற்கு என்று ஒரு வடிவத்தைக் கட்டமைத்துக் கொண்டு, அதன்மேல் தத்துவம், சமயம் போன்ற அருவமான உரையாடல்களை வளர்ப்பதில் கவனம் செலுத்தியது. குறிக்கோள் மனப்பாண்மை கொண்ட இஸ்லாமியர்கள், வரலாற்றின் மீதும் மாறிவரும் மனிதச் சமூகப் புரிதலின் மீதும் கவினம் குவித்தனர்.

அல்பெருனி எழுதிய ‘தாரிக்-அல்-ஹிந்த்,’ (இந்தியா பற்றிய விசாரணை) தொடக்கக்கால ஆவணங்களுள் முதன்மையானது. சுல்தான் கஜினி முகமதின் ஆலோசகர்களுள் ஒருவரான, அல்பெருனி மத்திய ஆசியாவைச் சார்ந்தவர். பதினொன்றாம் நூற்றாண்டில் இந்தியாவிற்கு விஜயம் செய்தார். கணிதத்துறையிலும் விஞ்ஞானத்திலும் பெயர்பெற்று விளங்கிய இவ்வறிஞர், அறிவியல் ஆர்வலராக இந்துக்கள் மத்தியில் அறியப்படுகிறார். இந்தியா வந்த பிற்பாடு சம்ஸ்கிருதம் கற்றுக்கொண்டார்; இந்துமதப் புனித நூல்களை படித்தறிந்தார். இஸ்லாமியர்களின் அறிவியல் மொழி என மெச்சப்பட்ட அரபியில் தம் படைப்புக்களை எழுதினார். அதில் வெறும் அறிவியல் செய்திகள் மட்டுமல்ல, இந்துக்களின் விசேஷப் பழக்க வழக்கங்கள் குறித்தும் அதிகத் தரவுகள் காணக்கிடைக்கின்றன. அல்பெருனி மறைந்து ஐந்து நூற்றாண்டுகள் கழிந்த பிறகும் அவர் படைப்புகள், ‘நன்கு அலசி ஆராயப்பட்ட அற்புதக் கோவை’ என்று நவீன ஆராய்ச்சி அறிஞர்களால் கொண்டாடப்படுகிறது. இந்துக்களின் வாழ்க்கைச் சித்திரத்தை, ஓர் இந்து அல்லாதவர் இத்தனைத் தனிச் சிறப்போடு பதிவு செய்தமையை ஒருமனதாக ஆச்சரியத்தோடு மதிப்பிடுகின்றனர்.

உலகளவில் இஸ்லாமியம் குறித்தப் பேச்சு மேலும் விசாலமானது. இதன் காரணமாக இச்சமயத்தின் குறிக்கோள் கொண்ட பகுத்தறிவுவாதத்தை மெய்யியல் மற்றும் பௌதீக அதீதவியல் கலந்த பார்வை சுவீகரித்தது. இம்மண்ணில் புதிதாக வந்த முஸ்லிம்கள், இந்துக்களின் பல கடவுள் வழிபாட்டு முறையைக்கண்டு அதிர்ச்சி அடைந்தனர். இந்த உருவங்களுக்குப் பின்னால் உலகைப் படைத்த தனி ஒருவரின் மகோன்னத ஆற்றல் இருப்பதாக உணர்ந்தனர். இந்து முஸ்லிம் அறிவுஜீவிகளிடை யிலான பாலத்தை முதன்முதலில் கட்டியெழுப்பியவர் அல்பெருனி என்று நம்மால் துணிந்து சொல்ல முடியும். அவர் தன் காலத்தில் வாழ்ந்த இந்துக்களை மட்டுமின்றி, இஸ்லாமியர்களையும் பாரபட்சம் பார்க்காமல் விமர்சித்துள்ளார்.

எல்லாப் படையெடுப்பாளர்களும் விதிவயத்தால் படையெடுக்கப் படுவார்கள் என்பது அசைக்கமுடியாத உண்மை. ஆனால் வேற்றுநிலத்தில் பிடிமானம் கொண்டு மீண்டும் தன் சொந்த நாட்டிற்குத் திரும்பச் செல்லும் படையெடுப்புச் சக்திகளுக்கும், வேறெங்கும் அதிகாரமின்றி படையெடுத்த நாட்டிலேயே தன் குடியை நிறுவும் சக்திகளுக்கும் ஒரு வித்தியாசம் உண்டு. இந்தியா மீது படையெடுத்த இஸ்லாமிய அரசர்கள், அதில் இரண்டாவது ரகம். ஆகவே இந்திய நாட்டை உட்கிரகித்துத் தன்வயமாக்க பெரிதும் முயற்சித்தார்கள். இந்நடவடிக்கை மேலிருந்து கீழாகத் தொடங்கியிருக்க வேண்டும். ஏனெனில் இஸ்லாமியச் செல்வந்தர்கள் இந்துச் சமயப் புயலில் கரையொதுங்கியதற்கான சான்றுகள் அதிகம் தென்படுகின்றன. விரைவில் இந்து முஸ்லிம் கலாசாரப் பிணைவில் ஒரு கலை வடிவம் உருவானது. இந்திய மண்ணுக்கு அந்நியமாகத் தனித்துத் தெரிந்தது. அந்நியர்கள் பேசிய அரபி, பாரசீகம், துருக்கி முதலான பல மொழிகள் சம்ஸ்கிருத மொழியோடு கலந்து, அதன் இலக்கண விதிகளைத் தன் வயமாக்கி, உருது என்றொரு புதுமொழி உருவானது. இருப்பினும் அதிகார வரம்பில் இந்துசமயமே நீடித்தது.

இஸ்லாமியத்திற்கு மதம் மாறியவர்கள் எண்ணிக்கை கணிசமாக உயர்ந்தது. நிச்சயமாக இதன் பின்னணியில் அதிகார வற்புறுத்தல் இருந்திருக்கக்கூடும். ஆனால் பெரிய அளவில் இருக்க வாய்ப்பில்லை. இந்துக்களின் ஒடுக்கப்பட்ட பிரிவினரிடையே, இஸ்லாமியர்கள் சமத்துவத்தையும் ஜனநாயகத்தையும் கடைப்பிடித்ததால் அவர்கள் எளிதில் அச்சமயம் நோக்கி நகர்ந்தார்கள். இந்திய முஸ்லிம்களில் எல்லைப்புற

மாகாணங்களில் வசிப்பவர்களைத் தாண்டி, பெரும்பாலானவர்கள் இந்து 'இனத்தைச்' சார்ந்தவர்கள்தான்.

மக்கட் பெருந்திரளைக் கொஞ்சம் கொஞ்சமாக அனுசரித்து அரவணைத்துப் போக, இஸ்லாமியர்கள் அடிப்படையிலிருந்தே வேலை செய்திருந்தனர். அவர்களுக்குள் பொது நாடு, பொது விருப்பு வெறுப்பு, தொடர்ச்சியான பழக்க வழக்கம் என்று எல்லாம் ஒன்றுகூடி நினைத்தும் பார்த்திராத அளவு பிரம்மாண்ட ஒற்றுமை கைக்கூடியிருந்தது. கலவரங்கள் அவ்வப்போது ஏற்படுவதுண்டு. ஆனால் அவை நிரந்தரமாக நீடிப்பது அல்ல. இதை ஒழித்துப் பார்த்தால், நகர்ப்புறத்திலும் கிராமத்திலும் வாழும் இஸ்லாமியர்களின் வீடு, இந்துக்களின் வீட்டிருகில்தான் அமைந்திருந்தது. பிரிவினை எண்ணத்தில் தீவிர மனப்பாண்மை கொண்ட இஸ்லாமியர்கள் கூட, பிரிவினை எண்ணம் கொண்ட இந்துக்களின் வீட்டிருகில்தான் வாழ்கின்றனர். பாரசீகத்தைத் தவிர்த்து (எனக்கு அதிகம் தெரியாத காரணத்தால்) வேறெந்த உலக நாடுகளிலும், இந்திய முஸ்லிம்களைப் போல் ஸ்திரத்தன்மை கொண்ட முஸ்லிம்களை நான் பார்த்தது இல்லை.

இஸ்லாமியர்களின் அரசாட்சி மங்கத் தொடங்கியதும், அங்கங்கு உயிர்ப்போடிருந்த இந்து அரசர்கள் மீண்டும் கொடிகட்டி தங்கள் அதிகாரத்தைத் தொடங்க ஆரம்பித்தனர். ஆனால் அவை நிலைத்த நோக்கமின்றி, இஸ்லாமியர்களைப் பழிவாங்கும் உள்நோக்கத்தைக் கொண்டிருந்தன. சிவாஜிக்கும் ஔரங்கசீப்கும் இடையே பெரிய வித்தியாசம் இல்லை. இருவருமே குறுகிய நோக்கம் கொண்ட, கொடுங்கோன்மை மிக்க இந்து மற்றும் இஸ்லாமிய அரசர்கள். நாம் நினைப்பதைவிட, இந்தியப் பரப்பை ஆக்கிரமிப்பது மிகச் சுலபமாக இருந்தது. பிரிட்டிஷார் வருகைக்கு முந்தி, குறிப்பிட்ட பகுதியின் அரசியல் சூழலை ஓரளவு புரிந்து கொண்டால் இந்தியாவைக் கைப்பற்றிவிடலாம். ஆங்கிலேயர் களின் வருகைக்குப் பின் மற்றொரு புதிய பரிமாணத்தை நோக்கி இந்தியா வளர்ச்சி நடைபோட்டது.

ஆங்கிலேயர் ஆட்சியின் தொடக்கத்தில், இஸ்லாமியர்களே இந்துக்களைவிட அதிகம் துன்பப்பட்டனர். இந்துக்கள் நூற்றாண்டுக் கணக்காக வகுப்புவாதப் பிரிவினைக்குப் பழகிப் போனவர்கள்; ஆட்சி நிர்வாகத்தில் பழக்கம் உடையவர்கள். ஆகவே அந்நியர் ஆட்சியை இஸ்லாமியர்களைவிட இந்துக்களால் எளிதில் ஏற்றுக்கொள்ள முடிந்தது. மேலும் கல்வி முதலான பிற துறைகளில் மேற்கத்திய தாக்கம் அதிகம் இருந்ததால், தங்கள் சமூக

அமைப்பின் நலிந்த புள்ளியை அடையாளம் கண்டனர். மக்களிடையே பிரிவினை உண்டாக்கும் மாசு மருக்கள் நீங்கா விட்டால், அந்நியர் ஆட்சி நீடிக்கப்போவதில் ஆச்சரியமில்லை. 19ஆம் நூற்றாண்டின் தொடக்கம் முதல், இந்து மதச் சீர்திருத்த இயக்கங்கள் சாதி வேற்றுமையை ஒழிக்கப் பெரும்பாடுபட்டு உழைப்பதை நாம் பார்க்கிறோம்.

இஸ்லாமியர்கள் ஜனநாயகப் போக்கு மிகுந்த சமூகத்திலிருந்து வந்ததால், அவர்களிடையே வகுப்புவாதக் குழுக்கள் முளைவிடவில்லை. ஆக்கிரமிப்பதாலும், ஆட்சிச் செய்வதாலும் அதுபோன்ற குழுக்கள் உருவாக மெல்லிய வாய்ப்பு உண்டு. பிற ஆக்கிரமிப்புச் சமூகங்களைப் போல, அவர்களின் பொருளாதாரத் தேவைக்கு ஆளப்படும் மக்களை நம்பியே இஸ்லாமியர்கள் ஆட்சிச் செலுத்தினர். குறைந்தது அவர்களின் தொடக்க கால ஆட்சியேனும் இங்ஙனம் இருந்தது என அறுதியிட்டுச் சொல்லலாம். எல்லைப்புற மாகாணங்களில் இஸ்லாமியர்களின் வரத்து, பன்னெடுங் காலத்திற்கு முன்பே தொடங்கிவிட்டது என்பதால், கிராமப்புற வர்க்கத்தை எளிதில் கட்டமைத்துவிட்டார்கள். இஸ்லாமியர்களின் எண்ணிக்கை அதிகம் இருப்பதால் நகரங்களில் கூட, உழைக்கும் வர்க்கத்தின் பெரும்பாண்மை இவர்கள் வசம் இருந்தது. ஆனால் சொத்து, நிதி போன்றவற்றை நிர்வகிப்பதில் பின்தங்கியிருந்தனர். விவசாயம் செய்வது, வணிகத்தைப் பராமரிப்பது போன்ற நடுத்தரத் தொழில்களை, இந்தியா முழுமையுள்ள நடுத்தர இந்து வர்க்கத்தினர் மேற்கொண்டு வந்தார்கள். ஆகவே நிதிக் கட்டுப்பாடு அவர்கள் வசம் இருந்தது.

இரண்டு விஷயங்களில் நாம் இங்கு கவனம் குவிப்பது அவசியம். ஏனெனில் இன்றைய நடப்பியலையும் எதிர்கால வழித்தடங் களையும் தீர்மானிப்பதில் அவற்றுக்குப் பெரும் பங்கு உண்டு.

(1) எல்லைப்புற மாகாணங்கள் இஸ்லாமியர்களின் தாயகமாக இருந்துள்ளது, இருக்கிறது. இந்தியா முழுவதும் முகலாயர்களின் அரசாட்சி நிழல் பரவிக்கிடந்தாலும், அவர்கள் வெறும் சிறுபான்மை அரசாகவே இருந்துள்ளனர். காலனித்துவ அரசு போல் செயல்படவில்லை. எப்போது வேண்டுமானாலும் எழுச்சி பெறக் காத்திருந்த இந்துப் பெரும்பான்மை அச்சுறுத்தியது. இதனால் எல்லைப்புற மாகாணவாழ் முஸ்லிம்களிடையே பிரிவினைவாத இயக்கமொன்று முளைவிட்டது. இதுகுறித்து பின்னர் பேசுவோம்.

(2) இஸ்லாமியர்களின் மனம் முதலாளித்துவ நீரோட்டத்துடன் கலந்துபோக முடியாமல் திணறியது. முதலாளித்துவ ஆதிக்கம் அசுர

வேகத்தில் வளர்ச்சி அடைந்தபோது, இஸ்லாமிய சமூகத்தின் பொருளாதார நிலை உருக்குலைந்து போனதைத் தற்செயல் நிகழ்வு என்று மூடி மறைக்கலாமா?

முஸ்லிம்கள் ஆட்சியதிகாரத்தை இழந்த பிறகு, வேலை வாய்ப்புகளும் வரி வருவாய்களும் அவர்களை விட்டு விலகின. ஆகவே அம்மக்களின் பொருளாதாரச் சமநிலைத் தவறியது எனக் கொள்வதில் இயற்கையாகவே எவ்விதச் சிக்கலும் எழவில்லை. ஒருவேளை மதம் சார்ந்த அமைப்பு ஏதும் முயன்றிருந்தால், அவர்கள் காப்பற்றப்பட்டிருக்கலாம். ஆனால் அப்பேற்பட்ட அமைப்பு எதுவும் இஸ்லாமியர்கள் வசம் இல்லை. சர் சையது அகமது கானின் இஸ்லாமிய மறுமலர்ச்சி இயக்கம் கூட, மத்திய மேல்தட்டு ரக இஸ்லாமியர்களின் நன்மைக்கே முக்கியத்துவம் அளித்தது. பொதுமக்கள் அதனால் அடைந்த பலன் சுழியம். இருப்பினும் சையது அகமது கானின் இவ்வெழுச்சிக்கு வரலாற்று முக்கியத்துவம் உண்டு. இஸ்லாமியச் சிந்தனைகள் இதன் வாயிலாக நவீன உருவம் பெற்றன.

பெரும் (உலகப்) போர் நிகழ்ந்த காலத்தில்தான் நவீன இந்தியா என்ற கருத்தாக்கம் உருவானது. அதன் வடிவம் இன்றுவரை புரியாத புதிர் என்றே வைத்துக்கொள்வோம். ஆனால் அக்காலத்தில் இஸ்லாமியர்களின் வளர்ச்சிப் படிநிலை என்னவாக இருந்தது?

பெரும் போர்க் காலத்தில் ஒட்டுமொத்த இந்தியாவும் பிரிட்டிஷ் பேரரசுக்கு ஆதரவான நிலையில் இருந்தது. இஸ்லாமியப் படைவீரர்கள் தங்கள் கலீபகத்தைச் சார்ந்த வீரர்களை எதிர்த்தும், சீக்கியர்கள் - கூர்க்காக்கள் மற்றும் யோர்க்ஸையர் படைகளை எதிர்த்தும் சண்டையிட்டனர். போரில் வெற்றிப் பெற பாடுபட்டதற்காக, இந்தியாவிற்கு டொமினியன் அந்தஸ்து வழங்கப்படும் என்ற எண்ணம் படித்த இந்தியர்கள் மத்தியிலும், பாமர மக்களிடையிலும் வலுவாக உதித்தது. நவீனக் காலத்தில் முதல் முறையாக இந்து முஸ்லிம் ஒற்றுமை உருவானது அப்போதுதான். அரசியல் நோக்கத்திற்காக, ஒரு பொது வேண்டுகோளை முன்னிறுத்தி ஓரணியில் திரண்டனர்.

போர்க் காலத்தில் இங்கிலாந்துக்கு ஆதரவான இந்து - முஸ்லிம் கூட்டணி, பெரும் வரலாற்றுக் கதையாடலுக்கு முற்றுப்புள்ளி வைத்தது. ஒட்டுமொத்த இந்திய ஆட்சிக்கும் இஸ்லாமியர்கள் ஆசைப்படுகிறார்கள் என்பது பொய்யுரைதான் என அம்பலமானது.

இந்தியவாழ் இஸ்லாமியர்கள் இந்தியா மீது கொண்ட அன்பு, இந்நாட்டிற்கு வெளியே வசிக்கும் இஸ்லாமியர்களோடு கொண்ட அன்பையும் அரவணைப்பையும் மிஞ்சியது. மத நம்பிக்கையா, இந்தியாவா எனக் கேள்வி வந்தால் இஸ்லாமியர்கள் துளியும் தாமதிக்காமல் இந்தியா என்றே முடிவெடுத்தார்கள். ஒருவேளை இந்தியாவிற்கு டொமினியன் அந்தஸ்து வழங்கப் பெற்றிருந்தால், கிலாபத் எழுச்சி இயக்கம் அந்நாட்டு நிலவெல்லைத் தாண்டி இந்தியாவில் சூடுபிடித்திருக்காது என்பது என் நம்பிக்கை.

மேற்கத்திய அதிகார அமைப்புகள், இஸ்லாமியக் காலனித்துவ நாடுகளுக்கு பின்வரும் செய்திக்கூற்றை விளக்குவது எளிமையென உத்தேசித்திருக்கலாம்; இஸ்லாமியர்களிடையே வாழ்க்கைப் பற்றிய சில அபிப்பிராயங்கள் இன்றும் பொதுப்படையாக இருக்கிறது. ஆனால் வித்தியாசத்திற்குட்பட்ட தேசியவாத உணர்வு அவர்களின் மதப் பற்றுக்களை விஞ்சுவது ஆச்சரியம். ஆஃப்கன் - முஸ்லிம்கள் ஆதிக்கம் செலுத்தினால், இந்திய முஸ்லிம்கள் நிச்சயம் அவர்களை எதிர்த்துச் சண்டையிடுவார்கள்; அரேபிய இஸ்லாமியர்கள் இஸ்லாமியர் அல்லாத பிற ஆதிக்கத்தை எதிர்கொள்ளும் அதே தீரத்துடன் துருக்கிய இஸ்லாமியர்களின் கால்கோள்களையும் எதிர்ப்பார்கள். கடந்த காலத்தில் ஜெர்மன் அரசர், மிகச் சமீபத்தில் சிக்னோர் முசோலினி முதலானவர்கள் கூட இஸ்லாத்தின் பாதுகாவலர்களாகப் படம் காட்டிக்கொண்டு ஒன்றுக்கும் உதவாத காரியங்களைத்தான் செய்தார்கள். முஸ்லிம் பெருந்திரளின் முக்கியக் கோரிக்கை முழுமுதல் சுதந்திர நாடு. அதற்குப்பின் அவர்களுக்கு ஆட்சியாளர்களோ, பாதுகாப்பாளர்களோ தேவையில்லை, பொருளாதார மற்றும் அரசியல் தேவைகளைப் புரிந்து உடன் வாழும் கூட்டாளிகளே போதும்.

இந்தியச் சுதந்திரப் போராட்டத்தில் கிலாபத் இயக்கம் ஒன்றுகலந்தது எப்படி? அது உணர்த்தும் செய்தி யாது?

நாம் முன்புசொன்னது போல், இஸ்லாமியர்களுக்கு கலீப்தான் சமயத் தலைவர். ஆனால் கத்தோலிக்கச் சமயத்தில் பாப்பரசருக்கு உரித்தான பதவியிலிருந்து இது வேறுபட்டது. கிறிஸ்தவத்தில் பாப்பரசருக்கு உலகியல் அதிகாரங்கள் கிடையாது. ஆனால் கலீப் சமயத் தலைவர் ஆகவேண்டும் என்றால், உலகியல் அதிகாரங்கள் அவசியம். துருக்கிச் சுல்தான் கலீப்பாவாக நீடிக்க வேண்டுமென்றால், அவர் அரசாட்சி அதிகாரங்களைத் தக்க வைக்க வேண்டும். பெரும் போரில் துருக்கிக்கு ஏற்படும் கொடுந் தோல்வி, துருக்கி விடுதலைக்கும் - கலீப்பா பதவிக்கும் உண்டாகும்

அச்சுறுத்தல் என இந்திய முஸ்லிம்கள் கருதுவர். இந்த உண்மையை பிரிட்டிஷ் ஆட்சியாளர்கள் நன்கு அறிந்தனர். ஆகவே போர் முடிவு என்னவாக இருந்தாலும் கலீப்பாவின் ஆட்சி அதிகாரம் அவரிடமே ஒப்படைக்கப்படும்; மக்கள் எப்போதும்போல சுதந்திரமாக இருப்பார்கள் என்று பிரிட்டிஷார் தொடர்ச்சியாக அறிவித்தார்கள். கிலாபத் கிளர்ச்சி, துருக்கியர் மீதுகொண்ட பரிவின் காரணமாக கொழுந்துவிட்ட நெருப்பு அல்ல, சமய நிறுவனத்தின் ஒழுகலாறுகளைக் காப்பாற்ற வேண்டுமென்ற அறைகூவலின் கங்கு என்பது இதன்மூலம் தெளிவாகிறது.

இந்தியர்களின் உளவியல், குறிப்பாக மெத்தப் படித்த இந்தியர்களின் மனநிலையை எளிதில் புரிந்துகொள்ள முடியாது. முழுச் சுதந்திரத்தையும் பணயமாய் வைத்து பிரிட்டிஷ் சக்திகளோடு போராடிய கடைசி இஸ்லாமியர் துருக்கியர்கள்தான். அவர்கள் கீழைத்தேய மக்கள் என்பது குறிப்பிடத்தக்கது. ஆகவே இஸ்லாமியர்களும் இந்துக்களும் ஒன்றுதிரண்டு கலீபாவின் உலகியல் அதிகாரங்களைப் பாதுகாக்க நினைப்பது, கீழைத்தேய நாடுகளின் சுயமரியாதைப் போராட்டமாகவும், இஸ்லாமியர்களின் சமய மாண்பு மீட்சியாகவும் இருக்கலாம். எனவே 1920-24 ஆண்டுகளுக்கிடையே இந்தியாவின் டொமினிய அந்துஸ்துப் போராட்டத்தில், கிலாபத் இயக்கம் தேசிய மற்றும் சமய முக்கியத்துவம் பெற்றது. இந்து - முஸ்லிம்களின் ஒற்றுமையை வலுப்படுத்தியது. கிலாபத் இயக்கம் குறித்து ஏதும் அறியாத இந்து ஒருவர், தன் ஒருவேளை உணவைத் தியாகம் செய்து கிலாபத் திரள்நிதிக்காக 1 அணா பங்களித்தார். இந்தியாவுக்கு வெளியிலுள்ள முகமதியர்களைக் காட்டிலும் சக இந்தியர்களின் சகோதரப் பாசம் அவர்களைக் கட்டிப்போட்டது. படித்த முஸல்மான் ஒருவர் தான் எதிர்கொண்ட அந்நெகிழ்ச்சியான அனுபவத்தைப் பின்வருமாறு என்னிடம் பகிர்ந்துகொண்டார்:

‘இந்தியச் சுதந்திரத்திற்காக நாங்கள் ஒன்றுகூடிய அச்சமயந்தான், தேசிய ஒற்றுமையின் முழுப் பரவசத்தையும் கண்டடைந்தோம். அதற்குப்பின் வாய்ப்பு அமையவில்லை. பண்டைய காலம்போல் கிலாபத்தின் சமய முக்கியத்துவமோ, மக்களின் எழுச்சியோ எங்களுக்குப் பொருட்டு அல்ல. ஒருகட்டத்தில் ஒத்துழையாமை பற்றிக் கூராய்வு செய்யவும் நிறுத்திக் கொண்டோம். ஒரு தேசத்தின் ஒன்றிணைந்த குடிகளாய் தோளோடு தோள் கொடுத்து சாகும் வரை போராட வேண்டுமென்ற எண்ணமே மேலெழும்பி நின்றது. இந்து முஸ்லிம் ஒற்றுமையால் இந்தியா முழுவதும் ஒருங்கிணைந்து வலிமைக் கூட்டிய அவ்விசேஷ உணர்வை, அந்நியர்களால்

புரிந்துகொள்ள முடியாது. 360 மில்லியன் மக்களும் ஒரே நாளில் நோன்பிருந்து, ஒரே நேரத்தில் வழிபாடு செய்து, தாய்நாட்டின் விடுதலைக்காக ஒரே சத்தியத்தை மேற்கொள்ளத் தூண்டியது அந்நாள்.'

இந்த உளவியலை மனத்திலிறுத்திதான், கிலாபத் புரட்சியை இந்தியச் சுதந்திரப் போராட்டத்தின் ஓர் அங்கமாக வடிவமைத்தனர் என்றெண்ணத் தோன்றுதிறது. அக்காலத்தில் இஸ்லாமியத் தலைவர்கள் வலிமையான, ஊர் மெச்சும் தலைமைப் பண்புடையவராய் இருந்தனர். மௌலானா முகமது அலி, டாக்டர் அன்சாரி, ஹக்கீம் அஜ்மல் முதலானோர் தம்மைச் சுற்றியுள்ள மக்களிடத்துப் பேசிப் பேசி கொள்கைகளை வரையறுத்தனர். சுதந்திர இந்தியாவின் மாதிரியாகத் தம்மைப் பிரதிநிதித்துவப் படுத்தி, அதற்கேற்றார்போல் இஸ்லாமியர்களையும் தயார்படுத்தினர். இந்துக்கள் அளவு, மகாத்மா காந்தியின் தலைமைத்துவம் இஸ்லாமியர்களாலும் வரவேற்கப்பட்டது. கிலாபத் புகாரை காந்தி ஏற்றுக்கொண்டதோடு மட்டுமல்லாது இஸ்லாமியர்களுக்கு ஆதரவுக் கரம் நீட்டினார். இந்துக்களோ இஸ்லாமியர்களோ தாய்நாட்டு விடுதலையே தலையாய தேவை என விடாப்பிடியாகப் போராடும் இருவரும் அடிப்படையில் இந்தியர்கள் என்ற அடையாளம் போதாதா, அவ்வளவுதான்.

ஒரு நாட்டில் இத்தகைய சகோதர உறவுகள் நெடுங்காலம் நீடிக்காது என்றாலும், நீடிக்கும் சிறு வேளையில் எதிர்காலத்திற்கு இவ்வுணர்வைக் கடத்துவதற்கான வேலைகள் செவ்வனே நிகழும். சில சமயம் சுய நலத்தாலும் வகுப்புப் பேதங்களாலும் நேர் எதிர் மனமாற்றம் ஏற்படுவதும் உண்டு. குறிப்பாக இந்தியா போன்ற நாடுகளில் இவை வெகு அதிகம். முரண்பாடுகளும் வேற்றுமைகளும் தோன்றுவதற்கு இங்கு நிறைய காரணிகள் உள்ளன என்பது முதல் காரணம்; இந்தியா நெடுங்காலமாக அந்நியர் ஆட்சிக்கு ஆட்பட்டிருப்பதால், சுதந்திர நாடுகளைப் போல் ஒன்றிணைந்த, நீடித்த முழுமையான சுதந்திரப் போராட்டத்திற்கு இன்னும் இவர்கள் தயாராகவில்லை என்பது இரண்டாவது காரணம். ஒத்துழையாமைப் போராட்டத்தை துண்டித்தபோது இதன் விளைவுகள் வெளித் தெரிய ஆரம்பித்தன. துருக்கியர்கள் கிலாபத்தைத் தடை செய்தபோது இஸ்லாமியர்களின் சமய நம்பிக்கை மீது பெரும் அடி விழுந்தது. இம்முடிவிற்கு காரணம் என்னவாக இருக்குமென்று பதில் தெரியாமல் தள்ளாடினர். மேலும் கிலாபத்தை உயிரூட்டும் அளவிற்கு வேறெந்த இஸ்லாமிய தேசமும் சுதந்திரக் காற்றை சுவாசிக்கவில்லை.

கிலாபத் எனும் வெள்ளை யானையைச் சிறிய நாட்டினர் கையிலேந்த முயன்றால் அச்சு முறிந்து ஒடிந்துபோவார்கள். கிலாபத் அமைப்பிற்கு எந்தவொரு தேசம் ஆதரவளித்தாலும், இஸ்லாமியக் காலனிய நாடுகளைக் கொண்ட மேற்கத்திய அதிகார சக்திகள் குறிப்பிட்ட அத்தேசங்களைக் குறிவைத்து இரையாக்கின. சரியோ தவறோ, வெளிநாட்டுச் சமய நிறுவனங்களின் மேல் இஸ்லாமியர்களுக்கு இப்பற்று நீடிக்கும் வரை, ஒட்டுமொத்தமாக அவர்களை அடிமைப்படுத்த முடியாது என்ற எண்ணம் மேற்குலகில் நன்கு பதிந்துவிட்டது. இந்திய முஸ்லிம்களின் இஸ்லாமிய உணர்வெழுச்சியை டாக்டர் அன்சாரி 'தி கான்ஃப்ளிக்ட் ஆஃப் ஈஸ்ட் அண்ட் வெஸ்ட்' (ஆசிரியர் - ஹாலித் எடிப், ஜாமியா மில்லியா இஸ்லாமியா அச்சுக்கூடம், தில்லி) என்ற நூலின் முகவுரையில் கருத்தாழத்துடன் வெளிப்படுத்தியுள்ளார்:

முஸ்லிம் அல்லாத இந்தியர்கள், இஸ்லாமிய ஒன்றியம் (Pan-Islamism) மீது இந்திய முஸ்லிம்களின் அபிப்பிராயம் என்னவென்று புரிந்துகொள்வது கடினம் . . . விருப்பங்களாலோ, கொள்கைகளாலோ, உலகியல் ஞானத்தினாலோ உந்தப்பட்ட உணர்வல்ல இது; செயல்பாட்டுக்கு உகந்த நடைமுறைப் பார்வைக்கூட இதற்குக் கிடையாது. சற்று அந்நியமாகத் தோன்றினாலும், மேற்சொன்ன காரணங்களால்தான் இஸ்லாமிய ஒன்றிய எண்ணம் இந்திய முஸ்லிம்களின் புனிதமான, உயரிய கொள்கையாக இருக்கிறது. . . .

மேலும்:

இந்தியாவில் இஸ்லாமிய - ஒன்றியம் குறித்து முழுவீச்சிலான அரசியல் செயல்பாடுகள் கிடையாது. இந்திய முஸ்லிம்களின் எண்ணிக்கை பலம், மதவியல் சார்ந்து மட்டுமே இருந்தது. எனவே இஸ்லாமிய - ஒன்றியம் குறித்த விவாதம், மதம் சார்ந்த உரையாடலுக்கே இட்டுச்செல்லும்...

இந்திய முஸ்லிம்கள் தம் புரிதலில் சிக்கல் இருப்பதை உணர வேண்டும் என நினைக்கிறேன். தனித்துவிடப்பட எல்லோரும் இயல்பாக உணர்வதுபோல், தங்கள் சமய நம்பிக்கையின் மூலாதாரத்தைக் கண்டடையவும், பழக்க வழக்கங்களையும் பண்பாடுகளையும் சமயப் பின்னணியோடு தெரிந்துகொள்ளவும் அவர்கள் விரும்புகின்றனர். சமய வாழ்க்கையும் சமூக வாழ்க்கையும் வெவ்வேறானதல்ல. சமயத்தை மட்டும் உயர்த்திப் பார்ப்பது ஆரோக்கியமாக இருக்காது. அதே சமயம் பழமைவாதத்தைப் போற்றுவதற்கும் தேங்கி நிற்பதற்கும்

வித்தியாசம் புரிந்துகொள்ளாத சமூகம் பெரும் அபாயத்தில் இருக்கிறது.

இந்தியர்களுக்கு இஸ்லாமிய - ஒன்றியம் மீதுள்ள உணர்வு, இழப்பின் மீதான ஒருவகைப் பச்சாதாபம்; சுயமரியாதையைத் தட்டிப் பறிக்கும் தார்மீகக் கோபம் என்பது என் அனுமானம். டாக்டர் அன்சாரியின் முடிபு என் நம்பிக்கை சரியென்று உணர்த்துகிறது. தனக்கான அரசியல் அதிகாரத்தை இழந்தால் கூட, கிலாபத் போன்ற கவர்ச்சிகரமான சலுகை கொண்ட சுதந்திர இஸ்லாமிய தேசம் ஒன்று இருந்ததே என்று நிம்மதி அடைந்தனர். அவர்களைப் பொறுத்தவரை இஸ்லாமிய உலகின் சுய மரியாதையைத் தக்க வைக்கும் கருவி இது.

1920களின் தலைச்சிறந்த இஸ்லாமியத் தலைவர்களுள் டாக்டர் அன்சாரியும் ஒருவர். அவரோடு நெருங்கிய தொடர்பு எனக்கிருந்தது. அன்சாரியின் நண்பர் குலாத்துடன் அவர் வீட்டில் நிகழ்த்திய உரையாடல்கள், இந்திய முஸ்லிம்களின் அரசியல் கண்ணோட்டத்தில் இவர்கள் உட்புகுத்திய நவீன மாற்றங்களை அறிமுகப்படுத்தியது. மதம்தான் தனி மனிதனின் பழக்க வழக்கங்களையும் எண்ணவோட்டங்களையும் தீர்மானிக்கிறது என்று அவர்கள் நம்பினர். மேலும் இஸ்லாமியர்களின் அரசியல் கொள்கைகள் சமய விதிகளைக் கண்மூடித்தனமாகப் பின்பற்றுவதாக அல்லாமல் அதன் சாரத்தைப் பற்றுவதே போதுமானது என்றனர். ஜாமியா குறித்த அத்தியாயங்களில் இவை பற்றி முன்பே எழுதியிருக்கிறேன். ஜாமியா நிறுவனம் அளவில் சிறியதாக இருந்தாலும், இஸ்லாமியத்தின் அரசியல் மற்றும் சமூக நிலைப்பாடுகள் தெளிவாக வரையறுக்கப்பட்டிருந்தன. தொடக்கக்கால இஸ்லாமியச் சமூகத்தில் இருந்த இயற்கையான ஜனநாயகப் பண்பை மீட்டுருவாக்கம் செய்வதுபோல இருந்தது.

டாக்டர் அன்சாரி தன்னைப் பற்றிய குறிப்புகள் எதுவும் விட்டுச்செல்லவில்லை. ஆகவே இந்தியர்கள் அவர் குறித்து தெரிந்துகொள்ள இன்னும் காலம் பிடிக்கும். வெறுமனே இந்து - இஸ்லாமியர்கள் இடையிலான பாலமாகச் செயல்பட்டார் எனச் சுருக்கிவிட முடியாது. புதிய அரசியல் கருத்துருவாக்கங்களின் குறியீடாக விளங்கினார். தன் சீரான செயல்பாடுகளால் அடிக்கடி விமர்சிக்கப்பட்டார். நிலையாகச் செயல்படுவதென்பது வெற்றிகரமான அரசியல்வாதிகளின் வழக்கமான பண்பு இல்லையே. ஆனால் அன்சாரியின் திட்டம் வெற்றிகரமான அரசியல்வாதி ஆவது அல்ல, முன்னோடியாக விளங்குவது. அவர்

கனவு கண்ட ஜனநாயகப் பூர்வமான இந்தியாவை அடைவதற்கு, இங்குள்ள அரைகுறையான தேசியவாத உணர்வும் குறுகலான சமயப் பார்வையும் போதிய வெளிச்சம் கொண்டிருக்கவில்லை. அன்சாரி இறப்பதற்கு முன்பு, 1936ஆம் ஆண்டு மே மாதம் 5ஆம் தேதியிட்ட கடிதம் ஒன்றில், 'மனிதர்களுக்கு இடையிலான பிணைவு சகோதர உணர்வால் மட்டுமே சாத்தியப்படும் எனக் கருதுகிறேன். இனம், மதம் தொடர்பான பிரிவினைகள் செயற்கையானவை, நியாயமற்றவை எனத் தோன்றுகிறது. இவற்றால் பிரிவினையும் பொய்ச் சண்டையுமே வலுக்கும். ஓரளவு சுதந்திரமான தேசியவாதத்தை நான் ஆதரிக்கிறேன். ஆனால் ஜெர்மனி அல்லது இத்தாலி போன்ற நாடுகளில் உள்ளதுபோல் தீவிர தேசியவாதத்தில் எனக்கு உவப்பில்லை. சர்வேதச ஒற்றுமைக்கு ஒருதுணையாக நிற்கும்வரை ஓரளவு இத்தேசியவாதத்தை 'சகித்துக் கொள்கிறேன்.' 'சகித்துக் கொள்ளுதல்' எனும் வார்த்தை என் அறிவுக்கு உட்பட்டு பயன்படுத்தப்படுகிறது. இந்தியர்கள் தேசியவாதம் என்ற கொள்கையைப் புரிந்துகொண்ட விதம் மிகவும் அயற்சியூட்டுகிறது. ஒடுக்கப்பட்டவர்களின் கூட்டமைப்பால் உருவான தேசியவாத எழுச்சி பஞ்சத்தை ஒட்டி, அன்றாடம் அவர்கள் சந்திக்கும் அவமானங்களைத் தற்காக்கும் வேலி. இத்தகு தீரமான உணர்வுகளும் கட்டுக்குள் இருக்க வேண்டும். இல்லாவிடில் முதலுக்கே மோசம் வந்தார்போல் நம்மேல் தொல்லைத் தொற்றிக்கொள்ளும்.'

மேற்கண்ட இந்தச் சிறிய பகுதி, டாக்டர் அன்சாரியின் அரசியல் வாழ்க்கையில் சளைப்பற்ற ஜனநாயகப் பண்பின் பற்றுக்கோடைப் புரிந்துகொள்ளும் சான்று. சமயங்களே மனிதனின் சமூக வாழ்வையும் அரசியல் வாழ்வையும் தீர்மானிக்கிறது என்று அவர் நம்பிக்கைக் கொண்டாலும், தனி அரசாட்சிக்கு உட்பட்ட இஸ்லாமியச் சமூகம் அமைவது அவர் விருப்பம் அல்ல. எதிர்கால இந்தியா சுதந்திரம் பெற வேண்டும் என்றால், பல்வேறு நம்பிக்கைத் தளங்களில் உள்ள இந்தியர்களின் கூட்டுப் புரிதலால் மட்டுமே அது சாத்தியப்படும். அவரவர் சமய நம்பிக்கையின் தார்மீக வழியில் வாழ்ந்தாலும், நுணுக்கமான இறையியல் சமாச்சாரங்களை நவீன அரசியல் வடிவங்களோடு ஒன்றுகலக்கக் கூடாது.

நான் தில்லிக்குச் சென்றபோது 'வகுப்புவாரி இட ஒதுக்கீடு'குறித்த பேச்சுக்கள் அதிகம் விவாதிக்கப்பட்டன. வகுப்புவாரி இட ஒதுக்கீடு என்பது எண்ணிக்கை அடிப்படையில் ஒவ்வொரு

சமயத்தைச் சார்ந்தவருக்கும் பிரதிநிதித்துவ அதிகாரம் வழங்கும் நடைமுறை. இந்து அடிப்படைவாதிகள் சிறுபான்மையாக இருந்த இடத்தில் இத்திட்டத்திற்கு வரவேற்பு கிடைத்தது; பெரும்பான்மையோர் வசிக்கும் இடத்தில் ஒத்துழைப்பு இல்லை. டாக்டர் அன்சாரி மற்றும் அவர் நண்பர்களைத் தவிர்த்து மற்றுள்ள இஸ்லாமியர்கள் அனைவரும் இத்திட்டத்திற்கு ஆதரவளித்தார்கள். வகுப்புவாரி இட ஒதுக்கீடு குறித்து டாக்டர் அன்சாரியும் எதிர்த் தரப்பினரும் கலந்துரையாடியதன் சுருக்கத்தை இங்கு பதிவிடுகிறேன்:

'இஸ்லாமியப் பெரும்பான்மை மற்றும் சிறுபாண்மை மாகாணங்களில், வகுப்புவாரி இட ஒதுக்கீடு திட்டம் ஒன்று போலவே வரவேற்கப்படுவது இஸ்லாமியர்களின் பெருந்தன்மை குணத்தையும் சீர்மையையும் வெளிப்படுத்துகிறது. வகுப்புவாத உரசல்களைத் தீர்ப்பதற்கு இதுவொன்றே வழி. சிறுபான்மைப் பகுதியில் வாழும் ஓர் இந்து, பிரதிநிதிகளைக் கொண்டு தனக்கேற்படும் பிரச்சனைகளைத் தீர்த்துக்கொள்ளலாம்.'

டாக்டர் அன்சாரி பதிலளிக்கிறார்: 'ஆனால் இது, இந்துக்களும் இஸ்லாமியர்களும் ஒருவரையொருவர் நம்ப மாட்டார்கள்; மூன்றாம் சக்தியின் தலையீடு இல்லையென்றால் ஒத்துழைப்பு ஏற்பட வழியில்லை எனும் கருத்தை ஒப்புக்கொள்வதுபோல் இருக்கிறதே.'

'ஒருவேளை அவர்களுக்குள் உடன்பாடு எட்டிவிட்டால் என்ன செய்யலாம்?'

'அப்போதும் நான் இதை எதிர்ப்பேன். நவீனப் பாதையில் இந்தியா நடைப் பயில்வதை இத்திட்டம் இரண்டு வகையில் தொடர்ந்து அச்சுறுத்தும்: பணிகளுக்கான போட்டியில் எந்த மதக்காரர் வெற்றிப் பெறுவார்; இந்நாட்டிற்குள் மற்றொரு நாடு எப்போது உருவாகும் போன்ற கேள்விகள் நம்மைப் பின்தொடரும்.'

'அப்படியானால், இஸ்லாமியச் சிறுபாண்மையினரின் நிலைமைக் குறித்து உங்கள் அபிப்பிராயம் என்ன?' சரியான பிரதிநிதித்துவம் இல்லாததால் இஸ்லாமியர்கள் வாய்ப்பு இழக்கப்படுவது குறித்து இங்கு அவர்கள் அடுக்கடுக்கான குறைகளைப் பட்டியலிட்டனர்.

'இஸ்லாமியர்கள் சிறந்த இந்து ஒருவர்க்கு வாக்களிக்கட்டும், சிறுபான்மை இந்துக்கள் சிறந்த இஸ்லாமியர் ஒருவர்க்கு வாக்களிட்டும். அவ்வொருவர் பாரபட்சமின்றி அனைவர்க்கும் நன்றிகடன் புரிவார்.'

ஒருமுறை டாக்டர் அன்சாரியிடம் கேட்டேன்: 'வகுப்புவாரி இட ஒதுக்கீடு இந்து - முஸ்லிம் உரசலைத் தவிர்க்க, ஒருவாரியான தற்காலிக நடவடிக்கை என்று ஏற்றுக்கொள்ளக் கூடாதா? மக்களின் தார்மீக அறிவு பரவலாக்கம் பெற்ற பிறகு, அவர்தம் மனநிலையில் மாற்றம் வந்தால் இந்நிலை எளிதில் மாறிவிடுமே?'

அதற்கு அவர் நெடிய பிரசங்கம் செய்யத் தொடங்கிவிட்டார். நான் அதைச் சுருக்கமாக எழுத முயல்கிறேன்: 'கூடாது . . . தார்மீக அறிவு என்பது அனுபவத்தால் வர வேண்டும். உரசலோ, மோதலோ எது வந்தாலும் எதிர்கொள்வோம். இதனால் மக்களின் பொதுபுத்தி மழுங்கலாக வேண்டாம். இந்தியா முழுவதுமுள்ள இந்துக்களோடு உடன் நின்று 'வகுப்புவாரி இட ஒதுக்கீடு' திட்டத்திற்கு நாம் எதிர்ப்புத் தெரிவித்தோமானால், இந்த அபாயகரமான பிளவுச் சூழ்ச்சியில் இருந்து விடுபடலாம். நாம் இப்போது இரண்டுவிதமாக யோசித்து மானமிழந்து தனித்து நிற்கிறோமே, இதுதான் அந்நியர்கள் இந்நாட்டில் நீடித்து ஆட்சி புரிய அடிகோலுகிறது.'

அத்தியாயம் 24

அப்துல் கஃபார் கானும் ஒற்றைத் தேசமும்

இந்து, முஸ்ஸிம் என எவ்வகைப் பின்னணி கொண்ட இந்தியராக இருந்தாலும், இந்தியச் சுதந்திரப் போராட்டத்தின் உச்சபட்ச இலட்சியம் என வருகையில், இரண்டில் ஒரு முடிவைத் துணிந்து ஏற்க வேண்டும்: ஒற்றைத் தேசமா அல்லது இரட்டை (அல்லது அதற்கும் மேற்பட்ட) தேசங்களா? இவ்விரண்டில் எந்தவொரு முடிவை ஏற்றாலும் அதன் சாதக பாதகங்களைச் சமாளிக்க வேண்டிய கட்டாயம் இருக்கிறது.

டாக்டர் அன்சாரி, ஒற்றைத் தேசிய இலட்சியத்தில் அசைக்க முடியாத நம்பிக்கை கொண்டவர். இஸ்லாமியர்களிடையே அவர் ஒருவருக்குதான், ஒற்றைத் தேசிய இலட்சியம் இருந்தது எனச் சொல்ல முடியாது. இந்தியாவின் ஒற்றைத் தேசியக் கனவு தற்போது எல்லைப்புற மாகாணங்களைச் சென்றடைந்திருக்கிறது. அங்குள்ள பழங்குடி மக்கள் இதுகுறித்து அறிந்துள்ளனர். இந்தக் கருத்துருவாக்கத்தை அவர்களிடையே கொண்டுசேர்த்த நபர், அப்துல் கஃபார் கான். இந்தியர்கள் தம்மிடம் உள்ள பலநூறு வேற்றுமைகளைத் தாண்டி, அரசியல் ரீதியான ஒற்றைக்குடைப் பார்வையின்கீழ் வருவது மிக அரிது என்று அனைவரும் நம்பிக்கொண்டிருந்த வேளையில், அப்துல் கஃபார் கான் செய்த இவ்வேலை வரலாற்றுக் கண்ணோட்டத்தில் அவர்மீது குறுக்குவெட்டு ஆய்வு செய்துபார்க்க நம்மை வற்புறுத்துகிறது.

பிரபல முகங்களைக் கொண்டு பிரசாரத் தன்மையான அரசியல் - சமய எழுச்சிக் கூட்டங்களை எல்லையில் நிகழ்த்துவது வழமையான பழக்கம். கஃபார் கானின் இயக்கம் 'செஞ்சட்டை' என அரசியல் - சமயப் பின்புலத்தில் தவறுதலாக அழைக்கப் பட்டாலும், சற்றே தனித்துவமானது.

அதன் வேறுபாடுகளைப் பின்வருமாறு பார்க்கலாம்:

1. இதற்கென்று எளிய, அதே சமயம் தெளிவான அரசியல் கொள்கை இருந்தது. முன்னர் உருவான எழுச்சிகள் அனைத்தும் அல்லாவின் பெயரால் உந்துதல் பெற்று, அவர் வேண்டுவதே எதுவெனத் தெரியாமல் குழப்ப மனோநிலையில் இருந்தன.

2. இவ்வியக்கம் பயிற்சி பெற்ற சிறுபான்மையினரால் ஒருங்கிணைக்கப்பட்டு வழிநடத்தப்பட்டது. ஏனையவை, நன்கறிந்த மனித முகங்களால் மக்களிடம் கொண்டு செல்லப்பட்டன.

3. இந்தியச் சுதந்திரத்திற்கும் ஒற்றுமைக்கும் வலுசேர்க்கக்கூடிய காங்கிரஸ் அமைப்பின் பெயரால் இவ்வியக்கம் செயல்பட்டது. முன்னர் செயல்பட்ட இயக்கங்கள் இஸ்லாமியர்களின் நலனையும், எல்லைப்புற மாகாணங்களின் நலனையும் மட்டுமே முன்னிறுத்திய பிராந்திய அமைப்புகளாக இருந்தன.

அறவழிப் போராட்ட முறைமைதான் இரண்டிற்கும் உள்ள ஒரே ஒற்றுமை. வரலாற்று அறிஞர்களும் உளவியல் நிபுணர்களும் எல்லைப்புற மாகாணத்து மக்கள் குறித்து ஆச்சரியம் கொள்ளும் இடம் இது. எல்லைக்கு அப்பால் உள்ள இந்துக்களும் இஸ்லாமியர்களும் அகிம்சைவழிப் போராட்ட முறையில் உண்மையாகவே நம்பிக்கை கொண்டிருக்கலாம். ஆனால் ஆயுதமில்லா தேசமொன்று கனரக துப்பாக்கி ரவைகளைக் கொண்ட காலனியாதிக்க நாட்டினை எதிர்க்கும்போது, அகிம்சை ஒன்றுதான் வழி என நிர்பந்திக்கப்படுமா என்ற கேள்வி எழாமல் இல்லை. எல்லை மாகாணத்து இஸ்லாமியர்கள், குறிப்பாகப் பழங்குடி மக்கள் ஆயுதங்கள் வைத்திருக்கவும் அவற்றைப் பயன்படுத்தவும் வாய்ப்பு இருக்கிறது. தன் இலட்சியப் பாதையின் இறுதிக்கட்ட வெற்றியை அடையமுடியாது போனாலும், எதிரிகள் ஓரளவேனும் கதிகலங்கும்படி தாக்குதல் நடத்த இவர்கள் முயல்வர். மேற்கொண்டு ஆங்கிலேயர்கள் பதில் தாக்குதல் நடத்தினால், இவர்கள் வாழும் காடுகள் நிறைந்த பகுதி தப்பிப்பிழைக்க வசதியாக இருக்கிறது. எல்லையில் வாழ்பவர்களுக்குக் கல்வியறிவு கிடையாது. மிகச் சாதாரணப் பின்னணி கொண்டவர்கள். ஆகவே எதிர்வரும் விளைவு குறித்து அதிகம் யோசிப்பதில்லை. இத்தகு முஸ்லிம்கள் தன் சமயத்தைச் சண்டைக்குத் தயார் செய்து, அதன் மூலம் முடிவு காண விரும்புகின்றனர்.

அப்துல் கஃபார் கான் குறித்து ஜவாஹர்லால் நேரு பேசுகையில்: 'இந்தப் பதானி, அகிம்சைக் கொள்கையில் எங்களைக் காட்டிலும் பலமடங்கு பிடிப்புடன் இருப்பதைக் காண ஆச்சரியமாக இருக்கிறது. இதற்குக் காரணம் அவரின் சாமர்த்தியகுணம். வெறுப்பூட்டுவதைவிட அமைதியான முறையில் போராடுவதன் அவசியத்தை தன் மக்களிடம் அவர் எடுத்துக் கூறியுள்ளார். தன் பொறையுடைமைக்கும், நிலையான உழைப்புக்கும், துன்பம் கண்டு கலங்காத தன்மைக்கும் எல்லைப்புற மக்கள் மத்தியில் இவருக்கு அசாத்திய பெயரும் புகழும் இருக்கின்றது. இத்தனைக்கும் இவர் அரசியல்வாதியைப் போல் வேலை செய்பவர் அல்ல. அரசியல்வாதிகளின் தந்திரக்கார சூழ்ச்சி முறைகள் இவருக்குத் துளியும் கைவராது. நீண்டு உயர்ந்த மனிதர், நேர்மைப் பண்புடையவர், வம்பு வழக்குகளை வெறுப்பவர், வீண் பேச்சுக்களைத் தவிர்ப்பவர், இந்தியச் சுதந்திரப் போராட்டச் சட்டகத்துள் தன் எல்லை மாகாண மக்களுக்கான விடுதலையும் பெற்றுவிட வேண்டும் எனத் துடிப்பவர்.'

அப்துல் கஃபார் கானின் புகைப்படத்தைப் பார்க்கும் போது ஆறடிக்கு மேல் உயர்ந்த மனிதர் எனத் தெரிகிறது. ஒடுங்கிய முகம், குழிவிழுந்த கன்னம், பரபரப்பான கண்கள். தைரியமற்ற சிறுவனைப் போல் தன் நீளமான கரங்களை உடலின் இருமருங்கும் விநோதமாக வைத்திருக்கிறார். ஒருபுறம் பயமறியாத சிறுவனின் குணாதிசயங்கள் தென்பட்டாலும், மறுபுறம் விளையாட்டு மனோபாவம் துளியும் அற்று அதற்கு நேர்மாறாக இருக்கிறார். 'வாழ்க்கை வாழ்வதற்கானது. விளையாட்டிற்கு இடமில்லை. எந்நேரமும் தீவிரமாக இருக்க வேண்டும்' என்பது போல் அவர் முகம் இறுக்கமாக உள்ளது.

அப்துல் கஃபார் கானுக்கு 47 வயதாகிறது. அவர் குடும்பம் முகமதுசாயி மரபில் வந்தவர்கள். அவரின் தந்தையார் கான்சாகிப் பஹ்ராம் கான், பெஷாவார் மாவட்டத்தின் உத்மான்ஜெய் கிராமத் தலைவராகப் பொறுப்பு வகித்தவர். நகரின் மையப் பகுதியில் இருந்து சுமார் 20 மைல் தூரம் மேற்கில் சென்றால்தான் அக்கிராமத்தை அடைய முடியும். ஆஃப்கானிஸ்தான் செல்வதற்கு உத்மான்ஜெய் கிராமமே வாசற்படி. பெஷாவார் பற்றி எழுதிய போது அம்மக்களின் தீர்க்க மனநிலை பற்றியும் முரட்டுத்தனமான பழக்க வழக்கங்கள் பற்றியும் குறிப்பிட்டேன். அவை அத்தனையும் கஃபார் கானுக்குப் பொருந்தும்.

மூன்று சமயங்களைச் சார்ந்த மூன்று மனிதர்களின் வாழ்க்கை பற்றிய அவதானிப்பு, கஃபார் கானின் ஆளுமையை

வளர்த்தெடுப்பதில் பெரும் பங்காற்றியது. அதில் முதலாமவர் அவரின் தந்தையார்.

பஹ்ராம் கான் ஒரு தகைசால் எல்லைக் கிராமத்தின் தலைவர். வார்த்தைகளுக்கு கட்டுப்படும் நபர். அவ்வூர் மக்கள் தங்கள் சேமிப்பைப் பத்திரப்படுத்தி பாதுகாத்து வைக்க பஹ்ராம் கானை முழுவதும் நம்பினர். பத்தொன்பதாம் நூற்றாண்டு கீழைத்தேய முஸ்லிம்களிடையே இவ்வழக்கம் அதிகமிருந்தது. தம் வாழ்நாள் சேமிப்பை வங்கியில் சேமிப்பதற்குப் பதில், நம்பகமான மனிதர்களிடையே கொடுத்து வைத்தனர்.

'அவருக்குப் பழிவாங்கும் விரோத மனம் துளியும் கிடையாது. ஏமாற்றப்படுவதைக் காட்டிலும், ஏமாற்றுவதே வெட்கக் கேடான விஷயம் என்று நம்பினார்.' இது தன் தந்தையார் பற்றி அப்துல் கஃபார் கான் உதிர்த்த குறிப்பு. (மகாதேவ் தேசாய் எழுதிய டூ சர்வெண்ட்ஸ் ஆஃப் காட் புத்தகம், இந்துஸ்தானி டைல்ஸ் ப்ரெஸ், தில்லி)[1]

பிரிட்டிஷார் வருகைக்கு முன்பு, உத்மான்ஜெய் கிராமம் பெஷாவர் வழக்கங்களுக்கு உட்பட்ட ஊராக இருந்தது. ஒவ்வொரு ஐந்தாண்டுகளுக்கு இடையிலும் நில மறுசீரமைப்பு நடைமுறைகள் அங்குள்ள மூத்தோர் முன்னிலையில் நடைபெற்றது. இதன்மூலம் எல்லோர்க்கும் சீரான நிலம் கிடைக்க ஏற்பாடு செய்தனர். கிராமத் தலைவரும் ஊர்மக்களும் ஒரே அளவு நிலம் வைத்திருந்தனர். அவரின் அதிகாரத்திற்கு எவ்விதப் பொருள் ஆதிக்கமும் இல்லை. ஆனால் பஹ்ராம் கானின் தந்தைக்கு நூற்றுக்கணக்கான ஏக்கர் நிலத்தை பிரிட்டிஷார் வழங்கினர். அதனால் அப்போது பெருஞ்செல்வர் போல, பஹ்ராம் கானுக்குச் சொந்தமாக ஒரு மாகாணம் இருந்தது.

ஆங்கிலேயர்களுடன் அற்புதமான நட்புணர்வில் இருந்தார். கிளர்ச்சி காலத்தில் தம் மக்கள் அனைவரையும் ஆங்கிலேயர் பக்கம் நிறுத்தினார். அவரின் உறுதியான மனநிலைக்கும், கௌரவத் திற்கும் மரியாதை கிடைத்ததுபோல் இதற்கும் ஆங்கிலேயர் களிடையே நல்ல வரவேற்பு கிடைத்தது. அங்கு பணி செய்த உயர் பிரிட்டிஷ் அதிகாரி ஒருவர், அவரை 'மாமா' என்று விளிப்பதிலிருந்து இதைப் புரிந்துகொள்ளலாம்.

அவருக்குக் கல்வியறிவு கிடையாது, ஆனால் இஸ்லாத்தின் அடிப்படைகள் அத்துப்படி. அனைத்தும் அறிந்த பிறகு, இஸ்லாத்தின் சாரம் 'இறைவனின் போக்குக்கு அடிபணிவது' என்று

தன் மகனுக்குப் போதித்தார். முறையான நடத்தை, நம்பிக்கை மற்றும் அன்பின் (அமல், யக்கீன், முகாபெத்) மூலம் இறைவனை அடையலாம். ஒற்றை இறைவன்மீது நம்பிக்கை வைத்து, சரியான வழியில் செல்பவனுக்கு வாழ்வில் இரட்சிப்பு கிடைக்கும் என்றார். அப்படியொரு மனிதன் இஸ்லாமியனோ வேற்றுச் சமயத்தைச் சார்ந்தவனோ, அவரைப் பொறுத்தவரை அவன்தான் இஸ்லாமியன்.

அப்துல் கஃபார் கானுக்கு டாக்டர் கான்சாகிப் என்றொரு மூத்த சகோதரர் உண்டு. சலாம் இல்லத்தில் அவர் பற்றி கேள்விப் பட்டிருக்கிறேன். கஃபார் கானைவிடப் பலமடங்கு வேறுபட்டவர். எளிய, நேர்மை பண்புள்ள ஆரோக்கியமான நபர் போன்றவர் என்றாலும், இவரிடம் விளையாட்டுத்தனம் அதிகம் நிறைந்திருக்கிறது. மேற்கொண்டு கான்சாகிப்பின் அரசியல் பாதை என்னவென்று தெளிவாகத் தெரியவில்லை. தன் தம்பியின் கால்சுவடுகளை அப்படியே பின்பற்றினார். இருவரும் இளம் வயதில் ஒன்றுபோல வளர்க்கப்பட்டதும் காரணமாக இருக்கலாம்; இல்லையெனில் தம் தம்பியிடம் வெளிப்பட்ட தலைமைப் பண்பும் காரணமாக இருக்கலாம்.

அவர்கள் மாவட்டத்தில் பள்ளிக்கூடங்கள் கிடையாது. மசூதிகளில் குர்ஆன் ஓதுவிப்பதும், அடிப்படை கல்வி பயிற்றுவிப்பதும் பிரிட்டிஷ் அரசாங்கம் தலைதூக்கிய பிறகு சீராக குறைந்தது. ஆனால் சில கிறித்துவ மிஷனரி பள்ளிக்கூடங்கள் அங்கு செயல் பட்டுவந்தன. மக்களுக்கு அவற்றின்மேல் உயர்ந்த அபிப்பிராயம் கிடையாது. இருப்பினும் பஹ்ராம் கான், அதைப் பொருட் படுத்தாது தன் மகன்களில் ஒருவரை பெஷாவார் அனுப்பிப் படிக்க வைத்தார். தன் 95ஆவது வயதிலும் மனக் கருத்தோட்டத்திற்கு உகந்ததைச் செய்து சிறை சென்ற பஹ்ராம் கான், மாற்றத்தில் நம்பிக்கை கொண்ட மனிதராகவே தெரிந்தார்.

சகோதரர்கள் இருவரும் தொடர்ந்து மிஷன் பள்ளியிலேயே இரண்டு வருடம் இருந்து வரலானார்கள். அப்பள்ளியின் முதல்வர் மதிப்பிற்குரிய விஹ்ரம் அவர்கள், கிறித்துவப் பண்பாட்டிற்கு மிகச் சிறந்த எடுத்துக்காட்டாக விளங்கக்கூடியவர். இவர்தான் அப்துல் கஃபார் கானை வளர்த்தெடுத்த இரண்டாவது ஆளுமை. இப்பள்ளியில் படித்த கொஞ்ச நாட்களிலும், தன் மக்களுக்குச் சேவை செய்ய வேண்டும் என்ற எண்ணத்தை, கிறித்துவ மிஷனரிக்கு உட்பட்ட அதே உற்சாகத்துடன் மதிப்பிற்குரிய விஹ்ரம் அவர்களிடமிருந்து பற்றிக் கொண்டார் கஃபார் கான்.

இவ்வேளையில் கான்சாகிப் தன் மெட்ரிக்குலேஷன் படிப்பில் தேர்ச்சிப் பெற்றதால், மருத்துவம் படிக்க இலண்டன் அனுப்பி வைக்கப்பட்டார். கான்சாகிப் கிறித்துவத்தைத் தழுவிவிடுவார், இங்கிலாந்திலேயே குடியமர்ந்து விடுவார் போன்ற பதட்டங்கள் தொடக்கத்தில் இருந்தன. இரண்டுமே நடக்கவில்லை. மாறாக ஓர் அழகிய ஆங்கிலேயப் பெண்ணை அவர் மணம் புரிந்து கொண்டார். ஒன்றிரண்டு பேச்சு வார்த்தைகள் நடந்தாலும், இரண்டாம் சகோதரர் இலண்டன் செல்லவில்லை. இவருக்கு இராணுவத்தில் சேர விருப்பம் இருந்தது. பிரபுத்துவக் குடும்பப் பின்னணி கொண்டவர் என்பதால், வேலை கிடைப்பது மேலும் சுலபம். ஆனால் ஒருமுறை இராணுவத்தில் பணியாற்றும் தன் நண்பரைப் பார்க்கச் சென்றபோது, அவரைவிட சிறிய பதவியில் பணியாற்றிய ஆங்கிலேயரால் அவர் அவமானப்பட்டதைக் கண்டதும் கஃபார் கானுக்கு மனமாற்றம் உண்டானது. அலிகரில் ஒருவருடப் படிப்பும் மிச்சத்தைத் தன் சொந்த வாசிப்பிலும் கற்றுக்கொண்டார். படிப்பு விஷயத்தில் எவரொருவரின் பற்றுதலும் இன்றி சுயம்பாக உருவெடுத்த சித்திரம் அவர்.

தம் மக்களுக்குக் கல்வி பயிற்றுவிப்பதே அவரின் முதல் குறிக்கோளாக இருந்தது. அதற்காக 1911ஆம் ஆண்டு வாக்கில், பள்ளிக்கூடங்கள் நிறுவினார். (உலக மகா) யுத்தம் முடியும்வரை புரட்சிகர நடவடிக்கைகளில் அவர் ஈடுபடவில்லை.

மகாத்மா காந்தியைத் தீவிர அரசியலுக்கு அழைத்துவந்த ரௌலட் சட்டம், இந்திய விடுதலை அரசியல் இயக்க வரலாற்றில் முக்கிய இடம்பெற்றது. அப்துல் கஃபார் கானை அரசியல் கிளர்ச்சியில் தள்ளிவிட்டதும் அதே ரௌலட் சட்டம்தான். பெரும் யுத்தத்தில் பிரட்டனுக்கு உதவி செய்ததன் வெகுமதியாக, இந்தியாவிற்குத் தன்னாட்சி அதிகாரம் கிடைக்கும் என நம்பியவர்களுள் கஃபார் கானும் ஒருவர். எல்லை மாகாணங்கள் ரௌலட் சட்டத்தால் கொழுந்துவிட்டு எரிந்தன. வீதியெங்கும் நிகழ்ந்த கண்டனக் கூட்டங்களில் ஆயிரக்கணக்கான மக்கள் கலந்துகொண்டனர். பதான் மக்களை அரசியல் புரட்சிக்குத் தூண்டிவிட்டதில் முக்கியப் பங்கிருப்பதாக அப்துல் கஃபார் கானை பிரிட்டிஷ் அரசு கைது செய்தது. பிரிட்டிஷ் இந்தியாவில் நிகழ்வன குறித்து பதான்கள் ஏன் கவலைப்பட வேண்டும்? உண்மையில் ரௌலட் சட்டத்தால் எல்லையில் வாழ்பவர்களுக்கு எவ்விதத் தொல்லையும் இல்லை. எனினும் ஒன்றிணைந்த சுதந்திர இந்தியா எனும் கனவை உள்வாங்கிக்கொண்டு, இப்போராட்டத்தைக் கையில் எடுத்தனர்.

கஃபார் கானை வளர்த்தெடுத்த மூன்றாம் ஆளுமையின் பங்கு இங்கிருந்து தொடங்கியது. அம்மனிதரின் பெயர் மகாத்மா காந்தி. கைது செய்யப்பட்ட கஃபார் கான், பிற சிறைவாசிகளைவிட விநோத முறையில் நடத்தப்பட்டார். அது 1919ஆம் ஆண்டு. சிறைவாச காலம் முழுவதும் அவர் கால்கள் கால்விலங்கு கொண்டு பிணைக்கப்பட்டிருந்தன. ஆனால் அவர் கால்களில் நுழைக்க ஏதுவான விலங்கு கிடைக்கவில்லை. 'எனக்காகச் சிறப்பு சங்கிலி ஜோடிகள் உருவாக்கினார்களா என்று ஆச்சரியப்பட்டேன்' என்கிறார். 'சரியான ஜோடியை காலில் மாட்டிப்பார்க்க பலவந்தமாக முயன்றார்கள். அதிலொரு கால்விலங்கு என் கணுக்கால் பகுதியில் பலமாக மோதியதில் ரத்தம் வழிந்தது. ஆனால் அதைப் பற்றி அதிகாரிகளுக்கு அக்கறை இல்லை, ஒன்றிரண்டு நாளில் பழகிவிடும் என்றார்கள்.'

அவரும் அதற்குப் பழகிப்போனார். மேற்கொண்டு மனத்தளவிலான அகிம்சை முறைகளும் இவ்வேதனை தாங்கும் வலியோடு அவருக்கு இப்பயிற்சியில் கிடைத்தன. இவ்வகை உள்ளார்ந்த பயிற்சிகள் இன்றி அகிம்சை முறை சாத்தியப்படாது. காந்தி, வன்முறைப் பயிற்சியாளர்களைக் கண்டு, 'முதலில் நீங்கள் பலகையை நோக்கிச் சுட்டுத் தள்ளுவீர்கள், பின் குறி நோக்கி சுடுவீர்கள், இறுதியாக விலங்குகளை. இப்படித்தான் அழிவுக் கலையில் கைத்தேர்ந்தவராக மாறுகிறீர்கள்' எனக் கூறுகிறார்.

ஆனால் அகிம்சைக்கு இதுபோன்ற புறப்பயிற்சிகள் எதுவும் தேவையில்லை. வன்முறைக்கு ஆளாகும்போது, எவ்விதப் பதில் தாக்குதலும் இன்றி முழுவதுமாக உம்மை ஒப்புக்கொடுத்துவிட்டு, கொண்ட கொள்கைக்கும் பிடிப்புக்கும் உறுதியாக இருந்து பேச்சு, செயல் உட்பட அனைத்து வழிகளிலும் வன்முறையைப் பிரயோகிக்காமல் இருப்பதே அகிம்சைக்கு வழி வகுக்கும் பயிற்சி. கஃபார் கான் முதலிரண்டு சிறை அனுபவங்களில், அகிம்சைப் பயிற்சிக்கு தம்மை வழிநடத்திக்கொண்டார். உடலை வறுத்தும் பயிற்சிகளின் மூலம் அகிம்சைக்குப் பழகிப்போனதில் அவருக்கு உள்ளார்ந்த மகிழ்ச்சி. அகிம்சைதான் மனிதகுலத்தை இரட்சிக்கும் ஒரே கொள்கை என்பதில் அவருக்கு மாற்றுக் கருத்தே இல்லை.[2]

1920ஆம் ஆண்டு சிறையிலிருந்து விடுதலை பெற்ற பிறகு, தன்னை கிலாபத் இயக்கத்தில் இணைத்துக்கொண்டார். அடுத்த ஆண்டு தன் சொந்த ஊரான உத்மான்ஜெய்யில் தேசியப் பள்ளிக்கூடம் நிறுவுவதற்கான அடித்தளப் பணிகளை மேற்கொண்டார். அப்பள்ளியின் கிளைகள் மாகாணம் முழுவதும் பரவுவதற்கான

முயற்சிகள் முன்னெடுத்தார்கள். அப்போதைக்கு அவர் ஒத்துழையாமை மற்றும் சட்ட மறுப்பு போராட்டங்களில் பங்குபெறவில்லை. கஃபார் கான் பயிற்றுவிக்கும் வழி முறைகளும், பதான்களிடையே அவர் மீது வளர்ந்துவரும் செல்வாக்கும் அதிகார வட்டத்திற்கு உவப்பளிக்கவில்லை. 'ஊரில் யாருக்கும் வராத ஆசையாக, உங்கள் மகன் மட்டும் ஏன் தாமே பள்ளிக்கூடம் நிறுவ வேண்டும் என விடாப்பிடியாக உறுதிகொண்டிருக்கிறான்?' என்று பஹ்ராம் கானிடம் மூத்த ஆணையர் ஒருவர் கேள்வியெழுப்பினார். உடனடியாக பள்ளிக் கூடம் தொடங்கும் எண்ணத்தை விட்டொழிக்கும்படி வற்புறுத்திச் சொன்னார். பஹ்ராம் கானும் ஆணையர் கேட்டுக் கொண்டதன்படி, தன் மகனைத் தனியே அழைத்து இதுவிஷயமாகப் பேசினார்.

'அப்பா, ஒருவேளை நம் மக்கள் எல்லோரும் நமாஸ் (இஸ்லாமியத் தொழுகை) செய்வதில் நம்பிக்கை இழந்துவிட்டார்கள் என்றால், நானும் நமாஸ் செய்யக்கூடாது எனச் சொல்லி வற்புறுத்து வீர்களா?' என்று கஃபார் கான் கேட்டார். 'உறுதியாக மாட்டேன். யார் என்ன செய்தாலும் உன் சமயக் கடமைகளைச் செய்வதற்கு, ஒருபோதும் தொல்லை தரமாட்டேன்' என்று அவர் தந்தை பதில்சொன்னார். 'அப்படியானால், நாட்டின் கல்வி தொடர்புள்ள இவ்விஷயத்தையும் அதேபோல் விட்டுவிடுங்கள்.' அதன்பின் தந்தையின் ஆசிபெற்று தன் கல்விப்பணிகளைத் தொடர்ந்தார், அதனால் மூன்றாண்டுகாலம் சிறை தண்டனைக் கிடைத்தது.

சிறையில் கழித்த மூன்று ஆண்டுகளும் உடலை வருத்திக் கொள்வதன் இறுதிக் கட்ட வலிகளைப் போதித்தன. கைவிலங்குகள், வாட்டி வதைக்கும் சிறைப் பணிகள், தனிமைக் கவ்வும் அறைகள்... கஃபார் கான் 55 பவுண்ட்ஸ் இழந்திருந்தார். ஸ்கர்வி நோயும் முதுகுத் தண்டு வலியும் வேதாளம்போல் தொற்றிக் கொண்டன. கஃபார் கான் கிராமங்கள்தோறும் சென்று பிரச்சாரம் செய்யமாட்டேன் என ஒப்புக்கொண்டால், பள்ளிக்கூடம் நடத்துவதற்கு அனுமதியளித்து அவரை விடுவிடுப்பதாக மூத்த ஆணையர் சலுகை அளித்தார். ஆனால் அவர் விடாப்பிடியாக மறுத்துவிட்டார்.

கஃபார் கான், சிறை விதிகளை மீறாத முன்மாதிரிக் கைதி. அலுவலர்கள் வழங்கும் எப்பேர்பட்ட சலுகையும் வேண்டாமென்று புறமொதுக்கினார். தனக்கு வழங்கும் சலுகையால் யாரோ ஒருவர் விதி மீறுகிறார் என்பது, கஃபார் கானின் கொள்கைக்கு ஏற்படும் இழுக்கு. தயவு கூர்ந்து எனக்குக் கருணை

காட்டாதீர்கள் என்று அலுவலர்களிடம் கண்டிப்பாகச் சொன்னார். சில அப்பாவி கைதிகள் அவரின் வேலைகளைச் செய்ய ஆர்வமாக முன்வந்தனர். கஃபார் கான், 'வெளிப்படையாகச் சொல்ல வேண்டும் என்றால், எனக்குப் பொய் பேச வராது' என்று அவர்களிடம் சொல்லி திருப்பியனுப்பினார்.

சிறையில் நடக்கும் சில்லரைத்தனமான ஊழல்களை, கண்டும் காணாமல் இருக்க அவரால் இயலவில்லை. பணத்திற்கு ஆசைப்பட்டு சிறை வளாகத்திற்குள் தடை செய்யப்பட்ட பொருட்களைக் காப்பாளர்கள் கொண்டுவந்தனர். அவர்களை நோக்கி 'பணத்திற்கு ஆசைப்பட்டு உங்கள் கரங்களைக் கறைப்படுத்திக் கொள்ளாதீர்கள்' என்று அறிவுரைத்தார். அதற்கு ஒருவர்: 'இரு துருவங்களும் சந்தித்துக் கொள்வது இயலாத காரியம்' என்றார். 'நீங்கள் என்ன செய்ய வேண்டுமென்று நான் சொல்ல வில்லை. ஆனால் நீங்கள் இப்போது செய்துகொண்டிருப்பது தவறென்று நிச்சயமாகச் சொல்வேன்' என்று கஃபார் கான் பதில் சொன்னார். அந்தக் காப்பாளார் தன் வேலையை ராஜினாமா செய்தார். இதற்குப் பின்னாலிருக்கும் நபர் கஃபார் கான் எனத் தெரிந்து, அவரை பஞ்சாப் சிறைக்கு மாற்றினார்கள்.

அவரின் சக கைதிகள், கஃபார் கானின் முரட்டுத்தனமான நேர்மையை ரசித்ததாகத் தெரியவில்லை. அவர் முதலில் தங்கியிருந்த சிறைச்சாலையில் கூட, கைதிகளும் காப்பாளர்களும் இப்படித்தான் மிரண்டு போனார்கள். கஃபார் கான் அவர்களிடம்: 'நீங்கள் ஒருதரம் உங்கள் கொள்கையை விட்டுக்கொடுக்கும்போது, நேர்மையை மட்டுமல்ல உங்கள் சுயமரியாதையையும் சேர்த்து இழக்கிறீர்கள். தடைசெய்யப்பட்ட பொருட்களைத் தவறான வழியில் உள்ளே கொண்டுவந்து பயன்படுத்துபவர்கள், அவரவர் சுயமரியாதைக்கு வணக்கம் சொல்லி வழியனுப்புகிறார்கள்' என்று சொன்னார்.

பஞ்சாப் சிறையில் இருந்தபோது, ஏராளமான சீக்கியர்களுடனும் இந்துக்களுடனும் நட்பு உண்டானது. இந்துக்களின் புனித நூலான பகவத் கீதையும், சீக்கியர்களின் புனித நூலான கிரந்த சாகிப்பும் இங்குதான் படித்தார்.

1924ஆம் ஆண்டு சிறையிலிருந்து விடுவிக்கப்பட்டதும், தன் சொந்த மாவட்டத்தில் முழு நேரமும் சமூகச் சீர்திருத்தப் பணியில் இறங்கினார். உத்மான்ஜெய்யில் அவர் தொடங்கிய தேசியப் பள்ளிக்கூடத்தின் மூலம் பலர் அறிமுகமானார்கள். அவர்களைக் கொண்டு 'குடை கிட்மட்கர்' எனும் தொண்டு நிறுவனத்தைத்

தொடங்கினார். 'கடவுளின் சேவகர்கள்' என்று அதற்குப் பொருள். அவர்கள் பின்வரும் பிரமாணங்களை ஏற்றுக்கொண்டனர்:

1. இறைவனுக்கும் சமூகத்துக்கும் தாய்நாட்டிற்கும் உண்மையாக இருக்கவேண்டும்.
2. எப்போதும் அகிம்சையைப் பின்பற்ற வேண்டும்.
3. சேவைகளுக்குக் கைமாறு எதிர்பார்க்கக்கூடாது.
4. பயத்திற்கு இடங்கொடாமல், எந்நேரமும் தியாகம் செய்ய தயாராக இருக்க வேண்டும்.
5. அப்பழுக்கற்ற வாழ்வை மேற்கொள்ள வேண்டும்.

நிறுவனத்தின் பெயர் இஸ்லாமியச் சமூகத்தின் உளவியலை மீண்டும் பிரதிபலிக்கிறது. முதலில், அதன் மைய 'திட்டம்' எவ்வித அடையாளத்திற்குள்ளும் சிக்காத ஒன்றாக இருக்கிறது. மற்றதெல்லாம் குறைந்தபட்ச முக்கியத்துவம் கொண்டவையே. அதுதான் அப்துல் கஃபார் கான் யாரென்று முன்னிறுத்தும் புள்ளி. அதுதான் எளிய பெனாராஸ் இஸ்லாமியர்களைச் சமரசமற்றவர் களாகவும், செம்மையான ஒருங்கிணைந்த இந்துக்களைக் காட்டிலும் தனித்துவமானவர்களாகவும் உருமாற்றியது.

கடவுளின் சேவகர்களுக்கு நன்கு பயிற்சியளிக்கப்பட்டது. நீண்ட தூரம் அணிவகுத்துப் பயிற்சிச் செய்தனர். ராணுவ வீரர்களின் கட்டுக்கோப்பும் மனவுறுதியும் பயிற்சியளிக்கப்பட்டாலும், அப்துல் கஃபார் கானின் மனத்திட்பம் போர் வீரன்போல் இருந்தாலும், சேவகர்கள் ஆயுதம் ஏந்த அனுமதிக்கப்படவில்லை. லத்தி வைத்திருப்பதும் தவறென்று உணர்ந்தார்கள். ஒரு சிறிய அணி ஊர் முழுவதும் பவனி வந்து வன்முறையினால் ஏற்படும் இழப்புகளையும், கொலை, கொள்ளை, ரத்தவெள்ளம் முதலான அபாயங்களை உண்டாக்கும் நாசகர செயல்களையும் சமூகச் சேவையின் மூலம் எப்படித் திருத்தி அமைப்பது என்று பதான்களுக்குப் பிரசாரம் செய்தார்கள். தொடக்கத்தில் வெண்ணிற ஆடைகள் உடுத்தினர். ஆனால் அது எளிதில் அழுக்கானதால், அதன்மேல் செங்கல் நிற மேற்சண்டை அணிந்துகொண்டார்கள். ஆகவே 'செஞ்சட்டை' என்ற பெயர் இவர்களுக்குப் பொருந்திப் போனது. எனினும் செஞ்சட்டை எனும் பெயருக்கும் சோவியத் ரஷ்யாவின் கொள்கைக்கும் எவ்விதத் தொடர்பும் இல்லை.

தொடக்கக் காலத்தில் சமூகச் சேவைக்கு அதிகம் நேரம் செலவிட்டாலும், கடவுளின் சேவகர்கள், தம் முதல் பிரமாணத்தில்

சொன்னதுபோல தீவிர அரசியல் இலட்சியம் கொண்டிருந்தனர். ‘சமூகத்துக்கும் தாய்நாட்டிற்கும் உண்மையாக இருக்கவேண்டும்’ என்பதில் முன்னது இஸ்லாமியச் சமூகத்தையும், பின்னது இந்தியத் திருநாட்டையும் குறிப்பிட்டது. காங்கிரஸ்தான் அனைத்திந்தி யாவையும் பிரதிநிதித்துவப்படுத்துகிறது என்று இவர்கள் நம்பினர். இந்தியர்கள் 1929ஆம் ஆண்டில் சட்ட மறுப்புப் போராட்டத்தில் ஈடுபட்டார்கள். அச்சமயம் இந்நிறுவனத்தைச் சார்ந்த 500 சேவகர்கள் காங்கிரஸின் அன்றாடப் பணிகளை மேற்கொள்ள உதவினர். பெரும்பாலும் அவை அந்நியத் துணிக்கடைகளின் முன்பு முற்றுகையிடுவது, கள்ளுக் கடைகளை எதிர்த்து கோஷம் எழுப்புவது என்றிருந்தது. சேவகர்கள் எவரேனும் வன்முறையில் ஈடுபட்டால், அக்கணமே நிறுவனத்தில் இருந்து வெளியேற்றப் பட்டார். 1930களில் ஐரோப்பியப் பத்திரிகைகள் அனைத்தும் இவர்கள் செய்யும் வன்முறைகளைக் காரசாரமாக எழுதிக்கு வித்தன. ஆனால் அது எம்மாதிரியான வன்முறை என்று எவரும் குறிப்பிடவில்லை.

1930இல் அப்துல் கஃபார் கான் மீண்டும் கைது செய்யப்பட்டார். இது பெரும் கொந்தளிப்பை உண்டாக்கியது. ‘கடவுளின் சேவகர்கள்’ நிறுவனத்தின் உறுப்பினர்கள் ஐநூற்றிலிருந்து ஆயிரமாக உயர்ந்தனர். காவலர்கள் லத்தியால் அடித்தும், துப்பாக்கிகளால் மிரட்டியும் கூட்டத்தைக் கலைத்தனர்.

எனக்குத் தனிப்பட்ட முறையில் இவ்வியக்கத்தின் அரசியல் முக்கியத்துவத்தைக் காட்டிலும் உளவியல் அம்சங்கள் அதிகம் ஈர்த்தன. உண்மையிலேயே அவர்கள் அகிம்சையைப் பின்பற்றி னார்களா? நூற்றுக்கணக்கான ஆண்டுகளாக வன்முறைக்குப் பழகியவர்கள், அகிம்சைக் கொள்கையை அத்தனை எளிதில் ஏற்றுக்கொள்ள முடியுமா?

இவ்வியக்கத்திற்கு ஆதரவானவர்களையும் எதிர்ப்பவர்களையும் மடக்கு நோக்காக கேட்டுப்பார்த்தால்கூட, அகிம்சைவாதிகள் என்றே அறிவிக்கின்றனர். எல்லை மாகாணத்தில் நீடித்த அழுத்தமும் பீறிட்டு எழத் துடித்த மனவுணர்ச்சிகளும் என்னால் இக்கேள்விகளை அங்கு கேட்க முடியாது தடுத்தன. பெஷாவாரிகள் கடவுளின் சேவகர்கள் குறித்து என்ன நினைக்கிறார்கள் என்று தெரிந்துகொள்ள, அங்கு நிகழ்ந்த ஒரு மறக்கமுடியாத சம்பவத்தைக் குறிப்பிடலாம் என நினைக்கிறேன். பெஷாவாரின் பிரதான வீதியில் நண்பர்களுடன் நடந்து சென்றபோது, அமைதியான இடமொன்றை கடந்து செல்கையில் நான் இதைப் பார்த்தேன்.

உயரமான கட்டடத்தின் முன்வளைவிடம் நின்று அதிசயித்துப் பார்ப்பதுபோல அப்படியே நின்றனர்.

'இதுதான் சிறைச்சாலை' என்று உடன் வந்தவர்களுள் ஒருவர் பேசத் தொடங்கினார். 'கடவுளின் சேவகர்கள் அமைப்பைச் சார்ந்த முக்கியத் தலைவர்கள் இங்குதான் அடைத்து வைக்கப் பட்டுள்ளனர். சில நாட்களுக்கு முன்பு இச்சிறைச்சாலை வாயிலில் கூட்டமொன்று நடத்தினார்கள். மக்களின் ஆர்ப்பாட்டத்தை அங்கிருந்த இளம் காவல் அதிகாரி ஒருவர் கலைத்துவிட முயன்றார். பதிலுக்கு அவர்கள் சேறு இறைத்து அவர்மீது கற்களைத் தூக்கி வீசினர். அவ்வதிகாரி அங்கிருந்து ஓட்டம்பிடித்து, பீரங்கிவண்டி எடுத்துவந்து மக்கள் மீது மோதினார்.'

இத்தோடு போதும். பீரங்கி வண்டியின் தாக்குதலுக்கு உட்பட்டு இந்தியர்களின் உடல் என்ன கதியிலிருந்தது என்று மேற்கொண்டு அவர் சொன்னதை நான் விவரிக்கத் தேவையில்லை. நசுங்கிப்போன அவர்களின் முகச்சித்திரிப்புகளை சொல்லும்போது அவர் முகம் கடுகடுத்தது.

'உண்மையிலேயே அவர்கள் வன்முறையைத் துவங்கினார்களா?' என்று அவரைக் கேட்டேன்.

'நான் அதை கண்கூடாகப் பார்த்தேன் என்றபோதும், அவர்கள் வன்முறையைத் துவங்கினார்கள் எனச் சொல்வதற்கு இல்லை. கற்கள் எறிந்ததும் சேறு இறைத்ததும் செஞ்சட்டைக்காரர்களா அல்லது தனிக் கும்பலா என்று எனக்கு உறுதியாகச் சொல்லத் தெரியவில்லை. அங்கு அசாதாரண பதட்டம் நிலவியது.'

'செஞ்சட்டை இயக்கம் குறித்து விசாரணை நிகழ்த்திய அதிகாரப்பூர்வக் குழுக்கள், இதுநாள்வரை அவர்கள் மீது வன்முறை முகாந்திரம் இருப்பதாகச் சான்றளிக்கவில்லை. கற்கள், சேறு தாண்டி, எவரொருவரும் 'கடவுளின் சேவகர்கள்' தவறிழைத்ததாக சாட்சி சொல்லவில்லை. அவர்களின் இருப்பு மக்களை உற்சாகமூட்டியது என்பது வெளிப்படையாகத் தெரிகிறது.'

போராடியவர்கள் அனைவரும் கைது செய்யப்பட்டு சிறையில் அடைக்கப்பட்டனர். சொத்து இழப்பும், தனி மனிதச் சுதந்திரத்திற்கு ஏற்பட்ட பங்கமும் இக்கொள்கை மீது அவர்களுக்கு மாற்றம் உண்டாக்கியதா என்றால், சில சந்தர்பங்களில் ஆம் என்றுதான் பதில் கிடைக்கிறது. சிறைக்காப்பாளருக்குப் பணம் கொடுத்தும், மன்னிப்புக் கேட்டும் சிலர் விடுதலைப் பெற்றனர்.

வேறு சிலர் மன்னிப்புக் கேட்க மறுப்புத் தெரிவித்து இறுமாப்புடன் அவரை அணுகினர்.

இரண்டு சம்பவங்கள் முக்கியமானவை. அப்துல் கஃபார் கானின் அத்தான், ஹாஜி ஷா நவாஸ் கான் காப்பாளருக்குப் பணம் கொடுத்து வெளியே வந்தார். ஆனால் உறவினர்களிடையே அவர் பெயர் மதிப்பிழந்து போனது. மீண்டும் சிறைக்குச் சென்று தனக்கு ஏற்பட்ட களங்கத்தைத் துடைத்துவரும்படி உறவினர்கள் எல்லோரும் அவரைத் திருப்பி அனுப்பினர். ஆனால் 'சிறைக்குச் சென்று மீள்வதால் இக்களங்கம் அழியப்போவதில்லை, நான் இறப்பதே இதற்கு முடிவாக இருக்கும்' என்று குறிப்பெழுதி சுட்டுத் தற்கொலை செய்து கொண்டார் ஷா நவாஸ் கான். 1931 வரை சிறையிலிருந்த சையத் வாதுத் பாஷா ஒரு நம்பகமான போராளி. அவர் தந்தை தான் இறப்பதற்குள் மகனைப் பார்த்துவிடவேண்டும் என்ற நியாயமான ஆசையால் காப்பாளருக்குப் பணம் கொடுத்து அவரை விடுவித்தார். தந்தையின் செயலால் மனம் உடைந்த பாஷா, இதைத் தனக்கு ஏற்பட்ட இழுக்காகக் கருதி தானும் சுட்டுத் தற்கொலை செய்துகொண்டார்.

அப்துல் கஃபார் கானின் சொந்தத்தில் ஆடவர்கள் அனைவரும் சிறைத் தண்டனை அனுபவித்திருக்கிறார்கள். அவருடைய 95 வயது தந்தையாரும் இதில் அடக்கம். அவருடைய மாமன் மகன்களுள் ஒருவரான உபைதுல்லா கானுக்கு ஏற்பட்ட சம்பவத்தை இங்குக் குறிப்பிடவேண்டும். அவர் கர்ஷடா சிறையில் இருந்தபோது, அங்கிருந்த குப்பைக்கூளம் நிறைந்த சிறைச்சாலை வளாகத்தை எதிர்த்து 38 நாட்கள் உண்ணாவிரதம் மேற்கொண்டார். ஒன்றரை மாதங்களில் அங்கிருந்து அவரை விடுவித்தனர். ஆனால் உடல் நலம் தேறுவதற்குள் மீண்டும் கைது செய்து முல்தான் சிறையில் அடைத்தனர். இதன் நிலை முன்னதைக்காட்டிலும் மோசம். மற்றொரு நல்ல சிறைச்சாலைக்கு மாற்றும்படி அவர் வைத்த வேண்டுகோள் நிராகரிக்கப்பட்டதால், மீண்டும் 78 நாட்களுக்கு உண்ணாவிரதம் இருந்தார். இந்திய விடுதலை இயக்கத்தில் அப்போதைக்கு உச்சபட்ச உண்ணாவிரதக் காலம் இது. இறுதியில் அதிகாரிகள் தலையிட்டு வேற்றிடத்திற்கு மாற்றினார்கள். படிப்படியாக அவர் உடல்நிலையும் சீரானது.

இச்சம்பவத்தில் தந்தை மற்றும் மாமாவின் எதிர்வினைகள் ஆச்சரியமூட்டுகிறது. உண்ணாவிரதம் நீண்டு கொண்டே போவதால், ஒருவழியாக தம் மகனின் இறப்பை நிச்சயித்து விட்டனர். அதனால் எங்கள் மகன் இறந்தபிறகு எங்கு அடக்கம்

செய்வீர்கள் என்று பதில் கேட்டு சிறை அதிகாரிகளுக்குக் கடிதம் எழுதினார்கள். எனினும் அக்கடிதம் அதிகாரிகளின் கையில் கிடைப்பதற்குள் உபைதுல்லாவை மற்றொரு சிறைக்கு மாற்றலாக்கி அனுப்பிவிட்டனர். ஆங்கிலேய நண்பர்கள்மீது இவர்களுக்குக் கோபமோ, வெறுப்போ தோன்றவில்லை. இஸ்லாமியச் சிறுபான்மையினர் அகிம்சைக் கொள்கையைப் பெயரளவில் மட்டுமின்றி மனத்தளவிலும் முழுமையாக ஏற்றுக்கொண்டனர் என்பதற்கு இது ஓர் எடுத்துக்காட்டு. உபைதுல்லாவின் தந்தை தன் இந்து நண்பரிடம் சொன்னார்: 'இந்த அரசாங்கம் குறித்து ஒன்று சொல்ல வேண்டும். உண்ணாவிரதம் முடித்த பிறகு, உபைதுல்லாவை அற்புதமாகப் பார்த்துக் கொண்டனர். இந்த அரவணைப்புக்கு நான் என்றைக்கும் நன்றியுடையவன் ஆவேன். அதுதான் அவனைக் காப்பாற்றியது.'

எல்லை மாகாண மக்களின் வலிமையும் அசாத்திய ஒற்றுமையும் அவர்களை வெல்ல முடியாத பண்பின் குணாதிசயங்களைக் காட்டுகின்றன. அதே சமயம் அவர்களிடமிருந்து வலிமைக்கான மற்றொரு புதிய அர்த்தம் வெளிப்படுகிறது. அது மிகவும் எதிர்ப்பார்க்காத ஒன்று. மனிதச் சமூகத்தில் நீடித்த நிலையான மாற்றத்தை உண்டாக்கவல்ல ஒரே சக்தி அகிம்சைதான். இவ்வெண்ணம் பயமறியாத, வலிமை பொருந்திய கூட்டத்திலிருந்து உதிப்பது ஆய்வுக்கு உரியது. இரும்புக்கரம் கொண்ட நாடுகள் தாமாக ஆயுதங்களைக் கீழிறக்கி வைக்காத வரை, எப்பேர்பட்ட அமைதிவாதமும் உலகை மாற்றப்போவதில்லை.

பொதுவில் அகிம்சை குறித்து பேசும்போது, ஜவாஹர்லால் நேருவின் பின்வரும் மதிப்பீட்டை இங்குக் குறிப்பிடலாம்: '. . . பதிலடி தராமல் வன்முறைக்கு அடிபணிவதால், நம்மேல் ஒருவித மகோன்னதச் சிறப்பு உண்டாகி அங்கீகாரம் அளிக்க வேண்டும் எனும் அழுத்தம் ஏற்படுகிறது. நாம் அனுபவித்த துன்பங்கள் வருத்தும் நோக்கத்திற்கானவை அல்ல எனப் பிரித்துக் காட்டும் மிக மெல்லிய கோடு ஒன்று உள்ளது...' நன்கு அறியப்பட்ட அமைதிவாத அறிஞர்கள் சிலரே, தியாக மனப்பான்மையும் துன்பியல் பூச்சுகளையும் விரும்புபவர்களாக உள்ளதை எல்லோரும் ஏற்றுக்கொள்ளவர். இது தீவிர தன்னிச்சைப் போக்கு. இதனால் சமூகப் பயன் துளியும் இல்லை. ஜவாஹர்லால் நேரு சொல்கிறார், 'கோழைத்தனம், செயல்பாடு அற்ற கையாலாகாத்தனம் போன்றவற்றை மறைக்கும் அரிதாரமாக அகிம்சைக் கொள்கைப் பயன்படுத்தப்படுகிறது எனச் சொல்வதற்கு எப்போதும் வாய்ப்பு உண்டு.' அநேக சமயத்தில் இக்கூற்று சரியாக இருக்கிறது.

தனி மனித, சமய நம்பிக்கைக் காரணிகளால் பெரும் போரில் கலந்துகொள்ளாதவர்கள், போர் புரிந்தவர்களைவிடக் குறைந்தளவு சேதாரம் கொண்டோம் எனச் சமாதானம் அடைந்தனர். அத்தகைய இராணுவக் குழுக்களில் போருக்கு எதிரான மனநிலை கொண்டவர்கள் எளிதில் சுட்டு வீழ்த்தப்பட்ட பின், எஞ்சியிருப்பவர்கள் யார்? போரிடும் குணமுடையவர்கள் தானே? மனிதன் தான் கொண்ட நம்பிக்கையின் பொருட்டு இன்னுயிரையும் இழக்கத் தயாராக இருக்கிறானா, என்பதில்தான் அந்நம்பிக்கையின் உயர்ச்சி இருக்கிறது. அது மதம் சம்பந்தமானதோ, தனி மனிதக் கொள்கையோ எதுவாகவும் இருக்கலாம். இந்தியாவைப் பொருத்தமட்டில், ஜவாஹர்லால் நேருவின் கூற்று நடைமுறைக்கு நெருக்கமானது.

லத்தியில் அடிவாங்கி, சிறை தண்டனை பெற்ற பல இந்தியர்கள் உண்டு. அகிம்சைப் பாதையில் உடல் ரீதியான செயல்பாடுகள் குறைவு என்பதாலும், வன்முறைப் பற்றிய பயத்தினாலும், அதிரடி மாற்றங்களைக் கண்டு அசௌகரியப்படுவதாலுமே அவர்கள் இவ்வழியைத் தேர்வு செய்தனர். ஆனால் எல்லை மாகாணத்தில், குறிப்பாக அப்துல் கஃபார் கான் தொடர்புடைய பிராந்தியங்களில் கதையே வேறு. இந்தியாவெங்கிலும் சட்ட மறுப்புப் போராட்டத்தை ஒடுக்குவதற்குப் பின்பற்றிய வழிமுறைகள் இங்குப் பயனளிக்கவில்லை. பலர் உயிரைத் துச்சமென மதித்து இறந்து போனார்கள். செயல்பட சோம்பித் திரிவது, முன்னிருந்த அதே நிலையைத் தக்கவைக்கப் போராடுவது முதலான எதுவும் இங்கு இல்லை. தனிமனிதனாகவும் சமூகமாகவும் இஸ்லாமியர்கள் வளர்ச்சியடைய அப்துல் கஃபார் கான் மெனக்கெட்டு உழைக்கிறார். அவருடைய கொள்கைக் கட்டுமானங்கள் சமய அடிப்படையில் இருந்தாலும், அதனால் உலகம் முழுவதும் பரவலாக நன்மை உண்டாக விரும்புகிறார். இஸ்லாமியர்களைச் சாமானிய மனிதர்களிடமிருந்து தனியே பிரிப்பதில் அவருக்கு விருப்பம் இல்லை. மக்கள் தொகையில் மீச்சிறு அளவுடைய மிக எளிய இஸ்லாமியார்களுக்கு, அச்சமயத்தின் நோக்கத்தைச் சுலபத்தில் புரியும்படி நம்பகமான வழியில் எடுத்துச் சென்றதே கஃபார் கானின் ஆகச் சிறந்த செயல் என்று நான் பார்க்கிறேன்.

தற்போது அப்துல் கஃபார் கான் சிறையில் இருந்து விடுவிக்கப்பட்டு சுதந்திரமாக இருக்கிறார். எனினும் தீவிர அரசியல் செயல்பாடுகளில் கலந்துகொள்ள அவருக்கு தடை நீடிக்கிறது. தன் வாழ்வில் போற்றுதலுக்கும் அன்புக்கும் உரிய மகாத்மா காந்திக்கு அருகிலேயே வார்தாவில் வாசம் செய்கிறார்.

வழிபாட்டிற்கும் வேலைகளுக்கும் (நெசவு செய்தல், நூல் நூற்றல், கிராமத்தார்களோடு வேலை செய்தல்) ஏற்ப அவர் நேரம் அங்கு சரியாகத் திட்டமிடப்பட்டிருக்கிறது. வழிபாடு என்றால் பத்தோடு பதினைந்து என எடுத்துக்கொள்ள முடியாது. இஸ்லாமியத் தொழுகையில் பல முறை குனிந்து நிமிர்ந்து வளைய வேண்டும். முதுகுத் தண்டு வலியோடு போராடி வரும் கஃபார் கானுக்கு உண்மையிலேயே இது சவாலான காரியம். தன் நம்பிக்கைக்கு ஆதாரமாக நேர்மையான, எளிய வாழ்க்கை வாழ்கிறார். வாரத்திலொரு நாள் உண்ணாநோன்பும் மௌன விரதமும் கடைப்பிடிக்கிறார். தீவிரச் செயல்பாடுகளுக்குத் தடை விதிக்கப்பட்டாலும், மாறாப் பற்றுடன் சுதந்திரம் நோக்கிய அகிம்சை வழியில் இன்னும் நம்பிக்கைக் கொண்டுள்ளார். புகைக் குண்டுகளும் இயந்திரத் துப்பாக்கிகளும் சிறைவதைகளும் இவர் இலட்சியப் பாதையை மறக்கடிக்காது.

கஃபார் கான் மீண்டும் துள்ளலோடு நடைபயில்வார். ஒவ்வோர் இந்திய விடுதலைப் போராளியும் அடிக்கடி குறிப்பிடும் வார்த்தை, தான் ஒரு 'மக்கள் விரோதி'. ஆனால் இது மற்றெல்லோரையும்விட கஃபார் கானுக்கு நன்கு பொருந்துகிறது. இந்தியாவைக் காலனிய தேசமாக ஆளும் எண்ணம் பிரிட்டனுக்கு இன்னும் நீங்காது இருக்குமானால், இவரை 'மக்கள் விரோதி' என அவர்கள் குறிப்பிடுவதில் எவ்வித ஆச்சரியமும் இல்லை. இவரின் அரசியல் செயல்பாடுகள் முடக்கப்பட்டதன் காரணமும் ஒப்புக்கொள்ளக்கூடியதே. கஃபார் கானின் இலட்சியங்களும் திட்டங்களும் ஏகாதிபத்தியத்திற்கு எதிரானவை. ஆனால் என்றைக்காவது ஒருநாள், பிரிட்டிஷ் அரசாங்கம் இந்தியாவிற்குச் சமவுரிமை கொடுப்பதே தமக்கு இலாபகரமாக இருக்குமென்று கருதினால், அன்றைக்கு அப்துல் கஃபார் கானும் அவரது இஸ்லாமியப் புரிதலும் பெரும் சொத்தாக இருக்கும்.

அண்மையில் மறைந்த டாக்டர் அன்சாரியும் அப்துல் கஃபார் கானும் உலகம் இயங்குகிற போக்கில் இஸ்லாத்தை வழிநடத்திச் செல்லும் இரண்டு தீவிரக் கொள்கைகளின் சார்பாளராக விளங்குகின்றனர். டாக்டர் அன்சாரியிடம் ஜனநாயகப் பண்பு தென்படுகிறது. ஒருவகையில் அது அவர் புரிதலில் உருப்பெற்ற ஜனநாயகம் எனக் கருதலாம். ஆனால் வறட்டுத்தனமான முதலாளியத்தை ஆதரிக்கும் ஜனநாயகத்தை அவர் ஒருபோதும் பின்பற்றவில்லை. இந்திய முஸ்லிம்கள் சமயப் பின்னணி காரணமாக அன்சாரியின் ஜனநாயகத்தின் மேல் அதிக ஈர்ப்பு கொண்டனர். டாக்டர் அன்சாரியும் அவரைப் போல் சிந்திக்கும்

இதர இஸ்லாமியர்களும் இவ்விஷேச 'ஜனநாயக' கருத்தாடலில் மற்றவரிடமிருந்து வேறுபடும் மையப்புள்ளி ஒன்று இருக்கிறது. 'இன அடிப்படையிலான தேசியவாதம்' எனும் கொள்கையை அவர்கள் அறவே மறுத்தனர். ஆகவே இனவாதமும், பாசிசமும் இஸ்லாமியர்களின் மனவோட்டத்திற்கு எப்போதும் ஒத்துவராத ஒன்று. நேரு போன்ற சமதர்ம எண்ணம் கொண்ட நவீன இந்துக்கள், இஸ்லாமியர்கள் இந்தியாவோடு அணுக்கம் கொள்ள இப்பண்பு இன்றியமையாதது எனக் கருதுகிறார்கள். நேருவே, தன் வரலாற்று நூலில் (ப. 577) இதைக் குறிப்பிட்டுப் பேசுவதைக் காண்கிறோம்: இந்துப் பெருந்திரளைவிட சாமானிய முஸ்லிம்களுக்கு அதிக ஆற்றல் வாய்த்திருக்கிறது. வாய்ப்புக் கிடைத்தால் முன்னவர்களை முந்திச்சென்று சோசலிசத்தை எளிதில் கப்பென்று பிடித்துக் கொள்வார்கள். ஆனால் இஸ்லாமிய அறிவுஜீவிகள் தற்சமயம் செயல்பாடின்றி முடங்கிப் போயுள்ளனர். மனத்தளவிலும் செயல்பாட்டு அளவிலும் ஊக்கம் இல்லை.

இது பற்றிப் பின்னர் பேசுவோம். முதலில், சாமானிய முஸ்லிம்கள் பற்றி அவர் சொன்னது முற்றிலும் உண்மை. இதுதான் அப்துல் கஃபார் கானை நோக்கி நம்மை இழுத்துச் செல்கிறது. இஸ்லாமியத்தை வழிநடத்தும் இரண்டாவது முக்கியக் கொள்கை சோசலிசம். அப்துல் கஃபார் கான் சமதர்ம, மிதவாத, தாராளவாதச் சிந்தனைக் கொண்டவர். இஸ்லாத்தோடு தொடர்புபடுத்தக் கூடிய ஒரே அரசியல் சித்தாந்தம், சோசலிசம் என உறுதியாக நம்புபவர். வாசிப்பு, அனுபவம், உற்றுநோக்கல் முதலான படிநிலைகளில் இருந்து கணித்ததுபடி ஒவ்வோர் இஸ்லாமிய மாணவரும் சோசலிசம் நோக்கி நகர்கின்றனர். நான் அம்மாணவர்களிடையே உரையாடியதிலிருந்து, அவர்களுக்குச் சமதர்மத் தலைவர் ஜவாஹர்லால் நேருபோல் வேறெந்த அரசியல் செயற்பாட்டாளரிடமும் ஈர்ப்பு தோன்றவில்லை எனத் தெரிகிறது.

இஸ்லாமிய இளைஞர்கள் மத்தியில் நேருவின் பிம்பம், சமீபக் காலத்தில் உயர்ந்துள்ளது. மாணவர் இயக்கங்களும் இளைஞர் பட்டாளமும் சோசலிசத்தைக் கொண்டாடித் தீர்ப்பது வெளிப்படை. காங்கிரஸ் கட்சியில் ஏராளமான இஸ்லாமிய இளைஞர்கள் உள்ளனர்; பஞ்சாப் சோசலிஸ்ட் கட்சியின் பெரும்பான்மையோர் இஸ்லாமியர்கள்; எல்லைப்புற சோசலிஸ்ட் கட்சியில்தான் இந்தியாவிலேயே அதிகமான உறுப்பினர்கள் உள்ளனர். எல்லை மாகாண மக்களின் தெளிவும் உறுதிப்பாடும், அங்கு சோசலிசம் வளர பண்பட்ட நிலமாக இருக்கிறது. டாக்டர் அன்சாரி வலியுறுத்தும் ஜனநாயகமும் அப்துல் கஃபார் கான்

வலியுறுத்தும் சோசலிசமும் ஒட்டுமொத்த இந்தியாவுக்குமான உபகாரமாக இருக்கும் என்பதில் யாருக்கும் சந்தேகம் வேண்டாம்.

'ஆனால் இஸ்லாமியர்களும் இந்துக்களும் ஒருங்கிணைந்து வாழும் தேசத்தை நம்மால் ஒருபோதும் உருவாக்க முடியாது. இஸ்லாமியத் தேசியம் என்பது வேறு, இந்து தேசியம் என்பது வேறு' எனப் பிரிவினைவாதிகள் வாதிடுகின்றனர். 'இஸ்லாமியப் பிரிவினைவாதம்' எனச் சொல்லப்படும் இஸ்லாமிய இந்தியாவின் மற்றொரு போக்கு நோக்கி இது நம்மை நகர்த்திச் செல்கிறது. இஸ்லாமியப் பொதுத்திரளின் நலன் பேணும் பிரிவினை இயக்கங்கள் இல்லாமல் போனது ஏன் என்ற விவாதத்தில் 'இஸ்லாமியப் பிரிவினைவாதம்' எனும் வார்த்தைப் பிரயோகம் பற்றிப் பேசியிருக்கிறோம். இந்தியாவில் தனி இஸ்லாமிய தேசியம் கோருவதே இவர்களின் அடிப்படை இலட்சியம். இந்தியாவில் இந்து ராஜ்ஜியம் அமையப்பெற்றால், அம்மதத்தின் அடிப்படைவாதப் பிரிவினைவாதிகளால் தாம் தூக்கியெறியப் படுவோம் என்ற அச்சம் உளவியல் ரீதியாக இவர்களைத் துன்புறுத்துகிறது. இந்துக்கள் அப்பட்டமாக இதை ஒப்புக் கொள்வதால், இஸ்லாமியப் பிரிவினைவாதத்தை நாம் கரிசனக் கண்களோடுதான் பார்க்கவேண்டும். இவ்வச்சம் பிரிவினை வாதிகளை மட்டுமல்ல, பலதரப்பட்ட அரசியல் நம்பிக்கைக் கொண்ட இஸ்லாமிய அறிவுஜீவிகளையும் விட்டுவைக்கவில்லை. அத்தகு அறிவுஜீவி ஒருவரின் கடிதக் குறிப்பிலிருந்து ஒரு பகுதியை இங்குச் சுட்டிக்காட்டுகிறேன்:

இந்துக்களுக்கு எதிராகச் சுமத்தப்படும் குற்றச்சாட்டுக்கள் அனைத்தும் உண்மையில்லை என்றாலும் அதில் சரிபாதியை நாம் ஏற்றுக்கொள்ள வேண்டியிருக்கிறது. முஸ்லிம் எதிர்ப்புப் பிரசாரம் மிக வலுவாக உள்ளது. இதை மட்டுப்படுத்தும் முயற்சியில் மகாத்மா காந்தியே வெற்றிப்பெற்றதாக எனக்குத் தெரியவில்லை. முஸ்லிம்கள் மனக்கசப்போடு இச்சட்டையை உடுத்திக்கொள்வது சரியென்றாலும், பிரிட்டிஷ் அரசாங்கத்திடம் அடைக்கலம் கேட்டு ஓடுவது தவறென்றே கருதுகிறேன். தேசிய முகாம்களிலிருந்தும் நலவாரிய அமைப்புகளிலிருந்தும் வெளியேறுவது, அவர்களுக் கான இடத்தைத் தாமே துண்டிக்கும் செயல். இஸ்லாமியர்கள் சலுகையும் பாதுகாப்பும் வேண்டுவதில் மாற்றுக் கருத்தில்லை, எனினும் தன் தேவைக்கும் பெருந்தன்மையோடு நடப்பத்தற்கும் இடையே சமன்பாட்டைத் தக்கவைப்பது அவசியம் என்று கருதுகிறேன்.

இந்துக்களோடு ஒருங்கிணைவதில் உள்ள சிக்கலைக் குறிப்பிடும் மற்றொரு பகுதியை இங்குக் குறிப்பிடுகிறேன். அவர்கள் (இஸ்லாமியர்கள்) நாதியற்றுக் கிடக்கிறார்கள். பலராலும் தவறாகப் புரிந்துகொள்ளப்பட்டு, அவமானப்படுத்தப்படு கிறார்கள். சுயவிளக்கம் அளித்து நியாயம் சேர்க்கவும் வாய்ப்பில்லை. காங்கிரஸ் இயக்கத்தில் வெகு சிலருக்கே ஒற்றுமை எண்ணம் இருப்பதால், அவர்களோடு ஒன்றுசேர்ந்து பயணிக்க முடியாது. இஸ்லாமியர்களின் சமூக விழுமியங்களை வெறுப்பவர்கள் இங்குண்டு. கலாசாரம், பண்பாடு என்ற அளவில் பேசுவதற்கு இடமின்றி வரலாற்றறிஞர்கள் தேவைக்கு அதிகமாகவே இழிந்துரைந்துவிட்டனர். இனி மீட்சிக்கு வழியில்லை. இப்படியிருக்கும் சூழலில் தேசக் கட்டுமானத்தில் இஸ்லாமியர்கள் எப்படிப் பங்கு வகிக்க முடியும்? தான் சார்ந்த இஸ்லாமியச் சமூகத்திற்காக உழைத்தால், பிரிவினைவாதி என்று முத்திரைக் குத்தப்படுகிறது. நெசவாளர் சங்கத்தில் 'மாமிசம் உண்ணும் காரணத்திற்காகவே' தனித்து வைக்கப்படுகின்றனர். தீண்டாமை ஒழிக்கும் முயற்சியில், இஸ்லாமியர்கள் சற்று விலகி இருப்பதே சரியாக இருக்குமென்று மாபெரும் இந்து சமய அறிஞர் ஒருவர் கூறியுள்ளார்.

தான் ஒரு பெருந்திரளின் சிறுதுளி என்றாலும் ஆதரவின்றி, அறியாமையில் கைவிடப்படும் மனநிலையில் இஸ்லாமியன் வேறு என்ன செய்வான்? தன் சொந்த நாட்டிலேயே அந்நியனாக, அறிவுஜீவிகளுக்கு உண்டான அனைத்துமட்ட செயல்பாடுகளி லிருந்தும் விலக்கி வைக்கப்படும்போது அவர்களிடமிருந்து வேறு என்ன எதிர்பார்க்க முடியும்? இந்திய முஸ்லிம் மாணவர்களுக்கு நான் அளிக்கும் பாரபட்சமற்ற பதில் பின்வருமாறு.

பிரிவினைவாதி என்று அழைத்தாலும் பரவாயில்லை, இஸ்லாமியர்களின் மேன்மைக்காக முயற்சி செய்யுங்கள். இந்நாட்டிலுள்ள தீண்டத்தகாதவர்களைக் காட்டிலும் இஸ்லாமியர்களின் நலன் குறைவாகவே பரிசீலிக்கப்படுகிறது. இஸ்லாமிய நெசவாளர் சங்கம் என்றோ அல்லது வேறு ஏதேனும் பெயர் வைத்தோ உங்கள் பொருளாதாரத்தைச் சீர்ப்படுத்தும் செயல்களை முன்னெடுங்கள்; அதேபோல் பள்ளிக்கூடங்கள், நலவாரியங்கள்... என நற்காரியங்கள் நீண்டுகொண்டே போகட்டும்.

இதுநாள்வரை ஜாமியாவிற்கு வெளியேவும், எல்லையில் கஃபார் கான் செய்ததைத் தாண்டியும் இதுபோன்ற செயல்பாடுகள்

தலைதூக்கவில்லை. தற்போது இஸ்லாமியர்கள் இதை வெகுவாகக் கவனித்து, தம் மக்களின் பொருளாதார ஏற்றத்திற்குத் துணை நிற்கிறார்கள் என்பது ஆர்வமூட்டுகிறது. வங்காள மாகாணத்தின் குத்தகைத் தொழிலாளர்களின் பொருளாதாரச் சிக்கலை மையமாகக் கொண்டு உருவான பிரொஜா முஸ்லிம் கட்சி, சர் நிஜாமுதின் ஆஃப் டாக்கா எனும் பட்டப் பெயர் கொண்ட தீவிரமான இஸ்லாமியப் பிரிவினைவாதி ஒருவரைக் கடந்த தேர்தலில் தோற்கடித்தது.

இந்தியாவில் உள்ள பிரச்னைகளைச் சமாளிக்க, பிரிவினைவாதம் நிச்சயம் தீர்வல்ல. ஆனால் இஸ்லாமியப் பிரிவினைவாதிகள் பொருளாதாரத்திலும் சமூகத் தளத்திலும் உள்ள கசப்பான வேர்களைப் பிடுங்கியெறிந்து அனைத்திந்திய இஸ்லாமியர் களுக்காக உழைத்தார்கள் என்றால், நிச்சயம் அவர்கள் வாழ்வில் நல்ல முன்னேற்றம் ஏற்படும். வகுப்புவாத எண்ணம் தவிர்த்த இஸ்லாமியர்கள் இதை முன்னெடுக்கும்போது, இந்தியாவிற்கு மேலும் அனுகூலம் உண்டு. ஆனால் இவ்வகுப்புவாதிகள் இஸ்லாமியத்திலும் இந்து சமயத்திலும் ஒன்றுக்குள் ஒன்று விரவியுள்ளனர். இந்து சமயத்தில் இது ஒழியும்வரை, இஸ்லாத்தில் ஓய்வதற்கு வழியில்லை.

இஸ்லாமியர் இதயத்தின் புண்பட்ட இடத்தைத் தேடிக் கண்டடையும்படி, மற்றொரு முஸ்லிம் அறிவுஜீவியின் கருத்தை இங்கு பதிவு செய்கிறேன்: உங்கள் வருகைக்குப் பிறகு, 'தேசியவாதம்' எனும் கருத்தாடல், மொழி தளத்தில் இஸ்லாமியர்களை அதிகம் பாதித்துள்ளது. வரலாற்றுப்பூர்வமாகப் பார்த்தால், வட இந்தியாவின் அனைத்துப் பேச்சு மொழிகளும் இஸ்லாமிய ஆதரவில் வளர்ச்சிப் பெற்றன. ஆனால் இப்போது தேசிய மொழியிலிருந்து இந்நாட்டிற்கு அந்நியமான சொற்களைத் தூக்கியெறிய 'தேசியவாதம்' எனும் ஆயுதம் மிரட்டுகிறது. அம்மொழியை இந்துஸ்தானி என்றல்லாமல், இந்தி என்று அழைக்கவேண்டுமாம். இத்திட்டத்திற்கு இஸ்லாமியர்களும் ஒப்புக்கொண்டுள்ளனர். தொழில்நுட்ப வார்த்தைகளுக்கு மட்டுமின்றி பயன்பாட்டில் உள்ள அனைத்துச் சொற்களுக்கும் மாற்றாக, பேச்சு மொழியாகக்கூட வழக்கில் இல்லாத சம்ஸ்கிருதத்தைப் பின்பற்ற வேண்டும் என்கின்றனர்.

நான் மொழிச் சுத்த வாதத்தில் வளர்ந்தவள். ஆகவே என் கலாசாரப் பின்னணி கொண்டு பார்த்தால், இவ்விஷயத்தில் நான் இந்துக்கள் பக்கம் நிற்கவேண்டும். ஆனால் நான் ஆதரவளிக்கப் போவதில்லை. ஏனெனில் மொழிச்சுத்தம் எனப் பேசுகையில்,

பேச்சுமொழி எப்படி அமைந்துள்ளதோ, எழுத்தும் அவ்வாறே இருக்கவேண்டும் என்பதே என்னுடைய வரையறை. தொழில்நுட்ப வார்த்தைகளில் உலகளாவிய ஒற்றுமை வேண்டும்.

இந்துக்கள் அந்நிய மொழி (பாரசீகம் மற்றும் அரபி) எனக் குறிப்பிடும் எதுவும் இந்து, இந்தியா மற்றும் இஸ்லாமியர்களுக்கு இனி அந்நியமானது அல்ல. எங்கிருந்து முகிழ்த்த மொழியாக இருந்தால் என்ன? ஆயிரமாண்டுகளாக மக்கள் புழக்கத்தில் இருந்த ஒற்றைக் காரணம் போதாதா? வழக்கொழிந்த சம்ஸ்கிருதத்தைவிட இது எளிதில் புரிந்துகொள்ளும் மொழிதானே? வளரும் அறிவியல் உலகில் தொழில்நுட்ப வார்த்தைகளுக்குப் பெயர் உருவாக்குவதில் சம்ஸ்கிருத மொழி எப்படித் தாக்குப்பிடிக்கும் என என் போன்ற அந்நியருக்குத் தெரிய வாய்ப்பில்லை. பேச்சு வழக்கிலிருந்தும் மக்கள் வழக்கிலிருந்தும் தேசிய மொழியைப் பிரித்தெடுப்பதே இந்தி மொழியின் முதல் வெற்றியாக இருக்கும். இரண்டாவதாக சம்ஸ்கிருத மொழியில் தொழில்நுட்ப வார்த்தைகளுக்கான ஊற்று தென்பட்டாலும், உலகளாவிய அறிவியல் தொடர்புக்கு அவை முட்டுக்கட்டையாக இருக்கும்.

1935இல் பரந்துபட்ட ஞானம் கொண்ட இஸ்லாமிய அறிவுஜீவி ஒருவர், என்னிடம் பகிர்ந்துகொண்டதன் சுருக்கத்தை இங்குக் குறிப்பிடுகிறேன்: 'பத்தொன்பதாம் நூற்றாண்டின் இறுதிவரை மொழி, ஒற்றுமைக்கான மையம் நோக்கி நகர்ந்து வந்தது. ஆனால் புழக்கத்திலிருந்த வார்த்தைகளையே அவர்கள் அதிகம் எடுத்துக் கொண்டதால், எழுத்து வழக்கில் சம்ஸ்கிருத வார்த்தைகளின் பயன்பாடு அதிகமானது. இந்தி, உருது என்ற பெயர்களைப் பிரயோகிக்காமல், இந்துஸ்தானி எனும் பெயரை முன்னிலைப் படுத்தி நம் மொழியை அடையாளப்படுத்தினால் கலாசார மற்றும் கல்வி தளத்தில் முன்னேற்றம் அடையலாம் என்பது போன்ற சூழல் இருந்தது. ஆனால் வகுப்புவாத எண்ணம் கொண்ட இந்துக்கள் இந்தி எனும் பெயரைக் கொண்டு மொழியினால் கடந்த காலத்தில் மதம் உருவாக்கிய பிளவைவிட ஆழமானதொரு முறிவை ஏற்படுத்த முயன்றனர்.'

இஸ்லாமிய அறிவுஜீவிகளின் மன விரக்தியை மற்றொரு இஸ்லாமியர் மேலும் ஆய்ந்துள்ளார். அரசியல் ரீதியாகவும் வெளிச்சம் பாய்ச்சும் அவர் கருத்தைப் பின்வருமாறு பார்ப்போம்:

'இஸ்லாமிய அறிவுஜீவிகள், அயல்நாட்டிலிருந்து கடன்வாங்கப் பட்ட ஏதேனுமொரு 'இஸத்தைப்' பின்பற்ற வேண்டும். தவறும் பட்சத்தில் அவர்கள் பிடிமானம் இலகுவாகிறது. அத்தகு மேல்நாட்டுத் தத்துவங்களில் பெரும்பாலும் சோசலிசக்

கொள்கையே மாறுபாடின்றி அனைவராலும் ஏற்றுக்கொள்ளப் படுவது விந்தை. இஸ்லாமிய இந்தியாவில் சோசலிசத்தைப் பின்பற்றுவதில் ஒரு சிக்கல் உண்டு: நம்மிடமுள்ள இஸ்லாமிய சோசலிஸ்ட், தன் அரசியல் கொள்கையை மத அடிப்படையில் நிறுவ முயல்கிறார். அது அவருக்கு மக்கள் மத்தியில் பேரும் நம்பிக்கையும் பெற்றுத் தருகிறது. ஆனால் பொருளாதார மற்றும் இறையியல் கருத்துகளைக் கால மாற்றத்திற்கு ஏற்ப ஒப்புமைப் படுத்திச் சொல்வது ஆகும் காரியமல்ல. கார்ல் மார்க்ஸைவிட தீவிரமாக மார்க்சியம் பின்பற்றும் சிலர் இங்கு உண்டு. சோவியத்தில் பின்பற்றப்படும் மார்க்சியக் கொள்கையில், நமது வழிமுறைக்கு மாறான மூன்று விஷயங்கள் உள்ளன.

1. உடைமையை ஒழிக்க வேண்டும்: இஸ்லாமியத்தில் சொத்துடைமை புனிதமாகக் கருதப்படுகிறது. நாம் அதை வரையறுக்க வேண்டுமானால், முயற்சி செய்யலாம். ஒழிக்க முடியாது.

2. சர்வாதிகாரமும் கட்டுத்திட்டமும்: இஸ்லாத்தில் தனிமனிதக் குரலுக்கான அங்கீகாரமும் மாகாணத்தைக் கட்டுப்படுத்தும் ஆட்சியாளர் பதவியும் கட்டாயம் வேண்டற்பாலது.

3. மதத்தை எதிர்த்தல்: இது எவ்வகையில் நம்மைப் பாதிக்கும் என்று தனியே சொல்ல வேண்டாம்.

இந்தியாவில் நன்கு அறியப்பட்ட சோசலிஸ்ட் அறிஞர்கள் அனைவரும் மார்க்சிஸ்ட்களாக இருந்தாலும், இதனையொட்டியே மக்களிடம் அவர்களுக்கு ஆதரவு இல்லாமல் போனது. நம் மக்களுக்குப் பொருளாதார விடுதலையும் சமய வழிகாட்டுதலும் தேவை. ஆனால் எது எது என்னென்ன விகிதத்தில் என்று என்னால் சொல்ல முடியாது. படித்தவர்களோ, அறிவுஜீவிகளோ, சாமானிய மக்களோ சமய வழிகாட்டுதலின்றி இங்கு உய்ய முடியாது என்பதை அனைவரும் அறிவோம். நடைமுறைக்கு ஏற்ற செயலூக்கம் கொண்ட பொருளாதார மற்றும் அரசியல் அமைப்பை அவர்கள் ஆராவாரத்துடன் வேண்டி நிற்கின்றனர்.'

'இத்தகையச் சூழலில் நீங்கள் என்ன சொல்வீர்கள்?'

'சொல்வதற்கு ஒன்றுமில்லை. நடைமுறைக்குத் தகுந்த முஸ்லிம் சோசலிசத்தை வரையறுக்கவல்ல ஒரு மகத்தான மனிதர் வாய்த்துவிட்டால், நாமெல்லோரும் பின்பற்ற தனித்த இலட்சியமும் ஒற்றை மையத் திட்டமும் கிடைத்துவிடும்.

அறிவுஜீவிகளுக்கும் சாமானியருக்கும் உள்ள இடைவெளி குறுகிவிடும்.'

'இஸ்லாமிய கார்ல் மார்க்ஸுக்காகக் காத்துக் கொண்டிருக்கும் போது, முஸ்லிம்கள் என்ன செய்ய வேண்டும் என நினைக்கிறீர்கள்?'

'வருங்கால கார்ல் மார்க்ஸ் பயன்படுத்துவதற்கான தரவுகளைச் சேமிக்க வேண்டும். எனக்குத் தெரிந்தவரை, இஸ்லாமியச் சமுதாயத்தின் பொருளாதாரக் கொள்கைகளினால் ஏற்பட்ட மாற்றங்களை மதிப்பீட்டாய்ந்து வரலாற்றுப் பூர்வமான அறிக்கையைச் சமர்பிக்க ஐரோப்பாவில் ஒரு இஸ்லாமியர் கூட இதுவரை முயற்சி செய்யவில்லை.'

இவையனைத்தையும் ஒன்றுகூட்டிப் பார்க்கும்போது, இஸ்லாமிய அறிவுலகம் சுணக்கம் கண்டிருப்பது தெரிகிறது. அவர்கள், இஸ்லாமிய எழுத்தாளர்களின் மதம் தொடர்பான விவாதங்களைச் சகித்துக் கொள்ளும் அளவுக்கு மிகப் பிற்போக்கானவர்களும் அல்ல, அதே சமயம் இந்துக்களின் இனவாத மற்றும் பாசிச மொழிக் கொள்கைகளை ஏற்றுக்கொள்ளும் அளவுக்கு உலக ஞானம் கைவராதவர்களும் அல்ல.

சமீபத்தில் இந்தியாவைச் சார்ந்த ஒரு முஸ்லிம் எழுதிய கடிதம், இந்து - முஸ்லிம் இடையிலான நெருக்கடி நிலை குறைந்திருப்பதைத் தெரிவிக்கிறது. ஜவாஹர்லால் நேருவிற்கு நன்றி சொல்ல வேண்டும்.

ஜவாஹர்லால் நேரு நவீன இந்தியாவின் பிரதிநிதியாகத் திகழ்கிறார். அவர் காங்கிரஸ் இயக்கத்தில் ஆதிக்கம் செய்யவில்லை என்றாலும் அதன் கொள்கைகளோடு அவருக்கு அநேக முரண்கள் உண்டு. ஆனால் மூத்தோர்களிடம் பேசும்போது அமைதியும் கவனமும் கடைப்பிடிக்கிறார். மகாத்மா காந்தி மத்தியஸ்தம் பேச அழைக்கும்போது, அவர் சொல்லும் வழிகாட்டுதல்களைப் பக்குவமாகப் பின்பற்றுகிறார். இளைஞர்கள் மத்தியில், நேரு என்றால் மகத்தான மனிதர் என்ற பிம்பம் இருக்கிறது. இஸ்லாமிய இளைஞர்களும் இவரைப் பெரிதும் மதிக்கின்றனர். நேரு நிச்சயம் வகுப்புவாதம் பேணாதவர். மற்ற விஷயங்களில் அவர் அபிப்பிராயம் இலைமறை காயாக இருந்தாலும், இந்தவிஷயத்தில் வெளிப்படை. ஆகவே நேரு காங்கிரஸின் தலைமைப் பதவிக்கு வந்தால், இந்து - முஸ்லிம்களிடையே நல்ல புரிதல் ஏற்படும் என்று நினைக்கிறேன்.

நேரு வசம் முஸ்லிம் லெப்டினன்ட்கள் இருக்கிறார்கள். தன் செயல்திட்டங்களின் வழியாக சோசலிச சித்தாந்தங்களை இளைஞர்களுக்குக் கடத்துகிறார். சமீபத்தில் ஜாமியாவில் இறையியல் பிரசங்கம் செய்ய வந்த மௌலானாக்கள் சிலர், தமக்கு சோசலிசப் பின்னணியில் ஈர்ப்பு இருப்பதாகச் சொன்னார்கள். ஆகவே ஒருவகையான சோசலிசம்தான் இந்திய முஸ்லிம்களை ஒன்றிணைக்க முடியும் என நம்புகிறேன். இப்போதைக்கு இதுவொன்றுதான் நம்பிக்கை மிக்க மார்க்கமாகத் தெரிகிறது.

---

1) இது எனக்கு ஹேம்ப்ஸ்டியாட்டில் செய்தித்தாள் விற்பனைச் செய்யும் திரு. ஆப்பில்பை எனும் மனிதரை நினைவூட்டுகிறது. 'நீங்கள் கணக்கு வழக்கு வைத்துக் கொள்வதில்லையே, ஏமாற்றிவிடுவார்கள் என்ற அச்சம் உங்களுக்கு இல்லையா?' என்று ஒருநாள் அவரிடம் கேட்டேன். அதற்கு அவர் பஹ்ராம் கான் சொன்ன அதே பதிலைத் தாமும் சொன்னார்: 'ஏமாற்றப்படுவதைக் காட்டிலும் ஏமாற்றாமல் இருப்பதையே விரும்புகிறேன்.'

2) பின்வரும் துருக்கியக் கவிஞரின் பாடல் அகிம்சைக் கொள்கையின் உளவியலை மிக நேர்த்தியாகப் படம்பிடித்துக் காட்டுகிறது. அவர் ஓர் அமைதிவாதி. அகிம்சையை அவர் வாழ்வின் சாரம்சமாகக் கொண்டிருந்தார். 'நான் நம்புகிறேன்' எனும் பெயரில் அவர் இயற்றிய பாடல் பின்வருமாறு:

'இரத்தவெள்ளம் வன்முறையை வளர்க்கின்றது, வன்முறையால் இரத்தவெள்ளம் ஊற்றெடுக்கின்றது; வெறுப்புணர்வு எனும் தீயை இரத்தம் சிந்தி வளர்க்கின்றனர். ஆனால் எப்பேர்பட்ட வன்முறையாலும் அத்தீயை அணைக்க முடியாது.'

'மனிதர்கள் அனைவரும் சகோதரர்கள் என்று பேச்சுக்காகச் சொல்கிறீர்கள்! அப்படியே இருக்கட்டும், அவர்களுக்கு ஆயிரம் இருதயங்கள் இருப்பதாய் நான் நம்புகிறேன்.'

'கழுத்துப்பட்டைகளில் இருந்து அவர்களுக்கு விடுதலை கிடைக்கட்டும்; கைவிலங்குகளில் இருந்து மணிக்கட்டு அழுத்தங்கள் விலகிப்போகட்டும்; கை முஷ்டிகள் நம்பிக்கை எனும் சங்கிலியால் இனி பிணைக்கப்படட்டும்.' (டூபிஃக் பிக்ரெட்)

அத்தியாயம் 25

ஒற்றை இந்தியத் தேசமா அல்லது இரட்டை இந்தியத் தேசங்களா?

காந்தி, நேரு, டாக்டர் அன்சாரி, அப்துல் கஃப்பார் கான் முதலான பல்வேறு கொள்கைப் பின்னணியைச் சார்ந்த முக்கியத் தலைவர்கள் ஒற்றை இந்தியத் தேசம் வேண்டுமென்று ஓரணியில் உள்ளனர். வகுப்புவாதிகள் இரட்டைத் தேசங்கள் வேண்டுமென்று எதிரணியில் உள்ளனர். வகுப்புவாதம் பேசுபவர்களை நாம் இரண்டு குழுக்களாகப் பிரிக்கலாம்: ஒன்று மிதவாதிகள், இரண்டு புரட்சிவாதிகள். மிதவாத வகுப்புவாதிகளுக்கு இரட்டைத் தேச கோரிக்கை இருந்தாலும், அவர்களுக்கென்று தனி கட்டுத்திட்டம் உண்டு. இரண்டு தேசங்களும் தனித்தனிச் சமயச் சங்கங்களை வைத்து ஒன்றுக்கொன்று முரணில்லாமல் அமைதியாக வாழலாம்; அரசியல் தேவைகளைத் தனி வாக்காளர் தொகுதிகொண்டு நிறைவேற்றிக்கொள்ளலாம் என்று சமரச மனநிலையில் உள்ளனர். ஆனால் புரட்சிகர வகுப்புவாதிகள் இரட்டைத் தேசங்கள் வேண்டுமென்று கேட்டாலும், சுமூகப் பேச்சுவார்த்தைக்கு வர மறுக்கிறார்கள்.

ஆதியில் திராவிடர்களை எதிர்த்து ஆரியர்கள் படையெடுத்து வந்ததுபோல், ஜெர்மனியில் ஹிட்லரின் நாஜிப் படைகள் யூதர்களை அடித்து நொறுக்கியது போன்ற மனநிலையில் உள்ளனர். ஆனால் ஜெர்மானியச் சூழலும் இந்தியச் சூழலும் வேறு. ஜெர்மனியில் யூதர்களின் எண்ணிக்கை சில நூறைத் தாண்டிச் செல்லாது. ஆனால் இந்தியாவில் ஐந்தில் ஒரு பங்கு இஸ்லாமியர்கள் இருக்கின்றனர். இன்னும் குறிப்பாக ஐந்தில் நான்கு பங்கு, எல்லை மாகாணங்களில் வாழ்கின்றனர். அதுபோக

ஜெர்மானியர்கள் தம் நாட்டில் எஜமானர்களாக இருப்பது குறிப்பிடத்தக்கது.

ஆனால் இந்தியாவில் இந்துக்களின் நிலை அப்படியல்ல. அரசியல் ரீதியான வெளியேற்றங்கள் அந்நிய சக்தியின் உதவியோடல்லாமல் எளிதில் நிகழக்கூடியதல்ல. மற்றொருபுறம் இஸ்லாமிய மனநிலைக்கும் யூத மனநிலைக்கும் அடிப்படையிலேயே சில வேறுபாடுகள் உண்டு. யூதர்கள் தாம் போகுமிடமெல்லாம் 'தாயக' மனப்பான்மையைச் சுமந்துச் சென்றாலும், என்றைக்காவது ஒருநாள் ஜெருசலேம் சென்றுவிட மாட்டோமா என்று சதா ஏங்கிக் கொண்டிருப்பர். இஸ்லாமியர்களுக்கு அத்தகு 'தாயக' நினைவு என்று எதுவும் கிடையாது. இந்துக்களைப் போல தாமும் இதே மண்ணில் முளைத்து வளர்ந்த விருட்சம் என்று கருதுகின்றனர்.

இந்துமதப் புரட்சிகர வகுப்புவாதிகளைவிட இஸ்லாமியப் புரட்சிகர வகுப்புவாதிகள் இந்திய விடுதலைக்கு மிகப்பெரும் முட்டுக்கட்டையாக இருக்கின்றனர். தான் சார்ந்த சமூகத்திற்கு அவர்களால் எள்ளளவும் பயனில்லை. சமூக மேம்பாட்டிற்காக என்ன செய்தார்கள்? தன்னை இஸ்லாமியன் எனக் கருதி அதன் அடிப்படைக் கொள்கைகளைத் தவறாகப் புரிந்துகொண்டு, கொலை செய்யவும் உயிர் துறக்கவும் இந்துக்களுடன் போட்டிப் போடும் இப்பார்வை, எதிர்வரும் காலத்தில் இந்துக்களை எளிதில் அதிகாரம் செய்யத் தூண்டும். இஸ்லாமிய இந்தியத் தனித் தேசம் என்று உறுதியாக நம்பினாலும், ஒரே நாட்டிற்குள் இரண்டு தேசங்கள் அமைதியாக வாழ்வதற்கு நவீனச் சூழல் ஒத்துழைக்குமா என இவர்கள் சிந்தித்ததாகத் தெரியவில்லை. ஆகவே வகுப்புவாரியான மோதல் போக்கிற்கு தீர்வு காணும்போது, இரண்டு வழிகள் முன்வைக்கப்படுகின்றன: ஒன்று, அமைதி நிலைநாட்ட எப்போதும் மூன்றாம் சக்தியின் தலையீடு வேண்டும் அல்லது இந்தியா கதவடைக்கப்பட்ட ஒரு சிறையில் நிரந்தரமாகப் பூட்டிவைக்கப்பட்டதாக கருதிக்கொள்ள வேண்டும். ஆனால் சந்தர்ப்ப சூழல் நெருக்கினால்கூட, இந்தியாவில் அந்நியர் ஆட்சி நீடிக்க வேண்டும் எனச் சொல்லும் தைரியம் யாருக்குமில்லை. எது எப்படியோ, கடந்த சில மாதங்களில் அரங்கேறிய காட்சிகள் இந்தியா ஒற்றைத் தேசமாக உருப்பெறவேண்டும் எனும் கருத்தியல் நோக்கிச் சாய்வதைத் தெரிவிக்கின்றன. இவ்வொற்றைத் தேச உருவாக்கப் பின்னணியில் இந்து - முஸ்லிம் ஒற்றுமை துளிர்விடுவதைப் பின்வரும் நிகழ்வுகள் உறுதிப்படுத்துகின்றன:

1. முஸ்லிம் லீகின் நோக்குநிலை

1935இல் முஸ்லிம் லீக்கின் அரசியல் நிலைப்பாட்டை என்னால் புரிந்துகொள்ள இயலாத காரணத்தால், அது குறித்து எழுதுவதை கடந்த அந்தியாயத்தில் திட்டமிட்டுத் தவிர்த்தேன். அதன் உறுப்பினர்கள் பரந்துபட்ட அரசியல் புரிதல் கொண்டவர்களாக இருந்தனர். இஸ்லாமியர்களின் எதிர்காலத்தைத் தீர்மானிக்கும் அவையம்போல் முஸ்லிம் லீக் சித்திரிக்கப்பட்டாலும், அதுகுறித்து உறுப்பினர்கள் பேச்செழுப்பவில்லை. கடந்த சில மாதங்களில் ஏற்பட்ட நிகழ்வுகளால், லீக் தனது கடந்தகால மற்றும் எதிர்காலக் கொள்கை நோக்குகளைப் பொது மக்கள் மத்தியில் வெளிப்படுத்த வேண்டிய நிர்பந்தம் உருவானது.

இந்திய அரசியல் குறித்து தீவிரமாக உரையாடும் ஓர் இந்திய இஸ்லாமியரின் கடிதத்திலிருந்து சிறு பகுதியை இங்குக் குறிப்பிடுகிறேன்: 1906ஆம் ஆண்டு அகா கான் முதலான சிலர் காங்கிரஸ் இயக்கத்தின் தீவிரப் போக்கை சமன் செய்யும் நோக்கில் மூஸ்லீம் லீக் இயக்கத்தைத் தொடங்கினார்கள். இது காங்கிரஸுக்கு எதிரணியில் இஸ்லாமியர்களின் ஆதரவை அணிதிரட்டும் முயற்சியாகப் பார்க்கப்பட்டது. ஆனால் படிப்படியாக இஸ்லாமியர்களுள் முற்போக்குச் சிந்தனைக் கொண்டவர்கள் இவ்வியக்கத்திற்குள் நுழைந்தனர். 1916ஆம் ஆண்டு காங்கிரஸ் மாநாடும் முஸ்லிம் லீகின் முதல் மாநாடும் ஒரே இடத்தில் நடைபெற்றது. இஸ்லாமியர் உரிமையும் நலனும் உறுதிசெய்த லக்னோ ஒப்பந்தம் கையெழுத்தானதும் இங்குதான். 1922 வரை இவ்விரண்டு இயக்கங்களும் முழு ஒத்துழைப்போடு செயல்பட்டன.

இந்தியாவில் இஸ்லாமிய அடக்குமுறைக்கு எதிராகவும், கிழக்கில் இஸ்லாமிய எதிர்ப்பு ஏகாதிபத்தியத்திற்கு எதிராகவும் 1918-1922க்கு இடைப்பட்ட காலத்தில் கிலாபத் கமிட்டியுடன் சேர்ந்து லீக் உறுப்பினர்களும் போராடினார்கள். 1922க்குப் பிறகு இந்து எதிர்ப்பு இயக்கமாகவே லீக் அடையாளங்காணப்பட்டது. பின்னர் இரு பிரிவாக உடைந்து தனக்கிருந்த அனைத்து மரியாதையையும் இழந்தது.

கடந்த ஆண்டு, திரு. ஜின்னா முதலான தேசியவாத முஸ்லிம்களின் அரும் முயற்சியால், லீக் முற்போக்கு இஸ்லாமியர்களின் களமாக மாறியது. காலிக் உஸ்மான் போன்ற முன்னணித் தலைவர்கள் இதில் அங்கம் வகித்தனர். பம்பாய் மற்றும் உத்தர பிரதேச மாகாணங்களில் கணிசமான இடங்களை இயக்கம் வென்றெடுத்தது.

முற்போக்குடன் செயல்பட்டு, காங்கிரஸ் இயக்கத்திற்கு ஒத்துழைப்பு நல்கும் தன்னாட்சி அமைப்பாக விளங்குவதே இதன் நோக்கம்.

முஸ்லிம் லீக் குறித்து நான் சிலவற்றை எழுத நினைத்தும் தவிர்ப்பதற்கு ஒரு காரணம் உண்டு. முற்போக்குத் தலைவர்களால் வழிநடத்தப்படும்போது, லீக் இந்து - முஸ்லிம் வேற்றுமைகளைக் களைய அமைதி முறைமைகளைக் கையாள்வது சற்று ஆறுதல் அளிக்கிறது.

2. மான்செஸ்டர் கார்டியனின் (ஆகஸ்ட் 7. 1937) வாராந்திரப் பதிப்பில் வெளியான பின்வரும் செய்தி, இந்து - முஸ்லிம் ஒற்றுமை குறித்து நேர்மறை அபிமானத்தை வெளிப்படுத்துகிறது. அப்துல் கஃபார் கான் வட - மேற்குப் பிராந்தியத்துள் நுழைவதற்கு கட்டுப்பாடுகள் இருந்த நிலையில், எல்லை மாகாண அரசு சில தளர்வுகளை வழங்கியுள்ளது. காந்தி சமீபத்தில் வைஸ்ராயை சந்தித்தபோது, வட - மேற்கு எல்லை மாகாணத்தில் உள்ளூர் காங்கிரஸ் தலைவர் நுழைவதில் இருக்கும் கட்டுப்பாடுகள் குறித்து பேசியதாகத் தெரிகிறது.

கடந்த அத்தியாயத்தில் அப்துல் கஃபார் கானின் ஆளுமைப் பண்புகள் விரிவாகப் பேசப்பட்டுள்ளன. அப்போதெல்லாம் இத்தடை உத்தரவுகள் திரும்பப் பெற்றுக் கொள்ளப்படும் எனத் தெரியாது. அப்துல் கஃபார் கானின் வட-மேற்கு மாகாண நுழைவு, என்னளவில் இரண்டு விஷயங்களை அர்த்தப்படுத்துவதாக ஊகிக்கிறேன்: முதலில், பெரும்பான்மையான செறிவுள்ள இஸ்லாமியர்கள், தேசிய முக்கியத்துவமுள்ள விவகாரங்களில் இந்துக்களோடு சேர்ந்து உழைப்பார்கள். எல்லைப்புற மாகாணங்களில் அப்துல் கஃபார் கானுக்கு உள்ள பிடிப்பும், மரியாதையும் சொல்லித் தெரிய வேண்டியதில்லை. அவரை ஏற்றுக்கொண்டாலும், ஏற்காவிட்டாலும் கஃபார் கான் இஸ்லாமியச் சமூகத்தில் ஏற்படுத்திய குறிப்பிடத்தகுந்த மாற்றங்களை ஒருமனதாக ஏற்றுக்கொள்ள வேண்டும்.

ஒருபுறம் சமூக மாற்றங்களைத் தாண்டி, இஸ்லாமியச் சமூகத்தில் பெருவாரியான மக்களுக்கு தொழிற்சாலை, வணிகம், காய்கறி விளைச்சல் முதலான அமைதியான தொழில் வாய்ப்புகளை ஏற்படுத்திக் கொடுத்தார். அம்மக்கள் தண்டல்காரனின் தொல்லையிலிருந்து விடுபட்டனர். மீண்டும் சொல்கிறேன்,

அனைத்து நம்பிக்கைத் தளத்தில் உள்ள இஸ்லாமியர்களாலும் அப்துல் கஃபார் கான் ஒருவரே, அரசியல் மற்றும் மத ஆதாயமின்றி மக்களிடத்து தொடர்ச்சியாக வேலைசெய்பவராக ஏற்றுக் கொள்ளப்படுகிறார். வட மேற்குப் பிராந்தியத்தில் அப்துல் கஃபார் கானுக்கு நுழைவுரிமை அளித்தது குறித்து, எனது இரண்டாம் உட்குறிப்பை சம அளவு முக்கியத்துவம் அளித்துப் பார்க்க வேண்டும். முந்தைய அத்தியாயத்தில் பேசும்போது, '...என்றாவது ஒருநாள், பிரிட்டிஷ் அரசாங்கம் இந்தியாவிற்குச் சமவுரிமை கொடுப்பதே தமக்கு இலாபகரமாக இருக்குமென்று கருதினால், அன்றைக்கு அப்துல் கஃபார் கானும் அவரது இஸ்லாமியப் புரிதலும் பெரும் மதிப்புடையனவாக இருக்கும்' என்று எழுதினேன். அந்நாள் வந்துவிட்டதா? பிரிட்டிஷார், முஸ்லிம்கள், இந்துக்கள் எனும் இந்திய முக்கோணத்தின் மூன்று கருத்தாக்கங்களும் ஒன்றோடொன்று ஒத்துப்போகும் நேரம் வாய்த்துவிட்டதா? இக்கேள்விகளுக்குப் பதில் சொல்ல இன்னும் காலம் கனியவில்லை. இப்போதைக்கு இங்குள்ள சூழலை விவரிக்க, என் இந்து நண்பர் ஒருவரின் கூற்று உதவிகரமாக இருக்கும்:

நாட்டு நிலை மேம்பட்டிருக்கிறது... கடவுள் ஆசிர்வாதத்தால், நாமெல்லோரும் சீரான மாற்றத்திற்கு உட்பட்டிருக்கிறோம். மக்கள் நலப் பணிகள் மகிழ்வளிக்கின்றன. ஆனால் இது எத்தனை நாட்களுக்கு நீடிக்கும் என்பது அவருக்குத்தான் வெளிச்சம்.

ஒருவேளை இப்போதிருக்கும் ஒற்றைத் தேசியச் சூழல் வலுவிழந்து போனால், இந்தியாவை இரண்டு தேசங்களாகத் துண்டாட விரும்பும் வகுப்புவாதிகளால் இந்நாடு வழிநடத்தப் படுமா? இந்தியா தற்போது அடைந்துள்ள மாற்றங்களை மனதில் நிறுத்திப் பார்க்கும்போதும், நவீன இந்தியாவின் போக்கோடு வகுப்புவாத இயக்கங்கள் ஒருபோதும் சம ஒத்துழைப்பு அளித்துப் போட்டிப்போட முடியாது என்றே நான் கருதுகிறேன். ஆகவே இரட்டைத் தேசத் திட்டம் மேலும் நீடித்தால், அதற்கு நிச்சயம் வேறொரு அடிப்படை இருக்கும். வகுப்புவாதிகளிடமிருந்து வேறுபடும் அத்திட்டத்தை, பாகிஸ்தான் தேசிய இயக்கக் கொள்கை என்று அழைக்கலாம். அரசியலமைப்புச் சட்டத்தால் தற்போது வரையறுக்கப்பட்ட இந்தியா உண்மையில் ஒற்றைத் தேசம் அல்ல, பாகிஸ்தானும் இந்தியாவும் உள்ளடக்கிய இரட்டைத் தேசிய துணைக்கண்டம். அவ்விரு தேசங்களும் முறையே இஸ்லாமிய மற்றும் இந்து மக்களின் தாயகமாக

விளங்குகின்றன என்று பாகிஸ்தான் தேசிய இயக்கம் வாதிடுகிறது.

இவ்வியக்கத்தின் நிறுவனர் திரு. ரஹ்மத் அலி என்பாரை இலண்டனில் நான் பேட்டி கண்டிருக்கிறேன். பின் பாரிஸில் ஒருமுறை சந்தித்திருக்கிறோம். நாற்பது வயது மதிக்கத்தக்க பஞ்சாபி முஸ்லிம். அவர் இளம் வயதில் எதிர்கொண்ட அனுபவங்களால், மதத்தையும் தேசியத்தையும் குழப்பிக் கொண்டார் என வெளிப்படையாகத் தெரிகிறது. மேலும் அவருக்கு வாய்த்த இந்து நண்பர்களின் தொடர்பால், கால் பங்கு நிலத்தைக் கூட இஸ்லாமியர் பெற முடியாது என்று உறுதியாக நம்புகிறார். எனவே எதிர்வரும் இந்து ஆதிக்கத்தை எதிர்த்து அணிதிரள வேண்டும் அல்லது காலத்திற்கும் கீழ்படிந்து இருக்க வேண்டும். பிரிட்டிஷார் குறித்துப் பேசும்போது, ஐரோப்பியப் பரவலாக்கம் பற்றிப் படித்தவை ரஹ்மத் அலியை மேலும் உந்தியிருக்கிறது எனத் தெரிகிறது. குறிப்பாக இஸ்லாமியத் தேசங்களை அவை துண்டாடியதும், அம்மக்களை ஐரோப்பிய ஏகாதிபத்தியம் சுரண்டியதும் அவரின் நீங்கா நினைவில் சேகரமாயின.

திரு. ரஹ்மத் அலி இங்கிலாந்து மாநகரில் தன் மேற்படிப்பை முடித்தார். கேம்ப்ரிட்ஜ் பல்கலைக்கழகத்தில் முதுகலைப் படிப்பும், டப்ளின் பல்கலையில் எல்.எல்.பி. பட்டமும் பெற்றார். மிகச் சிறந்த வக்கீலாக இருந்தாலும், அரசியல் வரலாற்றில் தடம் பதிப்பதில் அவருக்கு ஆர்வம் இருந்தது. ஒருகட்டத்தில் தான் சார்ந்த சட்டத்துறையைக் கைவிட்டு, பாகிஸ்தான் தேசிய இயக்கத்தை 1933இல் தொடங்கினார். இக்கணம் இந்திய முஸ்லிம்களின் விதியைத் தீர்மானிக்கும் காரியங்களில் ஈடுபடுவதே, தன் இலட்சியமாகக் கொண்டுள்ளார். அவர் பேச்சைக் கேட்டால் நீதிமன்றத்தில் வக்கீல் ஒருவர் வாதாடும் தொனியும், நாவன்மைப் பொருந்திச் சோர்வில்லாமல் உரையாடுவதும் தெரியும். அப்பேச்சில் எளிமையும் உணர்ச்சியும் உண்டு. தன் இளம் பிராயத்தில் முஸ்லிம் விரோத இந்துக்களால் மனம் வெதும்பிய ரஹ்மத் அலி, அதன் கசந்த அனுபவங்களை பாகிஸ்தான் கோரிக்கையில் வெளிக்காட்டிக்கொள்ள விரும்பவில்லை என்று என்னால் கவனிக்க முடிந்தது. இந்து முஸ்லிம் மோதல்களுக்கு பாகிஸ்தான் தேசிய இயக்கத்தின் வழிகாட்டுதல்களால் நடைமுறை மதிப்பு இருக்குமா என்பது தீவிர விசாரணைக்கு உட்பட்ட கேள்வி. எனினும் நவீன இந்தியாவைப் பக்கச்சார்பின்றி அணுகும் ஒருவர், இரட்டைத் தேசக் கோரிக்கை இன்னும் இங்கு சாரம்

குறையாதிருப்பதால் இவ்விஷயத்தை மனத்தில் இருத்தி ஆராயவேண்டும்.

பாகிஸ்தான் தேசிய இயக்கத்தின் துவக்கப்புள்ளி எதுவென்று, நான் பேட்டிக் கண்டதன் குறிப்புகளில் இருந்து ரஹ்மத் கானின் வார்த்தைகளால் கேட்போம்:

'பாகிஸ்தான் தேசிய இயக்கத்தின் தோற்றுவாய் எது?'

'நான் இதற்கு ஏற்புடைய பதில் சொல்ல, 80 ஆண்டுகளுக்கு முந்தைய வரலாற்றைச் சொல்லித் தொடங்க வேண்டும். இஸ்லாமியப் பேரரசு 1857ஆம் ஆண்டு வீழ்ச்சிப் பெற்றது. இதன் தொடர்பில் இந்திய முஸ்லிம்களுக்கு இருக்கும் மிக முக்கிய உறவை மேலை நாட்டார் தெரிந்துகொள்ளவில்லை. முதலில் இஸ்லாமியரின் தாயகம் பாகிஸ்தானாக இருந்தது. அதாவது பஞ்சாப், வட - மேற்குப் பிராந்தியம் (ஆஃப்கான்), காஷ்மீர், சிந்து மற்றும் பலுசிஸ்தான் பகுதிகளை உள்ளடக்கிய வெளி. பாகிஸ்தான் எனும் பெயரே இவ்வைந்து மாகாணங்களின் பெயரிலிருந்து உருப்பெற்றதுதான். சுமார் 1200 வருடங்களுக்கும் மேலாக இஸ்லாமியர்கள் அங்கு வாழ்ந்துள்ளனர். அங்கு அவர்களின் வரலாறும் கலாசாரமும் பண்பாடும் பொதிந்துள்ளன. பாகிஸ்தானையும் இந்தியப் பெருநிலத்தையும் (இந்துஸ்தான்) பிரித்தது யமுனை நதி. அப்போது அது இந்தியப் பகுதிக்குள் இல்லை. 1200 வருடங்களுக்கு முந்தி, இந்து மக்களும் இந்துப் பேரரசும் இங்கிருந்தது உண்மைதான். ஆனால் 712இல் தொடங்கி ஆயிரமாண்டுகளுக்கும் மேலாக, இந்துக்கள் இங்குச் சிறுபான்மையினராக வாழ்ந்தனர்.

'பாகிஸ்தானின் ஒட்டுமொத்த மக்கட்தொகை 4.2 கோடி. அதில் 3.2 கோடி மக்கள் இஸ்லாமியர்கள். இன அடிப்படையில் இவர்கள் மத்திய ஆசியாவைச் சார்ந்தவர்கள். சமூக அமைப்பில் இந்துஸ்தானின் நாகரிகரித்திலிருந்து பலமடங்கு வேறுபட்டவர்கள். இஸ்லாமிய அடிப்படையிலான சமூக, அறவியல், அரசியல் வழிமுறைகளே பாகிஸ்தான் தேசியத்தை வலுப்படுத்தும். நீங்கள் இந்த அடிப்படைக் கருத்தைப் புரிந்துகொள்ள வேண்டும் மேடம். இஸ்லாமியர்கள் சிலர் தொடர்ந்து தங்கள் தாயகமான பாகிஸ்தானில் வசித்து வந்தனர். இந்துஸ்தானுக்கு வந்தவர்கள் இங்கிருந்தவர்களோடு சண்டையிட்டனர். ஆகவே முஸ்லிம் பேரரசு 900 ஆண்டுகளுக்கும் மேலாக, இந்துஸ்தானின் பெரும்பான்மை பகுதியை ஆட்சிச் செய்தது. பாகிஸ்தானிலிருந்து வேறுபடும் இக்காலனித்துவ இந்தியப் பகுதியின் பிடியை

இழந்தபிறகு, இங்குள்ள இஸ்லாமிய இராஜ்யங்கள் சிறுபான்மைச் சமூகமாக மாறின. அதுகுறித்து நான் அதிகம் சொல்லத் தேவையில்லை.

'கடந்த நூற்றாண்டின் ஐம்பதுகளை தேசிய மற்றும் பேரரசு வரலாற்றின் குறிப்பிடத்தகுந்த காலமாகக் கருதலாம். இஸ்லாமியப் பேரரசு வீழும்போது அதனிடையே தைரியமிக்க, தொலை நோக்குப் பார்வை கொண்ட தலைவர்கள் இருந்திருந்தால் தேசியத்தையும் நாட்டின் ஒற்றுமையையும் தக்கவைத்திருப் பார்கள். பாகிஸ்தான் - இந்துஸ்தான் முஸ்லிம்களின் வேற்றுமை என்பது மத்தியானச் சூரியனைப் போல் தெள்ளத் தெளிவு. முன்னவர்கள் சொந்த நாட்டில் வசிக்கின்றனர். பின்னவர்கள் தாம் படையெடுத்துச் சென்ற தேசத்தில் சிறுபான்மையாக வாழ்கின்றனர். இந்த வரலாற்று உண்மையெல்லாம் கூர்மையாக மறுக்கப்பட்டது பெருஞ்சோகம். இந்துஸ்தான் எது, பாகிஸ்தான் எது என்ற குழப்பமே நிகழ்காலப் பேரழிவுக்குக் காரணம்.

'தற்போது பாகிஸ்தானியர் மற்றும் இந்தியர்களின் எதிர்காலம் மாறுகொள்ளும் சமயத்தில் பிரிட்டிஷ் ஏகாதிபத்தியர்கள், இந்து முதலாளிகள், சுயநலம் பேணும் முஸ்லிம் அரசியல்வாதிகள் தங்களுக்கேற்றார்போல் அடிப்படை உண்மைகளை மாற்றுகின்றனர். அதில் பிரிட்டிஷாரும் இந்துக்களும் தம் பதவியைப் பலப்படுத்தும் வேலையைப் பார்க்கும்போது, முஸ்லிம் அரசியல்வாதிகள் தம் எதிர்காலத்திற்கு அபாயம் உண்டாக்கும் தொழிலைச் செய்கின்றனர்.

'இஸ்லாமிய அரசியல்வாதிகளில் ஒருசிலரைத் தவிர பெரும்பான்மையோர் சுயநல நோக்கோடு விளங்குகின்றனர். அவர்களை இரண்டாகப் பிரிக்கலாம்:

1. வகுப்புவாதிகள்: இவர்கள் பிரிட்டிஷ் ஆதரவாளர்கள். ஆனால் இந்து விரோத மனநிலை உண்டு. பிரிட்டிஷ் பேரரசுக்குச் சேவகம் செய்வது இவர்கள் நோக்கம்.

2. தேசியவாதிகள்: இவர்கள் இந்து ஆதரவு மற்றும் பிரிட்டிஷ் எதிர்ப்பு மனநிலை கொண்டவர்கள். இந்து முதலாளியத்திற்குக் கட்டுப்படுவதும் அதன் தேசியவாதக் கொள்ளைக்கு அடிபணிவதும் இவர்தம் கொள்கை.

வகுப்புவாதிகளும் தேசியவாதிகளும் தாமாக ஒரு கொள்கையைக்

கைக்கொள்ளவில்லை. இஸ்லாமியர்களுக்கு பாகிஸ்தானில் ஒரு நிரந்தர தாயகம் இருப்பதை இருசாராரும் உணரவில்லை. மேற்கொண்டு இந்துஸ்தான் மற்றும் இந்து தேசிய அரசியலோடு அவற்றைக் குழப்பிக்கொள்கின்றனர்.

'1932 வரை இந்நிலை நீடித்தது. இலண்டனில் 1930-33 ஆண்டுகளில் நடைபெற்ற வட்டமேசை மாநாட்டில், 'இந்தியக் கூட்டமைப்பு' குறித்து முன்மொழிந்தனர். அவ்வமைப்பில் பாகிஸ்தான் வெறுமனே நிர்வாக அலகாகச் சேர்த்துக்கொள்ளப்பட்டது. இந்தியக் கூட்டமைப்பின் கீழ் ஓர் அங்கமாக அதனை அறிவித்தனர். பாகிஸ்தானியர்கள் இந்து தேசத்திற்கு உட்பட்ட சிறுபான்மைச் சமூகமாகத் தள்ளப்படவும், இந்துஸ்தானின் ஆதிக்கத்திற்கு ஆட்படவும் நேர்ந்தது. சொந்த நாட்டிலேயே நிராகரிக்கப்பட்டனர்.

'தேசியத்தின் மீதான இத்தகு தீவிர அபாயத்தை முன்வைத்து, இதுநாள்வரை நிராகரிக்கப்பட்டு வந்த பழமையான அரசியல் திட்டத்தின் அடிப்படையில் 'பாகிஸ்தான் தேசிய இயக்கத்தை' நாங்கள் தொடங்கினோம். வடக்கில் உள்ள ஐந்து மாகாணங்களை உள்ளடக்கி சுதந்திரமான, தனி பாகிஸ்தான் நாடு கோருவதே எங்கள் திட்டம். இந்துஸ்தானத்திற்கு வழங்கப்படும் சம தகுதியும், மற்றெந்த நாகரிக நாட்டைப்போன்ற இறையாண்மையும் பாகிஸ்தானிற்கு வழங்கப்பட வேண்டும். பாகிஸ்தானி முஸ்லிம்களும் இந்துஸ்தானி இந்துக்களும் மேன்மைப் பொருந்தி வாழ, பிரிட்டிஷ் ஏகாதிபத்தியத்தை விரட்டியடிக்க இதுவொன்றே வழி. எங்கள் இயக்கம் மூலம் இதைத் தொடர்ச்சியாகச் சொல்லிவருகிறோம். வட்டமேசை மாநாட்டில் இந்துக்கள் முன்னிலையில் இதை முன்மொழிந்தோம்; பாராளுமன்றக் கூட்டுக் குழுவின் முன்னதாகவும் இத்திட்டம் சமர்ப்பிக்கப்பட்டது. ஆனால் தேசியப் பெருமை, நீதி நாயகம் போன்ற காரணிகளைச் சுட்டிக்காட்டி இருவரும் மறுத்துவிட்டனர். எனினும் நாங்கள் மாறுபாடின்றி இறுதிவரை போராடத் துணிந்து விட்டோம்.'

'பிரிட்டிஷ் அரசாங்கத்தின் அனுமதி இல்லாமல் நீங்கள் இதை எப்படி சாதிக்கப் போகிறீர்கள்?'

'பாகிஸ்தான் கோரிக்கை எங்கள் உயிரினும் மேலானது என்பதைப் போதுமானவரை உணர்த்திவிட்டோம். ஆனால் அவர்கள் அதை ஏற்க மறுக்கின்றனர். பதிலுக்கு நாங்களும், தேசப் பாரம்பரியத்தை விட்டுத்தர மனமின்றி சமர் செய்கிறோம். இஸ்லாமியவாதத்தைத் தூண்டிவிட்டு, மீண்டும் முஸ்லிம் பேரரசு நிறுவ முயல்கிறோம்

என்று பிரிட்டிஷார் கருதுகின்றனர். இந்து தேசியவாதத்தை ஆதரிக்கும் அவர்கள், இஸ்லாமியத் தேசியவாதம் தங்கள் பேரரசைத் தவிடுபொடியாக்கும் எனச் சொல்வது மிகவும் வேடிக்கையாக உள்ளது. பாகிஸ்தானி தேசிய இயக்கம் இஸ்லாமியர்களை மீண்டும் ஒருங்கிணைத்து பாகிஸ்தான் தேசத்தை உருவாக்க முயல்கிறது என்பது உண்மைதான். ஆனால் இந்து விரோதமாகவும், பிரிட்டிஷ் பேரரசுக்கு எதிராகவும் களமாடும் எனச் சொல்வதில் முகாந்திரம் இல்லை. நாங்கள் இஸ்லாமியப் பரப்புரையாளர்கள் அல்ல; எளிய பாகிஸ்தானியர்கள். இஸ்லாமிய நம்பிக்கையைப் பின்பற்றும் சாதாரண மக்கள். எங்கள் எதிர்காலத்தின்மேல் நம்பிக்கையிருப்பது போல், கடந்தகால வரலாற்றைப் பேணுவதிலும் பெருமைக் கொள்கிறோம். இந்துஸ்தானத்திற்குள் நாங்கள் சிறுபான்மைச் சமூகமாகவே வாழ நிர்ப்பந்திக்கப்படுவோம். இதிலிருந்து வெளிவந்தால்தான் 4.2 கோடி மக்களைக் கொண்ட வலிமையான தேசமாக அடையாளங் காணப்படுவோம்.

'எங்கள் பாகிஸ்தான் கோரிக்கையின் தீவிர நிலையைப் புரிந்துகொள்ள, உங்களுக்கு ஒன்றை நினைவூட்ட விரும்புகிறேன் மேடம். ஒட்டுமொத்த உலகின் பத்தில் ஒரு பங்கு இஸ்லாமியர்கள், பாகிஸ்தானின் 3.2 கோடிக்குள் அடங்குகின்றனர். உலக நாடுகளின் சங்கத்தில் (League of Nation) 54 நாடுகள் உறுப்பினர்களாக உள்ளனர். அதில் குறைந்தபட்சம் 50 நாடுகள், பாகிஸ்தானைவிட பரப்பளவிலும் மக்கட்தொகையிலும் சிறியன. பரப்பளவில் இத்தாலியைவிட நான்கு மடங்கு; ஜெர்மனியைவிட மூன்று மடங்கு; பிரான்ஸைவிட இரண்டு மடங்கு பாகிஸ்தான் பெரியது. மக்கட்தொகை அளவில் ஆஸ்திரேலியாவைவிட ஏழு மடங்கு, கனடாவைவிட நான்கு மடங்கு, ஸ்பெயினைவிட இரண்டுமடங்கு பெரியதும், சற்றேறக்குறைய பிரான்ஸ் மற்றும் இத்தாலி தேசங்களுக்கு ஒப்பானதுமாக பாகிஸ்தான் விளங்குகிறது. எங்கள் தாயகத்தை நேசிப்பதற்குப் பல காரணிகள் உண்டு. அதன் ஒற்றுமையைச் சீர்குலைக்க வரும் அந்நியர்கள் கொள்கைத் தாக்குதல் நிகழ்த்தினாலும், ஆயுதமேந்தி வந்தாலும், இஸ்லாமியர்களாய் இருந்தாலும், பிற மதத்தவராய் இருந்தாலும் நிச்சயம் எதிர்க்குரல் கொடுப்போம்.

'இந்தப் போராட்டத்தில் நாங்கள் சிரமப்படுவதை ஒப்புக் கொள்கிறேன். ஆனால் இதே நாட்டில் எங்கள் முன்னோர்கள், முன்னதைக்காட்டிலும் கொடுமையான சந்தர்ப்பங்களை

நேர்கொண்டு வெற்றிப்பெற்றிருக்கிறார்கள். இதை நாங்கள் மறக்கவில்லை. 'இருப்பதா, இல்லையா?' என்பதுதான் எங்கள் கேள்வி. எங்கள் இலட்சியம் பாகிஸ்தான் என்பதில் உறுதியாக இருக்கிறோம். இது என் வாழ்நாளுக்குள் புரிந்துகொள்ளவோ, புரிந்துகொள்ளப்படாமலோ போகலாம். ஆனால் காலவோட்டத்தில் இதற்குச் சரியான அங்கீகாரம் கிடைத்து, பாகிஸ்தானியர்கள் தங்களுக்கு விதிக்கப்பட்ட இத்தேசத்தை தனதாக்கிக் கொள்வர்.'

'பாகிஸ்தானை உள்ளடக்கிய மாகாணங்களில் பாகிஸ்தானி தேசிய இயக்கத்தின் நிலைப்பாடு என்ன?'

'1933இல் ஊன்றிய விதை நன்கு வேர் பிடித்துப் படிப்படியாகப் பலனளித்து வருகிறது. பாகிஸ்தான் முழுவதும் எங்கள் கொள்கைப் பிரசார மையங்கள் அமைந்துள்ளன. அனைத்து மாகாணங்களிலும் இவ்வியக்கம் கிளைப் பரப்பியுள்ளது. துண்டுப்பிரசுரங்கள், அறிக்கைகள், விளம்பரத் துணுக்குகள் வழியே மாகாணம் முழுவதும் உள்ள மக்களைச் சென்றடைய தொடர்ச்சியாக பணி செய்கிறோம். இயக்கத்தின் இலட்சியங்களை பாகிஸ்தான் என்ற இதழில் வெளியிடுகிறோம். எம்மிடம் ஆற்றல்மிக்க இளைஞர்களின் பலம் இருக்கிறது. 'சுய - பாதுகாப்பு உணர்வே இயற்கையின் முதல் விதி' என அவர்கள் நன்கு அறிந்துள்ளனர். எதிர்காலச் சந்ததியின் மரபைக் காப்பாற்ற, பாகிஸ்தான் எனும் நாட்டைக் பாதுகாக்கவேண்டும். இந்தக் கடமை எங்கள் தலைமுறைக்கு விதிக்கப்பட்டதாய் நம்புகிறோம்.

'நிகழ்காலம் முகம் சுளிக்க வைத்தாலும், என் பார்வை எதிர்காலம் மீது படர்ந்திருக்கிறது. நாங்கள் மேற்கொள்ளும் பணியின் வெற்றியைக் கண்டு நிச்சயம் புன்னகைப் பூத்து நிற்கத்தான் போகிறோம். அதுநாள்வரை, பாகிஸ்தானின் குடிமகன்களாய் கஷ்டம் பாராமல் உழைப்போம்.'

'பாகிஸ்தான் திட்டம் ஈடேறும் பட்சத்தில், அதனால் பொருளாதார ரீதியில் தற்சார்பு அடையமுடியுமா?'

'ஏன் முடியாது? பாகிஸ்தான் கலாசார ரீதியாக, மூலப் பண்டங்கள் ரீதியாக ஏராளமான வளங்களை தன்னுள் வைத்திருக்கிறது. பிரிட்டிஷ் ஏகாதிபத்தியமும் இந்து முதலாளித்துவமும் இம்மண்ணைவிட்டு வெளியேறும்போது எங்களுக்கான காலம் கனியும். உச்சாணிக் கொம்பில் ஏறி அமர்ந்துள்ள ஆட்சி அதிகார

அமைப்புகள் ஒழிய வேண்டும். தேசத்திற்கு உழைக்கும்படியே அரசு இயந்திரங்கள் இயங்க வேண்டும். எக்காலத்திலும் அரசு இயந்திரங்களுக்காக ஒரு தேசம் உழைக்கக் கூடாது. இப்போதுள்ள அரசு நிர்வாகம் ஏகோபித்த பணம் செலவழித்து, பிரிட்டிஷ் ஏகாதிபத்திய மற்றும் இந்து முதலாளித்துவ அமைப்புகளின் விருப்பத்திற்கு ஆதரவாக மனச்சாட்சி இன்றி செயல்படுகிறது. ஏழை மக்களின் வரிப்பணமும், அப்பாவி விவசாயிகளின் தினக்கூலியும் இப்படியே விரயமாகின்றன. தேசிய வாழ்வின் இருளடர்ந்த மற்றொரு பகுதியை நான் கூர்ந்து கவனித்துவிட்டேன். எனக்கு அதில் எந்தக் குழப்பமும் இல்லை.

‘கராச்சியில் எங்களிடம் முதல் - தர துறைமுகம் இருக்கிறது. படகுத்துறை அமைக்க எழிலார்ந்த நீண்ட கடற்கரை இருக்கிறது. இரட்டைத் தேசங்களைக் கொண்ட இத்துணைக் கண்டத்தில், பாகிஸ்தானில்தான் வெவ்வேறு வகைப் பயிர்கள் வளர ஏற்ற சூழல் இருப்பதாகச் சொல்கின்றனர். எங்களது கனிம வளங்களும் ஒப்பிடுதற்கு அரியன. வணிகமும் தொழிலும் வளர்ந்துகொண்டே போகின்றன. உள்நாட்டுத் தொழிற்சாலைகளைத் தாண்டி பருத்தி மற்றும் கம்பளி ஆலைகள் பாகிஸ்தானில் இயங்கிவருகின்றன. மேற்சொன்ன வளங்களோடு தற்போது இந்திய அரசுக்கு வருவாய் ஈட்டித்தரும் சுங்க வரி, அஞ்சல், தந்தி, நில வரி, வருமான வரி, மற்றும் தொடர்வண்டி போக்குவரத்து முதலானவற்றைச் சேர்த்தால், பாகிஸ்தானின் எதிர்காலத்தைப் பொற்காலமாக கனவு காண முடிகிறது.’

‘பாகிஸ்தான் அரசின் இலட்சியத் திட்டங்களை நீங்கள் வரைந்து வைத்திருக்கிறீர்களா?’

‘பிரிட்டிஷ் ஏகாதிபத்தியத்திலிருந்தும் இந்து முதலாளித்துவத்தி லிருந்தும் விடுதலைப் பெற்று, சுதந்திரப் பாகிஸ்தானை நிறுவுவதே எங்கள் முதல் இலட்சியம். இக்கணத்தில் நீங்கள் எழுப்பிய மற்றெல்லாக் கேள்வியைவிடவும் இதற்கு அதிக முக்கியத்துவம் இருக்கிறது. பாகிஸ்தானின் ஆட்சிமுறைப்பற்றி ஒரு விஷயம் தெளிவு. ஜனநாயகமும் சோசலிசமும் அதன் அடிப்படையாக இருக்க வேண்டும். கூட்டாட்சியா, ஒற்றையாட்சியா என்பதை தனி நாடு பெற்ற பிறகு, மக்களின் விருப்பத்தின் பேரில் பொறுமையாக முடிவு செய்துகொள்ளலாம்.’

‘இந்து - முஸ்லிம் பிரச்சனையில் பாகிஸ்தான் தேசிய இயக்கத்தின் தாக்கம் என்னவாக இருக்கும்?’

'இந்த நீண்ட காலப் பிரச்சனைக்கு ஒரேயொரு நிரந்தர, மதிப்பிற்குரிய தீர்வை எங்கள் இயக்கம் முன்வைக்கிறது. தனி நபர்களும் தேசங்களும் இறுதிவரை தங்கள் புரிதலைத் தக்கவைத்து ஒத்துழைப்பு நல்க, அவரவர் உரிமைக்கு மதிப்பளித்தல் அவசியம். இஸ்லாமியர்களுக்கு பாகிஸ்தானையும், இந்துக்களுக்கு இந்துஸ்தானத்தையும் கௌரவமாக வழங்கினால், இவ்விரு நாடுகளின் கண்ணியம் காப்பாற்றப்படும்; வரலாற்று மோதல் சீரடையும். சமர் செய்துகொண்டிருந்த இருவர் அருகருகே அமைவது மேலும் நட்புணர்வைத் தூண்டும்.

'பிரிட்டிஷாரும் இந்துக்களும் தனிப்பட்ட நோக்கத்திற்காக, சிக்கலின் உண்மை முகத்தை மறைத்து வேறு சில காரணங்களைப் பரப்பினர். ஆனால் அடியாழத்தில் மறைந்திருக்கும் உண்மையான சிக்கலுக்கு மதமோ, சமூகமோ, பொருளாதாரமோ காரணம் அல்ல. இரண்டு தேசங்களுக்கு இடையான அபிலாஷைப் போட்டிதான் உண்மைக் காரணம். முஸ்லிம்கள் உயிர்வாழவும், இந்துக்கள் அதிகாரம் பெறவும் துடிக்கின்றனர்.

'பாகிஸ்தான் கோரிக்கையை இந்துக்கள் அங்கீகரிக்க மறுப்பது இப்பிரச்சனையின் அடிப்படை. இந்துஸ்தானத்தின் சுய-நிர்ணய உரிமைக்காகப் போராடும் இவர்கள், தன் அருகாமை நாட்டிற்கு அதே உரிமையை மறுக்கின்றனர். ஆயிரமாண்டுகளுக்கு முன்பு பாகிஸ்தான்வரை இந்தியப் பேரரசு எல்லை பரவியிருந்தது எனச் சொல்லப்படுகிறது. அதை இப்போது முழுவதுமாகத் தனதாக்கிக் கொள்ள பார்க்கின்றனர். எங்கள் படையெடுப்புக்கு முந்தி, அதாவது 712வரை பாகிஸ்தானின் சில பகுதிகள் இந்தியப் பேரரசு எல்லைக்குள் இருந்தது உண்மைதான். ஆனால் அதற்காக, பாகிஸ்தான் அவர்கள் வசம் எனச் சொல்லிவிடலாமா? எனில், இந்துஸ்தானத்தை ஆயிரமாண்டுகள் ஆட்சிச் செய்ததால், அதன் முழு அதிகாரமும் எங்களுக்கு என்று வாதிட்டால் ஏற்றுக்கொள்வார்களா?

'மேடம், பாகிஸ்தான் உரிமைக்கு நாங்கள் முன்வைக்கும் காரணிகளை இந்துஸ்தான் தரப்பில் அவர்களும் முன்வைக்கின்றனர். இந்துஸ்தானில் நான்கில் மூன்று பங்கு இந்துக்கள். எனவே அது அவர்களின் தேசம் என உரிமைக் கொண்டாடுவது சரியென்றால், ஐந்தில் நான்கு பங்கு இஸ்லாமியர்களைக் கொண்ட பாகிஸ்தானை நாங்கள் உரிமை கோருவதும் சரிதானே? அவர்களுக்கு இந்துஸ்தான் எனப் பெயர் வழங்கிய அதே சர்வதேச விதிகள்தாம் எங்களுக்குப் பாகிஸ்தான்

நான் கண்ட இந்தியா | 391

என்று பெயரிட்டிருக்கிறது. கடந்த 1200 வருடங்களாக துடுக்குமிகுந்த எங்கள் இளமைக்காலத்தைப் பிரயோகித்து, பாகிஸ்தானத்தை மட்டுமின்றி இந்துஸ்தானத்தைக் காப்பாற்றவும் அரும்பாடு பட்டிருக்கிறோம். துரதிஷ்ட வசமாக இந்துஸ்தான் கைவிட்டுப்போனது. ஆனால் எப்பேர்ப்பட்ட சூழல் கழுத்தை நெறித்தாலும், நாங்கள் பாகிஸ்தானை ஒப்படைப்பதாக இல்லை.

'பாகிஸ்தான் இழந்துபோன பேரரசுக்கு உட்பட்ட நிலம் என்று அவர்கள் பங்கு கேட்பது படு அபத்தம். அவர்களைப் போலவே, எங்களுக்கும் ஒரு பேரரசு இருந்தது. ஆனால் அதன் எல்லைகள் எப்போதோ மறைந்துவிட்டன. ஆகவே நாம் அந்த எல்லைகளை கூடிய விரைவில் மறப்பது, பரஸ்பர நன்மைத் தரும். கடந்த காலங்கள், கடந்து போனவையாகவே இருக்கட்டும். இந்த முட்டாள்தனமான சண்டைக்கு, நிகழ்கால குழப்பங்கள் முற்றுப்புள்ளி வைக்க வேண்டுகின்றன. வாழ்வியல் அனுபவத்திலிருந்து அனைவரும் பாடம் கற்பது இயல்பு. ஆனால் எந்தவொரு பாடமும், இந்துஸ்தானம் - பாகிஸ்தானம் சகோதர உணர்வு பேண வேண்டும் எனும் செய்தியை இத்தனை அழுத்தந் திருத்தமாக நமக்கு உணர்த்தப்போவதில்லை.

'இந்துக்கள் யதார்த்தவாதிகளாக இருந்திருந்தால், பாகிஸ்தான் தேசிய இயக்கம் முன்மொழிந்த கௌரவமான தீர்வுகளைப் புரிந்து ஏற்றுக்கொண்டிருப்பார்கள். சுதந்திர பாகிஸ்தான் மட்டுமே இந்து - முஸ்லிம் சிக்கலைத் தீர்த்துவைக்கும் என்பது என் மாறாத விடாப்பிடிக் கொள்கை. இந்துஸ்தானத்திற்கும் பாகிஸ்தானத்திற்கும் எல்லைக்கோடு போல் யமுனை நதி ஓடும். நாங்கள் அதற்கப்பால் எங்கள் கரங்களை விரித்து இந்துஸ்தானத்திற்குத் தோள் கொடுத்து உதவுவோம். ஆனால் அவர்கள் அதை நட்புணர்வோடு, அண்டை வீட்டுக்காரனை அரவணைப்பதுபோல் ஏற்றுக்கொள்வார்களா?'

'இந்துஸ்தானத்தில் உள்ள 4.5 கோடி இஸ்லாமியர்களை இம்முடிவு எங்ஙனம் பாதிக்கும்?'

'உண்மையில், அவர்களின் மனநிலை என் பாரத்தைக் மிகுவிக்கிறது. இரத்தமும் சதையுமாக எங்களோடு வாழ்கிறார்கள். எங்களாலும் அவர்களாலும் ஒருவரையொருவர் ஒருபோதும் மறக்க முடியாது. இந்திய இஸ்லாமியர்களின் தற்போதைய வாழ்க்கைத் தரமும் எதிர்காலப் பாதுகாப்பும் எங்களது சீரிய பார்வையின்கீழ் எப்போதும் உண்டு. இப்போதுள்ள நிலைமையின்படி, பாகிஸ்தான் கோரிக்கையால் அவர்கள்

வாழ்வில் எவ்வித நேரடித் தாக்குதலும் ஏற்பட வாய்ப்பில்லை. ஆனால் மக்கட்தொகை அடிப்படையில் (நான்கு இந்துக்களுக்கு ஓர் இஸ்லாமியர்) சட்டமன்றத்திலும் நிர்வாகத்திலும் இப்போதுள்ள அதே பிரதிநிதித்துவம் நீடிக்கும். எதிர்காலத்தில் நம்பகமான திட்டமொன்று இருக்கிறது. இந்துஸ்தானத்தில் உள்ள எங்கள் இஸ்லாமியச் சிறுபான்மையினருக்கு என்னென்ன சலுகைகள் அளிக்கப்படுகிறதோ, அவற்றை அப்படியே பாகிஸ்தானத்தில் வாழும் முஸ்லிம் அல்லாத சிறுபான்மையினருக்கு வழங்க வழிவகைச் செய்வோம்.

'பாகிஸ்தான் கோரிக்கையை நாங்கள் தேசிய முக்கியத்துவமளித்து பாதுகாக்கிறோம் என்பதை அவர்கள் தெரிந்துவைத்திருப்பதுதான் எங்களைத் தொடர்ச்சியாகச் செயல்பட வைக்கிறது. எத்தனை மடங்கு இதில் எங்களுக்குப் பங்கிருக்கிறதோ, அத்தனை மடங்கு அவர்களுக்கும் இதில் உரிமை உண்டு. நமக்கு இது தேசியக் கோட்டை. அவர்களுக்கு இது தார்மீக நங்கூரம். இதன் பிடி கெட்டியாக இருக்கும்வரை, அனைவரும் பாதுகாப்பாக இருக்கலாம். நங்கூரத்தின் பிடி தளர்ச்சியடைந்தால், எல்லோருக்கும் இழப்புதான் மிஞ்சும்.

'சகோதரர்கள் சண்டையிட்டுப் பிரியும் காலம் வரும். அது நமக்கு தவிர்க்க முடியாத வலி உண்டாக்கினாலும், தேச நலனுக்கு முக்கியத்துவம் அளிப்பதே சரி. இத்துணைக்கண்டத்தில் தீவிரமான கொலைபாதகச் சோதனைகள் நம் சமூகத்தின் இதயத்தை நடுக்குறச் செய்து வருகின்றன. இதில் நாம் வாழ விரும்பினால் தொலை நோக்குப் பார்வை வேண்டும். ஆகவே இந்துஸ்தானி மற்றும் பாகிஸ்தானி முஸ்லிம்களின் நலனைப் போற்ற விரும்பினால், பாகிஸ்தான் தேசிய இயக்கத்தின் முன்மொழிவுகளை ஏற்பதே ஆகச்சிறந்த வழி.

'இந்திய இஸ்லாமியர்களுள்ளும் சில உத்தமர்கள் இவ்வியக்கத்திற்கு ஆதரவு அளிக்கிறார்கள். பாகிஸ்தான் போராட்டம் அவர்களைப் போலவே, நம் வாழ்க்கைக்கும் முக்கியத்துவம் கொண்டதொரு போராட்டம் என நம்புகின்றனர். நில உரிமை பற்றிய விவகாரத்தில் துறவிபோல் இருக்க வேண்டுமென்று இஸ்லாம் நிர்த்தாட்சண்யமாகக் கூறுகிறது. உலகம் மாறுகிறது. மக்களின் தார்மிக அறங்களாலும், அகநிலைச்சார் உணர்வுகளாலும் அரசியல் எல்லைகள் மங்கத் தொடங்குகின்றன. வெகுசீக்கிரமே, இயற்கையின் விதிகளுக்கு நாம் கட்டுப்படும் காலம் வரப்போகிறது. ஆகவே நம் நம்பிக்கைக்கு உண்மையாக

இருந்தால், இப்போதிருப்பதைவிட நாமெல்லோரும் மிக நெருக்கமாக வாழும் காலம் விரைவில் வந்துசேரும்.'

'ஒற்றை இந்தியத் தேசியம்' எனும் கருத்தாக்கத்தை உங்களின் மாற்றாக எடுத்துக்கொள்ளலாமா?'

'இல்லை, மேடம். நிச்சயமாக அது மாற்று அல்ல. அடிப்படையில் நாங்கள் இந்தியர்கள் கிடையாது, பாகிஸ்தானியர்கள். 'ஒற்றை இந்தியத் தேசியம்' என்பது இந்தியர்களுக்கு உவப்பான திட்டமாக இருக்கலாம். எம் போன்ற இஸ்லாமியர்களுக்கு, சொந்த நாட்டைக் கூறுபோடும் திட்டம். உலக வரலாற்றில் எந்தவொரு நாடாவது, அண்டை நாட்டிடம் சகோதர உணர்வைத் தக்கவைக்க தன் தேச நலனை அடமானம் வைத்துள்ளதா? இல்லையென்று நான் நம்புகிறேன். தோல்வி ஒரு சாபம்; ஆனால் சரணடைவது பாவம். பிரிட்டிஷ் ஏகாதிபத்தியமும் இந்து தேசியவாதிகளும் அவரவர் சொந்த காரணங்களுக்காக, இஸ்லாமிய மக்கள் தாமே தம் குரல்வளையை நெறித்து, 'ஒருங்கிணைந்த இந்தியா' திட்டத்தை ஏற்றுக்கொள்ள வேண்டும் என வற்புறுத்துகின்றனர். ஆனால் அது எப்போதும் நிறைவேறாது. இந்தியாவை ஒருங்கிணைப்பதும், பாகிஸ்தானைக் கைப்பற்றுவதும் இரு வெவ்வேறு செயல்கள்.

'இரண்டு தனித்தனித் தேசங்களாக உருவெடுக்கும் அளவு இந்தியா பரந்துவிரிந்த நாடு என்று உங்களுக்குத் தோன்றவில்லையா? ரஷ்யாவைக் கழித்துப் பார்த்தால், ஒட்டுமொத்த ஐரோப்பாவும் இந்தியாவும் சரிசமமான நிலப்பகுதி உடைய பிரதேசங்கள். பரப்பளவிலும் மக்கட்தொகையிலும் இந்தியாவுக்கு நிகரான ஐரோப்பாவில் ஒரே சமய, கலாசார மற்றும் பொருளாதாரப் பின்னணியைக் கொண்ட முப்பதுக்கும் குறைவில்லாத நாடுகள் வளமுடன் வாழ்ந்து வருகின்றன. ஆகவே இந்துஸ்தான் மற்றும் பாகிஸ்தான் வழக்கில், இரு தனித் தேசங்கள் உயிர்ப்பிப்பது அடிப்படைச் சாத்தியம் மட்டுமல்ல, தேவையும் அதுதான் என்பது புரிந்துபடும்.

'புவியியல் மற்றும் மரபார்ந்த பிரிவினைகள் ஒருபுறம் இருந்தாலும், மனித மனத்தில் 'இமாலய' வேற்றுமைகள் இருப்பதை மறந்துவிட வேண்டாம். சமயம், கலாசாரம், வரலாறு, பண்பாடு, இலக்கியம், பொருளாதார வழிமுறை, சொத்து உரிமை, வாரிசு உரிமை, திருமணம் முதலான அனைத்துத் தளங்களிலும் இந்துக்களைவிட எங்கள் வழக்கம் வேறானது. வாழ்வின் ஒவ்வொரு நிலையிலும்

பன்மடங்கு நுணுகிப் பார்த்தால், எங்கள் வேற்றுமைகள் சிதறிக் கிடக்கின்றன. இந்து - முஸ்லிம்கள் ஒன்று சேர்ந்து சாப்பிடுவது கிடையாது; திருமணப் பந்தம் வைத்துக்கொள்வது இல்லை. எங்கள் தேசிய கலாசாரம், நாள்முறை, உடை மற்றும் உணவுப் பழக்க வழக்கங்கள் கூட ஒத்துப்போவதில்லை. இத்தனை முரண்பாடுகளையும் பொருட்படுத்தாமல், அரசியல் ரீதியாகவும் பண்பாட்டு ரீதியாகவும் எங்களை ஒருங்கிணையச் சொல்லி பாகிஸ்தான் தேசியத்தை அழித்தெறிந்தால், மிகக் கொடிய பேரழிவாக இது பதிவுசெய்யப்படும். உலகின் எந்தவொரு நாட்டைப் போலவும், மனிதகுலத்திற்கு கைமாறு செய்ய வேண்டி எங்களுக்கும் சில கொள்கைகள் உண்டு. அதைச் சாரம்சம் குறையாது பரிமாற வேண்டுமானால், பாகிஸ்தானின் ஆன்மா உயிர்ப்போடு இருக்கவேண்டும். எனவே 'ஒற்றை இந்தியத் தேசியம்' எனும் திட்டத்திற்கு ஆதரவு அளித்தால், எங்கள் எதிர்காலக் கனவைச் சுக்குநூறாக்குவதாக அர்த்தம்; வரலாற்றை ஏமாற்றுவதாக அர்த்தம்; மனிதகுலத்திற்கு எதிரான வன்முறை என்று அர்த்தம். அதிலிருந்து தப்பிக்க வழியில்லாமல் போகும்.'

பாகிஸ்தான் தேசிய இயக்கம் பற்றி அரசியல் களத்தில் உள்ள இஸ்லாமியர்களிடமும் இதர இஸ்லாமியர்களிடமும் கருத்துக் கேட்டபோது, அவ்வியக்கத்திற்கு ஆதரவளித்த கணிசமானோர் அயல்நாட்டில் படிக்கும் மாணவர்களாகவும், பஞ்சாப் மாகாணத்தை ஒட்டி வசிப்பவர்களாகவும் இருந்தனர். இந்திய இஸ்லாமியர்களிடையே உரையாடிதை வைத்துப் பார்த்தால், வட-மேற்கு மாகாணத்தில் அப்துல் கஃபார் கானுக்கு உரிய கௌரவத்தைத் தாண்டி எல்லை மாகாண இஸ்லாமியர்கள் எதிர் கருத்துக்குத் துணிய மாட்டார்கள் என நம்புகிறேன். இதுதான் இந்தியாவில் நிகழ்ந்துவரும் இந்து - முஸ்லிம் உரசல் குறித்தும், அங்கு எழும் விவாதங்கள் குறித்தும் நான் கண்டடைந்த சமீபத்தியப் போக்கு.

அத்தியாயம் 26

இந்தியாவில் பிரிட்டிஷார்கள்

இந்திய உருக்குப்பானையில் மூன்றாவதாக முகிழ்த்திருக்கும் பிரிட்டிஷார்கள், மிகவும் கணிசமான எண்ணிக்கையில் உள்ளனர். ஆனால் மக்கட்தொகையில் பெரும் எண்ணிக்கையுள்ள இந்துக்களைவிட, இந்நாட்டின் எதிர்காலத்தைத் தீர்மானிப்பதில் அவர்களின் தாக்கம் அதிகமாக இருக்கிறது. 35 கோடி இந்தியர்களை ஒரு இலட்சம் ஆங்கிலேயர்கள் ஆட்சி செய்கிறார்கள் என்றால், மேற்கின் ஆதிக்கத்தைப் புரிந்துகொள்ளலாம். அறிவியல் கண்டுபிடிப்புகள், பொருள்சார் பண்பாடு மற்றும் அறவியல் பின்புலத்தில் அவர்களைத்தான் எதிர்பார்த்து நிற்கிறோம். இத்தாக்கம் பல தளங்களிலும் இன்று முக்கியத்துவம் பெற்றுள்ளது.

இந்தியாவின் பண்டைய நாகரிகங்களோடு தொடர்பு கொண்டதால், ஆங்கிலேயர்கள் அகவயமாக அடைந்த மாற்றங்கள் என்னென்ன? அதற்கு ஆங்கிலேயர் எழுதிய நூல்களைத் தேடிக் கண்டடைய வேண்டும். இங்கு இந்தியா குறித்த பார்வைகளை மட்டும் பார்ப்போம்.

இந்தியாவில் பிரிட்டிஷ் பரவலாக்கம் பொருளாதாரச் செயல்பாடுகளின்வழி வளர்ச்சிப் பெற்றது. இத்தனைப் பெரும் துணைக்கண்டத்தை ஒரு வணிக நிறுவனம் படையெடுத்துச் சுற்றி வளைத்திருப்பதைக் கவனிக்க வேண்டும். பொருள்முதல்வாதப் பார்வையில், நான் முன்சொன்ன கோணம் மறுதலிக்கப்படலாம். இதற்குப் பின்னால் பிரிட்டிஷாரின் பெருமையும் கௌரவமும் பெரும் செல்வாக்கு செலுத்தியிருக்கலாம். இங்கிலாந்து முதலாளிகள் பணத்தைச் செலவுசெய்து அனுப்பினாலும், நிர்வாகிகளும் படை வீரர்களும் தலையைப் பிய்த்துக் கொள்ளும் வேலையல்லவா இது?

தைரியமிக்க இளம் ஆங்கிலேய அதிகாரிகள் தம் மிடுக்கைக்காட்டி உழைக்காமல் போனாலோ, அநாயசமான நிர்வாகிகள் வேலை செய்யாமல் ஏமாற்றியிருந்தாலோ இந்தத் துணிகர முயற்சி இத்தனைத் தூரம் வெற்றியடைந்திருக்குமா என்பது சந்தேகம். எனினும் இராணுவப் பார்வையில், எந்தவொரு பேரரசும் எளிதில் கைப்பற்றப்பட்டதாக வரலாறு இல்லை. உண்மையில் கைப்பற்றுவதுகூடக் கடினம் அல்ல. வென்றெடுக்கும் தேசத்தை ஆட்சிச் செலுத்திக் கட்டுப்படுத்துவதும், ஆங்கிலேயர்களைப் போல் பன்மடங்கு அதை மாற்றி மெருகெற்றி வடிவமைப்பதுமே மலையளவு கடினப் பணி. இங்கிருந்த எதார்த்த சூழலைப் புரிந்து, தமக்கேற்றார்போல் அவற்றைத் திரித்து வரையறுத்ததில் ஆங்கிலேயர்களின் அறிவாற்றல் நன்கு புலனாகிறது. இந்தியாவில் அப்பட்டமாக வெளிப்பட்ட மோதல்களில் இந்து - முஸ்லிம் உரசல் குறிப்பிடத்தக்கது. வட்டமேசை மாநாட்டில், 'இந்து - முஸ்லிம்கள் ஒற்றுமையாக இருந்த காலம் பற்றி இரு சமூகத்து வரலாற்றாய்வாளர்களும் முறையே எழுதிக் குவித்துள்ளனர்' என்று காந்தி பேசியுள்ளார்.

இக்கூற்றில் உண்மை இருக்கவேண்டும். முஸ்லிம் ஆட்சியாளர்கள் சுமூகமாக ஆட்சி நடத்த உள்நாட்டு மோதலைக் குறைத்து, மக்களின் ஆதரவு பெற வேண்டிய கட்டாயம் இருந்தது. இந்தியப் பேரரசை அவர்கள் ஆட்சிச் செய்தாலும், அப்பேரரசில் தன் தாயகம் இருப்பதாகக் கருதினர். எந்தச் சூழலிலும் அதை காலனி தேசமாக எண்ணவில்லை. எனினும் இந்து - முஸ்லிம் இடையே குழப்பம் ஏற்படவில்லை என்று பொருள் அல்ல. இந்தியாவில் அது மிகத் தீவிரமானப் பிரச்சனையாக இருந்தது. இந்தியாவை ஆளத்துடிக்கும் அனைவரும் இவ்வேறுபாட்டைப் பயன்படுத்திக் கொண்டனர். குறிப்பாக, இந்து - முஸ்லிம் துவேஷத்தில் மேலும் எண்ணெய் ஊற்றி எறியச் செய்த பிரிட்டிஷாரின் செயலை இந்தியர்கள் மறக்கக் கூடாது. ஒருகட்டத்தில் இருசாரர்களும் முகம் சுளிக்கும் அளவு இவ்வெறுப்பு அரசியல் மிதமிஞ்சிவிட்டது. எனினும் பிரிட்டிஷ் ஆட்சி 'பிரித்தாளும் சூட்சமத்தோடும் மட்டும் நின்றுவிட வில்லை.' பிரிட்டன் பேரரசுக்கு ஆதரவான ஒவ்வொரு சிறு துணுக்குகளையும் பயன்படுத்தினர். இதனால் காலனித்துவ அரசை ஆதரித்தவர்கள் செழிப்பில் கொழிக்க முடிந்தது. இதன் முழு தாக்கத்தையும் தெரிந்துகொள்ள, பேரரசுக்கு உதவிபுரிந்த சின்னஞ்சிறு துணுக்குகளைச் சல்லடையிட்டு அலசி ஆராய வேண்டும்.

இப்பட்டியலில் உள்ளூர் மன்னர்கள் முதலிடம் வகிக்கின்றனர். மன்னராட்சிக்கு உட்பட்ட பிராந்தியத்தின் ஒட்டுமொத்த உள் மற்றும் வெளிப்புற பாதுகாப்பு, பிரிட்டிஷாரின் கைகளில் உள்ளது. பிரிட்டிஷாரின் ஒற்றைச் சுண்டுவிரலுக்கு உள்ள பலம், இந்தியாவை வழிவழியாக ஆண்டுக் குவித்து அதிகார மையமாகத் திகழ்ந்த அரசர்களின் ஒட்டுமொத்த சேனைக்கு இல்லை. ஆனாலும் சிலர் பொதுநல தொண்டுகள் செய்தும், கல்விப் பணிகள் செய்தும் வெற்றிகர முன்னெடுப்புகளை மேற்கொண்டனரே? என்ன பிரயோஜனம், பழங்காலத்து அராஜகக் கறை வெளுக்கவில்லை. அவர்களுக்கும் அதைவிட்டால் வேறு என்ன வழி இருக்கிறது? பெரும்பாலும், இஸ்லாமிய அரசர்கள் இந்துப் பெரும் பான்மையையும் இந்து அரசர்கள் இஸ்லாமியப் பெரும் பான்மையையும் ஆட்சிச் செய்கின்றனர்.

பிரிட்டிஷ் ஆட்சியாளர்களின் அதிகாரத்தைக் கொண்டு உள்ளூர் மக்கள் பலனடைந்தார்களா எனும் கேள்விக்கு எளிதில் பதில் சொல்ல முடியாது. இதில் கருத்துவேறுபாடு உண்டு. ஆனால் அங்குள்ள படித்த நபர்கள் தங்கள் மாகாணத்தை பிரிட்டன் ஆளுகைக்கு உட்பட்ட இந்தியாவோடு பல சந்தர்ப்பங்களில் ஒப்பிட்டுப் பார்க்கின்றனர். பிரிட்டிஷ் ஆட்சியை விரும்பாத தீவிரப் புரட்சிகர இந்தியர் ஒருவர், 'சுதந்திரக் காற்றைச் சுவாசிக்க நான் அவ்வப்போது பிரிட்டிஷ் இந்திய மாகாணங்களுக்குச் செல்ல வேண்டியிருக்கிறது. என் மாகாணத்துச் சூழல் மூச்சை நெறிக்கிறது' என்றொருமுறை சொன்னது குறிப்பிடத்தக்கது.

அடுத்ததாகப் பெருநிலக்கிழார்களையும் உயர் நடுத்தர வகுப்பினரையும் கணக்கிலெடுக்க வேண்டும். அவர்கள் பிரிட்டிஷ் ஆட்சிப் பாதுகாப்பு அளிப்பதாகக் உணர்கின்றனர். மேற்கொண்டு குடிமையியல் பணிகளும் நிர்வாகப் பணி வாய்ப்புகளும், உள்ளூர் மக்களை அதிகளவுப் பயன்படுத்திக் கொள்வதால், நடுத்தரக் குடும்பப் பின்னணி கொண்ட இளைஞர்கள், அந்நிய ஆட்சி வாழ்வாதாரம் அளிக்கிறது என்றெண்ணி அதை வரவேற்கவே விரும்புகின்றனர்.

அடுத்ததாக தாராளவாதிகள் என்று பரவலாக அறியப்படும் கூட்டத்தாரை மதிப்பிடலாம். இங்கிலாந்திலும் ஐரோப்பாவிலும் அர்த்தப்படும் பொருளில், இப்பெயர் இங்குப் பயன்படுத்தப்படுவ தில்லை. மகாத்மா காந்தி, மறைந்த டாக்டர் அன்சாரி முதலான சில பிரபல முகங்களை ஐரோப்பியவாசிகள் தாராளவாதி என்று கணக்கிடுகின்றனர். ஆனால் இந்தியர்கள், பிரிட்டிஷ் ஆட்சி நீடிக்க

தனிப்பட்ட முறையில் ஆதரவளிப்பவர்களையும், ஆட்சி நீங்கினால் இந்தியாவில் குழப்பம் உண்டாகும் என அஞ்சுபவர் களையும், மேற்கின் கலாசார நுகர்ச்சிக்கு ஆட்படுபவர்களையும், மேட்டிமைத்தனம் குடிகொள்பவர்களையும் தாராளவாதி என்று அழைக்கின்றனர்.

மறுபுறம் உள்ள சாமானிய மக்கள், பிரிட்டிஷ் ஆட்சியில் கவலைக்கிடமான நிலைக்கு உந்தப்பட்டு ஏழ்மையில் வாழ்க்கை நடத்துகின்றனர். அவர்கள் எண்ணிக்கை அதிகரிப்பது வாழ்க்கையில் வளம் கூடுவதலோ மகிழ்ச்சி இரட்டிப்பதாலோ அல்ல. சேரியில் மக்கட்தொகை பெருகுவது உலகெங்கிலும் இயற்கை. இந்தியாவின் பெரும்பான்மைப் பகுதி கிராமப் புறத்தில்தான் உள்ளது. கொள்ளை நோய் காலத்தில் மருத்துவ வசதிகளும், போக்குவரத்து ஏற்பாடுகளும் சிறப்பாகச் செயல் பட்டிருக்கின்றன. பஞ்ச காலத்தில்கூட உயிரைத் தாக்குப்பிடிக்க போதிய வசதிகள் இருந்ததால்தான், இங்கு மக்கட்தொகை குறையவே இல்லை. ‘தற்போதுள்ள அந்நியர் ஆட்சிதான் உங்களின் இந்தப் பரிதாப நிலைக்குக் காரணம்’ என்று யாரேனும் சொன்னால், அந்தக் கணமே பிரிட்டன் எதிர்ப்பு மனோபாவம் அவர்களைக் கவ்விக்கொள்ளும். எப்படியோ, பிரிட்டிஷ் அரசியல் முறைகளும் திட்டங்களும் இவர்களிடையே நன்கு ஊடுருவியுள்ளன. இந்தியாவைப் போல் அரசியல் அறிவுள்ள வேறெந்த கீழைத் தேய நாட்டையும் நான் பார்த்ததில்லை. கடந்த தேர்தலில் 3 கோடி மக்கள் வாக்களித்துள்ளனர். இதில் பர்தா அணிந்த பெண்களும் அடக்கம். சாமானிய மக்கள் கூட வாழ்வாதாரம் மேம்பட அரசியலமைப்புக்கு உட்படுவது அவசியமென்று எண்ணத் தொடங்கியுள்ளனர். இது மிகப்பெரிய மாற்றத்திற்கான அறிகுறி.

இந்த ஊடுருவல் அரசியல் தளத்தில் மட்டுமல்ல. ஆங்கிலேய கலாசாரமும் இங்கிலாந்தின் கல்விமுறைகளும் இந்தியாவில் எவ்விதத் தாக்கம் உண்டாக்கின என்று முந்தைய அத்தியாயங்களில் பார்த்தோம். இவையனைத்திற்கும் பின்னணியில் பிரிட்டிஷ் அரசின் ஆயுதம் ஏந்திய படைகள் உள்ளன. எனவே இந்தியாவின் முழுமுதல் உருவத்திற்குப் பின்னால் பிரிட்டிஷ் அரசின் கையசைவுகள் இருப்பது இதன்மூலம் தெளிவாகிறது. சமதர்மவாதம், தேசியவாதம், பொதுவுடைமை, ஒற்றைத் தேசம், இரட்டைத் தேசங்கள் என்று எப்பேர்பட்ட கொள்கையாக இருந்தாலும் அவை வெற்றிபெற பிரிட்டிஷ் அரசின் கடைக்கண் பார்வை வேண்டும். இதனால், இந்தியாவின் பூர்ணச் சுதந்திரப் பாதையில் பிரிட்டிஷ் அரசின் பயணம் எத்திசை நோக்கி நகரும் எனும் கேள்வி எழுகிறது.

இக்கட்டத்தில் பேரரசுகள் ஏன் உருவாகின என்று நிறுத்தி நிதானமாக யோசிக்க வேண்டும். தனிப்பட்ட காரணகாரியங்களைத் தவிர்த்துப் பார்த்தால், ஒரு வரலாற்று உண்மை தனித்து மேலெழும்புகிறது: பேரரசு எனும் குடையின்கீழ் பெருங்கூட்டம் அணிசேருவதில் எப்போதும் ஒரு வலுவான போக்கு இருந்துள்ளது. சிறிய நாடுகள் நீண்ட காலம் சுதந்திரக் காற்றைச் சுவாசிப்பது மிக அரிது. வலிமை பெற்றால் அவை அண்டை நாடுகளைப் படையெடுத்துள்ளன; வலிமை இல்லாத பட்சத்தில் பேரரசுகளுடனோ, சிறிய நாடுகளைக் கொண்ட கூட்டமைப்புகளுடனோ தன்னை இணைத்துப் பெருஞ்சக்தியாகக் காட்டிக்கொள்கின்றன. பெரும் நாடுகளுடன் தம்மை ஐக்கியப்படுத்துக்கொள்ள, ஏன் தேசங்கள் வலுக்கட்டாயமாகவும் மனமுவந்தும் நிர்பந்திக்கப்படுகின்றன என்ற புரிதலை நாம் வளர்த்துக்கொள்ள வேண்டும். பொருளாதாரச் சார்பும், நாட்டின் பாதுகாப்பும் மிக அடிப்படைக் காரணங்களாகத் தோன்றுகின்றன.

மனிதச் சமூகத்தால் இவ்விரண்டு தேவைகளையும் ஒதுக்க முடியாது. போருக்குப் பிந்தி பல பேரரசுகள் உடைந்துபோனதைப் பார்த்திருக்கிறோம். பேரரசு, ஏகாத்திபத்தியம் என்ற வார்த்தைகள் இப்போது எதிர்மறை அர்த்தங்களை உணர்த்துகின்றன. மிகச் சொற்பான சிறிய நாடுகள், தம்மைச் சுதந்திரமாக அறிவித்துக்கொண்டுச் செயல்பட முன்வந்தன. பிரான்ஸ் மற்றும் பிரிட்டன் பேரரசுகளின் இரண்டு காலனித்துவ சாம்ராஜ்ஜியங்களும் போருக்குப் பிறகு பெரும் மாற்றம் கண்டன. காலனித்துவ நாடுகளை அடிமைக்குடிகள் போல் பாவிக்காமல், அவர்களிடையே புரிதலை மேம்படுத்தி கூட்டாளிபோல் நடத்தும் போக்கு அதிகரித்தது. காலனி நாடுகளின் கைவிலங்குகளைக் கட்டவிழ்த்து, அவர்களுக்குப் போதிய மரியாதை அளிக்கவும் பேரரசுகள் முன்வந்தன. உலகம் ஒருவேளை நிலையாக இருந்திருந்தால், அமைதிநிலைக் காப்பாற்றப்பட்டிருந்தால், பேரரசுகளும் காலனித்துவ நாடுகளும் சுமூகப் புரிதலுக்கு வரும் புள்ளி வெகு அருகாமையில் தென்பட்டிருக்கும். ஆனால் இங்குப் புதிய அச்சுறுத்தல்கள் உண்டாகின. இத்தாலி, ஜெர்மனி போன்ற நாடுகள் கௌரவம், பெருமை, இனப்பற்று, பொருளாதார வளர்ச்சி எனும் திட்டங்களை முன்வைத்து நாடு பிடிக்கும் வேட்டையில் இறங்கின. புதிதாகத் தோன்றியுள்ள இப்பெரும் மாறுதலுக்கு பண்டைய பேரரசுகள் என்ன பதில் சொல்லபோகின்றன? காலனித்துவ நாட்டுப் பிரஜைகள் எந்தப் பக்கம் ஆதரவளிப்பார்கள்?

இந்தப் புதிய குழப்பத்தினால், இந்தியாமீது பிரட்டனின் போக்கு எங்ஙனம் மாறுபடும் என ஊகிப்பதில் இழுபறி நீடிக்கிறது.

இந்தியாவுக்கு முழுச் சுதந்திரமளித்து, எதிர்வரும் சண்டைகளில் தன் கூட்டாளியாகப் பாவித்து பாதுகாப்பு அளிக்குமா? அல்லது வலிமை குன்றிய நாடுகள் மீண்டும் சக்திவாய்ந்த நாடுகளிடமிருந்து பிரிந்து வருவதை நாம் எதிர்கொண்டு பார்க்க நேருமா? இக்கேள்விகள் நிச்சயமற்ற நிலையை உணர்த்துகின்றன. யாராலும் இதற்குச் சரியான பதிலளிக்க முடியாது.

இந்திய வரலாற்றைப் படிக்கும் ஒருவர், கிடைக்கும் துப்புகளைக் கவனமாகச் சேர்த்து வைத்து சித்திரம் வரைய வேண்டும். இங்கு காணும் தேசியவாதம், சமதர்மவாதம், அமைதி, வன்முறைப் போராட்டம், ஒற்றுமை, பிரிவினை என அனைத்தும் அச்சித்திரத்திற்குள் அடங்க வேண்டும். அத்தோடு 'ஆரம்பக் காலத்தில்' தொடங்கி, 'இறுதித் தருவாயில்' என முடிப்பதுவரை, அதற்குள் அடங்கும் அத்தனைப் பார்வைகளையும் நாம் பரிசீலிக்க வேண்டும். இங்ஙனம் இந்தியா குறித்து அதன் நீல அகலங்களை வெவ்வேறு கோணங்களிலிருந்து வாசிப்பவர்களுக்கே, இந்நாட்டின் முழுச் சுதந்திரம் தனிப்பட்டவர்களின் கையிலோ, தேசிய அளவிலான செயல்பாடுகளினாலோ இல்லை எனும் உண்மை தெரிய வரும். 1933இல் நடைபெற்ற உலக மத நல்லிணக்கக் கூட்டமைப்பின் தொடக்க அமர்வில் ஜேன் ஆடம்ஸ் குறிப்பிட்ட கதையில் இதன் சாரம்சம் நன்குப் புலனாகிறது. 1937ஆம் ஆண்டு மார்ச்சு மாத அரிஜன் இதழில் இதைப் பிரசுரம் செய்துள்ளனர்:

அடியாழத்தில் உள்ள குழி ஒன்றில் சிக்கிக்கொண்ட பெண், அதன் வெம்மை தாங்காமல், அதிகாரத்தில் இருப்பவரிடம் தம்மைக் காப்பாற்றுமாறு வேண்டுதல்மேல் வேண்டுதல் வைத்து கோரிக்கை அனுப்புகிறாள். இறுதியாக அந்தக் குழிக்குள் ஒரு பதில்மொழி எதிரொலிக்கிறது. இதுகாறும் அவள் செய்த ஏதேனுமொரு சுயநலமற்ற காரியம் நினைவிற்கு வந்தால், அது அவளைக் காப்பாற்றும் என அந்தக் குரல் சொல்லி மறைந்தது.

அவள் வாழ்நாள் முழுவதும் சுயநலம் கொண்ட பெண்ணாகவே இருந்திருக்கிறாள். எவ்வளவு யோசித்தும் ஒரு நிகழ்வு கூட நினைவிற்கு வரவில்லை. இறுதியில் ஒரு காட்சி ஞாபகத்திற்கு வந்தது. ஒருநாள் தன் வீட்டு வாசலில் அமர்ந்து இரவு உணவுக்காக கேரட் அரிந்துகொண்டிருந்த போது, பிச்சையெடுத்து வாழும் ஒரு பார்வையற்ற நபர் இவள் வீட்டு அருகில் வந்து நின்றார். ஒரு நிமிடம் யோசித்து, பிறகு ஒரு அழுகிப்போன கேரட்டை, அப்பெண்மணி அவர் கையில் திணித்தாள். இது நிச்சயம்

குறிப்பிடத்தகுந்த காரியம் அல்ல என்று அவளுக்குத் தெரியும். என்றாலும்கூட அவள் செய்த ஒரேயொரு சுயநலமற்ற காரியம் இதுதான் என்பதால் வேறுவழியின்றி இதை மேல்நோக்கிச் சொன்னாள்.

சொன்ன மாத்திரமே, அந்தக் குழிக்குள் ஒரு கேரட் கயிற்றின்வழி இறங்கி வந்தது. அந்தக் கேரட்டைப் பிடித்துக்கொள்ளும்படி அறிவுறுத்தப்பட்டாள். அதைப் பற்றுக்கோடாகக் கொண்டு குழியின் மேல்தளத்தில் குளிர்ந்த காற்று வீசும் வசதியான இடத்திற்குச் சற்று மேலெழும்பினாள். என்ன நினைத்தாளோ, திடீரென அவள் கண்கள் கீழே பார்த்தன. அவள் காலுக்கு அடியில் வேறு ஒருவர் தொங்கிக்கொண்டிருந்தார். அவருக்கு அடியில் மற்றொருவர்; அவருக்கும் அடியில் இன்னொருவர் என்று அவ்வரிசை நீண்டது. அழுகிய கேரட் பாரம் தாங்காமல் உடைந்துபோகுமே என்று நடுங்கினாள். 'என்னைப் போகவிடு. இது என்னுடைய கேரட். நான் வெளியேறுவதற்கான ஏற்பாடு இது' என்று கீழ் நோக்கி கத்தினாள். அந்தக் கணம் அக்கேரட் உடைந்தது. தொங்கிக்கொண்டிருந்த அனைவரும் குழிக்குள் வீழ்ந்தார்கள்.

ஜேன் ஆடம்ஸ் அக்கதையை இப்படி முடிக்கிறார்: இங்கிருந்து தனியாளாக யாரும் வெளியேற முடியாது. தப்பிக்க வேண்டுமானால், எல்லோரும் கூட்டுச் சேர்ந்து முயற்சிக்க வேண்டும்.

நூலடைவு

- ANAND, CHUNI-LAL: *The Government of India*, Mercantile Press, Lahore, 1932.
- ANSTEY, V.: *Economic Development of India*, Longmans, Green & 1929. Co., London, 1929.
- ARNOLD, SIR E.: *Song Celestial (Bhagavad-Gita)*, Kegan Paul, Trench, Trubner, London, 1930.
- BEAUCHAMP, JOAN: *British Imperialism in India*, Martin Lawrence, London, 1934.
- BERNIER, FRANÇOIS, *Travels of,* Oxford University Press, London, 1914.
- BRAYNE, F. L., *Socrates in an Indian Village*, Oxford University Press, 1929.
- BROWN, F. YEATS: *Bengal Lancer*, Gollancz, London, 1930.
- CHAKRABARTI, A.: *Cultural Fellowship in India*, Thaker and Spink, Calcutta, 1934.
- CHATTERJEE, B. R.: *Colonization of India by Europeans*, Greater India Society, Calcutta, 1927.
- CHIROL, SIR V.: *India*, E. Benn, London, 1926.
- CUNNING, SIR GUEST: *Modern India: A Co-operative Study*, Oxford University Press, 1932.
- DAS, BHAGAVAN-, *Ancient Versus Modern Socialism*, Theosophical Pub. House, Madras, 1934.
- DAS, BHAGAVAN-, *The Essential Unity of All Religions*, Theosophical Pub. House, Madras, 1932.
- DESAI, MAHADEV, *Two Servants of God*, Hindustani Times Press, Delhi, 1933.
- DICKINSON, G. L.: *An Essay on the Civilizations of India, China and Japan*, George Allen & Unwin, Ltd., London, 1914.
- DOWSON, J., and ELLIOT, H. M.: *History of India as Told by Its Own Historians (8 vols.)*, privately printed, Hertford, England, 1867-77.
- DURANT, W.: *The Case for India*, Simon and Schuster, New York, 1930.
- ELMORE, W. T.: *Dravidian Gods in Modern Hinduism*, Hamilton, New York, 1915.

- FARQUHAR, J. N.: *Primer of Hinduism*, Oxford University Press, London, 1914.
- FARQUHAR, J. N.: *Modern Religious Movements in India*, Macmillan, London, 1929.
- FRAZER, L.: *India Under Lord Curzon and After*, Heinemann, London, 1912.
- FRAZER, R. W.: *A Literary History of India*, The Library of Literary History, London, 1898.
- FRAZER, R. W.: *British India*, Putnam's Sons, New York, 1896.
- GANDHI, M. K.: *The Story of My Experiment with Truth (2 vols.)*, Navajivan, Karalaya, Ahmedabad, 1933.
- GANDHI, M. K.: *My Early Life*, Oxford University Press, London, 1935.
- GANDHI, M. K.: *Young India*, Viking Press, New York, 1927.
- GANDHI, M. K.: *My Soul's Agony*, Bombay Provincial Board, Servants of Untouchables Society.
- GUPTA, N. C. S.: *History of Hindu Law*, N. Gaugulee, Calcutta, 1930.
- HART, r. G.: *Gandhi and the Indian Problem*, Hutchinson & Co., London.
- HUNTER, W. W.: *Our Indian Moslems*, Trubner & Co., London, 1871.
- HUXLEY, A.: *Jesting Pilate*, Chatto and Windus, London, 1927.
- ILBERT, C. P.: *The Government of India*, Clarendon Press, Oxford, 1922.
- IQBAL, SIR MOHAMMAD, *The Reconstruction of Religious Thought in Islam*, Oxford University Press, 1934.
- IYER, R.: *Father India*, Selwyn and Blount, London, 1927.
- KETKAR, S. V.: *History of Caste in India, vol. 1*, Ithaca, New York, 1909.
- KEYSERLING, H. DE: *Journal de Voyage d'un philosophe (2 vols.)*, Delmain et Boutelleau, Paris.
- KRISHNASWAMI, S.: *Ancient India*, Luzac, London, 1911.
- LAW, N. N.: *Studies in Ancient Hindu Polity*, Longmans & Co., London, 1914.
- LOVETT, SIR V. A.: *A History of Indian Nationalist Movement*, J. Murray, London, 1921 (second edition).
- LYALL, SIR A.: *Rise and Expansion of the British Dominion in India*, J. Murray, London, 1910.
- MACDONELL, PROF. A. A.: *A History of Sanscrit Literature*, Heinemann, London, 1900.
- MACKAY, E.: *The Indus Civilization*, L. Dickson and Thompson, London, 1935.
- MAINE, SIR H. J.: *Village Communities in the East and West*, J. Murray, London, 1913.
- MOOKERJI, R.: *Fundamental Unity of India*, Longmans & Co., London, 1914.
- MUKERJI, D. G.: *My Brother's Face*, Dutton & Co., New York, 1924.
- MULLER, F. M.: *Biographical Essays*, Scribner's Sons, New York, 1884.

- NEHRU, JAWAHARLAL: *Glimpses of World History*, Kitabistan, Allahabad, 1934.
- NEHRU, JAWAHARLAL: *An Autobiography*, John Lane The Bodley Head, London, 1936.
- NEHRU, JAWAHARLAL: *Recent Essays and Writings*, Kitabistan, Allahabad, 1934.
- O'MALLEY, L. S. S.: *India's Social Heritage*, Clarendon Press, London, 1934.
- PANNIKAR, M.: *Caste and Democracy*, L. and V. Woolf, London, 1932.
- PRASADA, I.: *Introduction to Indian Philosophy*, Indian Press, Allahabad, 1928.
- RADHAKRISHNAN, S.: *Indian Philosophy (2 vols.)*, George Allen and Unwin, London, 1930.
- RADHAKRISHNAN, S.: *The Hindu View of Life*, George Allen and Unwin, London, 1927.
- RAJAGOPALACHARI, C.: *The Impending Fast of Mahatma Gandhi*, Servants of Untouchables Society, Delhi.
- RAJAGOPALACHARI, C.: *Plighted Word*, Servants of Untouchables Society, Delhi.
- SACHAU, C. E.: *Alberuni's India*, Trubner's Oriental Series, London, 1910.
- SARKAR, J.: *The Fall of the Mughal Empire*, Sarkar & Sons, Calcutta, 1932.
- SARKAR, J.: *Short History of Aurangzeb*, Sarkar & Sons, Calcutta, 1930.
- SARKAR, J.: *Sivaji and His Times*, Sarkar & Sons, Calcutta, 1929.
- SMITH, A. v.: *Akbar the Great Mogul*, Clarendon Press, London, 1917.
- SMITH, V. A.: *Oxford History of India (second edition)*, Clarendon Press, Oxford, 1923.
- SPENDER, J. A.: *The Changing East*, Cassell & Co., London, 1926.
- STRACHEY, SIR J.: *India: Its Administration and Progress*, Macmillan, London, 1923.
- THADANI, N. V.: *The Garden of the East*, Bharat Publishing House, Karachi, 1932.
- WHYTE, SIR F.: *The Future of East and West*, Sidgwick and Jackson, London, 1932.

உலகப் புகழ்பெற்ற கட்டுரைகள்

ஜார்ஜ் ஆர்வெல், வர்ஜீனியா உல்ஃப், மார்க் ட்வைன், மால்கம் எக்ஸ், ஐன்ஸ்டைன், பிரான்சிஸ் பேக்கன், ஆல்பர்ட் காம்யூ, மாக்சிம் கார்க்கி உள்ளிட்டவர்களின் முக்கியத்துவம் வாய்ந்த உரைகள் இதில் அடங்கியுள்ளன. பெண் கல்வி, பழங்குடியினர் உரிமை, அறிவியல், அரசியல், புத்தக வாசிப்பு, தத்துவம், உணவு எனப் பல்சுவை எழுத்துகளைச் சுவையான தமிழில் மொழிபெயர்த்திருக்கிறார் இஸ்க்ரா.
குறிப்பாக மாணவர்கள் இதிலிருந்து
நிறைய பயன்பெறமுடியும்.

காலத்தின் குரல்

உலக வரலாற்றை உருமாற்றிய
உன்னதமான சொற்பொழிவுகள்.

அம்பேத்கர், காந்தி, நேரு, மார்டின் லூதர் கிங், ஐன்ஸ்டைன், காஸ்ட்ரோ, கென்னடி, சர்ச்சில் என்று வரலாற்றின் போக்கை மாற்றியமைத்த மகத்தான தலைவர்களின் மிகச் சிறந்த உரைகள் அடங்கிய தொகுப்பு இது.

இது காலத்தின் குரல் மட்டுமல்ல. காலத்தைக் கடந்து உயிர்ப்போடு திரண்டு நிற்கும் மனிதத்தின் குரலும்கூட.

நீங்கள் விரும்பும் புத்தகம் உங்கள் வீடு தேடி வர அழையுங்கள்

Dial for Books

94459 01234 | 9445 97 97 97

WhatsApp No: 95000 45609

dialforbooks.in | amazon.in | flipkart.com

K i z h a k k u T o d a y . i n

ஒரு புதிய இணைய இதழ்